बुद्धी, भावना आणि ताकद यांनी परिपूर्ण कादंबरी, इतिहासात गाडले गेलेले सत्य आणि निस्सीम प्रेम यांची रस्सीखेच! अभावाने आढळणारा प्रामाणिकपणा आणि विषय मांडणीतील कौशल्याने सजलेली अप्रतिम कादंबरी!

– कमिला शामसी

व्यापक तरीही जिव्हाळ्याची, भारदस्त तरीही मजेदार! लुप्त होत जाणारी बंधने आणि परस्परविरोधी मूल्ये यांचे जबरदस्त मूल्यमापन करणारी कादंबरी 'द बोन्स ऑफ ग्रेस.' स्वत्व आणि संस्कृती यांचे वैशिष्ट्यपूर्ण चित्रण हा तहमिमा अनम यांच्या लेखनकौशल्याचा सुजाण आविष्कार आहे.

– तॅश ऑ

'जोशपूर्ण तरीही काळजाला भिडणारी, काव्यमय तरीही व्यापक' 'द बोन्स ऑफ ग्रेस' उत्कृष्ट कलाकृती अशाच असतात.

– यीयुन ली,
'द व्हॅग्रन्ट्स'ची लेखिका

तहमिमा अनम यांची आम्ही प्रकाशित केलेली पुस्तके

तेच दिन सोनेरी...

आहे कट्टर तरी...

झुबेदा

आपल्या स्नेहीजनांना पुस्तके भेट द्या

'The Bones of Grace' या इंग्रजी पुस्तकाचा अनुवाद

दुबेला

तहमिमा अनम

अनुवाद
सरिता आठवले

मेहता पब्लिशिंग हाऊस

Mehta Publishing House, Pune 411030.
✆ +91 020-24476924 / 24460313 / Mob. No. 9545000513
Email : production@mehtapublishinghouse.com
Website : www.mehtapublishinghouse.com

- *या पुस्तकातील लेखकाची मते, घटना, वर्णने ही त्या लेखकाची असून त्याच्याशी प्रकाशक सहमत असतीलच असे नाही.*

THE BONES OF GRACE by TAHMIMA ANAM

Translated into Marathi Language by Sarita Athavale

झुबेदा / अनुवादित कादंबरी

अनुवाद : सरिता आठवले
Email : author@mehtapublishinghouse.com

प्रकाशक : सुनील अनिल मेहता, मेहता पब्लिशिंग हाऊस,
१९४१, सदाशिव पेठ, माडीवाले कॉलनी, पुणे ४११०३०.

मुद्रक : पार्कसन्स ग्राफिक्स

मुखपृष्ठ : चंद्रमोहन कुलकर्णी

प्रथमावृत्ती : डिसेंबर, २०१९

किंमत : ₹ ४९५

P Book ISBN 9789353173760

पुन्हा एकदा आणि नेहमीच- रोनाल्ड लॅम्बसाठी

आणि माझी बहीण शविना- तुझ्यासाठीही
तुला यायला उशीर झाला खरा;
पण तू मला एकाकीपणाच्या गर्तेतून बाहेर काढलेस

Without really knowing, we divine; our life has a sister ship, following quite another route. While the sun blazes behind the islands.

'The Blue House', Thomas Transtromer

अनुक्रमणिका

नांदी । १
उत्खनन । ४५
पुनर्मिलन । ६७
प्रॉस्पेरिटी शिपब्रेकिंग कंपनी । ११२
अन्वरची कर्मकहाणी । १६०
तुझे आगमन । २३४
आईचा शोध घेताना... । २६८
पुन्हा एकदा ग्रेस । ३१६
अंतिम सत्य । ३५७

एलिजा, आज दिसलास तू मला. रस्ता ओलांडत होतास. मास अॅव्ह आणि हार्वर्ड स्ट्रीटच्या कोपऱ्यावर एक छोटीशी इमारत आहे, न्यू यॉर्कच्या फ्लॅटिरॉन बिल्डिंगसारखीच; पण लहान- त्या इमारतीसमोर तू उभा होतास. सिग्नलवरचा माणसाच्या आकाराचा दिवा लुकलुकायला लागला आणि पलीकडे जाण्यासाठी तू रस्त्यावर पाऊल टाकलेस, तेव्हाच मी तुला पाहिले. चालता चालता तुझा हात हलला. मला वाटले, तूही मला बघितलेस आणि मला बघूनच हात हलवतो आहेस... पण नाही. तुझ्या मनगटाचा तो झोका... काहीच अर्थ नव्हता त्याला. नोव्हेंबरची झोंबरी थंडी झटकून टाकण्यासाठी केलेली ती अहेतुक हालचाल. मग तुझ्या दृष्टीस पडण्यापूर्वीच मी तिथून पसार झाले.

केंब्रिज तसं लहानसं गाव आहे. इथे आपण एकमेकांना कधी ना कधी पुन्हा सामोरे येणारच आहोत, हे मी जाणून आहे. फक्त कधी, हाच प्रश्न आहे. मला इथे परतून आता तीन महिने झाले आहेत. हळूहळू हवेतली ऊब सरू लागली आहे. मी कळत-नकळत, सतत डोळ्यांच्या कोपऱ्यातून तुझी चाहूल घेत असते, त्या काळ्याशार कोटातला माणूस तू असशील? त्या ढगळ जीन्समधली पावले तुझीच तर नसतील? मी कॉफी मागवायला वेटरला बोलवेन; पण त्याआधीच कॉफीच्या ऑर्डरचा तुझाच आवाज येईल?

डायनाने मला इथे परत यायला भाग पाडले. ती इथे आहे- नव्हे, तिचा थोडासा अवशेष या इथे माझ्या हातात आहे. तिच्या पायाच्या घोट्याचे हाड, फिकट

आणि हलके, मला ते इतके फिकुटलेले आणि हलके असेल असे वाटलेच नव्हते. काळाच्या ओघात त्याची अशी अवस्था झाली असावी. पण ते इथे असणे हाही एक चमत्कारच होता. याच प्रयोगशाळेत, याच शहरात तू माझ्या स्वप्नाच्या दुनियेत प्रवेश केलास आणि इथेच मी डायनाच्या भजनी लागले. डेरा बुगतीहून निघाल्यावर आता डायना पुन्हा कधीही नजरेस पडणार नाही, अशी माझी खात्री झाली होती. मला वाटले होते की चालणाऱ्या व्हेलचे रहस्य तसेच— जमिनीखाली गाडलेलेच— राहायला हवे होते; आपण त्याला हात घालायलाच नको होता. पण या वर्षाच्या सुरुवातीला मला एक पत्र मिळाले, उर्दूमध्ये लिहिलेले. माझ्या आईने जराशा नाराजीनेच त्याचे भाषांतर करून पाठवले होते.

प्रिय झुबेदा हक,
आपल्या दिवंगत मित्राने तुला भेट पाठवली आहे. या अशा वस्तूसाठी एखाद्या माणसाने आपले आयुष्य पणाला लावावे, हे माझ्या आकलनाच्या बाहेरचे आहे. कदाचित तुला त्याचे महत्त्व कळत असावे. त्याने माझ्याकडे पत्र दिले आणि त्याचा हा खजिना शोधून तुझ्याकडे पोचता करायला सांगितले.
माझा इलाजच नव्हता म्हणून मी या कामी माझ्या भावाची आणि माझ्या मित्राची मदत घेतली. आम्ही तुझी डायना शोधण्यासाठी ते वाळवंट पालथे घातले आणि आता तुकड्यातुकड्याने तिला तुझ्याकडे पोचवत आहोत. ही हाडे कसली आहेत, त्यातून तुला काय कळणार आहे, हे मला माहीत नाही. पण हे पत्र वाचताना तुला जाणवेल की आपल्या मित्राची शेवटची इच्छा पूर्ण करण्यासाठी मी प्रयत्नांची पराकाष्ठा केली आहे.

माझ्या पुढ्यात असलेल्या पत्रातील हा मजकूर खरा होता यावर माझा विश्वासच बसत नव्हता. आम्ही सुरू केलेली मोहीम यशस्वी करण्यासाठी, इतकी वर्षं उलटल्यानंतर, तो मूग गिळून बसलेला झमझम आम्हाला मदत करत होता का? पण दुसरे कोणतेच स्पष्टीकरण, कोणतेच कारण या अनोळखी माणसाच्या पत्रात दिसत नव्हते. शिवाय या पत्रात त्याने डायनाचा उल्लेख केला होता. मी पत्राला उत्तर लिहिले. माझ्या विभागाची सर्व माहिती कळवली. पार्सलचा खर्च उचलण्याची तयारी दाखवली. ते जीवाश्म सीमेपलीकडे पाठवण्यासाठी ज्या परवानग्यांची गरज होती त्या सर्वांची पूर्तता करून मी केंब्रिजला परत आले आणि माझ्या पार्सलची वाट पाहू लागले.

मग माझे पार्सल आले. त्यात डायनाच्या पायाचा घोटा होता, दोन जोड

असलेला! लाल खोक्यातला, वर्तमानपत्रांच्या अनेक कागदांमध्ये भरमसाट चिकटपट्ट्यांनी घट्ट गुंडाळलेला डायनाचा घोटा. त्या कागदात गुंडाळलेल्या डायनाच्या घोट्यावर माझी बोटे आवळली गेली आणि डोळ्यात पाणी जमू लागले. हे पार्सल म्हणजे माझ्या फार वर्षं जपलेल्या, पण मध्येच सोडून द्याव्या लागलेल्या स्वप्नांची पूर्तता नव्हते, तर हे पार्सल म्हणजे तुझ्यापर्यंत पोचण्याचा माझा मार्ग होता. मी हे गाव सोडण्यामागे डायना होती आणि आता इथे परतायलाही तीच कारणीभूत होती. मला जाणवतंय, ही काही वर्षे ती माझ्या जीवनाची सूत्रधार होती, माझा दीपस्तंभ होती. मला या पृथ्वीवरच्या खंडांवर सफर घडवत होती, या कालौघात मार्गदर्शन करत होती. आताही मी याच आशेवर आहे की तीच मला तुझ्यापर्यंत घेऊन जाईल.

मला जाणवतंय. हे सगळे मला लिहून काढायचे होते. हे शब्दबद्ध करायची माझी तयारी मनातल्या मनात सुरू होती. पण डायनाचे घोट्याचे हाड हातात आले आणि विचारांचा ओघ शब्दरूपाने भरभरून वाहू लागला. मी घरी धावले आणि मनातले विचार कागदावर उतरवले. इतके दिवस मी थिजले होते, थांबले होते. एलिजा, यासाठीच थांबले होते. या सगळ्याचा ताळेबंद लावायचा होता मला. त्याच संधीची मी वाट पाहत होते. झमझमने कबरीत विसावल्यावर माझी ही इच्छा पूर्ण केली. डायना आली आहे आणि आज मी तुलाही बघितले. आता मी सगळ्याचा अर्थ लावू शकते. तुझ्यावर जीव तोडून प्रेम केले तो तू, किंवा हा जीवाश्म 'ॲम्ब्युलोसीट्स', माझ्या आईपर्यंत मला घेऊन जाणारा अन्वर आणि डोळ्यांदेखत नामशेष झालेले ते ग्रेस नावाचे जहाज! या सगळ्यांचा आता मला लेखाजोखा घेता येईल. एक व्हेल मासा, आपले मूल टाकून देणारी आई, एक पियानो, आपल्या प्रियतमेला शोधण्यासाठी अथक प्रयत्न करणारा प्रियकर, ज्याला शेवटी मी सापडले! पण तू हस्तक्षेप केलास, फार लवकर केलास! तरी मी अजून संपले नाही आणि माझे कार्य पूर्णत्वाला जाईपर्यंत पुन्हा आपले मार्ग जुळण्याची सुतराम शक्यता नाही.

एलिजा, तू फार पुढे गेलास. फारच पुढे! आणि एका निर्णयावर येऊन अडकलास. इतके पुढे जाणे अपेक्षित नव्हते रे!

नांदी

"मी नऊ वर्षांची होते, तेव्हा मला कळलं, मला दत्तक घेतलंय."

सर्वांत पहिल्यांदा मी तुझ्याशी बोलले तेव्हा मी तुला सांगितले होते हे! मग तू म्हणालास,

"ॲरिस्टॉटलही अनाथच होता."

"आणि मुहम्मद पैगंबरही!" मी म्हणाले.

त्या संध्याकाळी, सरत्या उन्हाळ्याच्या झळा आणि संगीत यांनी माझ्या स्मृती चाळवल्या गेल्या आणि मला 'तो' दिवस आठवला. माझ्या पालकांनी मला दत्तक घेतल्याची कबुली त्या दिवशी दिली होती. मी लहान होते तरी मी दत्तक मुलगी असल्याचा संशय त्या दिवसाआधी माझ्या मनात मूळ धरू लागला होताच. महायुद्ध संपून पंधरा वर्षे उलटल्यावर, माझ्या पालकांनी, त्यांच्या लग्नानंतर दोन वर्षांनी, मला दत्तक घेतले होते. त्यानंतर मी कधी त्यावर विचार केलाच नाही. पण तुला भेटले त्या दिवशी संध्याकाळी मला तो दिवस लख्ख आठवला.

तो दिवस म्हणजे माझा नववा वाढदिवस होता. समारंभ संपला होता. वातावरणात तंदुरी चिकनचा वास दरवळत होता. मला मिळालेल्या भेटवस्तूंच्या वेष्टणांचे फाटलेले कागद इकडेतिकडे पडलेले होते. सगळीकडे बटाट्याचे चिप्स सांडले होते. माझ्या वडिलांनी छान पिनाटा बनवला होता आणि खेळताना त्यातल्या गोळ्या हिरवळीवर सांडल्या होत्या. त्या पिनाटावर मारण्याची काठी माझ्या वर्गातल्या एका मुलाने घेतली आणि ती उगारून तो बाकीच्या मुलांना मारण्यासाठी त्यांच्यामागे पळत होता. ती मुले मार चुकवण्यासाठी बागेच्या कोळिष्टकांनी भरलेल्या कानाकोपऱ्यात लपत होती. मी माझ्या आई-वडिलांच्या मध्ये बसले होते. त्या दोघांनीही माझ्या हातात हात गुंफले होते. तिथे त्यांनी मला दत्तक घेतल्याची गोष्ट सांगितली. ते बाळासाठी आसुसले होते आणि एखादा चमत्कार झाल्यासारखी मी त्यांच्या आयुष्यात आले होते. मला आठवतंय, मला एकदम मळमळू लागले आणि भडभडून उलटी झाली. माझ्या त्या उलटीचा लिमलेटच्या गोळ्यांसारखा केशरी रंगही मला आठवतोय कारण त्या वेळी संध्याकाळी कमोडच्या फ्लशला पाणी येत नसे आणि मला त्या दिवशी त्या उलटीचा कमोडमधून निचरा करायला सहा तांबे पाणी ओतावे लागले होते.

उन्हाळा संपत आला होता. नवीन सत्र लवकरच सुरू होणार होते. केंब्रिज अजून गजबजलेले नव्हते. एक प्रकारचे जडत्व आलेले होते. त्यातच त्या उकाड्यात त्या रात्री हे सगळे अचानक एखाद्या पुरासारखे पुन्हा एकदा माझ्यावर येऊन कोसळले. त्या वेळी मी पुढे येऊ घातलेल्या प्रवासाच्या तयारीत व्यग्र होते. ॲम्ब्युलोसीटस नेटन्स या प्राचीन काळच्या व्हेल माशाचा संपूर्ण सांगाडा मिळवण्याच्या कामगिरीवर मला रवाना व्हायचे होते. या प्रसंगाच्या माझ्या आठवणी त्या प्रवासाच्या तयारीशी निगडित झालेल्या आहेत. माझे घर आवरणे, प्रवासाची आखणी, उत्खनन, त्यातून हाती लागणारे रहस्य, तिथे सापडू शकणारा जीवाश्म. हा जीवाश्म सापडण्याच्या शक्यतेने सागर आणि धरती यांच्यातले संबंधच वेगळे दिसू लागले होते! या मधल्या काळात ही आठवण आणि नजीकच्या भविष्यातील शक्यतांचे आडाखे यांचे अंतराळच दुभंगले, आयुष्याच्या वेगाला खीळ बसली, ना इथे, ना धड तिथे अशी त्रिशंकू अवस्था झाली आणि तेव्हाच, काळाच्या त्या थांबलेल्या क्षणातून तू अवतरलास. पियानोवर अलगद फिरणाऱ्या तुझ्या हातांसह, थंडगार वाऱ्याच्या झुळकीसारखा तू माझ्या जीवनात आलास.

तुला माहीत आहे, त्या दिवशी मी सँडर्स थिएटरमध्ये एका गाण्याच्या कार्यक्रमाला गेले होते. लाकडी कोरीवकामाने सजलेल्या रंगमंदिरात संध्याकाळचा वेळ व्यतीत करणे मला फार आवडते. माझे सात वर्षांचे अमेरिकेतील वास्तव्य संपवून मी निघाले होते आणि माझ्या नेहमीच्या सवयीप्रमाणे या वियोगाची स्मृतिभेट म्हणून मी त्या अनोख्या स्वरलहरींमध्ये चिंब भिजण्याची चैन करणार होते. मला संगीताची फार मोठी जाण आहे असे नाही; पण कदाचित त्याचमुळे मला संगीताचे आकर्षण वाटते. आपण काय ऐकले हे मी फार पट्कन विसरून जाते. फक्त एकदाच 'यो यो मा' च्या मैफलीत, त्याने बाखच्या रचना सेलोवर वाजवल्या होत्या, त्या माझ्या लक्षात राहिल्या होत्या. अर्थात तो कार्यक्रम त्याच्या मुलाखतीचा होता. ती नेहमीची मैफल नव्हतीच आणि त्या कार्यक्रमाच्या शेवटी त्याने अगदी थोड्या पण अक्षरशः जादू करणाऱ्या सुरावटी छेडल्या होत्या. त्या सुरांनी मी इतकी भारावून गेले होते की, त्या अनुभवाच्या अनुभूतीत आणखी कुणाला तरी सामील करून घेण्याची मला जबरदस्त ऊर्मी आली होती.

ही माझी तिथली शेवटची रात्र आणि शेवटची मैफल होती. मी सँडर्स थिएटरवर आले आणि मला कळले की आज शोस्तखोविचच्या रचना वाजवल्या जाणार आहेत. शोस्तखोविचचे नाव मी ऐकून होते; पण त्या पलीकडे त्याच्या संगीताबद्दल मला काहीच माहिती नव्हती. रंगमंचावर एक दिमाखदार पियानो ठेवलेला होता. रंगमंदिरातले दिवे मालवले गेले आणि पडद्याआडून एक लहानशा बांध्याची स्त्री रंगमंचावर आली. वयस्क, बहुधा साठीची असावी. लांब स्कर्ट आणि

केसाचा मानेवर विसावलेला लहानसा अंबाडा. तिने छोट्या छोट्या, जेमतेम पाचएक मिनिटांच्या रचनांनी वादनाला सुरुवात केली. संगीत मधुर होते; पण मला ते नीरस वाटत होते. सुरुवात उत्तेजक, अद्भुतरम्य होती; पण मध्येच कुठेतरी त्यातील जादू हरवून जात होती आणि मग ते वादन निव्वळ शास्त्रशुद्ध आणि रुक्ष होत होते. मला त्यात समरसच होता येत नव्हते. मग अशाच एका नीरस क्षणी माझे लक्ष माझ्या डाव्या बाजूला बसलेल्या माणसाकडे गेले. तो तू होतास एलिजा! तुझे बोटांनी गुडघ्यावर ताल धरणे, तुझ्या बोटांखालचे तुझ्या जीन्सचे विरलेले कापड, तुझ्या पायातले सँडल्स आणि तुझी खुर्चीखाली सरकवलेली कॅनव्हासची थैली, या सगळ्यांनी माझे लक्ष वेधून घेतले.

मी तुझ्याकडे वारंवार वळून पाहत होते; पण तू एकदाही विचलित झाला नाहीस. तुझे हात तुझ्या गुडघ्यावर ठेका धरत होते; पण बाकीचे शरीर अविचल होते. ते पाहून मी थक्क झाले. स्पॉट लाइटच्या प्रकाशमान वर्तुळात पियानोच्या पट्ट्यांवर नर्तन करणाऱ्या त्या हातांच्या बोटांवर तुझी नजर खिळली होती. तुझ्या तन्मयतेने माझ्यावरही मोहिनी घातली आणि मीही त्या सुरांमध्ये गुरफटून गेले. चौथी सुरावट संपली आणि माझ्या हृदयात भूगर्भातील स्पंदने उमटू लागली. पाचव्या सुरावटीनंतर त्या स्पंदनांची आवर्तने वाढू लागली. ती कोमल स्पंदने आता प्रफुल्लित होऊ लागली. सुरावट संपली तेव्हा त्यांची तीव्रता मानेतून माझ्या मस्तकात पोचली होती आणि त्या क्षणी ती घटना भूतकाळातून अचानक माझ्यावर धावून आली- ती वाढदिवसाची पार्टी, माझ्या आई-वडिलांचा कबुलीजबाब, त्या रात्रीची माझ्या आई-वडिलांच्या कुशीतली रात्र, त्यांचे माझ्या चेहऱ्यावर रेंगाळणारे निःश्वास! माझ्या डोळ्यांतले पाणी माझ्याही नकळत गालांवर ओघळले आणि पुढची सुरावट सुरू होताना मी हुंदक्यावर हुंदके देऊ लागले. दोन्ही हात स्वतःभोवती लपेटून घेत माझा तो उद्रेक थांबवण्यासाठी मी आटोकाट प्रयत्न करू लागले. आणि तू माझ्याकडे वळून पाहू लागलास. मी रडतेय हे तुला कळले; पण त्या पुसटशा अंधारातही मला जाणवले, मला रडताना बघूनही तू शांत होतास, काळजीने बावचळला नव्हतास. तू तुझा हात माझ्या दंडावर ठेवलास आणि माझ्या शर्टच्या बाहीतून तुझ्या स्पर्शाची ऊब माझ्याभोवती पसरली. तुझ्या त्या स्पर्शाने मी शांत झाले. ती सुरावट पूर्ण झाली, स्वर विरले आणि तू माझ्या दंडावरचा तुझा हात काढून घेतलास. त्या क्षणी माझ्या शरीरात भिनून गेलेल्या पराकोटीच्या एकटेपणाने मला घेरून टाकले.

आज मागे वळून बघताना जाणवतेय. आपल्या पहिल्याच भेटीत एकमेकांची ओळख करून घेताना आपण जे बोललो ते जरा विचित्रच होते. पण त्या वेळी ते पूर्णपणे सयुक्तिक होते. तुझा शांत गहिरा आवाज परिपक्व होता. तू माझा हात

हातात घेतलास आणि माझ्या त्वचेखालचा रक्ताचा ओघ उसळतच त्या हाताकडे धावला. जणू काही माझ्या रक्ताला तुझ्या रक्ताची जबरदस्त ओढ लागली होती. त्या मैफलीचा पूर्वार्ध संपेपर्यंत माझा हात तुझ्या हातात विसावलेला होता. माझ्या हृदयाची धडधड मला स्पष्टपणे ऐकू येत होती. पूर्वार्ध संपला. प्रेक्षागृहातले दिवे प्रज्वलित झाले.

त्या लख्ख प्रकाशात तू मला दिसलास- निस्तेज गोरा रंग, निळे डोळे, खूप रेखीव नाही पण नीट राखलेली दाढी. मी पट्कन डोळे पुसले. माझ्या अश्रूंच्या खाणाखुणा मला लपवायच्या होत्या. आजूबाजूचे लोक त्या मध्यांतरात बाहेर जाण्याच्या तयारीत होते. त्यांच्यापैकी कुणीतरी माझ्या ओळखीचे असण्याची शक्यता होती. माझा हात तुझ्या हातात होता. ते कुणाच्या लक्षात आले तर? या शंकेने मी माझा हात अलगद काढून घेतला. तू मला 'पाणी हवंय का?' विचारलेस. मला पाणी हवे होते; पण ते आणायला तू जाशील आणि पुन्हा येणारच नाहीस, हरवून जाशील, अशा भीतीने मला घेरले.

अखेर मैफलीचा उत्तरार्ध सुरू झाला आणि प्रेक्षागृहातले दिवे विझले. आता प्रेक्षकांचा उत्साह शिगेला पोचला होता. ते रंगमंचाजवळच्या लाकडी बाकांवर जाऊन गर्दी करत होते. पुन्हा माझ्या मनात माझ्या जन्मरहस्याचा विचार घोळू लागला. म्हणजे 'मी कुठून आले' वगैरे नाही; पण गेल्या पंचवीस वर्षांत त्याबाबतचे विचारच माझ्या मनात फार कमी वेळा डोकावले होते, असे का व्हावे? याचाच मी विचार करत होते. मला या बाबतीत कधीच, काहीच प्रश्न पडले नव्हते. कुणाला काहीही विचारावेसे वाटले नव्हते. कदाचित माझ्या पालकांच्या आत्यंतिक प्रेमाचा हा परिणाम असेल. मीही त्यांना त्या दिवसापर्यंत तितकाच उत्कट प्रतिसाद देत होते. मैफलीच्या उत्तरार्धात माझ्या मनात याच विचारांनी थैमान घातले होते. अखेर त्या पियानोवादकाच्या बोटांच्या अतिजलद किमयेने रुणझुणलेल्या प्रफुल्लित सुरावटीने अस्मान गाठले. सगळे प्रेक्षक उठून उभे राहिले आणि नंतर बराच वेळ टाळ्यांचा कडकडाट होत राहिला. आता 'वन्स मोअर' घ्यायचा नव्हता; त्यामुळे प्रेक्षागृहातले दिवे लागले आणि मैफलीचा समारोप झाला. प्रेक्षागृह रिकामे होऊ लागले. आपणही उठलो. तू माझ्या बाजूला झुकलास आणि इतरांना जायला वाट दिलीस. मला तुझ्यात लाकडाच्या भुश्श्याचा आणि हिमवर्षावातून बचावलेल्या झाडांचा सुगंध जाणवला. सरत्या उन्हाळ्याच्या त्या तप्त संध्याकाळी तू गार वाऱ्याचा गंध घेऊन आला होतास.

आपण एकमेकांचा अंदाज घेत होतो. तुझी नजर तू माझ्यावर रोखली होतीस. जसे काही या जगात आता आपण दोघेच उरलो होतो. मी अशा नजरेचा यापूर्वी कधीच सामना केलेला नव्हता. इतकी थेट आणि निर्णायक, निश्चयी नजर. सर्वसामान्यपणे

प्रत्येक जण एकाच वेळी किमान दोन तरी व्यवधाने सांभाळत असतो. पण तू तिथे माझ्या शेजारी, तुझी मुळे रुजल्यासारखा ठामपणे उभा होतास. मला हे सगळे असह्य झाले आणि मी तुला म्हणाले,

"बरंय मग, मी निघते."

तुला एकदम हसूच आले. त्यामुळे मीही सैलावले आणि तुझ्या हसण्यात माझे हसू मिसळून गेले. आपण मिळूनच रंगमंदिराच्या बाहेर पडलो. रात्री तुला माझ्या घरी राहण्यासाठी बोलावण्याची माझी इच्छा होती; पण त्याऐवजी मी तुला एका कोरिअन उपाहारगृहात चहा प्यायला जायचे सुचवले. माझे जेवण झाले नव्हते; पण पोटात भूकही नव्हती. तूही खाण्यापिण्याचा विषय काढला नाहीस. आपण मास अव्हेन्यूवर चालत गेलो. बर्फ घातलेला थंडगार चहा मागवला. माझ्या चहात मी साबूदाणाही घालायला सांगितला. तुझ्या भुवया उंचावल्या. हा असा बुडबुड्यांचा दाणेदार चहा मला बँकॉकमध्ये प्यायला मिळाला होता. बँकॉक बांगलादेशमधल्या ढाक्याच्या जवळ होते आणि मीही तिथलीच होते. मी तुला एका दमात हे सगळे सांगून टाकले आणि 'त्या थंडगार पेयाच्या तळातला खाऊ चाखून तर बघ' असेही म्हटले.

तूही तुझ्याविषयी चार गोष्टी सांगितल्यास. त्या वेळी ते सगळे मला विसंगत वाटत होते. पण नंतर निवांतपणे आपल्या भेटीची संगती मनातल्या मनात लावताना मला एक एक गोष्ट आठवत गेली. तू एकदा पाण्याच्या रिकाम्या बाटल्यांचे कारंजे केल्याचे म्हणालास. आणि मग म्हणालास की ओडिसी या महाकाव्यातील युलिसिसचे तू रंगमंचावर नाट्यवाचन केले होतेस आणि तो प्रयोग एकशे शहात्तर तास चालला होता. तुझ्या बोलण्यातील अतिशयोक्ती खुजी ठरवण्यासाठी मीही माझ्या परीने प्रयत्न करत होते. त्याची सुरुवात मी माझ्या दत्तक प्रकरणाने केली. माझ्या पालकांनी केलेला गौप्यस्फोट, मग पुन्हा आयुष्यभरात त्याचा कधीही न केलेला उल्लेख आणि माझेही त्यांना कधीच काहीच न विचारणे. पण लहान मुलांच्या बाबतीत हे असेच घडते. हा विषय ते माझ्याशी बोलले आणि बस! तो विषय संपला.

तू तत्त्वज्ञानातील डॉक्टरेटसाठी केलेली नोंदणी नुकतीच रद्द केल्याचे म्हणालास. त्याचे कारणही तुला त्याच क्षणी उमगल्यासारखे तू बोलत होतास. जणू काही हे तुझ्या आधी लक्षातच आले नव्हते. ही डॉक्टरेट मिळवणे तुला अजिबात महत्त्वाचे, गरजेचे वाटत नव्हते. पण तू आता काय करणार होतास हेही तुझे ठरले नव्हते. जगाचा अनुभव घेण्यासाठी प्रवास करावा किंवा काही वर्षे पियानो वाजवून पाहावा, असे काही तरी करावे असे तुला वाटत होते. तुझ्या बोलण्यातून तुझा आत्मविश्वास जाणवत होता पण जे सांगत होतास त्यात महत्त्वाकांक्षा किंवा कसलीच शाश्वती

जाणवत नव्हती. परतून यावे असे काहीच नसल्याने भविष्यातील अगणित पर्यायांच्या गर्दीत हरवून गेल्यासारखा दिसत होतास.

मी आजूबाजूला पाहिले. कॅफेत आपण दोघेच उरलो होतो. दुसरीकडे कुठे तरी जाऊन बसण्याचे मला सुचवावेसे वाटत होते; पण आपण तिथेच थांबायचे ठरवले. कॅफे बंद होईपर्यंत किंवा त्यांनी आपल्याला तिथून हुसकून लावेपर्यंत! तू अजूनही माझ्याकडे एकटक पाहत होतास. मी अस्वस्थ झाले. आपल्या संभाषणाला खीळ पडली होती. तरी त्यातही तू मजेत होतास. पण मला त्या शांततेचे ओझे होत होते. मग मी तुला माझ्या उत्खननाविषयी सांगितले. मी म्हणाले,

''पुढच्या आठवड्यात मी पाकिस्तानला जात आहे. तिथे व्हेल माशाचे जीवाश्म मिळण्याची शक्यता आहे.''

मग मी तुला आमच्या मोहिमेची माहिती पुरवली.

''आम्ही ॲम्ब्युलोसीटस नेटन्स या वर्गातल्या व्हेलचा संपूर्ण सापळा मिळवण्याची महत्त्वाकांक्षी योजना आखली आहे. हा सापळा अख्खाच्या अख्खा मिळाला तर त्याच्या ओटीपोटाच्या रचनेच्या अभ्यासातून आमच्या हाती बरेच काही लागेल.''

मी बाता मारण्यात तुझ्याशी हिरिरीने चढाओढ करत होते. प्रत्येक शब्द सावकाश आणि जाणीवपूर्वक उच्चारत होते. ओटीपोटाचा उल्लेख करताना माझ्या अंगातून शिरशिरी गेली.

मी तुला तुझ्याविषयी, तुझ्या कुटुंबाविषयी माहिती विचारली. तू जे सांगितलेस ते ऐकून मी थक्कच झाले. एखादे अस्सल अमेरिकन कुटुंब असे असू शकते असे मला कधीच वाटले नव्हते. तुझे आई-वडील दोघेही हार्वर्डमध्ये प्राध्यापक, आता विभक्त झाले होते; पण संबंध अजूनही चांगले होते. तुम्ही तिघे भाऊ आणि तुमची एक बहीण. पोर्टर स्क्वेअरमध्ये घर. तुझ्या घराच्या दिवाणखान्यात एक मस्त पियानो होता. तुझ्या घरातल्या फ्रिजमध्ये कायम लिंबू सरबत असायचे आणि स्वयंपाकघर लाकडाच्या आणि कॅमोमाइलच्या वासाने दरवळत असायचे. (हा शेवटचा उल्लेख कपोलकल्पित पण वस्तुस्थितीच्या खूप जवळचा होता याचा मला लवकरच शोध लागला) तू मला हा असा हरवलेला वाटलास, यात काहीच नवल नाही. तुला कधीच, कोणत्याच विरोधाचा सामना करायला लागला नव्हता त्यामुळे वाऱ्यावर विहरत जाणाऱ्या एखाद्या मुक्त पर्णासारखा तू होतास.

तू म्हणालास, ''गेल्या महिन्यात माझी आजी वारली. तेव्हापासून मी रोज रात्री सँडर्समध्ये जातो आणि गाणे ऐकतो. सँडर्समध्ये काही नसेल तेव्हा बोस्टन फिलहार्मोनिक ऑर्केस्ट्रा ऐकायला जातो. कधी कधी सिनेमा पाहतो. कधी पार्कमधल्या शेक्सपिअर थिएटरमधली नाटके पाहतो, तर कधी हॅच शेलच्या खुल्या रंगमंदिराला भेट देतो.''

थंडगार चहाच्या कपाने गार पडलेला माझा हात मी तुझ्या हातावर ठेवला. तुला त्या स्पर्शाने बरे वाटले असावे; पण तसे तू दाखवले नाहीस. माझ्या खूप जवळची व्यक्ती मृत्यूने हिरावून नेल्याची वेळ अजून माझ्यावर आली नव्हती. मी म्हणाले,

''तुला चमत्कारिक वाटेल पण आज माझ्या आई-वडिलांनी मला दत्तक घेतल्याचे सांगितल्याचा प्रसंग आठवला तेव्हा मला मरण अनुभवल्यासारखे वाटले. आजपर्यंत मी, मी होते. खरीखुरी, अस्सल. अचानक तो प्रसंग आठवला आणि मी हरवून गेले, उरलं ते फक्त माझं पिशाच्च.''

''हे सगळं माहीत नसणं, तुला फार जड गेलं असेल ना?''

''मला याचा जो अर्थ जाणवतो आहे त्याची भीती वाटतेय. या जगात फार एकटं पडल्यासारखं वाटतंय.''

''हा एकटेपणा माणसाच्या माणूसपणाचा भाग आहे. आपल्याला सान्निध्य हवं असतं, कुणाशी तरी जोडलं जाण्याचं सुख हवं असतं आणि तरीही आपण शरीराच्या पिंजऱ्यात बंदिस्त झालेलो असतो. आपल्याला त्या समोरच्या 'दुसऱ्याला' पूर्णपणे सामावून घ्यायचं असतं; पण आपलं त्याच्यापर्यंत पोचणं फक्त हात लांबवून केलेल्या स्पर्शापुरतं मर्यादितच राहतं.''

दोन तासांपूर्वी तू माझ्या दंडाला स्पर्श केला होतास आणि मग तो हात काढूनही घेतला होतास. त्या वेळी माझ्या मनात जो भावनांचा कल्लोळ उसळला होता, त्या भावनांच्या किती जवळ जाणारे हे विचार होते. मी तुला म्हणाले,

''आजपर्यंत हे असं मला कुणीच समजावलं नव्हतं!''

तू हसलास. तुझे ओठ तुझ्या दाढीत हरवून गेले. काही तरी 'खरं आणि बरं' बोलण्याची संधी मिळाल्याने तुलाही बरे वाटले होते. तू म्हणालास,

''ढाक्याविषयी मला आणखी काही तरी माहिती सांग ना! कारण बांगलादेशात माझ्या परिचयाचं कुणीही नाही. इतकंच काय पण हे असे व्हेलचे प्राचीन जीवाश्म शोधणारा आणि शिवाय शोस्तखोविचचा चाहता असणारा एकही माणूस माझ्या परिचयाचा नाही.''

तुझ्या तोंडून माझे हे असे अनोखे वर्णन ऐकून मी हुरळून गेले. मी म्हणाले,

''तू स्वतः तिथे एकदा यायला हवंस. प्रत्यक्ष तुझ्या डोळ्यांनी पाहायला हवं.''

तू म्हणालास,

''मला नक्की आवडेल.''

मग मी तुला माझे पालक बांगलादेशच्या युद्धात कसे भेटले, ते सांगितले. या युद्धानेच त्यांचे आणि माझे भविष्य घडवले होते. मी तुला माझ्या देशाचा इतिहास थोडक्यात सांगितला, पुष्कळसा खरा आणि थोडासा बनवून! गेल्या सात वर्षांत

मला तो असंख्य वेळा सांगावा लागला होता.

कॅफे बंद झाला. आपण उठलो आणि रस्त्यावर आलो. फार उकडत होते आणि रात्र असली तरी रस्त्यावर अंतरा अंतरावरच्या दिव्यांमुळे भरपूर प्रकाश होता. आपण हळूहळू माझ्या घराच्या दिशेने जात होतो. खूप काहीतरी बोलायचे राहून गेले आहे असे वाटू लागले होते. माझ्या घराच्या कोपऱ्यावर आपण रेंगाळलो. आपापल्या मार्गाला निघून जायची इच्छा होत नव्हती. आणि त्या तिथे, क्षणभर जरी थांबून विचार केला असता तरी भविष्यात काय वाढून ठेवले आहे याची पूर्वसूचना मिळाली असती. तुला दुखावणे, माझ्या आईचा शोध लागणे, ग्रेसचा आरंभ आणि अंत, पुलिंग क्रू, प्रेमाची अनुभूती आणि त्या प्रेमाचा करावा लागलेला त्याग, तुला आपल्या या प्रेमाची, अन्वरची आणि माझ्या आईची कर्मकहाणी सांगणे. पण मी थबकले नाही, विचार केला नाही आणि तो विलक्षण भारलेला क्षण टळला. 'सकाळी भेटू' असे म्हणत आपण निरोप घेतला. आपण आपापल्या मार्गाला लागलो. माझे ते दत्तक प्रकरण मनातून पुसले जाऊ लागले आणि त्या दुर्बोध भावनेची जागा जास्त ऐहिक गोष्टींनी घेतली. माझी उत्खननाची मोहीम, माझी वाट पाहत असलेला तो भूगर्भात लपलेला सांगाडा, मोहिमेवर निघण्यापूर्वी वाचण्यासाठी विकत घ्यायची मासिके आणि ओठांना लावायचा बाम अशा विचारांनी मनात गर्दी केली.

आपण नेमके केव्हा प्रेमात पडलो? तुझ्या मनात येतो हा विचार? मी नेहमीच हा विचार करत असते.

- तू 'ग्रेस'वर पियानो वाजवलास तेव्हा?
- का त्यापूर्वी मी तुला चित्तगाँग विमानतळावर त्या नक्षीदार काचेतून बघितले तेव्हा?
- का तुझ्या आई-वडिलांच्या घराच्या दिवाणखान्यात?
- का अगदी पहिल्या भेटीच्या रात्री आपण एकमेकांचा निरोप घेतला तेव्हा? तेव्हा शोस्तखोविचच्या रचना माझ्या मनात झंकारत होत्या. मी वळून तुझ्याकडे पाहिले. तुझ्या पायातले सँडल्स, तुझी हिप्पी स्टाइलची पँट आणि सावकाश पावले टाकत दूर जाणारा तू!

पण त्या रात्री मी तुझ्या प्रेमात पडले नव्हते हे खरे आहे; कारण माझा त्या वेळी प्रेम या संकल्पनेवरच अजून विश्वास बसलेला नव्हता. अर्थात, प्रेम असते आणि ते कुणावरही बसू शकते, हे मला माहीत होते. मला माहीत होते की या प्रेमाच्या आधारानेच जवळजवळ सर्वांचीच आयुष्ये आकार घेतात आणि माझ्या बाबतीत हा प्रेमाचा अध्याय मी सर्वस्वी टाळू शकेन, असे म्हणणे मूर्खपणाचे होते. पण आजच्या काळात अलौकिक प्रेम मिळणे शक्य आहे, यावर माझा विश्वास नव्हता.

माझे आयुष्य फारच सोपे होते. मी कुणावरही प्रेम करू शकत होते. प्रेम करून लग्न करू शकत होते. प्रेम केले तरी लग्न मात्र न करण्याचा निर्णय घेऊ शकत होते. अनेक वेळा घटस्फोट घेऊ शकत होते. तीन वेगवेगळ्या पुरुषांपासून मला मुले झाली तरी मला चालणार होते. मी माझा धर्म बदलू शकत होते. मी परंपरा जपणाऱ्या समाजात राहत होते; पण त्या परंपरांशी मला देणेघेणे नव्हते. मला देणेघेणे होते ते माझ्या भूतकाळाशी, माझ्या आई-वडिलांशी, त्यांना जवळ आणणाऱ्या युद्धाशी. दोन माणसांना चिरंतन काळासाठी एकत्र आणणाऱ्या प्रेमाचा ते आदर्श होते. त्यांचे समृद्ध प्रेम सौंदर्य आणि तारुण्याच्या पलीकडे जाऊन पोचले होते. पण त्याचमुळे मला असेही वाटायला लागले होते की असे उदात्त प्रेम आजच्या काळात असूच शकत नाही आणि असलेच तर ते दुसऱ्यांच्याच नशिबी असते. ते आख्यायिकांमधून किंवा काव्यातूनच असते. माझ्या आई-वडिलांसारखे प्रेमिक जन्मले तो काळच चमत्कारांचा असावा; अन्यथा युद्धाच्या संकटमय कालखंडात त्यांचे प्रेम कसे फुलले असते? मीही मनातून कोरडी नव्हतेच. मी प्रेमात पडू शकत होते. माझ्यावरही कुणीतरी प्रेम केले असते. पण मला माझ्या आई-वडिलांच्या प्रेमाचा इतका आदर होता की त्यांच्यामुळेच मी माझ्यासाठी एक सुखी आयुष्य योजलेले होते. प्रेमात पडून, भावनिक आंदोलनांच्या आहारी जाऊन त्या शांत आयुष्याला मी चरे पाडणार नव्हते.

आणि जर तू मला विचारले असतेस की तुला माझ्यात स्वारस्य का वाटू शकेल? तर मी तुला एकही कारण देऊ शकले नसते. मी याची स्वतःशीच कारणमीमांसा केली.

एक - पुढे मागे 'मी' तुझ्या जीवनातला एक 'किस्सा' आहे असे तुला वाट शकते. तू स्वतःला सांगशील, मी या अमुक अमुक बांगलादेशच्या पुरातत्त्वशास्त्रज्ञ असलेल्या मुलीला भेटलो, आम्ही शोस्तखोविच ऐकला, नीना सिमोन ऐकली आणि तिला ॲना कॅरेनीना ही कादंबरी फार आवडते.

दोन - तुला माझी दया वाटू शकते. किंवा

तीन - कुणाशीच पटत नसल्याने तू एकलकोंडा झाला असशील आणि त्यामुळे कुणाचा तरी सहवास मिळणे तुला गरजेचे वाटले असेल म्हणून मी! पण हे शेवटचे कारण मलाच पटणारे नव्हते.

यापेक्षा एक वेगळा पर्यायही अशक्य नव्हता. तू खरोखरच माझ्या प्रेमात पडला असशील तर! पण हे कारण गळी उतरणे शक्य नव्हते. कारण मग मला माझ्याविषयीची माझी धारणा बदलावी लागली असती आणि मान्य करावे लागले असते की तू जिचा शोध घेत होतास ती मीच आहे. हे माझ्या कल्पनेपलीकडचे होते.

पण आता लक्षात येतंय की आजपर्यंत माझ्या स्वतःविषयीच्या कल्पना फारच

चुकीच्या होत्या. मी स्वतःला ओळखायला अनेकदा चुकले आहे. त्यामुळे आता मागे वळून पाहताना वाटते आहे की तुला मी आवडले होते. अगदी सुरुवातीपासूनच तू माझ्या प्रेमात पडला होतास. तुला मी खूप सुंदर वाटत असेन, आकर्षक वाटत असेन किंवा वरवर पाहता आपल्यात काहीही साधर्म्य नसले तरी आपण खूप सारखे आहोत असे तुला वाटले असावे. किंवा तुझ्या स्वतःबाबतीतल्या काही गोष्टी तुला माझ्यात सापडल्या असतील, उदाहरणार्थ, तुझे कुटुंब; तू चुकीच्या कुटुंबात जन्मलास असे तुला वाटत असावे. तुझ्या मनात अशा काही गोष्टी अजून दडून राहिल्या असाव्यात आणि नशिबाने साथ दिली तर त्या तुला माझ्यासमोर उघड करायच्या होत्या, बहुधा.

म्हणजे दुसऱ्या शब्दांत सांगायचे तर आपल्यात सकृद्दर्शनी काहीही साम्य नसले तरी आपण एकाच जातकुळीचे होतो. आणि मला जरी याचा अंदाज आला नसला तरी तुला मात्र ते पहिल्यापासून कळले होते.

मी माझ्या घराकडे वळले. माझ्या घरातून मोठ्याने गाणी लावल्याचा आवाज येत होता. मला एकदम माझ्या निरोपाच्या पार्टीची आठवण झाली. बेटिना, माझी जिवलग मैत्रीण, हिच्याबरोबर मी कॉलेजच्या पहिल्या वर्षापासून एका खोलीत राहत होते. ती मानववंशशास्त्राचा अभ्यास करत होती. तिने माझ्यासाठी या पार्टीचे आयोजन केले होते. मी पटकन तिला घराबाहेरूनच फोन केला,

"सॉरी!"

"नेमका आजच उशीर केलास."

"मला भेटलं गं कुणीतरी."

"उभयचर?"

आमच्यासारख्या लोकांसाठी आम्ही हा शब्द वापरायचो. बेटिना अर्जेंटिनाची होती. जन्म न्यू यार्कच्या क्वीन्समध्ये झाला; पण तिचे आई-वडील तिच्या लहानपणीच ब्युनोस आयर्सला, त्यांच्या मूळ गावी परतले आणि म्हणून तिचे लहानपण ब्युनोस आयर्समध्ये गेले. कॉलेजसाठी ती पॅरिसला गेली. नंतर ती बरीच वर्षे चीनमध्ये भटकंती करत होती. चीनमध्ये एके ठिकाणी तिला माकडे चावली होती. चीनमधून ती केंब्रिजला येऊन पोचली होती. दरम्यानच्या काळात तिचे आई-वडील 'गड्या आपुला गाव बरा' असे वाटून मोहनगरी न्यू यार्कच्या अॅस्टोरियातील त्यांच्या घरी परतले होते. अशा सतत जागा बदलाव्या लागणाऱ्यांना आम्ही 'उभयचर' म्हणत असू. मी तिला म्हणाले,

"नाही, कसाही बघा, चिडखोर होता."

"अगं गंडवायचंच असेल तर काही पटेलसं, काही गुलजार तरी सांग!"

काही तरी मुलायम, चटपटीत, कोवळ्या अशा आठवणींसाठी मी रशीदचा चेहरा डोळ्यांसमोर आणायचा प्रयत्न केला; पण काही जमले नाही. मग मी म्हणाले,

''नाही गं, माझ्या आणि रशीदच्या लग्नासारखं नाहीये हे.''

''कुठे आहेस? मला तुझ्या आवाजाबरोबर संगीताचे सूरही ऐकू येताहेत.''

''आपल्या घराच्या पोर्चमध्ये आहे.''

''आपण हे नंतर बोलू. आत्ता ठेव तो फोन आणि घरात ये.''

गेल्या उन्हाळ्यात बेटिनाने दिवाणखाना वातानुकूलित केला होता. त्यामुळे घरात गर्दी असूनही बाहेरच्यापेक्षा गारवा होता. आलेल्या मित्रांत माझी प्रयोगशाळेतली सहकारी क्यूंग यू होती. माझ्या शाखेचे इतर काही विद्यार्थी होते. एकुणात सगळेच मानववंशशास्त्राशी संबंधित होते. सगळे संथ, थंड आणि शांत शास्त्रज्ञ तिथे जमा झाले होते. त्यांच्या संभाषणातले तुकडे माझ्या कानावर येत होते. एकाला आमच्या विभागात नव्याने आणलेल्या खुर्च्या आवडल्या नव्हत्या. दुसऱ्याचा पेपर जर्नलमध्ये प्रसिद्ध करता आला नव्हता. लक्षणविज्ञानाच्या नव्याने सुरू झालेल्या अभ्यासक्रमाची चर्चा चालली होती. स्लाव्हॉय झिझॅकच्या दांभिकपणाची खिल्ली उडवली जात होती. मी सगळ्यांना ओळखत होते. आमच्या घरात त्यांचा नेहमीच मुक्काम असे, चहा आणि टीव्हीसाठी! याउलट जीवशास्त्र आणि उत्क्रांती विभागातल्या माझ्या मित्रवर्गाला, आठवड्याच्या शेवटी, प्रयोगशाळेत किंवा अपृष्ठवंशीय प्राण्याचे नमुने ठेवलेल्या संग्रहालयाच्या कपाटांच्या अध्येमध्ये ठेवलेल्या बाकड्यांवर दारूच्या नशेत झिंगून पडायला आवडायचे. बेटिना नेहमी म्हणायची की मी चुकीच्या विभागात काम करते. पण त्या सरळमार्गी सहाध्यायांमध्ये काहीतरी खूप प्रसन्न करणारे होते. त्यांच्यात सहजपणे वावरताना फार काही निसटून जात नव्हते आणि त्यांच्यात मिसळून त्यांच्यातलीच एक झाल्याने, त्या वेळी वेगळेपणाने उठून दिसू नये म्हणून केलेले प्रयत्न सफळ होत होते.

मी त्या गर्दीला सामोरी गेले आणि एकच खळबळ उडाली. स्वयंपाकघरात एकच हंगामा झाला. बेटिना अंगकाठीने, उंचीने, वजनाने सर्वच बाबतीत माझ्यापेक्षा वरचढ होती. तिच्या घट्ट मिठीत मी अक्षरशः गुदमरले. तिने माझ्या हातात सांग्रिआ कॉकटेलचा ग्लास खुपसला आणि केसांचे घट्ट पोनीटेल बांधता बांधता विचारले,

''मग? काय झालं?''

माझ्या ग्लासातून मी संत्र्याची फोड उचलली आणि म्हणाले,

''सगळंच चमत्कारिक! मी अशी त्या मैफलीतले वादन ऐकते आहे. शेजारी तो इसम बसलाय आणि मध्येच मी चक्क रडायला सुरुवात केली.''

''हे असं होणारच होतं.''

चेहऱ्यावर वाऱ्याच्या झुळका घेत बेटिना उद्गारली. पुरुषांचा विषय निघाला की त्यात कधीच काहीच आश्चर्यकारक नसते असे दाखवायला तिला नेहमीच आवडायचे. मी सांग्रिआचा मोठा घोट घेतला आणि तिच्या पाठोपाठ दिवाणखान्यात आले. बेटिनाची आणि माझी पहिली भेट हार्वर्डच्या पहिल्या वर्षाचे दुसरे सत्र, हिवाळी सत्र सुरू झाल्यानंतर काही आठवड्यांनी झाली. लांबचा मार्ग टाळून मी टोझर ग्रंथालयातून जवळच्या रस्त्याने तौलनिक जीवशास्त्राच्या संग्रहालयाकडे निघाले होते. टोझर ग्रंथालय म्हणजे हारीने लावलेल्या पुस्तकांची कपाटेच कपाटे असलेल्या खोल्या असाव्यात, असा आपला माझा 'सब घोडे बारा टक्के' अंदाज होता. त्याऐवजी मी एका अंधाऱ्या खोलीत प्रवेश केला होता. मी आणखी जराशी पुढे गेले आणि अचानक दिवे लागले आणि मला माझ्या पुढ्यात एक तीस-पस्तीस फूट उंचीचा, दिव्यांनी सजवलेला, आदिवासींच्या संस्कृतीत असतो तसा टोटम पोलसारखा उंचच उंच मनोरा दिसला. मी घाबरले आणि माझ्या तोंडून भीतीचा चीत्कार बाहेर पडला. बेटिना माझ्यामागेच उभी होती. माझे ते घाबरून ओरडणे तिला फारच मजेशीर वाटले.

आम्ही एकमेकींची ओळख करून घेतली आणि बोलता बोलता ती सहभाडेकरूच्या शोधात होती असे म्हणाली. त्या वेळी मी कर्कलँड स्ट्रीटवर एका खासगी वसतिगृहातल्या छोट्याशा खोलीत राहत होते. त्या घराच्या भिंती एवढ्या पातळ होत्या की शेजारच्या खोलीत राहणाऱ्या राजनैतिक तत्त्वज्ञानात डॉक्टरेट करणाऱ्या बाईंच्या कवळ्यांचाही आवाज रात्री मला ऐकू यायचा. बेटिनाबरोबर कायद्याचा अभ्यास करणारी एक मुलगी आधी राहणार होती. त्या मुलीचा मित्र न्यू यार्कमध्ये राहत असे. त्यामुळे आठवड्याचे काही दिवसच ती बेटिनाबरोबर तिच्या खोलीत राहिली असती. अशी वारंवार घरी न राहणारी रूममेट मिळणे कुणालाही आवडले असते, पण शेवटी त्या मुलीने बेटिनाबरोबर राहण्याचा आपला निर्णय फिरवला आणि बेटिना पुन्हा रूममेट शोधू लागली.

आमच्यातले पहिले काही आठवडे आम्हाला जरा जडच गेले. बेटिना सगळ्याच बाबतीत एवढी आग्रही होती की जणू काही त्या घराच्या हवेतला ऑक्सिजनही तिचा एकटीचाच होता. मग हळूहळू आमच्यात समजूतदारपणा निर्माण झाला. एके दिवशी मी संध्याकाळचा स्वयंपाक केला आणि मी केलेल्या मसाला ऑम्लेट आणि आमटीवर ती प्रचंड खूश झाली. त्यानंतरच्या थंडीत मी फ्लूने आजारी पडले तेव्हा बेटिनाने मला आले घातलेला चहा करून दिला आणि अमेरिकन टीव्ही बघायला शिकवले. मग मी टीव्हीवर 'बफी -द व्हॅंपायर स्लेयर' आणि 'गिल्मोर गर्ल्स' सारखे कार्यक्रम बघू लागले. त्यानंतर आम्ही खरेदीसाठी 'ट्रेडर्स ज्यो'मध्ये एकत्रच जाऊ लागलो आणि कधी कधी सिनेमाही पाहू लागलो. इतकेच काय पण एकमेकींच्या

वर्गातही बसून बघितले. मी तिच्याबरोबर होमी भाभांच्या खिन्नमनस्कतेवर असलेल्या परिसंवादाला गेले होते आणि ती माझ्या जीवाश्मशास्त्राच्या अभ्यासवर्गात आली होती. अर्थात माझ्या वर्गात बसण्याच्या तिच्या अनुभवापेक्षा तिच्या वर्गात बसण्याचा माझा अनुभव नक्कीच चांगला होत, असे तिचे मत होते. अर्थात माझेही दुमत नव्हतेच.

बेटिनाचे ट्रोब्रिज रस्त्यावरचे ते दोन बेडरूमचे घर घ्यायला तिच्या आई-वडिलांनी मदत केली होती. त्या वेळी ती नुकतीच कॉलेजमध्ये जायला लागली होती. पहिल्या हिवाळी सुट्टीत मी ढाक्याला गेले होते आणि तिथून परतताना मी या घरासाठी काही वस्तू आणल्या होत्या. त्यात एक जुन्या कागदांच्या लगद्यापासून केलेले घड्याळ होते. स्वयंपाकघर आणि दिवाणखान्याच्या मध्ये लावण्यासाठी आणलेला, आरशांच्या टिकल्या लावलेला एक पडदा होता. कुणीतरी भंगारात काढलेला एक सोफा आम्हाला रस्त्यात दिसला होता. तो सोफा आम्ही, बेटिनाच्या त्या वेळच्या मित्राच्या, एडवर्डच्या साहाय्याने घरात आणला होता. तो त्या वेळी एम. एड. करत होता. नंतर बेटिना त्याला कंटाळली आणि तिने त्याला डच्चू दिला. आम्ही त्या सोफ्याला एडवर्डचे नाव दिले होते. बेटिनाच्या एका मावशीने आम्हाला एक हाताची खुर्ची दिली होती. आम्ही तिचे नाव 'मॉड' ठेवले होते. थंडीतही आमचे हे घर उबदार असायचे. अमेरिकेत मला असे छान घर राहायला मिळेल असे वाटले नव्हते. आता या क्षणी, या घराकडे पाहून, यानंतर अशा घरात राहण्याचा योग मी स्वतःचे घर घेतल्याशिवाय येणार नव्हता आणि मी स्वतःसाठी भविष्यकाळात घर घेण्याची शक्यता नव्हतीच, याची जाणीव मला होतीच.

"हे जीवाश्मशास्त्राचे लोक सगळ्यांमध्ये मिसळतच नाहीयेत." मॉडवर पडून बेटिना कुरकुरत होती.

"आणि जीवशास्त्राचे, उगाचच दादागिरी करताहेत."

"पण ते तरी जमतंय कुठे त्यांना."

मी सांग्रिआचा आणखी एक घोट घेतला. माझ्या शरीरात त्या मद्याचा नशिला गोडवा भिनू लागला. आता मला तुझ्याबद्दल बोलायला काहीतरी कारण हवे होते.

"हे आज मला भेटलेले गृहस्थ. हे आपल्या या महाविद्यालयात यापूर्वी कधीच नजरेला पडले नव्हते. तत्त्वज्ञानाचे पदवीधर निघाले."

"नाव काय?"

"अलायजा स्ट्रॉंग."

"काय सांगतेस?" बेटिनाच्या भुवया उंचावल्या. (अलायजा नावाचा अर्थ 'माझा परमेश्वर यावहा')

"अगं खरंच!" आणि मग मला जाणवले की याने खोटे नाव तर सांगितले

नसेल? आपल्याला गंडवले तर नसेल? मी माझी शंका बोलून दाखवली. बेटिना म्हणाली,

“अलबत, मला तसंच वाटतंय. पण ते जाऊ दे, सांग्रिआबरोबर खायला ‘पाय’ ही आहे.”

मी आमचे संभाषण मनातल्या मनात पुन्हा घोळवले. आणि मग माझी खात्री झाली की तू खोटे बोलत नव्हतास, अलायजा स्ट्रॉंग हे तुझे खरेच नाव आहे. पार्टी संपल्यानंतर रात्री मला नेटवर तुझा फोटो मिळाला. तू दाढी वाढवण्यापूर्वीचा तो फोटो होता आणि त्या फोटोत तू आतापेक्षा खूप तरुण दिसत होतास. एक क्षणभर मला वाटले की तो तुझा फोटो नव्हता आणि तो ‘अलायजा स्ट्रॉंग’ तू नव्हतास. पण तो तूच होतास. मी बेटिनाला विचारले,

“पाय?”

“हो मी स्वतः केलाय. या जीवघेण्या उकाड्यात केवळ तुझ्यासाठी मी त्या भट्टीत तो पाय बेक केलाय, तू आमच्यात परतून यावंस म्हणून!”

माझे उत्खननाचे काम आटोपले की काय करावे? केंब्रिजला परतावे का? आम्हा दोघींत महिनो न् महिने चर्चा चालली होती. सरतेशेवटी माझा न परतण्याचा विचार पक्का झाला होता. ढाक्यात रशीद होता, माझे उत्खननाचे ठिकाण जवळ होते. मी माझे शोधनिबंधाच्या लिखाणाचे काम तिथे आरामात करू शकले असते. हे असे केल्याने अनेक विद्यार्थ्यांचा अभ्यासक्रम अपूर्ण राहिलेला मी पाहिला होता. त्यामुळे त्यांना पदवीही न मिळाल्याची असंख्य उदाहरणे होती. हे माहीत असूनही मी परतायचा निर्णय घेतला होता. आधीच माझे मन दोलायमान होते. त्यात ‘मला तुमच्या या देशात कायमचे राहायचे नाही’ या माझ्या पक्क्या निश्चयाची भर पडली होती. अमेरिकेत स्थायिक व्हायचे अशी स्वप्ने पाहणारी अनेक माणसे माझ्या मायदेशी मी अवतीभोवती बघितलेली होती. मी पंधरा-सोळा वर्षांची असताना माझ्या आई-वडिलांबरोबर एकदा न्यू यार्कला आले होते. लॉंग आयलँडमध्ये माझ्या वडिलांचा लांबच्या नात्याचा एक भाऊ राहत असे. त्याचे घर महामार्गाजवळ होते. त्याच्या दोन मजली घरातल्या पाहुण्यांच्या खोलीत आम्ही मुक्काम केला होता. त्या खोल्यांमध्ये अंथरलेल्या गुबगुबीत गालिच्यांनी माझ्या मनात घर केले होते. त्या मोठमोठ्या खोल्यांमधून कांद्यांचा वास दरवळत असे. त्या घरातल्या स्त्रिया कायम डोक्यावरून दुपट्टा घेत. घराच्या प्रत्येक खोलीच्या दारावर अरेबिक भाषेतील वचने लिहिलेल्या तसबिरी टांगलेल्या असत. या दोन्ही गोष्टींचे मला नेहमीच आश्चर्य वाटले होते. जेव्हा तेथील घड्याळ ठरावीक वेळेला ‘अझान’ ची बांग देई, तेव्हा मला हसू आवरत नसे. माझी आई मला दटावत असे; पण माझ्या मते तीही त्या स्वदेश सोडून परदेशात येऊन राहिलेल्या लोकांना जोखतच होती.

मी अमेरिकेत पदवीपूर्व शिक्षणासाठी एक आडबाजूचे गाव निवडले तेव्हा मला अमेरिकेचा इतकाच काय तो अनुभव होता. अर्थात त्या वेळी माझ्या आई-वडिलांची परिस्थिती बेताचीच होती आणि फक्त याच विद्यापीठाने मला शिष्यवृत्ती दिली होती. ती चार वर्षे मी फार हलाखीत काढली. हिवाळ्यात अती थंडी, एकाकी सुट्ट्या आणि आमचा आंतरराष्ट्रीय विद्यार्थ्यांचा जमलेला गटही असा होता की कुणाकडेही एक गाडीही नव्हती. पण जीवाश्मविज्ञानाची ओळख झाली, व्हेल माशाची माहिती समजली आणि मला 'इथे का राहायचे?' या प्रश्नाची उकल होऊ लागली. इथे, या अमेरिकेत एखाद्याची महत्त्वाकांक्षाच काय पण काळाच्या ओघात विस्मृतीत गेलेल्या हाडांचीही कदर केली जात होती. मी इथे राहू शकेन अशी आशा वाटू लागली. तरीही त्या लाँग आयलँडमधल्या घराच्या प्रतिमा माझ्या मनातून पुसल्या जात नव्हत्या. ते मातृभूमीला वंचित झालेले, एकमेकांच्या आधाराला घट्ट चिकटून राहिलेले लोक डोळ्यांपुढून हलत नव्हते. मला इथे राहावेसे वाटू लागले हे मी आई-वडिलांना सांगितले नाही की रशीदलाही बोलले नाही. उलट बेटिनासारख्या माझ्या मित्र-मैत्रिणींना तर 'ढाक्याशिवाय इतर कुठेही राहण्याचा मी विचारही करू शकत नाही.' असे निक्षून सांगितले होते. माझे आई-वडील एका जीवघेण्या युद्धातून वाचले होते. आता ढाक्याला होते आणि मी त्यांची एकुलती एक मुलगी होते. त्यांच्या जवळ न राहता अन्य कुठल्या मार्गाने त्यांच्यावरची निष्ठा व्यक्त करणे हा एक प्रकारचा विश्वासघातच होता आणि मला माझ्या कर्तव्याची पुरेपूर जाणीव होती.

तेवढ्यात मला क्यूंग यू आणि ब्रायन दिसले. ब्रायन आमच्या पठडीतलाच होता. मी आजूबाजूच्या गर्दीतून वाट काढत त्यांच्यापर्यंत पोचले. क्यूंग यू माझी प्रयोगशाळेतील जोडीदारीण होती. तिला जरा जास्तच चढली होती. तिचे निळसर काळे केस तिच्या कपाळावर अगदी चिप्प बसले होते. ती म्हणाली,

"मग? उकराउकरी करणार तर. भारी आहे!"

"जास्त झाली आहे तुला."

क्यूंग यूने हवेतल्या हवेत पंजा फटकारला.

"मी वाघ आहे वाघ, आशियातला वाघ!"

ही खुन्नस होती. पाकिस्तानातल्या या उत्खननासाठी माझी निवड झाल्याचे कळल्यावर आमच्या प्रयोगशाळेत माझ्याबद्दल आकसच निर्माण झाला होता. उन्हाळ्यातले सत्र संपेपर्यंत तो वाढतच गेला होता. माझ्या मुस्लिम नावामुळे आणि मला येत असलेल्या मोडक्या तोडक्या उर्दूमुळे माझी निवड झाली असावी, असा सगळ्यांचा समज झाला होता आणि तेच या चिडचिडीचे कारण होते. २००१मध्ये अफगाणिस्तानात युद्ध सुरू झाल्यानंतर डेरा बुगतीमध्ये कुणालाच उत्खननाची परवानगी मिळाली नव्हती. पण कशी कोण जाणे, या मोहिमेचे सूत्रधार, प्रोफेसर

बार्थोलोम्यू जोन्स यांना पश्चिम सुलेमानच्या परिसरात उत्खननाची परवानगी मिळाली. या मोहिमेत यश मिळाले तर फार मोठ्या शोधाचे श्रेय मिळण्याची शक्यता होती.

या मोहिमेत सहभागी होण्यासाठी माझ्या वर्गातल्या सर्व विद्यार्थ्यांनी विनंती अर्ज केले होते. मी मात्र सरतेशेवटी अर्ज करण्याची मुदत संपता संपता एक निबंधवजा अर्ज पाठवला होता. त्या निबंधात मी माझ्या उत्खननाविषयीच्या कोणत्याच कौशल्याचा उल्लेख केला नव्हता. कालौघात वंशविच्छेद होऊन डायनोसोर लुप्त झाल्यानंतर, इओसीन युगात निर्माण झालेले ॲम्ब्युलोसीटस प्रजातीचे हे जग कसे असेल, याचे चित्र मी या निबंधात रंगवले होते. जमिनीवर आणि पाण्यात दोन्ही ठिकाणी वावरणारे हे चार पायांचे उभयचर, त्यांचे समुद्र आणि जमीन या दोहोंचे आकर्षण याविषयी लिहिले होते. तो निबंध मी पाठवला आणि विसरून गेले. या मोहिमेवर निवड होणार नाही आणि माझा शोधनिबंध मला ग्रंथालयात बसून पूर्ण करावा लागणार, याची मला खात्री होती. पण मनातल्या मनात कुठेतरी वाटत होते, या ॲम्ब्युलोसीटसची गाथा उलगडण्यासाठी कुणीतरी तितक्या तळमळीचे असायला हवे. माझे नाव मुस्लिम आहे म्हणून नाही, तर माझी हा विषय उलगडण्याची पात्रता आहे म्हणून माझी निवड होईल, अशी मला अंधूक आशा होती. माझी निवड झाल्यावर क्यूंग यूने माझे अभिनंदन केले; पण ते तिला नक्कीच जड गेले होते. ती माझ्यापेक्षा जास्त कष्टाळू होती. तिला विश्वकोश म्हणण्याइतका तिचा इओसीन युगाचा अभ्यास होता. तिच्या आई-वडिलांचे तिच्या प्रगतीकडे लक्ष असायचे. तिला ही संधी न मिळण्याचे स्पष्टीकरण त्यांना द्यावे लागणार होते.

मी क्यूंग यूच्या हातातून तिचा ग्लास काढून घ्यायचा प्रयत्न केला. ब्रायनवर ती फिदा होती हे मला माहीत होते. त्याच्यासमोर तिची फजिती होऊ नये, एवढेच मला वाटत होते. मला टोकत ती म्हणाली,

"माझी आई जाम वैतागली होती. जीवाश्मशास्त्र शिकायचा हट्ट माझा होता आणि त्यात मी अव्वल ठरले नाही याचं तिला फार वैषम्य वाटलं."

"मी भाग्यवान ठरले."

ब्रायन तिला चुचकारत म्हणाला,

"क्यूंग यू, कशाला त्रास करून घेतेस? आमच्याबरोबर मस्त मजेत राहशील तू आणि ही मात्र राबत बसेल त्या वाळवंटात!"

ब्रायनने माझ्याभोवती सहजच हात वेढला. त्याच्या दाढीचे खुंट माझ्या गालावर घासले गेले. व्हिस्कीचा दर्पही आला. त्याच्या त्या दाढीच्या स्पर्शाने माझ्या मनात पुन्हा ती मैफल जागली, माझ्या बोटात गुंतलेली तुझी बोटे आठवली. ब्रायन माझ्या बाजूला झुकला, त्याचा हात जरा जास्तच वेढला गेला. मला त्याचे चुंबन घ्यावेसे वाटले; कारण मला तुझे चुंबन घ्यायचे होते. माझ्या जीवाश्मविज्ञानाच्या

शाखेच्या सुरुवातीच्या काळात फारशी ओळख नसताना ब्रायनने मला त्याच्याबरोबर बाहेर जाण्याविषयी विचारले होते. पण मी त्याला, 'आत्ताच कुठे ओळख होते आहे आपली, खूप वेळ आहे आपल्याकडे सूत जमवायला,' असे म्हणून टाळले होते. त्याने पुन्हा कधीच विचारले नाही आणि लवकरच सगळ्यांना रशीदबद्दलही कळले.

मी ब्रायनला हलकेच बाजूला सारले आणि क्यूंग यूच्या हातातला ग्लास काढून घ्यायचा प्रयत्न करू लागले.

''बास आता पिणं. काजू खा आता.''

मी तिला आधार देऊन सोफ्यावर बसवले. तिने सोफ्याच्या हातावर डोके टेकवले. थरथरत्या आवाजात ती म्हणाली,

''माझी निवड व्हावी असं मला खूप वाटत होतं.''

''हे मी तिथल्या मृत्तिकेच्या कानात हळूच सांगेन.'' मी म्हणाले.

थोड्या वेळाने मी तशीच फिरत फिरत बाहेरच्या पोर्चमध्ये गेले. मनात सारखा विचार येत होता की तुझा फोन नंबर घ्यायला हवा होता. मी तुला फोन केला असता. आता या क्षणी तुला सांगण्यासारख्या कितीतरी गोष्टी माझ्याजवळ होत्या. माझ्या पार्टीबद्दल, घरासमोरच्या छोट्याशा लॉनबद्दल! पार्टीला आलेले आमचे मित्र या लॉनवर गर्दी करत होते, क्यूंग यूला एवढी चढली होती की तिचे डोके तिच्याच हातावर लुढकले होते, हवेत सिगारेट आणि शिजवलेल्या अन्नाचा दरवळ होता. मी रशीदला फोनवरून संदेश पाठवायचा प्रयत्न करू लागले. मी काहीतरी लिहिलेही, पण मग तो प्रयत्न मी सोडून दिला. मला माझ्या भावनांचा गुंता उलगडता येत नव्हता. विचारांमध्ये सुसूत्रता नव्हती. हे घर मला कायमच तात्पुरता निवारा वाटायचे. तरीही ते सोडून जायचे म्हणून मला दुःख होत होते. त्याचबरोबर इथून बाहेर पडायचे म्हणून बरेही वाटत होते. त्या बरे वाटण्याच्या बरोबरीने एक अस्वस्थताही होतीच, कारण माझे विचार पुन्हा पुन्हा माझ्याकडेच परतून येत होते. माझ्या देशात कुठेतरी दडून बसलेल्या माझ्या जन्मदात्या आईचे विचार माझ्या मनात पिंगा घालत होते. मला माझ्या दत्तक आई-वडिलांबाबत इतकी निष्ठा वाटत असे की मी माझ्या जन्मदात्या आईचा विषय त्यांच्याकडे कधीच काढू शकले नव्हते. 'जन्मदाते' हा शब्द नुसता उच्चारण्यानेही त्यांना वाईट वाटण्याची शक्यता होती.

बेटिना तिच्या मानववंशशास्त्र शिकणाऱ्या दोन मैत्रिणींना घेऊन बाहेर आली. एक सुझू आणि दुसरी चंदना. सुझूने तिच्या भुरकट सोनेरी केसांच्या भाराभार वेण्या घातल्या होत्या आणि चंदना एक भारतीय स्त्री होती आणि मला फारशी कधी आवडली नव्हती. या पार्टीला तिला कुणी बोलावले असेल, याचेच मला आश्चर्य वाटत होते. बेटिना म्हणाली,

"अगं कुठे आहेस तू? आम्ही किती शोधतोय तुला!"

"ती क्यूंग यू बघ, किती चढली आहे तिला."

"हो, माहिती आहे. स्वयंपाकघरात ओकली ती." कठड्याला रेलत बेटिना म्हणाली. सुझूने तिच्या गळ्यात अडकवलेल्या छोट्या पर्समधून एक लाल पाकीट काढले. मी पोर्चच्या पायऱ्यांवर बसले होते. चंदना आली आणि त्या पायऱ्यांवर मला अगदी खेटून बसली. मला याची अपेक्षा नव्हती.

"ब्रायन तिला घरी घेऊन जातोय."

सुझूने बेटिनाला टोकले,

"काय घातलंस तिच्या सांग्रिआत? तिला सवय नाही दारू प्यायची, असं वाटतंय."

"काहीच तर नाही!" बेटिना.

"उगाचच नाटक करतेय. झुबेदा, तुमच्याकडे पितात का गं बायका?" सुझू.

मला आमच्याकडच्या पार्ट्या आठवत होत्या. तिथे सर्व प्रकारची दारू उघड्यावरच सजवलेली असे. मी म्हणाले,

"हो आणि नाही, म्हणजे अधिकृतपणे नाही. पण खासगीत सगळेच पितात."

"सगळे? शक्यच नाही. म्हणजे शेतकरी? इतकंच काय पण चिंध्या गोळा करणाराही? ते नसतील पीत!" सिगारेट पेटवत सुझू म्हणाली. मी हताश होत म्हणाले,

"सगळे म्हणजे, माझ्या अवतीभोवती असणारे सगळे, मला माहिती असलेले."

"झुबेदाला ते टिपिकल बांगलादेशी नमुने आवडत नाहीत. आम्ही त्यांना बोलवत नाही." बेटिना

"नमुने म्हणजे?"

"ते फतवेबितवे काढणारे आणि गरीब लोक." बेटिना संमतीच्या अपेक्षेने माझ्याकडे पाहत होती. मला खरेतर याच्या बरोबर उलट वाटत होते.

"अगदी असंच काही नाही."

"ए, सोड गं, तू तीन वर्षं हेच सगळं माझ्या गळी उतरवत होतीस. आता काय? बदललं वाटतं तुझं मत?" सुझूच्या सिगारेटच्या कडवट, कडक वासाचा धूर आमच्या आसपास रेंगाळायला लागला होता. मी म्हणाले,

"सुझू, तुझ्या तोंडची ही सिगारेट पार १९९३ सालात घेऊन जाते."

"म्हणजे तुझं म्हणणं आहे की तुझ्या देशाचं पाश्चिमात्य देशात यथार्थ वर्णन केलं जातं," बेटिनाने तिचा मुद्दा आणखीच रेटला.

"अर्थातच. युद्धात राजनैतिक डावपेच खेळायचे, सुधारणांच्या नावाखाली मोकाट सुटायचे. पण एकीकडे अजूनही बालविवाह होतच आहेत. भरीत भर म्हणून

हवामानाच्या नैसर्गिक आपत्ती तर दबा धरून बसलेल्या असतातच. शहाणा माणूस तिथे आसपासही फिरकणार नाही.''

सुझू तिच्या अंगठ्यात अडकवलेली अंगठी फिरवत म्हणाली,

''कशाबद्दल बोलताय तुम्ही? मला काहीच समजत नाहीये.''

''कारण तू ती घाणेरडी सिगारेट फुंकते आहेस म्हणून!'' बेटिनाने सुझूच्या तोंडासमोर हात नाचवत म्हटले.

''झुबेदाला भेटलाय कुणीतरी!''

सुझूने हातातली सिगारेट खाली टाकली आणि गवतात चेपून विझवून टाकली.

''मला वाटलं होतं, तुझा एक बॉयफ्रेंड होता ना?''

''हो होता ना, म्हणजे आहेच.'' मला विषय बदलायचा होता. मी चंदनाकडे वळले.

''तुझं काय गं? तुझा कुणी बॉयफ्रेंड?

चंदना इतर अनेक भारतीय बायकांप्रमाणे चांदीचे चिक्कार दागिने घालायची. ती जवळपास आली तर एखादा धातूशोधक नक्कीच थडथडायला लागला असता. तिच्या कानावर अनेक ठिकाणी टोचलेले होते. नाकात नथनी घातली होती आणि त्या नथनीची साखळी कर्णफुलात अडकवलेली होती. हाताच्या जराशा हालचालींबरोबर तिच्या हातातल्या बांगड्या किणकिणायच्या. चंदना बेटिनाच्या थट्टेचा विषय होती. पण ती स्वतःला आवरायची. पण माझ्या माहितीप्रमाणे फक्त नटल्या, सजलेल्या नववधूच अशी साखळीची नथनी घालतात. मग मी चंदनाला 'नवीकोरी नववधू' म्हणू लागले आणि बेटिनाही तिची टर उडवू लागली. तिने खूप जणांना नादी लावले होते आणि त्यांपैकीच कुणा लोकसंगीतकाराशी किंवा एखाद्या शिल्पकाराशी तिने लग्नही केले असते. पण तिचे म्हणणे होते की तिचे आई-वडील फक्त टॅम ब्रॅमलाच संमती देतील.

सुझू आणि बेटिनाला ती काय म्हणते आहे ते कळलेच नाही. मला कळले. ती म्हणाली,

''टॅम ब्रॅम म्हणजे माझ्या देशातल्या तामिळनाडू राज्यातला ब्राह्मण मुलगा.''

''याला काय अर्थ आहे?'' मी.

''नाहीये अर्थ?''

''पण अशानं काय होणार?'' बेटिना.

''दर दोन-चार आठवड्यांनी मला एखाद्या बँकरचा नाही तर डॉक्टर मुलाचा फोन येतो. तो इतका सभ्य आणि कंटाळवाणा असतो की त्याच्या सहवासात एखादा पिसाळलेला कुत्राही कोमात जाईल. एखाद्या महागड्या हॉटेलात आम्ही भेटतो; मग तो त्याच्या वाटेनं जातो आणि मी माझ्या वाटेनं जाते. घरी येऊन आई-

वडिलांना सांगते की हा माझ्या स्वप्नातला राजकुमार नाहीये!''

''मग त्यांना पटतं?'' सुझू.

''कोणत्या हॉटेलात जाता तुम्ही?'' मी.

''अगं, सगळी हॉटेल्स मी पालथी घातली आहेत. मेनवरचं क्रेगी, ओजुर्डहुइ वगैरे. ती मुलं शाकाहारी असली तरी त्यांना फ्रेंच जेवण आवडतं. एकदा तर एक मुलगा मला मायामीला विमानानं घेऊन गेला. मी लग्नाळू मुलांना भेटले की माझ्या आई-वडिलांना बरं वाटतं.''

''कसं जमवतेस हे सगळं?''

''फार वेळखाऊ प्रकरण आहे सगळं. त्यामुळे एकदा तर जवळजवळ नापास होता होता वाचले.''

''समजा कुणाच्या प्रेमात पडलीस तर?'' बेटिना.

चंदनानं आणि मी एकमेकींकडे पाहिलं.

''गेल्या वर्षी मी एका गोऱ्या मुलाबरोबर फिरत होते. माझ्या पालकांना याची कुणकुण लागली आणि ते जवळजवळ खलासच झाले. माझ्या आईला तिच्या रक्तदाबाच्या गोळ्यांचा डोस दुप्पट करावा लागला. त्यामुळे प्रेमात पडणं वगैरे काही शक्य नाही वाटत.''

''हे भयंकर आहे,'' सुझू.

''छे, एवढं काही भयंकर नाही. मेनवरचं क्रेगी चांगलं हॉटेल आहे. रशीद घेऊन गेला होता मला गेल्या वर्षी.''

''म्हणजे या प्राण्याशी लग्न करणार आहेस की काय तू?'' चंदना.

मला माझ्या भविष्याचा साक्षात्कार होत होता. मी म्हणाले,

''करावंच लागणार. लहानपणापासून मी त्याला पाहत आले आहे. माझ्या आई-वडिलांनाही तो आवडतो. देखणा आणि मर्दानी आहे. सगळेच मला भाग्यवान समजतात.''

''कधीच मोडायला हवं होतंस तू तुझं लग्न,'' बेटिना.

''आपले पालक, त्यांच्यामुळे हे सगळं कठीण होऊन बसतं,'' चंदना.

मी बेटिनाच्या मांडीवर डोकं ठेवून आडवी झाले. मी रशीदला नकार दिला तर काय होईल याचा विचार करायला लागले.

महाविद्यालयात असताना माझी रशीदशी ओळख झाली. मी अमेरिकेला आले त्या आधीच्या वर्षी रशीद पुढील शिक्षणासाठी लंडनला गेला. तो गेल्यावर मी सहा महिने त्याच्या आणि माझ्या नात्याचा पुनर्विचार करायचे ठरवले. पण त्याच्यावाचून ढाक्यात मला करमेना. मग मीच पुढच्या शिक्षणासाठी अमेरिकेत आले. रोज सकाळी मी कॉलेजमध्ये जाण्यापूर्वी तो हमखास फोन करायचा. त्याच्या या रोजच्या

फोनने माझा न्यू इंग्लंडचा पहिला लांबलचक हिवाळा सुसह्य झाला. मार्चमध्ये, म्हणजे वसंतऋतूत- पण तेव्हा अजूनही जमीन थंडगार, पांढरीफटक आणि मृतवतच असते. तो मला भेटायला आला. भाड्याची गाडी घेऊन तो बोस्टनहून आला. बॅगभर भेटवस्तूही आणल्या होत्या. नक्कीच कस्टमची नजर चुकवून आणल्या असणार. माझ्या वसतिगृहाच्या तळघरातल्या स्वयंपाकघरात त्याने माझ्यासाठी खिचडी आणि बटाट्याचे भरीतही केले. रस्त्याच्या दोन्ही बाजूंना अजूनही बर्फ साठलेला होता. आम्ही गाडीतून जाताना त्याची स्टिअरिंगवर सहजपणे फिरणारी बोटे पाहताना त्याच्याशी लग्न करण्याचा निर्णय मी केला होता. त्याचे उच्च शिक्षण संपल्यावर तो घरी परतला आणि त्याने त्याच्या वडिलांच्या उद्योगात लक्ष घालायला सुरुवात केली. परतल्यावर तो माझ्या आई-वडिलांचे वाढदिवस साजरे करायचा. मी परदेशी गेल्याने त्यांच्या आयुष्यात जी पोकळी निर्माण व्हायची ती भरून काढायचा प्रयत्न करायचा. मी सुट्टीत परत गेले की तो हमखास तिथे असायचा. अधूनमधून मला काही पुरुष आवडायचे. काहींना मी झुलवायचीही. पण त्यातल्या एकालाही आई-वडिलांना भेटवावे असे वाटले नाही. कारण सरतेशेवटी ही प्रकरणे कितीही लोभस आणि भुरळ पाडणारी असली तरी मला माझे घर सर्वांत महत्त्वाचे होते.

पण अलायजा, आपल्या त्या पहिल्या भेटीची गोष्टच निराळी होती. या भेटीचा प्रत्येक क्षण पुन्हा पुन्हा आठवायला मला नंतर पुष्कळ वेळ मिळाला. आपल्या भेटीतून निष्पन्न होऊ शकणाऱ्या अनेक शक्यतांचा विचार करताना मला आनंद होत होता.

कदाचित ही भेट तुलाही माझ्याइतकीच स्वच्छ आठवत असेल. माझ्या गुडघ्याला जखम झाली होती. कॅफेत जाऊन बसल्यावर तुला ती दिसली होती. कदाचित तुला ती जखमही आठवत अ्सेल. मला सायकल चालवायला येत नव्हती आणि माझ्या रूममेटने मला सायकल शिकवायचा चंग बांधला होता. त्याचाच हा परिणाम. मी तुला हे स्पष्टीकरण दिले होते.

कदाचित तुला हेही आठवत असेल की नीना सिमोनचे गाणे आपल्याला आवडत असल्याचे आपण एकमेकांना सांगितले होते. मग वयाच्या सहाव्या वर्षी तुझ्या आई-वडिलांनी तुला तिच्या मैफलीला नेल्याचेही तू बोलला होतास आणि मोठा झाल्यावर त्या मैफलीत तू झोपून गेल्याचा पश्चात्ताप तुला झाल्याचेही तू सांगितले होतेस.

कदाचित माझ्यासारखा तुलाही आपल्या पहिल्या भेटीचा सगळा तपशील सर्व बारकाव्यांसह आठवत असेल.

पण दुसरी एक शक्यताही तितकीच संभाव्य वाटते. किल्ल्या काढताना

कदाचित माझ्या खिशातून दहा डॉलरची नोट रस्त्यावर पडली आणि ती तू उचललीस अशासारखी साधीशी आठवणही तुला होत नसणार. आणि होत असलीच तर ती आठवण सुखद नसेल. त्रासदायकच वाटत असेल. कसेही असो. आज तीन वर्षांनंतर आपली पहिली भेट, प्रेमात पडणे, प्रेमभंग आणि त्या दरम्यानचा सगळा सावळा गोंधळ याची एक कथाच झाली आहे. त्या कथेचे सगळे तपशील माझ्या मनात कोरले गेले आहेत आणि अतीव दुःखाने ते रुतत चालले आहेत. मी जे वागले त्याबद्दल मला तुझी माफी मागायची आहे. माझे तुझ्याबरोबरचे वागणे चुकत होते आणि असे का होत होते याचे सविस्तर स्पष्टीकरण मला द्यायचे आहे. त्या वेळी आपण सतत एकमेकांबरोबर असायचो आणि मला वाटायचे की मी तुला सगळे सांगितलेय. जेव्हा तुम्ही एखाद्या व्यक्तीशी खूप जवळीक साधता किंवा जवळीक साधण्याचा प्रयत्न करता, तेव्हा तुम्ही एका कक्षेत अडकता, शून्य अवस्थेत जाता. तुम्हाला खूप काही बोलून टाकायचे असते; पण तुम्ही घाबरता. आता माझ्या लक्षात येत आहे की तू अनेक बाबतींत अनभिज्ञ होतास. पण आता मी सांगून टाकणार आहे- कधी ते अजून ठरवले नाही- पण अन्वरबद्दल मी तुला सांगणार आहे. त्याची गोष्ट आपल्याइतकीच महत्त्वाची आहे. आपण तिघेही स्वप्नातही कल्पना करता येणार नाही अशा तऱ्हेने या चक्रात अडकलो आहेत.

आपण सायन्स सेंटरसमोर भेटायचे ठरवले होते. मला पोचायला दहा मिनिटे उशीरच झाला होता. मी पोचले पण तू अजून आलाच नव्हतास. ऊन चढले होते. कारंज्यामधून पाणी उडत होते. गोलाकार दगडी बाकांवर बसून काही जण टिवल्याबावल्या करत होते. एक स्त्री मुलाला ढकलगाडीतून घेऊन चालली होती. काळा सूट घातलेला एक माणूस दोन्ही हातांत वर्तमानपत्र धरून वाचत बसला होता. तळरस्त्याच्या तोंडाशी नेहमीच दिसणारा सोंगाड्याही होता. मला काय करावे ते सुचेना. मी त्या प्रांगणाला सावकाश एक चक्कर मारून यायचे ठरवले. मी परत येईपर्यंत तूही आला असतास. मग माझ्या मनात विचार आला की तू आलाच नाहीस तर? किंवा परतून गेलास आणि मला पुन्हा भेटलाच नाहीस तर? मी घाईनेच परत आले. मी त्या प्रांगणाचे फाटक ओलांडले आणि त्या काळ्या सुटातल्या माणसाने वर्तमानपत्रातून डोके काढून वर बघितले. तो तू होतास. तू मला पाहिलेस आणि माझ्याकडे बघून हात हलवलास. माझी छाती इतकी धडधडत होती की त्यामुळे माझी एखादी बरगडीसुद्धा मोडली असती. मीही तुझ्याकडे पाहून हात हलवला.

"हॅलो!" एखाद्या जुन्या मित्राच्या संबोधनात असावा तसाच मुलायमपणा तुझ्या आवाजात होता. तू औपचारिक पांढरा शर्ट आणि रेघांचा टाय परिधान केला होतास. तुझ्या ओलसर केसात कंगव्याने भांग पाडल्याच्या रेघा स्पष्ट दिसत होत्या. तुला

बघून मला आनंदाने उड्याच माराव्याशा वाटत होत्या; पण मी नुसतीच, अस्वस्थपणे तुझ्यासमोर उभी राहिले. मी विचारले,

"काय करत होतास?"

"काही नाही. बसलो होतो. खरं तर तुझाच विचार करत होतो."

"मीही तुझाच विचार करत होते."

तुला हसूच आले आणि मनात येऊनही 'तू एवढा नटून थटून का आला आहेस?' हा प्रश्न न विचारण्याचे ठरवले. तू म्हणालास की तुला केंब्रिजमधले सर्वांत उत्तम नाश्ता देणारे हॉटेल माहीत आहे. मी नाश्ता करूनच बाहेर पडले होते पण आणखी खाल्ले तरी मला चालणार होते. तुमच्या या देशात सकाळचा नाश्ता लोकांना महत्त्वाचा वाटतो ही बाब मला फारच आवडली होती. आमच्या देशात मध्यरात्रीही आइसक्रीम मिळायचे आणि मिरपूरच्या रस्त्यांवर अगदी पहाटेपर्यंत फळांच्या, आंब्यांच्या गाड्या लागलेल्या असायच्या. पण सकाळच्या नाश्त्याची काहीच सोय नसायची. अंड्यांचे ऑम्लेट नाही, बटाट्याचा कीस नाही की ब्रेडचे टोस्ट नाहीत. मी तुझ्यापाठोपाठ त्या प्रांगणातून बाहेर पडले आणि तुझ्याबरोबर चालू लागले. क्विन्सी, मास अव्हेन्यूवरून आपण कोरिअन कॅफेपर्यंत आलो. मग वाइनचे दुकान लागले. या दुकानात जायचा मला कधीच धीर झाला नव्हता. तू कोट काढून त्याची घडी हातावर टाकलीस. आपण निळ्या रंगाची तक्तपोशी लावलेल्या एका निनावी हॉटेलात शिरलो. मी शंभर वेळा इथून गेले असेन; पण हे हॉटेल माझ्या लक्षात आले नव्हते. इथले वातानुकूलन पूर्ण जोमात सुरू होते. तुला मागच्या बाजूला एक रिकामे टेबल दिसले आणि आपण तिथे जाऊन बसलो. खुर्चीवर बसताना तू तुझा टाय हाताने धरून ठेवला होतास.

'मास अॅव्ह डायनर' मान वर करून सूर्याकडे पाहत तू अभिमानाने हॉटेलचे नाव सांगितलेस. तुझ्या काळ्या सुटाच्या पार्श्वभूमीवर तुझे सोनेरी केस खुलून दिसत होते. डोळे निळसर रंगाच्या चंद्रासारखे वाटत होते. तुझ्याकडे पाहताना रोखून पाहिल्यासारखे वाटू नये म्हणून मी पराकाष्ठेचे प्रयत्न करत होते आणि प्लॅस्टिकचे टेबलक्लॉथ, स्वयंपाकघरातल्या तंदूरसमोर उभा राहिलेला अंड्यासारखा दिसणारा माणूस अशासारख्या गोष्टींवर लक्ष केंद्रित करत होते. रशीदने मला या अशा हॉटेलात कधीच नेले नसते. त्याने फोनवर पुन्हा पुन्हा बघून नदीपलीकडचे एखादे उच्चभ्रू हॉटेल शोधले असते. तू त्या हॉटेलच्या वेट्रेसबरोबर, तिच्या हास्याला प्रतिसाद देत लाघवी बोलत होतास. त्या वेट्रेसने डोळा मारला आणि एक गिरकी घेऊन ती निघून गेली.

मग आपण एकमेकांशी बोलू लागलो. तुझ्या आई-वडिलांनी काही काळ नोकरीत मोठी सुट्टी घेतली होती आणि त्यादरम्यान तुमचे कुटुंब वरमॉन्टला हलवले

होते. ती हकिगत तू सांगितलीस. विहिरीच्या पाण्यावर जमलेला बर्फ दगडाने फोडल्याचे तुला आठवत होते. तुम्ही मधमाश्या आणि डुकरे पाळली होती. भाजीपाला पिकवला होता. तुझे पालक स्वतंत्र धंदा उभारण्याच्या प्रयत्नांत होते— 'स्ट्राँग यांचे अमृत', मध आणि मेपल सिरपचे उत्पादन आणि विक्री. हा धंदा चालला असता तर मागचे लागेबांधे विसरून ते तिथेच स्थायिक होण्याचा विचार करत होते. पण उत्पादनात यश आले नाही. मधमाश्यांची पोळी ओस पडली आणि मेपल सिरप नितळ झाले नाही. तुझी आई मुलांची दुपटी हाताने धुता धुता कंटाळली आणि मग गाशा गुंडाळून तुम्ही सगळे केंब्रिजला परत आलात. उबदार घर, वाहत्या पाण्याचे नळ सगळे मिळाले; पण आई-वडिलांचा घटस्फोट झाला. त्या वेळी तू नऊ वर्षांचा होतास. तुझे केंब्रिजमधले घर अजूनही तसेच होते. पण तू जगापासून तुटला होतास. कुणाशी बोलावे, कुणाला भेटावे असे तुला वाटतच नसे. दिवसेंदिवस आणि कधीकधी तर महिनोन्महिने तू स्वतःतच गुरफटून राहायचास. मी तुला म्हणाले,

"हे असं गप्प गप्प राहणं आणि तेही इतके दिवस, मला कधीच जमणार नाही. तुला वेड कसं लागलं नाही?"

तू म्हणालास, तुम्ही अबोल झालात की जगाचा कोलाहल प्रचंड वाढल्यासारखा वाटतो. मग तू वरमॉन्टची झाडी, त्यांच्यापासून मिळणारा मेपलचा रस, दऱ्यांमध्ये आढळणारे जंगली कोंबडे यांच्या हकिगती सांगितल्यास. तुला आणि तुझ्या भावंडांना तळ्याच्या थंडगार पाण्यात उड्या घ्यायला फार आवडायचे. हे असले विलक्षण अनुभव मला कधीच मिळाले नव्हते. मी माझ्या आई-वडिलांबरोबर जंगलात तंबू टाकून कधीच राहिले नव्हते की पोहोण्याच्या तलावापेक्षा खोल पाण्यात उतरले नव्हते. उत्खनन करणे हेच मुळी माझ्या दृष्टीने फार मोठे धाडस होते. आता त्या गोष्टीचा विचार करताना माझ्यातच दडलेली एक निडर मुलगी मला दिसू लागते.

ती वेट्रेस परत आली. आपण तिला 'काय हवं आहे' ते सांगितलंच नव्हतं. मी मेन्यू बघायला सरसावले. तू माझ्याकडेच बघत होतास. तू म्हणालास,

"मी सांगणार आहे काय आणायचं ते. मी सँडविच मागवणार आहे. इथं जगातलं सर्वोत्तम सँडविच मिळतं. तुला ते नक्की आवडेल."

"सकाळच्या नाश्त्यासाठी सँडविच?"

"नाश्त्यासाठी सँडविच नाही, सँडविचचा नाश्ता!"

तू त्या वेट्रेसकडे वळलास आणि तिला ऑर्डर दिलीस.

"बेट्टी माझ्यासाठी फक्त अंडी आणि चीझ." आणि माझ्याकडे बघून, "तुला कॉफी की ऑरेंज ज्यूस? तू कॉफी पितेस. हो ना?" मी जोरात मान हलवून नकार दिला.

"छे, छे! मला कॉफी अजिबात आवडत नाही. तुमच्याकडे चहा मिळेल?"

तू बेट्टीकडे चहाची विचारणा केलीस आणि ऑर्डर दिलीस. मी माझी दूध आणि साखरेचीही मागणी नोंदवून टाकली. पाठीमागे स्वयंपाकघरात त्या भल्या मोठ्या अंड्यासारख्या आचाऱ्याने तव्यावर डावभर मिश्रण ओतले. तू म्हणालास,

"तुझ्या व्हेल डायनोसोरबद्दल काहीतरी सांग ना."

"व्हेलबद्दल बोलायचं तर उत्क्रांतिवादाच्या बरोबर विरुद्ध अशी त्यांची प्रगती आहे."

"म्हणजे व्हेलचा उगम जमिनीवर झाला आणि काळाच्या ओघात उत्क्रांत होऊन नंतर ते जलचर झाले?"

"अगदी बरोबर. व्हेलचे खूप आधीचे पूर्वज पॅकीसीटस हे कोयोटसारखे संपूर्णपणे सस्तन भूचर प्राणी होते. एक कोटी वर्षांनंतर बासिलोसॉरसचा उदय झाला. त्या वेळी त्यांच्यात उभयचर असण्याच्या फार थोड्या खुणा शिल्लक होत्या. या दोघांच्या मधल्या कालावधीत ज्या उभयचर प्रजाती उत्क्रांत झाल्या, त्या माझ्या अभ्यासाचा विषय आहेत."

"मधल्या काळातल्या प्रजाती! आणि त्या कोणत्या आहेत?"

"ज्या काही थोड्या प्रजातींची माहिती आहे, त्यांच्यापैकी मला 'ॲम्ब्युलोसीटस' मध्ये स्वारस्य आहे. वीसएक वर्षांपूर्वी या प्रजातीचा शोध लागला. पण आजपर्यंत एकाही उत्खननात संपूर्ण सांगाडा मिळालेला नाही. मी याच कामासाठी पाकिस्तानात जाणार आहे."

काही वेळ आपल्यात ॲम्ब्युलोसीटसबद्दल चर्चा रंगली. मी अनेक वेळा निरनिराळ्या लोकांबरोबर या विषयावर बोललेली आहे. पण तुझ्याशी बोलताना मी माझे काहीतरी गुपित तुझ्यापुढे उघड करते आहे, असे मला वाटू लागले. तू समोर असताना अशी भावना प्रत्येक वेळी मनात येत राहते. वाटत राहते की मी वाजवीपेक्षा जास्त मोकळेपणाने बोलत आहे. अर्थात मला तेव्हा अवघडल्यासारखे होत नाही की त्रासदायकही वाटत नाही.

वेट्रेसने आपला नाश्ता आणून टेबलावर मांडला. भल्या मोठ्या पोर्सेलिनच्या प्लेटमध्ये ठेवलेली सँडविचेस त्या प्लेटच्या मानाने फारच लहान दिसत होती. चहाचा मगही मोठाच होता. संत्र्याचा रस प्लॅस्टिकच्या कपात होता. मी एक सँडविच उचलले. सँडविच चांगलेच जाडजूड होते. मी सँडविचचा घास घेतला आणि त्या सँडविचमधले अंडे माझ्या हनुवटीवर आणि खालच्या प्लेटमध्ये सांडले. मी ओशाळले. त्या सँडविचच्या चवीने मला झटका बसला होता, तोंडातला घासही मोठा होता. मी तोंड घट्ट मिटून घेतले.

सँडविच मागवले हे चुकलेच, असे तुला वाटले असावे. माझा तरी असाच

समज झाला. तू म्हणालास,

"यात मांसाचा तुकडा होता. तुला डुकराचे मांस चालते ना?"

एकदम काय करावे ते मला सुचेना. मग मी हसून म्हणाले,

"काही हरकत नाही. पण माझ्या पालकांना हे सांगू नकोस."

तू माझ्यापुढची प्लेट ओढलीस आणि माझी माफी मागू लागलास.

"अरे, मजा केली मी तुझी, खरंच माझे पालक इतके काही सोवळे नाहीयेत. त्यांना चालतं हे सगळं. दे माझं सँडविच." मी माझी प्लेट माझ्याकडे ओढून घेतली. तू मला विचारलेस की मी मुस्लिम आहे का? मी म्हणाले,

"हो, मुस्लिम; पण माझ्या घरातले आम्ही सगळेच 'नास्तिक' आहोत. राष्ट्रीयता हाच आम्ही आमचा धर्म मानतो. माझे आई-वडील साम्यवादीच म्हणायला हवेत. पण बांगलादेशच्या युद्धाने त्यांच्या विचारसरणीत बदल झाला."

त्या दिवशी बोलता बोलता मी उल्लेख केला असावा. माझी आई बांगलादेशच्या युद्धात ॲम्ब्युलन्सवर ड्रायव्हरचे काम करायची. मला पुन्हा एकदा माझ्या दत्तकाचा विषय काढायचा होता. माझ्या पालकांव्यतिरिक्त मला आणखी एक आई-वडील होते, याचा मला पुन्हा पुन्हा उल्लेख करावासा वाटत होता. या माझ्या आई-वडिलांचा विचार काल रात्रीपर्यंत मी अभावानेच केला होता. तुझे घर, भोवतालची मेपलची झाडे, तुझ्या घराचे चित्र माझ्या मनावर कोरले जात होते. मला तिथला लाकडाचा वास येत होता, तुझ्या घरातला गडबड-गोंधळ ऐकू येत होता. तुझ्या तुलनेत माझी कहाणी मला सपक वाटू लागली. मला तुझी असूया वाटू लागली. पण मला कळत नव्हते की इतके छान आयुष्य उपभोगलेला तू, तुझ्यावर अशी काय परिस्थिती ओढवली होती की त्यामुळे तू सैरभैर झाला होतास? तू भारतातही गेल्याचा उल्लेख केलास, पुन्हा जाण्याचाही तुझा मानस होता.

"माझी एक भारतीय मैत्रीण होती. तिच्या घरच्यांना भेटायला गेलो होतो. नंतर आम्ही मिळूनच नेपाळ आणि भूतानचा दौरा केला."

मी पुन्हा त्या क्षणात गुरफटून गेले. मला तुला त्या मुलीचे नाव विचारायचे होते. मी हाताची घडी घालत होते, सोडत होते. सहजपणे बसण्या-वागण्याचा प्रयत्न करत होते. तुझ्या मैत्रिणीच्या उल्लेखाने मी अस्वस्थ झाले होते; पण ते लपवण्याची माझी धडपड चालली होती. मी स्वतःला सांगत होते की तू एखाद्या देखण्या माणसाइतका सुस्वरूप होतास. सगळेच लोक तुझ्याकडे आकर्षित होत असणार. तुझे भव्य कपाळही भलतेच उदात्त आणि तरीही कामुक वाटत होते. मी माझा ऑरेंज ज्यूसचा कप उचलला आणि एका झटक्यात रिकामा केला. मला अगदीच राहवेना. सरतेशेवटी मी विचारून टाकले,

"प्रेयसी होती तुझी?"

''बराच काळ प्रेमात होतो आम्ही. पण मी भारतात जाऊन पोचेपर्यंत सगळं संपूनही गेलं होतं.''

''तू दुखावलंस तिला?'' तुमच्यामध्ये पसरलेल्या प्रचंड खंडांचे अंतर भेदून तुला भुलवणाऱ्या त्या मुलीच्या जागी मी स्वतःला पाहत होते. माझ्या शरीरात शिरशिरी उठली. तू म्हणालास,

''नाही.'' कालांतराने माझ्या लक्षात आले- कमीत कमी शब्दांत, जास्तीत जास्त अर्थपूर्ण बोलण्यात तू तरबेज होतास.

तुझे निळेशार डोळे, हलक्या पापण्या. माझी नजर तुझ्या नजरेला भिडली. तू म्हणालास,

''तू रडत होतीस रात्री. किती सुंदर दिसत होतीस तू! हे असं रडणं मी पहिल्यांदाच पाहिलं काल.''

''मी एक विचारू? तू इतका औपचारिकपणे नटून सजून का आला आहेस?'' मी चिमटा काढला.

''आज माझ्या आजीचा अंत्यसंस्कार आहे.''

मग तू मला तुझा पाँडिचेरीमधला अनुभव सांगितलास. घरी ई-मेल करावा म्हणून तू एका इंटरनेट कॅफेत शिरला होतास. पाँडिचेरी, तिथला किल्ला, समुद्र किनाऱ्यावरच्या झोपड्या, वरमॉन्टला दिसणाऱ्या सूर्यापेक्षा मोठा पण अधिकच अंतरावर असल्यासारखा भासणारा निरभ्र आकाशातला सूर्य, रोज संध्याकाळी गुलाबी रंगाच्या विविध छटांमध्ये न्हाऊन निघणारा सूर्यास्त, हे सगळे तुला घरच्यांना सांगायचे होते. इ-मेल उघडल्यावर तुझ्या लक्षात आले की तुझे वडील तुझी काळजी करताहेत. तू कुठे आहेस ते शोधताहेत. मित्रांकडे चौकशी करताहेत; पण पाँडिचेरीला तू एकटाच आला होतास. तुम्ही मैसूरला गेला होतात तेव्हाच तुझी मैत्रीण रीवा, तिथूनच दिल्लीला परत गेली होती. तू हे सगळे सांगत असताना तुझा चेहरा सुन्न दिसायला लागला. काल रात्री त्या प्रेक्षागृहातले दिवे लागले तेव्हाही तुझा चेहरा असाच हरवलेला दिसत होता. आता मलाही तुला काहीतरी सांगायचे होते. माझेही काहीतरी हरवले होते आणि ते नला काही केल्या गवसत नव्हते. त्या ॲम्ब्युलोसीटसच्या घोट्याच्या हाडातही ते मिळणार नव्हते. तू तुझी खुर्ची पुढे ओढलीस आणि टेबलाला खेटून बसलास.

''किती त्रास झाला असेल तुला या सगळ्याचा!'' आणि आपण बराच वेळ तसेच बसून होतो. मग मी तुला सांगून टाकले. त्या वेळी हे सांगण्याचे काही खास प्रयोजन नव्हते पण मी ते ओघातच बोलून गेले. मी म्हणाले,

''खरं तर हे मी तुला कालच सांगायला हवं होतं.''

''काय सांगायला हवं होतं?''

मी माझे सँडल्स पायातून काढून खुर्चीवर मांडी घालून आरामात बसले होते. आता मी पाय खाली घेतले. पाय जमिनीवर टेकवून ताठ बसले.

“माझा एक बॉयफ्रेंड आहे, माझ्या देशात, माझ्या गावी!”

“खरं की काय?”

“त्याचं नाव रशीद आहे.”

“रशीद.” तू त्याचे नाव उच्चारून बघितलेस.

“आम्ही लहानपणापासून एकमेकांना ओळखतो. लवकरच आम्ही लग्नसुद्धा करू.” मी घाईघाईने पुढे म्हणाले. “अर्थात तुला काय म्हणा त्याचं. पण मला आपलं वाटलं- आपण भेटलोय, आत्ता आत्ताच भेटलोय तर सांगून टाकावं.”

“आधी भेटलो असतो तर किती बरं झालं असतं!”

“मुद्दाम सांगितलं, तुझा काही गैरसमज होऊ नये म्हणून.”

सँडविचेस संपली होती. कॉफीचे कप रिकामे झाले होते. वेट्रेस आली. तिने बिल फाडले आणि ते टेबलावर ठेवून ती निघून गेली. माझे बोलणे ऐकून तू अस्वस्थ झालास की काय, ते मला कळत नव्हते. झाला होतास का तू अस्वस्थ? कदाचित तुझ्या आजीच्या मृत्यूने तुला त्या वेळी काही सुचत नसावे. आजीच्या विचारांच्या गर्दीत इतर कोणताच विचार तुझ्या मनाला शिवत नसावा. अगदी आत्ताही मागे वळून पाहताना असे वाटते की मी हे सगळे तुला कधीतरी नंतर, वेगळ्या रीतीने सांगितले असते तर आपल्या प्रवासाला काहीतरी वेगळेच वळण मिळाले असते. तू म्हणालास,

“मग, केंब्रिजमधल्या या अखेरच्या दिवसात काय करायचं ठरवलं आहेस तू?”

“काही विशेष नाही. प्रयोगशाळेतले उरलेले काम उरकेन आणि ग्रंथालयाची पुस्तके परत करेन.”

खाणेपिणे संपले होते. मी हातांचे तळवे टेबलावर टेकले आणि म्हणाले,

“धन्यवाद, या नाश्त्यासाठी!”

“आपण निदान दोन आठवडे आधी किंवा गेल्या वर्षीच भेटलो असतो तर किती छान झालं असतं!”

“हो ना, मलाही असंच वाटतं.”

पुढे काय करावे याचा दोघांनाही संभ्रम पडला होता. आपण एकमेकांकडे नुसतंच पाहत होतो. अखेर तू म्हणालास,

“माझ्या आजीच्या अंत्ययात्रेला येशील?”

मी विचार करू लागले. माझ्या आजीची अंत्ययात्रा असती आणि मी तुला घेऊन गेले असते तर काय झाले असते?

''नाही, नको, मला नाही यावंसं वाटत.''

''मग नंतर येशील? माझ्या आईकडे त्यानंतर जेवायला जायचं आहे.''

या अशा प्रसंगी मला तुझ्या खानदानाला भेटावेसे वाटत नव्हते. पण तुला मात्र नक्की भेटायचे होते. त्यासाठी मला काहीतरी कारणही हवे होते. मी म्हणाले,

''मी काल रात्रीच्या माझ्या रडण्याबद्दल विचार केला. मला आता त्यात तथ्यही वाटतंय. मी आता इथून चालले आहे. परत येईन की नाही, तेही निश्चित नाही. कदाचित त्यामुळे मी हळवी झाले असेन.''

''तू त्या उभयचर प्राण्यांसारखी आहेस, तुझ्या त्या ॲम्ब्युलोसीटससारखी!''

''बरोबर!''

''कदाचित वेगळ्या जागी, वेगळ्या प्रसंगात आपण भेटलो असतो तर भेटतच राहिलो असतो. पण तुला जर असं काही वाटत नसेल तर हरकत नाही. तरीही मला आवडेल तुला भेटायला.''

''नक्कीच, मलाही आवडेल.''

इतके होऊनही मी त्याला आणखी भेटू इच्छित होते की नाही, याबद्दल मला खात्री नव्हती. कोणतेही आडवळण न घेता, विनासंकोच, तू पुन्हा भेटण्याची इच्छा व्यक्त केली होतीस. पण मनोमन, कदाचित मी नाही म्हणेन याचीही शक्यता तू गृहीत धरली असावीस. मला बरे वाटायला हवे होते. पण का कोण जाणे; पण मी निराश झाले होते. हे सगळे इतक्या वेगाने घडले होते की मला ते पचतच नव्हते. तेवढ्यात तू मला विचारलेस की मला गोल्डबर्गची व्हेरिएशन्स माहिती आहेत का? ती मला माहीत नव्हती. तू म्हणालास,

''तू मला गोल्डबर्गच्या त्या व्हेरिएशन्सपैकी तेराव्या रचनेची आठवण करून देतेस. शोस्तखोविच वगैरे ठीक आहे; पण बाखच्या रचनाच खऱ्या मूळच्या! तशीच आहेस तू.''

मला तौलनिक जीवशास्त्राच्या संग्रहालयात जाऊन माझ्या प्रयोगशाळेतील माझा पसारा आवरायचा होता. तू घड्याळ बघितलेस आणि म्हणालास,

''तुझे आटपले की फोन कर मला.''

तुझ्या आजीच्या अंत्ययात्रेसाठी मी सदिच्छा व्यक्त केल्या. त्या क्षणी, तू माझा हात हातात घ्यावास, काल रात्री ठेवला होतास तसा हात माझ्या खांद्यांभोवती वेढून मला कवेत घ्यावेस, अशी उत्कट इच्छा माझ्या मनात उमलली. एकच क्षण! इतक्या अल्पावधीचा काळ की तो क्षण कधी मागे पडला मला कळलेच नाही. मनातील इच्छा मनातच राहिली आणि मी तुझ्याबरोबर मासच्या रस्त्यावर चालू लागले. पावलांखालचा रस्ता उबदार वाटत होता आणि वरती निरभ्र आकाश पसरले होते.

तौलनिक जीवशास्त्राच्या संग्रहालयाच्या तळमजल्यावरचे एक भले मोठे, लख्ख उजेडाचे दालन माझे प्रोफेसर, मी आणि इतर सहा विद्यार्थी प्रयोगशाळा म्हणून वापरत होतो. या प्रयोगशाळेची एक भिंत खिडक्यांनी व्यापलेली होती. या खिडक्यांमधून कर्कलँड रस्ता दिसत असे. या आमच्या प्रयोगशाळेत जुन्या लाकडांचा दर्प दरवळत असे. मी आवराआवर करायला प्रयोगशाळेत आले तेव्हा क्यूंग यू मिशिगन युनिव्हर्सिटीतून मागून आणलेल्या पॅकीसीटस या जीवाश्माच्या घोट्याचे फोटो घेत होती. मागच्या बाजूला इतर काही जण स्कॅनरवर काम करत असलेले ऐकू येत होते. गेली तीन वर्षे ही प्रयोगशाळा माझे घर होती. तुझ्याबरोबर नाश्ता करून मी बाहेर पडले आणि या प्रयोगशाळेच्या आठवणींनी माझ्याभोवती फेर धरला. मला जाणवत होते की उत्खननात काही हाती लागो अथवा न लागो, ते संपल्यावर मी ढाक्याला परतणार होते. त्यामुळे आता इथे माझे मोजकेच दिवस शिल्लक होते. त्या जागून काढलेल्या रात्री, भरपूर साखर घातलेला चहा आणि 'टेथिस समुद्र केव्हा आटला?' यावर घातलेले वाद आता संपणार होते. तशीही आवराआवर करायलाच लागणार होती. आमचा विभाग आता त्या प्रांगणात बांधलेल्या नवीन इमारतीत हलवला जाणार होता.

मी अगदी पहिल्यांदा नॅशनल जिओग्राफिकच्या एका अंकात व्हेलबद्दल माहिती वाचली होती. ती माझी या व्हेलशी झालेली पहिली ओळख. माझे पालक हे अंक अत्यंत नियमितपणे घेत असत. त्यांच्या पिढीत ही फॅशनच होती. त्यात या ॲम्ब्युलोसीटसची चित्रे होती. तिचे मागचे पाय, निमुळते तोंड यांनी माझे लक्ष वेधून घेतले होते. मला मुळातूनच इतिहासातील आख्यायिकांचा उगम आणि त्यांना काहीतरी बदलांमुळे मिळालेली विलक्षण कलाटणी यांचे आकर्षण होते. हेच पाहा ना! चालणारा आणि पोहूही शकणारा व्हेल. इतर सगळे प्राणी उत्क्रांत होऊन पाण्यातून जमिनीवर स्थलांतरित होत असताना हे ॲम्ब्युलोसीटस जमिनीवरून पाण्यात जाण्याची प्रगती करत होते. मी उद्विकासी जीवशास्त्रात डॉक्टरेट करायचे ठरवले तेव्हा माझ्या आईला तर हे फारच चमत्कारिक वाटले होते. उभयचर प्राण्याऐवजी ती सारखा माशाचाच उद्धार करून वैतागत असे. माझी आई ॲम्ब्युलन्स चालवायची. ती क्रांतिकारी होती आणि मोर्चाबिर्चात अगदी पुढे असायची. ती युद्धात प्रत्यक्ष लढ्यातही उतरली होती. आणि मी एका पुरातन सागरी धुडाच्या मागे लागले होते. पण मला इतर कोणताच पर्याय नव्हता. तिच्यासारखे आरोग्यसेवेत जायचे? डॉक्टर व्हायचे? मी शास्त्र विषयात चांगली होते; पण मला ते जन्म-मृत्यूच्या सीमेवर घोटाळणारे मरणासन्न जीव उबग आणत. ती एक फार मोठी जोखीम होती. मग इंग्लिश शिकायला काय हरकत होती? माझ्याबरोबर खेळायला

कुणी नसल्याने खूप लहानपणापासून मी कादंबऱ्या वाचायला सुरुवात केली होती. माझ्या पालकांना राजकारणावरची रुक्ष पुस्तके आवडत. पण मी इब्सेन वाचून काढला. कूपरचे 'द लास्ट ऑफ द मोहीकन्स', चार्ल्स डिकन्सची 'ब्लीक हाउस' आणि अगदी लहान वयातच शार्लट ब्राँटीची 'जेन एयर' मी वाचून काढली होती. पण या पुस्तकांचा माझ्यावर वेगळाच परिणाम व्हायचा. त्या संस्कारक्षम वयात 'हॅन्सेल अॅन्ड ग्रॅटल' मधल्या ग्रॅटलला मिळायचे तसे संकेत मला त्या पुस्तकांच्या वाचनातून मिळायचे. पण त्या पात्रांसारखे आयुष्य काढणे मला शक्य नव्हते. 'जेन एयर' मधली जेन अगदीच किरटी, गरीब आणि नगण्य होती. मला तिच्यात रस नव्हता. माझ्यात तिची पुसटशीही छटा नव्हती. सुरुवातीला कोणाच्याही विशेष नजरेत न भरता निनावी राहणे मला आवडायचे. तेव्हा कदाचित मानवतावादीही असेन मी. त्याचे कारण म्हणजे मी माझ्या स्वतःच्याच शोधात होते. याचे वाईट वाटून घेत, माझ्या आईसारखे अपराधी भावनेच्या सापळ्यात गुरफटणे मग मला सहन करावे लागले असते. आपण पुन्हा आईच्या विषयाकडे वळलो, कारण तिनेच तर सगळे शक्य नाहीतर अशक्य करून ठेवलेय! लक्षात येतंय का तुझ्या? मग माझ्यासाठी त्या कवट्या आणि हाडेच शिल्लक होती. त्यांचे स्तर, त्यांचे वर्गीकरण, हटनचा पृथ्वीच्या व्युत्पत्तीसंबंधातील 'आरंभाचा मागमूस नाही आणि शेवटाची शक्यता नाही' असा विचार मांडणारा सिद्धान्त. म्हणून मी निवडली पोटात धगधगता लाव्हा बाळगणारी पृथ्वी, त्या लाव्हातून पृथ्वीच्या पृष्ठभागावर येऊन इतिहास उलगडणारे, मला अस्तित्वात नसलेल्या काळात घेऊन जाणारे अश्म आणि पुरातन हाडांनी बनलेले सांगाडे!

"काय झाली का तयारी?" यूने विचारले. बोलता बोलता ती हातातल्या कॅमेऱ्याने फोटो काढत होती. तिच्या अंगाला साबणाचा छान सुवास येत होता. काल रात्रीचा विषय कुणीच काढला नाही; तिने नाही आणि मीही नाही.

मी म्हणाले, "नाही अजून. पण काल रात्री मला झोपच येत नव्हती. त्या वेळी मी घरातले सामान आवरून टाकले."

गेल्या आठवड्यात माझ्या कागदपत्रांसाठी मी एक लहानशी बॅग आणली होती. आता मी माझ्या टेबलाशेजारचे फाय्लींचे कपाट आवरायला लागले. त्यात स्कॅन केलेले जुने लेख होते. माझ्या अभ्यासक्रमाचे पुस्तक होते. कॉलेजच्या तीन सत्रांत मी पुरातत्त्व विज्ञानाचे वर्ग घेतले होते. ते शिकवताना हाताशी ठेवलेले आर्किओलॉजी १०१ हे पुस्तक तिथे होते. मी चांगली शिक्षिका होते. माझ्या विद्यार्थ्यांनी माझ्या शिकवण्याची चांगलीच प्रशंसा केली होती. माझे शोधनिबंध, माझ्या अभ्यासाच्या नोट्स, माझ्या तीन वर्षांतील सर्व कामांच्या नोंदी. हे सगळेच

मी रद्दीत फेकायचे ठरवले होते. माझ्या उत्खननाच्या संदर्भातील थोड्या कागदांची एक छोटीशी फाइल फक्त ठेवायची ठरवली होती. मी भराभर सर्व काम हातावेगळे केले आणि दुपारपर्यंत माझी कचरापेटी गच्च भरून गेली. मी पन्नास लाख वर्षे पुरातन असलेल्या रोधोसीटस बलुचिस्तानेनसीसच्या डोक्याची प्रतिकृती तयार केली होती, ती मी यू च्या हवाली केली. आम्ही दोघींनी निरोपाचे हस्तांदोलन केले. यू चा हात माझ्या हातात काही सेकंद जास्तच रेंगाळला. कालच्या प्रकाराबद्दल बहुधा ती दिलगिरी व्यक्त करत होती. मी तिला संपर्कात राहायचे वचन दिले. मग मी तुला फोन केला. तू तो उचलला नाहीस. आमच्या प्रयोगशाळेच्या बाहेरच्या आवारात मोठमोठी ओकची झाडे होती. मी थोडा वेळ एका झाडाखाली बसायचे ठरवले, थोड्या वेळाने तुला पुन्हा फोन करायच्या हेतूने. आमच्या प्रयोगशाळेच्या दुहेरी दारातून माझी बॅग ओढत मी बाहेर आले, तर समोर पायऱ्यांवर तू होतास. तू अंगातील जॅकेट काढून त्याची घडी हातावर टाकली होतीस आणि शर्टाच्या बाह्या दुमडून वर घेतल्या होत्यास. तुझे ते हात पाहून क्षणभर, तुझ्या भारतीय मैत्रिणीबरोबरच्या तुझ्या प्रणय क्रीडेचे दृश्य कल्पनेतच माझ्या नजरेसमोर तरळून गेले. तिच्या शरीराशी खेळणारे तुझे हात तिला आताही आठवत असतील आणि ती कासावीस होत असेल. कदाचित याच क्षणी माझ्यासारखीच तीही हीच कल्पना रंगवत असेल आणि हजारो मैलांवर दिल्लीत बसून मी तुझ्या सान्निध्यात असल्याबद्दल माझा राग राग करत असेल. बिचारी तुझी मैत्रीण, बिचारी ती दिल्ली!

"ठीक आहेस ना तू?" मी विचारले. तू माझ्या हातात एक रिसायकल केलेल्या खरखरीत कागदाची पुस्तिका सरकवलीस. क्लिमेन्टाइन अलेक्झांड्रा रोविना मॉरीस, नकाशा आरेखनकार, साहसप्रिय खेळाडू, कवयित्री, कार्यकर्ती, एक आई, नर्तिका आणि कलाकार. ही तुझी आजी होती!

दिवस वर आला होता आणि रस्त्याच्या कडेचे फूटपाथ दुपारच्या उकाड्यात तळपत होते. मास ॲव्हेन्यूच्या छोट्या रस्त्याचा चढ चढून आपण सॉमरव्हीलच्या मोठ्या रस्त्याकडे चाललो होतो. रस्त्याच्या कडेच्या ओरिगामीच्या दुकानाच्या खिडकीत तू डोकावलास. ओरिगामीसाठी वापरायचा कागद, त्याच्या घड्या, बनवलेले हंस- एक ना दोन! मग आपण बाजूच्या रस्त्याला लागलो आणि एका पिवळसर घरात शिरलो. समोरच्या पोर्चमध्ये आरामखुर्च्या होत्या आणि पुढच्या अंगणात मलूल झालेली डॅफोडिल्स होती. अशा प्रकारची घरे मी पाहिली होती; खिडक्यांमधून ओबामांची पत्रके लावलेली, घरातून धुलाईच्या साबणाचा सुवास येणारी, प्रॉटेस्टंट लोकांची साधीसुधी पण शिष्ट घरे.

घराचे दार उघडेच होते. दारात काही लोक उभे होते. त्यांच्यापैकी एकाने हात हलवून तुझे लक्ष वेधले आणि तुला हाक मारली. भरदार रुंद खांद्याचा, हसऱ्या

चेहऱ्याचा तो माणूस तुझा काका होता. त्याने माझ्याशी हस्तांदोलन केले. आपण आता घरात शिरलो. तुला आणखी काही लोक येऊन भेटले. तू माझा हात धरून मला आत घेऊन गेलास. लाकडी जमिनीवर सगळ्यांची पायताणे जोरजोरात वाजत होती आणि सर्वांचे आवाजही टिपेला पोचले होते, पार वरच्या पांढऱ्या छताला भिडले होते.

घर जुनाट होते; पण घरात सगळीकडे चैतन्य होते. बाहेरून वाटले होते त्यापेक्षा ते कितीतरी मोठे होते. आम्ही मागच्या खोलीत गेलो. या खोलीच्या खिडक्या आणि मोठमोठी दारे मागच्या बागेत उघडत होती. मग तू मला खूण करून तुझी आई दाखवलीस. शेलाटा बांधा, जरासे विस्कटलेले केस, सैलसर काळे, राखाडी कपडे आणि तुझ्यासारखेच हळुवार निळे डोळे. तू माझी तिच्याशी ओळख करून दिलीस. ती माझ्याकडे बघून काहीसे उदासवाणे हसली आणि माझे स्वागत केले. मी तुझा हात धरला आणि आपण एका उभट चेहऱ्याच्या वयस्क स्त्रीकडे वळलो. ती तुझी मावसआजी होती.

"नमस्कार, मी ऑटम, क्लिमेन्टाइनची बहीण." तिचा आवाज किरटा होता आणि इंग्रजी विलक्षण शुद्ध होते.

"मी झुबेदा बशीर. आपल्याला भेटून छान वाटलं."

"मी काल शोस्तखोविचच्या मैफलीला गेलो होतो, तिथे मला झुबेदा भेटली."

ऑटमला वाटले मी संगीतकार आहे. तिने मला तसे विचारलेही. ती माझ्या आजीच्याच वयाची असावी; पण तेवढी वयस्क वाटत नव्हती. खरे तर माझ्या आजीपेक्षा तिच्या डोळ्यांभोवती जास्त सुरकुत्या होत्या. पण माझ्या आजीच्या स्टार्च केलेल्या साड्या, गळ्यातील मोत्यांची एकदाणी यामुळे ती तिच्या वयापेक्षा मोठी वाटायची. ऑटमच्या चेहऱ्यावर सुरकुत्या होत्या, हातही जरासे थरथरत होते; पण ती चांगलीच काटक असावी. इतकी की बर्फाळ रस्त्यावरूनही लांबलचक रपेट मारू शकली असती. मी संगीतकार नसून जीवाश्मशास्त्रज्ञ असल्याचे तिला सांगितले.

"अश्मिभूत जीवावशेष! तुला माहिती आहे? आमच्यातही असा एक जीवावशेष आहे. एलिजाचा खापर खापर खापर पणजा हाच पहिला इंडियाना जोन्स होता."

नक्कीच असावा. मी आजूबाजूला पाहत होते. सगळ्यांनी काळे कपडे आणि सूट परिधान केले होते. बागेकडे तोंड करून एक सोफा ठेवला होता. त्यावर तंतोतंत एकमेकांसारखे दिसणारे आणि तुझ्याशीही साम्य असलेले तिघे जण बसले होते. स्क्रॅबल खेळत होते. नक्कीच तुझे भाऊ असणार. त्यांतले तुझ्यापेक्षा लहान कोण, मोठे कोण याचा अंदाज बांधणे अवघड होते. पण तूच सर्वांत लहान असावास. इझ्रेकियल, इरॅसमस आणि एरिक. त्यांच्याशी तू ओळख करून दिलीस. ते सोफ्यावर बसले होते; पण तरीही माझ्या इतक्याच उंचीवर होते. त्याचे चमकदार

दात डोळ्यांत भरत होते.

मला काही खायला हवे आहे का याची अजून कुणीच विचारणा केली नव्हती. तू माझा हात सोडून पियानोकडे वळलास तेव्हा मी जेवणाच्या टेबलाकडे माझा मोर्चा वळवला. वेगवेगळ्या प्रकारचे स्ट्यू, पाय ठेवलेल्या बशा, लसाग्नाचे ट्रेसाना, कोशिंबिरी आणि भाज्या. शिवाय शेजारच्या टेबलावर वाइन. तिथे एका स्त्रीने स्वतःच्या ग्लासमध्ये वाईन ओतता ओतता मलाही 'वाईन हवी का?' म्हणून विचारले.

पियानोवर उच्च स्वरात एक धमाकेदार सुरावट वाजली आणि पाठोपाठ त्या गर्दीत तुझा आवाज घुमला,

"आजीचा लाडका - थलोनिअस मॉंक."

"ए नको रे, काहीतरी छान वाजव ना!" कुणीतरी ओरडले. पण जॅझची कर्कश पण तालबद्ध सुरावट वाजतच राहिली. ज्या स्त्रीने मला वाइन विचारली होती तिने 'मी कुठली' ते विचारले. गोरा चेहरा पण चेहऱ्यावर वांग आणि सुरेख जिवणी. तिने तिच्या लांब केसांची फ्रेंच बायका घालतात तशी वेणी घातली होती. मी म्हणाले,

"बांगलादेश." आणि माझ्या एकदम लक्षात आले की ती मला 'मी कुठली' ते विचारत नाहीये तर 'कुणाबरोबर आले आहे' हे विचारते आहे.

"मी अलायजाची मैत्रीण आहे."

"तुला माहितेय? एकदा आमच्या आजीने आम्हाला बांगलादेशाबद्दलचा माहितीपट दाखवला होता. नंतर कित्येक दिवस आम्ही येता जाता 'जय बांगला' अशा आरोळ्या ठोकत होतो."

"तो आमचा राष्ट्रीय नारा आहे."

"आमची आजी या वयातही खूप उत्साही होती."

"तू एलिजाची बहीण ना?"

"हो, मी ॲडा." ॲडा पुढे झाली. तिने मला मिठी मारली आणि मला रडण्याचे उमाळेच येऊ लागले. ती म्हणाली,

"तू आपली ट्यूना कॅसेरोल घे. बाकी काही नको खाऊ. माझ्या आईचा स्वयंपाक दिव्यच असतो."

दरम्यानच्या काळात तू गायला लागला होतास.

"कल्पनेची ही किमया न्यारी
झाकोळाचा विसरही पाडी।"

ॲडाने अलायजाच्या सुरात सूर मिसळून गायला सुरुवात केली. तिच्या गाण्यात रियाजाचा जोम जाणवत होता.

"सुंदर पोळे अन् मधमाशी"

ती मला पुढे घेऊन गेली आणि तिथेच आम्ही दोघीही तुझ्या शेजारच्या स्टुलांवर बसलो. सगळेच तुझ्याभोवती जमले आणि उंच आणि गोड आवाजात गाऊ लागले. त्या संगीताच्या लयीत तू झुलत होतास.

मी मागे वळले. माझ्या हातात ट्यूनाचा कॅसेरोल होता. मी व्हरांड्यातून मागे गेले आणि त्या मोठ्या दारांमधून तुमच्या स्वयंपाकघरात आले. तुमच्या स्वयंपाकघरात खूप राबता असल्याचे जाणवत होते. स्वयंपाकघर घासून पुसून लख्ख केलेले होते. तिथे जंगली लाकडांचा गंध जाणवत होता. मी शेगडीजवळ उभी राहिले. खूप उकडत असूनही ती ऊब बरी वाटत होती. मग मला फ्रिजवरचे फोटो दिसले. हसऱ्या, तरतरीत आणि देखण्या लोकांचे फोटो- कुत्र्यांना फिरायला नेतानाचे, लहान बाळांचे, तळ्याकाठचे, डोंगरांवरचे फोटो. मी फ्रिज उघडून बघितला. त्यात मांजराच्या खाद्याचा उघडलेला डबा ठेवलेला होता. भरपूर पुदिना घातलेल्या लिंबाच्या सरबताचा जग ठेवलेला होता.

गाणे संपले. मी इकडे आलेली कुणाच्याच लक्षात आले नव्हते. मग मी आतल्या खोलीत गेले. माझ्याबरोबर गरम हवेची एक झुळूकही त्या खोलीत शिरली आणि त्याचबरोबर लव्हेंडरचा वासही आत पसरला. तिथे बाजूच्या टेबलावर तुझ्या आजीचा भला मोठा फोटो लावून ठेवला होता. कुणीतरी केलेले ते पेन्सिल स्केच होते. मजबूत चेहरेपट्टी, दोन डोळ्यांत स्वाभाविकपणे असते त्यापेक्षा जरा जास्त अंतर आणि डोळ्यांवर गडद फ्रेमचा चश्मा. कुणीतरी नुकतेच पुढ्यात यावे आणि त्यांना पाहून चेहऱ्यावर हसू उमटायला सुरुवात व्हावी असे चेहऱ्यावरचे भाव. आता हात हलवून ती 'हॅलो' म्हणेल असे वाटत होते. येणाऱ्या लोकांनी आपला संदेश नोंदवावा म्हणून त्या फोटोच्या शेजारी एक वही ठेवली होती. मी आणखी जवळ गेले. छान छान संदेश लिहिलेले होते.

'आम्हाला तू जेवढी हवीहवीशी होतीस तशीच तू तिथे देवाची लाडकी झाली असशील.'

'देवाला सांग, इथे उन्हाळा फार कडक आहे.'

'आजी तू हे जग सोडून गेलीस; आता जिथे जाणार आहेस तिथून भेटवस्तू पाठव माझ्यासाठी.'

काही जण आपापल्या बशा घेऊन स्वयंपाकघरात आले. सिंकमध्ये पाणी सोडल्याचा आवाज आला. तुझी आई सोफ्यावर पहुडली होती. तिच्या चेहऱ्यावर उन्हाचे कवडसे पडत होते. तुझे भाऊ बाहेर झोपाळ्याजवळ दाटीवाटीने बसले होते. ऑटम बागेतल्या मंडपीत एकटीच बसली होती. तिकडे जाऊन तिच्याशी बोलावे की नाही अशा संभ्रमात मी होते. एक इसम तुझी आजी क्लिमेन्टाइन लहान असतानाची गंमत सांगत होता. त्याने त्याच्या आई-वडिलांच्या लग्नात उंटाचा वेष

घेऊन धुमाकूळ घातला होता. ही गंमत तू अनेक वेळा ऐकली असावीस. तुझ्याकडे बघताना ते जाणवत होते. मला हे सगळेच नवीन होते. आपल्या आधीच्या पिढ्यांचे आपले पूर्वज, त्यांच्या आठवणी, त्यांचे महत्त्वाचे दस्तऐवज, त्यांचे जन्माचे दाखले, त्यांची पदवीप्रमाणपत्रे, त्यांच्या लग्नाचे अधिकृत दाखले तुझ्या पूर्वजांची सगळी माहिती खरी होती. आणि माझ्यासमोर मात्र आजतागायत अशी एकही व्यक्ती नव्हती जिच्यात मी माझे काहीतरी शोधू शकेन. डोळ्यांची ठेवण, केसांचा पोत, माझे व्यक्तिमत्त्व किंवा माझ्यातील दोषांचेही- माझी लहानशी वक्षस्थळे, माझे जरासे नाजूक पाय- यांचे उगमस्थान कुणात आहे हे मला माहीत नव्हते. माझ्या केसांच्या कुरळेपणाशी कुणाचेही साधर्म्य नव्हते. या इथे अमेरिकेत कुणाच्याही दिसण्यावर पटकन भाष्य केले जाते. पण माझ्या बाबतीत 'किती सुंदर आहेस तू!' या पलीकडे काहीच नसते. कारण 'अगदी तुझ्या आईसारखी किंवा आणखी कुणासारखी तरी' असे म्हणणे शक्य नव्हते. माझा बांधा, माझा रंग माझ्या आयुष्यात असलेल्या माझ्या तथाकथित पूर्वजांजवळ नव्हताच.

तुझ्या आजीच्या उचापतीने हैराण झालेल्या त्या माणसाच्या आई-वडिलांचे आणि विवाहनोंदणी अधिकाऱ्याने त्यांना कसे हाकलून दिले होते त्याचे वर्णन तो माणूस सांगत होता. ते ऐकताना मलाही मजा वाटत होती.

"चल, निघू या?" तू माझ्यामागे येऊन उभा राहिला होतास. तू कपडे बदलले होतेस. अर्धी चड्डी आणि लाल टी शर्ट- त्यावर चायनीज भाषेतील काहीतरी मजकूर. तू म्हणालास,

"चला, झुबेदाला अजून बरीच कामे उरकायची आहेत ना?"

तुझ्या आईने डोक्यावर चढवलेला चश्मा डोळ्यांवर ओढला आणि म्हणाली,

"मला तुझी नीटशी ओळखही करून घेता आली नाही."

"मी लवकरच इथून दूर जाणार आहे."

"अरेरे, काय हे?" तुझ्या आईने तिचे दोन्ही हात माझ्या खांद्यांवर ठेवले आणि माझ्याकडे लक्षपूर्वक पाहिले. मला एकदम तिला, 'मी तुझ्याजवळ राहू शकते का?' असे विचारावेसे वाटले. मला तुमचा जिना चढून तिच्या शयनगृहात जाऊन तिच्या अंथरुणावर तिच्या गोधडीत शिरावेसे वाटत होते. माझ्या मनातले विचार जसे काही तिला कळत होते. तिने तिच्या गळ्यातली निळ्या रंगाच्या वेगवेगळ्या छटा असलेली जुन्या पदकांची माळ काढली आणि माझ्या गळ्यात घातली. मी तिच्या गालांवर ओठ टेकले आणि तिचा निरोप घेतला. बाहेर पोर्चमध्ये दोन तपकिरी मांजरे ऐसपैस पसरली होती. हवा उकाड्याने गच्च झाली होती. बाहेरचे वातावरण शांत आणि गंभीर होते.

तुझ्या घरच्या लोकांना भेटल्याने आपल्यात काहीतरी बदलले होते. तू तुझ्या भावांबरोबर मस्ती करताना मला दिसला होतास. तू बोलताना त्यांच्या दंडांवर ठोसे लगावत होतास. सगळे घरच छानसे अस्ताव्यस्त झाले होते. माझ्या डोळ्यांसमोर तुझ्या बालपणाचे चित्र एखाद्या सिनेमासारखे उलगडत होते. तू छान सरळसोट आयुष्य जगला असावास. टक्केटोणपे न खाता, मर्यादित अनुभवांना सामोरे जात तू मोठा झाला असावास. या अशा आयुष्याचा तुला कंटाळा आला असावा. मलाही असाच कंटाळा यायचा. फरक इतकाच की तुला ज्या गोष्टींचा वैताग येत असावा, नेमक्या त्याच गोष्टींना मी आसुसले होते आणि ज्या बाबी मी गृहीत धरत असते त्या बाबी मिळवायची तुझी इच्छा असावी. तुझ्या आईने दिलेल्या निळ्या पदकांच्या माळेवरून मी बोटे फिरवली. ती माळ माझ्या गळ्यात इतक्या सहजतेने विसावली होती की त्यामुळे मला तुझ्या आईविषयी आपसूकच जवळीक वाटू लागली होती.

"माझ्या आजीचा मी सर्वांत आवडता नातू होतो. मला तिच्यावाचून फार चुकल्या चुकल्यासारखं वाटणार आहे." माझ्या प्रश्नाला उत्तर देताना तू म्हणालास.

"वडील आले होते तुझे?"

"सगळ्यांशी ओळख करून दिली असती तर पार घुसमटली असतीस तू."

मला एकदम भूक लागल्याची जाणीव झाली. तू सुचवलेस की हार्वर्ड स्क्वेअरमध्ये जाऊन कुठेतरी जेवता येईल. मग फिलिपी आणि चिपोटलेमध्ये काय काय चांगले मिळते यावर आपण बराच विचार केला. या दोन्ही ठिकाणी गेली काही वर्षे मी कित्येकदा जात असे आणि आता यापुढे मला तिथे जायला मिळणार नव्हते म्हणून मी चुकचुकले. तेवढ्यात माझी बॅग तुझ्या घरीच विसरल्याचे माझ्या लक्षात आले. रस्त्यावरच्या एका चौकोनी आडोशाखाली आपण थबकलो आणि मी तुझ्या घरी परत जायचा विचार करू लागले.

पण तू मला तिथेच थांबवून घरी पळालास आणि माझी बॅग घेऊन आलास. तू ती बॅग ओढत घेऊन येत होतास तेव्हा मी माझे डोळे मिटून घेतले. मला वाटत होते की तू बॅग घेऊन यावेस आणि जवळ येऊन माझ्या कपाळावर हळूच ओठ टेकवावेस- जणू काही हे आपण वर्षानुवर्षे करत आहोत- तू आणि मी आपल्या मुलांना घेऊन त्या घरात राहत आहोत, त्यांना वाढवत आहोत, आपल्या घराच्या ढासळत्या छपराची काळजी करत आहोत आणि रविवारी फ्रेंच टोस्ट करून खात आहोत!

खिशात हात घालून, टाचांवर झुलत माझ्यासमोर उभा राहून तू मला म्हणालास, "मग, काही तरी सांग ना तुझ्या त्या प्रियकराबद्दल!"

"त्यात सांगण्यासारखं काहीच नाही. मस्त आहे तो." मी तुझ्याकडून बॅग घेतली आणि पुन्हा चालायला सुरुवात केली.

"एखाद्या नव्या मुलाशी ओळख झाली तर चालतं का त्याला?"

मी विचार करू लागले. मी काहीतरी वावगे करून बसले आहे असे वाटू न देता मी आमच्या या भेटीबद्दल रशीदला कसे सांगेन? वास्तविक यात वावगे काही नाहीच- अजून तरी नाही. मग तुझ्या घरी ज्या सहजतेने मी वावरले होते त्याचा विचार माझ्या मनात डोकावला. या देशात पाऊल टाकल्यापासून मी इथे सर्वत्र अत्यंत सहजपणे वावरत असे- थँक्स गिव्हिंगच्या पार्टीसाठी आमंत्रण केले म्हणून मनापासून आभार मानणारी पाहुणी, दूर देशातून आलेली, फर्डे इंग्रजी बोलणारी आणि म्हणूनच संभाषणातील विनोदांचाही रस घेऊ शकणारी मुलगी. माझे वेगळेपण बेमालूमपणे लपवणे मला आवडायचे. मधूनच काही त्रास व्हायचे; पण लवकरच मी ते बाजूला टाकायला शिकले. भर उन्हाळ्यात मला थंडी वाजायची. कधी उच्चार चुकायचे. एकदा तर मी इन्टेस्टाइन (आतडे) याचा उच्चार लिश्टेन्स्टीन (युरोपमधला एक देश) सारखा करून चिक्कार मित्रांसमोर हसे करून घेतले होते.

पण आत्ता तू माझ्याकडे एकटक पाहत मला अस्वस्थ करत होतास. अशी नजर यापूर्वी माझ्यावर कुणी रोखली नव्हती. बोलण्यासाठी मला शब्द सापडत नव्हते; पण अजूनही मला वावगे वाटण्यासारखे काहीच घडले नव्हते. त्यात आकर्षणाचा भाग नक्की होता; पण काहीतरी मुळातून वेगळे होते. खूप काही विस्कटले जात नव्हते. उलट सारे काही शांत शांत वाटत होते. माझ्यातली विखुरली गेलेली मी पुन्हा एकसंध होत होते. माझ्या पायाखालच्या रस्त्याची धग माझ्या पायांना जाणवत होती. देदीप्यमान सूर्य वरून आग ओकत होता. माझ्या सगळ्या आयुष्यालाच या दिवसाचे कोंदण लाभल्यासारखे वाटत होते आणि अचानक मला तू माझा सर्वात जवळचा मित्र असल्याचा साक्षात्कार झाला.

"आता यानंतर काय?" तू विचारलेस.

"आपण बाजारात जाऊन काचेची फुलं शोधू या. मी आत्ताच ती तुझ्या घरात, तुझ्या आईच्या स्वयंपाकघरात बघितली. तू या शहरात माझ्यापेक्षा नक्कीच जास्त काळ राहिलेला आहेस. पण मला वाटतं ही फुलं कुठे आहेत ते तुला माहीत नसणार. हा तुझ्यासाठी एक नवीन शोधच असणार!"

तू थबकलास आणि आश्चर्यचकित होत म्हणालास,

"काचेची फुलं! माझी आजी घेऊन यायची मला. मी बोललो होतो? सांगितलं होतं? तुला कसं कळलं?"

"अंदाजानं म्हटलं मी." मला मजाच वाटली.

मग आपण मास अव्हेन्यूवर गेलो. तिथल्या हाय राइज बेकरीत पिझ्झा घेतला. एव्हाना उकाड्याने माझे कपडे अंगाला चिकटू लागले होते. मी जरा चिडचिड केली. तू मला शेजारच्या दुकानातून बर्फाचा गोळा आणून दिलास. आपण चालत

कर्कलँडच्या रस्त्यावर आलो आणि मला बरे वाटायला लागले. कर्कलँडच्या लाल विटांच्या इमारती, त्यांच्या भोवतालची प्रशस्त आवारे आणि ठिकठिकाणी असलेल्या त्रिकोणाकृती बागा मला भलत्याच आवडायच्या.

नॅचरल हिस्टरीच्या संग्रहालयाच्या स्वागतिकेने आपल्याला कॉलरवर लावायला दोन छोटे बिल्ले दिले. मी तुला सर्वांत वरच्या मजल्यावर घेऊन गेले. मी तुला म्हणाले,

"तुला काहीतरी छान दाखवायचे माझ्या मनात आहे. काचेची फुलं नंतर शोधू." आपण तिथे मांडून ठेवलेल्या जीवाश्मांमधून वाट काढत पुढे गेलो. ऱ्हायनोसोरसचा पुरातन सांगाडा, ग्लिप्टोडोन्टचा सांगाडा आपण ओलांडला. आपण स्टुपेंडेमीस जीओग्राफिकस या महाकाय कासवाच्या घुमटाकृती कवचासमोर येऊन थांबलो. मग मी तुला हे तुकडे तुकडे झालेले कवच इथे कसे आणले आणि कसे जोडून घेऊन एकसंध केले, ती हकिगत सांगितली. पृष्ठवंशीय प्राण्यांच्या दालनात एक अजस्र क्रोनोसोरस एका भल्या मोठ्या काचेच्या कपाटात ठेवला होता, मी तुला तिथे घेऊन गेले. हा जीवाश्म मी अनेक वेळा बघितला होता आणि मला त्याची सगळीच कूळकथा माहिती होती. आम्ही हा जो सांगाडा जुळवून ठेवला होता तो जुळवताना कदाचित चुका झाल्या असण्याची शक्यता होती. पण या पोहणाऱ्या आणि सरपटू शकणाऱ्या क्रोनोसोरसचा प्रचंड जबडा, त्याची कंबर, त्याच्या कल्ल्यांमधल्या हाडांचे जोड पाहताना मी नेहमीच भारावून जात असे. मी प्रचंड उत्साहाने त्या सांगाड्याच्या मथळ्याकडे निर्देश केला. तू तो मथळा वाचलास आणि म्हणालास,

"हे करणार आहेस तर! याच्यापेक्षाही भारी सांगाडा मिळवण्याच्या कामगिरीवर जाणार आहेस तू!"

"नक्कीच असे काहीतरी."

त्या शोकेसमध्ये ठेवलेली काचेची फुले इतकी ताजी दिसत होती की ती नुकतीच झाडावरून तोडून आणून ठेवलेली असावीत असे वाटत होते. अगदी नाजूकशा तारेने त्या पाकळ्या आणि फुलांचे दांडे एकत्र गुंफलेले होते. त्या संग्रहालयाच्या संदर्भरहित, एकसुरी शांततेत ती फुले मन प्रसन्न करणाऱ्या मोत्यांसारखी दिसत होती.

"मी फार लहानपणी यायचो इथे." भिंतीवर नावाची पाटी होती. पाटी दिसण्यासाठी तिच्यावर एक दिवाही लावलेला होता. तू ती पाटी वाचलीस.

"लिओपोल्ड आणि रूडॉल्फ ब्लाश्का.

या पितापुत्रांचे काचवस्तूंचे हे संग्रहालय. जवळजवळ पन्नास वर्षांची तपश्चर्या

आहे या मागे.''

मी फुलातील नर, मादी हे प्रकार पार विसरून गेले होते. फुलातील स्त्रीकेसर, पुंकेसर, बीजांडकोश, पुनरुत्पादनाच्या पद्धती- काहीच लक्षात नव्हते. त्यांचे आकारही मला आठवत होते त्यापेक्षा कितीतरी मोठे होते.

तू माझ्या बॅगेजवळ उभा होतास. तुझी बोटे त्या बॅगेच्या हँडलभोवती आवळलेली होती. तू काचेचे कॅक्टस पाहत होतास. त्या कॅक्टसवर बाजूला एक चमत्कार वाटावे असे लाल फूल उमललेले होते. तू ते कॅक्टस पाहण्यात मग्न होतास. तुला असा बघत असताना मला माझे काहीतरी माझ्यापासून हिरावले जात असल्यासारखे वाटू लागले होते. माझ्या या भावना तुझ्यापर्यंत पोचवाव्यात, असे वाटू लागले होते. माझ्या लहानपणच्या आठवणी तुला सांगाव्यात अशीही इच्छा होत होती. मला दत्तक घेतल्याच्या बाबीबद्दल चांगले वाटावे म्हणून माझे आई-वडील मला माझ्या लहानपणी काही गोष्टी सांगायचे. उदाहरणार्थ - ते मला, मी माझ्या आईच्या वडिलांसारखी दिसते असे सांगायचे. त्यांच्यासारखी उंच, कुरळे केस आणि त्यांच्यासारखे मिचमिचे डोळे. त्या डोळ्यांमुळे माझा चेहरा मंगोलियन वाटायचा. आमच्या घरात आम्ही विनोदाने माझ्या आजोबांना चंगिझखानाचे वंशज म्हणत असू. या विनोदावर फक्त माझ्या आई-वडिलांचीच मक्तेदारी होती. ते हा विनोद करत, काही हमखास हशे वसूल करत आणि मग एकमेकांकडे बघून 'हे सगळं खरंच असतं तर' अशी इच्छा नजरेतून व्यक्त करत. मी नऊ वर्षांची झाल्यावर त्यांनी मला हे दत्तकाचे गुपित सांगून टाकले. आम्ही याचा पुन्हा कधी उच्चारही करणार नव्हतो, हे कळण्याइतकी मी मोठी होते.

हे सगळे तुला सांगायची माझी इच्छा होती. पण मी ते सांगितले नाही कारण त्या वेळी पहिल्यांदा मला जाणीव झाली की मी कोण आहे... कुठून आले... उभयचर आहे की आणखीन कुठली मधलीच प्रजाती आहे... याने मला काहीच फरक पडत नव्हता. आज मी इथे या काचेच्या तुकड्यांमधून साकारलेल्या वस्तूंच्या संग्रहालयात होते, हे महत्त्वाचे होते.

खाली येताना तू दुसऱ्या मजल्यावर थांबलास आणि कठड्याला रेलून उभा राहिलास. मी तुला म्हणाले,

''मग? पुन्हा एकदा पाहिलीस तू ती काचेची फुलं!''

''हो पण तुला निरोपही द्यावासा वाटत नाही.''

मला 'ती' रात्र आठवली. त्या रात्री मी माझे कौमार्य गमावले होते. माझे आई-वडील कामावर गेले होते आणि रशीद गुपचूप माझ्या घरी आला होता. पंख्याच्या आवाजात आमचे आवाज दबले गेले होते. नंतर कित्येक दिवस नुसत्या विचाराने माझे पाय थरथरायचे. दुसरे दिवशी शाळेत एकमेकांकडे पाहताना एकाच वेळी

अपराधी वाटत होते आणि उत्कटही वाटत होते.

“मला तुला रोज भेटायला आवडेल,” तू म्हणालास.

“शुक्रवारी मी निघते आहे.”

“खूप वेळ आहे त्याला अजून.” दोन्ही हात पूर्णपणे बाजूला पसरून तू म्हणालास. जसे काही आतापासून निघायच्या दिवसापर्यंत किती प्रचंड वेळ आपल्याजवळ आहे हे तू दर्शवत होतास. मला भीती वाटली. त्या तिथे, त्या पायऱ्यांवर तुझ्या बरोबर आणखी एक जरी मिनिट मी जास्त थांबले असते तर कायमची अडकून पडले असते. आणि मग पुन्हा पुन्हा जन्मभर हा प्रसंग आठवत राहिले असते. तू म्हणालास,

“आपल्याकडे उद्या आणि परवाचा दिवस आहे. आणि शुक्रवारी मी तुला विमानतळावर सोडायला येईन.”

माझ्या अमेरिकेतील इतक्या वर्षांच्या वास्तव्यात मला विमानतळावर येऊन कुणीही निरोप दिला नव्हता की कुणी न्यायलाही आले नव्हते. बेटिना विचारायची, आणायला येऊ का? पण मी नाहीच म्हणायचे. विमानातून उतरल्यावर दरवाजातून बाहेर पडताना समोरच्या गर्दीत ओळखीचा चेहरा दिसत नसल्याचे मला कधीच काही वाटत नसे. चोवीस तासांच्या विमानाच्या प्रवासानंतर लोगन विमानतळावर उतरताना माझे एका अनामिक विद्यार्थिनीत रूपांतर झालेले असे. बरोबर अनेक अर्जेंटिनियन आणि कोरिअन विद्यार्थी असत. तिथे तस्करी करून आणलेले किमची किंवा डल्स द लेचे शोधण्यासाठी सामान तपासले जायचे. त्यातून पार पडले की मी बाहेर येऊन टॅक्सी घ्यायचे किंवा सिल्व्हर लाइनची बस पकडायचे. मी माझ्या मनात पक्के ठरवले होते, इथे माझ्यात मला कुणीच गुंतायला नको होते; कारण या देशाच्या बाहेर माझी काळजी करणारी माझी माणसे होती. म्हणूनच तू मला विमानतळावर सोडण्याची तयारी दाखवलीस तेव्हा मी विचार केला- इतक्या वर्षांत मी अशी जवळीक अजूनपर्यंत कुणालाही करू दिली नव्हती. आता मी इथून कायमची जाणार होते. फारतर एखाद्या वेळी परत येण्याची शक्यता होती. मग हवेत हात उडवून मी तुला संमती दिली. आणि गेल्या सात वर्षांत पहिल्यांदाच मला अमेरिकेऐवजी मी ‘दुसरीकडे कुठे का नाही?’ असे वाटले नव्हते.

दुसऱ्या दिवशी सकाळी पुन्हा आपण सायन्स सेंटरमध्ये भेटलो. पुन्हा आपण त्याच मास ॲव्हेन्यू डायनरमध्ये गेलो. पुन्हा आपण तीच सँडविचेस खाल्ली. तुला वारंवार कॉफी पीत राहण्याची सवय असल्याचे तू सांगितलेस आणि मी बटाट्याचे चिप्स भयंकर आवडत असल्याची कबुली दिली. बटाटा चिप्स म्हणजे फ्रेंच फ्राइज हेही मी उलगडून सांगितले. ॲकॉर्डियनच्या भात्यासारखे आपल्यातले अंतर कमी कमी होत होते. रशियन साहित्य आपल्या दोघांनाही तितकेच आवडत होते आणि

आता शोस्तखोविचही आवडू लागला होता. मी 'बफी द व्हँपायर स्लेयर'ची चाहती होते, हे मी मान्य केले आणि तूही सांगितलेस की तुझ्या लहानपणी तुमच्या घरी टीव्ही नव्हता, प्रक्रिया केलेल्या खाद्य पदार्थांना बंदी होती. इतकेच काय, पण घरात साखरही वापरली जायची नाही. वरमॉन्टमधल्या तुमच्या घरात वीजही नव्हती आणि नळाचे पाणीही नव्हते. मग मी तुला सांगितले की माझ्या पूर्वजांनी घरापर्यंत पाण्याचे नळ यावेत म्हणून फार प्रयत्न केले होते. मग मी तुझी जमिनीवरून पाण्यात जाणाऱ्या व्हेल्सबरोबर तुलना केली. तुम्ही गोरे अमेरिकन्स या व्हेल्ससारखे उलट्या दिशेने प्रवास करू पाहत होतात तर आम्ही इतर देशांतले लोक जमिनीवरच खुशीत होतो. पण ज्या अर्थी मला व्हेल्सचा अभ्यास करावासा वाटत होता, त्याअर्थी मला हा असा इतिहासाच्या विरुद्ध जाण्यात नक्कीच काहीतरी फायदा दिसत असला पाहिजे, अशी तुझी त्यावरची टिप्पणी होती. मला हसूच आले. तू म्हणालास की माझे लहानपण जिथे गेले ती जागा पाहायला तुला आवडेल. मला एकदम जाण आली. वाटले की याला आपल्या घरी असे कसे नेता येईल? मी रशीदची निवड केली त्याला भरभक्कम कारण होते. आणि ते कारण माझ्या काळजात अभंग शिळेसारखे घर करून होते. मला वाटले की तू आता तुझ्या आजीविषयी काही बोलशील. पण नाही, तसे झाले नाही. मग मला वाटू लागले की काही लोकांची दुःख व्यक्त करायची अशी पद्धत असते का? नव्या लोकांशी मैत्री करायची, त्यांना हसवायचे, त्यांना सँडविचेस खाऊ घालायची, प्रेमात पडायचे आणि त्याला मैत्री म्हणायचे?

संध्याकाळी आपण माझ्या घरी गेलो. बेटिनाचे स्वयंपाकघरात काहीतरी चालले होते. आपण घरात शिरल्यावर तिने आपले स्वागत केले. गॅस बंद केला आणि ती तिच्या खोलीत निघून गेली. घरात कालच्या पार्टीच्या काही खुणा अजून शिल्लक होत्या. जेवणाच्या टेबलावर व्हिस्कीचा वास अजून रेंगाळत होता. गच्च भरलेल्या कचऱ्याच्या डब्यात पाण्याचे वापरलेले निळे पांढरे कप अजून तसेच होते. माझ्या गादीवरची चादर सकाळीच मी काढून टाकली होती आणि त्याचा मला आता पश्चात्ताप होत होता. तू काही विचारू नयेस आणि मला काही सांगावे लागू नये म्हणून मी तुझ्याकडे पाहायचे टाळत होते. आत्ता संध्याकाळचे फक्त आठ वाजत होते आणि सगळी संध्याकाळ अजून सरायची होती. मी मुकाट्याने फ्रिजमधून बर्फ काढला आणि तो घालून आपल्याला प्यायला पाणी आणले. पँटच्या खिशात हात ठेवून तू माझे, जवळजवळ रिकामे झालेले पुस्तकांचे शेल्फ बघत होतास. मी तुला पाणी दिले. पाणी पितानाही तू पुस्तकेच पाहत होतास. तिथे ॲना कॅरेनीनाच्या तीन प्रती होत्या. त्या मी सरतेशेवटी बॅगेत भरणार होते. तुला पाण्यानंतर एखादा ग्लास वाइन द्यावी की कसे, याचा मी विचार करत होते. तेवढ्यात बेटिना तिच्या खोलीतून

बाहेर आली आणि आपल्याला मिरच्यांचा एखादा शाकाहारी पदार्थ आवडेल का याची विचारणा करू लागली. तुझ्याकडे पाहून तिने विचारले,

"आपण भेटलोय यापूर्वी कधी?"

तू म्हणालास, "माहीत नाही."

"तू आर्टस्पेस चालवतोस का?"

"खरं म्हणजे, हो!"

"हे आर्टस्पेस काय आहे?" मी विचारले.

"तिथे प्रतिभावान लोकांच्या बॅकनेलिअन पार्ट्या होतात! कलेच्या प्रांतातही काहीबाही करतात ते, पण मी त्यांच्याबद्दल काही वावड्याही ऐकल्या आहेत," बेटिना.

तुमची ती चेष्टा ऐकून मी वैतागले. फ्रिज उघडून मी कालचा सांग्रिआचा जग बाहेर काढला आणि तसाच तोंडाला लावला. तुम्ही दोघे माझ्याकडेच पाहत होतात. तुमच्याकडे पाहता पाहता मला जाणवले की तुम्ही दोघेही किती सारखे आहात. लहानपणापासून संत्र्याचा रस आणि ख्रिसमसच्या गाण्यांवर तुम्ही वाढला होतात. आता तुमच्यात आइसक्रीम खाण्यासाठी चर्चरोडला पायी जावे की जाऊ नये याची चर्चा चालली होती. मी शांत राहिले पाहिजे हे स्वतःलाच बजावत होते, पण तुम्हाला थांबवत म्हणाले,

"हे तुमचं काय चाललं आहे, मला काहीच कळत नाही."

"आम्ही तुझ्याविरुद्ध कट करतोय!"

"वाटलंच मला."

बाहेर हवेतला दमटपणा वाढला होता. तू क्लिमेन्टाइनच्या अंत्यविधीच्या वेळेला म्हटलेले गाणे गुणगुणायला सुरुवात केलीस. ब्रॅटल थिएटरमध्ये 'द बिग स्लीप' या सिनेमाचा खूप उशिराचा खेळ होता. हा सिनेमा आपण पाहणारच आहोत असे तू जाहीर करून टाकलेस. मी बेटिनालाही सिनेमाला यायचा आग्रह केला. पण तिचा थोडा अभ्यास व्हायचा होता आणि तिला लवकर झोपायचेही होते. पुदिना-चॉकलेटचिप आइसक्रीम घेऊन ती घरी गेली. पुदिना आणि चॉकलेट या दोन चवी आणि त्यांचे गंध एकमेकात मिसळलेले चमत्कारिक वाटतात मला. ते आइस्क्रीम गार टूथपेस्टसारखे लागते असे माझे मत आहे. तू विचारलेस की मी अमेरिकेला येताना ज्या अजब गोष्टी ऐकल्या होत्या त्यांचा गेल्या सात वर्षांत प्रत्यय आला की नाही? मी म्हणाले,

"नाही, हे पुदिना आणि चॉकलेट चिपचे आइस्क्रीम कसे काय खपते याचे कोडे मला अद्याप सुटलेले नाही."

थिएटर अर्धेच भरले होते. आम्हाला मागच्या खुर्च्या मिळाल्या. मी खुर्चीवर

बसले आणि त्या क्षणी मला अस्वस्थ होऊ लागले. दिवे अंधूक व्हायला लागले आणि पुढे काय वाढून ठेवले आहे याचे मला चित्र दिसू लागले. सँडर्समध्ये शोस्तखोविच ऐकताना, अंधारात आपले हात गुंफले गेले होते. हे तर कालपरवाच घडले होते. आणि आता या छानशा थिएटरमध्ये, बेटिनाच्या मते, सिनेमाच्या पडद्यावरची सर्वांत मादक अभिनेत्री लॉरेन बकॉल, तिच्या खर्जातल्या कामुक आवाजात बोलत आमच्यासमोर दोन तास असणार होती. मी खलासच झाले. मला पॉपकॉर्न हवे असल्याचे सांगून मी ताडकन उठले आणि आमच्या रांगेतल्या इतर खुर्च्यांमधून, गुडघ्यांच्या रांगेसमोरून पुढे वाकून वाट काढत मी बाहेर गेले. थिएटरच्या लॉबीत मी एक पेय विकत घेतले आणि पैसे देताना माझ्या लक्षात आले की माझ्या हातातले आइसक्रीम अजून तसेच होते आणि ते माझ्या हातावर ओघळले होते. माझ्या हातातले आइस्क्रीम फेकून देताना आणि मनगटावरचे चाटून खाताना या सिनेमातला हॅट पुढे ओढलेला हंफ्रे बोगार्टचा उभट चेहरा माझ्या डोळ्यांसमोर येत होता. मी आत गेले आणि तुझ्या शेजारी खुर्चीवर बसले. तू माझ्याकडे बघितले नाहीस की बोललाही नाहीस. मी सिनेमावर लक्ष केंद्रित करत होते; पण मला काहीच कळत नव्हते. मध्येच कधीतरी तू हसत माझ्या लक्षात आणून दिलेस की मी पॉपकॉर्न आणायला विसरले आहे. पण हे तू गंमत म्हणून बोलल्यासारखे वाटले नाही. मी खुर्चीच्या हातावर बोटे घट्ट आवळून धरली. जणू काही 'माझ्या हाताला स्पर्श करू नकोस' असा इशाराच मला तुला द्यायचा होता.

आणि तूही माझा हात हातात घेतला नाहीस.

उत्खनन

मी सगळा धीर गोळा करून त्या चौकात येऊन तुझी वाट पाहते, पण तू नसतोसच तिथे. ती त्रिकोणी इमारत त्या चौकात ठळकपणे नजरेत भरते; पण इमारतीच्या शेजारच्या रस्त्यावर तुझा मागमूस नसतो. मी कधीकधी पोर्टर स्क्वेअरपर्यंत चालत जाते आणि जाताना वाटेतल्या तुझ्या आईच्या घराच्या रस्त्याचा मागोवा घेते. वाटते की असेच जावे, त्या चार लाकडी पायऱ्या चढाव्यात आणि दारावरची बेल दाबावी. पण माझी इच्छा आणि बेलवरचे माझे बोट यातले अंतर पार करणे ही अशक्यप्राय गोष्ट आहे.

मधल्या काळात मी जीवाश्मशास्त्राच्या नव्या इमारतीत स्वतःला गाडून घेतले आहे, तळघरात, जमिनीच्या खाली तीन मजले! तिथल्या व्हरांड्यांत पांढरे भगभगीत दिवे असतात आणि तिथे कसलाच वास येत नाही. एखाद्या हॉस्पिटलच्या प्रेतागारात असावेत तसे मोठ्या मोठ्या ड्रावर्समध्ये सगळे जीवाश्म जतन केलेले आहेत. खूप जणांनी या बाबतीत कुरकुर केली; पण माझी अजिबात तक्रार नाही. उलट या तटस्थ आणि निरामय वातावरणात डायनाने परतून येणे मला भावले आहे.

डायनाच्या जीवाश्मांची पार्सले अधूनमधून येतच असतात. सुझान विल्यम्सने पहिला नमुनाही तयार केलाय. मी डायनाच्या पावलाच्या घोट्यावर लक्ष केंद्रित केले आहे. रहाटाच्या दुहेरी कप्पीसारखा घोटा, आपल्यासारख्या शाकाहारी सस्तन भूचरांशी नाते सांगणारा दुवा. हा घोटा अत्यंत सुस्थितीत आहे. सापडलेल्या जीवाश्मांमधून उत्कृष्ट सांगाडे बनवणारी सुझान, जगातली सर्वोत्तम कारागीर आहे. लहानशी शरीरयष्टी, करड्या रंगाची पोनीटेल आणि तिच्या सर्वांगाला वेढून राहिलेली प्रगाढ शांतता! मी तिला कायमच या दालनात शांतपणे काम करताना पाहिले आहे. आताही ती या प्रयोगशाळेत माझ्याशेजारी बसली आहे, तिच्या हातातले उपकरण एखाद्या तालवाद्याप्रमाणे ठोके देत आहे आणि पार्सलातून आलेल्या जीवाश्मावरचे आवरण ती मोठ्या कुशलतेने काढते आहे.

त्या जीवाश्माचे स्कॅनिंग करून त्याचे फोटो मी बार्ट आणि हिमेनेस यांना पाठवून दिले. खूप वेळा माझ्या मनात विचार येतो की ही डायना माझ्या हाती लागणे हा एक चमत्कारच आहे. आजच्या मानवाला तिचाच वारसा मिळाला आहे.

अमरत्वाला पोचलेले जीवाश्म, मानवाचा पूर्वेतिहास शोधून काढणारे आजचे शास्त्रज्ञ, त्या पूर्वेतिहासाबद्दल अटकळ बांधणारे, त्या जीवाश्मांमधून ऐतिहासिक वारशाचे अत्यंत नाजूक धागेदोरे शोधून काढणारे अभ्यासक यांच्या मांदियाळीत इतिहासाच्या लांबलचक प्रवाहातले आपण केवळ बिंदूमात्र आहोत.

मात्र रात्रीच्या शांततेत माझे विचार आपल्या कहाणीकडे वळतात. तुकड्याला तुकडा जोडून ती कहाणी मी पुन्हा रचते. आवाजाचा एकच कोलाहल पुन्हा माझ्यावर येऊन आदळतो; माझी आई, अन्वर आणि मो! आणि एक वेगळेच आयुष्य, घडलेल्या घटनांनी वेगळीच कलाटणी घेतली असती तर मला जे मिळाले असते ते आयुष्य! पण तू अन्वरला ओळखत नाहीस! ओळखतोस? छे, अजून तरी नाही. तुला प्रश्न पडला असेल ना? हा अन्वर कोण आहे? मी त्याचा उल्लेख केला आहे; पण आणखी काहीच सांगितले नाही. आता सांगायला हवे. ('नाही, तो माझा बाप नाही.') अन्वरने मला माझ्या जन्माचे रहस्य सांगितले. या रहस्यभेदाने मी मुक्त झाले. मी जे काही करू शकत नव्हते असे मला वाटत होते किंवा ते करण्यासाठी मी बनलेच नव्हते अशा सगळ्यातून माझी सुटका झाली. पण अन्वरबद्दल आत्ता मी एवढेच सांगू शकते. बाकीचे सगळे अन्वर स्वतःच सांगेल एक दिवस.

डेरा बुगतीला मी गेले; पण शेवटच्या क्षणापर्यंत मला वाटत होते की काहीतरी होईल आणि आमची ही मोहीम रद्द होईल.

- की मलाच मनोमन हे असे व्हावे असे वाटत होते? तसे झाले असते तर मला केंब्रिजमध्ये तुझ्या सान्निध्यात राहता आले असते आणि आपल्या या भेटी अशाच होत राहिल्या असत्या.
- की ही माझ्या भविष्याच्या उतरत्या आलेखाची पूर्वसूचना होती?
- की हा माझ्या घराच्या परतीच्या वाटेवरचा लहानसा थांबा होता? अर्थात ते घरही माझे अंतिम विसावा ठरले नाही. माझ्या वाट्याला आले ते अधिकच उजाड, वैराण होते. माझ्या कल्पनेच्या पलीकडचे होते.

फार घाई करते आहे का मी? चल, आपण एका वेळी एकाच त्रासदायक गोष्टीचा समाचार घेऊ. कल्पना कर की मी आत्ता डेरा बुगतीला जाणाऱ्या बसमध्ये बसले आहे. उघड्या खिडकीतून येणाऱ्या वाऱ्यामुळे माझ्या केसांची दैना झाली आहे आणि गुरुत्वाकर्षणालाही न जुमानता ते ताठ उभे राहिले आहेत. नंतर तास न् तास विंचरले तरी ते पूर्वस्थितीला येणे अशक्यच आहे. शेवटी मी तो प्रयत्नही सोडून देईन आणि मग माझ्या केसांचा धुळीने माखलेला एक भला मोठा बुचडा तयार होईल.

माझ्या शेजारी हिमेनेस बसला आहे. तो आणि प्रोफेसर बार्थोलोम्यू स्मिथ - आमच्या मोहिमेचे सूत्रधार- आमच्या मोहिमेची पूर्वतयारी करून तळ टाकण्यासाठी माझ्या आधीच इथे येऊन पोचले होते. जिमी जीवाश्मशास्त्रज्ञ वाटतच नाही. तो एखाद्या हेवीवेट बॉक्सिंग चॅम्पियनसारखा दिसतो. त्याने भेटल्या भेटल्या मला सांगितले की तो पूर्वी सैन्यात होता आणि तीन वेळा अफगाणिस्तानला जाऊन आला होता. त्याचे भरगच्च खांदे आणि मानेपर्यंत पिरॅमिडसारख्या वाढलेल्या, पाठीच्या पिळदार स्नायूंबद्दल सांगायची त्याची ही नेहमीची पद्धत असावी.

बस जेमतेम अर्धी भरली आहे आणि त्यातही मी एकटीच स्त्री आहे. मी लांब हाताचा कुडता घातलाय आणि डोक्यावरून काळा बुरखा घेतलाय. माझे डोके आणि जवळजवळ सगळाच चेहरा झाकला गेलाय. मुतारीची सोय कुठेच नव्हती त्यामुळे माझी पंचाईत झाली आहे. आणि जिमी मला सारखा पाणी प्यायचा आग्रह करतोय.

"अगं एखादा तरी घोट घे नाहीतर हे वाळवंट तुला पार सुकडी करून टाकेल."

मी पाणी पीत नाहीये आणि मला ओशाळल्यासारखे होतेय पण त्याचे कारणही जिमीला सांगणे शक्य नाही. तू कल्पनाही करू शकणार नाहीस पण जिमीच्या पिळदार शरीराच्या मानाने त्याचा आवाज फारच मऊसूत आहे.

प्रवास खूप लांबचा आहे. मधूनच माझा डोळा लागतो आहे, जाग येते आहे. मी निघण्यापूर्वी तू मला काही गाणी दिली होतीस. मधूनच ती गाणी ऐकते आहे. मनोमन तुला सांगायच्या काही गोष्टींची नोंद करते आहे. पण मला माहिती आहे, यांतले काहीच मी तुला सांगणार नाही.

बघ ना, माझ्या मनात विचार येतो आहे, तू माझ्याबरोबर आला असतास तर? तुझ्या घरातला सँडर्सचा पियानो आणि त्याच्या लख्ख पितळी पायांचा सवाना गोल्ड कलर मला आठवतो आहे.

बुरखा माझ्या नाकाच्या इतका जवळ आहे की माझ्या श्वासाचा आवाज घुमू लागला आहे. रस्ता ज्वारीच्या शेतांमधून जातो आहे. शेते अगदीच उजाड नाहीयेत. शेतांमधल्या छोट्या छोट्या टेकड्या आणि उंचवट्यांवरही हिरवी, काटेरी झुडपे उगवली आहेत. आम्ही कॅश्मोरला बस बदलली तेव्हा आजूबाजूच्या त्या शेतांमधून लाल, पिवळ्या, पांढऱ्या रंगांच्या मधाळ हनिसकल आणि लॉनीसेराची उधळणही आहे, याकडे जिमीने लक्ष वेधले. माझ्या ओटीपोटात आता दुखायला लागले. मला तातडीने बाथरूमला जायचे होते. पण मला जिमीची संगतही हवी आहे. मला त्याच्या शेजारीच बसायचे आहे. या असल्या संकटाला तोंड देऊ शकणाऱ्या वाटसरूंपैकी मी नाही, हे मला कळून चुकले आहे पण त्याला आता उशीर झाला

आहे.

“आपण एकमेकांशी संपर्क कसा साधणार?” तू विमानतळावर मला विचारलेस. त्या माझ्या प्रस्थानाच्या वेळच्या कपड्यांच्या डिटर्जन्टचा वास आणि अंगाअंगात भरलेला थकवा माझ्या मनावर कोरला गेला आहे.

“या जगात संपर्काची अनेक साधने उपलब्ध आहेत. मेसेज पाठवता येतो, इ-मेल करता येते, फोन करता येतो, स्काइपवर भेटता येते. शिवाय इतरही मार्ग आहेतच जोडून; आयमेसेज, वीचॅट, व्हॉट्सॲप, स्नॅपचॅट.”

“वा! बरीच माहिती आहे तुला अलीकडच्या या प्रकारांची!”

“काय करणार, माझ्या जिवाभावाच्या माणसांपासून हजारो मैलांवर असते मी.”

“पत्रं लिहितेस?”

“टपाल? बेकार! वर्षानुवर्षं लागतात पत्र पोचायला. तेवढ्या अवधीत खूप काही महत्त्वाचं निसटून गेलेलं असेल. विचार कर, नंतर किती हळहळ वाटेल.”

“मग शेकोटी पेटवून धुरामधून संदेश?”

आता यावर काय बोलणार? मी गप्पच झाले.

“सांकेतिक भाषेत निरोप?” तू विचारलेस.

“अरे बाबा, ती सांकेतिक भाषा आधी ठरवावी लागते.”

“हं, हे ठीक आहे. मग ॲना कॅरेनीना मधली काही वाक्ये निवडू या?”

“ॲना कॅरनीना वैतागवाणे आहे.”

“मग मॉबी डिक?”

“मॉबी डिक मी वाचलंच नाही.”

“अरे देवा, निरक्षरच आहेस तू. मग पुस्तक नकोच.”

“गाणं?”

आपण एकमेकांकडे पाहिले. शंकाच नाही. एकच उत्तर, एकाच वेळी, दोघांच्याही ओठावर आले.

“नीना सिमोन!”

“नको, तिच्या त्रुटी मला जास्त जाणवतात,” तू म्हणालास.

“हं, तुला ते जास्त कळतं.”

“नक्कीच, आता तुलाही ते कळू लागेल. काही तरी नक्की शिकशील यातून.”

“काय शिकेन? स्वतःला आवरायला शिकेन की संगीतातले बारकावे शिकेन?” मला काय बोलावे ते कळत नव्हते.

"दोन्ही!"

तू गाण्यांची लिस्ट करून मला दिलीस. विमान सुटण्यापूर्वी मी त्या लिस्टवरून नजर फिरवली.

'लीव्ह मी ऑर लव्ह मी', 'डार्न दॅट ड्रीम', 'जोना अँड द व्हेल', 'एव्हरी टाइम वी से गुडबाय', 'आय विश आय कुड नो व्हॉट इट मीन्स टू बी फ्री'

प्रोफेसर स्मिथ लोडाला टेकून बसले होते आणि एका दाढीमिशावाल्या टोपी घातलेल्या माणसाशी बोलत होते. ते म्हणाले,

"बलुचीथेरिअमच्या बाबतीत ही अगदी शरमेची गोष्ट आहे. याने सगळा इतिहासच बदलून गेला असता."

आम्हा जीवाश्मशास्त्रज्ञांच्या बाबतीत 'सगळा इतिहासच बदलला असता' हे वाक्य म्हणजे अगदी ब्रह्मवाक्यच! आम्ही अशी हाडे शोधत असतो जी आतापर्यंत माहीत असलेला आपला उत्पत्तीचा इतिहास खोटा ठरवतील. आम्ही पॅकीसीटसचा कान मिळवायचा प्रयत्न करतो, ॲम्ब्युलोसीटसचा घोटा मिळवायचा प्रयत्न करतो आणि ऱ्होडोसीटसच्या पाठीच्या कण्यासाठी जिवाचे रान करतो. त्यामुळे प्रोफेसर स्मिथ काय म्हणत होते ते मला कळले, बहुधा बलुचीथेरिअमच्या सांगाड्यांच्या हाडांमधून असेच काहीतरी मिळण्याची शक्यता होती; पण त्या सांगाड्याचा अभ्यास अजून पूर्ण झाला नव्हता.

सिटेशन जीवाश्मशास्त्राच्या छोट्याशा जगात सगळ्यांनाच माहीत होते की प्रोफेसर बार्थोलोम्यू स्मिथ यांची जवळजवळ सगळी कारकीर्द याच भागात आकाराला आली होती. त्यांना त्या भागातली बोलीभाषा चांगलीच अवगत होती आणि त्यांचा पेहरावही तिथल्या स्थानिक जमातीसारखा असायचा- लांब सुती अंगरखा आणि त्यावर कलाकुसर केलेले जाकीट! एखाद्या दंतकथेतील महान व्यक्तिमत्त्व समोर साकार झाल्यासारखे मला वाटत होते. त्यांचे वयोमानाप्रमाणे जीर्ण झालेले शरीर जणू काही आताच घट्ट पॅकिंगमधून बाहेर काढले होते. त्यांना पान खायची सवय होती, त्यामुळे त्यांचे तोंड सतत लालभडक रंगलेले असायचे.

'अस्सलाम आलेकुम' त्यांनी मला भरभक्कम अभिवादन केले. त्यांच्या आवाजातील प्रेमळ झाक मला आवडली. त्यांचा मनमोकळा आणि काहीसा विदूषकी अवतारही मला भावला. मी त्यांना 'बार्ट' म्हणूनच संबोधले पाहिजे, अशी त्यांनी जवळजवळ सक्तीच केली. त्यांनी मला मलई घातलेला चहा दिला आणि तो मी आनंदाने स्वीकारला. (इथे आल्यावर माझा अगदी 'शर्यतीचा घोडा' झाला होता. प्रथम काय केले असेल तर बाथरूमला जाऊन हुश्श केले. याचाच विचार होता ना आत्ता तुझ्या मनात?)

"हा झमझम," बार्टनी तिथे असलेल्या दुसऱ्या माणसाची ओळख करून दिली. किरकोळ खांदे आणि बुजरा चेहरा. झमझम तिथे अगदीच उपरा दिसत होता. अर्थात त्यालाही माझ्याबद्दल तसेच वाटत असावे. मी बुरखा काढला. धुळीमुळे माझे डोळे वाहू लागले होते. शिवाय ते चुरचुरतही होते. पाठीवर धुळीमुळे मळ साचला होता. तो घासून काढायची तीव्र इच्छा होत होती. मी मोठा श्वास घेतला. चुरगळलेल्या टिश्यू पेपरने नाक पुसले आणि झमझमला नम्र अभिवादन केले. खाली उघड्या जमिनीवर स्टोन ब्रेड आणि एका पातेल्यात रस्सा ठेवला होता. माझ्या हातात ठेवलेल्या थाळीत मी ते वाढून घेतले. ब्रेड नावाप्रमाणेच दगडाच्या जातकुळीचा होता. पण रस्सा छान होता. त्यात गोडीला वाळवलेले प्रुन्स घातले होते.

बार्टनी बलुचीथेरिअमचे प्रवचन सुरू केले होते. माझे डोळे आता चुरचरत नव्हते आणि पाणीही गळायचे थांबले होते. बलुचीथेरिअमची सर्व माहिती आठवायचा मी प्रयत्न करू लागले. डेरा बुगतीमध्ये एका इंग्लिश माणसाला विसाव्या शतकाच्या सुरुवातीला पहिल्यांदा बलुचीथेरिअमचा सांगाडा सापडला. हा सांगाडा आजपर्यंत सापडलेल्या सर्व सांगाड्यांपेक्षा अतिविशाल होता. तीस दशलक्ष वर्षांपूर्वी ऱ्हायनोसेरससारखे हे अजस्र प्राणी पृथ्वीवर राहत होते. अर्थात ॲम्ब्युलोसीटसच्या तुलनेत ते वयाने लहानच होते.

१९९९ मध्ये काही पुरातत्त्वशास्त्रज्ञांनी उत्खनन करून पहिला सांगाडा बाहेर काढला. हा सांगाडा पुढील संशोधनासाठी कराचीला हलवायचे ठरले. दरम्यानच्या काळात हा सांगाडा त्या काळात तिथल्या जमातीच्या त्या वेळच्या प्रमुखाच्या घरी, अकबर बुगतीच्या घरी ठेवला गेला. या अकबर बुगतीच्या घरावर देशाच्या सैन्याने हल्ला करून त्याला ठार मारले आणि त्याचे घर उडवले. सर्वांनाच वाटले या हल्ल्यात बलुचीथेरिअमच्या अस्तित्वाची शेवटची खूणही पुसली गेली.

मला पुढचे काहीच माहीत नव्हते. मी विचारले,

"मग?"

"बुगतीने, त्या हलकटाने सांगाड्याची सगळी हाडं लाकडी पेट्यांमधून न ठेवता लोखंडी संदुकींमध्ये ठेवली होती. त्यामुळे ती वाचली." बार्टने झमझमच्या पाठीवर थाप मारली.

"म्हणूनच आपल्यालाही ॲम्ब्युलोसीटस जमिनीतून बाहेर काढायचा आहे आणि सुरक्षित जागी पोचवायचा आहे."

ॲम्ब्युलोसीटसचा काळ पन्नास दशलक्ष वर्षांपूर्वीचा आहे. त्यावेळी व्हेल जमिनीवरून पाण्यात शिरून पोहू लागले. आताच्या व्हेलच्या सुरुवातीच्या पूर्वजांचे, पॅकीसीटसचे अवशेष इथून काही शेकडा मैलांवर, उत्तरेला, पंजाबात सापडले होते.

पॅकीसीटस गोड्या पाण्यात राहत. त्यांचे कान जलचर सस्तन प्राण्यांसारखे शरीराच्या आत होते. ते फार खोल पाण्यात राहत नस्त. या भागात जे शेवटचे उत्खनन झाले ते जिंजरीचने केले. त्याला आर्टिओसीटस क्लॅव्हिस आणि ऱ्होडोसीटस बलोचीस्टॅनेनसीस या दोन प्रजातींचे सांगाडे सापडले. त्यामुळे व्हेल आर्टिओडॅक्टिलापासून विकसित झाले असल्याचा निष्कर्ष काढता आला. आर्टिओडॅक्टिलाचे खूर दुभंगलेले होते आणि ते गाई आणि हिप्पोंसारखे शाकाहारी होते. मग १९९२ मध्ये थेविसेनला ॲम्ब्युलोसीटसचे अनेक जीवाश्म सापडले. पण कुणालाच ॲम्ब्युलोसीटसचा संपूर्ण सांगाडा उत्खननाच्या जागेवरून आणता आलेला नाही.

"गिंजरीच २००० मध्ये इथे आला होता; पण अफगाणिस्तानमध्ये युद्ध सुरू झाले आणि त्याचे उत्खनन बंद केले गेले," बार्टने त्याच्या सॅकमधून एक पुस्तिका काढत असताना माहिती पुरवली. मला बार्टना तेच विचारायचे होते. जवळ जवळ दहा वर्षं त्यांनी इथे कुणालाही फिरकू दिले नव्हते.

"मग तुम्हाला कशी परवानगी मिळाली?"

बार्टनी त्या पुस्तिकेतून एक कागद काढून फडकवला.

"आहा, हेच ते!" त्यांनी घसा साफ केला आणि ते म्हणाले, "विचार करा, ती अँब्युलोसीटस पाठीवर ऊन घेत पाण्याच्या काठावर बसली आहे. पाणी तिच्या जाड्या भरड्या कातडीवर उडते आहे. पाण्यातील जादू तिला खुणावत आहे आणि तिच्या मनात पाण्यात उडी घेण्याची ऊर्मी उसळी घेत आहे."

माझेच शब्द! बार्ट माझा अर्ज वाचून दाखवत होते. मी आक्रसले. मी जिमी आणि झमझमकडे नजर टाकली. हसत होते का ते? की माझ्यामुळे ते ओशाळले होते आणि नजर चुकवण्यासाठी त्यांच्या ओशट ताटाकडे मी एकटक पाहत बसले होते? बार्ट एखादा विधीवत उपचार करावा तशा अविर्भावात होते.

"तिची सगळी रहस्ये तिच्या हाडात दडलेली आहेत. तिच्या कंबरेची हाडे, तिचे शरीराच्या आत सुरक्षित असलेले कान, त्या कानांमुळेच तिला पाण्याखाली गेल्यावरही ऐकू येत असेल. आणि तिच्या पायाच्या हाडाची, फीमरची लांबी. या सगळ्या माहितीतून आपल्याला तिच्या रहस्याचे धागेदोरे मिळतील. ती कोण आहे याचे आजपर्यंत दडून राहिलेले रहस्य, शास्त्राच्या हाती न लागलेले रहस्य उलगडेल!"

मी शरमेने लाल झाले.

"खरंच सांगते, मला वाटले या भागात यायला बंदी घातली गेली आहे."

बार्टनी माझ्या अर्जाचा कागद पुन्हा फोल्डरमध्ये टाकून दिला. त्यांच्या खिशातून त्यांनी एक टिनचे पानदान काढले. त्यातून एक बदामी आकाराचे विड्याचे पान काढले. त्याचा त्रिकोणी विडा केला आणि तोंडात टाकला. ते म्हणाले,

"या देशामध्ये परवानग्या मिळवण्यासाठी काय काय मार्ग शोधावे लागतात!"

“बार्ट त्यासाठी बारा महिने, चोवीस तास राबत होते,” जिमी.

बार्टनी त्यांच्या डोक्यावरून हात फिरवला.

“पांढरे झाले माझे केस या प्रकरणात!” ते संथपणे पान चघळत होते. मिनिटभराच्या शांततेनंतर ते म्हणाले, “सगळ्याचा तोल संभाळावा लागतो अशा वेळी!”

ते पुढे काय म्हणताहेत याकडे माझे लक्ष होते. त्यांच्याऐवजी झमझमच म्हणाला,

“तुम्ही ॲम्ब्युलोसीटसचे वर्णन फार छान केले आहे.”

माझ्या डोळ्यांमधून पुन्हा पाणी वाहू लागले. मी ते कसेबसे पुसून टाकले. त्या व्हेलच्या संदर्भात मी फारच स्वातंत्र्य घेतले होते. चुकलेच होते माझे. मी उगीचच उच्च स्वरात म्हणाले,

“माझ्या आई-वडिलांना मी इथे यायला नको होते. त्यांच्या मते यात फारच धोका आहे.”

“धोकादायक वाटणं हे ज्याच्या त्याच्या समजुतीवर अवलंबून आहे,” जिमी.

“आपल्या मुलांनी लहानाचं मोठं व्हावं आणि जीवाश्म शोधत फिरावं असं कोणत्याच पालकांना वाटू शकत नाही,” बार्ट.

झमझम म्हणाला, “मी ग्वाही देतो तुला, तुझ्या पालकांनी चिंता करावी असं काहीच नाही यात.”

“असो आणि आपल्याजवळ आपले रहस्यमय गुप्त शस्त्रही आहे.” बार्टने त्यांचा पंजा डोक्याच्या मागे नेऊन पसरून पंख्यासारखा झुलवला आणि माझ्याकडे पाहून मोकळेपणाने हसले. त्यांचे पानाने रंगलेले दात दिसले. त्यांनी अलिप्तपणे डोळे मिटून घेतले आणि ते आमच्यातून मनोमन विलग झाले. या सगळ्या योग्य त्या परवानग्या आणि मंजुरी त्यांनी कशा मिळवल्या, स्थानिक टोळ्यांच्या प्रमुखांचे आशीर्वाद कसे मिळवले, हे मी त्यांना नंतर कधीच विचारले नाही. त्यांनी काळजीपूर्वक, ठिकठिकाणी पैसे चारून, प्रलोभने दाखवून सगळी व्यवस्था केली असणार. या व्यवस्थेचा तोल सांभाळला जाईल याची दक्षताही ते घेत असणार. हे सगळे तर त्यांनी मला कधीच सांगितले नसते. ही भ्रष्टाचार करून परवानग्या मिळण्याची पद्धत शिष्टसंमत असल्याचे त्यांनी गृहीत धरले असणार. कारण सरतेशेवटी त्यांच्या मते या अशा देशांमध्ये हे असेच चालते. माणसांचा व्यापार होतो. खंडणी मागितली जाते आणि अगदी आपल्या पायाखालच्या जमिनीतून असला तरी हा खजिना मिळवण्यासाठी नियमांचे उल्लंघनही करावे लागते.

जिमीने मला ती सगळी छावणी फिरून दाखवली. मधल्या भागात उघड्यावर

स्वयंपाकाची व्यवस्था केलेली होती. आजूबाजूला एका अर्धवर्तुळात राहण्यासाठी तात्पुरते निवारे उभारले होते, तंबूवजा झोपड्याच म्हणा ना! मला आणि बार्टना स्वतंत्र तंबू दिले होते. जिमी आणि झमझम, दोघांची एकाच तंबूत व्यवस्था केली होती. एक स्वयंपाकी, एक ड्रायव्हर, दोन पहारेकरी आणि काही स्थानिक मजूर, जीवाश्मांच्या भोवती असलेले, लाल रंगाचे अत्यंत कठीण कवच भेदण्यासाठी! आमच्या आधी झालेल्या उत्खननात जी हाडे सापडली होती, ती सिमेंटइतक्या दणकट, लाल रंगाच्या मातीच्या थरात रांगेने गाडली गेली होती. आम्हाला संपूर्ण सांगाडा मिळायला हवा असेल तर प्रथम आमच्याकडच्या आयुधाच्या मदतीने त्या सांगाड्याच्या आजूबाजूने खणायला हवे आणि मगच खालचे दगड स्फोटके वापरून फोडायला हवेत. झमझम ही स्फोटके हाताळणारा मुख्य माणूस होता. त्याने त्याच्या स्फोटकांचा साठा आमच्या मुक्कामाच्या जागी, दक्षिणेला एका टिनच्या ट्रंकेत ठेवला होता.

मग पुन्हा एकदा खाणेपिणे झाले. स्टोन ब्रेड आणि रस्सा. त्यानंतर माझी झमझमबरोबर गाठ पडली, तात्पुरत्या उभारलेल्या स्वच्छतागृहाच्या बाहेर! त्याच्या हातात रिकामे झालेले पाण्याचे डबडे होते. हवा शांत आणि थंड होती. मी ॲलर्जीवरचे औषध घेतले होते. त्यामुळे मला आता थोडेसे बरे वाटत होते. झमझमने विचारले,

"तुम्ही स्टुपेंडेमीस जिओग्राफिकस बघितलाय?"

मला मजा वाटली.

"हो, काही दिवसांपूर्वी पाहिला. तुला माहिती आहे त्याची?"

"फक्त फोटो पाहिलेत. तुम्ही नशीबवान आहात. तुम्हाला तो प्रत्यक्ष पहायला मिळाला."

बरोबर बोलला होता तो. मी नशीबवान होते. विल्सन आणि गोल्डच्या त्या प्रशस्त दालनांमध्ये क्रोनोसोरस, स्टुपेंडेमीस आणि काचेची फुले तुझ्या हातात हात घालून मी बघितली होती. झमझम इथे का आला असावा? इथे येण्यामागे त्याची काय प्रेरणा असावी? मला प्रश्न पडले.

"तू या मोहिमेवर कसा काय आलास?"

"काही नाही, माझ्या वडिलांच्या मते तर इथे येण्याची कल्पनाही फार भयानक होती."

"हो? सांग ना मला, काय म्हणाले ते?"

"आता नको, पुन्हा केव्हातरी सांगेन."

तो वेगाने माझ्यापासून दूर गेला. मी त्याच्याकडे वळून बघितले. तो त्याच्या तंबूकडे जात होता. वरती आकाशात फिकटशी चंद्रकोर होती आणि असंख्य

चमचमत्या ताऱ्यांनी आकाश गच्च भरले होते.

पाठीवर उगवत्या सूर्याची किरणे झेलत, आम्ही भल्या पहाटेच दोन जीपमधून प्रवासाला सुरुवात केली. आमच्या सुरक्षारक्षकांनी आज युनिफॉर्म घातला होता- अर्ध्या बाह्यांचा शर्ट आणि खाकी पँट. त्यांच्या कंबरेच्या पट्ट्यात त्यांनी त्यांची बंदूक अडकवली होती. वाऱ्यावर उडणारा डोक्यावरचा फेटा नीट करताना तो सुरक्षारक्षक वळला आणि ती बंदूक माझ्या नजरेस पडली. क्षितिजावर तुरळक कुठे बाभळीची झाडे दिसत होती. आम्ही पुढे जात होतो तसतशा लांबवर दिसत असलेल्या सुलेमान पर्वतरांगा मागे हटत असल्याचा भास होत होता. हीच ती सवाना ट्रिक! सरतेशेवटी आम्ही उत्खननाच्या जागेवर येऊन पोचलो. इथून सुमारे दोनशे यार्डांवर बार्ट आणि जिमीने आमचे कार्यक्षेत्र आरेखित केले होते.

जिमी सेडिमेंटॉलॉजिस्ट होता. वाळू, माती, गाळ, क्षार यांच्या निर्मितीशास्त्राचा तो अभ्यासक होता. टेथिस समुद्राच्या क्षेत्रातील जमिनीचे थर ॲम्ब्युलोसीटसच्या वेळच्या पर्यावरणाच्या संदर्भात तपासून, तसेच वातावरण निर्माण करण्याचा प्रयत्न करणे, अशा वातावरणातच ॲम्ब्युलोसीटसचा जीवाश्म तयार झाला होता. मजुरीवर आणलेले कामगार त्यांच्या अवजड हातोड्यांनी त्या अजस्र लाल दगडांचे तुकडे करतील. मग झमझम, बार्ट आणि मी त्या चाळून घेतलेल्या तुकड्यांमधून हाडे, दात यांचे अवशेष सापडताहेत का ते पाहू. या इथे अगदी पहिल्या मिनिटापासून शारीरिक दमणुकीचे आक्रमण जाणवत होते. सकाळी, इतक्या लवकरही आम्ही कडक उन्हात भाजून निघत होतो. हवा ठप्प झाली होती. हजारो वर्षांपूर्वी सुकून गेलेल्या टेथिस समुद्राची लाल वाळू आमच्या अंगांवर माखली गेली होती. पहिल्या दिवसाची सकाळ तर भर्रकन सरली. आम्ही कँपवर जेवायला परत आलो. दुपारच्या जेवणाला उशीर झाला होता. मग ती रखरखीत दुपार तंबूतच काढली. स्वच्छता, आवराआवर करणे आणि साइटवर झालेल्या कामाची नोंदणी करण्याची निदान ढोबळ अशी एक पद्धत प्रस्थापित करण्यात वेळ घालवून बाहेर जाणे टाळलेच.

एक आठवडाभर मी तग धरला. दुसऱ्या सोमवारी बार्टने मला एका दगडाला टेकून, पाय दुमडून, गुडघ्यांवर डोके टेकून ओणवी बसलेले पाहिले. त्यांनी मला कँपवर परत जायला फर्मावले. मला डिहायड्रेशन झाले होते. माझ्या मानेवर प्रखर उन्हाने लाल चट्टे उठून ते चिघळू लागले होते. दोन पहारेकऱ्यांपैकी एकाने मला जीपने कँपवर सोडण्याची तयारी दाखवली. मी त्याच्याशेजारी जीपमध्ये पुढच्या सीटवर बसले. सगळ्या प्रवासात त्याने फक्त, 'मुल्तानच्या हॉस्पिटलमध्ये जायचंय का?' एवढेच विचारले. मी 'नाही' म्हणाले आणि ती सगळी दुपार मी माझ्या स्लिपिंग बॅगमध्ये पडून घालवली. साइटवरच्या हवामानाच्या त्रासाला मी बळी पडले

होते म्हणून मी स्वतःवरच रागावले होते. या प्रोजेक्टवर मी एकटीच बाई होते. पण केवळ त्यासाठी मला स्वतःला सिद्ध करायचे नव्हते. माझे बालपण फार सुरक्षित वातावरणात गेले होते म्हणून माझ्या आई-वडिलांसमोर मला सिद्ध करायचे होते आणि एलिजा, तुलाही माझ्यातले पाणी दाखवून द्यायचे होते.

तुझ्याबरोबर घालवलेला आठवडा ही माझ्यासाठी, माझ्यातल्या एका नव्या झुबेदाची सुरुवात होती, असे मी मनोमन ठरवले होते. आता मला स्वतःमध्ये बदल घडवून आणायचे होते. या जगात मला जे हवे ते मिळवण्याची ताकद मला माझ्यात जागवायची होती. माझ्यावर प्रचंड प्रेम करणाऱ्या माझ्या पालकांची लाडावलेली मुलगी, ही माझी ओळख मला पुसून काढायची होती. माझ्या अंत्यसंस्काराच्या पत्रिकेत माझी ओळख, 'जीवाश्मशास्त्रज्ञ, साहसप्रिय, पाषाणभंजक, उभयचर आणि एक लढाऊ-निंजा वृत्तीची बाई' अशी असायला हवी. कशाचाही स्वतःवर पटकन परिणाम होऊ न देणारी, अडेलतट्टू पण तरीही दिलखूश! हो, मला विनोदबुद्धी जागवायची होती. कुणालाही जराशी दहशतच वाटावी अशी फटकळ, बोचरी विनोदबुद्धी. मी स्वतःशीच हसत इतक्या वेळा निंजा, निंजा असा जप केला, की माझे ओठ कोरडेच पडले.

मी माझा फोन ऑन केला. रेंज अर्थातच नव्हती. बॅटरीही जवळजवळ संपलीच होती. पण मी फोनमधील गाण्यांची लिस्ट बघितली आणि त्यातले नीना सीमोनचे 'हिअर कम्स द सन' गाणे लावले. मला तुझा आवाज ऐकायची तीव्र इच्छा झाली. या ठिकाणाबद्दल तुला काहीतरी सांगावेसे वाटू लागले. उन्हाच्या झळांनी मानेवर जखम चिघळू लागली होती, झमझमच्या अवतीभोवती बडिशेपचा गंध दरवळत असे, तो बडीशेपच्या जंगली झुडपांच्या काड्या सतत चघळत असे आणि ते उत्खननातले, अंतरंगात रहस्ये दडवलेले, दणकट लाल दगड या सगळ्यांबद्दल तुला काही ना काही सांगायचे होते.

तुझ्या लक्षात येतेय का, अलायजा, हे असेच काहीतरी करून तू माझ्या भावविश्वात प्रवेश मिळवला होतास. केंब्रिजमध्ये आपण एकमेकांबरोबर होतो तेव्हाच फक्त नाही, तर नंतरही! मी मनातल्या मनात अव्याहत तुझ्याशी बोलत असताना, माझ्या कहाणीतल्या प्रत्येक वळणावर तू काय भाष्य केले असतेस, याची तळटीप माझ्या मनात असायचीच. वाळवंटातल्या त्या प्रकाशात तू कसा दिसला असतास, तुझ्या प्रतिक्रिया काय झाल्या असत्या, त्या शुष्क प्राचीन इतिहासाने भारावलेल्या वातावरणाचा तुझ्या आवाजावर कसा परिणाम झाला असता, हे असेच सतत मी तुला सांगत असायची. या वाळवंटातल्या, चंद्रावरच्या उंचसखल प्रदेशासारख्या जमिनीवर उभारलेल्या तंबूवरची हिरवी निशाणे पाहून तू काय म्हणाला असतास, वेळ काय झाली असेल, यासारख्या क्षुल्लक बाबीवर कसा

वाद घातला असतास आणि या सगळ्याचा तू काय अर्थ लावला असतास? मला माहीत आहे. या अशाच प्रकारे लोक एकमेकांच्या प्रेमात पडतात. एकमेकांच्या कानात कुजबुजलेल्या गुजगोष्टी, अकस्मात झालेल्या चुटपुटत्या भेटींमधून साकार झालेल्या एकमेकांबद्दलच्या प्रतिमा, एकमेकांशी बंध जुळत जाणे, हे कसे नशिबात लिहिलेलेच होते याचीच चर्चा नंतर होत असते.

संध्याकाळी झमझम आणि जिमी माझ्यासाठी खायला घेऊन आले. बरोबर डिहायड्रेशनवर उपाय म्हणून औषधाच्या पुड्याही घेऊन आले. झमझमने माझ्या अंथरुणाजवळ त्या पुड्या ठेवल्या आणि तो मागे वळून निघून गेला असेच मला वाटले. पण तो माझ्या सॅकमध्ये पाणी शोधत होता. त्याने माझ्या पाण्याच्या बाटलीत पुडीतले औषध घालून हलवले. मी विचारले,

"आज उत्खननात काही सापडलं?"

"काही नाही. फक्त भुतांची कुजबुज ऐकू आली."

मी डोळे उघडले. समोर झमझमचा सौम्य चेहरा आणि फिकट हिरवी झाक असलेले त्याचे डोळे दिसले. मी म्हणाले,

"उद्या मी साइटवर नक्की हजर असेन."

जिमी म्हणाला,

"मी अफगाणिस्तानात गेलो होतो तेव्हा कमीतकमी डझनभर वेळा तरी गरमीचा फटका खाल्ला होता. उष्ण, शुष्क हवामान तुम्हाला अक्षरशः ठार मारते."

झमझमचे सलाइन तयार झाले होते. त्याने ती बाटली माझ्या स्लीपिंग बॅगशेजारी ठेवली. त्या दोघांनी लवकरात लवकर निघून जावे, असे मला वाटत होते पण माझे जेवण होईपर्यंत इथेच थांबण्याचा त्यांचा इरादा असावा. मी ब्रेडचा एक घास घेतला. तो घास माझ्या तोंडात घोळायला लागला. मी विचारले,

"अफगाणिस्तानात तू युद्ध करत असताना कसं वाटत होतं?"

"युद्धावर जाऊन मी कर्ज नक्की फेडू शकलो होतो," जिमी.

"माझे वडील गेले होते युद्धावर," मी.

"ते मुक्ती बाहिनीत होते का?" झमझम.

मी मान डोलावली. मला नवल वाटले. झमझमला स्वातंत्र्यसेनेचे बंगाली नाव माहीत होते.

"बांगलादेश पूर्वी पाकिस्तानात होता. माझे वडील देशाच्या स्वातंत्र्यासाठी लढले होते," मी जिमीला माहिती पुरवली.

"ध्येयासाठी, काही चांगल्या कारणासाठी लढण्यात काय झिंग असते ते मला अनुभवायला मिळालं असतं तर!" जिमी हळहळला.

मी हातातली ताटली खाली ठेवली आणि झमझमच्या सलाइनचा घोट घेतला.

त्याच्या खारट गोड चवीने माझी एक जुनी आठवण जागी झाली. रस्त्यावरचा ऊस खाल्ल्यावर मला अपचन झाले होते तेव्हा असे खारट गोड पाणी मला प्यायला दिले होते. मी म्हणाले,

"थँक यू. आता बरं वाटतंय मला." झमझमने कपाळापाशी हात नेऊन सलाम ठोकला आणि माझा निरोप घेतला. त्याच्या त्या चेहऱ्यावर मला एक सुपरिचित भाव दिसला. सुतकी पण तरीही एक उत्कट भाव. असा सुतकी तरीही उत्कट भाव मी माझ्या आई-वडिलांच्या चेहऱ्यावर पाहिला होता. जगाचे पुनर्निर्माण करण्याची ताकद असल्याचा भाव! झमझमकडे पाहिले तेव्हा मला वाटले की झमझम मला काहीतरी सांगू बघतोय. पण मी फारच दमलेली होते आणि माझे डोकेही भणभणत होते. त्यामुळे तो बाहेर पडल्याक्षणी मी डोळे मिटून घेतले आणि माझ्या डोक्यातले त्याबद्दलचे विचारही कुठल्या कुठे पळाले.

दुसऱ्या दिवशी सकाळी बार्टने तो दिवस कँपवरच राहायची घोषणा केली. मला झालेल्या उष्माघातामुळे काही त्यांनी हा निर्णय घेतला नव्हता तर आमच्या कँपवर त्या दिवशी जेवायच्या वेळेपर्यंत काही पाहुणे येणार होते. सकाळी मी माझ्या तंबूतून बाहेर आले तेव्हा जेवणाची सर्व व्यवस्था केलेली दिसत होती. कँपच्या मध्यभागी सावलीत, रसोईच्या व्यवस्थेजवळ प्लॅस्टिकच्या शीट्स आणि टेबलक्लॉथ अंथरून बसण्याची सोय केलेली होती. बार्टच्या तंबूतून लोड आणलेले होते. चारपाया, त्यावर टिनचे पेले आणि ताटेही अर्धगोलाकृती लावून ठेवलेली होती. बार्ट सतत विड्या वळून पीत होते, विडे करून, चघळून खात होते. आरडाओरडा करून कँप नीटनेटका करण्याच्या सूचना देत होते. रसोई भराभर उरकण्याचा तगादा लावत होते. वातावरणात खारवलेल्या मांसाचा आणि ताज्या रोट्यांचा खमंग वास भरून राहिला होता.

'मी बुरखा घालून चेहरा झाकला तर बरे होईल' असे बार्टचे मत होते. मी मग तसेच केले. त्यांनी मला जरा मागेमागेच राहण्याची सूचनाही केली. म्हणजे मी शक्यतो माझ्या तंबूतून बाहेर येऊच नये आणि आलेच तर कुणाशीही बोलू नये अशी ही सूचना होती. 'आज कोण येणार आहे' ते मला जिमीला विचारायचे होते पण सकाळच्या न्याहारीनंतर तो नजरेस पडला नव्हता.

मध्यान्हीच्या सुमारास एक जीपचा ताफा येऊन ठेपला. डझनभर माणसे खाली उतरली आणि बार्टने त्यांचे गळाभेट घेऊन स्वागत केले. त्यांनीही मग प्रेमाने हात दुमडून छातीवर धरले. जिमी आणि झमझम पुढे झाले. बार्टने त्यांची ओळख करून दिली. झमझमने त्या माणसासमोर जमिनीवर लोटांगण घातले आणि त्याला नमस्कार केला. त्या माणसाने वाकून झमझमच्या डोक्यावर हात ठेवला आणि झमझम उठून उभा राहिला तेव्हा त्याला प्रेमाने आलिंगन दिले. कुणीतरी पुढे आले

आणि त्याने सर्वांना स्टोन ब्रेड आणि बकऱ्याच्या मांसाचे भाजलेले तुकडे वाढले. माझ्या बुरख्याआडून मला सगळे दिसत होते. ती माणसे अशा खुबीने जेवायला बसली होती की जेवतानाही त्यांना ते अंगावर वागवत असलेल्या बंदुका काढून ठेवाव्या लागल्या नव्हत्या. बार्ट त्यांच्याशी 'बलोची' भाषेत संभाषण करत होते. मधूनच त्यांच्यात हास्यविनोदही होत होते. झमझम किंवा जिमी या दोघांपैकी कुणीही तोंडातून अवाक्षरही काढले नाही. मग चहा झाला आणि सगळ्यांना चिलीमही दिली गेली. झमझमने ज्याच्यासमोर लोटांगण घातले होते तो माणूस उठून उभा राहिला. त्या माणसाचा चेहरा पेनाने रेखाटल्यासारखा रेखीव होता. तो प्लॅस्टिकच्या शीटवर पाय रोवून उभा होता. त्याने छोटेसे भाषण केले. त्याचे भाषण संपल्यावर झमझमने येऊन पुन्हा त्याच्या पायावर लोटांगण घालेपर्यंत तो तसाच तिथे उभा राहिला. मग तो सर्वांना घेऊन त्यांच्या जीपच्या ताफ्याकडे गेला आणि ते निघून गेले. त्यांच्या भरधाव वाहनांमुळे रस्त्यावर लाल धुळीचे लोट उसळले, एखाद्या ड्रॅगनच्या उच्छ्‌वासासारखे!

"काय म्हणत होते ते?" मी बार्टना विचारले.

"काही नाही, आमच्या पुतण्यावर लक्ष असू द्या म्हणत होते," बार्ट.

सरतेशेवटी माझ्या लक्षात आले की झमझम त्या भागातल्या सर्वांत बलाढ्य टोळीच्या प्रमुखाचा, डिडॅग बलोचचा मुलगा होता आणि हा टोळीप्रमुख पुढे-मागे त्यांचा सध्याचा पुढारी बुगती यांचा वारसदार होण्याची शक्यता होती. डिडॅग बलोच स्वतः आले नव्हते. जे वयस्क बुजुर्ग आले होते ते झमझमचे काका होते, त्यांचे नाव अब्रार बलोच. नंतर मी सगळी दुपार माझ्या तंबूतच घालवली. आता झमझमकडे मी वेगळ्याच दृष्टिकोनातून पाहत होते. आमच्यात काहीतरी एक समान धागा होता. आम्ही दोघेही आमच्या मूळ गावापासून कुठेतरी फार दूर येऊन पोचलो होतो. त्याच्या वडिलांनी त्याचे असे कसे संगोपन केले होते? तो आपल्या टोळीचे भविष्य घडवणारा कठोर म्होरक्या न होता जीवाश्मात रमणारा मवाळ माणूस म्हणून कसा काय घडला होता? तो जे उत्खननाचे क्षुल्लक काम करत होता त्यापेक्षा आपल्या देशाच्या रक्षणाची पराकाष्ठा करणे, प्रस्थापितांविरुद्ध दंड थोपटणे, तांब्याच्या खाणी धुंडाळणाऱ्या चोरांना रोखणे हीच त्याची अमूल्य कर्तव्ये आहेत हे त्याच्या वडिलांनी त्याला सांगितले नसेल का?

मी यापैकी काहीच झमझमला म्हणाले नाही. पण जेव्हा उन्हे उतरली आणि आम्ही एकमेकांना सामोरे आलो तेव्हा मी सरळसरळ त्याच्या डोळ्यांना डोळे भिडवू शकले. जणू मला त्याला स्वच्छपणे जाणवून द्यायचे होते की तो कोण होता याबद्दल निःसंशय मला सगळे माहीत होते आणि त्याबद्दल मला काडीमात्र शंका नव्हती.

आणि मग आम्हाला डायनाच्या शेपटीचा छडा लागला. खरे म्हणजे झमझमलाच तिचा सुगावा लागला. झमझमचे काका येऊन गेल्यावर आठवड्यानंतरची गोष्ट. मी आणि बार्ट आमच्या समोरचे दगड छिन्नीने तासत होतो. झमझम धावत आला. त्याला मुठीच्या आकाराचे एक हाड सापडले होते आणि ते त्याला विशेष वाटत होते. आम्ही हातातले काम सोडले आणि त्याने दाखवलेल्या जागेभोवती तीन फूट त्रिज्येची जागा सोडून काळजीपूर्वक खोदायला सुरुवात केली. तिथेच दुसरे जरासे लहान हाड काही इंचांवर आढळून आले. मग डोक्यावर तळपणाऱ्या सूर्याची तमा न बाळगता आम्ही कामात बुडून गेलो. लवकरच आकाराने मोठ्या होत गेलेल्या हाडांची मालिकाच आम्हाला त्या खडकात सापडली. आम्ही पाचव्या हाडाशी पोचलो आणि अंधार पडायला सुरुवात झाली. बार्टने आजचे काम बंद करायचा निर्णय घेतला. संपूर्ण दिवसात आम्ही एकमेकांशी अगदी जुजबीच बोललो होतो; पण आम्ही कँपवर जायला निघालो आणि एकाच वेळी सगळ्यांना बोलायची घाई झालेली होती.

"तिसऱ्या हाडावरच्या खाचा बघितल्या?"

"त्या आकारावरून दोन मणक्यांमधले अंतर काढता येईल?"

"या पाठीच्या कण्याचा शेवट गाठला की लगेच कंबरेचे हाडही मिळेलच."

"ते धड असायला हवे."

"हो, ते सुस्थितीत असले म्हणजे मिळवली."

झमझमला तो सगळा भाग लवकरात लवकर डायनामाइटच्या साहाय्याने मोकळा करून हवा होता. पण बार्टने हातातल्या अवजारांचाच वापर करण्याचा आग्रह धरला. काही वेळा वादही झाला पण बार्ट ठाम होते. मग आम्ही त्या कामावर आमचे लक्ष केंद्रित केले आणि ती हाडांची मालिका खोदून काढायच्या मागे लागलो. नंतर रोजच पहाटे पहाटे कामाला लागून अंधार पडल्यावरच आम्ही छिन्नी खाली ठेवायचो. संध्याकाळी या सांगाड्याला नाव काय द्यावे यावर चर्चा व्हायच्या. अगदी पहिल्या क्षणापासून हा मादीचा सांगाडा असावा अशी माझी धारणा झाली होती. आमचे सर्वांचेच यावर एकमत झाले होते. जिमीने नाव सुचवले शिकाऱ्यांची डायना- रोमन देवता! त्याच्या दुसऱ्याच दिवशी झमझम डायनाच्या उजेडात आणलेल्या आठव्या मणक्यावर ओणवा झाला आणि त्याने हलक्या आवाजात प्रार्थना म्हटली.

"काय करतोय हा?" जिमीने विचारले.

"ही हाडे म्हणजे निसर्गाच्या कृपेचे शानदार प्रतीक आहे." झमझम त्याचे हिरवट घारे डोळे माझ्या डोळ्यांना भिडवत म्हणाला.

दुसऱ्या दिवशी सकाळी मला बार्टच्या आवाजाने जाग आली. 'त्याला आपल्या इथे ठेवून घ्यावच लागेल' असे काहीतरी ते म्हणत होते. मग दुसरा आवाज आला. जिमीचा आवाज -

"त्याला ते सांगायला लागेल."

"मला अजून काही दिवस तरी हवेत. निदान कमरेच्या हाडापर्यंत तरी जायला हवे," बार्ट.

या स्वरूपाचे काहीतरी बोलणे त्यांच्यात चालू होते. मग काहीतरी तोडगा निघाला असावा. दोघांचे आवाज थंडावले. जिमी सरतेशेवटी म्हणाला,

"ठीक आहे पण या सगळ्याची जबाबदारी तुमची!"

मग एक पत्रकार आपल्या कॅमेरामनला घेऊन साइटवर आला. आम्ही डायनाच्या अवतीभोवती आपापली आयुधे घेऊन उभे राहिलो. बार्टनी डायनाच्या कमरेच्या हाडावरची माती हलक्या हाताने जपून, झाडून काढली. त्या पत्रकाराने फोटो काढले आणि आमच्या या कामगिरीबद्दल आमचे अभिनंदन केले. त्या रात्री आमच्या तंबूत आमच्याकडे असलेली सुमार व्हिस्की पिऊन आम्ही हा आनंद साजरा केला. झमझम व्हिस्की न पिता पेप्सी प्यायला. आम्ही आमच्या जर्नलमध्ये लिहायच्या लेखाबद्दल चर्चा केली.

त्या रात्री मला झोपच लागत नव्हती. पुढचे काही आठवडे, काही महिने मी ते जीवाश्म दगडांमधून सोडवणार होते, स्वच्छ करणार होते, मिशिगनला पाठवणार होते आणि संग्रहालयात सांगाडा तयार करणार होते. मी हे सगळे तुला कधी सांगते असे मला झाले होते. त्या काचेच्या फुलासारखे माझ्या कष्टांचे फलित लवकरच सर्वांच्या पुढ्यात झळकणार होते. लोक त्याभोवती गर्दी करणार होते, त्या कपोलकल्पित प्राण्याबद्दलच्या दंतकथांची चर्चा करणार होते. या शुष्क, वैराण जागेत, जिथली वाळूही इतिहासपूर्व काळात निर्माण झाली होती, तिथेच माझे भविष्यही आकाराला येत होते. दुसऱ्या दिवशी दुपारी आमचा एक ड्रायव्हर क्वेट्टाहून वर्तमानपत्र घेऊन आला. पहिल्याच पानावर बार्टचा फोटो होता. त्यांच्या नजरेत चमक होती आणि ते अत्यंत देखणे दिसत होते.

आमचे काम अव्याहत चालू होते. त्या उत्तेजित वातावरणात जिमी आणि बार्टमध्ये झालेले संभाषण मी पार विसरून गेले होते. ते एक दिवास्वप्न असल्याची भावना उरली होती. डायनाच्या भोवती असलेला दगड इंचाइंचाने फोडून काढून डायनाला मोकळी करण्याच्या मागे आम्ही लागलो होतो. ऑक्टोबर महिना संपत आला होता. आता दुपारीही फारशी गरमी नसायची. त्यामुळे अगदी अंधार पडेपर्यंत आमचे काम चालायचे. आमचे खोदकाम संपतच आले होते. एके दिवशी मी आणि

जिमी सापडलेल्या छोट्या छोट्या हाडांच्या नोंदी करत बसलो होतो. तेवढ्यात बार्ट आमच्या तंबूत शिरले. त्यांच्याबरोबर सैन्याचा गणवेश घातलेला एक माणूस होता.

"तुम्ही जे काही करताय त्याची साद्यंत माहिती मला हवी आहे," तंबूवर नजर फिरवत त्या माणसाने आम्हा सर्वांभोवती बोटाने वर्तुळ रेखत फर्मावले. त्याने इस्त्री केलेली पँट परिधान केली होती आणि डोक्यावर टोपी होती. कोटावर रंगीबेरंगी पट्ट्या होत्या. बार्ट म्हणाले,

"मी सांगितलं ना तुम्हाला; आम्ही संशोधक आहोत. आम्ही फक्त जीवाश्म शोधतो. आम्हाला एक जीवाश्म नुकताच काही आठवड्यांपूर्वी सापडला आहे."

"ते तुमच्या रोजच्या रिपोर्टमध्ये तुम्ही लिहिलं नाही. ते पेपरातून कळलं आम्हाला."

बार्टनी इकडेतिकडे पाहिले आणि ते म्हणाले,

"याबाबत चर्चा करायची ही जागा नाही."

"ते आम्ही ठरवणार, चर्चा कुठे करायची. तुम्ही नाही."

तो माणूस बार्टच्या टेबलापाशी गेला आणि दाणकन टेबलावरच्या कागदांच्या गठ्ठ्यावर हात मारला. त्यातले काही कागद उडून खाली पडले. मी ॲम्ब्युलोसीटसबद्दल अर्जामध्ये लिहिलेली गोष्ट त्यातच होती की काय! ...मला भीती वाटली.

"तुम्ही कबूल केलेले देतीलच याबद्दल जनरल अलमना आता खात्री वाटत नाही."

"आम्ही एक नवा इतिहास घडवण्याच्या उंबरठ्यावर आहोत."

"या इथे तुमचा इतिहास घडवण्याचं स्वातंत्र्य तुम्ही गमावलं आहे."

आणि त्याच वेळी झमझम हातात छिन्नी घेऊन तंबूत शिरला. बार्टने त्या अधिकाऱ्याकडे बघितले. त्यांची नजर माझ्याकडे आणि जिमीकडे वळली आणि मग त्यांनी झमझमकडे बघितले. झमझम मागे वळून पळ काढण्याच्या बेतात होता. पावले दोन पावले पळाला असेल तोच त्या अधिकाऱ्याने त्याला गाठले. त्याचा हात खेचून एखाद्या बारक्या कुत्र्यासारखे जमिनीवर भिरकावून दिले आणि खाली वाकून त्याचा गळा गच्च आवळून धरला. झमझम गुदमरू लागला. त्याने छिन्नीने त्या अधिकाऱ्याच्या पायावर वार करायचा निष्फळ प्रयत्न केला.

मला एकदम दोह्याच्या फ्लाइटवर माझ्याशेजारी बसलेल्या एक काकू, मावशी टाइपच्या बाई आठवल्या. त्यांनी मला 'माझे लग्न झाले आहे का?' विचारले होते. त्यांच्या या प्रश्नाचे उत्तर द्यायलाच हवे असे मला वाटले. माझे लग्न माझ्या देशातल्याच एका छान मुलाशी ठरले असल्याचे मी त्यांना सांगितले. मी तो प्रसंग पुन्हा एकदा आठवू लागले. त्या बाई, त्यांनी केसांवर मारलेल्या स्प्रेचा वास, त्या मला ज्या प्रकारे 'डार्लिंग' म्हणत होत्या ते सगळे मला आठवत होते.

"एखाद्या दहशतवाद्याला आसरा देण्याची शिक्षा काय आहे? कल्पना आहे प्रोफेसर?" झमझमच्या छातीवर पाय रावून त्या अधिकाऱ्याने बार्टना विचारले.

"माझ्या वडिलांना फोन करा, प्लीज!" झमझम विनवत होता. त्या अधिकाऱ्याने त्याला जबरदस्त ठोसा मारला. त्या माराने झमझम गर्रकन फिरला. मी माझ्याही नकळत जॅकेटच्या खिशातून एक फडके काढले आणि त्याच्याकडे धावले, त्याच्या नाकातून वाहणारे रक्त थांबवायचा प्रयत्न करू लागले. (काल हेच फडके मी दगडातून अर्धवट बाहेर डोकावत असलेल्या त्या जीवाश्माच्या खजिन्यावरची धूळ झटकायला वापरले होते) तो अधिकारी माझ्याकडे वळला आणि म्हणाला,

"आपण इथून निघा मॅडम."

"पण हा फक्त पहारेकरी आहे इथला," मी.

"मग दुसरं काय असू शकतो तो?" मान तिरपी करत त्याने विचारले.

"सोड, तू नको पडू यात. आपल्या हातात काहीच नाही." बार्ट म्हणाले आणि त्याच वेळी आम्हा सर्वांपेक्षा उंच असलेला जिमी उठून उभा राहिला.

"त्याने काहीच केलेलं नाही." मी पुन्हा म्हणाले. मी मध्येमध्ये का बोलत होते ते माझे मलाच कळत नव्हते. जिमी आमच्याकडे सरकला. त्याने प्रतिकार करावा, तो प्रतिकार करेल असे मला वाटत होते. जिमीने मला बाजूला ओढले. आणि त्या माणसाने झमझमच्या नाकावर त्याच जागी दुसरा जबरदस्त ठोसा लगावला. या दुसऱ्या ठोशाने झमझमच्या नाकातून उडालेल्या रक्ताच्या चिळकांडीचे थेंब माझ्या मागे घेतलेल्या हातावर उडाले. जिमी मला माझ्या तंबूत घेऊन आला.

"हलू नकोस इथून," जिमीने मला बजावले आणि माझ्या तंबूची झिप त्याने बंद केली. मी आतूनच बाहेरचा अंदाज घेत होते.

झमझमला बाहेर ओढत आणल्याचा आवाज येत होता. झमझमचा क्षीण प्रतिकारही कळत होता. वाळूत बुटांचे पाय घासटण्याचा, गाडीचे दार धाडकन लावल्याचा आवाज आला आणि क्षणार्धात सगळे निघून गेले. जिमीने माझ्या तंबूची झिप उघडली आणि मला बाहेर काढले. मी रडतच होते बहुधा. मला नीटसे काही आठवतच नाहीये. बार्ट त्या सैनिकांपैकी एकाशी बोलायचा प्रयत्न करत होते; पण तो नुसताच मख्खपणे उभा होता. अखेर ते त्या सैनिकामागून जीपमध्ये चढले आणि निघून गेले. जाता जाता आठवणीने 'डायनाची काळजी घ्या रे' म्हणून सांगून गेले.

जिमी आणि मी, काय करावे, कसे करावे याचाच विचार करत होतो. आम्हाला डायनाचा सांगाडा उकरून काढायचा प्रयत्न करता आला असता. साइटवर डायनामाइट कुठे आणि कसे पेरायचे हे झमझमने आम्हाला दाखवले होते. त्याबरहुकूम आम्ही स्फोट घडवून आणण्यात यशस्वी झालो असतो. पण पुढे काय करायचे याची आम्हाला कल्पना नव्हती. डायनाच्या सांगाड्याची हाडे साइटवरून हलवता येतील,

ती या देशाची सीमा पार करून बाहेर नेता येतील, अशी अपेक्षा करण्यात काहीच अर्थ नव्हता. तो सांगाडा होता तिथेच पुन्हा जमिनीत गाडून दडवणे, एवढी एकच गोष्ट आम्ही करू शकत होतो. आणि आम्ही तेच केले. नंतर कित्येक महिने आमच्या या निर्णयाने माझी झोप उडवली होती.

आम्ही बाटलीतली उरलेली दारू संपवली आणि सगळी दुपार डायनाला पुन्हा मातीच्या आड दडवण्यात घालवली. आम्ही खणून काढलेला भाग पुन्हा एकदा फावड्याने वाळू ढकलत ढकलत भरून काढला. घातलेली कुंपणे काढली, दिशादर्शक हलवले. सांगाड्याची ढोबळ रूपरेषा दर्शवणारा आराखडाही पुसून टाकला. जिमीने एक विडी वळली होती आणि ही सगळी कामे घाईघाईने कशीतरी उरकताना आम्ही त्या विडीचे आळीपाळीने झुरके मारत होतो. अखेर अंधार पडल्यावर काम करणे अशक्य झाल्यामुळे आम्ही कँपवर परतलो. कँपवर आल्यानंतर सॅटेलाइटचा वापर करून मी काही फोन करायचा प्रयत्न केला; पण एकही फोन लागला नाही.

एलिजा, एक फोन मी तुलाही करून बघितला.

तुला फोन करताना मी विचार करत होते की या अशा परिस्थितीत काय बोलायला हवे, हे तुला नक्की माहीत असणार आणि मुळातूनच इथे येण्याचा माझा निर्णय कसा चुकीचा होता, याबद्दल तू अवाक्षरही काढणार नाहीस. आम्हाला असलेल्या धोक्याची कल्पना नक्कीच मला होती; पण मनोमन झमझमची काळजीच जास्त वाटत होती. तो मेलाय की त्याचा मरणप्राय छळ केला जातोय याची आम्हाला काहीच माहिती नव्हती. मला डायनाच्या भविष्याचीही काळजी वाटत होती. बलुचीथेरिअमसारखे तिच्या नशिबातही जमिनीत गाडलेल्या अवस्थेत राहायला लागणार होते आणि तिची खरी ओळख पटणारच नव्हती का?

जिमीने बार्टच्या सामानाची उचकापाचक केली आणि त्याला आणखी एक व्हिस्कीची बाटली सापडली. त्या दारूच्या धुंदीत माझ्या नजरेसमोर सतत दुसरा ठोसा खाल्ल्यानंतरचा झमझमचा जखमी चेहरा तरळत होता. ती मूठ त्याच्या आधीच चेचलेल्या नाकावर पडताक्षणी त्याचा सर्व लढाऊ बाणा विरून गेला होता. मी जितका या गोष्टीचा विचार करत होते तितक्या वेळा मला जाणवत होते की, त्याला पकडून नेणे यात काहीच चमत्कारिक नव्हते. चमत्कारिक होते ते त्याचे इथे या साइटवर असणे. या कामासाठी बार्टने संरक्षण दलाबरोबर जो करार केला होता त्याविषयी जिमीने मला सांगितले. बार्टने या उत्खननाच्या परवानगीच्या बदल्यात झमझमवर नजर ठेवण्याचे संरक्षण दलाला आणि दुसरीकडे जनरल अलमच्या पुढच्या व्यूहरचनेची माहिती देण्याचे डिडॅग बलोचना कबूल केले होते. बार्टना दोन्ही पार्ट्यांकडून फायदा मिळवायचा होता; पण झमझमच्या बदल्यात नक्कीच नाही. संरक्षण दलाचा मात्र तोच डाव असावा. झमझम त्यांच्या ताब्यात आला की या

भूभागावर वर्चस्व प्रस्थापित करण्याच्या या लढाईत संरक्षण दल डिडॅग बलोचपेक्षा वरचढ ठरणार होते. या धोक्याबद्दल जिमीने बार्टशी वादही घातला होता; पण पुरेसे प्रयत्न न केल्याबद्दल आता तो स्वतःलाच दोष देत होता. अर्थात बार्टनी सर्व परिस्थितीवर त्यांचा ताबा असल्याची ग्वाही त्या वेळी दिली होती.

या सगळ्या अवधीत झमझम आमचे छुपे शस्त्र होता. या वाळवंटातल्या संकटाना तोंड देणारा तो आमचा संरक्षक ताईत होता. तो आता शत्रूच्या ताब्यात होता. त्याच्या वडिलांची नजर आता आमच्याकडे वळली असती. त्याचा विश्वासघात केल्याचे पुरावे त्यांनी आमच्या उत्खननाच्या काळजीपूर्वक केलेल्या नोंदींमध्ये शोधले असते. या विचाराने मला आणखीच अपराधी वाटायला लागले. मी आधीच सजग व्हायला हवे होते, झमझम आणि बार्ट दोघांकडे अधिक लक्ष द्यायला हवे होते या अपराधी भावनेने माझी भीती दबून गेली होती. पण आता फार उशीर झाला होता.

दुसऱ्या दिवशी सकाळी त्या संरक्षण दलाच्या जीपमधून बार्ट एकटेच कँपवर परतले. हातकड्या घातल्या नव्हत्या; पण त्यांना अटक केली होती की नव्हती याचा काहीच अंदाज लागत नव्हता. पण त्यांच्याबरोबर सैन्यातील एक माणूस होता आणि बार्टच्या सगळ्या हालचालींवर त्याची हुकूमत असल्याचे जाणवत होते. त्यांच्या चेहऱ्यावरच्या सुरकुत्या ठळकपणे जाणवत होत्या. त्यांचा चेहरा उतरला होता. त्यांचे सतत पान चघळणे बंद होते. त्यामुळेही असेल कदाचित; पण त्यांचा चेहरा आणखीच रयाहीन दिसत होता. आम्हाला आमचा कँप गुंडाळण्याच्या सूचना दिल्या गेल्या. बार्टनी खोल आवाजात मला सॉरी म्हटले. ते म्हणाले,

''मी तुझ्या पर्यवेक्षकांना कळवतो.''

आम्ही आमचे सर्व सामान जीपमध्ये टाकले. जीपच्या ड्रायव्हरने मेटलफ्रेमचा गॉगल घातला होता. त्याने एअर कंडिशनर पूर्ण क्षमतेत सुरू केला आणि तो आम्हाला 'सुई' ला घेऊन गेला. सुईहून एका छोट्याशा विमानाने आम्ही 'सकर'ला गेलो आणि सकरहून विमान बदलून कराचीला पोचलो. कराचीला आम्ही तिकिटे बदलून घेतली, एअरपोर्ट टॅक्स आणि कस्टमचा फॉर्म भरला. आमच्याजवळ आमच्या छिन्न्या, हातोडे आणि लिक्विड प्लॅस्टिक काय ते होते. आमचे मिळवलेले नमुने डायनाच्या हाडांचे तुकडे तिकडेच त्या साइटवर बेवारशी, उघड्यावर पडले होते. झमझमला मदत करण्यासाठी आपण काय करू शकतो याची जिमी बार्टकडे सारखी विचारणा करत होता. कुठे वशिला लावणे शक्य होते का, त्याचा ठावठिकाणा, सुगावा मिळू शकेल का... एक ना दोन. डेरा बुगतीहून ज्या माणसाने आम्हाला इथपर्यंत आणून सोडले होते, त्याच्याकडे जिमीची वारंवार नजर वळत होती. एका क्षणी तर 'झमझमची जोपर्यंत मुक्तता होत नाही तोपर्यंत जिमी पाकिस्तानातून हलणार नाही' असे जिमीने जाहीर करून टाकले. बार्टने त्याची

समजूत काढली. जिमीच्या दणकट दंडावरचा बार्टचा हात मला अजूनही लख्ख आठवतो आहे.

आता माझ्या फोनला सिग्नल मिळायला लागला होता. तुझा मेसेज मी वाचला,

'फ्लाय मी टु द मून.'

ढाक्याला जाणाऱ्या विमानाच्या उड्डाणाची घोषणा झाली. मी गेटवर बार्ट आणि जिमीचा निरोप घेतला. विमानाला जोडलेल्या झुलत्या पुलावर मी पाय ठेवला आणि मला एकदम सगळे संपल्याची जाणीव झाली. आम्ही आता कधीच डायनाला उजेडात आणू शकणार नव्हतो. तिचा काळ ठरवू शकणार नव्हतो. आम्ही एका कुठल्या तरी काळकोठडीत खितपत पडलेल्या माणसाला दैवाच्या हवाली करून निघून चाललो होतो. त्याच वेळी मी तुझ्या मेसेजला उत्तर लिहिले,

'नोबडी लव्हज यू व्हेन यू आर डाउन ॲन्ड आउट.'

झमझमला अटक झाल्यानंतर झमझमच्या आईने क्वेट्टा प्रेस क्लबच्या बाहेर सदुसष्ठ दिवस धरणे धरले होते. तिच्या कपड्यांवर तिने झमझमचा फोटो पिनेने टाचला होता. नंतर तिने आपला मुक्काम हायकोर्टाच्या समोर हलवला. तिने इस्लामाबादमध्ये नाहीशा झालेल्या मुलांच्या पालकांचा एक गट तयार केला. 'बेपत्ता मुलाची आई' असा तिचा उल्लेख केला जात होता. स्थानिक पेपरांमधून तिच्या विषयी येणाऱ्या बातम्यांच्या लिंक्स जिमी मला नियमितपणे पाठवत असे. काही वर्षांनंतर 'त्याचे काय झाले?' याची माहिती मिळण्याची आशा सोडून दिल्यावर अचानक एक दिवस झमझमला त्यांनी सोडून दिले. तो घरी आला तेव्हा त्याचा चेहरा आणि त्याच्या आईने त्याचा जो फोटो सतत स्वतःजवळ बाळगला होता त्या फोटातला चेहरा यांच्यात काहीच साम्य उरले नव्हते. इतकेच काय, त्याचा चेहरा, 'चेहरा' म्हणायच्या अवस्थेतही नव्हता. तो कुठून परतून आला होता कोण जाणे! पण मरण्यापूर्वी त्याने शेवटची इच्छा सांगितली. आमचा उत्खननाविषयी माहिती असणाऱ्या काही लोकांच्या गटातून फिरत फिरत ही त्याची इच्छा अशा लोकांपर्यंत पोहोचली, ज्यांनी बंडखोरीचे हे शेवटचे काम पार पाडले. एकेक हाड गोळा करत त्यांनी डायनाचा संपूर्ण सांगाडा माझ्याकडे पोचता केला होता. मला नक्की वाटतंय की हे काम त्याच्या वडिलांचेच असावे. आता त्यांच्याजवळ त्यांच्या मुलाच्या अंतिम इच्छेव्यतिरिक्त काहीच शिल्लक नव्हतं. माझी खात्री आहे की त्यांना त्यांचा मुलगा हा असा व्हायला नको होता. मुलाने आपल्या लढाऊ वृत्तीच्या वडिलांचीच गादी पुढे चालवावी, असे त्यांना वाटत असावे. आणि याबद्दल आता त्यांना शरम वाटत असावी म्हणूनच त्यांनी डायनाचे उत्खनन करवून घेतले असावे, यावर मला विश्वास ठेवावा असे वाटत होते. मला असे मुळीच वाटत नाही की ही इच्छा पूर्ण

करणे, हे ते विरोध दर्शवण्याचे एकमेव साधन होते. उलट या कृतीतून काहीच अर्थबोध होत नव्हता. कदाचित त्याला त्याच्या सहकाऱ्यांना हेच सांगायचे असेल की क्रांतिकारकांसारखेच शास्त्रज्ञही याच मातीतले आहेत.

पुनर्मिलन

अन्वरने मला सांगितले की, तो अगदी मरणाच्या दारात पोचला, तेव्हा त्याला जाणीव झाली की जिच्यावर त्याने मनापासून प्रेम केले, तिला त्याने आता शोधून काढायला हवे. या गोष्टीवर गेल्या काही वर्षांत मी खूप विचार केला होता. अन्वर जर त्या इमारतीच्या बांधकामावर गेला नसता तर त्याने मेघनाला शोधण्याचा आटापिटा केला नसता आणि मग मलाही माझी पाळेमुळे सापडली नसती. एलिजा, या जगात मी एकटी होते आणि माझी रक्ताची माणसे हाकेच्या अंतरावर होती, हे मला माहीतच नव्हते. माझ्या आयुष्याच्या त्या कोपऱ्यात अंधार होता. पण अन्वरनेच मला त्या अंधारात वाट दाखवली.

आता मला एका गोष्टीची कबुली द्यायची आहे. (आणखी एक कबुली? हो!) आपण भेटलो तिथे पुन्हा येण्याची माझी ही पहिलीच वेळ नाही. मी इथे या आधीही आले होते. तुला रस्त्यात गाठता यावे म्हणून या रस्त्यांवरून भटकण्याचीही ही माझी पहिली वेळ नव्हे. गेल्या वर्षीही मी इथे आले होते, बेटिनाच्या पदवीदान समारंभासाठी. उन्हाळा नुकताच सुरू झाला होता आणि रस्त्यांवर सफरचंदांच्या गुलाबी मोहोराचे सडे पडले होते. सगळे कसे जिथल्या तिथे होते. बेटिनाला स्टॅनफोर्डमध्ये नोकरी मिळाली होती. आमच्या छोट्याशा घरातले सामान आवरून 'यू हॉल'मार्फत ते स्टॅनफोर्डला हलवायला मी तिला मदत केली. ती स्वतः गाडी घेऊन स्टॅनफोर्डला जाणार होती. मला जरा काळजीच वाटली. तेव्हा 'गरज पडली तर मदत करू शकतील' अशा मित्रांची एक यादीच तिने मला दाखवली. त्यात हार्टफर्डमधला एक विमाएजंट होता, लास व्हेगासमधला एक इंजिनिअर होता, तर आयोवा सिटीमधला एक लेखक होता. ती निघाली. मी तिला निरोप दिला. तिने जाताना मला 'वन हन्ड्रेड इअर्स ऑफ सॉलिट्यूड' ची प्रत दिली होती. हे सगळे मागच्या वर्षीचे! मी तिला 'परत येते आहे' असे कळवले, तेव्हा तिने तिचे घर मला पुन्हा भाड्याने देऊ केले. इतरांकडून तिला खूपच जास्त पैसे मिळू शकत होते आणि माझे बजेट खूपच कमी होते; पण तरीही तिने आग्रह केला आणि मीही नकार देऊ शकले नाही. मी झोपण्यासाठी एक फुटॉन खरेदी केले आणि उशाशी भिंतीवर नीना सीमोनचे एक पोस्टर चिकटवले. बाकीच्या सर्व खोल्या पूर्णपणे रिकाम्या होत्या.

अर्थात तुला या सगळ्यात जराही स्वारस्य नसणार. पण वर्तमानकाळ तर

सर्वसामान्य गोष्टींनीच भरलेला असतो. पण तेव्हा नंतर काय झाले, माहीत आहे तुला, एलिजा?

उत्खनन संपले आणि मी घरी गेले. माझे आई-वडील मला विमानतळावर घ्यायला आले होते. मी फार पटकन, लहानपणापासून अंगवळणी पडलेल्या पद्धतींमध्ये रुळून गेले. मी माझ्या पालकांशी जरा हात राखूनच वागले. ते नेहमीच माझ्या काळजीच्या ओझ्याखाली वाकलेले असत. त्यामुळे मी त्यांना या उत्खननाच्या प्रकरणातले फार काही कळूच दिले नाही.

विमानात माझ्या शेजारी बसलेला माणूस मला वारंवार एकच प्रश्न विचारत होता, 'मी जपानी आहे का?' मी डोळे मिटून झोपायचे नाटक करत होते. डोळे मिटून घेतल्यावर झमझमचा चेहरा डोळ्यांसमोर उभा राहत होता. त्याचे आणि त्याच्या वडिलांचे मतभेद होते म्हणून तो एकलकोंडा झाला होता का? त्याच्यापर्यंत पोचणे म्हणूनच अवघड झाले होते का? माझ्या वडिलांप्रमाणेच त्याच्याही वडिलांनी जुन्या राजवटीचे बंध झुगारून देण्याच्या चळवळीत स्वतःला झोकून दिले होते. हा लढा जिंकल्याने माझ्या वडिलांना स्वातंत्र्यसैनिक म्हणून गौरवले जात असे. त्यांचा पासपोर्ट होता, त्यांच्या देशाचे स्वतःचे सरकार होते, त्यांना मताधिकार होता. यांपैकी काहीच झमझमच्या वाट्याला आले नसते. तो तुरुंगात सडला असता आणि जे स्वतंत्र झाले आणि जे अजूनही पारतंत्र्यात जखडलेले आहेत, असे जगाचे विभाजन झाले असते.

''आलं माझं बाळ घरी,'' माझी आई म्हणाली.

''मला शांत राहू दे,'' मी धुसफुसले. तिला पाहिल्यावर मी उदासच झाले होते. मी तुला मेसेज केला,

'इट्स कोल्ड आउटसाइड.'

काही मिनिटांनंतर तू मेसेजला उत्तर दिलेस,

'यू गो टू माय हेड.'

घरी जाताना मी गाडीत पुढच्या सीटवर खिडकीला डोके टेकून बसले. माझ्या डोळ्यांसमोरून शेते पळत होती, इलेक्ट्रिकच्या वायर्स महामार्गावर लोंबत होत्या, आणि पावसाळी हवेने वातावरण जड आणि सुस्त झाले होते. या सगळ्याचा माझ्यावर बरावाईट, काहीच परिणाम होत नव्हता.

अम्मू म्हणाली, ''रशीदने तुला इथे आल्याबरोबर फोन करायला सांगितला होता.''

रशीदने मला अगणित टेक्स्ट मेसेज केले होते; पण मी त्याला 'विमानतळावर येऊ नको' म्हणून सांगितले होते.

''मी प्रचंड दमले आहे आणि भयानक अवतार झाला आहे माझा. उद्या भेटते

मी तुला.'' तरीही तो संध्याकाळीच येऊन टपकला. मी न्हायले होते. पण त्या वाळवंटातली केसात गेलेली वाळू अजून पुरती निघाली नव्हती. त्यामुळे आमची स्वयंपाकीण बशोन्ती माझ्या डोक्यावर ऑलिव्ह ऑइल थापत होती.

''शी, काय अवतार झालाय तुझा,'' त्याने टोकले.

''मी तुला सांगितलं होतं येऊ नकोस म्हणून!''

बशोन्तीने माझे केस मोकळे केले आणि माझ्या डोळ्याभोवतालची काळी वर्तुळे दाखवून तुला म्हणाली,

''भय्या, बघा ना, काय अवस्था झाली आहे!''

रशीदने शर्टावरून वेस्टकोट परिधान केला होता. त्या कपड्यात त्याचा सडपातळ बांधा आणि भरदार खांदे उठून दिसत होते. केस खूप बारीक कापले होते आणि आफ्टरशेव लोशनचा ब्रँड बदलला होता. बाकी सर्व पूर्वीसारखेच होते. त्याचा विशाल भालप्रदेश, अथांग डोळे आणि जरासे फुललेले नाक! त्याच्याकडे बघताना मला आठवले की त्याच्या खोलीच्या दाराला एक बार लावलेला होता. रोज सकाळी खाली डायनिंगरूममध्ये जाऊन त्याच्या आईबरोबर नाश्ता करण्यापूर्वी तो या बारला लटकून पुलअप्स काढायचा. त्याला पाहून मला इतके छान वाटले की जाऊन त्याला मिठी मारावी, त्याच्या खांद्यावर नान टाकून निर्धास्त व्हावे! पण मनात झमझम आणि डायनाचे विचार अजूनही रेंगाळत होते. माझ्या त्या आयुष्याला आता पूर्णविराम मिळाला आहे, याची पूर्ण जाणीव असूनही तो विषय मनातून जात नव्हता.

''सांग, सगळं ऐकायचंय मला तुझ्याकडून,'' रशीद.

बाहेर आमची शेजारीण तिच्या मुलाला किंवा नोकराला रागवत असल्याचा आवाज येत होता. बशोन्तीने माझे केस खसाखसा विंचरले होते त्यामुळे डोके झणझणत होते. मी जीवाश्मशास्त्रज्ञ म्हणून संपले आहे असे त्याला सांगावेसे वाटत होते; पण या गोष्टीमुळे त्याला काही फरक पडतोय हे मला पटवून देण्याइतपत नाटक त्याला करता येईल की नाही, याचोच मला शंका होती. शेवटी मी एवढेच सांगितले,

''आमच्या साइटवरच्या एकाने काहीतरी राडा केला. त्यामुळे आम्हाला सगळी मोहीमच गुंडाळावी लागली.''

बशोन्तीने तेल चोपडून माझे केस चप्प करून टाकले होते. तशाच अवतारात रात्री आम्ही सगळे एकत्र जेवलो. रशीद, माझे आई-वडील आणि मी! बशोन्तीने रशीदच्या ताटात भाताचा हा एवढा ढीग वाढला होता. रशीद माझ्या अम्मूशीच गप्पा मारत होता. सवरमध्ये तो आणि त्याचे वडील नवीन कारखाना टाकणार होते, त्याबद्दल तो सांगत होता. जेवल्यावर अचानक माझ्या आई-वडिलांना आइस्क्रीम

खावेसे वाटू लागले आणि त्यासाठी त्यांनी बाहेर जायचे ठरवले. त्यांना आइस्क्रीम खाऊन परत यायला किमान तासभर तरी लागेल, हे त्यांनी आम्हाला आवर्जून सांगितले.

मी बारा वर्षांची असताना आम्ही आणि रशीदचे कुटुंबीय मिळून थायलंडच्या सहलीला गेलो होतो. त्या वेळी माझ्या वडिलांचा व्यवसाय अजून तितकासा जोमात सुरू नव्हता. त्यामुळे समुद्र किनाऱ्यावरच्या एका साध्याच हॉटेलमध्ये आम्ही उतरलो होतो. रशीदच्या आई-वडिलांना मोठ्या हॉटेलमध्ये उतरणे परवडले असते; पण तरीही तेसुद्धा त्याच हॉटेलमध्ये राहिले होते. त्या संपूर्ण सहलीत ऑस्ट्रेलिया आणि वेस्ट इंडिजच्या क्रिकेटच्या मॅचेस पाहत रशीद टीव्हीसमोर बसून होता आणि मी चंद्रकोरीच्या आकाराच्या पोहोण्याच्या तलावाच्या काठावर हॅमॉकमध्ये झुलत होते. अशीच एक दिवस मी हॅमॉकमध्ये पडून आकाशाकडे पाहत होते. मनात सिल्व्हिया प्लॅथच्या आत्महत्येचा विषय घोळत होता. रशीदने येऊन हळूच माझ्या पायाला ढोसले आणि म्हणाला,

''चल, पोहायला जाऊ या.'' खरे तर त्याचे माझ्याकडे लक्ष जावे म्हणून मी अगदी उतावीळ झाले होते. पण यातून काहीच निष्पन्न झाले नाही तर मला ओशाळल्यासारखे वाटू नये म्हणून मी काहीच न बोलता त्याच्याकडे दुर्लक्षच केले आणि हॅमॉकच्या ज्यूटचे दोरे ओढत राहिले. मग माझ्या डोक्यावर बोटांनी टकटक करत म्हणाला,

''च्यायला, ऊन झंवतंय.'' तो माझ्याशी बोलताना 'झंवतंय' म्हणाला आणि मला फार भारी वाटलं.

''मला पोहायला येत नाही.'' त्याच्याकडे पाहणे अजून मला शक्य होत नव्हते.

''त्याला काय झालं? नुसती तरंगत रहा.''

मग मी पाण्यात नुसती पडून राहिले. रशीदने त्याच्या रसरशीत हातांनी माझ्या पाठीला अलगद आधार दिला आणि मला पाण्यात गोल गोल फिरवले. किती वेळ गेला कोणास ठाऊक! मला तर तास न् तास उलटल्यासारखे वाटले. त्या वर्षी माझ्या वडिलांनी दुसरीकडे नवे घर घेतले आणि नव्या शाळेत मला नवीन मित्रमंडळींशी जमवून घेणे जड गेले होते. त्या वेळी रशीदने मला जवळ केले. रोज सकाळी शाळा सुरू होण्याआधी माझ्याबरोबर शाळेत यायला, क्रिकेट खेळताना विकेटवर उभे राहून, माझ्याकडे पाहून हात हलवताना त्याला कमीपणा वाटत नव्हता. क्रिकेटच्या पांढऱ्या गणवेषात तो कमालीचा देखणा दिसायचा. त्याच्या पांढऱ्या पॅंटवर तो बॉल घासायचा आणि तिथे गुलाबी डाग पडायचे तेव्हा मला तो इतका आवडायचा की मी प्रचंड हरखून जायची. त्याने पोहताना माझ्या पाठीखाली

टेकवलेला हात जाणवायचा, त्याचे माझ्या आजूबाजूला असणे जाणवायचे, त्याचे मला पोहणे शिकवणे आठवायचे, कुणाचे तरी होऊन राहणे, समरस होऊन जाणे खूप छान वाटायचे.

हे सगळे सांगून तुला दुखवायचा इरादा नाही माझा एलिजा, पण रशीदपासूनची फारकत ही माझ्या बालपणापासून झालेली माझी ताटातूट होती. तुझ्यामागे तुझ्या कितीतरी पिढ्यांचा वंशवृक्ष होता; पण माझे तसे नव्हते. माझे घराणे माझ्यापासूनच सुरू होत होते. माझ्या भूतकाळाचा प्रत्येक क्षण मी असोशीने जपत होते. झमझमला त्यांनी ताब्यात घेतले नसते आणि डायनाचे उत्खनन आम्ही पूर्ण केले असते, तर ही ताटातूट मी जास्त कणखरपणे सोसली असती, नव्या जोमाने नवीन संबंध जुळवले असते. पण या अपयशाच्या पार्श्वभूमीवर मी पुन्हा एकदा पोरकेपणाच्या गर्तेत निमूटपणे ढकलली गेले.

रशीदने मला मिठीत घेतले आणि 'तू परत आलीस, मला खरंच वाटत नाही,' असे म्हणत त्याने माझ्या चेहऱ्याची आगि मानेची अगणित चुंबने घेऊन मला गुदमरून टाकले. मीही क्षणभर त्याच्यावर रेलले. पण मी पूर्वी कल्पना करायचे ती भावना माझ्या मनात त्या वेळी उमलूनच आली नाही.

काही मिनिटांपूर्वीच तर मला तुझा मेसेज आला होता,

'मला सोडून जाऊ नकोस.'

रशीदला ते जाणवले. तो म्हणाला,

"जानू, असं काय करतेस? खरंच आनंद झालाय मला, तुला पाहून! पण तुला काय झालंय?"

"काही नाही." मी खाली पाहत म्हणाले. काय बोलायचे त्याच्याशी? मला काय हवे आहे हे मलाच कळत नव्हते. म्हणून मी पुन्हा म्हणाले,

"काही नाही." पण आता उशीर झाला होता. रशीदने त्याच्या दुमडलेल्या बाह्या सोडल्या आणि कफ बटनेही लावून टाकली, जसा काही कोणत्या तरी क्षणी मला ठोसा लगावण्याचाच त्याचा विचार होता आणि नंतर तो त्याने फिरवला. मग तो म्हणाला,

"चल, सॅली आणि नदीमकडे जाऊ या. तिथे एखादा पेग मारू या. तुला बरं वाटेल."

नदीमने मला जीन आणि टॉनिकचा ग्लास दिला आणि विचारले,

"मग, ताईसाहेब, काय खबरबात?"

"वाटोळं झालंय माझं."

नदीम हसला आणि त्याने त्याची हडकुळी बोटे केसांमधून फिरवली. शाळेत

असल्यापासून नदीम आणि रशीद जिगरी दोस्त होते. नंतर रशीद लंडन युनिव्हर्सिटीत पुढच्या शिक्षणासाठी गेला आणि नदीमने त्याच्या वडिलांच्या व्यापारात लक्ष घातले. उन्हाळ्याच्या सुट्टीत आम्ही परतून यायचो तेव्हा हा सतत दारू प्यायलेला असायचा. सारखा व्हिडीओ गेम तरी खेळत बसायचा किंवा मागच्या अंगणात त्याच्या 'पॉइन्टर'बरोबर- कुत्र्याबरोबर खेळत असायचा. तो पार अधोगतीला पोचला होता. त्यानंतर जवळजवळ वर्षभर तो व्यसनमुक्ती केंद्रात होता. सॅलीने त्याच्याशी लग्न करायला होकार दिला, तेव्हा सगळ्यांना धक्काच बसला. लग्न करून त्यांनी स्वतंत्र घर केले आणि आता सगळे आलबेल झाले होते.

व्हिस्कीचा ग्लास हातात घेऊन तो उंचावत नदीम म्हणाला,

''काय चमत्कारिक मुलगी आहेस तू!''

सॅलीने फरसाणची प्लेट माझ्याकडे सरकवली आणि म्हणाली,

''या वेळी कायमची परत आलीस म्हणे!''

रशीदने माझ्या गुडघ्यावर हात ठेवला आणि म्हणाला,

''आता माझ्या राणीला मी नजरेआड होऊ देणार नाही.''

''मग कधी करताय लग्न?''

हा विषय काढला म्हणून सॅलीला 'एक ठेवून द्यायचा' मला मोह होत होता.

''ही एवढी एकच गोष्ट प्रत्येक जण मला विचारतोय.''

सॅलीच्या केसात मला एक फिकट रंगाची बट दिसली. मी विषय बदलला.

''केस रंगवलेस की काय?''

''माझ्या स्वयंपाकीणबाईंची करामत! हुशार आहे ती.''

जीन आणि टॉनिक मला चढू लागले होते. मला सॅलीची चीड येऊ लागली होती. माझ्या लक्षात आले की याच लोकांबरोबर मी माझे आधीचे सगळे आयुष्य काढले होते. मग मला तुम्हा सगळ्यांची आठवण येऊ लागली - झमझम, डायना आणि तू, एलिजा तू! तूही माझाच विचार करत होतास का? सॅलीचे हे घर, डायनिंग टेबलाच्या लेदरच्या खुर्च्या, सरकत्या दारांपाशी ठेवलेला हा मस्त पांढराशुभ्र पियानो आणि पाठीमागे असलेले हे गुलशन लेक - याबद्दल तू काय म्हणाला असतास? माझी जीभ जड झाली होती. आपले केंब्रिजमधले दिवस आठवून मला एकदम हलकेहलके वाटू लागले. मी पुन्हा सॅलीच्या केसांकडे वळले,

''ती बट रंगवल्यामुळे तुझ्यात आमूलाग्र बदल झालाय.''

''आता सांगूनच टाकते तुला, मला दिवस गेलेत.''

रशीदने नदीमच्या पाठीवर चापट मारत म्हटले,

''ये, इकडे ये बेट्या, तुला मिठी मारू दे.''

मीही काहीतरी छान बोलावे म्हणून धडपडत होते पण 'काँग्रॅच्युलेशन्स'

एवढेच म्हणणे जमले मला.

"आता तुमचा नंबर," नदीम.

यानंतर माझा नंबर! माझ्या डोळ्यांसमोर चित्र उभे राहिले. ढाका, त्यातली ही मोठ्या मोठ्या घरांची उच्चभ्रू वस्ती, एअर कंडिशनरने गारेगार केलेले घर आणि अतिप्रेमाने गारद झालेली मी! प्रत्यक्षात मी मात्र अजूनही ट्रोब्रिज स्ट्रीटवरच रेंगाळत होते, उन्हाळ्यात आइस्क्रीम खात होते, सकाळच्या नाश्त्यात सँडविचेस खात जॅझ आणि शोस्तखोविचवर, एलिजा, तुझ्याबरोबर चर्चा करत होते किंवा डेरा बुगतीत हातात छिन्नी नाचवत साइटवर हिंडत होते. पण त्याचबरोबर हेही तितकेच सत्य होते की सतत आजूबाजूच्या अनाकलनीय परिस्थितीचा आढावा घेत राहण्याऐवजी, गेल्या कित्येक महिन्यांत मी पहिल्यांदाच निश्चिंत होते. आज माझ्या भोवताली असलेले हे सगळे मला ओळखणारे होते. त्यांच्याशी मला झमझम, आमची मोहीम, मी काय ठरवले होते आणि काय झाले होते याबद्दल काहीच बोलायची गरज नव्हती.

सॅली दारू सोडणार नव्हती; पण तिने सिगारेट सोडली होती. सिगारेट प्यायला लागल्यावर तिने नदीम आणि रशीदला बाल्कनीत पिटाळले.

"भयंकर भीती वाटतेय मला. माझा योनीमार्ग गटारासारखा भलामोठा होणार आहे. आज मोठी झालेली वक्षस्थळं मात्र नंतर आक्रसणारच आहेत. मग कशाला करायचा हा खटाटोप?"

सॅली, हे टोपणनाव होते. तिच्या 'सालेहदीन' या आडनावावरून पडलेले टोपणनाव! सॅलीला प्रत्येक गोष्टीत काहीतरी खोट काढून ती वाढवून सांगायची खोड होती. पण प्रत्यक्षात ती प्रचंड आशावादी होती. नदीम व्यसनाधीन झाला होता तरी तो यातून बाहेर पडेल आणि अतिशय चांगला नवरा होऊन दाखवेल, अशी तिने तिच्या आई-वडिलांची खात्री पटवली होती. मी तिच्या निकाहच्या वेळी हजर होते. सॅलीने लग्नाच्या वेळी भरपूर रंगरंगोटी केलेली होती आणि तिचे आई-वडील, सतत एक खोटे हसू चेहऱ्यावर लिंपून लग्नमंडपाच्या आसपास वावरत होते.

"हे इतकं काही भयानक नसतं. बाळं खरंच खूप छान असतात," मी.

"हो, पण रात्र रात्र जागवत नाहीत आणि ओकत बिकत नाहीत तेव्हाच," सॅली.

"मग कशाला या भानगडीत पडलीस तू?" मी.

"काय करणार? सगळे काही तुझ्यासारखे नसतात." सॅलीला काय म्हणायचे आहे ते मला कळत होते. तरीही मी तिला बोलू दिले.

"सगळेच नवरे आपल्याला हवे तसे सर्वगुणसंपन्न नसतात. या आमच्या मुलामुळे नदीमची गाडी काही वर्ष तरी रुळावर राहील."

"नंतर?"

"मग मी आणखी एका मुलाला जन्म देईन."

"ही अशी चाल खेळणार आहेस का तू?"

"मी काही हार्वर्डहून शिकून आलेली पंडिता नाही. मला हे एवढंच सुचू शकतं."

मी हार्वर्डला जाऊन शिकून आले होते, याचा मला कुणीही विसर पडू देत नव्हते.

नदीम गिटार वाजवू लागला. सरतेशेवटी व्हिस्कीनंतर कॉफी पीत आम्ही त्याचे गिटारवादन ऐकले.

"तू वेगळी आहेस गं." माझ्या खांद्यावर हनुवटी टेकवून सॅली माझ्या कानात पुटपुटली. मला जे काही वेगळे वागायची इच्छा होती, तितके वेगळे वागणे, मलाही शक्य होत नव्हते. पण मी तिला म्हणाले,

"बघ तू, लवकरच मी पूर्वपदावर येईन."

पण पूर्वपदावर येणे तितकेसे सोपे नव्हते. रोज सकाळी मला धसक्याने जाग येई आणि मी आता डेरा बुगतीमध्ये नाही, हे जाणवून हायसे वाटे. मला जीव लावणाऱ्या माणसांमध्ये मी होते; पण यासाठी एका माणसाला त्याच्या प्राणांची किंमत चुकवावी लागली होती. आपण एकमेकांना अधूनमधून मेसेजेस करत होतो. पण त्या लपूनछपून केलेल्या तुटपुंज्या संपर्काने माझे समाधान होत नव्हते. मी अगदी मिटून गेले होते. मला आता खात्री वाटू लागली होती की तुला मी नीरस वाटायला लागली असेन. माझी काही दखल घ्यावी असेही तुला वाटत नसेन बहुधा! शिवाय डेरा बुगतीत काय घडले ते तुला सांगायला माझ्याजवळ शब्दही नव्हते.

मी सतत गुगलवर 'पुरातन व्हेल', 'अटक', 'झमझम बलोच बेपत्ता' असा निरनिराळ्या प्रकारे शोध घ्यायच्या प्रयत्नांत असायची. इतर वेळी घरात नुसती पडून राहायची. रशीदचे फोनही घ्यायची नाही. तो मला अनेकदा 'घरी येऊ?' असे मेसेजही करायचा. मी उत्तर देत नसे. मग तोही माझ्यापासून काही अंतरावरच राहिला. मला कधी कधी वाटायचे की, मी कंटाळून टॅंक पार्कमध्ये फिरायला गेल्यावर तो समोरून येईल. कधी युनिमार्टच्या निळसर वातावरणात सामानाची ट्रॉली ढकलताना अचानक पुढ्यात येईल. मी सतत भुकेली आणि रडण्याच्या उंबरठ्यावर असे. माझे वडील रोज सकाळी मला उठवायला येत.

एका नव्या कामामुळे माझ्या आईचे मात्र माझ्याकडे जरा कमीच लक्ष होते. त्याचे मला अर्थातच बरेच वाटत होते. तिचे संपूर्ण लक्ष माझ्यातच गुंतलेले असते

तर तिला सगळे सांगावेच लागले असते. बांगलादेशात माझ्या आईसारख्या बायकांना 'लवंगी मिरची' संबोधले जाते. या लहान मिरच्या कमालीच्या तिखटजाळ असतात. माझी आईसुद्धा चणीने लहानखोर पण स्वभावाने फार तेज आहे. युद्धकाळात ती रोज तिची अँब्युलन्स घेऊन कलकत्त्याच्या सॉल्ट लेकजवळ उभारलेल्या निर्वासितांच्या छावणीत जायची. त्या छावणीत सगळे निर्वासित गटारांच्या मोकळ्या पाइपांमध्ये राहत असत. ती या निर्वासितांना औषधे द्यायची, त्यांच्या जखमांना मलमपट्टी करायची. ज्या आई-बापांची मुले कॉलऱ्याने मरून जायची, त्यांचे सांत्वनही करायची. त्या वेळी ती फक्त सतरा वर्षांची होती आणि याच काळात मृत्यूशी रोजच आमनासामना करत असताना तिचे हे व्यक्तिमत्त्व आकाराला आले असावे. तशी ती मुळातून खंबीरच असली पाहिजे. माझी आजी सांगायची- माझी आई पहिल्यापासूनच घशात अडकलेल्या माशाच्या काट्यासारखी हटवादी होती. एकदा घरामागच्या बागेतील पेरूच्या झाडावर चढताना तिला खरचटले होते. दुसऱ्या दिवशी ती ते झाडच कापून टाकायला निघाली होती. या स्वातंत्र्ययुद्धाने फक्त आमचे राष्ट्रच जन्माला घातले नव्हते, तर या स्वातंत्र्याचे स्वप्न पाहणाऱ्या वीरांना संजीवनी दिली होती.

आज चाळीस वर्षांनंतर अलीकडेच 'या स्वातंत्र्ययुद्धाचे फलित काय?' हे माझ्या आई-वडिलांच्या लक्षात येऊ लागले होते. काही खूप चांगल्या गोष्टी, उदाहरणार्थ - त्यांचे लग्न, ते करताना काही गोष्टी जरूर गमवाव्या लागल्या पण सर्वसामान्यांच्या नगण्य आयुष्यापेक्षा जास्त अर्थपूर्ण आयुष्य त्यांना लाभले होते. आणि काही वाईट गोष्टीही घडल्या होत्या- दोघांनाही त्यांचे सख्खे भाऊ गमवावे लागले होते. वडिलांचा भाऊ युद्धात, तर आईचा भाऊ धर्मावरून पेटलेल्या दंगलीत मारला गेला होता. हे जे झाले होते त्यासाठीही ते स्वतःलाच जबाबदार धरत होते. त्यांनी त्यांचे सर्वस्व पणाला लावून स्वातंत्र्य मिळवले होते; पण देशात कुठल्याही कारणाने गडबड झाली तरी त्या वेळी जणू काही त्यांनी जे पेरले तेच कमअस्सल असल्याचा त्यांना घोर लागत होता.

अलीकडेच त्यांना सैन्यात भ्रष्टाचार करणाऱ्या लोकांवर चालवलेल्या खटल्यांच्या कामकाजात भाग घेण्याची संधी मिळाली. आमच्या घरात 'कत्तल' हा शब्द 'महामार्ग' किंवा तुम्ही वापरता त्या 'एकॉर्न' या शब्दांइतका सहजतेने वापरला जातो. माझ्या आईने वैद्यकीय क्षेत्रात काम करणे सोडून दिले आणि तिने या खटल्यांसाठी माहिती गोळा करणे, देशभर प्रवास करून युद्धातून वाचलेल्यांच्या मुलाखती घेणे, साक्षीदार शोधणे अशा कामात मदत करायला सुरुवात केली. या लोकांनी मनाच्या कफनात गाडून ठेवलेल्या कटू आठवणींना हळुवार स्पर्श करून, त्यांच्या आठवणी उजेडात आणायच्या आणि शब्दबद्ध करायच्या. ती बहुतेकदा

आपल्याच कोशात असते, अंतर्बाह्य मिटून गेलेली! आणि कधीतरी गाढ झोपेतून जागे व्हावे तशी क्वचितच या कोशातून बाहेर पडते. अशा मुलाखतींच्या वेळी ती अतिशय आनंदात असते. जणू काही स्वातंत्र्य मिळाल्याचा तिला आत्ताच, पहिल्यांदाच शोध लागलेला असतो. नंतर मात्र ती पुन्हा तिच्या कोशात स्वतःला गुरफटून घेते. याला अपवाद नाहीच! रात्रीच्या वेळी माझे आई-वडील मला ऐकू येऊ नये अशा बेताने एकमेकांशी कुजबुजत बोलत असतात. ते खटले, त्यातला प्रत्येक प्रसंग, प्रत्येक निर्णय, प्रत्येक साक्षीदार यांचा ते आपसात ताळेबंद मांडत असतात. आणि मला यातले काहीही नको असते. कधी अशी संधी मिळाली तरी मी त्याचा फायदा घेत नाही. असे आई-वडील माझे पालक आहेत. या देशात मी इतकी वर्षे राहते आहे; पण मनातून मात्र मी जिप्सी आहे. मी कशाशीच पटकन बांधली जात नाही.

आपण राहतो ते शहर, ती जागा आपल्याला कितीही आवडत नसली तरी तसे सांगण्याची आपल्याला मुभा नसते. पण असे एखाद्याच्या बाबतीत होऊ शकते हे तुला माहिती आहे का अलायजा? जिथला प्रत्येक माणूस देशांतर करण्याची संधी शोधत असतो, अशा देशात राहताना कसे वाटते, याची तुला जाण आहे? हे एखाद्या जळत असलेल्या इमारतीत जाणूनबुजून प्रवेश करण्यासारखे आहे. जर तू मला विचारलेस, या देशात आवडण्यासारखे काय आहे? तर मी अनेक उदाहरणे देऊ शकते, हिवाळ्यात मस्त पुस्तक वाचताना येणारा कागदाचा विशिष्ट गंध, पावसाळ्यातील थंड तरीही उबदार वारे, मी पौगंडावस्थेत असताना माझ्या अंगाला लावलेल्या तेलाने चकचकीत पॉलिश झालेले माझे लाकडी टेबल, माझ्या आजीच्या बिछान्यात पडून अंगावर घेतलेला पंख्याचा वारा, इथल्या अंड्यांचे स्वादिष्ट पदार्थ आणि अजूनही तोंडात घोळणारी पराठ्यांची चव. इथे सुख आहे पण ते फार मर्यादित आहे. फार थोड्या लोकांना ते प्राप्त होते. माझे आई-वडील या देशाच्या स्वातंत्र्ययुद्धात सक्रिय होते. त्यांना या देशाबद्दल नितांत प्रेम वाटते. आमच्या इतिहासाच्या प्रत्येक पानावर त्यांच्या स्मरणखुणा आहेत. या देशाच्या निसर्गाच्या प्रत्येक आविष्काराचे त्यांना अप्रूप आहे. त्यांचे हे प्रेम या देशाच्या मातीत इतके खोलवर रुजले आहे, की त्यांना इथून बाहेर, परदेशात न्यायचे झाले तर समूळच उपटून काढावे लागेल.

एक दिवस माझी आई कोर्टातून आली तीच मुळी रडत, कुणीतरी तिला मारत असल्यासारखी. गुडघ्यात मान घालून हुंदके देत ती रडत होती. मी बाजूला उभी राहून तिचे ते गदागदा हलणारे शरीर न्याहाळत होते. माझे वडील तिच्याजवळ गेले आणि तिला मिठीत घेऊन बराच वेळ तिथेच बसून राहिले. त्यांनी मला बघितले. मी तिथेच उभी होते; पण त्यांनी बोलावले नाही किंवा बाहेरही जायला सांगितले नाही आणि मीही तिथून बाहेर पडले नाही. हे असे प्रसंग पूर्वीही घडले होते. मी त्याची

साक्षीदार होते. विजेचे संक्रमण व्हावे तसे त्या दोघांमध्ये काहीतरी व्हायचे आणि काही न सांगताच त्यांना एकमेकांच्या भावना कळायच्या. त्यांना कोणत्याही स्पष्टीकरणाची गरज भासत नसे. मला जाणवत असे की आजच्या कोणत्या तरी अप्रिय घटनेमुळे तिच्या जुन्या आठवणी चाळवल्या गेल्या आहेत. पूर्वीची एखादी घटना आणि त्या संबंधात नुकतीच कळलेली काही बातमी याचे तिच्यावर प्रचंड दडपण येत असे. कारण त्या घटनेची काळी बाजू आज तिच्या लक्षात आलेली असे. अशा प्रसंगाने तिच्या आयुष्याचा लचका तोडला जात असे. त्या प्रसंगात त्या वेळी ती स्वतःला जराही आच न लागू देता सहीसलामत सुटलेली असणार आणि आज त्या प्रसंगातील तिचा सहभाग नव्याने जाणवल्याने तिला त्याचे दडपण जाणवत असणार. अपराधी भाव हा तिच्या अंतर्मनाचा गाभा बनला आहे. त्यातूनच मग ती तिच्या सुदैवी आयुष्याची तिच्या लग्नाची आणि मी मिळाल्याची भरपाई दुसऱ्यांकडे करत तिचे दिवस घालवत असे. भूतकाळाच्या रंगात रंगली गेलेली ती एक जिवंत नीतिमत्ता आहे.

त्या दिवशी एक आरोपी किरकोळ शिक्षेवर सुटला होता. सरकारला त्याच्यावरचा आरोप सिद्ध करता आला नव्हता. जर आताचे सरकार बदलले गेले तर ही किरकोळ शिक्षाही रद्द होऊ शकली असती आणि ह्या इसम समाजात उजळ माथ्याने फिरू शकला असता. या निकालाच्या निषेधात लोक रस्त्यावर उतरले होते. त्यांनी चेहऱ्यावर लाल, हिरवे रंग फासून घेतले होते, मुलांच्या गळ्यात फासाच्या दोऱ्या अडकवल्या होत्या आणि हातातील फलक उंचावून ते नाचवत होते. फलकांवर मजकूर होता, 'भडव्याला फाशी द्या!' त्या माणसाला शिक्षा व्हावी असे वाटणारे फक्त माझे आई-वडीलच होते असे नाही. समाजात फार मोठ्या प्रमाणावर लोकांना ती अपेक्षा होती.

एलिजा, सांग मला, अशा या आमच्या डागाळलेल्या आठवणींचे काय करायचे? तुझे तसे नाही. तुझे कॅमोमाइलच्या वासाने दरवळणारे घर, तुमच्याकडची गलेलठ्ठ मांजर, फ्रिजमधले लिंबू सरबत, तुझी वंशावळ; अत्यंत प्रतिष्ठित, कोणतीही अज्ञात भेसळ नसलेली, विद्रोहाला बळी न पडलेली आणि इंडियाना जोन्ससारखा मूळपुरुष असलेली तुझी वंशावळ.

त्या दिवशी दुपारी तुझा मेसेज आला, 'डोन्ट यू पे देम नो माइंड. (त्यांचं इतकं मनावर घेऊ नको)'

मग एके दिवशी अम्मू तिच्या कामासाठी बाहेर गेलेली असताना माझे वडील मला म्हणाले,

"तुझ्या आईला आणि मला तुझी जरा काळजी वाटतेय."

माझे वडील आणि मी गुलशन लेकच्या बाजूला असलेल्या आमच्या बाल्कनीत उभे होतो. समोर गुलशन लेकच्या पाण्याची हिरवी छटा, काठावर कुठे कुठे जमलेला कचरा आणि लेकच्या पलीकडच्या किनाऱ्यावर ओळीने उभी असलेली घरांची रांग होती.

"मीही विचार करतेय पण काय करावे मलाही सुचत नाही." मी वडिलांशी बोलत असताना मला पूर्वी पाहिलेले एक दृश्य आठवले. आम्ही या घरात नुकतेच राहायला आलो होतो. एक दिवस या तळ्यात एक गाय बुडून मेली. मेल्यावर तिचे पोट फुगून तिची आतडी बाहेर पडली आणि पाण्यातील वेलींमध्ये जाऊन अडकली. त्या दिवशी मी एका चमत्कारिक उत्कंठेने ते दृश्य बाल्कनीत जाऊन वारंवार पाहत होते.

"तू आपल्या कारखान्यात का नाही येत? तू तिथे आलीस की सगळ्यांनाच बरं वाटतं. खरं तर तू आपल्या कारखान्यात आमच्याबरोबर काम कर."

"नोकरी देताय मला?"

"तुझ्या हार्वर्डच्या शिक्षणाचा आम्हालाही उपयोग होऊ दे!"

"मग तर अम्मूला नक्की हार्ट ॲटॅक येईल."

आणि माझे वडील आणि मी हसायलाच लागलो. अनेक वर्षे सरकारी नोकरी केल्यावर माझ्या वडिलांना धंद्यात पडावेसे वाटू लागले. रशीदच्या वडिलांनी भांडवल पुरवले आणि माझ्या वडिलांनी कपड्यांची फॅक्टरी टाकली. 'फ्रीडम फॅब्रिक्स' पहिली काही वर्षे तोट्यातच होती. नफ्यापेक्षा खर्चच जास्त होता. माझे वडील त्यांच्या कामगारांना योग्य तो पगार देत असत आणि आमच्याकडे बालकामगारांना कामावर ठेवले जात नसे. आमच्या पश्चिमेकडच्या गिऱ्हाइकांना जेव्हा हे लक्षात आले, तेव्हा त्यांनी त्यांच्या कपड्यांवर 'फेअर ट्रेड' ची लेबल्स लावली आणि मोठमोठ्या नावाजलेल्या दुकानांमधून या कपड्यांना मोठी मागणी आली. कपड्यांच्या किमती खास, खरखरीत, तपकिरी लेबल्सवर छापल्या जायला लागल्या आणि वडिलांच्या धंद्याला बरकत आली. माझे कॉलेजचे शिक्षण संपत आले तोपर्यंत आमच्या सांपत्तिक स्थितीत अगदी नाट्यमय बदल झाला होता. पण अम्मू आणि अब्बूना ही वाढती श्रीमंती पचवायला जड जात होते. त्यांच्या मनात त्यांची स्वतःची जी प्रतिमा त्यांनी रेखाटली होती, त्या प्रतिमेशी ही प्रतिमा मिळतीजुळती नव्हती. त्यांचे साधे राहणीमान अजून बदलले नव्हते. त्यांनी त्यांची गाडी- जुनी टोयोटा- अजून बदलली नव्हती आणि घरातला त्यांना त्यांच्या लग्नाची भेट म्हणून मिळालेला वेताचा सोफासेटही तसाच होता. याला एकमेव अपवाद म्हणजे गुलशनमधले हे घर. हे घर त्यांनी रशीदच्या आई-वडिलांच्या आग्रहास्तव घेतले होते. रशीदच्या आई-वडिलांनीही इकडेच, शहराच्या या दुसऱ्या टोकाला घर घेऊन जागा बदलली

होती.

“मी विचार करेन नोकरीचा.” मी वडिलांना आश्वासन दिले. माझ्या डोळ्यांसमोर आमच्या फॅक्टरीचे दृश्य येत होते. शिवणयंत्रांच्या ओळीच्या ओळी, रॉकेल आणि कापडाचा वास, आपापल्या शिवणयंत्रावर कामात दंग झालेल्या कामगार स्त्रिया, त्यांच्या केसातल्या पिना. अब्बू माझ्याजवळ आले आणि त्यांनी माझा हात हातात घेतला. त्यांनी युद्धात त्यांच्या हाताचे एक बोट गमावले होते. त्यांच्या त्या थोटक्या बोटाकडे मी पाहिले. अब्बू लेकच्या पाण्याकडे पाहत त्यांच्या दुसऱ्या हातातले घट्ट बसलेले घड्याळ झटकून खाली घेत होते. हा असा क्षण आम्हा दोघांच्या आयुष्यात कधीच आला नव्हता. मला त्यांना माझ्या दत्तकाबद्दल विचारावेसे वाटू लागले. आजपर्यंत त्यांनी मला त्याबद्दल काहीच माहिती दिली नव्हती. त्याबद्दल खुलेपणाने बोलण्याचा मार्ग मोकळा होईल, असे मला वाटले. त्यांनी घसा खाकरला. त्याच वेळी एका एकांड्या माशानेही तलावाच्या पाण्यातून उसळी घेतली; पण तो क्षण काहीच न घडता विरून गेला.

रात्रीच्या जेवणाची वेळ झाली तेव्हा अम्मू घरी परतली. तिची मनःस्थिती बरीच उत्तेजित होती. तो खटला, त्यातील ज्या साक्षीदारांची माहिती काढायला ती गेली होती ते साक्षीदार, यांच्याविषयी आम्ही तिला काहीच विचारले नाही. तीही तेव्हा तिथल्या जेवणातील दह्याबद्दलच काहीबाही चर्चा करण्याच्या मूडमध्ये होती.

“बरिसालचं जेवण बरं होतं. मच्छी खूप रुचकर होती आणि दही तर इतकं गोड आणि अप्रतिम होतं.” माशाचा उल्लेख झाला आणि तिला रशीदची आठवण झाली. तिने रशीदची चौकशी केली. तो शुक्रवार होता आणि दर शुक्रवारी रात्री रशीद आमच्या घरी जेवायला यायचा.

बशोन्तीने अंडाकरी केली होती. मी अंड्याचा घास घेतला आणि सावकाश जेवू लागले. मी म्हणाले,

“मला आज त्याला भेटावंसं वाटत नाहीये.”

“का बरं? डॉली तर म्हणत होती, आता आपण लग्नाची तारीख ठरवायला हवी.”

“अगं पण अम्मू, का?”

“का गं? का नको? काही बिनसलंय का तुमच्यात?” काही काही वेळा ती अशी वागायची की माझे रशीदशी लग्न ठरणे ही तिच्या आयुष्यातील एकमेव चांगली गोष्ट होती.

“सध्या, एका वाइटातल्या वाईट अपयशाला मी सामोरी जातेय. कळत कसं नाही तुला?”

अब्बू पुढे झाले. त्यांनी माझ्या खांद्यावर थोपटले,

"ठीक आहे, बच्चू. काही घाई नाही."

अम्मूने ग्लासात पाणी ओतून घेतले आणि म्हणाली,

"पण डॉलीला काय सांगू?"

"मला फक्त एकच गोष्ट हवी होती, मला तो मठ्ठ जीवाश्म शोधून काढायचा होता."

अम्मूने पाण्याचा घोट घेतला आणि ग्लास टेबलावर आपटला.

"ठीक आहे. तुम्हाला काय गोंधळ घालायचे आहेत ते घाला."

तुझा सर्वांत शेवटी आलेला मेसेज होता -

'ट्रबल इन माइंड. (मला काळजी वाटतेय.)'

मला अजूनही घडलेली प्रत्येक गोष्ट बारकाईने, सविस्तरपणे तुला सांगायची होती. पण मी फक्त इतकाच मेसेज केला -

'डोन्ट लेट मी बी मिसअंडरस्टूड (माझ्याबद्दल गैरसमज होऊ देऊ नको.)'

आणि तू मला दिलेली गाणी मी ऐकत बसले. गाण्यांच्या त्या कोड लँग्वेजमधून 'तुला आता कधीतरी भेटता येईल का' याविषयी काही धागेदोरे सापडताहेत का याचा शोध घेऊ लागले. हे असे भरकटण्याची गरज नाही, तुला भेटण्याची मला ओढ लागलेली नाही, असे मी स्वतःला वारंवार बजावत होते; पण ते खरे नव्हते. झमझमचाही विचार मनातून जात नव्हता. माझ्या आजूबाजूच्या लोकांच्या पणाला लागलेल्या निष्ठा आठवत होत्या. मी कितीही प्रयत्न केला तरी निष्ठेपेक्षा विश्वासघाताचे पारडे जड ठरणार होते आणि तर्कशुद्ध विचाराने शंकाच बळकट होणार होत्या.

माझ्या वडिलांचे मूळ गाव ढाक्यापासून तीन तासांच्या अंतरावर होते. माझे वडील तिकडे त्यांच्या एका लांबच्या नातेवाइकांकडच्या लग्नाला निघाले होते. आयत्या वेळी मीही त्या लग्नाला गेले. तिथे मुलांबरोबर कबड्डी खेळले, घराजवळच्या तळ्यातले मासे बघितले आणि सरतेशेवटी प्रवासात लागेल म्हणून बांधून दिलेली, उरलेली बिर्याणी घेऊन आम्ही परतीच्या प्रवासाला लागलो. दुपार उतरली होती आणि नशिबाने रस्त्यात रहदारीही बेताचीच होती. शहराच्या अलीकडच्या मोठ्या चौकापर्यंत पोचायला अजून वीसएक मिनिटे असतील. सूर्य मावळून उजेड बेताचाच होता. त्या अरुंद महामार्गाच्या कडेला दुकानांची रांग होती आणि त्याच्या पलीकडे तांदळाची चमकदार शेते! अचानक गाडीला गचके बसू लागले आणि ती बंदच पडली. आमच्या ड्रायव्हरने- अबुल हुसेनने पुन्हा एकदा किल्ली लावून गाडी सुरू करायचा प्रयत्न केला. गाडी सुरू तर झाली; पण क्षणार्धात आचके देत बंद पडली. अबुल हुसेन आमच्याकडे वळला आणि घाबरत म्हणाला,

"पेट्रोल संपलंय."

त्याने सकाळीच गाडीत पेट्रोल भरायला हवे होते; पण ते तो विसरला होता. त्याने गाडी रस्त्याच्या कडेला लावली आणि तो बाजूच्या दुकानात काही मदत मिळते का पहायला धावला.

"गाडीतच थांब." अब्बूही त्याच्या मागून गेले. संध्याकाळच्या बाहेरच्या ताज्या हवेसाठी मी गाडीचे दार उघडले. काही वेळाने ते दोघेही परतले. पेट्रोल पंप तिथून कित्येक मैल लांब होता. अबुल हुसेन पेट्रोल आणण्यासाठी रिक्षा मिळते का ते पाहायला जाणार होता. मी गाडीतून उतरले आणि जवळच उभ्या असलेल्या भाजीच्या गाडीकडे माझा मोर्चा वळवला. गाडीवर दुधी भोपळा, लाल भोपळा, वांग्यांचे छान ढीग रचलेले होते. मी भाजी घेऊन घरी गेले असते तर अम्मू खूश झाली असती. ढाक्याच्या बाहेरच भाज्या अगदी रसरशीत मिळतात असे ती नक्की म्हणाली असती. मी त्या भाजीवाल्याबरोबर बोलत होते. मी त्याला पैसे द्यायला पर्सला हात घालणार तोच मला हाक मारल्याचा आवाज ऐकू आला. रात्रीचा अंधार दाटून यायला सुरुवात झाली होती आणि मी अगदीच अपरिचित ठिकाणी होते. हाक ऐकून मी रागाने काहीतरी सुनावण्यासाठी तावातावाने वळले तर समोर रशीद! माझ्याकडे पाहत हसत होता. मावळत्या प्रकाशात त्याच्या चेहऱ्याभोवती त्याच्या केसांची प्रभावळ उजळलेली दिसत होती.

रशीदने माझ्याभोवती मिठी घातली. त्याच्या खांद्यांभोवती त्याचा शर्ट ताणला गेला. त्याच्या कानाजवळ तोंड नेऊन मी हलक्या आवाजात म्हणाले,

"इथे कसा काय तू?"

"तुझ्या वडिलांचा फोन आला होता."

त्याच्या शरीराच्या गंधात त्याच्या साबणाचा आणि आफ्टरशेव्हचा सुगंध मिसळला होता. मी त्याचे आभार मानले. आजूबाजूच्या लोकांकडे दुर्लक्ष करून अजूनही त्याचे हात माझ्याभोवती वेढलेलेच होते. रस्त्यावरचे लोक आता आमच्याकडे पाहायला लागले होते.

त्या सकाळीच जिमीने मला एक लिंक पाठवली होती. 'क्वेट्टा शहराच्या बाहेर परागंदा क्रांतिकारकाचे शव'. मृतदेहावर मारहाणीच्या खुणा होत्या पण सरकारच्या अधिकाऱ्यांनी त्याबद्दल काही खुलासा करण्याचे टाळले होते. जिमीने कळवले होते की झमझमची आई अजूनही क्वेट्टा प्रेस क्लबच्या बाहेर धरणे धरून बसली होती. अब्बू त्यांच्या गावी जाण्याच्या गडबडीत होते. पायात जोडे चढवता चढवता त्यांनी बशोन्तीला संत्र्याने भरलेली पिशवी गाडीत ठेवायला सांगितली. तेव्हाच मी त्यांना 'बरोबर येऊ का?' म्हणून विचारले. त्यांना मनापासून आनंद झाला. मी पाकिस्तानातून परत आल्यापासून जी तुटक वागत होते, त्यात बदल होण्याची ही एक सुरुवात

असल्याचे ते समजत होते. गावाकडे जाणारा रस्ता, माझ्या अवतीभोवती खेळणारी पोरे, तळ्यातला तो उसळणारा तिलापिया मासा या सगळ्यांनी माझ्या मनातले झमझमचे ते भयानक चित्र जरासे पुसट झाले होते; पण कायमचे खोडले गेले नव्हते. त्या खाईत मरणोन्मुख पालथा पडलेला, ॲम्ब्युलोसीटस सारखा गाडला गेलेला झमझम!

रशीदने त्याच्या ड्रायव्हरला गाडी घेऊन अबुल हुसेनला शोधायला पाठवले होते. ते दोघे मिळून लवकरच पेट्रोल घेऊन आले असते. त्या रस्त्यावरच्या लहानशा हॉटेलात थांबण्याचे रशीदने सुचवले. रशीदच्या जीपमध्ये चढता चढता मी अब्बूंच्या कानात पुटपुटले,

"याला कशाला फोन केलात तुम्ही?" अब्बू काहीच बोलले नाहीत. आम्ही त्या हॉटेलच्या लांबट खोलीतील- हॉटेल कसले, महामार्गाला फुटलेली शेंडीच ती - प्लॅस्टिकच्या खुर्च्यांवर बसलो. मला हात धुवायचे आहेत म्हटल्यावर वेटरने एका व्हरांड्याकडे बोट दाखवले. तिथली बाथरूम अगदीच गलिच्छ होती. दाराला कडीही नव्हती म्हणून मी दाराला टेकून उभी राहिले आणि तुला फोन केला. माझ्या फोनवर तीनशे टकाचाच टॉकटाइम शिल्लक होता. तू जर फोन उचलला असतास तर एखाद दुसरे मिनिटच मला बोलता आले असते. फोनच्या तीन रिंग्ज झाल्यावर मी फोन बंद केला. तोंडावर पाणी मारले. तिथे पेपर टॉवेल्स नव्हते. मी हातानेच तोंड पुसले आणि रशीदशी काय बोलायचे याची जुळवाजुळव करत परत आले. आल्यापासून गेले काही आठवडे मी त्याला ज्या कारणाने टाळत होते, ते कारण स्थिरचित्ताने, शांतपणे त्याला समजावून सांगायचे होते. रशीद म्हणाला,

"या कशानेच काही फरक पडत नाही. हे सगळं तुझ्यामुळे झालेलं नाहीच. यातली चांगली बाजू तेवढी बघू या. या सगळ्यामुळे तू अपेक्षेपेक्षा लवकर परत आलीस. आता ते सगळं विसरून जा."

'सगळं विसरून जा! हे असं झालं असतं तर किती छान झालं असतं!'

मी म्हणाले, "खरंच, अगदी मूर्ख आहे मी."

मी रशीदकडे बारकाईने पाहिले. त्याच्या शर्टाच्या बाह्यांना शिंपल्यांची कफलिंक्स लावलेली होती. तो अगदी सहजतेने वावरत होता. त्याने सगळ्यांच्या हातात चहाचे ग्लास ठेवले. अब्बू खुर्चीत मागे रेलून बसले, त्यांनी डोळे मिटून घेतले आणि एक मोठा सुस्कारा सोडला. त्या क्षणी माझा फोन वाजला. मला वाटले, तुझाच फोन आला. मी घाईने पर्समधून फोन काढला. जिमीचा मेसेज होता -

'मृतदेह त्याचा नाही.'

जिमीचा मेसेज इतकाच होता.

दुसऱ्या दिवशी रात्री आम्ही एका चायनीज रेस्टॉरन्टमध्ये जेवायला गेलो. शाळा-कॉलेजमध्ये असताना या हॉटेलमध्ये आम्ही नेहमी जायचो. मग आम्ही मोव्हनपिकमध्ये आइस्क्रीम खायला गेलो. दोघांमध्ये एक आइस्क्रीम. वेटरने दोन चमचे दिले. हेच आइस्क्रीम आपण दोघांनी खाल्ले असते एकाच चमच्याने तर, कोण जास्त खातंय याचा विचार न करता चाखले असते. माझे मन आक्रंदून उठले. 'माझ्यावर ही वेळ का आणलीस?' असा कुणाला तरी जाब विचारावासा वाटला पण कुणावर राग काढायचा, तेच कळत नव्हते. दुसऱ्या दिवशी सॅलीच्या वाढदिवसाला आम्ही बुरीगंगेवर नौकानयनाला गेलो. तिसऱ्या दिवशी रशीदने लग्नाचा विषय काढला. मी त्याला 'लग्न? का?' विचारले.

"आपण लग्न करायचं. पहिल्यापासूनच ठरलंय ना?"

मग मी तुला मेसेज केला -'आज रडू आवरत नाही.'

तू लिहिलेस, 'पोटभर रडून घे.'

माझ्या फोनमधून तू दिलेली गाणी मी काढून टाकली आणि रशीदच्या वेगळे घर घेऊन राहण्याच्या प्रस्तावाला दिलखुलास प्रतिसाद दिला. मला वाटू लागले की रशीदशी लग्न हाच माझ्या समस्यांचा शेवट करायचा सर्वांत जवळचा आणि सोपा मार्ग होता. एकामागोमाग जाणारे रटाळ आठवडे, खाणीत अडकून पडलेली डायना, झमझमला त्या गाडीत फेकून देतानाचा वेदनेने भरलेला त्याचा चेहरा या सगळ्यापासून सुटका. आता माझे आयुष्य एका भयाण असत्याच्या पायावर उभे होते, अगदी सगळेच!

रोज संध्याकाळी रशीद आणि मी बाल्कनीत बसत असू. कधी सिगारेटचे झुरके घेत असू, समोरचा तलाव न्याहाळत आजूबाजूला घोंघावणारे डास मारत असू. तर कधी तलावाच्या पलीकडची घरे बघत असू. सॅलीचे पोट आता दिसू लागले होते. आम्ही चौघेही पार्ट्यांना जात असू. रशीद कॉकटेल बनवत असे आणि मला कवेत घेऊन नृत्य करत असे. त्याला अजिबातच नाचता येत नसे. पण तो धसमुसळेपणाने नाचत असताना मला त्याच्या डोळ्यात डोकावून बघता येत असे. माझ्या खोलीतही तो काही वेळा गुपचूप शिरला होता आणि कुणालाही कळू न देता, कुठलाही मागमूस न ठेवता— अगदी त्याचा अंगगंधही नाही— पहाटे निघूनही गेला होता.

मग एका शुक्रवारी सकाळी सकाळीच आम्ही शहरातून निघालो आणि सवरला गेलो. रहदारी तुरळक होती. सवरला पोचलो आणि सवरच्या त्या जहाजाकृती युद्ध स्मारकाखाली आलो. रशीदने नाश्त्यासाठी फॉइलमध्ये गुंडाळलेले पराठे आणि चहाचा थर्मास आणला होता. हवेत गारठा होता आणि आम्ही आमच्या शालींमध्ये लपेटून बसलो होतो. एव्हाना मी तुझ्याबद्दल विचार करायचे सोडून दिले होते. निदान मी स्वतःला तसे बजावले होते. माझ्या आयुष्यातील एक गोड आठवण,

एक छोटासा प्रसंग एवढेच स्थान मी तुला दिले होते. आता तू माझे सगळे आयुष्य व्यापून उरला नव्हतास. साधारण एक महिन्यापूर्वी तू मला मेसेज पाठवला होतास, 'मी तुला महत्त्वाचा वाटतो?'

मी त्याला उत्तरही दिले नव्हते.

रशीद आणि मी त्या स्मारकाच्या खाली असलेल्या चौकोनी तळ्याकाठी छोट्या छोट्या लाल फरश्यांनी मढवलेल्या वाटेवरून फिरत होतो. तळ्याच्या गडद हिरव्या पाण्यात गुलाबी कमळे उमलली होती. रशीद म्हणाला,

"मग लग्न करणार ना तू माझ्याबरोबर?"

मान वर करून मी त्या काँक्रीटच्या पांढऱ्या त्रिकोणाकृती जहाजाकडे पाहत होते. माझी बालपणातील एक आठवण अचानक जागी झाली. माझ्या आई-वडिलांबरोबर मी इथे आले होते आणि खेळताना मी माझी पँट मातीने मळवून टाकली होती. घरी जाताना अम्मूने मला मागच्या सीटवर उभे राहण्याची शिक्षा दिली होती. माझ्या आई-वडिलांनी मला दत्तक घेतले होते तरी ते मला परत पाठवतील अशी भीती मला कधीच वाटली नव्हती. पण त्या दिवशी मात्र त्या भीतीने मला घेरून टाकले. ते ड्रायव्हरला गाडी थांबवायला सांगतील आणि मला रस्त्याच्या कडेला उतरवून निघून जातील, या भीतीने मी हातातली सीटची कड करकचून घट्ट धरून ठेवली होती. अम्मू आणि अब्बूने माझ्यावर स्वतःचे मूल असल्यासारखे प्रेम करण्याचे आणि पालनपोषण करण्याचे वचन दिलेले असले तरी त्या दिवशी मी मी जरा जास्तच हूडपणा केला होता आणि मी एक अदृश्य काल्पनिक रेषा ओलांडली होती.

रशीदने त्याच्या खिशातून एक वेल्व्हेटची डबी बाहेर काढली. मी तिकडे बघितले ती एंगेजमेंटची अंगठी असलेली डबी होती.

मागच्या आठवड्यातच मी बार्टना पत्र लिहिले होत- झमझमचा काही पत्ता लागला का? उत्खननाची काय खबर? पण त्यांचे काहीच उत्तर आले नाही. आणि मग अमेरिकेतील शिक्षणाचा खटाटोप, संगीताने भारलेल्या संध्याकाळी आणि न्यू इंग्लंडचा हिवाळा. मी त्या सगळ्यापासून तुटल्यासारखी झाले.

रशीदने मला त्या तळ्याच्या काठावर बसवले. तो मला म्हणाला,

"आपण इथेच राहिले पाहिजे असं नाही. आपण लंडनलाही राहू शकतो. आपण इकडे ये जा करू शकतो."

माझ्या वागण्यातून 'मला माझ्या देशात रहावेसे वाटत नाही' असा निष्कर्ष निघतो आहे, असे वाटून मी चिडले.

"मला इथे रहायला आवडणार नाही, असं का वाटतंय तुला?"

"म्हणजे चालेल तुला इथे राहणं! वा, छान, आता खूप गोष्टी सोप्या होऊन

जातील.''

''तुला वाटतं, मी इथे सामावली जाणार नाही?''

''काही हरकत नाही, झी, तू काळजी करू नकोस. मला फक्त इतकंच म्हणायचं होतं, कधीकधी बाहेर पडणंही सुखकारक ठरतं.''

''कारण तू श्रीमंत आहेस. सुट्टीत बँकॉक किंवा दुबईला जाऊ शकतोस.''

''काय हरकत आहे दुबईला जायला?''

दुबईला न जायची लाखो कारणे होती. मी जर त्याला ती सांगायला लागले असते तर आमचे लग्न मोडलेच असते. मग मी इतकेच म्हणाले,

''मला इथंच राहायचं आहे.''

मी बसले होते तो तळ्याचा काँक्रीटचा कट्टा थंड पडला होता. मी शाल अंगाभोवती घट्ट लपेटून घेतली. रशीदने मला चहाचा थर्मास दिला. मी एक मोठा घोट घेतला.

''ठीक आहे. ठरलं तर मग. आपण इथेच राहायचं- एकमेकांबरोबर!''

मी आणखी थोडा चहा प्यायले.

''व्हिस्की घातलीस की काय चहात? गरगरतंय मला.'' मी त्याचा शालीत लपेटलेला हात धरला.

''झी, मी आहे ना तुझी काळजी घ्यायला.''

मी वर बघितले. आकाशात पावसाळी ढगांची गर्दी होऊ लागली होती. परत जाताना नक्कीच पाऊस लागणार होता आणि खूप रहदारीही लागली असती.

''लवकरात लवकर करू या लग्न. जानेवारी चालेल?''

रशीदने एकदम दोन्ही हात आकाशाकडे उंचावले आणि तो ओरडला,

''हो, नक्कीच चालेल.''

हे सगळे असे झाले, एलिजा! रशीद आणि मी, हातात हात घालून गाडीकडे परतलो तेव्हा माझ्या मनावरचे ओझे उतरले होते. सगळी उलघाल थांबली होती. आता माझ्या नशिबात काय लिहिले आहे याचे तर्कवितर्क करण्याची धास्ती उरली नव्हती. इतक्या दिवसांत पहिल्यांदाच माझ्या प्रवासात मला माझ्या आईची उणीव जाणवली. तिनेच जोपासलेले रोपटे होते मी. माझी मला जाणीव होण्यापूर्वीपासून ती मला ओळखत होती. माझा आत्मविश्वास डळमळीत झाला की तिला कळत होता. जाणकार तरीही शंकाग्रस्त असा तो तिचा आवाज इतके दिवस आज्ञाधारकपणे मूक राहिला होता.

रशीदने मला घराच्या दारात सोडले. त्याला रात्रभर थांबायचे होते. मला डोळा मारून तो म्हणाला,

''आई-वडील झोपलेत तुझे. आणि आपणच त्यांना नातवंड देणार आहोत ना?

मग प्रॅक्टिस नको करायला?''

''दमले आहे रे मी, केवढं आणि काय काय झालं आज!''

''तू माझा अंत पाहतीयेस!'' मला मिठीत घेत माझ्याकडे रोखून रशीद म्हणाला. आम्ही एकमेकांना इतकी वर्षे ओळखत होतो- ती जाण त्याच्या चेहऱ्याच्या रेषारेषांमधून मला खुणावत होती. मी जर त्याला नाही म्हटले असते तर तो त्याच पावली जिन्याकडे वळला असता आणि खिशातल्या किल्ल्या खुळखुळवत निघून गेला असता आणि त्याबरोबर त्याची नाराजीही कुठच्या कुठे पळाली असती. मी विरघळले. एक एक करून मी माझी वस्त्रे उतरवली आणि मग तृप्त होऊन तो माझ्याकडे पाठ फिरवून झोपून गेला. हा सगळा वेळ, एलिजा, मी तुझाच विचार करत होते. माझ्या या पलंगावर तुझ्या संगतीत मला काय वाटले असते, माझ्या शेजारी झोपलेल्या या पुरुषासारखा तूही शांत, तृप्त झोपून गेला असतास का? हे असे विचार माझ्या मनात घोंघावत होते.

दुसऱ्या दिवशी मी माझ्या आजीला भेटायला गेले. ढाक्यातली रहदारी कल्पनातीत वाईट आहे आणि तिच्या धनमोंडीच्या घरी पोचायला दोन तास, कधी कधी तर तीन तासही लागू शकतात. त्यामुळे तिच्या घरी जेमतेम तासाभराचा वेळ मिळतो. हा सगळा वेळ पत्ते खेळण्यात, गॉसिप करण्यात आणि नानूच्या हातचे असंख्य रुचकर पदार्थ खाण्यात कसा निघून जातो, कळतच नाही. कितीही आयत्या वेळी, अचानक गेले तरी नानू मला खूप काही खाऊ घालते. मी तिच्याकडे पोचले तेव्हा ती माझी वाट पाहत होती. स्टार्च केलेली कॉटनची निळी साडी, तिच्याभोवती दरवळणारा सुक्या गुलाबांचा आणि टाल्कम पावडरचा सुगंध! फॉइलमध्ये गुंडाळलेले गरमागरम पिठा, चहाची किटली आणि सफरचंदांनी सजवलेला ट्रेही जय्यत तयारच होता.

''सांगितलं होतं मी त्या बाईंना, तू आल्यावरच पिठा कर म्हणून. पण तिला उरकच फार.'' नानीने नवीन स्वयंपाकीण ठेवली होती.

''ते जाऊ दे, तुला एकदा डोळे भरून पाहू दे मला.'' माझा सलवार कमीज पाहून तिने आनंदाने मान डोलावली. हातातले पत्ते पिसत म्हणाली,

''काय? पैसे लावून खेळायचं की तसंच?''

''आजी, लग्न करायचंय मला.''

तिने पत्ते बाजूला टाकले.

''अखेर! कुणीतरी काहीतरी चांगली बातमी घेऊन आलंय. काय गं? तोच मुलगा ना?''

मी पिठ्याचा आस्वाद घेत म्हटलं,

''हो, डॉलीआन्टीचा मुलगा.''

''छान, आता तुझ्या आईला बरं वाटेल. तिने तू आल्याचं कळवलं मला आणि त्याला सतत टाळत होतीस, तेही सांगितलं.''

''हो गं, पण मग विचार बदलला माझा.'' हे असे बोलणे म्हणजे उष्ट्या सूपचा बाउल पुन्हा तोंडाला लावण्यासारखे वाटत होते. मग मी म्हणाले,

''गोड आहे गं तो.''

''तुझी आई काळजी करत होती, तू कधीच लग्न करणार नाहीस की काय याची!''

''मग, तू काय म्हणालीस?''

''लग्न फारच छान, मस्त असतं आणि मुलं तर आणखीनच छान असतात.'' नानूने तिचा जाडजूड चश्मा डोळ्यांवरून काढला. तिचे खूप लहानपणी लग्न झाले आणि ती विधवाही फार लवकर झाली. पण जेव्हा जेव्हा ती आजोबांचा उल्लेख करायची, त्यांच्या वियोगाने तिला अपरिमित दु:ख व्हायचे, जसे काही इतक्यातच गेलेत ते! असे असले तरी स्वयंसिद्ध स्त्रीचे ती आदर्श उदाहरण होती. मोकळा आणि आनंदी स्वभाव ही तिची वैशिष्ट्ये. पण हे माझ्या आईत काहीच उतरले नव्हते. ती तिच्या मैत्रिणींबरोबर नियमितपणे ब्रिज खेळायची. भिशीच्या पार्ट्या करायची. या भिशीत तिची भावंडे आणि शेजारीपाजारी त्यांच्या बचतीतून प्रत्येक महिन्यात ठरावीक पैसे लावत असत. एका पिशवीत सर्वांच्या नावाच्या चिठ्ठ्या ठेवल्या जात. ज्याच्या नावाची चिठ्ठी निघेल त्या भाग्यवंताला हे जमलेले पैसे मिळत. मग त्याच्या वतीने ही पार्टी साजरी व्हायची. एकीकडे ती तास न् तास कुराणाचे पठण करायची तर दुसरीकडे जुन्या हिंदी सिनेमांचे रतीब घालायची आणि टीव्हीवर गाणी लागली की त्यांच्याबरोबर मस्त गायची.

''कसा आहे तो? चांगला वागतो तुझ्याशी?''

''खूपच छान!''

''सर्वांत महत्त्वाची गोष्ट, वागणूक चांगली हवी. दिसायलाही चांगला आहे म्हणे!''

''खूपच देखणा.''

मग तिने, लग्न कसे करणार... उन्हाळ्यात की थंडीत... बंदिस्त हॉलमध्ये की लॉनवरच्या मांडवात... डॉलीआन्टी सासू म्हणून कशी वाटते तुला... अनेक प्रश्न विचारून भंडावून सोडले. 'आई-वडिलांच्या घरातून बाहेर पडून रशीदला वेगळे घर घ्यायला लाव,' असे म्हणून माझे कानही भरले.

''अगं, वेगळी चूल मांडली की तक्रारीला जागा राहत नाही; हे असेच झाले, ते तसेच झाले, असं म्हणून.''

''तसंही मला स्वयंपाक करायला मुळीच आवडत नाही.''

"म्हणून काय झालं, वाद नक्की घालशील." आणि ती हसली. तेवढ्यात तिचे घड्याळाकडे लक्ष गेले.

"थांबतेस जरा? आलेच मी."

सहा वाजले होते. आता तिची टीव्ही लावायची वेळ झाली होती. तिची खास आवडती भारतीय मालिका, खाष्ट सासू आणि तिचे बारा आज्ञाधारक मुलगे यांची रोजची खिटपिट.

"जा तू. मी आहे इथे."

मी माझा फोन बघितला. नवीन गाणे आले होते. हे गाणे मी ऐकले नव्हते. मग मी ते लावले,

तू नसताही मजेत मी
खरेच आहे मजेत मी
पण
पाऊस रिमझिम अन् रेशमी
का वाटते सजाच ती?

मी सोफ्यावर आडवी झाले. वरती छताला लावलेले झुंबर हेलकावत होते. आजीच्या टीव्हीवरच्या मालिकेतील व्हायोलिनचे सुमार पार्श्वसंगीत ऐकू येत होते.

विसरेन तुला मी वचन दिले
खरेच तुला मी विसरून गेले
पण कानी येता तुजसम हसणे
नाव तुझे मज विंधून जाते

मी फोन बंद केला आणि पिठा खायला सुरुवात केली. मग चहाचा घोट घेतला. गार झाला होता चहा! माझ्या पुढ्यातील ट्रे उचलून न्यायला आमच्या स्वयंपाकीणबाई आल्या. पण मी त्यांना परत पाठवून दिले आणि एक सफरचंद उचलून घेतले. मध्ये बराच वेळ गेला आणि नानू आली.

"आज काय झालं माहिती आहे? गाडीचा अपघात आणि सासू खलास!"

"पुढे तिला आणतील परत."

"शक्यच नाही. जळून खाक झाली गाडी. काही वाचलं नाही."

"बघशील तू!"

"आणि अशी आडवी का झाली आहेस तू?" नानूने माझ्या कपाळावर हात फिरवत विचारले, "बरी आहेस ना तू?"

"काही काळजी करू नकोस." मी फोन बघितला.

"निघते आता मी."

"नीघ, नीघ, नाहीतर ट्रॅफिकमध्ये अडकशील."

''पुढच्या आठवड्यात पुन्हा येईन.''

''नमाजाच्या वेळेच्या जराशी आधीच ये. रस्ते रिकामे असतात तेव्हा.'' नानूने पुढचे दार उघडले,

''बाय बाय नानूजान!''

''तुझ्या आईला लग्नाबाबत सांगितलंस का?''

''नाही, अजून नाही.''

''लवकर सांग. माझ्या पोटात काही ही बातमी फार काळ राहायची नाही.''

डायनाचे मांडीचे हाड मिळाले. त्या हाडावर प्रचंड प्रमाणात जाळीदार आवरणे गुंडाळली होती. हे हाड स्वच्छ करून तयार कसे करायचे याबद्दल सुझानची आणि माझी चर्चा चालली होती. तिने तीन टक्के ॲसेटिक ॲसिडचे द्रावण तयार केले आणि डायनाचे मांडीचे हाड हलकेच त्यात बुडवले. त्यावर झाकण घालून ॲसिडची प्रक्रिया होईपर्यंत आम्ही थांबलो. हे काम फार काळजीपूर्वक करावे लागते. त्या ॲसिडमुळे ते जाळीदार आवरण विरघळले की ताबडतोब आपला नमुना बाहेर काढायचा असतो आणि मग अनेक वेळा धुऊन त्याच्यावरचे ॲसिड पूर्णपणे काढून टाकायचे असते. आम्हाला आमच्या डायनावरचे आवरण बाजूला काढायचे होते; पण डायना शाबूत रहायला हवी होती.

सुझान तिच्या छोट्याशा छिन्नीने डायनाचा घोटा स्वच्छ करत होती. मंदगतीचे काम पण सुझानची त्याबद्दल तक्रार नसायची. आतल्या हाडाचा पांढरा रंग दिसेपर्यंत ती छिन्नीने वरचे बारीक बारीक टवके काढत राहायची. मग तिच्या प्रसाधनांच्या बॅगमधून एक ब्रश काढून ती त्या नमुन्यावरचे धूळमातीचे शेवटचे कण झाडून काढायची. या कामात तिने मला कधीच सहभागी केले नव्हते. थोड्या थोड्या वेळाने आम्ही हे स्वच्छ केलेले नमुने निरखायचो. आम्हाला डायना, तिची मौल्यवान हाडे आणि त्यांचा ताजेपणा जपलेल्या धरतीचे मोठेच अप्रूप वाटायचे.

बेटिनाने थँक्सगिव्हिंगसाठी तिच्याकडे निमंत्रण दिले होते. तिचे आई-वडीलही येणार होते. उद्या मला बसने न्यू यार्कला जायचे होते. मला प्रयोगशाळेतच काम करायची इच्छा होती. पण त्या वीकएन्डला सगळेच मित्र-मैत्रिणी केंब्रिजच्या बाहेर असणार होते. अशा परिस्थितीत हा सगळा वीकएन्ड केंब्रिजच्या रस्त्यांवरून भटकत तुझ्या नावाचा जप करत बसले असते. अजून तरी माझ्या निराश झालेल्या आततायी मनाने माझा ताबा घेतला नव्हता. ही सगळी गाथा तुझ्यापुढे उलगडण्याच्या आधीच तुझ्याशी अचानक गाठ पडण्यात काहीच अर्थ नव्हता. तू मला अव्हेरलेस तर ते मला सहन करण्यापलीकडचे असेल आणि ओळखसुद्धा दाखवली नाहीस तर त्या दुःखाला सीमाच नसेल. मी अजून फार काही सांगितलेही नाही आणि हो,

अन्वरबद्दल तर आता सांगायलाच हवे.

पण त्याऐवजी मी तुला माझ्या एका पूर्वजाबद्दल सांगते. काशिफुल मस्लहदीन अली, माझे खापर खापर काका. त्यांचे टोपणनाव होते खोका. एका ज्यू मुलीवर त्यांचे प्रेम बसले. ते खूप हळवे होते. दुष्काळामुळे त्यांच्याकडच्या वेठबिगार शेतकऱ्यांना उपास पडले तर ते दुःखी व्हायचे. थंडीमुळे शेळी मेली तर शोक करायचे. इतकेच काय, पण मेजवानीत अन्न वाया गेले तरी ते हळहळायचे. त्यांच्या या स्वभावामुळे, त्यांच्या घरात त्यांना जन्मभर हेटाळले गेले. या काकांच्या वेळचे बाळंतपण त्यांच्या आईला फार त्रासाचे झाले होते, त्यामुळेच ते असे मवाळ झाले होते, असे त्यांच्या आईचे मत होते. प्रसूतीला फार वेळ लागल्याने ते बराच काळ योनीमार्गातच अडकले होते. त्यामुळे ते जन्माला आले तेव्हा काळेनिळे पडले होते. आणि जिवंतपणाचे कोणतेही लक्षण त्यांच्यात दिसत नव्हते. त्या सुईणीने तर 'पोर गमावले' असे जाहीरही करून टाकले. पण त्यांच्या आईला त्या काळी पांढरी फरशी घातलेल्या जमिनीवर टाकून दिलेल्या बाळाच्या किरट्या रडण्याचा आवाज ऐकू आला आणि ती आक्रसून गेली. काका मोठा झाला; पण पुरुषी कणखरपणाचा त्याच्यात अभावच होता. त्याच्या जन्माच्या वेळची त्याची अवस्था पाहून त्याचे जास्तच काळजीने संगोपन झाले, म्हणूनच तो असा नेभळा झाला होता, असे त्याच्या आईचे म्हणणे होते.

त्यांना ना कधी पैशांचे हिशोब जमले, ना ते इस्टेटीची देखभाल करू शकले. कोणतेच काम न जमणारे हे ब्रह्मचारी काका मग पुढे कलकत्त्याला आले. कलकत्त्यात त्यांनी घर घेतले, गाडी घेतली. नाटक, सिनेमांचा शौक होता. चौरंगी रस्त्यावरच्या फिर्पो हॉटेलमध्ये त्यांचे नियमित येणेजाणे असे. तिथेच हॉटेलच्या मालकाने- सिनॉर फिर्पोने खास बोलावून घेतलेल्या अमेरिकन ज्यू मुलीशी- रेचल मोझलशी त्यांचे सूत जुळले. कलकत्त्यातील नवयुवतींना नृत्याचे पाठ देण्यासाठी सिनॉर फिर्पोनी तिला पाचारण केले होते. फिर्पोमध्ये खास नृत्यासाठी रंगमंच तयार केला गेला होता. त्याची लंडनच्याही वर्तमानपत्रांमधून दणकून जाहिरात झाली होती. पण तिथे येणाऱ्या कलकत्त्याच्या महिला वर्गाच्या रद्दड नृत्यप्रकारामुळे बदनामीही झाली होती. साडी न नेसणाऱ्या कलकत्त्याच्या आधुनिक युवती, परदेशांमधून येऊन अनेक वर्षे इथेच राहिलेल्या मेमसाहिबा यांचाही पदन्यास बेडौल, हातांचे हेलकावे परिणामशून्य होते. यावर उपाय म्हणून सिनॉर फिर्पोनी त्यांना न्यू यार्कला भेटलेल्या रेचल मोझलना नृत्याचे धडे देण्यासाठी कलकत्त्यात पाचारण केले. तिथेच खोकाची आणि तिची गाठ पडली. तिच्यासाठी पागल होणाऱ्या तरुणांची ही भाऊगर्दी आणि योग्य सल्ला देणारे आजूबाजूला कुणीच नाही. अशा परिस्थितीत रेचलचे खोकावर मन

जडले.

खोका रेचलला बर्धवानमधील इस्टेटीवर घेऊन आला. त्या वेळी आमचे घराणे वैभवाच्या शिखरावर होते. ग्रँड ट्रंक रोड नावाप्रमाणेच भव्यदिव्य होता, हावडा दिल्लीची रेल्वे लाइन अजून नवी कोरीच होती, माझ्या खापर पणजोबांनी त्यांची इस्टेट अजून गहाण टाकली नव्हती, जुगार आणि सौदेबाजीच्या नादाने सांपत्तिक स्थिती अजून नाजूक झाली नव्हती, घराण्याची शान अजून ओसरली नव्हती. खोकाच्या आईने बारकाईने विचार केला. खोकाचे उन्नत कपाळ, उत्फुल्ल चेहरा आणि सौंदर्याला दाद देण्याच्या वृत्तीवर रेचल भाळली असावी. पण त्यामुळे तिचा त्यांच्या लग्नाला असलेला विरोध काही मावळला नाही. तिने घराण्यातील सर्व सदस्यांना त्याच्याविरुद्ध फितवले. त्याचा भत्ता कमी करून टाकला. त्याची डेमलर गाडी विकली आणि जबरदस्तीने त्याला लग्न मोडल्याचे पत्र लिहायला लावले.

'प्रिय मिस मोझल, मी अत्यंत दुःखाने तुम्हाला सांगू इच्छितो की मला तुमच्याशी लग्न करणे शक्य नाही.'

पत्र लिहून दिल्यावर बारा तासांनी खोका रेल्वे स्टेशनवर गेला. त्याने गळ्यातला मफलर काढून रुळावर पसरला. ६:०५ वाजताच्या दिल्लीला जाणाऱ्या ट्रेनने त्याचा प्राण घेतला. सिनॉर फिर्पोकडे मिळणाऱ्या प्रसिद्ध स्कॉच ब्रॉथ सूपमध्ये चमचा फिरवावा तशी आगगाडीची चाके खोकाच्या लहानखुऱ्या शरीराला चिरडून धडाडत पुढे गेली आणि इथेच काशिफुल मुस्लेहद्दिन अली यांच्या प्रेमाला पूर्णविराम मिळाला. प्रेमासाठी घरच्या बंधनांना न जुमानणारे काशिफुल मुस्लेहद्दिन अली आमच्या घराण्यातले एकमेव प्रेमवीर होते.

मी रशीदला लग्नासाठी होकार दिला असला तरी आमचा अजून साखरपुडा झाला नव्हता. आमचा साखरपुडा जाहीर करण्यासाठी समारंभ करणे आवश्यक होते. तो समारंभ आम्ही रशीदच्या घरी करायचे ठरवले. रशीदचे घर आमच्या 'गुलशन अव्हेन्यू' पासून पाच मिनिटांच्या अंतरावर होते.

रशीदचे आईवडील- डॉली आणि बुलबुल- जेव्हा शहराच्या या भागात रहायला आले तेव्हा त्यांनी इथे एक साधा, पुढे मागे छान लॉन असलेला बंगला बांधला होता. बुलबुलना स्टील फॅक्टरी, काच कारखाना, जहाज बांधणी इ. सर्वच धंद्यांमध्ये बरकत आली आणि त्याचबरोबर ते घरही वाढवत गेले. डॉली सतत घराच्या नूतनीकरणात गढलेली असे- खिडक्यांची दारे काढून स्लायडिंग दारे बसवणे, मोझाइक टाइल्स बदलून तिथे संगमरवर लावणे- एक ना दोन! मग हळू हळू घराच्या सर्व बाजूंनी इमारती उभारल्या गेल्या. घरात येणारा बाहेरचा उजेड अडवला गेला. घर अंधारे झाले. मग ते पाडून पुन्हा नव्याने बांधण्याऐवजी त्यांनी

घरावर आणखी एक मजला चढवला. खालचा मजला नोकरचाकर आणि गावाकडच्या गरीब नातेवाइकांसाठी वापरला जाई. बुलबुलना राजकारणात रस होता. हा तळमजला पुढे मागे पक्षाच्या मीटिंग्जसाठी वापरण्याचा त्यांचा मनसुबा होता. त्यासाठी त्यांनी समाज मंदिरांमधून असते तसे वातावरण निर्माण करण्यासाठी या तळमजल्याच्या जमिनीवर लाल कोबा लिंपून घेतला होता. अशा समाजमंदिरात त्या लाल कोब्यावर गावच्या पाटलाच्या पुढ्यात बसून शेतकरी पिढ्या न् पिढ्या आपली गाऱ्हाणी मांडत असत.

आम्ही रशीदच्या घरी पोचलो. दरवाजा डॉलीनेच उघडला. तिच्या साडीवर स्पन शुगर सारखे काम केलेले होते त्यामुळे ती कुठूनही पाहिले तरी गोलमटोलच दिसत होती. मोठे मोठे डोळे आणि भरीव चेहरा. अतिशयोक्ती होईल पण छान दिसत होती ती. मागे हॉलमध्ये एक भले मोठे झुंबर झगमगत होते. मला निरखून पाहण्यासाठी ती जरा मागे सरकली,

"वा, गुलाबी जामदनी नेसलीस ते बरं केलंस. तुझे दागिने शोभून दिसताहेत साडीवर."

तिने सकाळीच एका लाल मखमली संदुकीतून सोन्याची झुंबरे आणि हार पाठवला होता. झुंबरे पाहून अम्मू म्हणाली,

"तुझे केस मागे घेऊन वर बांधायला हवेत नाहीतर कानातली झुंबरं दिसणारच नाहीत."

आता पार्लरमध्ये जाणे भागच होते.

डॉली आम्हाला सर्वांत वरच्या टेरेसवर घेऊन गेली. तिथे त्यांनी यंदाच स्विमिंग पूल करून घेतला होता. पूलच्या पाण्यात पाय बुडवून बुलबुल व्हिस्की पीत बसले होते. पूलचे निळसर पाणी आणि मोठमोठ्या दिव्यांचा उजेड- आम्ही त्या थिरकणाऱ्या, झिरझिरीत निळाईत लपेटलो गेलो. बुलबुल माझ्या वडिलांना म्हणाले,

"ये जॉय, या दमट हवेत पाण्यात पाय सोडून बसण्यासारखं सुख नाही बघ!" पण आज कुंद वातावरण नव्हतेच. डिसेंबर महिना- खरे तर थंडी पडायला सुरुवातही झाली होती. पण अब्बूंनी पँट दुमडली आणि त्यांच्याशेजारी बसून पाण्यात पाय सोडले.

"झुबेदा, तूही येतेस का?"

"थँक यू, काका. पण मला बहुधा—"

यावर डॉली फिसकारली,

"काय वेडेबिडे आहात का तुम्ही? साडी खराब होईल तिची. चल गं, आपण आत जाऊ." पूलच्या शेजारी एक काचेच्या तावदानांची खोली होती. तिथे सोनेरी आणि केशरी रंगाची सजावट केलेली होती. आम्ही सोफ्यावर बसलो आणि मी वर

पाहिले. मी पूर्वी इथे येऊन गेले होते. पण ही आजच्यासाठी सजवलेली खोली मला वेगळीच वाटत होती. स्वच्छ दिसत होती. कठड्यांवर फुलांच्या माळा गुंडाळल्या होत्या, प्रत्येक टेबलावर पॉटपुरीचे सुगंधी बाउल्स. डॉलीने सगळीकडे भरमसाट गुलाबाच्या स्प्रेचा मारा केलेला होता. माझा मूडच गेला. त्या रोझवॉटरमुळे मला अंत्यदर्शनाला आल्यासारखे वाटू लागले होते.

''निमंत्रितांच्या यादीत काटछाट करताना अक्षरशः दमछाक झाली माझी. बरोबर आहे तुझं. पण हा कार्यक्रम आपल्यापुरता आहे, हीसुद्धा मजाच वाटतेय.'' तिच्या चेहऱ्यावर हसू पसरले. पण दुसऱ्याच क्षणी ती हिरमुसली.

''फक्त माझे जुनैद आणि रुबी नाहीत म्हणून वाईट वाटतंय.''

जुनैद रशीदचा धाकटा भाऊ आणि रुबी त्याची बहीण. जुनैद सिंगापूरमध्ये शिकत होता आणि रुबी न्यू यार्कला राहायची.

''रशीद कुठाय?'' मी विचारले. तासाभरापूर्वी त्याने मला मेसेज पाठवला होता आणि त्यात 'तुझा होणारा नवरा' अशी सही केली होती. त्यामुळे मला नाही म्हटले तरी अस्वस्थ वाटले होते.

''बाहेर गेलाय. काही खरेदी करायची होती त्याला. बरं तुम्ही दोघी काय घेणार? स्प्रिंग रोल की झिंगा फ्राय? कोक, सेवन अप?''

''मला काहीही चालेल. तू काय घेतेस झी?'' अम्मूने विचारले.

मी वर छताकडे पाहत होते. मी काहीच बोलले नाही.

''मी कोकच घेईन.'' अम्मू उत्तेजित आवाजात म्हणाली.

''काय गं, टेन्शन आलंय का तुला? एखादा पेग देऊ? चालेल?'' डॉलीने खट्याळपणे डोळा मारत विचारले.

''व्हाइट वाइन?'' मी सुचवले.

''झुबेदा, काय हे?'' अम्मूने मला दटावले. मी तिच्याकडे दुर्लक्षच केले. डॉलीला आणि मलाही माहीत होते की ही सगळी गंमत चालली आहे. पण मी 'नको' नाही म्हणाले. मग डॉली उठली. तिथला चकचकीत लाकडी कपाटातला फ्रिज उघडला आणि शार्डनेची गारेगार बाटली आणि दोन ग्लास घेऊन आली.

''आता मुख्य गोष्ट ठरवू. रिसेप्शन कुठे हवंय तुला? आर्मी गोल्फ क्लब की रॅडिस्सन?''

त्या दोघी एकत्र मिळून रिसेप्शनची तयारी करणार होत्या, हे आता स्पष्टच होते. मी अम्मूकडे वळले आणि तिला म्हणाले,

''बांगलादेशाच्या सैन्याच्या मालकीच्या गोल्फ क्लबमध्ये तुला तुझ्या मुलीचे लग्न व्हायला हवे आहे का, एखाद्या पंचतारांकित हॉटेलात?''

अम्मू उठली. तिने तिची खुर्ची माझ्याकडे सरकवली. आणि माझा हात

हलकेच दाबला. मी तिच्याकडे दुर्लक्ष केले आणि त्या लाकडी कपाटात असंख्य, छोटी छोटी पोर्सेलिनची शिल्पे ठेवली होती, ती बघू लागले.

"रॅडिस्सन चालेल. जेवण मस्त असतं तिथलं," थोड्या वेळाने मी उत्तर दिले.

"फक्त तिथे बाहेरची बिर्याणी आणू देत नाहीत आणि हॉटेलमधली बिर्याणी फारच वाईट असते. वैताग येतो," डॉली म्हणाली.

अम्मूने उत्साहाने डॉलीला पाठिंबा दिला.

"अगदी बरोबर आहे तुझं. आणि महागही पडते ती."

"त्याची काळजी करू नकोस गं."

"नाही, मला असं म्हणायचंय की महाग तर असतेच; पण छानही नसते. अर्थात रॅडिस्सनची बॉलरूम मात्र दिमाखदार आहे."

मी फट्कन म्हणाले, "मला बिर्याणी अजिबात आवडत नाही."

"आणि रशीदला तर बिर्याणी जीव की प्राण आहे. ते जाऊ दे. रॅडिस्सन ठीक आहे," डॉली.

रशीदला बिर्याणी आवडते हे मला पहिल्यांदाच कळत असल्यासारखे दाखवत मी म्हणाले, "हो का? मग मलाही चालेल रॅडिस्सन."

डॉलीने तिच्या शार्डनेचा घोट घेतला आणि म्हणाली,

"अगदी तिथेच लग्न करायला हवे असे नाही. आपण सगळ्यांपेक्षा काहीतरी वेगळंही ठरवू शकतो."

"आपण दुपारी लग्न करू या? दुपारचे जेवण आणि जेवणात माशाचं कालवणही करता येईल. असे कुणी करत नाही. वेगळं होईल ना हे?" मी म्हणाले.

"ओहो, नाही सांगता येणार," डॉली

"झुबेदा!" अम्मूने दटावले.

"काय?"

"काय झालंय काय तुला?"

"मला माझं नावही बदलायचं नाही." माझ्या मनात असंख्य गोष्टी डाचत होत्या. त्यांपैकी या गोष्टीला मी वाचा फोडली.

"अगं पण आपल्या सगळ्याचं आडनाव एकच असेल तर ते शोभून नाही का दिसणार?" डॉली.

आता अम्मूच माझा बचाव करेल याची मला खात्री होती. ती म्हणाली,

"माझं नाव लग्नानंतर बदललेलं नाही. म्हणून म्हणते आहे ती असं. माझाच दोष आहे हा."

"आणि तसंही माझं खरं नाव काय आहे कुणास ठाऊक!"

वातावरण एकदम सुन्न झाले. इतक्यात एक नोकर तळणाची प्लेट घेऊन

आला. मी त्या प्लेटमधला स्प्रिंग रोल उचलला.

"अर्थात तू नाव बदललं पाहिजेस असा काही आग्रह नाही आमचा," डॉली.

मी पोर्सेलिनची शिल्पे पाहत होते. मान वळवून मी अम्मूकडे पाहिले. तिने तिच्या केसांचा बन सोडला होता आणि पुन्हा पिना लावून तो नीट करण्याची तिची खटपट चालली होती. डॉली हसली आणि म्हणाली,

"या मुलांना लग्नाच्या तयारीत गोवायला नको. गोंधळ घालतात नुसता. झुबेदा, तू जाऊन वडील काय करताहेत ते पाहशील? बाबूही येईलच इतक्यात." डॉली रशीदला लाडाने कधी बाबू तर कधी बाबूबाळ म्हणायची.

अब्बू आणि बुलबुल पाय वाळवत बसले होते. अब्बू म्हणाले,

"हे काय आहे तुझ्या हातात? वाइन घेतेस?"

"बंड." ग्लास उंचावून मी म्हणाले.

तेवढ्यात रशीद आला. भलताच खूश दिसत होता. त्याच्या हातात लहानसे चौकोनी पॅकेट होते. 'मी ठरवेन ते होणार नाही, असे होऊच शकत नाही.' हा त्याचा आत्मविश्वास मला प्रकर्षाने जाणवला. आणि माझी ही गुलाबी साडी, केशरचना या सगळ्याबद्दल तू काय म्हणशील एलिजा, याचा विचार मी निग्रहाने बाजूला सारला. मी रशीदला विचारले,

"कुठे होतास तू?"

मला जवळ घेऊन माझ्या गालांवर ओठ टेकत म्हणाला,

"आमचं जरा खासगी प्रकरण आहे." त्याच्याभोवती सिगारेटचा वास रेंगाळत होता. तो माझ्या अब्बूना म्हणाला,

"काका, कपड्यांचा बिझनेस जोरात ना?"

"हो, छान चाललंय."

"इतर कारखानदारांची तुमच्याबद्दल तक्रार आहे. तुम्ही जरा जास्तच पगार देता कामगारांना. त्यामुळे मग बाकीचे फारच वाईट ठरतात."

रशीदने त्याच्या हातातले पॅकेट वडिलांना दिले. त्यांनी ते काळजीपूर्वक उघडले. अब्बू पूलच्या शेजारी खुर्चीवर बसले होते.

"तुला माहिती आहे का? नियमाप्रमाणे पगार द्यायचा म्हणजे वर्षाकाठी फक्त तीन कोटींचा जास्त खर्च होतो. आपल्या कामगारांना आपण आपल्यासाठी घाम गाळायला लावतो. त्याची किंमत चुकवण्यासाठी जास्तीचे तीन कोटी म्हणजे काहीच नाही."

हाताने सिगारेट वळतवळत बुलबुल म्हणाले,

"तू ना अजूनही डाव्या विचारसरणीचा आहेस."

"आहे खरा," मग माझ्याकडे वळून म्हणाले, "सध्या तरी मी फक्त घरगुती

आघाडीवर लढतो आहे.''

रशीदने प्लेअरवर बिटल्सची गाणी लावली आणि अंकल आणि अब्बू यांची पावले बसल्या बसल्याच त्या तालावर थिरकू लागली. ते दोघे एकच सिगारेट आळपाळीने ओढत होते.

''अफू ओढताहेत ते,'' मी म्हणाले.

अब्बूने रशीदने आणलेली डबी पुन्हा त्याच्या हातात दिली,

''घे, आशीर्वाद आहेत माझे तुला.''

रशीदने त्या डबीतून काही पाने काढून त्यांचे तुकडे केले.

''याचा परिणाम बरा होणार नाही,'' मी बोलून टाकले.

''काळजी करू नकोस. शांत रहा.'' रशीद माझ्या बाजूला वळला आणि त्याने हुक्क्याच्या पाइपवर त्या पानांचा एक तुकडा ठेवला आणि लाइटरने तो पेटवला. रशीदने हुक्क्याची नळी माझ्यासमोर धरली. मी एक झुरका मारला आणि स्वतःशीच पुटपुटले,

''आय लव्ह यू!''

माणसाच्या आयुष्यात 'पहिली वेळ' कधीतरी येतेच ना?

संध्याकाळच्या समारंभाची वेळ जवळ येत चालली होती. डॉलीने मला आत बोलावून घेतले आणि तिच्या बाईला सांगून लिली आणि गुलाबांचा गुंफलेला हार मागवून घेतला. तो भरगच्च हार टवटवीत राहण्यासाठी त्यावर शिंपडलेल्या पाण्यामुळे तो झगझमत होता.

''हा हार घातलास की छान नवरी दिसशील,'' डॉली.

'नवरी' या शब्दानेच मी धास्तावले आणि मुकाट्याने अम्मूसमोर वाकले. अम्मूने तो हार माझ्या गळ्यात घातला. डॉलीने घाईघाईने एक झिरझिरीत ओढणी माझ्या डोक्यावर घातली आणि ती सरकू नये म्हणून पिनाही लावून टाकल्या. आम्ही खाली आलो. तो हार, ती ओढणी यामुळे मला भरभर चालताही येत नव्हते. डॉलीने माझा हात धरला होता. गुलाबपाण्याचा गंध हळूहळू नाहीसा होत होता.

खालच्या मजल्यावर एका मोठ्या हॉलमध्ये माझी नानू आणि दादू- दादू माझ्या वडिलांची आई- दोघीही आज्या बसल्या होत्या. नानू तिच्या हातातल्या रुमालाने वारंवार डोळे पुसत होती. दादू फारच करारी! हातात पिस्त्याची प्लेट घेऊन ताठच्या ताठ बसली होती. मी आलेली पाहताच सॅली उठली आणि मीही तिच्याकडे पाहून हात हलवला. तिथे जमलेल्या गर्दीत काळे रुबाबदार सूट आणि सिल्कच्या साड्या सळसळत होत्या. डॉलीने मला एका सोफ्यावर बसवले. रशीद माझ्या शेजारी येऊन बसला. माझ्या आई-वडिलांनी दिलेला नवा, निळा कुडता त्याने परिधान केला होता.

तो माझ्यासमोर वाकून बसला आणि त्याने हात पुढे केला. त्याने सवरला हीच अंगठी आणली होती; पण मला दिली नव्हती. कुडत्याच्या खिशातून अंगठीची मखमली डबी काढताना त्याची बोटे कापत होती. ते पाहून माझ्या मनात पुन्हा एकदा प्रेम उचंबळून आले. त्याने मला विचारले,

"माझ्याशी लग्न करशील?"

मी मान हलवून संमती दिली. सर्वांनी टाळ्या वाजवल्या आणि रशीदने माझ्या करांगुलीत अंगठी सरकवली. डॉलीने माझ्या हातात बदामाच्या दुधाचा ग्लास दिला. मग बुलबुलने सर्वांना प्रार्थनेसाठी पाचारण केले. त्या छोट्याशा प्रार्थनेनंतर सर्वांनी चेहऱ्यावरून हात फिरवले. हे सगळे होत असताना रशीद माझ्याशेजारी बसून मला कोपरखळ्या मारत होता. मी लहान असताना तो मला असेच ढोसायचा आणि त्याला स्पर्श करायच्या कल्पनेनेही मला कसेसेच व्हायचे.

रशीद आणि मी सोफ्यावर बसलो होतो. एक एक करत सगळे निमंत्रित येऊन आमचे अभिनंदन करून गेले. सर्वांनी पावभाजी खाल्ली. सॅलीने साडी नेसली होती. पिन लावून झाकले तरी तिचे गरगरलेले पोट दिसत होते. तिच्या मते मी सुंदर दिसत होते; पण नुकतेच कॅन्सरचे निदान ऐकून आल्यासारखी व्याकूळ का दिसत होते, ते तिला कळत नव्हते.

"काय बिनसलंय गं तुझं? आता सगळं कसं साखरेसारखं गोड गोड आणि मजेत असायला हवं!"

बहुतेक सगळे निमंत्रित निरोप घेऊन गेले आणि मग जेवणाची पंगत मांडली गेली. डॉलीची बहीण मॉली, तिचा नवरा, तिचा मुलगा फैजल आणि त्यांची मुलगी एलिझा, तसेच बुलबुलची आईसुद्धा होती. सगळ्यांनीच आलिंगन देऊन पुन्हा एकदा अभिनंदन केले. महोगनीचे लाकडी टेबल, त्यावर लाल आणि सोनेरी काम केलेले टेबलक्लॉथ घातले होते. टेबलाच्या एका बाजूला बुलबुल जाऊन बसले आणि त्यांनी अब्बूंना दुसऱ्या बाजूला बसण्याची विनंती केली. अब्बूंनी ते साफ नाकारले, तेव्हा तिथे रशीद जाऊन बसला. आता मॉली आणि तिचा मुलगा माझ्या दोन्ही बाजूंना होते. फैजलला मिळेल तिथे बोटांनी ठेका धरायची सवय होती. आतासुद्धा तो बसला होता त्या खुर्चीवर, दोन्ही पायांच्या दरम्यान आणि समोरच्या सोनेरी कडेच्या प्लेटवर बोटे नाचवत होता. आज मी पहिल्यांदाच अफूची नशा अनुभवली होती आणि तीही वडिलांसमोर! मला प्रचंड भूक लागली होती. माझ्या लक्षात येऊ लागले होते की अब्बू नियमितपणे अफू घेत असावेत. त्यामुळेच ते कोणत्याही परिस्थितीत कायमच शांत असत. पण त्यांना हुक्क्याचे व्यसन होते तर ते माझ्या आधी कसे लक्षात आले नाही? अर्थात जुगार किंवा गुंडगिरीपेक्षा अब्बूंचे हे व्यसन परवडले. मी त्यांच्याकडे पाहिले आणि त्यांना डोळ्यानेच इशारा केला,

जो त्यांनाच समजला. मग मी इतरांशी बोलण्यात गुंगून गेले.

बुलबुलनी त्यांच्या हातातील वाइनचा ग्लास उंचावला आणि आमचे त्यांच्या कुटुंबात स्वागत केले. आम्ही सगळ्यांनीही हातातील पाण्याचे ग्लास उंचावून अभिवादन केले. मॉली मला म्हणाली,

"तू फिजिक्स शिकली आहेस ना?" मॉलीने एकाआड एक नखांना केशरी नेलपॉलिश लावले होते आणि बाकीची नखे फ्रेंच मॅनिक्युअर केली होती.

"नाही, मी जलजीवाश्मशास्त्रज्ञ आहे."

"तेच गं, सूक्ष्मदर्शक वगैरे, हो ना?" तिने प्लेटशेजारी ठेवलेला काटा उचलला आणि पांढरे ग्लोव्हज घातलेल्या वेटरने नुकतेच आणून ठेवलेले सॅलड खायला सुरुवात केली.

"हो तर!" मी बुलबुलच्या शेजारी बसलेल्या अम्मूकडे बघितले. तिच्या डाव्या बाजूला रशीदचे काका बसले होते. सॅलडनंतर तंदुरी डक आणि नंतर छोटे छोटे टार्ट टॅटीन वाढण्यात आले. टार्ट टॅटीन गरमागरम आणि अतिशय रुचकर होते. मी मॉलीला विचारले की 'ती तिच्या सौंदर्याची काळजी कशी घेते?' मग तिने रोज फळांचे आणि हर्बचे फेशियल कसे करते, दर आठवड्याला केस धुऊन इलेक्ट्रिक ड्रायरने कसे वाळवते आणि काही खास प्रसंगी चेहरा आणि गळ्याचे ब्लिचिंग कसे करते, याची साद्यंत माहिती द्यायला सुरुवात केली. हे सगळे ऐकताना मला फार मजा वाटत होती.

"पहिल्यांदा मी 'डॅझल'मध्ये जायची. पण मग तिथल्या मुली फार आगाऊपणा करू लागल्या. अगदी नावाने हाक मारायच्या सर्वांना. मला नाही आवडले ते. मानबीन ठेवणे काही आहे का नाही? आता मी 'नीलो'मध्ये जाते."

मी मान डोलावली. टेबलाच्या त्या बाजूला बसलेल्या डॉलीने सर्वांना हाकारले आणि सर्वांना नीट ऐकू जावे म्हणून ओठांभोवती हाताचा कंस करून म्हणाली,

"आज मला दुसरी मुलगी मिळाली आहे."

"बिच्चारी डॉली, आणखी मुली व्हाव्यात म्हणून कायम झुरायची. पण मला आपलं वाटतं, मुलगेच बरे. अजिबात उलटून बोलत नाहीत. नाही तर ही माझी एलिझा- इतकी तोंडाळ आहे! अलाहम्दुलिल्लाह! (देवा, तुझीच लीला सगळी,बाबा!) पण तोंडाळ असली तरी गुणी आहे मुलगी!"

मॉलीसारख्या बायका बोलताना परमेश्वराचे नाव व्याकरणातल्या विरामचिन्हांसारखे वापरतात. उद्या मॉलीची मुले मोठी झाली आणि नशापाणी करू लागली किंवा तिच्या नवऱ्याने काही भानगड करून ठेवली तर तिच्या बोलण्यात देवाचे नाव घेण्याचे प्रमाण अधिकच वाढेल. वाक्यावाक्याला अलाहम्दुलिल्लाह (देवा, तुझीच लीला सगळी,बाबा!), माशाल्लाह (देवाचीच मर्जी) आणि इन्शाल्लाह (देवाची

अनुमती असेल तर!) अशी फोडणी देत राहील. जपजाप्य, प्रार्थना वाढतील. अगदी पार्टीला गेली तरी नमाज पढण्यासाठी बस्करही बरोबर ठेवेल. काय सांगावे, मक्केची पंचतारांकित ट्रिप करेल. आणि मग आपला बुरख्यातला हसरा फोटो नेटवर टाकेल. तो बघून तिच्या मैत्रिणी त्यावर मल्लिनाथी करतील, देवा हिला नेस्तनाबूत कर. माझे वडील पक्के नास्तिक. 'माशाल्लाह'चं 'मॅश अल्लाह' करून सांगत. त्यांनी आम्हाला अनेकदा हसवले आहे. आमच्या बाल्कनीतील टेबलाभोवती बसून आम्ही खिदळत असताना 'कुणी ऐकले तर काय वाटेल त्यांना?' असेही म्हणून टाकले आहे. आताही मला खुदकन हसू आले. तिच्या ते लक्षात आले नाही. ती आपली एलिझाची शाळेतील प्रगती, सर्वांत जास्त उपस्थितीचे पारितोषिक तिने कसे पटकावले, सगळ्या शिक्षकांची ती कशी लाडकी आहे, हेच सांगण्यात गर्क होती.

टार्ट टॅटीन संपल्यावर छोट्या छोट्या प्लेटमधून आइस्क्रीम आले आणि वेटरने सर्वांना चहा, कॉफीचा चॉइस विचारला. मी आजूबाजूला बघितले. मॉलीच्या नवऱ्याबरोबर अब्बूंच्या गप्पा चालल्या होत्या. त्यांचे कपड्यांचे तीन कारखाने होते आणि ते कायम ब्लू टूथचे उपकरण कानात अडकवून ठेवत असत. अम्मू मन लावून आइस्क्रीमचा आस्वाद घेत होती आणि रशीद एलिझाला त्याच्या फोनवर काहीतरी दाखवत होता. वेटर निघून गेला आणि रशीदने सर्वांना संबोधून सर्वांचे लक्ष वेधून घेतले.

"माझ्या भावी सासू-सासऱ्यांसाठी मी एक भेट आणली आहे."

त्याच्या खुर्चीच्या मागे ठेवलेले ब्राउन पेपरमध्ये गुंडाळलेले एक पॅकेट त्याने उचलून अब्बूंच्या हातात ठेवले.

"सांभाळून! नाजूक आहे!"

अब्बूंनी त्या आवरणावरच्या दोरीची गाठ सोडली आणि ब्राउन पेपर काढून टाकला. तो मोठा केलेला कृष्णधवल फोटो होता. त्या फोटोत दोन तरुण एकमेकांच्या खांद्याभोवती हात टाकून कॅमेऱ्याकडे पाहत, हसत उभे होते. दोघांनीही सारख्याच पॅन्ट्स घातल्या होत्या. त्यांच्यापैकी एकाने डोक्याला रुमाल बांधला होता आणि हाताची दोन बोटे शांततादर्शक चिन्हासारखी उंचावली होती. त्यांच्या पार्श्वभूमीला, ते जिथे एकत्र शिकले त्या त्यांच्या कॉलेजच्या सायन्स विभागाच्या कर्झन हॉलची धूसर, राखाडी पण भव्य इमारत होती. अब्बूंनी वर बघितले. त्यांचे डोळे भरून आले होते.

"कुठे मिळाला हा फोटो?"

"स्वातंत्र्य संग्रामातला तुमचा एक मित्र भेटला होता. त्यांच्याजवळ असलेल्या जुन्या फोटोंमध्ये हा सापडला."

“थँक यू, माझ्या भावाबरोबर मी कधी फारसे फोटो काढलेच नाहीत. हा फोटो माझ्यासाठी फार मौल्यवान आहे.”

माझ्या आई-वडिलांनी एकमेकांना जवळ घेतले आणि सगळे आवाज शांत झाले. मीही फक्त ओठांच्या हालचालीने रशीदला ‘थँक यू’ म्हणाले. त्याने हळूच डोळे मिचकावले. मी त्याच्यावर बेहद्द खूश झाले. बुलबुलनी टाळ्या वाजवायला सुरुवात केली आणि मग सर्वांनीच टाळ्यांचा गजर केला. वेटरने चहा आणला. मॉलीचा फोन वाजू लागला. सर्व जण सैलावले. संध्याकाळचा कार्यक्रम संपत आला.

अशा तऱ्हेने माझा साखरपुडा झाला. पुढे लग्नही होणार होते. पण तुझ्याशी नाही दुसऱ्या कुणाशी तरी. त्या संध्याकाळी मी तुला मेसेज केला, साध्या सरळ भाषेत; सांकेतिक भाषेत नाही.

‘माझा साखरपुडा झाला.’

लगेचच तुझे उत्तर आले,

‘माझ्या मनात आकस नाही.’

लग्नाची खरेदी कलकत्त्याला जाऊन करण्यासाठी डॉलीने माझ्या आईला पटवले. तिने आईला रजा घ्यायला लावली. माझ्या साखरपुड्यानंतर अम्मू आठवड्यामागून आठवडे बिराजगंजला होती. तिथे एक बिरांगनांचा गट होता. युद्धकाळात पाकिस्तानी सैन्याने युद्धाचा डावपेच म्हणून एका छावणीत या स्त्रियांना डांबून त्यांच्यावर अमानुष अत्याचार केले होते. त्या अत्याचारित स्त्रियांना ‘बिरांगना’ म्हणत. या स्त्रिया आता साठीला पोचल्या होत्या आणि स्वातंत्र्य मिळाल्यानंतर लगेचच उभारलेल्या निर्वासितांसाठी छावणीतच त्या अजूनही वास्तव्याला होत्या. प्रथम अम्मू फक्त एका रात्रीसाठी बिराजगंजला गेली होती. तिथे तिला कळले की काही दिवसांपूर्वी त्यांच्यातल्या दोघी जणी गर्भाशयाच्या कॅन्सरने मरण पावल्या होत्या. तिने तिचा मुक्काम आठवड्यासाठी वाढवला. तिथल्या स्थानिक आरोग्य संस्थेचे साहाय्य घेऊन तिला तिथल्या स्त्रियांच्या तपासणीची सोय करायची होती. तिने आम्हाला फोनवर सांगितले की आरोग्यमंत्र्यांनी या छावणीला भेट द्यावी, म्हणून ती प्रयत्न करणार होती. तुला माहिती आहे, (ती तिच्या बोलण्याची सुरुवात साधारणपणे अशीच करते) पाकिस्तानी सैनिक या स्त्रियांचे संपूर्ण मुंडण करत, त्यांनी स्वतःला केसांनी गळफास लावून घेऊ नये म्हणून! मला माहीत आहे हे. अम्मूने हे आम्हाला अनेकदा सांगितले आहे.

कॉलेजमध्ये ‘स्त्रीत्व, आत्मभान आणि सुज्ञ निवड’ या विषयाच्या तासांनंतर मी ॲन्ड्रिया ड्वॉरकीनची पुस्तके वाचली आणि मनोमन ठरवले की माझाही जन्म

बलात्कारातूनच झाला असणार. माझ्या बापाने माझ्या आईवर बलात्कार केला असणार आणि त्यानंतर जन्माला आलेली मी, त्या किळसवाण्या घटनेची वारंवार आठवण करून देणारी म्हणून माझ्या जन्मदात्या आईने मला दत्तक दिले असणार. त्यानंतर मला कितीतरी दिवस, अगदी आतून एक गलिच्छ ओझे जाणवत होते. कित्येक वेळा मी आरशासमोर उभी राहायची आणि चारचौघात -'माझा जन्म बलात्कारातून झाला'- हा विषय काढण्याचा आणि बोलण्याचा सराव करायची. अशी ही अनौरसता जाहीर केल्याने काही विशिष्ट लोकांत मला मान मिळाला असता. कधीकधी वाटायचे की वस्तऱ्याने हात किंवा पाय रक्तबंबाळ करावेत. पण मला माझेच रक्त अत्यंत किळसवाणे वाटले आणि असे केल्याने मनही शांत होत नाही हेही लक्षात आले. मग हळूहळू मी या शक्यतेचा विचार करणे बंद केले. आईच्या बोलण्यात बलात्काराचा विषय निघाला की हे आठवायचे. आणि माझी आईच इतरांपेक्षा जास्त वेळा या विषयावर बोलायची.

डॉलीने कलकत्त्याच्या ग्रँड हॉटेलमध्ये शेजारीशेजारी खोल्या बुक केल्या होत्या. आतल्या दाराने दोन्ही खोल्यांत ये-जा शक्य होती. मी टीव्हीवर 'मास्टर शेफ ऑस्ट्रेलिया'चे पुनःप्रक्षेपण पाहत असताना मला त्या खोलीतून येणारे बोलण्याचे, खिदळण्याचे आवाज स्पष्ट ऐकू येत. आम्ही महागड्या बुटिकमध्ये वेलव्हेटच्या स्टुलांवर बसून एकापाठोपाठ एक अशा अनेक साड्या बघितल्या. दुकानातील विक्रेते आमच्या बस्त्याबद्दल सतत कुजबुजत होते. बस्ता बांधून झाल्यावर आइस्क्रीम खाताना डॉलीने आणि अम्मूने मला त्यांच्या साडीची गंमत सांगितली. कॉलेजमध्ये असताना त्या दोघींकडे मिळून एकच भारी साडी होती आणि दोघी जणी काही खास प्रसंगी तीच साडी आलटून पालटून नेसायच्या. अम्मूला भारी साडी परवडलीच नसती; त्यामुळे ती साडीही डॉलीचीच होती. पण हा मुद्दा त्यांच्या कधीच खिजगणतीत नसायचा. मला वाटते याचमुळे इतक्या वर्षांनंतरही त्यांची मैत्री घट्ट आहे. अम्मूने तिच्या व्यवसायात इतके मोलाचे काम केले आहे की आज ती सर्वांची आदरणीय 'ताई' झाली आहे. दरम्यानच्या काळात डॉलीचे श्रीमंत घराण्यात लग्न झाले आणि आज आपल्या मुलांच्या कर्तृत्वाची शेखी मिरवण, यातच तिची इतिकर्तव्यता आहे. आज अम्मूकडे पाहून डॉलीला वाटते की युद्धाने त्यांच्या छोट्याशा आयुष्यात खूप उलथापालथ घडवली; पण त्या वेळी त्यांनी जे करण्याची स्वप्ने पाहिली होती, ती स्वप्ने अम्मू स्वतः जगली आहे. राज्यक्रांतीतील अम्मूचा सहभाग आणि त्यामुळे अम्मूच्या आयुष्यावर झालेले परिणाम यांची डॉली साक्षीदार आहे. त्यांची मैत्री अभंग आहे, हे मला कळून चुकले होते. गेली कित्येक वर्षे माझे आणि रशीदचे लग्न जुळावे, या एकाच गोष्टीचा त्यांनी पाठपुरावा केला होता. त्यांच्या या आशेला सुरुंग लावायचा नाही, म्हणून मी अत्यंत विश्वासाने हा निर्णय घेतला होता. माझ्याजवळ

दुसरा पर्यायच नव्हता. चंदनाने तिच्या जातीच्या तमीळ ब्राह्मण मुलाशी लग्न करण्याइतके कष्टप्रद काही हे माझ्यासाठी नव्हते. आमचे लग्न म्हणजे क्षणिक लहरीला बळी पडून घेतलेला उथळ निर्णय नव्हता. भूतकाळाचे विस्मरण करायला लावणारे, वर्षानुवर्षाचे ईप्सित साध्य झाल्याचे प्रतीक होता. या सगळ्या प्रक्रियेत माझे स्थान अत्यंत नगण्य होते.

रशीद आणि मी शाळेत असताना रशीदची मोठी बहीण रुबी, कधीकधी मला त्यांच्या घरी लपूनछपून यायला मदत करायची. ती गुपचूप घराचे दार उघडे ठेवायची आणि अंधाऱ्या व्हरांड्यातून रशीदच्या खोलीकडे न्यायची. मात्र नंतर तिचे मत बदलले असावे. वडिलांच्या गाड्या उडवणाऱ्या, व्यसनांच्या आहारी गेलेल्या आणि जुगारात पैसे उडवणाऱ्या ढाक्यातील उपवर तरुणांप्रमाणे आयुष्याची काहीच मजा न घेतलेल्या आपल्या भावाने आपल्या जुन्या प्रेमात स्वत:ला बांधून घ्यायला नको, असे तिला वाटे.

रुबीने तिच्या छातीवर डाव्या बाजूला एक उंटाचा टॅटू काढून घेतला होता. सगळ्या जगावर जणू तिचेच अधिराज्य असावे अशी तिची राहणी होती. एकदा ईद होती आणि त्या वेळी साडी नेसली असूनही तिने गुलबक्षी रंगाचे काउबॉय बूट घातले होते. ते गुडघ्यांपर्यंत पोचणारे, प्रचंड भरतकाम केलेले, निमुळत्या टोकांचे बूट टेबलाच्या वर पाय टेकवून रुबी सर्वांसमोर मिरवत होती. बुटांची टोके तर इतकी निमुळती होती की, ती खुपसून एखाद्याचा खून करता यावा. शिक्षण संपल्यावर तिने न्यू यार्कमधल्या एका एकलकोंड्या, अबोल अमेरिकन मुलाशी लग्न केले. दर वर्षी दोन आठवडे सुट्टीवर यायची आणि सगळ्या नातेवाइकांवर महागड्या भेटवस्तूंची खैरात करायची. आमच्या लग्नाची तारीख ठरली आणि तिच्याकडून चमकदार डिझायनर साड्या आणि लेहेंग्यांचे फोटो यायला सुरुवात झाली. तिच्या भागात राहणाऱ्या पाकिस्तानी डिझायनर मैत्रिणीकडून तिला माझ्यासाठी खरेदी करायची होती. मला लेहेंगा नक्कीच घालायचा नव्हता. माझा हा निर्णय तिला अजिबात आवडला नाही. मग आमच्यामधल्या इ-मेल्स या औपचारिक होत गेल्या. रशीद नेहमीच माझ्या बाजूने असायचा, निदान खासगीत तरी. रुबीला डावलले आहे असे वाटू न देता मला हवे ते मिळवून देण्याच्या क्लृप्त्या तो शोधायचा. अशा मुत्सद्देगिरीत तो चांगलाच प्रवीण होता. तो त्याच्या बहिणीला सुनावत नाही म्हणून मी त्याच्यावर रागवले तर म्हणाला,

"तुला साडी हवी होती, ती मिळाली ना? आणि रुबीही दुखावली नाही. मग हे चांगलेच आहे की!"

लग्नाला अजून एक आठवडा असताना रुबी आली. विमानतळावर आणायला

जाऊन आम्ही तिला आश्चर्याचा धक्का द्यायचे ठरवले. ती बाहेर आली आणि पहिल्यांदा काय म्हणाली माहित्येय?

"इतकं सामान आहे, ते घरी कसं पोचेल याची काळजीच वाटतेय." ती चुकचुकत होती; पण आमच्याकडे पाहून मान झुकवून हसली. रशीदने तिला विळखा घालून वर उचलले. तिचे केस नुकतेच ब्लो ड्राय केल्यासारखे सुरेख दिसत होते. मला एकदम आठवले. मागे ती म्हणाली होती की थंडीत ती फक्त पार्लरमध्ये जाऊनच केस धुऊन घेते. रशीदने आणखी गाड्या मागवल्या होत्याच. त्यामुळे रुबीचे भरमसाट सामान हलवायचा प्रश्न सुटला. पुढच्या गाडीत आम्ही आणि मागे तीन गाड्यांत तिचे सामान, असा आमचा लवाजमा निघाला.

"तुझा नववधूचा सगळा सरंजाम आणावाच लागला मला! बघ, किती भाग्यवान आहेस तू," तिने हसत हसत खांदे उडवले.

रुबी आणि रशीद गाडीत पुढे बसले.

"मॅट काय म्हणतोय?" एअर कंडिशनरच्या वाऱ्याचा झोत अंगावर घेत मी विचारले.

"मस्त, मुलांना घेऊन तो पुढच्या आठवड्यात येतोय. विमान प्रवासात मुलं बरोबर असलेली मला अजिबात आवडत नाहीत." मागे वळून मला डोळा मारत रुबी म्हणाली. मग रशीदच्या पायावर थोपटत म्हणाली,

"मग! धाकटा भाऊ तुझं लग्न होतंय हे मला खरंच वाटत नाहीये. आपले आई-बाबा कसे आहेत? मम्मी तर अगदी बावरून गेली असेल ना?"

"सगळ्यांना सळो की पळो करून सोडलंय तिनं."

"मी नक्की सांगते, आज माझ्या आवडीचे पदार्थ करायलाही ती विसरली असेल," मग माझ्याकडे वळून म्हणाली, "बघितलंस, काय अवस्था झाली आहे माझी, तुझ्यामुळे?"

मला घरी सोडून मग रशीद रुबीला घेऊन त्यांच्या घरी जाईल असे मला वाटले होते. पण त्याने सरळ त्याच्याच घराकडे गाडी वळवली. डॉली, बुलबुल, रशीद, जुनैद आणि रुबीच्या भेटीचा सोहळा रंगला तेव्हा मी तिथेच अवघडून बाजूला उभी राहिले होते. जुनैद नुकताच त्याच्या हॉस्टेलवरून घरी परतला होता. घरात लग्न होते. असंख्य कामे पडली होती; पण प्रत्येक जण कसा उत्साही दिसत होता आणि याबद्दल सगळे एकमेकांची प्रशंसा करत होते. मग बागेतच चहा मागवला गेला. बागेतील वेताच्या खुर्चीवर रेलून बसत डॉलीने निःश्वास सोडला,

"तू आलीस. आता मी निश्चिंत झाले. तुझ्या वडिलांना कसलीच फिकीर नाही आणि हे नोकरचाकर तर काही कामाचे नाहीत."

त्या दोघींच्या नोकरांबद्दलच्या कागाळ्या सुरू होत्या. बुलबुलचा बसल्या जागी

डोळा लागला आणि त्यांच्या हातातले वर्तमानपत्र खाली गळून पडले. जुनैदचा फोन वाजला. तो उठून उभा राहिला, माझ्याकडे पाहून त्याने मान हलवली आणि फोन घ्यायला तो बाजूला गेला. आता मी निघून गेलेली फारसे कुणाच्या लक्षात येणार नाही असा माझ्या मनात विचार येतो न येतो तोच रुबीने तिच्या असंख्य बॅगांपैकी एक उघडली.

"इकडे बघायचं नाही हं!" तिने मला दटावले, "आताच सगळं दाखवणार नाही मी तुला. वानगीदाखल एकच गंमत दाखवते."

तिने मला एक खोके दिले. मी झाकण काढले.

"मस्त आहेत ना? आवडले?"

डॉलीने खोक्याच्या झाकणावरचे नाव वाचले,

"फेरागामो! कशाला गं एवढं आणलंस?"

उंच टाचांचे चमचमते सोनेरी आणि तपकिरी रंगाचे शूज, अंगठ्याला आणि घोट्याजवळ नाजूक पट्टे! त्या जोडीतली एक चप्पल बाहेर काढत मी तिला म्हटले,

"थँक यू. फार छान!!"

"खरंच आवडलेत की उगीच म्हणते आहेस?"

"उगीच नाही म्हणत. खरंच आवडले आहेत, लग्नासाठी अगदी उत्तम."

"हे घेताना माझ्या डोक्यात असंच काहीतरी होतं. आपल्याकडच्या कपड्यांना शोभतील असे शूज मिळणं फार जिकिरीचं आहे तिकडे. न्यू यार्कमध्ये काही खरेदी करावी लागली तर अम्मूची आणि माझी फार चिडचिड होते."

"हो गं, अगदी वैताग येतो," डॉली.

"आणि हे बघ, आवडले नसले तर स्पष्ट सांग. आता मी बहीण मानते तुला."

"नाही, नाही. मस्तच आहेत. पण मला उंच टाचांची सवय नाही म्हणून चालताना थोडं अवघड वाटेल."

रुबी मजेत हसत म्हणाली, "वाटलंच होतं मला, तू असंच म्हणशील."

"किती साधी आहेस गं तू!" डॉली.

"आणि हे बघ, तुला कुठे नाचानाच करायची आहे? एका ठिकाणीच तर बसून राहणार आहेस तू!"

"खरं आहे."

रुबीने ते शूज अत्यंत काळजीपूर्वक पुन्हा खोक्यात ठेवून दिले. मी उठून उभी राहिले आणि रुबीला म्हणाले,

"निघते मी आता, तुला थोडा तरी आराम मिळायला हवा."

"आराम कसला करते मी? आज त्या बिर्याणीवाल्याशी बोलायचं आहे ना मम्मी?" रुबी घाईघाईत म्हणाली. डॉलीने डोळे चोळले. रशीद त्याच्या फोनमध्येच

गुंतला होता. मध्येच त्याच्या कपाळावर आठ्या पडल्या,

"डॅडी, संप! या संपाबद्दल काही कळलं का तुम्हाला?" बुलबुल खडबडून जागे झाले. ते दोघेही ती बातमी पाहण्यात दंग झाले.

मी निघायचे ठरवले. प्रत्येकाच्या गालावर ओठ टेकवले आणि सगळ्यांचा निरोप घेतला. रुबी माझ्याकडे निरखून बघत म्हणाली,

"काय हे? तुझ्या भुवयांची अक्षरशः छाटणी करायला लागणार आहे."

लग्नाच्या दिवशी मला रोकेया सखावत होसैनच्या 'सुल्तानाज ड्रीम' या कादंबरीची सारखी आठवण होत होती. या कादंबरीत तिने स्त्री-पुरुषांची अदलाबदल झाल्याचे दाखवले होते. रोकेयाच्या नवऱ्याने तिला इंग्रजी शिकवले होते. १९०५ मध्ये तो व्यापारासाठी दौऱ्यावर गेलेला असताना त्याला आपल्या इंग्रजीवरील प्रभुत्वाने चकित करण्यासाठी तिने एक छोटीशी कादंबरी लिहिली. त्या काळात स्त्रियांना बुरखा घालावा लागे, त्यांना घराबाहेरच्या समाजात मिसळण्याचीही बंदी असायची. रोकेयाने तिच्या या कादंबरीच्या कल्पनाविश्वात पुरुषांवर ही बंधने घातली होती. त्या कादंबरीतील परोपकारी राणी आणि तिच्या सहकारी स्त्रिया सायन्स, टेक्नॉलॉजी आणि प्रचंड कष्ट उपसून मिळवलेले ज्ञान यांच्या जोरावर राज्यकारभार चालवायच्या.

रोकेयाच्या त्या कादंबरीने मी विचारात पडले.

- आपल्या प्रिय व्यक्तीसाठी अशा किती कादंबऱ्या लिहिल्या गेल्या असतील?

- आपल्या जनान्यात डांबली गेलेली असताना मुक्त जगाची कल्पना तिने कशी केली असेल?

- कोणताही अनुभव न घेताच या मुक्त जगात काय घडू शकेल हे तिला कसे सुचले असेल?

माझ्या अम्मूसाठी रोकेया गुरुस्थानी होती. लोक सतत जीझस किंवा अल्लाचे नाव घेतात; पण हिच्या तोंडात पदोपदी रोकेयाचा उल्लेख असे. जर रोकेयाला हे जमले तर आपल्यालाही ते जमलेच पाहिजे असा तिचा आग्रह असे. हातात काहीच नसताना बेगम रोकेयाने केवढा पल्ला गाठला होता. तिला स्त्रीशिक्षणाचा ध्यास लागला होता. तिने स्त्रियांसाठी शाळा सुरू केल्या. गावोगावी जाऊन मुलींना शिक्षण घ्यायला प्रवृत्त केले. संसदेत भाषणे दिली. पतीच्या मृत्यूनंतर नातेवाइकांनी तिची संपत्ती लुबाडण्याचा प्रयत्न केला. त्याविरुद्ध ती ठामपणे उभी राहिली. आणि या सगळ्यात तिचा आनंदी स्वभावही तिने जपला होता. मेजवान्यांच्या वातावरणातही ती हसतखेळत मिसळत असे. फार लहान वयात ती विधवा झाली होती. माझ्या आईला रोकेयात तिची आई दिसत असावी बहुधा. माझेही आजोबा फार लवकर

वारले होते. आजीच्या काळात मुलींचे शिक्षण ही गोष्टच समाजाला मान्य नव्हती. आज लग्नाच्या मंचावर उभी असताना माझ्या मनात रोकेया, माझी आई, तिची आई आणि समस्त स्त्री वर्गाचे विचार उसळत होते. या स्त्रियांनी त्यांच्या आयांनी दिलेल्या शिकवणीनुसार वाटचाल केली होती. पण ज्यांनी हा रुळलेला मार्ग सोडण्याचे धैर्य दाखवले होते, त्यांच्या आयुष्याच्या बंदिशाळेचे मुक्त जगात रूपांतर झाले होते.

लग्नाचा स्वागतसमारंभ संपला आणि आम्ही रशीदच्या घरी गेलो. संपूर्ण बंगला इलेक्ट्रिक दिव्याच्या माळांनी नखशिखान्त सजवलेला होता- अगदी फाटकासमोरच्या ड्राइव्हवेवरही माळा सोडल्या होत्या. आतमध्ये रुबीने सगळ्या घराचा ताबा घेतला होता. तिने मला भांगात एक सोन्याची बिंदी घालायला भाग पाडले होते त्यामुळे ती खुशीत होती. पण गळ्यापासून पोटापर्यंत लोंबणारे तीन तीन हार घालायला मात्र मी ठाम नकार दिला होता; त्यामुळे तिचा हिरमोड झाला होता. लग्न करून मी या घरात आले की ती माझ्यावर अधिकार गाजवू शकणार होती त्यामुळे ती खुशीत होती. ही सगळी नोकझोक चालली असतानाच रशीदने मला उचलून घेतले. त्याने त्याच्या शेरवानीला शोभणाऱ्या मोजड्या परिधान केल्या होत्या. त्याने मला दुधाच्या परातीसमोर उभे केले. मी त्या दुधात पाय बुडवले. मूठभर तांदूळ आमच्यावर उधळून अल्लाला साकडे घालून आमची दृष्ट काढली गेली. आता रिसेप्शन कसे झाले, या चर्चेला उधाण आले होते.

- बिर्याणी वाजवीपेक्षा जास्तच तुपकट होती!
- रीटा एस ने हॉल छान सजवला होता.
- ऑर्किड आणि पांढरे गुलाब अगदी निवडून छान आणले होते.
- काय देखणा दिसत होता रशीद, अगदी राजपुत्रासारखा!

इथे माझे आई-वडील नव्हते. होते ते रशीद, डॉली, बुलबुल, रुबी आणि त्यांचाच सगळा गोतावळा. माझ्या अंगावरचे कपडे अगदी पारंपरिक आणि सगळेच्या सगळे माझ्या सासरच्यांनी घेतलेले होते, अगदी एक सूतही माहेरचे नाही. इतकेच काय; पण माझी अंतर्वस्त्रेही रुबीने अमेरिकेहून, न्यू यार्कमधल्या प्रसिद्ध बुटिकमधून आणली होती. ती सोनेरी, तोकडी अंतर्वस्त्रे मला ठिकठिकाणी काचत, खुपत होती.

मग आमच्या बेडरूममध्ये प्रवेश करण्याचा मोठा सोहळा पार पडला. मला इतका मेकअप केला गेला होता आणि साडी नेसवताना इतक्या पिना लावलेल्या होत्या की तो सगळा जामानिमा उतरवायला मला तासभर लागला. शेवटी ब्लाउज आणि पेटीकोटमध्ये मी आरशासमोर उभी राहिले तेव्हा माझ्या डोळ्यांना लावलेले आय लायनर अजूनही पुरते निघालेले नव्हते. मी शॉवर घेतला आणि केसावर मारलेला स्प्रे काढून टाकला. माझी हेअरस्टाइल सोडवायलाही मला खूप कष्ट घ्यावे

लागले. शेवटी मी कंटाळून माझा जुना पायजमा आणि टी शर्ट घालून बाहेर आले. मला दिलेला सिल्कचा नाइटगाउनही मला नकोसा वाटला. रशीदने शँपेनची बाटली आधीच उघडून ठेवली होती. तो आरामखुर्चीत मस्त पसरला होता. पायातल्या मोजड्या आणि पायमोज्यांना त्याने रजा दिली होती आणि शेरवानीची वरची बटणे उघडी होती.

"हे काय? सेक्सी नाइटी नाही घातलीस?"

"सॉरी, खूप दमलेय मी."

त्याला आज सगळे सांगून टाकायचेच, असा मी निश्चय केला होता. मी जर आताही त्याला कल्पना दिली नाही तर हे सगळे मी त्याच्यापासून लपवून ठेवले असा त्याचा समज झाला असता. आमच्या लग्नाच्या अगदी पहिल्या दिवसापासून मी त्याच्याशी प्रामाणिकपणे वागले होते याची जाणीव आमच्या पुढच्या आयुष्यात त्याला असायला हवी होती. मी त्याचा चेहरा निरखला. त्याचे तरतरीत, भरीव नाक, दाट भुवया आणि काळेभोर वळणदार केस! एव्हाना त्याचा चेहरा मला माझ्या स्वतःच्या चेहऱ्याइतका परिचयाचा झाला होता.

"ऐक रे, मला काहीतरी सांगायचे आहे." त्याने माझ्या टीशर्टखाली हात घालून मला जवळ ओढले. माझ्यावर ओणवा होत तो म्हणाला, 'नंतर,' मी त्याच्या ओठांना ओझरता स्पर्श केला,

"नाही, आताच सांगते. फार वेळ नाही लागणार."

त्याने एक निःश्वास टाकला आणि हाताची घडी घालून म्हणाला,

"ठीक आहे, मिसेस खोंडकर, मी कानात प्राण गोळा करून ऐकतो आहे."

"अशी हाक मारू नकोस मला!"

"का? प्रेमाने हाक मारतोय."

"सॉरी, पण आपण आत्ताच बोलायला हवं. आपलं आता लग्न झालं आहे. पुढे आपल्याला मुलं होतील. आता आपल्यात कोणतेही रहस्य नको."

"रहस्य? काही गंभीर आहे?"

"मी अम्मू आणि अब्बूची सख्खी मुलगी नाही. मी त्यांच्या पोटी जन्मलेली नाही."

मी त्याच्या हातातला शँपेनचा ग्लास घेतला आणि एका दमात तो रिकामा केला. त्या शँपेनने मी क्षणार्धात सुन्न झाले.

"मला दत्तक घेतलंय. ही बाब माझ्या पालकांनी कुणालाही सांगितली नाही. ते फक्त एकदाच माझ्याजवळ बोलले. नऊ वर्षांची होते मी तेव्हा. माझा वाढदिवस होता. आणि त्यानंतर आमच्यातही हा विषय पुन्हा कधी निघाला नाही."

रशीद खाली वाकला. त्याने जमिनीवर ठेवलेली शँपेनची बाटली उचलली. तो

पुन्हा माझ्याकडे वळला,

"मला माहितेय स्वीटहार्ट."

"माहितेय?"

"हो, फार पूर्वीपासून. माझ्या आई-वडिलांनी मला हे कधीच सांगितलंय."

रशीद अजूनही खुशीतच त्याचा ग्लास पुन्हा भरत होता. तो काय म्हणाला ते पट्कन मला कळलेच नाही. मी शँपेन पुन्हा एकदा तोंडाला लावली आणि त्याला विचारले,

"आधीपासून माहितेय?"

माझ्या हाताच्या हेलकाव्यानेच माझ्या अंगावर शँपेन सांडली. माझ्या हातातून ग्लास काढून घेत रशीद म्हणाला,

"हे बघ, हे काही महत्त्वाचं नाही. मला माहितेय, माझ्या आई-वडिलांना माहितेय आणि आम्हाला त्यामुळे काही फरक पडत नाही. माझं तुझ्यावर प्रेम आहे आणि सगळ्यांनाच तू आवडतेस."

त्याने माझ्या कपाळावर ओठ ठेवले आणि म्हणाला,

"आता मला माझी मधुचंद्राची रात्र साजरी करू दे."

कुणाचीच काहीच हरकत नव्हती. सर्व जण मोठ्या मनाचे होते, क्षमाशील वृत्तीचे होते. मी कशामुळे खिन्न झाले होते ते माझे मलाच कळत नव्हते. पण मी उदास होते आणि तो माझे सांत्वन करत होता. मी मनोमन विचार करत होते. रशीद आणि त्याच्या आई-वडिलांनी हा विषय कसा हाताळला असेल? जर हे नातेवाइकांना कळले तर त्यांना काय उत्तर द्यायचे? ज्या मुलीच्या कुळाची माहिती नाही तिच्याशी लग्न जमवलेच कसे? या आणि अशाच प्रश्नांना उत्तर काय द्यायचे याची चर्चा त्यांनी माझ्या आई-वडिलांबरोबर केली असेल का? मग ते काय म्हणाले असतील? खोंडकरांचे घराणे त्यांच्या पाठीशी उभे राहिले आणि त्यांच्या अनौरस मुलीशी विवाहाला संमती देऊन तिला प्रतिष्ठा दिली, म्हणून त्यांना खोंडकरांविषयी कृतज्ञता वाटत होती का?

एलिजा, त्या क्षणी मला 'आत्मतृष्णे'बद्दल तू काय म्हणाला होतास, त्याची आठवण झाली. तू म्हणाला होतास, 'एकाच शरीरात अडकून पडण्याचा एकाकीपणा आणि परमात्म्याशी एकरूप होण्याची आत्मतृष्णा.' मला बरे वाटावे म्हणून काही तू प्रयत्न करत नव्हतास. तुला माझ्या अनौरसपणाचे सत्य गौणच वाटत होते. माझी भीती तुला प्रेमाच्या गरजेचा छोटासा आविष्कार वाटत होती. रशीदही हीच गोष्ट त्याच्या पद्धतीने माझ्यापर्यंत पोचवायचा प्रयत्न करत होता. मला कुरवाळत तो माझ्या मानेवर ओठांचा स्पर्श करत होता. मग मीही त्याच्या घट्ट मिठीने रोमांचित होऊ लागले. रशीदच्या अंगाला येणाऱ्या सुपरिचित गंधाने मला धुंद करून टाकले.

रशीदने आणखी एकदा शँपेनचा ग्लास माझ्या ओठांना लावला आणि ही धुंदी माझ्यात खोलवर भिनली. आमच्या पलंगावर गुलाबांची सजावट केली होती. भिंतींवर फुलांच्या माळा सोडल्या होत्या. वातावरण मादक सुगंधाने भारले होते. रशीदने पलंगावरची चादर बाजूला केली आणि मला हलकेच पलंगावर ठेवले. दिवसभराच्या दगदगीनंतर आम्ही मधुचंद्राची रात्र साजरी केली. या खोलीत हा अनुभव आम्हाला नवीन नव्हता. नवीन होता तो फुलांचा सुगंध, खोलीला लावलेल्या नवीन रंगाचा वास, माझ्या चेहऱ्यावर अजूनही असलेला थोडाफार मेकअप आणि आमच्या शयनगृहाच्या बाहेर घरभर असलेल्या पाहुण्यांनाही आज आमची मधुचंद्राची रात्र असल्याची जाणीव! त्यामुळे या प्रेमाच्या आवेगाला बांध पडला होता. रशीद त्याचे कपडे आवरून, दात घासून परत येईपर्यंत मी पुरती झोपाळले होते. त्या अर्धवट झोपेत त्याचा माझ्या कंबरेवर ठेवलेला हात आणि मानेवर येणारा श्वास यांची मला अस्पष्ट जाणीव होत होती.

सकाळी माझे आई-वडील माझ्या या नव्या घरी आले, आमचे पाहुणे म्हणून! आमचा खानसामा माझ्या प्लेटमध्ये चिकनकुर्मा वाढत होता. तेव्हा डॉलीने मला आमच्या खोलीतल्या कपाटाच्या ड्रॉवरची किल्ली दिली. माझे महत्त्वाचे सामान ठेवण्यासाठी ड्रॉवर. घरात नोकर वावरत असतात. त्यामुळे खोलीबाहेर पडताना ड्रॉवर आणि खोलीला कुलूप घालावे अशी तिची सूचना होती. रशीदचे आणि माझे घर काही मिनिटांच्या अंतरावरच होते. आम्ही एकत्रच लहानाचे मोठे झालो होतो;. पण आमच्या घरातून त्याच्या घरी राहायला जाणे हे दुसऱ्या जगात पाऊल ठेवण्यासारखे होते. या जगात तीन मजली बंगला होता, तिसऱ्या मजल्याच्या गच्चीवर स्विमिंग पूल होता, खोलीच्या बाहेर आल्यावर खोलीला कुलूप घालायचे होते, सकाळच्या नाश्त्यात कुर्मा होता, तळघरात गाड्यांचा ताफा होता, नोकरांबद्दल अविश्वास होत; कारण कुणाची शाश्वती देता येत नाही. काल रात्रीच्या रशीदच्या बोलण्यातून, त्याने माझ्यावर जी दया केली होती, माझ्या अनौरसपणाबद्दल जी क्षमा केली होती, त्याची मला जाणीव झाली होती. त्याने ती जाणीव शिताफीने करून दिली होती. माझ्या वैवाहिक आयुष्याचा तो पहिला दिवस होता आणि माझ्या या लग्नाच्या निर्णयाची चूक मला खिशात चुकून राहिलेल्या पेनातून झिरपणाऱ्या शाईसारखी सतत जाणवू लागली.

रोज संध्याकाळी कुणा ना कुणातरी नातेवाइकाच्या घरी जेवणाचे आमंत्रण असे. नंतरच्या शुक्रवारी आम्ही बुलबुलच्या फॅक्टरीत गेलो. अधूनमधून कुणाच्याही नकळत खोलीत शिरून साधलेला एकांत आणि ओठांचे निसटते स्पर्श यांची मजा होतीच. आमच्या बेडरूममध्ये एक म्युझिक सिस्टम होती. त्यावर माझी आवडती गाणी लावून काही वेळा आम्ही एकमेकांच्या मिठीत हरवून गेलो होतो. मधुचंद्राच्या

रात्री खोलीत सजवलेली फुले आता कोमेजायला लागली होती. आता संदर्भहीन वागणे, भरजरी साड्या, सतत गोड गोड बोलणे यातून सुटका झाली होती. आता आम्ही दोघेच होतो. बालपणापासूनचे जिवलग. कित्येक वर्षांपासून पाहिलेल्या स्वप्नाची अगदी स्वाभाविकपणे झालेली पूर्तता. पण जेव्हा माझ्या भावी आयुष्यावर माझे विचार एकवटत असत, त्या वेळी माझ्या नजरेसमोर काही काळापूर्वीची माझीच प्रतिमा तरळून जाई, जगाच्या दुर्गम भागात व्हेलच्या उत्खननासाठी जाऊन धडपडणारी मी! आणि अशा वेळी माझ्या परिपूर्ण वाटणाऱ्या वैवाहिक जीवनात या माझ्याच बंडखोर प्रतिमेशी माझा लढा चालू असायचा.

त्यातच एक दिवस रशीदने त्याच्या कामावर, फॅक्टरीत जायला सुरुवात केली. सकाळी लवकर उठून, सगळे आवरून ढगळ पँट आणि बाह्यांना कफलिंक लावलेला शर्ट घालून, हातात माझ्या आई-वडिलांनी त्याला लग्नात दिलेले घड्याळ चढवून तो तयार झाला. तो त्याच्या गाडीत मागे बसला आणि गाडीचे दार जोरात लावले गेले. त्या वेळी मी अजून रात्रीच्याच पेहरावात बाल्कनीच्या कठड्याला रेलून उभी होते. माझ्यासमोर पुढचा सगळा दिवस आ वासून उभा होता. मी पुन्हा माझ्या अंथरुणात शिरले आणि डोक्यावरून पांघरूण ओढून घेतले.

माझ्या खोलीतल्या शेल्फवरची पुस्तके चाळताना मला 'मोबी डिक'ची कादंबरी सापडली. तू त्या दिवशी विमानतळावर मला 'मोबी डिक' वरून चिडवले होते. मोबी डिकमुळे अचानक मला डायनाची आठवण झाली. ती अजूनही जमिनीखाली गाडलेल्या अवस्थेतच होती. पाकिस्तानच्या त्या भागात अजून शांतता प्रस्थापित झालेली नव्हती. त्यामुळे डायनाची आता वाताहतही झाली असेल. कोट्यवधी वर्षे डायना धरतीच्या कुशीत सुरक्षित होती; पण आता कुणाही ऐऱ्यागैऱ्यांचे हात तिला लागणार होते. मला काळाच्या अपरिहार्य प्रवासाची जाणीव झाली. एक दिवस माझेही आयुष्य संपेल आणि मीही अशीच जमिनीच्या कुशीत विसावलेली असेन. मग मला जाणवले की मी मृत्युशय्येवर असताना, माझ्या आयुष्यात राहून गेलेल्या गोष्टींचा मी धांडोळा घेईन तेव्हा त्यात आज सोमवारी आख्खा दिवस रिकामा पडलेला असताना फक्त मोबी डिक वाचण्याचा पर्याय उपलब्ध असणे, हे मला नक्कीच आठवणार नाही. मी माझे आयुष्य अशा निरर्थक गोष्टीत घालवले तर माझ्या गत आयुष्याकडे वळून बघितल्यावर, 'मी माझे आयुष्य फार चांगल्या रीतीने जगले' असे म्हणणे मूर्खपणाचेच असेल.

आमच्या मधुचंद्राच्या रात्रीचे माझे आणि रशीदचे बोलणे मला वारंवार स्मरते. मला त्याबद्दल त्याच्याशी पुन्हा पुन्हा बोलावेसे वाटते. त्याला माझे हे जन्मरहस्य कसे समजले? आणि तो, डॉली, बुलबुल, अम्मू, अब्बू या सगळ्यांनी, हे माहीत

असल्याचे सांगून माझी या ओझ्यातून सुटका का केली नाही? हे मला पडलेले प्रश्न त्याने हसण्यावारी न्यावेत हे मला पटत नव्हते. मी दत्तक मुलगी असल्याने त्याला काही फरक पडत नाही असे सांगून मला समजून घेणे मला नको होते. मी ही अशी खानदानाचा पत्ता नसलेली मुलगी असूनही कुणातरी प्रतिष्ठित खानदानाची ग्वाही असलेली व्यक्ती असल्यासारखी मला वागणूक देऊन तो माझ्यावर उपकार करतो आहे, अशी त्याच्या मनात खोल कुठेतरी अस्पष्टशी भावना असेल, हा विचार मला त्रास देत होता.

मग मी शांत राहायचे ठरवले. माझ्या जन्माच्या रहस्याचा उल्लेख मनातल्या मनातही न करण्याचा माझा जो परिपाठ होता तो मी चालू ठेवायचा ठरवले. मोबी डिक लिहिणारा मेलविले मला कळू लागला होता. लग्नानंतरच्या पार्ट्या हळूहळू कमी झाल्या. लग्न करून मी स्वतःच माझ्या नशिबाची निवड केली होती, त्या निवडीचा मी स्वीकार केला.

एलिजा, मी माझ्या लग्नाबाबत सतत विचार करत नाही. पण मी माझ्याजवळ माझा लग्नातला फोटो बाळगला आहे. माझ्या या अमेरिकावारीतही तो माझ्याजवळ आहे. या फोटोत मी खरंच सुंदर दिसते आहे. मी सुंदर दिसावी म्हणून मी कष्टही खूप घेतले होते. माझ्या तांबूस वर्णाला शोभेलशी साडी रुबी आणि डॉलीने माझ्यासाठी निवडली होती. सॅलीच्या उत्तम मेकअप करणाऱ्या मैत्रिणीने माझे डोळे रेखीव रंगवले होते आणि चेहऱ्यावर चमकदार पावडरचा हात फिरवला होता. मी आता तितकीशी सुंदर दिसत नाही. खरे सांगायचे तर, त्या दिवशी तू समुद्रकिनाऱ्यावर मला भेटलास तेव्हाच माझे लग्नाचे तेज विरून गेलेले होते. पण तुझ्या सहवासात एलिजा, मी त्या सौंदर्याच्या पलीकडे जाऊन पोचले, रोकेयाच्या गोष्टीमधल्या राणीसारखी— सर्वश्रेष्ठ, शानदार, राजेशाही!

प्रॉस्पेरिटी शिपब्रेकिंग कंपनी

आणि मग पुन्हा एकदा तू माझ्या आयुष्यात आलास. हो, त्या समुद्रकिनाऱ्यावर आपण आमनेसामने आलो, त्याच दिवसाबद्दल मी बोलते आहे. ते वर्ष मी ती महाकाय जलचर ग्रेस पूर्णपणे खोलून तिचे भाग सुटे करताना पाहण्यात घालवले होते. याच वर्षात मी तुला दुखावले. आपल्या या कथेचा हा भाग मला आवडतो; यात तू आहेस म्हणून नाही, तर हे काही आठवडे आपण एकत्र होतो म्हणून. याच काळात मला माझ्या पुढच्या आयुष्यात माझे काय होणार आहे याची जाण आली. मला माहिती आहे की या सगळ्यात माझी प्रतिमा, गर्तेतून पुन्हा भरारी घेणाऱ्या फिनिक्सची नसून, कोणत्याही स्मृतींकडे वळून बघायचीही तयारी नसणारी अशी दिसते आहे. पण इतक्या निर्णायकपणे एक घाव दोन तुकडे करण्यासाठी टोकाची भूमिका घेणे आवश्यकच होते. आकाशाला गवसणी घालणेच भाग होते. यासाठी मी मनापासून आभारी आहे.

लग्नाला एक वर्ष झाले होते. आम्ही रशीदच्या आई-वडिलांच्या घरी राहत होतो. वरच्या मजल्यावर स्विमिंग पूल होता आणि बेडरूमच्या दाराला कडीकुलूप लावण्याचा रिवाज होता. मधल्या काळात अन्वर, त्याच्या आणि माझ्याही गुपितासकट त्याच्या गावी परत गेला होता. त्याने अजून मेघनाला शोधायला सुरुवात केली नव्हती. तो मला भेटायला शहरातही परतला नव्हता. मी इथे येऊन पोचले होते त्याचाही माझ्या रक्ताशीच संबंध होता. माझी पाळी चुकली होती. डॉलीच्या घराची व्यवस्था सांभाळणाऱ्या मॅनेजरने मला एक गाडी आणि ड्रायव्हर दिला होता. माझा ड्रायव्हर लहानशा चणीचा तरुण मुलगा होता. तो गाडी चालवायला बसला की त्याची डाव्या हाताची बाही आणि गिअर बदलताना त्याचे डावे कोपर काय ते नजरेस पडत असे. गुलशन-१ भागातल्या आइस्क्रीम पार्लरच्या खाली असलेल्या, सॅनिटरी पॅड्सनी ठासून भरलेल्या औषधांच्या दुकानाकडे मी त्याला गाडी घ्यायला सांगितली. काउंटरमागे तो दुकानदार उभा होता. मला जी वस्तू हवी होती, तिला बंगालीत काय म्हणतात ते आठवायचा मी प्रयत्न करत होते. आपल्याला हवी असलेली एखादी वस्तू मागायला संकोच वाटावा अशी असेल, तर ती नेमकी कुठून तरी उंचावरून किंवा मागच्या साठवणीच्या खोलीत दडवलेल्या खोक्यातून धुंडाळून आणावी लागते, असा आजवरचा लाज आणणारा अनुभव होता. आपले

हे केमिस्ट अत्यंत विवेकशून्य असतात. आपण त्यांच्याकडे कंडोम, टॅपॉन किंवा मूळव्याधीचे मलम सरळसरळ मागूच शकत नाही. मी त्या दुकानदाराला पैसे दिले आणि त्याने माझी वस्तू ब्राउनपेपरमध्ये गुंडाळून माझ्या हातात ठेवली. मी घरी गेले आणि टेस्ट केल्यावर त्या दोन निळ्या रेघा बघून माझा संतापाने भडकाच उडला.

मला ताबडतोब सगळी लक्षणे जाणवू लागली. माझ्या ओटीपोटात कळ आली, पाय भरून आले आणि मला हॅमबर्गर खावासा वाटू लागला. हे छोटेसे बीज माझ्या शरीरात रुजले, ही मला माझ्या शरीराने माझ्याशी केलेली दगाबाजी वाटली. या बेजबाबदार बीजाला कळले कसे नाही, की आमच्या लग्नानंतर काहीच सुरळीत झाले नव्हते. त्याहीपूर्वी माझ्या मनात रुजायचा प्रयत्न करणारे प्रेम खुडून मी रशीदशी लग्न करायचा निर्णय घेतला हीच मोठी चूक होती. या अशाच चुकीमुळे माझी आई माझ्यापासून हिरावली गेली होती आणि माझ्या मनात अनेक न सुटणाऱ्या कोड्यांनी धुमाकूळ घातला होता.

दोन आठवडे मी कुणालाच काहीच सांगितले नाही. रोज सकाळी गर्भपात होईल या आशेने मी जागी होत असे. पण त्या जिवाच्या तिथेच ठामपणे असण्याने माझा चडफडाट होत असे. मी अक्षरशः डुकरासारखी पुढ्यात येईल ते चरत असे. माझ्याच पोटातला तो जीव सोडला तर मला काहीच नकोसे वाटत नसे. बाथरूममध्ये गेल्यावर मी माझ्या स्वच्छ, न डागाळलेल्या अंडरवेअरकडे हताशपणे पाहत असे. खूप पिऊन तर्र व्हावे किंवा उंचावरून उड्या माराव्यात, असे काहीतरी अघोरी उपाय करावे असेही माझ्या मनात येऊन गेले. पण तसे वागण्याचे धैर्य माझ्यात कधीच नव्हते आणि आता ते नव्याने मला नकोही होते.

एक दिवस आमच्याकडे डॉलीने एक पार्टी ठरवली होती. काळ्या-पांढऱ्या रंगांचे कपडे घालायचे होते. डॉलीने बाहेरच्या बागेत तंबू लावून घेतला होता आणि सभोवतालच्या झाडांवरून छोट्या छोट्या दिव्यांच्या माळा सोडल्या होत्या. मी मटणाचा भला मोठा तुकडा माझ्या प्लेटमध्ये घेतला आणि बेडरूममध्ये आले. टीव्हीवर, डिस्कव्हरी चॅनेलवर शेवाळ्यासंबंधी एक कार्यक्रम चालू होता- नवीन जीव घडवणारा मूलभूत घटक! तिथे, त्या क्षणी तृप्त मनाने माझ्या मनात माझ्या पोटातल्या त्या अंकुराबरोबर माझे लागेबांधे जुळले. रक्ताच्या नात्याचे माझे माणूस! यापूर्वी ही रक्ताची ओढ माझ्या आयुष्यात मी कधीच अनुभवली नव्हती. माझा सर्वांत जवळचा नातेबंध! दोन्ही हात ओटीपोटावर गच्च धरून माझ्या पोटात वाढणाऱ्या जीवाला दिलेले शिव्याशाप मी परत घेतले. टीव्हीवरचा निवेदक सांगत होता,

'हे समुद्री शेवाळे पन्नास फुटांपर्यंत वाढू शकते.'

मला एकदम हसूच फुटले आणि मी हसतच राहिले. एक चमत्कार घडला

होता आणि त्या चमत्काराने माझ्या आयुष्यात आनंदच आनंद आणला होता.

मी रशीदला ही बातमी सांगितली.

लग्नाचे पहिले वर्ष त्याच्या दृष्टीने कसे गेले कुणास ठाऊक! तो कायमच आनंदाने, उत्साहाने मुसमुसलेला असायचा. आम्ही खूप पर्यटनही केले. आम्ही हनिमूनला थायलंडला गेलो. आठवडाभर लंडनला जाऊन आलो. रशीद हाँगकाँगला एका मीटिंगसाठी गेला, तेव्हा मीही त्याच्याबरोबर गेले. हिंडण्याफिरण्याविषयी त्याचे विचार अगदी योग्यच होते. ढाक्यातील एकसुरी आयुष्यावर त्यामुळे चांगला उतारा मिळत होता. घरात छान पार्ट्या व्हायच्या, घरगुती मेजवान्या झडायच्या आणि धनमोंडीला नानूकडे नेहमीच फेऱ्या व्हायच्या. सॅली आणि नदीमला ऐन उन्हाळ्यात बाळ झाले आणि त्या नवजात बाळाच्या संगोपनात त्यांची उडालेली फजिती आम्ही पाहत होतो. मी अनेकदा यू ट्यूबवरचे ग्लेन गोल्डचे तेरावे व्हेरिएशन लावून बघत बसायची. हे तेरावे व्हेरिएशन तुझ्या मते माझ्यासारखेच होते, हे तू फार चांगल्या भावनेनेच म्हणाला होतास, असे मी आता गृहीत धरले होते. मला बार्टकडून अजून काहीच कळले नव्हते. पण न जाणो, डेरा बुगतीला परत येण्याचा त्याने फतवा काढण्याची शक्यता गृहीत धरून मी नोकरीच्या दृष्टीने काहीच हालचाल केली नव्हती.

माझ्या प्रेग्नन्सीची मी रशीदला कल्पना दिली आणि जणू काही त्याच्या मनातली एक सुप्त कळच मी दाबली. जणू हजारो दिवे प्रज्वलित झाले. कित्येक वेळा ही बातमी त्याला न सांगताच गर्भपात करून टाकावा अशी मला इच्छा व्हायची, याचा मी त्याच्यासमोर उल्लेखही केला नाही. तुला त्रास होईल एलिजा, पण मला हे तुझ्यापासून लपवून ठेवायचे नाही. या बातमीने मी आणि रशीद जवळ आलो. आमच्यात भावनिक सख्य निर्माण झाले. दुसऱ्या दिवशी सकाळी मी जागी झाले तेव्हा माझ्या पलंगाशेजारी चहाचा ट्रे सज्ज होता - चहा, व्हिटॅमिन्स आणि ताजी ट्यूलिप्स! ही ट्यूलिप्स त्याने कुठून पैदा केली होती देवच जाणे! 'आपले हे गुपित आपण इतक्यातच कुणालाही सांगायला नको' हे त्यानेही मान्य केले. नंतर काही आठवडे आम्ही आमच्या गोड गुपिताचा आनंद उपभोगला. त्या काळात आमची एकमेकांकडे नजर वळली की डोळे चमकायचे आणि चेहऱ्यावर हसू पसरायचे. संधी मिळाली की तो माझे ओटीपोट चाचपून पाहायचा. युगानुयुगे चालत आलेल्या सगळ्या अनुभवांमधून आम्ही गेलो. मुलगा होईल की मुलगी... नाव काय ठेवायचे... एकमेकांशी लाडे-लाडे बोलायचो... माझ्या चेहऱ्यावर किती तेज आले आहे ते तो मला वारंवार सांगायचा... माझ्यावर प्रेम करतानाही तो मला पराकोटीचे जपायचा. आमचे वैवाहिक आयुष्य भरभरून आनंद देत होते आणि त्यात अतृप्तीचा मागमूसही नव्हता.

पण हा आनंद जसा एक दिवस आमच्या आयुष्यात अचानक अवतीर्ण झाला होता, तसाच अचानक नाहीसा झाला. डॉलीच्या भल्या मोठ्या डायनिंग टेबलाभोवती आम्ही पाच जण बसलो होतो. रशीद, मी, डॉली, बुलबुल आणि रशीदचा धाकटा भाऊ जुनैद. डॉलीचे अत्यंत आवडते डेझर्ट- ट्रायफल पुडिंग मोठ्या मोठ्या बाउल्समधून आमच्या पुढ्यात आले होते. रशीदने माझ्याकडे एक बाउल सरकवला. तो घेण्यासाठी मी वळले आणि अचानक माझ्या पोटात एक तीव्र कळ आली. ती कळ सहन होईना म्हणून मी रशीदचा हात घट्ट पकडला. माझ्या कपड्यांवर एक लालभडक रक्ताचा ओघळ वहायला लागला. रशीदच्या हातात पुडिंगचा बाउल होता, तो त्याने खाली ठेवला. इतर सगळे जण अजूनही त्यांचे पुडिंग खाण्यात गर्क होते. जेली आणि कस्टर्डने माखलेल्या त्यांच्या प्लेट्समध्ये त्यांच्या चमच्यांचे आवाज येत होते. रशीद उठून उभा राहिला आणि त्याने त्याचे वडील आणि भाऊ दोघांना बाहेर जायला सांगितले. जुनैदचे खाणे अजून संपले नव्हते. तो कुरकुरायला लागला. पण बुलबुलने रशीदकडे बघितले आणि प्रसंगाचे गांभीर्य ओळखून जुनैदला बाहेर काढले. ते बाहेर गेल्यावर मी डॉलीला म्हणाले,

"सॉरी, मी तुमच्या डायनिंग चेअरची वाट लावली." मी त्या खुर्चीतून उठायच्या आधीच मला कळले होते की खुर्चीवर रक्ताचे थारोळे झाले होते. ज्या जीवाला मी सुरुवातीला अगणित शिव्याशाप दिले होते, जो माझ्या पोटी यावा अशी इच्छाही केली नव्हती, तो जीव त्या पांढऱ्या निळ्या खुर्चीवरच्या थारोळ्यात विरून चालला होता. रशीदने मला हलकेच खुर्चीवरून उठवले. डॉलीने माझ्या कंबरेभोवती शाल गुंडाळली. आमच्या वरच्या खोलीच्या बाथरूमच्या रिकाम्या टबमध्ये मी अंगावरच्या कपड्यांनिशी जाऊन बसले. टब पाण्याने भरला आणि त्या पाण्यात माझ्या शरीरातून वाहणाऱ्या लालभडक रक्ताचे ओघळ मिसळू लागले. रशीदने माझा कमीज वरच्यावर काढून घेतला. बराच वेळ त्या पाण्यात पडून मी एकटीच- शब्दशः एकटी- त्या तीव्र वेदना सहन करत होते! माझे बाळ मला सोडून गेले होते!

या गर्भपातात माझी कायमस्वरूपी हानी झाली नसल्याची डॉक्टरांनी ग्वाही दिली आणि मला विश्रांतीचा सल्ला दिला. दक्षिणेला असलेल्या चित्तगाँग बंदराजवळ रशीदच्या घराण्याची इस्टेट होती. त्या घरी राहून मी विश्रांती घ्यावी असे ठरले. या घरी मी पूर्वी एक-दोन वेळा आले होते. एकदा माझ्या आई-वडिलांबरोबर मी इथे उन्हाळ्याची सुट्टी घालवली होती आणि दुसऱ्यांदा आमचे लग्न झाल्या झाल्या आम्ही आलो होतो. त्यावेळी डॉली आणि बुलबुलने आमच्या या भागात राहणाऱ्या नातेवाइकांसाठी लग्नाची पार्टी आयोजित केली होती. मी हा प्रस्ताव ताबडतोब मान्य केला. पण मला माझ्याबरोबर कुणीच यायला नको होते. माझी ही मागणी मान्य होणार नाही अशी मला शंका होती. पण मला वाटते की माझ्या बाबतीत घडलेल्या

या दुर्दैवी घटनेमुळे सध्या तरी मला माझा हेका चालवण्याची संधी मिळाली होती.

माझ्या आई-वडिलांनाही, विशेषतः आईला, यातले काही कळू नये अशी माझी इच्छा होती. अम्मू एका महत्त्वाच्या खटल्याच्या तयारीत गुंतली होती. गेली चाळीस वर्षे कुख्यात गुन्हेगार हुसेन हाश्मी कुबुल त्याने युद्धकाळात केलेल्या कुकर्मांच्या बढाया मारत असे. त्याच्यावर कारवाई करण्याची कुणाचीच हिंमत नव्हती. स्वातंत्र्य मिळाल्यानंतर त्याने मोठ्या प्रमाणावर जमिनीत पैसा गुंतवला होता. नंतर एक सिमेंट फॅक्टरी टाकली होती. राजधानीतल्या सर्व बांधकाम व्यावसायिकांना तो सिमेंट पुरवत असे. गेल्या निवडणुकीत यशस्वी झाल्यावर त्याला आमदारकीही बहाल करण्यात आली होती. फारच बलाढ्य प्रकरण होते. त्याचे काळे धंदे सर्वश्रुतच होते. तो रझाकारांच्या टोळीत असल्याचीही वदंता होती. पण त्याच्यावर खटला भरायचा तर पुरावे हवेत, साक्षीदार हवेत. अम्मूला हे साक्षीदार सापडले होते. एक्काहत्तर सालापासून एक कुटुंब- एक शेतकरी आणि त्याचे वयोवृद्ध वडील- हुसेनला ओळखत होते. त्या वेळी त्या भागातल्या सर्व पुरुषांचे शिरकाण करून त्यांची घरे भस्मसात करून टाकण्याचा उन्मत्त हुकूम देताना हुसेनला त्यांनी बघितले होते. या खटल्याच्या तयारीसाठी अम्मू त्या वकिलांच्या बरोबरीने रात्रीचा दिवस करत होती. सबळ पुराव्यासाठी कागदपत्रे शोधत होती. या घटनेसाठी आणखी साक्षीदार मिळवण्यासाठी तो भाग पुन्हा पुन्हा पिंजून काढत होती. माझ्यावर गुदरलेल्या या प्रसंगाची तिला कल्पनाही नव्हती. दर वेळी तिला भेटले की मी किती सुखात आहे हेच मी तिला सांगायचे. तेवढ्यापुरते तिच्या भोवतालचे ते व्यग्रतेचे ढग बाजूला व्हायचे; पण यापेक्षा खोलात जाऊन चौकशी करण्याची तिला सवडच नव्हती.

मी माझी बॅग भरली, सगळे लग्नाच्या आधीचे कपडे घेतले आणि बुधवारी सकाळचीच फ्लाइट घेतली. रशीदने अगदी निघतानिघता माझे मन वळवायचा प्रयत्न केला; पण मलाच काही काळ तरी त्याच्यापासून दूर राहायचे होते. आमच्या नात्यातली जादू आता लोप पावली होती. मी त्या वाईट प्रसंगातून जात असताना मला त्याच्या मुद्रेवर उमटलेले भाव अजूनही जाणवत होते. पुसटशी का होईना; पण त्याला माझी चीड आली होती. ही चीड त्याने लपवली नाही आणि मला सावरलेही नाही. त्यामुळे मी त्याच्यापासून पुन्हा एकदा मनाने दूर गेले. त्याने मला एअरपोर्टवर सोडले आणि शुक्रवारी येऊन मला भेटायचे वचन दिले. तिथल्या एअरपोर्टवर ड्रायव्हर न्यायला आला होता अणि घरी स्वागत करायला तिथला मॅनेजर जोशीम हजर होता.

बुलबुलच्या वडिलांनी १९५० मध्ये हा दुमजली 'खोंडकर व्हिला' बांधला होता. घराच्या मोठ्या हॉलसमोर उतरते लॉन होते. लॉनच्या कडेने असलेल्या

बोगनवेलींवर भडक रंगांची भरपूर फुले उमलली होती. लॉनच्या पलीकडे विस्तीर्ण मैदान आणि जंगल पसरले होते. शहरातील सिमेंट काँक्रीटच्या घरांचा आणि गाड्यांचा तिथे मागमूसही नव्हता. चित्तगाँग म्हणजे ढाक्याचीच लहान आवृत्ती होती. तीच सततची भागदौड, तीच राजकीय निशाणबाजी, त्याच शँपूच्या, लांब पल्ल्याच्या फ्लाइट्सच्या आणि मोबाइल पॅकेजेसच्या जाहिराती. पण हे चित्तगाँगच्या रस्त्यांपासून जरा उंचावर असलेले घर मोकळेढाकळे, जवळच असलेल्या समुद्रावरून येणाऱ्या वाऱ्याच्या झुळकींमुळे एखाद्या थंड हवेच्या ठिकाणासारखे होते.

तिथली स्वयंपाकीण कोमोला त्या एरवी रिकाम्या असणाऱ्या घराची व्यवस्था बघायची. घरी आल्याआल्या तिने मला हात धुवायला लावले, माझ्या पुढ्यात खाद्य पदार्थांचा ट्रे आणून ठेवला आणि 'खाऊन घे' म्हणून फर्मावले. मला स्वतःलाच आश्चर्य वाटले; पण मला खरेच जाम भूक लागली होती. पुढ्यात आलेला ब्रेड आणि पेरूचा जॅम पाहून मला माझ्या लहानपणीच्या उन्हाळ्याच्या सुट्ट्या आठवल्या. नानू तिच्या अंगणातल्या झाडांवरचे भरपूर पेरू उतरवून घ्यायची आणि माझ्यासाठी प्रचंड प्रमाणात गोडमिट्ट जॅम करायची. त्या नुकत्याच केलेल्या गरमागरम जॅममध्ये चमचा बुडवून जॅम चाखल्याने तोंड भाजल्याच्या आठवणी अजूनही ताज्याच होत्या. कोमोलाने ऑलिव्ह ऑइलने मसाज करून माझे अंग चांगले रगडून दिले. बाथटब सज्ज केला आणि मला अंघोळीला धाडले. कोमोलाच्या दणकट हाताने केलेल्या काटामोड गरम ऑलिव्ह ऑइलच्या मसाजने मला रात्री गाढ झोप लागली. सकाळी उठले तेव्हा मी अगदी ताजीतवानी झालेली होते.

शुक्रवारी रशीद आला आणि मी आता ठीक दिसत असल्याचे म्हणाला. हातातल्या किल्ल्या खुळखुळवत त्याने बाहेर जाण्याचा प्रस्ताव मांडला,

"चल, पार्टी करू या. खूप मित्र आहेत माझे इथे."

कोमोला तांदळाची खीर घेऊन दारात उभी होती. मला कुठेच जायचे नसल्याचे मी रशीदला सांगितले. मला माहीत होते की हे सगळे तो मला माझ्या अस्वस्थ मनःस्थितीतून बाहेर काढण्यासाठी करत होता. पण त्याचे हे प्रयत्न मला अगदी निरर्थक वाटत होते. माझ्या ताटात मी खीर वाढून घेतली आणि त्याच्या नाराजीकडे जाणूनबुजून दुर्लक्ष केले.

जेवण झाल्यावर तो बाहेर गेला आणि खूप उशिरा घरी परतला. मला उसासून स्पर्श करत म्हणाला,

"मला तू हवी आहेस!" त्याच्या श्वासातील मद्याच्या गंधाने मी चाळवली गेले आणि त्याला प्रतिसाद देऊ लागले, त्याच्या निकटतेत समाधान वाटत होते. पण त्याची ही भेट संपून तो लवकर परत जावा असेही मला मनोमन वाटत होते. मला या घरात एकांतात राहायचे होते. मी अजूनही तुझ्या संपर्कात असते तर एलिजा,

मी काय म्हणाले असते रे तुला? गहिऱ्या प्रेमाचे एक विलक्षण वरदान मला मिळाले होते आणि ते हिरावलेही गेले होते. कोणत्या गाण्याच्या ओळी या प्रसंगी आपल्या संपर्कासाठी वापरणे योग्य ठरले असते? आपल्या दोघांमधले मेसेजेस माझ्या लग्नानंतर लगेचच थांबले होते. माझा शेवटचा मेसेज सांकेतिक भाषेत पाठवण्याची मला गरज वाटली नव्हती. अगदी कोरडेपणाने मी ती बातमी तुला दिली होती,

'लग्न झाले, मजेत आहे. अलविदा!'

दुसरे दिवशी रशीद चित्तगाँगहून परत गेला. नंतरच्या आठवड्यात माझा अगदी आखलेला दिनक्रम सुरू झाला. सकाळी लवकर उठून, नाश्ता उरकून मी आमचा मॅनेजर जोशीमबरोबर आमच्या इस्टेटीचा फेरफटका मारून यायची. जोशीम त्याच्या हातातल्या काठीने एकेक झाड दाखवत, त्यांची नावे सांगत मला हिंडवून आणायचा. मग काही पुस्तके चाळून मी कोमोला आणि इतर नोकरांबरोबर जेवून घ्यायची. त्या लांबलचक डायनिंग टेबलावर बसून एकटीनेच जेवणे कंटाळवाणे होते. म्हणून मी सगळ्या नोकरांना आणि कोमोलाला माझ्याबरोबर जेवण्यासाठी राजी केले. इथे खूप नोकर होते. कोमोलाबरोबर आणखी एक स्वयंपाकीण, एक आया, एक पहारेकरी आणि डॉलीचे हे घर अगदी स्वच्छ आणि लखलखीत ठेवणारी एक मोलकरीण होती. वेळ लागला; पण जमले. संध्याकाळी अंघोळ, थोडेफार वाचन आणि उघड्या खिडकीतून ऐकू येणारा माळरानातल्या वाऱ्याचा नाद, शांत झोप लागायची. एकदा मी कोमोलाला बोलताना ऐकले होते,

'सूनबाईना 'एअर कंडिशन' अजिबात आवडत नाही!'

हळूहळू मला घरी जावेसे वाटू लागले. पण एक दिवस माझ्या आईच्या मैत्रिणीचा- रुबानाचा फोन आला. खरे म्हणजे त्या दिवशी मला तिची अचानक आठवण झाली होती. माझ्या लग्नानंतर डॉलीच्या एका लांबच्या बहिणीच्या- स्वीटीच्या घरी ती मला शेवटची भेटली होती. स्वीटीने तिच्या बारीधरामधल्या घरी तिच्या हायफाय मैत्रिणींसाठी मोठी पार्टी दिली होती. त्या नटलेल्या बायकांमध्ये मेकअप न केलेली रुबाना तिच्या साधेपणाने उठून दिसत होती. लहानपणापासून मला तिचा थोडासा धाकच वाटायचा. त्या संध्याकाळी ती थोडी कंटाळलेलीच वाटत होती. हातात चहाचा कप तसाच घेऊन ती वारंवार बाहेरच्या बागेत फेऱ्या मारत होती. बहुधा तिला कुणाच्या तरी फोनची प्रतीक्षा असावी. एकदा मी अशीच तिच्या मागोमाग बागेत गेले. तिने मला आपादमस्तक न्याहाळले. तिच्या कपाळावर भले मोठे लालभडक कुंकू उठून दिसत होते. तिने मला विचारले,

"काय करतेस?" ही तिची चौकशी साधी 'काय चाललंय हल्ली?' या स्वरूपाची नव्हती. 'तू हे काय करते आहेस? काही कळतंय का तुला?' अशी

होती. निदान मला तरी तसेच वाटले. मी अलीकडे स्वतःला वारंवार हाच प्रश्न विचारत असे. तिने हा प्रश्न विचारल्यावर मला एक प्रकारे बरेच वाटले. काही थातूरमातूर सांगितले असते तरी चालले असते.

ती फोनवर विचारत होती,

"बरेच दिवस तुझा विचार करत होते. सध्या चित्तगाँगला आहेस म्हणे."

"हो, माझ्या सासू-सासऱ्यांचं घर आहे इथे."

"हो, टेकडीवरचं घर. रशीदही आहे तिथे?"

"नाही, एकटीच आले आहे."

"कंटाळलीस इतक्यात? शहाणी आहेस!" रुबानाचे स्वतःचे लग्न झाले होते; पण तिच्या नवऱ्याला कधी कुणी पाहिलेले नव्हते. रुबानाचा नवरा दाढीधारी, लुंगी नेसणारा, आवाज कधीही वाढवून बोलण्याची हिंमत नसलेला लहानखुरा माणूसच असणार, अशीच माझी कल्पना होती.

"सीताकुंड चित्तगाँगपासून तासाच्या अंतरावर आहे. तिथे एका प्रकल्पावर माझ्या ओळखीतली एक मुलगी काम करते. तुला नौकाविखंडनाबद्दल काही कल्पना आहे?"

नौकाविखंडन- शिपब्रेकिंग- हो, मला नक्कीच माहीत होते. जिथे जहाजाचे भाग सुटे करून जहाज मोडीत काढले जात असे, त्या समुद्रकिनाऱ्यावरच्या जागाही मला माहीत होत्या. एखादे जहाज सुटे करताना आग लागून किंवा लोखंडाच्या अवजड वस्तूखाली चेंगरून एखादा मजूर मेल्याच्या बातम्या अधूनमधून पेपरात असायच्या.

"इंग्लंडची एक संशोधक आहे. तिला एक डॉक्युमेंटरी करायची आहे. पण तिथले कामगार तिला काहीच सहकार्य करत नाहीत. तू त्या लोकांमध्ये शिरकाव करून तिला मदत करू शकतेस. ती काय म्हणते आहे ते त्यांना समजावून सांगू शकतेस. आमची एक 'शिपसेफ' नावाची एनजीओ तिथे काम करते; पण त्यांचीही तिथे डाळ शिजली नाही."

कुणाला तरी काहीतरी काम करायला मी हवी आहे, हे ऐकून मी किती निष्क्रिय झाले आहे, याचा मला साक्षात्कार झाला. एक मोबी डिक सोडले तर गेल्या वर्षभरात वाचलेल्या एकाही पुस्तकाचे नावसुद्धा मला आठवत नव्हते. या सगळ्याचा दोष मी बार्टला- आमच्या फसलेल्या उत्खननाच्या मोहिमेला देत होते. पण चूक माझीच होती. मी जीवाश्मशास्त्रज्ञ असल्याचा अहंकार उराशी बाळगत स्वतःला फसवत होते; पण ती पदवी माझ्या हातून निसटलेली होती. खोटा अहंकार बाळगणाऱ्या लोकांचा मला तिरस्कार वाटायचा; पण आता मी त्यांच्यातलीच एक झाले होते. याबद्दल माझे कुणीच कान उपटले नव्हते. अगदी माझ्या आईनेसुद्धा!

माझी आई प्रसंगी स्वतःच्या जिवावर उदार होत अजूनही दिवसाकाठी अगणित कामांत गर्क असे. मी या वर्षभरातला कितीतरी वेळ काहीही न करता वाया घालवला होता, याकडे तिनेही कानाडोळा केला होता.

"या कामाची मला काहीच माहिती नाही," मी.

"काही हरकत नाही. फक्त व्यवहारज्ञान वापर!"

मी तब्येत बरी नसल्याची गुळमुळीत कारणे द्यायला लागले तेव्हा रुबाना चुकचुकली. ती माझा अंदाज घेत होती आणि माझा नकारात्मक कल तिच्या लक्षात येत होता.

"अरेरे, हे काम बहुधा तुला पेलणारे नाहीच. त्या भपकेदार घरातून बाहेर पडून ऑफिसमध्ये जायला लागलीस तर स्वतःची ओळख पटेल तुला. पण मला दिसतंय की त्या एअरकंडिशनिंगच्या शीतल हवेची आता तुला चटक लागली आहे."

मग मी तिच्याशी वाद घालू लागले. कॅश्मोरला जाण्यासाठी रात्रभर केलेला प्रवास, कॅंपवरच्या मामुली सोई, तळपत्या उन्हात तासलेले दगड- मी तिला माझ्या डेरा बुगतीच्या उत्खननाबद्दल सांगू लागले. पण या घरातून बाहेर पडून ढाक्याला न जाता मी काहीतरी करू शकते, या पर्यायाचा विचार करण्याची माझी हिम्मत होत नव्हती. काय सांगणार होते मी सगळ्यांना? पण हे काम मी स्वीकारले आणि त्यासाठी मला दूर कुठे जावे लागले तर तसे करणे मला अनिवार्य होते.

"तुम्ही फार मोठ्या समस्येतून मार्ग काढला आहे माझ्यासाठी."

पुढच्या आठवड्यात रशीद आला. त्याला मी हे सगळे सांगितले तेव्हा आपल्या भरदार केसांमधून बोटे फिरवत तो म्हणाला,

"पण मी तुला घरी घेऊन जायला आलो आहे."

मी त्यांच्या सहनशक्तीचा अंत पाहत होते; पण माझ्यावर आताच ओढवलेल्या प्रसंगामुळे माझी ही संधी तो नाकारू शकला नाही. डॉलीच्या डायनिंग टेबलजवळची ती खुर्ची आता दुसरीकडे हलवली गेली असेल. ती आता कोठीच्या खोलीत टाकून दिली असेल किंवा खराब झालेले कापड बदलायला दुकानात परत धाडली असेल. तसे असेल तर त्या डागाळलेल्या कापडाबद्दल त्यांनी काय सांगितले असेल? त्या कामगाराला हे घाणेरडे कापड बदलायला लागले म्हणून जास्त पैसे दिले असतील का?

त्याच्या आणि माझ्या आई-वडिलांना माझा हा निर्णय सांगण्याची जबाबदारी मी रशीदवर टाकली. मी 'खोंडकर व्हिला'वर राहावे म्हणून माझे मन वळवण्याचा त्याने खूप प्रयत्न केला. घरचा ड्रायव्हर मला रोज कामावर घेऊन गेला असता वगैरे... पण मी त्याचा प्रस्ताव नाकारला. सीताकुंडला राहायची सोय यथातथा

असण्याची शक्यता होती; पण मला या भपकेबाज पण एकाकी घरातून सुटका करून घेण्याची निकड भासत होती. कोमोला आणि जोशीमचा मी निरोप घेतला. शांत झोप आणि सुग्रास जेवण हवेसे वाटले तर नक्की परत येण्याचे आश्वासनही दिले.

दुसऱ्या दिवशी बिलाल मला घ्यायला आला. तो 'शिपसेफ'चा समन्वयक होता. त्याच्या खिळखिळ्या जीपच्या पुढच्या सीटवर मी चढून बसले आणि आमच्या बंगल्याच्या टेकडीच्या उतारावरून आम्ही कूच केले. बिलालचे नुकतेच लग्न झाले होते. चित्तगाँगच्या रस्त्यांमधून वाट काढत असताना त्याने त्याच्या मोबाइलवरचे त्याच्या लग्नाचे फोटो दाखवले. त्याची बायको खूपच सुंदर असल्याची मी त्याला दाद दिली. तिच्या भांगात छोटी छोटी फुले सजवलेली होती. वर्षभरापूर्वी मीही अशीच सुंदर दिसत होते.

सीताकुंडचा रस्ता समुद्राच्या कडेने जात होता. रस्त्याच्या एका कडेला तेल शुद्धीकरणाचे कारखाने होते आणि रस्त्याच्या समुद्राच्या बाजूला भिंत घातलेली होती. समुद्रात भलीमोठी तेलवाहू जहाजे, त्याच्यातील माल उतरवण्यासाठी किंवा चढवण्यासाठी नांगर टाकून उभी होती. गाडी चालवता चालवता बिलाल सारा वेळ आपल्या बायकोचे गोडवे गात होता आणि अधूनमधून ढाक्यापेक्षा चित्तगाँग कसे वाईट आहे, धंद्यात सध्या कशी बरकत आहे याबद्दलही शेरेबाजी करत होता. मध्येच त्याने एका फाटकाकडे बोट रोखून माझे लक्ष वेधले. तिथे 'निर्यात प्रक्रिया विभाग' अशी पाटी होती. मग रस्त्यावरची रहदारी कमी होऊ लागली, इमारती मागे पडल्या, खांबांवरून लोंबकळणाऱ्या विजेच्या तारा दिसेनाशा झाल्या आणि 'वरती उजळलेले निळे आकाश आणि समोर रिकामा रस्ता' असा आमचा प्रवास सुरू झाला.

ढाका-चित्तगाँग महामार्गावर आम्ही काही मैल पुढे गेलो असू. समोर क्षितिजावर आता लहान लहान टेकड्या दिसत नव्हत्या. तिथे अचानक जुन्या जहाजांच्या भंगाराचे महाकाय ढीग दिसू लागले. एक भलामोठा कचरा डेपो समोर पसरला होता. एखाद्या युद्धभूमीवरून गोळा करून आणल्यासारखे सामानाचे ढीगच्या ढीग तिथे पडलेले होते. बिघडलेले फ्रिज, ऑक्सिजन टँक्स, जीवरक्षक बॉइजच्या या लांबलचक रांगा, संडासांची भांडी, धुलाई यंत्रे, कॉम्प्रेसरचे पोलादी पिंजरे आणि याच्या जोडीला जुन्या वस्तूंच्या विक्रीची दुकाने. या दुकानांमधून मोडीत काढलेल्या जहाजांवर मिळालेल्या अजून शाबूत असलेल्या वस्तू- होकायंत्रे, पितळी सामान, कंदील इत्यादी विकायला ठेवलेल्या होत्या. पुढे गेल्यावर फर्निचरची दुकाने लागली. दुकानांच्या समोरच्या भागात मोडके सोफासेट, कपाटे, बंकबेड, टेबले रचून ठेवलेली होती. हे सगळे फर्निचर मोडीत काढलेल्या जहाजावरचे असल्याची

भलावणही केली जायची. प्रत्यक्षात ते तिथेच तयार केले जायचे.

हे सगळे बघत असताना बिलाल अधूनमधून माझ्याकडे चौकसपणे कटाक्ष टाकत होता. हा कचरा डेपो पाहून, मी आश्चर्य दाखवले नव्हते. ही अशी थंड प्रतिक्रिया त्याला दुर्मिळच असावी. हे दृश्य पाहून भविष्यकाळातील सर्वनाशाचे चित्रच लोकांच्या डोळ्यांसमोर उभे राहत असावे. या सर्वनाशातून वाचलेल्या पण मोडकळीला आलेल्या जगाच्या कल्पनेने ते चुकचुकत असावेत. पण याचा माझ्यावर काहीच परिणाम झाला नव्हता. गेल्या वर्षभरात माझ्या आयुष्यात जो उत्पात झाला होता, त्याने माझ्या मनाला एक प्रकारचा बधिरपणा आला होता. माझ्या मनातल्या पडझडीशी साधर्म्य साधणारे हे दृश्य मनाला कुठेतरी दिलासा देणारेच वाटत होते.

आम्ही 'प्रॉस्पेरिटी शिपब्रेकिंग' च्या फाटकातून आत शिरलो. तिथे एक तेलाचा टँकर उभा होता. तो पूर्णपणे खोलून ठेवलेला टँकर एखाद्या डायनोसॉरच्या धातूच्या अस्थिपंजरासारखा दिसत होता. त्या एका बाजूला कलंडलेल्या टँकरच्या प्रॉपेलरची पाती उघडी पडली होती. ते टँकरचे डायनोसॉरसारखे कलेवर बघून माझ्या मनाचा बधिरपणा एकाएकी लुप्त झाला आणि मी काहीतरी अर्वाच्य बडबडले. माझ्या आधीच्या भावनाहीन अवस्थेवर भांबावलेल्या बिलालला ते ऐकून हायसे झाले आणि तो हसला. जणू काही तो एखादी पैजच जिंकला होता.

महामार्गाच्या एका फाट्याला शिपसेफचे ऑफिस होते. केवळ दोन खोल्यांचे ते ऑफिस समुद्रापासून काही पावलांच्या अंतरावर होते. समोरच्या खोलीला व्हरांडा होता आणि व्हरांड्यासमोर अंगणात कांदा आणि कोथिंबीर लावलेली होती. शेजारची खोली गाठीभेटींसाठी वापरली जायची. पुढच्या खोलीत माझ्यासाठी वरती काच लावलेले भक्कम टेबल होते. दुपारच्या जेवणात तिथल्या व्यवस्थापकाने केलेली बऱ्यापैकी जमलेली फिशकरी होती. संध्याकाळी मात्र माझे मलाच बघायला लागणार होते.

बिलालने किटलीत आधण चढवले आणि आम्ही चहा घेतला. मी पुन्हा त्याच्या लग्नाचा विषय काढला. त्याने मग आणखी काही फोटो दाखवले. एका फोटात तो आणि त्याची नवी नवरी सजवलेल्या लाल-पिवळ्या मंडपात बसले होते. मग त्याने गॅब्रिएलचा विषय काढला. तिलाच मदत करण्यासाठी माझी इथे नेमणूक झाली होती.

चार वर्षे 'रेनबो वॉरियर' च्या प्रकल्पावर काम केल्यावर गॅब्रिएल नुकतीच चित्तगाँगला येऊन दाखल झाली होती. इथे जी फिल्म करायची होती त्याच्या प्राथमिक मुलाखतींच्या कामासाठी ती आली होती. तिच्या फिल्मचे दिग्दर्शक आणि तंत्रज्ञ काही काळानंतर इथे येणार होते. चित्तगाँगला येण्यापूर्वी ती लंडनमध्ये थोडीफार बांगला भाषा शिकली होती; पण तिची बांगला भाषेची जाण काही

शब्दांपुरतीच मर्यादित होती. मी बिलालला विचारले,

"का जमत नाही तुमचं तिच्याशी?"

बिलाल खांदे उडवून म्हणाला,

"इथली नाही ती, परकीय आहे आणि फार प्रश्न विचारते."

"हो, पण त्यासाठीच तर ती इथे आली आहे."

बिलालने विचारले,

"मी सिगारेट ओढली तर चालेल?" मी काही म्हणायच्या आतच त्याने बेन्सन अँड हेजेसचे पाकीट काढले. खोलीच्या दुसऱ्या बाजूला असलेल्या त्याच्या टेबलावरचा ॲश ट्रे घेऊन तो आला आणि म्हणाला,

"मला तिच्याबद्दल विश्वास वाटत नाही."

मी त्याला आणखी बोलते करायचा प्रयत्न केला; पण त्याने तोंड उघडले नाही. आरामात खुर्चीत रेलून सिगारेट ओढत राहिला. जरा वेळाने म्हणाला,

"फार वाईट आहे हा धंदा. इतकी वर्षं आम्ही आमच्या मालकांशी सबुरीने जमवून घेत आलो आहोत. अचानक एक दिवस ही बाई येते आणि हे सगळं किती भयानक आहे हे आम्हालाच सांगत सुटते? तिच्या त्या फिल्ममुळे इथे काहीच बदलणार नाही."

फिल्म करण्याच्या उद्देशाच्या चर्चेत पडायची माझी इच्छा नव्हती. बिलालने त्याच्या सिगारेटचे थोटूक जमिनीवर झटकले तेव्हा त्याच्या हातावरचा भलामोठा जखमेचा व्रण माझ्या नजरेस पडला. मी त्याला त्याबद्दल विचारले तेव्हा तो म्हणाला की त्याच्या वडिलांनी त्याच्या हातावर वस्तरा चालवला होता. त्या वेळी तो बारा वर्षांचा होता आणि त्यांच्या मोलकरणीने त्याला त्याच्या नात्यातल्या मुलीच्या ओठांचा मुका घेताना पकडले होते.

"आमच्या कामवाल्या बाईने आम्हाला बघितलं आणि माझा कान पिरगळतच माझ्या वडिलांसमोर नेलं. त्या वेळी ते वस्तरा घेऊन दाढी करत होते."

माझ्यासमोर ही कबुली दिल्याने त्याला मोकळं झाल्यासारखे वाटत होते. त्याने आणखी एक खुर्ची पुढे ओढली आणि आरामात पाय पसरून बसला.

"कधी कधी अनोळखी लोकांशी बोलून बरं वाटतं," मी.

"पण त्या बाईला कुणी काहीच सांगणार नाही," तो म्हणाला.

ऑफिसपेक्षा राहण्याची जागा बरी होती. खोलीच्या दोन्ही बाजूंना खिडक्या होत्या. एका खिडकीतून रस्ता दिसत होता तर दुसऱ्या खिडकीसमोर मागच्या बाजूला समुद्र होता. दोन बेडरूम्स, एक छोटी खोली; त्यात एक जेवणाचे टेबल, खुर्ची आणि जमिनीवर चौरस बैठका होत्या. लहान बेडरूम मोकळी होती. त्या

बेडरूममध्ये मी माझे बस्तान बसवले. माझी बॅग मी मोकळी केली. माझ्या गादीभोवती मच्छरदाणी लावली आणि डायनिंग टेबलापाशी बसून कोमोलाने बांधून दिलेल्या नूडल्स खाल्ल्या. लांब कुठेतरी पोलाद वितळवण्याच्या भट्टीचा कर्कश पण दबलेला आवाज ऐकू येत होता. आसमंत संधिप्रकाशात न्हाऊन निघाला होता. लवकरच अंधार पडला आणि मी दिवा बंद करून झोपण्याच्या तयारीत होते, इतक्यात पुढचे दार उघडून गॅब्रिएल आली.

मला पाहून ती क्षणभर थबकली. पण मी कोण? हे लगेचच तिच्या लक्षात आले. ती आली आणि मला भेटली. वय चाळिशीच्या आसपास, उंच, धिप्पाड आणि केस तांबूस तपकिरी!

''माय गॉड! बरं झालं तू आलीस.'' मीही तिच्याकडे पाहून हसले. पाठीवरचा थैला तसाच, बसलीही नाही खाली. लगेचच माझ्यावर तिने प्रश्नांचा भडिमार करायला सुरुवात केली.

'इतके लहान कामगार कामावर कसे काय ठेवतात?

यांना कुठून आणून भरती करतात?

या मुलांचे आईबाप कुठे असतील?

या बिलोरी पाण्याच्या, मृदुमुलायम वाळूच्या किनाऱ्यावर सूर्यस्नान, पोहणं आणि प्रेमात पडण्याऐवजी ही जहाजांची मोडतोड का करतात? यासाठी त्यांना दुसरी कुठली जागा सापडली नाही का?'

तिला इथे येऊन महिना झाला होता आणि अजूनही तिला कुणीच सहकार्य करत नव्हते.

''जशी काही यांची तोंडं कुणीतरी शिवून टाकली आहेत.''

पाचच मिनिटांत मला हे असे सगळे का झाले होते, त्याची उत्तरे मिळाली होती. त्यांपैकी एक गोष्ट म्हणजे तिचे कपडे. तिच्या शर्टाची वरची दोन बटणे उघडी होती, बाह्या कोपराच्या वर दुमडलेल्या होत्या. तिने शर्ट तिच्या घट्ट जीन्सच्या आत खोचला होता त्यामुळे तिचे नितंब ठसठशीतपणे दिसत होते. तिच्याकडे पाहायचे तर काय काय पाहायचे आणि त्यातून वेळ मिळाला तर तिच्या प्रश्नांची उत्तरे कशी द्यायची? तिने नाक टोचलेले होते. कानही तीन ठिकाणी टोचले होते. ओठांच्या वर तीळ असावा. त्यावर चमकी लावली होती. तिच्याकडे पाहून मला उच्च प्रतीच्या सिगारेटच्या जाहिरातीची आणि त्या जाहिरातीतील दंड ठोकणाऱ्या मॉडेलची आठवण झाली. मॉडेल, हिप्पी आणि एखादा बाइक चालवणारा या तिघांचेही गॅब्रिएलमध्ये मिश्रण दिसत होते. तिला पाहून मी जराशी वैतागलेच; पण एका सर्वस्वी अनोळखी व्यक्तीच्या सहवासाची मजाही वाटायला लागली.

गॅब्रिएलने मला उदार मनाने मोठी बेडरूम देऊ केली. मला त्याची गरज

नव्हती. मी नको म्हणाले.

"मग इथे आरामात बस तरी जरा वेळ. आरामात बसण्यासाठी ही गादी ही एकच जागा इथे आहे."

मग तिने टकिलाची बाटली उघडली आणि एखादा घोट घ्यावा म्हणून आग्रह केला.

"या टकिलामुळे माझं डोकं जरा ठिकाणावर राहू शकतंय." मी नाहीच म्हणणार होते; पण आता मी गर्भवती नव्हते. मी ती बाटली उचलली आणि सरळ तोंडाला लावली. ती तेज टकिला जळजळत थेट माझ्या पोटात उतरली. मी आल्याने तिला किती आनंद झाला आहे, हीच एक गोष्ट गॅब्रिएल मला वारंवार सांगत होती.

"इथे सगळं काम ठप्प झालं आहे. काय आणि कसं करायचं ते पटापट ठरव आता."

तिचा उत्साह थोपवत मी तिला म्हणाले,

"हो, पण मला काहीच माहीत नाही. मला जरा विचार करू दे. माणसांच्या बाबतीत मी काही तज्ज्ञ नाही."

"काय सांगतेस? रुबाना तर म्हणाली, तू अशी कामं हाताळण्यात तरबेज आहेस. आणखीही बरंच काही बोलली ती तुझ्याबद्दल. माझ्या आता लक्षात नाही."

"मी जीवाश्मशास्त्रज्ञ आहे."

"काहीतरीच काय? थापा मारू नकोस." गादीवर हात आपटत ती थक्क होत म्हणाली.

"माझं काम सामान्यतः मरण पावलेल्यांच्या संदर्भात असतं."

"वाया गेली आहेस तू."

"खरंच, थोडीशी चढली आहे मला."

"तसं नव्हतं म्हणायचं मला. रुबाना सांगत होती, तेव्हा मला कळलं नव्हतं ती काय म्हणते आहे. मला वाटलं, कुठल्यातरी फालतू नोकरीत तू सडते आहेस. पण डायनोसॉर! हे असं काही माझ्या मनात आलंच नव्हतं."

मी हसले आणि गादीवर रेलत म्हणाले,

"रुबाना आणि माझी आई दोघीही अर्थपूर्ण आयुष्याची फार साचेबंद व्याख्या करतात."

"मला वाटलं होतं त्यापेक्षा तू खूप वेगळी आणि विलक्षण आहेस."

आणि अचानक मी तिला सांगून बसले,

"माझा नुकताच गर्भपात झाला."

"अरे देवा! मला खरंच वाईट वाटलं ऐकून!"

तिने माझ्याकडे बाटली सरकवली. मी आणखी एक घोट घेतला. मी मागे रेलून बसले. डोक्यावरचे छत मला डोलू लागलेले दिसत होते. माझे डोळे मिटू लागले, डोके ठणकायला लागले आणि मी कशीबशी माझ्या अंथरुणावर, मच्छरदाणीत जाऊन पडले.

दुसऱ्या दिवशी आम्ही बीचवर गेलो. प्रोस्पेरिटी शिपब्रेकिंग पाहण्याची खऱ्या अर्थाने ही माझी पहिलीच वेळ होती. हे आत्ता जे वाचतो आहेस, एलिजा, त्या वर्णनातून तुझ्या डोळ्यांसमोर जे चित्र उभे राहते आहे ते सगळे आता माझ्यासमोर साकारते आहे. या दृश्यावरून मी पहिल्यांदा नजर फिरवली तेव्हा माझ्या मनात विचार आला की, या इथेच मला प्रायश्चित्त घेता येईल आणि तेही कुणाच्या लक्षात न येता, कारण ही जगातली सर्वांत आसन्नमरण भूमी होती. ते उजाड, उद्‌ध्वस्त वातावरण मला खेचून घेत होते; कारण इथे माझी कुणी दखल घेणार नव्हते.

मला आदल्या दिवशी जो कलंडलेला टँकर दिसला होता, त्याचे नाव 'स्प्लेंडर' होते. हे नाव मला नंतर कळले. त्या टँकरचे प्रॉपेलर्स आता आकाशाकडे वळलेले होते. जहाजाचे टेहळणीचे मचाण गायब होते आणि शीडही फाटून गेल्याने ते जहाज मांस झडून गेलेल्या प्रेताच्या सांगाड्यासारखे दिसत होते. किनाऱ्यावरची धातू वितळवणारी भट्टी जोरात धडाडली होती आणि वातावरणात धातू वितळण्याचा कडवट वास भरून राहिला होता. एखाद्या कड्याच्या टोकावर असल्यासारखी मी तिथे उभी होते. इथून जगातले काहीही दिसू शकेल आणि मग इथे काहीही करता येईल, असे विचार माझ्या मनात उमटत होते. आमच्यापासून बऱ्याच अंतरावर त्या जहाजाच्या गगनचुंबी इमारतीसारख्या उंचच उंच डेकवरून केवळ एका दोरीच्या साहाय्याने एक माणूस खाली लटकला होता. तिकडे माझे लक्ष वेधत गॅब्रिएल म्हणाली,

"बघितलास तो अघोरी प्रकार?"

समुद्राच्या काठावर असलेल्या, जहाजे मोडीत काढण्यासाठी वापरण्यात येणाऱ्या त्या आवाराचे चौकोनी गाळे पाडलेले होते. महामार्गापासून आत दर शंभर फुटांवर जोडदारे असलेल्या उंचच उंच संरक्षक भिंती बांधलेल्या होत्या. पण ही जोडदारे ओलांडून तुम्ही एखाद्या गाळ्यात शिरलात की थेट समुद्रापर्यंत नष्ट होण्याच्या सर्व टप्प्यातली जहाजे नजरेस पडत होती. समुद्र किनाऱ्याच्या त्या मैलभर लांबीच्या पट्ट्यात पूर्व-पश्चिम कुठेही नजर टाकली तरी तेलवाहू जहाजांचे, मालवाहू जहाजांचे प्रचंड प्रमाणात केवळ धातुरूपात उरलेले अवशेष पडलेले होते. आणि जरा बारकाईने लक्ष देऊन पाहिले तर त्या अजस्र धुडांचे भाग सुटे करण्यासाठी हातोडा आणि ब्लो-टॉर्च घेतलेली एवढी एवढीशी माणसे त्या सांगाड्यांवर लोंबकळताना दिसली असती.

जहाज मोडण्याचा हा डेपो पाहताना मला अत्यंत वाईट वाटले. किंवा असेही म्हणता येईल की मी आधीच खिन्न होते. ती माझी विमनस्कता कित्येक पटींनी वाढली. मला वाटू लागले की मी इथे उपरी आहे, इथे न शोभेलशी, अतिकठीण, न मोडता, न वाकवता येणारी अभंग वस्तू आहे. खरे तर त्या वेळी तो माझा व्यक्तिगत शोक होता, हे आज मला इतक्या वर्षांनी कळते आहे. आणि अर्थातच तो शोक होता माझ्या अयशस्वी गर्भारपणाचा. माझ्या रक्ताच्या नात्याची मला मनस्वी ओढ लागली होती आणि तो अभाव मला खुपत होता हे मला कधी कळलेच नाही. इतकेच काय, पण मी त्याचा फारसा कधी गांभीर्याने विचारही केला नव्हता. पण माझ्या प्रेग्नन्सीमुळे ही शक्यता निर्माण झाली आणि ती संधी हिरावलीही गेली. त्यामुळे रक्ताच्या नात्याच्या तहानेने मी व्याकूळ झाले. या आदिम इच्छेच्या ओढीने माझा नव्याने ताबा घेतला.

पण त्याहीपेक्षा मला आठवला तो मनात साठून आलेला कडवटपणा- माझ्या गर्भधारणेच्या सूचक असलेल्या त्या निळ्या रेघा पाहिल्यानंतरची माझी पहिली प्रतिक्रिया. मला मूल होणार होते म्हणून तो कडवटपणा नव्हताच. मूल मला हवे होते; पण ते रशीदचे मूल नको होते. आम्हाला मूल झाले तर आम्ही मनाने एकत्र येऊ, अशा अपेक्षेने मी भारली गेले होते. पण मुळातूनच केवळ एक मूल जन्माला घातले या भावनेचे ओझे बाळगून रशीदशी जन्मभर जखडून राहण्याची शिक्षा मला नको होती. त्या बीचवर त्या क्षणी हा जो साक्षात्कार मला झाला होता, तो माझ्या आधीच्या सर्व शंकाकुशंकांशी जोडला गेला; एखाद्या वाळूच्या घड्याळातून खाली पडून खालच्या वाळूच्या ढिगात भर घालणाऱ्या वाळूच्या कणासारखा. पण मी हा साक्षात्कारही, वाळूचे कण झटकून टाकावेत तसा, इतर शंकांसकट नेहमीप्रमाणे झटकून टाकला.

मी लगेचच आमच्या कामगारांना भेटावे, अशी गॅब्रिएलची इच्छा होती. पण मला ते नको होते. मी तिथे रुळायला हवी होते. माझ्या आसपास वावरण्याची त्यांना सवय व्हायला हवी होती. पहिला आठवडा मी शिपसेफच्या ऑफिसात बसूनच काढला. बिलालने या व्यवसायाबद्दल माहिती गोळा केली होती. त्याची टाचणे मी वाचून काढली. हा व्यवसाय या बीचवर कसा सुरू झाला याविषयी काही कपोलकल्पित कथा या टाचणांमध्ये वाचायला मिळाल्या. बंगालच्या उपसागरात झालेल्या एका चक्री वादळात एक जहाज भरकटून या किनाऱ्यावर येऊन आदळले. भुरट्या चोरांनी ते जहाज लुटून नेल्यावर त्या भग्न जहाजाच्या बांधणीतील भक्कम पोलादाचे प्रमाण लक्षात येऊन लोखंड व्यावसायिकांनी या आणि अशा मोडक्या जहाजांमधून मिळवलेल्या पोलादाच्या भांडवलातून भरभक्कम नफा कमवायला सुरुवात केली.

आठवड्यानंतर मी सर्वांत पहिल्यांदा जाऊन भेटले या बंदराचे व्यवस्थापक

मिर्झा अली यांना. पत्र्याचे छप्पर असलेल्या एका लहानशा बराकीत त्यांचे ऑफिस होते. बराकीतून समोरचा बीच दिसत असे. मी गेले तेव्हा अली त्यांच्या सहकाऱ्यांबरोबर चहा पीत, ज्या जहाजाचे भाग सुटे करण्याचे काम सुरू होते त्याबद्दल चर्चा करत होते. अलींनी मला आत बोलवून घेईपर्यंत मी बाहेरच थांबले आणि आत बोलावले तेव्हा काय करायचे हे माझे पूर्णपणे ठरले होते. रशीदची बायको म्हणून मी जे एक वर्ष काढले होते त्यातून मी हे शिकले होते. मी साडी नेसून आले होते आणि चहा पिता पिता ते करत असलेल्या कामाची प्रशंसा करून मी त्यांना खुलवले. त्या बंदरात त्यांनी कित्येक टन पोलाद काढून ते इमारतींच्या बांधकामांवर विकले होते. त्या सगळ्याची इत्थंभूत माहिती ते मला देत होते. मी अतिशय नम्रपणे त्यांचे बोलणे ऐकत होते. त्यांनी पांढरा अंगरखा आणि प्रार्थनेची पांढरी टोपी परिधान केली होती. त्यांच्या कपाळावर त्या टोपीपाशी हलकासा चट्टा उठला होता. दिवसातून पाच पाच वेळा नमाज पढण्यासाठी डोक्यावर चढवलेल्या टोपीचाच तो परिणाम होता. माझ्यासाठी जी व्यवस्था केली गेली होती ती ठीक आहे ना, याची ते वारंवार चौकशी करत होते. मला राहायला दिलेली कंपनीची जागा फारशी चांगली नाही याचे त्यांना दडपण होते. पण मी हसले आणि सगळे ठीक असल्याचे त्यांना मनःपूर्वक सांगितले. आता मला कळले की रुबानाने मला इथे का पाठवले. माझ्या सुसंस्कृतपणाने अली भारावून जाणार होते. त्यांच्या सगळ्या शंकाकुशंका दूर होऊन गॅब्रिएलचा मार्ग सुरळीत होणार होता.

मी शिपसेफमध्ये येऊन दाखल झाले त्या वेळी शिपसेफने एक 'ग्रेस' या नावाचे जहाज खरेदी केले होते. त्या जहाजाचे लवकरच आगमन होणार होते. त्या प्रसंगी अलींनी मला हजर राहण्याचे आमंत्रण दिले.

"आपले जहाज बंदरात येण्याचा प्रसंग मोठा विलक्षण असतो. मानवाचे कौशल्य आणि परमेश्वराची इच्छा यांचा समन्वय व्हावा लागतो त्या वेळी."

हे सगळे पाहण्यासाठी त्यांनी मला बोलावले होते. माझ्यासमोर 'चांगला, आतिथ्यशील' माणूस वाटण्याची त्यांना गरज वाटत होती, हे माझ्या लक्षात आले होते. मग मी गॅब्रिएललाही 'त्यांची पाहुणी' म्हणून बोलावण्याची त्यांना गळ घातली. जरा नाराजीनेच ते त्यांनी मान्य केले.

'ग्रेस'चे आगमन झाले त्या दिवशी पहाट व्हायच्या एक तासभर आधीच उठून त्यांनी आम्हाला बीचवर हजर व्हायला सांगितले होते. बाहेर अजून अंधारच होता. माझ्या खोलीच्या बाहेरच्या त्या अंधारात मजुरांच्या बराकीत जळणाऱ्या रॉकेलच्या दिव्यांचे तळपणारे केशरी ठिपके काय ते दिसत होते. पलीकडून दूरवरून किनाऱ्याकडे सरसरत येणाऱ्या लाटांची गाज कानावर पडत होती.

मी गॅब्रिएलच्या दारावर टकटक केले. रात्री आकाशात चंद्राची नाजूकशी कोर दिसत होती आणि रात्र सरताना लाटांचा जोरही वाढत होता. गॅब्रिएल ओरडली,

"हे काय? उठायचं इतक्यात?"

'ग्रेस' हे एक सेवेतून काढून टाकलेले पर्यटनासाठी वापरले गेलेले प्रवासी जहाज होते. हे तीन हजार फूट लांबीचे जहाज या प्रॉस्पेरिटीच्या बीचवर दाखल होणारे पहिलेच अजस्र, प्रवासी जहाज होते. अलीने मला लाल कठडे, झळाळते डेक आणि छोट्या खिडक्यांच्या लांब लांब ओळींनी सजलेल्या पांढऱ्या शुभ्र ग्रेसचा फोटो दाखवला होता. या एवढ्या मोठ्या जहाजाचे भाग सुटे करायला तीन चार महिने सहज लागणार होते. या बीचवर अशी प्रवासी जहाजे कधीतरीच येत असत. त्यामुळे तो फोटो ऑफिसातल्या सगळ्यांनीच पाहिलेला होता आणि सगळ्यांनाच त्या जहाजाच्या आगमनाची उत्सुकता होती. ही 'ग्रेस' काही दिवस चित्तगाँग बंदरात उभी होती. या जहाजाची कस्टमची तपासणी तिथे व्हायची होती आणि आमच्या या बीचवर येणाऱ्या मोठ्यात मोठ्या भरतीलाही अजून अवकाश होता. या विशिष्ट बीचवरच भंगारात काढलेली ही जहाजे यायची त्यालाही तसेच सयुक्तिक कारण होते. किनाऱ्यापासून आत जवळजवळ मैलभर अंतरापर्यंत समुद्र अतिशय उथळ होता आणि मग लगेचच पुढे खूप खोल होता. त्यामुळे खोल समुद्रातून येऊन भरतीच्या वेळी त्या पाणी भरलेल्या उथळ भागात भक्कमपणे नांगर टाकायला सोपे जात असे. मग ओहोटीच्या वेळी त्या किनाऱ्यावरच्या वाळूत फसलेल्या त्या जहाजाचे भाग सुटे करण्यासाठी कामगारांना जहाजापर्यंत पोचणे सहज शक्य होत असे. गॅब्रिएलने पहिल्या दिवशी विचारलेल्या 'या कामासाठी हाच बीच का?' या प्रश्नाचे हे उत्तर होते.

पण ग्रेसच्या आगमनाच्या वेळी इथे उपस्थित राहण्याची ही संधी आम्हाला अलींच्या वरिष्ठ अधिकारामुळे मिळाली होती. या संपूर्ण व्यवसायावर बंदी आणण्यासाठी शिपसेफ कंपनी वर्षानुवर्षे प्रयत्न करत होती. रुबानाला काही बंदी हुकूम मिळवण्यात यशही आले होते. पण त्याने हा व्यवसाय बंद न पडता काही महिने थोडा धीम्या गतीने करावा लागला होता. मग काही नेमक्या लोकांचे हात ओले केले गेले आणि कोर्टाचे हुकूम डावलून या बीचवर पुन्हा जहाजे खोलली जाऊ लागली. गॅब्रिएलला आणि तिच्या चमूला जहाजे मोडीत काढणाऱ्या या मजुरांवर फिल्म करून त्यांचे प्रश्न उजेडात आणायचे होते. या संधीचा फायदा घेऊन रुबानाने वेगळ्या मार्गाने या प्रश्नाला पुन्हा हात घालण्याचे ठरवले होते. ती या बीचवरच्या सर्वांत मोठ्या शिपयार्डकडे- प्रॉस्पेरिटीकडे गेली आणि एक समझोत्याचा प्रस्ताव मांडला— प्रॉस्पेरिटीने शिपसेफला या बीचवर येऊन इथले कामगार आणि त्यांना मिळणाऱ्या किंवा न मिळणाऱ्या सुविधा बघण्याची संधी दिली तर ती पर्यावरण समितीकडे

त्यांच्या व्यवसायाला मान्यतेचा दाखला देण्याची शिफारस करेल आणि या वायद्याचा एक भाग म्हणून गॅब्रिएलची टीम प्रॉस्पेरिटीच्या कामगारांवर एक फिल्म बनवेल.

प्रॉस्पेरिटीचे मालक, हॅरिसन मास्टर यांना हा प्रस्ताव अतिशय आवडला. हॅरिसननी अगदी छोट्याशा उद्योगापासून सुरुवात करून चित्तगाँगच्या किनाऱ्यावर आपले साम्राज्य उभे केले होते; तयार कपडे, सिमेंट, नैसर्गिक वायू, खते. आपल्या या साम्राज्यावर नजर ठेवण्यासाठी त्यांनी तळ्याच्या काठी एक मोठे टेकाड- बुलबुलच्या टेकडीपेक्षा कितीतरी मोठे- खरेदी केले होते. आजूबाजूच्या इतर सगळ्या कंपन्या सोडून आपलेच शिपयार्ड एखाद्या फिल्मचा विषय व्हावे, ही भावना त्यांना सुखावून गेली. त्यांच्या कंपनीचा व्याप इतर कंपन्यांपेक्षा मोठा होताच; पण आता या फिल्ममुळे गुणवत्तेतही ते सरस ठरणार असल्याचे त्यांना मनोमन पटले. या सगळ्यामुळेच मला ही नोकरी मिळाली होती. गॅब्रिएल आणि मी कामगारांच्या मुलाखती घेणार होतो, 'ग्रेस' मोडीत काढून तिचे सर्व भाग सुटे करण्याची प्रक्रिया बघून आमचा अहवाल देणार होतो. मग गॅब्रिएलला तिची फिल्म करता येणार होती आणि हॅरिसनना त्यांना हवा असलेला दाखला मिळणार होता.

क्षितिजावर पहाटेची आभा पसरू लागली होती आणि किनाऱ्यावर अली आम्ही येण्याची वाट पाहत होते. काही कामगारही घोळका करून उभे होते आणि डोळ्यांवर हात धरून पहिल्यांदा ते जहाज कुणाला दिसतेय ते पाहत होते. ग्रेसचा कर्मचारी वर्ग ग्रेसमधून खाली उतरला की त्यांचे स्वागत करण्यासाठी अलींनी एक साधीच ॲपल ज्यूसची बाटली आणली होती. पण एखाद्या दारूच्या बाटलीसारखी ती उघडण्यासाठी ते जय्यत तयार होते. बीचवर एक शामियाना उभारला होता आणि तिथे खानपानाची व्यवस्था केली होती. ग्रेसचा कॅप्टन ग्रेसला अत्यंत कौशल्याने, ती जरासुद्धा कलंडू नये अशी काळजी घेत प्रॉस्पेरिटीच्या बीचवर आणून उभी करणार होता. यासाठी एका विशिष्ट नैपुण्याची गरज असते. बीचवरच्या भरतीच्या पाण्यात रोवून ठेवलेल्या एका लाल निशाणाकडे अंगुलीनिर्देश करत आदल्या दिवशी अलींनी मला हे समजावून सांगितले होते. ते म्हणाले होते,

"एकदा का ते निशाण मागे टाकून ग्रेस पुढे आली की जिंकला कॅप्टन!"

आम्ही बीचवर वाट पाहत उभे होतो. हळूहळू क्षितिज उजळू लागले आणि त्याचबरोबर एक चंदेरी आभाही चमकू लागली. बघता बघता जहाजाचा बाकदार आकार क्षितिजावर साकारू लागला. डोळ्यांमधली झोप पुसून बीचवर मोठा जमाव गोळा होऊ लागला. अंधारातून हळूहळू साकारत असलेले ग्रेस नावाचे ते कमनीय काव्य, झोकात एखादे दिमाखदार वळण घेऊन यावे तसे आवेगाने चाल करून किनाऱ्याकडे येत होते - धवल, अजस्त्र, महाकाय!

त्या दृश्याने भारावून अली म्हणाले,

“बाप रे, ते आपल्याला चिरडूनही टाकू शकेल. छे छे, असं फक्त वाटतंय, पण असं काहीही होणार नाही.”

आता ग्रेसचा आवाजही येऊ लागला. भरतीच्या लाटांच्या आवाजावर मात करणारा इंजिनांचा कर्णकर्कश आवाज. मध्येच एक मिनिटभर तो आवाज थांबला आणि मग किनाऱ्यावर येताना शेवटचा रेटा ऐकू येऊ लागला; थंडावत गेलेली इंजिने, रेतीवर झालेले प्रचंड घर्षण! अली आणि त्यांचे सहकारी आकाशाकडे हात उंचावून जणू काही तिच्या आगमनाला दिशा देत होते. ग्रेसचे लोहमय, महाकाय अस्तित्व समुद्राच्या लाटा मागे टाकून किनाऱ्यावर दाखल झाले होते. अवाढव्य ग्रेसच्या पुढ्यात आम्ही अगदीच कःपदार्थ दिसत होतो. अलींनी दबक्या आवाजात परमेश्वराची करुणा भाकली आणि एक भला मोठा श्वास सोडून वातावरण आशीर्वादाने भारून टाकले.

ग्रेस स्थिर झाली आणि आम्ही तिच्याकडे निघालो. तिचा रंग इतका झगझगीत होता की उघड्या डोळ्यांनी तिच्याकडे आम्हाला पाहताच येईना. डोळे बारीक करून, डोळ्यांवर हात धरून आम्ही तिच्याकडे पाहू लागलो. अली म्हणाले,

“बघितलंत? असामान्य! अलौकिक!”

सगळे कामगार तीन-चार फूट खोल पाण्यात ग्रेसभोवती गोळा झाले होते. त्या जहाजाच्या अवाढव्य आकाराने ते घाबरून गेल्यासारखे वाटत होते. अली म्हणाले होते,

“हे सगळं या कामगारांनी यापूर्वी अनेकदा अनुभवलं आहे. त्यांना सवय आहे आणि आपण त्यांची योग्य ती काळजी घेऊच ना!”

पण आत्ता या वाळूत घट्ट रुतून बसलेल्या या अवाढव्य जहाजाभोवती ते कामगार जेव्हा उभे राहिले होत, तेव्हा त्यांना हे जहाज तोडणे शक्य आहे असे वाटत तरी होते का? कामगार पन्नासही नाहीत आणि पुढ्यात हे भरभक्कम जहाज. कुठे त्या जहाजाच्या पोलादी भिंती आणि कुठे या कामगारांच्या मोजक्या हातांचे दुबळे बळ! हे जहाज बांधले गेले तिथे मोठमोठी मशिन्स असतील, मचाणे बांधली असतील, हेल्मेट असतील. आणि आज इथे हे जहाज नेस्तनाबूत करताना फक्त तासांचा हिशोब आणि कमीत कमी पगार. हे कामगार या जहाजाचा इंच न् इंच सुटा करतील. जहाजाच्या दणकटपणाचे कामगारांच्या हातावर घट्टे पडतील. कामगारांच्या मनात पाप नसतानाही जाता जाता हे जहाज त्यांच्यातल्या एक दोघांचा बळी नक्की घेईल.

आपल्या खुजेपणावर मात करत कामगारांनी टाळ्या पिटून आरोळ्या ठोकल्या. थोड्या वेळाने डेकच्या वरच्या टोकावर एका माणसाची आकृती दिसू लागली. त्याने जहाजाच्या कठड्यावरून बाहेर पाय टाकला. तो तिथून पाण्यात उडी मारतो की

काय, अशी शंका क्षणभर मला चाटून गेली. पण प्रत्यक्षात त्याने जहाजावरून खाली यायच्या शिडीवरून उतरायला सुरुवात केली होती. ही शिडी जहाजाच्या बाह्य अंगावर अशी काही बेमालूम बसवली होती की जहाजाच्या रंगात ती सहज मिसळून गेली होती.

अलींनी कामगारांची गर्दी हटवायचा प्रयत्न केला; पण ते त्यांच्यासमोर उभे असलेले देखणे जहाज पाहण्यात गुंग झाले होते. हे असे नवे कोरे जहाज अजून त्यांनी कधीच सुटे केलेले नव्हते. अलींनी या ग्रेसची कर्मकहाणी मला सांगितली होती. ग्रेसच्या या आधीच्या कॅप्टनने जहाजाच्या इंजिनरूममध्ये स्वतःला जाळून घेतले होते. त्यानंतर पाच दिवस अटलांटिक समुद्रात भरकटलेली ग्रेस दोन दणकट टगबोटींनी एका आठवड्याच्या प्रयत्नांनंतर पोर्ट्‌समाउथ बंदरात आणून लावली होती. काही महिन्यांनंतर ग्रेस पुन्हा समुद्र सफरीसाठी बाहेर काढली गेली. पण दुर्दैवाने या वेळी जहाजावरील पर्यटकांना एका जंतुसंसर्गाच्या असाध्य आजाराचा दणका बसला. मग ग्रेस महिनाभर बंदरातच नांगर टाकून थांबवली गेली. ग्रेसवरचे प्रवासी महिनाभर जहाजावरच अडकून पडले होते. त्यांचे अन्नपाणी आणि औषधे हेलिकॉप्टरमधून जहाजावर टाकली जात. शेवटी जहाजाच्या अंधश्रद्ध स्वीडिश मालकाने 'पुरे झाला तोटा' असा विचार करून ते दुर्दैवी जहाज धंद्यातूनच काढून टाकले. जहाजांच्या इतिहासात ग्रेसची 'अपशकुनी जहाज' अशी नोंद झाली.

जमलेल्या कामगारांनी ग्रेसच्या कॅप्टनला शेवटच्या पायऱ्यांवर हात देऊन अलगद खाली उतरवले. कॅप्टनच्या अंगासरशी बसलेल्या पांढऱ्या शुभ्र गणवेशाच्या लॅपेलवर निळ्या आणि सोनेरी फिती लावलेल्या होत्या. तो पुढे सरसावला आणि त्याने अलींशी हस्तांदोलन केले.

"सुस्वागतम, कॅप्टन!" अली.

"जॅक, माझं नाव." कॅप्टनने त्याची टोपी काढून हातात घेतली आणि त्याच्या दाट केसातून बोटे फिरवली. या इतक्याशा वेळातच उकाड्याने त्याचे कपाळ लाल झाले होते.

"काय गरमी आहे!" जॅक उसासला. गॅब्रिएलने डोळे फिरवले अणि त्याला टोकत म्हणाली,

"इथे, आर्क्टिक महासागराच्या सफरीला आलेला नाहीस तू."

अलीने ॲपल ज्यूसची बाटली उघडली. जहाजावरचा उरलेला कर्मचारी वर्गही खाली आला. जॅकने त्यांचीही ओळख करून दिली. दोन कोरिअन, एक भारतीय इंजिनिअर आणि तीन नेपाळी हरकामे. या नेपाळ्यांना रोजची सफाई आणि स्वयंपाक या कामांसाठी फुकट जेवणाच्या बोलीवर लिस्बनहून इथे विनातिकीट आणण्यात आले होते.

''मग, कशी वाटली ग्रेस, मॅडम?'' अलींनी मोठ्या आढ्यतेने विचारले. सर्व जण पाठीमागे उभारलेल्या तंबूकडे निघाले होते. गॅब्रिएल जॅकच्या बरोबर होती. तिचा स्कार्फ वाऱ्यावर उडत होता आणि तिचे मुक्त तांबूस केस लहरत होते.

''लवकरच हिला 'होत्याची नव्हती' करतील, हे पचनीच पडत नाही.''

''फक्त चार महिने, मग नुसते भंगारच राहील,'' अली.

मी वळले आणि मान वर उचलून ग्रेसकडे पाहिले. ही ग्रेस त्या 'स्प्लेंडरसारखी लवकरच मोडीत निघणार होती.

''या ग्रेसच्या मालकांनी तिचा ताबा सोडला तेव्हा ती जशी शानदार होती तशीच अजून आहे का?''

अलींनी ताबडतोब तिच्या वैशिष्ट्यांची यादीच सांगायला सुरुवात केली,

''हो तर! कसिनो, सिनेमागृह, उपाहारगृहं, स्विमिंग पूल - सगळे काही!''

''आता त्यांचे काय होईल?''

''इथल्या सगळ्या वस्तू विकल्या जातील. उद्याच ढाक्याहून काही लोकं येतील. ते त्यांची बोली लावतील. काही हॉटेलांना या सगळ्या सामानात रस आहे.'' अली हाताची घडी घालून ऐटीत उभे होते आणि त्यांच्या आवाजातले समाधान लपत नव्हते. का कुणास ठाऊक; पण मला वाईट वाटू लागले. वारंवार थांबून, वळून ग्रेसकडे पाहत राहावेसे वाटू लागले.

''मॅडम, हे निसर्गाचे चक्र आहे. एक जहाज समुद्र सफरीसाठी तयार झाले की दुसरे इकडे मोडीत निघते.'' मग क्षणभर माझ्याकडे लक्षपूर्वक पाहत ते म्हणाले,

''वाईट वाटतंय तुम्हाला! पण मॅडम, आपल्याला एक करता येईल. मी स्वतः तुम्हाला या जहाजाचे आत्ताचे वैभव आहे तसेच आतून दाखवू शकतो. आवडेल तुम्हाला?''

जहाजाच्या त्या अरुंद शिडीकडे माझी नजर वळली. मला नेहमीच उंचीचे भय वाटत आलेले आहे आणि त्या एकाकी जहाजावर अलींबरोबर एकटे जाण्याची कल्पनाही फारशी आकर्षक नव्हती.

''आवडेल? माहीत नाही!''

''तुम्ही सुखरूप राहाल याची काळजी मी स्वतः घेईन.''

''एवढी धाडसी मी नाही.'' कोणत्याही कठीण परिस्थितीत बचाव करण्याचा माझा नेहमीचा पवित्रा मी घेतला.

बीचवर उभारलेल्या शामियान्यात त्या लांबलचक टेबलांभोवती बसून, आम्ही सर्वांनी नाश्ता घेतला. शामियान्यातल्या त्या कोंदट हवेत अलींनी मला मुख्य टेबलावर नाश्त्यासाठी येण्याची विनंती केली. त्या टेबलावरच्या लालपांढऱ्या टेबलक्लॉथ आणि गुलाबांच्या फुलांमुळे मला माझ्या लग्नाची आठवण झाली.

त्यावेळीही जेवणासाठी असेच टेबल सजवले गेले होते. अर्थात त्या दिमाखदार सरंजामापुढे ही इथली व्यवस्था अगदीच गचाळ होती. गॅब्रिएल जॅकला हाताने कसे जेवायचे याचे धडे देत होती. तिने त्याच्या बाह्या गुंडाळून वर केल्या. आपल्या अन्नाचा घास आपल्या हाताने घेणे, आपल्या हाताला त्या अन्नाचा गंध येणे कसे महत्त्वाचे आहे, हे ती त्याला समजावून सांगत होती. अलींनी मिनरल वॉटरची बाटली उघडली आणि माझा ग्लास भरला.

"हे जहाज शापित आहे?" गॅब्रिएलने जॅकला विचारले.

"म्हणतात खरं!" जॅकने ब्रेडचा तुकडा समोरच्या रश्श्यात बुडवला.

"ते कमनशीब संपलं आता! आता तुम्ही प्रॉस्पेरिटीच्या, सुबत्तेच्या बीचवर आहात," अली घाईघाईत म्हणाले आणि झटक्यात विषय बदलून त्यांनी मी अमेरिकेत राहून आल्याचे जॅकला सांगितले.

"हो का? मग आता इथे काय करते आहेस?"

"आम्ही इथे एक फिल्म करतो आहोत," गॅब्रिएल.

जॅकच्या भुवया उंचावल्या.

"देव करो आणि या ग्रेसची मोडतोड करताना कुणाचे प्राण न जावोत," जॅक म्हणाला.

"हा असा विचार करणंही अश्लाघ्य आहे," गॅब्रिएल त्याला टोकत म्हणाली. अली जेवता जेवता शहराच्या दिशेने अंगुली निर्देश करत म्हणाले,

"हा जहाजांच्या भंगाराचा व्यवसाय बांगलादेशाचा अत्यंत महत्त्वाचा व्यवसाय आहे. आमच्या देशातली वाढती बांधकामे पाहता, आम्हाला स्टीलची मोठ्या प्रमाणावर गरज आहे."

"हो, हो, मला फक्त इतकंच म्हणायचं आहे की, इथे भंगारातून नवनिर्मितीची फार मोठी उलाढाल चालली आहे." जॅकचे खाणेपिणे झाले होते. हात धुवायला पाणी आणि साबण घेऊन एक वेटर बोलवला गेला.

"तुम्ही गोड काही घेणार का?" अलींनी विचारले.

"काय?" जॅकला ते काय म्हणाले ते कळले नाही.

"ते 'डेझर्ट घेणार का' विचारताहेत," गॅब्रिएल.

"अरे हो, नक्कीच!"

वेटर एका उथळ मातीच्या वाडग्यातून तांदळाची खीर घेऊन आला. खीर खाण्यासाठी जॅकला चमचा हवा होता.

"हाताने खायचे," गॅब्रिएलने खिरीत बोटे बुडवून खीर कशी खायची ते दाखवले.

"या लोकांनी ग्रेसवर काम सुरू करण्याआधी मी तुम्हाला एकदा, शेवटचं

ग्रेसवर फिरवून आणलं तर?'' या जॅकच्या प्रस्तावाने गॅब्रिएलचे डोळे चमकले.

''खरंच जाता येईल?''

''हो, नक्कीच! अली, तुम्हाला यायला आवडेल?''

''अर्थातच. मी आत्ताच झुबेदा मॅडमना म्हणालो होतो, ग्रेसवर एक चक्कर टाकण्याविषयी.''

लांबवर पाण्यात उभ्या असलेल्या ग्रेसकडे मी नजर टाकली; पांढरीशुभ्र, भक्कम आणि ऐश्वर्यसंपन्न! अशा या जहाजाची वाताहत होणार होती, त्यात कधीही भरून न निघणारे काहीतरी हरवून जाणार होते, या विचाराने मी गहिवरले. कैक वर्षांपूर्वी संपून गेलेल्या जीवांच्या जगण्याचे आडाखे बांधण्याचा मला सराव होता. आता ग्रेसच्या बाबतीतही मी हेच करणार होते. ग्रेसवर सुट्टीत, सहलीला आलेले लोक, त्यांच्यासाठी रांधला गेलेला स्वयंपाक, हिमनगांच्या टळलेल्या टकरी, ग्रेसच्या तळाला चिकटलेल्या बर्नाकलच्या झुंडी, तिच्या मागून सरसरत येणारे डॉल्फिन्स आणि खुद्द ग्रेस- तिला समुद्राच्या सान्निध्यात घालवायला मिळालेला अत्यल्प काळ, तिला मोडीत काढल्याचे तिचे दुःख आणि यानंतरच्या शेवटच्या घावांच्या वेदना! तिच्या भावभावनांचा अंदाज लागणे ही माझ्या आवाक्यातील गोष्ट नव्हती. नजीकच्या भविष्यात ग्रेसला मोडीत काढायच्या प्रक्रियेत तिच्या पोटात दडलेल्या अनेक रहस्यांचा माझ्यासमोर उलगडा होईल, असे मला मनोमन वाटू लागले. मी गॅब्रिएलकडे पाहून माझी संमती दर्शवली. मनातल्या मनात मात्र ग्रेसच्या त्या अरुंद शिडीवरून मी खालच्या उष्ण आणि उथळ पाण्यात पडेन, अशी मला भीती वाटत होती.

एलिजा, मी आत्ता समुद्रकिनाऱ्यावर उभी आहे आणि आमचे लक्ष्य, आमच्या पुढ्यात उभे आहे. मला लवकरच मो आणि अन्वर भेटणार आहेत. तू पुन्हा माझ्या प्रेमात पडायला लागला आहेस का रे? कुणाला गंडवते आहे मी? तुला तर नक्कीच नाही. बघितलंस? या रिकाम्या प्रेपलॅबमध्ये मी स्वतःचाच कसा उपहास करते आहे! या रिकाम्या घरात माझ्याबरोबर फक्त नीना माझ्या सोबतीला आहे. मी स्वतःला सतत समजावते आहे की मी तुला फक्त भेटण्याचा, तुझ्याशी चार शब्द बोलण्याचा अवकाश आहे, मग लगेच आपल्यात असलेला दुरावा संपून जाईल. पण मला हेही माहीत आहे की असे होण्यासाठी काही अशक्य गोष्टींच्या शक्यता निर्माण व्हायला हव्यात, ज्या माझ्या आवाक्याबाहेरच्या आहेत.

हिमवर्षाव सुरू होऊन तीन दिवस उलटून गेले आहेत. मी लॅबमध्ये अडकून पडले आहे. व्हेंडिंग मशिनमधून मिळणाऱ्या खाण्यापिण्यावर; नेचर व्हॅली, चीटोज, व्हिटमिन वॉटरवर मी दिवस ढकलते आहे. तोंड कोरडे पडले आहे. जीभ टाळ्याला

चिकटली आहे. माझे इतिहासाचे संदर्भ सुटत चालल्याचे डायनाच्याही लक्षात येत असणार. तिच्या हाडांवर जमलेली पन्नास दशलक्ष वर्षांपासूनची पुटे नाजूकपणे झटकायला हवीत, तिच्या प्राचीन हाडांची पुनर्रचना हलक्या हातांनी व्हायला हवी. मानवी स्पर्शाचा तिटकारा वाटणारे, दुःखाने दबलेले, दुसऱ्या माणसाच्या जीवनरेषेचा उपहास करणारे हात यासाठी योग्य नाहीत. प्राचीन, चिरंजीव ठेव्याचे मोल जाणणारे संवेदनक्षम हात या कामासाठी गरजेचे आहेत. डायनाच्या मनात या अशा भावना आल्या असतील, या विचारांची मला टोचणी लागली. पण हेच निखळ सत्य होते.

ग्रेसवर जाण्याचा अलींचा विचार सकाळी बदलला. तिथे जाणे धोकादायक आहे, असे अचानक त्यांना वाटायला लागले. मी ग्रेसकडे निरखून बघितले आणि मला तिकडे जायला काही अडचण वाटली नाही. गॅब्रिएल आणि जॅकनेही मला पाठिंबा दिला.

"यात काही विशेष नाही. डझनभर वेळा तरी मी या शिडीवरून गेलो असेन," जॅक.

"चला, आपण आपल्या शोधमोहिमेवर रवाना होऊ या." गॅब्रिएलने डोक्याला ओढणीऐवजी मोठा रुमाल बांधला होता. पायात कामगार घालतात तसे काळपट बूट पँटवरून चढवले होते. अलींनी डोक्यावरची, प्रार्थनेच्या वेळी घालायची टोपी काढली, डोक्यावरून हात फिरवून केस नीट केले आणि पुन्हा टोपी जागच्या जागी बसवली.

"या अशा गोष्टींना आम्ही आजपर्यंत कधीच संमती दिलेली नाही. काही वावगं घडलं तर मी क्षमेस पात्र ठरणार नाही."

"काही होत नाही हो!" जॅक म्हणाला. जॅकने शॉर्ट आणि यांकीजचा बेसबॉलचा लोगो असलेली टोपी परिधान केली होती. ग्रेसवरच्या या फेरफटक्याची बातमी कामगारांना आधीच समजली होती; त्यामुळे काही कामगार ग्रेसजवळ येऊन उभे होते. त्यांच्यापैकी काही जणांना मी आता ओळखू लागले होते. त्यांच्या समोरून मी पुढे जात होते तेव्हा त्यांनी आदराने मान खाली घातली आणि त्यांच्या नजरा पायाकडे वळवल्या. आता पूर्णपणे उजाडले होते आणि ग्रेसवरून परावर्तित होणारी उन्हे डोळे दिपवून टाकत होती. शिडीच्या पायऱ्या अरुंद, गुळगुळीत आणि लंबगोल होत्या. त्यावरून चढून जाणे ही काही सोपी गोष्ट नव्हती. सर्वांत प्रथम गॅब्रिएलने चढायला सुरुवात केली. पाठोपाठ जॅकही चढू लागला. वाऱ्याच्या झुळकी येत होत्या आणि अत्यंत सहजतेने चढताना ते इतके छान दिसत होते, जणू काही केबलकारने ते बर्फाने आच्छादलेल्या पर्वतशिखरावर चालले होते. आणि मग मी चढायला सुरुवात केली. पायऱ्या गार पडल्या होत्या. पहिल्या काही पायऱ्यांमध्येच

माझे पाय लटपटू लागले.

"फक्त पुढच्या पायरीकडे पाहून चढत राहा मॅडम." अलींनी पाठीमागून मला आवाज दिला. मी चढायला सुरुवात केली. खिळेच खिळे, हजारोंच्या संख्येने खिळे! हे अजस्त्र जहाज कसे सुटे करणार आहेत हे लोक? वरचे आकाश निरभ्र होते आणि सूर्याचे प्रखर किरण सरळ तोंडावरच येत होते. लांबवर कुठे तरी समुद्रपक्षी ओरडल्याचा आवाज येत होता.

"आपण अर्धं अंतर पार केलंय." माझ्यामागून येणारे अली म्हणाले. मी त्यांच्यापेक्षा खूपच वर आले होते आणि वाराही जोरात होता. त्यांचा आवाज तितकासा स्पष्ट येत नव्हता. माझ्या लक्षात आले नव्हते पण मी एका पाठोपाठ पावले टाकत भराभर वर चढत होते.

मी माझ्याही नकळत खाली नजर टाकली. भली मोठी चूक! त्या क्षणी माझ्या पोटात ढवळून आले. माझ्या गतीला खीळ बसली. जहाजाच्या तळाशी मोठी गर्दी जमली होती. ही गर्दी मला झेलून घेईल? नक्कीच! यांना हे काम करताना त्यांच्यातल्या लोकांना वाचवण्यासाठी प्रयत्न करण्याची सवय झाली असणार. हातात वेल्डिंग मशिन घेऊन, कंबरेला दोर बांधून लटकून काम करताना रोजच असे प्रसंग येत असणार. मी स्वतःला आवरले आणि फक्त एका वेळी एक पाऊल टाकण्याचा विचार करायला सुरुवात केली. हात निसटत होते पण मी संथपणे पावले टाकत चढत राहिले. पावलांची पकड मजबूत ठेवताना पोटऱ्यांवर भार येत होता, पण मी थांबले असते तर खाली पडण्याच्या भीतीने माझा कब्जा घेतला असता. बघता बघता पायऱ्या डेकवर वळल्या आणि मी डेकवरच्या हिरव्या चौरसावर येऊन थांबले. चौरसाच्या मध्यभागी एक भला मोठा पांढरा गोल रंगवलेला होता. जहाजावरचे हेलिकॉप्टर पॅड! माझ्यासमोर ग्रेसचे तीन मजले दिसत होते. या मजल्यांवर राजेशाही दालने, नृत्यालये, उपाहारगृहे आणि न जाणो आणखी काय काय चैनीच्या गोष्टी प्रवाशांसाठी उपलब्ध होत्या. मी बाजूला झाले आणि माझ्या पाठोपाठ अलीही वर आले. त्यांना दम लागला होता आणि त्यातही ते दबक्या आवाजात देवाची प्रार्थना पुटपुटत होते. गॅब्रिएल आणि जॅक हेलिपॅडचा पांढरा गोल ओलांडून पलीकडच्या कठड्यावरून क्षितिज न्याहाळत होते. ग्रेसचे अत्यंत शांत डेक उन्हात तळपत होते. त्या तळपत्या उन्हाने माझ्या चेहऱ्याची आग होऊ लागली. जॅकच्या पाठीमागून जाताना आम्हाला प्रवाशांच्या खोल्या दिसल्या. खोल्या बंद होत्या. पुढ्यात मोठा जलतरणाचा तलाव होता. आता तो रिकामाच होता. पाणी नव्हते त्यात.

"पहिल्यांदा काय पाहायचं? इंजिनरूम?" जॅकने हाताने चोहीकडे इशारा करत विचारले. अली माझ्या हातात बॅटरी देत म्हणाले,

"तिथे अंधार असणार. मॅडम लक्ष असू द्या."

"त्या कॅप्टनने इथेच जीव दिला का?" गॅब्रिएलने डोक्याचा मोठा रुमाल ओढून गळ्याभोवती लपेटून घेत विचारले. लाइफबोटची एक मोठी रांग ओलांडत, जहाजाच्या दुसऱ्या टोकाकडे जात जात जॅकने होकार भरला. त्यांना गाठण्यासाठी अलींनी भराभर पावले उचलली आणि मला त्यांच्या पाठीमागून येण्यासाठी खुणावले.

मी जरा मागे रेंगाळले आणि जहाजाचा आसमंत न्याहाळू लागले. एका बाजूला नजरेच्या टप्प्यात फक्त समुद्रच आणि दुसऱ्या बाजूला किनारा. किनाऱ्यावर कालच्या समारंभासाठी घातलेला तंबू, त्याच्या पलीकडे कामगारांच्या खोल्या, बांबूच्या झोपड्या आणि थोड्या अंतरावर ढाका-चित्तगाँग महामार्ग दिसत होता. महामार्गाच्या दोन्ही अंगांना थाटलेली दुकानेही दिसत होती. लवकरच ही दुकाने ग्रेसवरच्या वस्तूंनी सजणार होती.

यापूर्वीही मी अशा उंच उंच ठिकाणी गेले होते. मोतीझीलमधल्या एका गगनचुंबी इमारतीचा सर्वांत वरचा काचेच्या भिंतींनी सजवलेला मजला मला आठवत होता. एकदा बोस्टनला रशीदबरोबर जॉन हॅन्कॉक बिल्डिंगच्या सर्वांत वरच्या मजल्यावर आम्ही गेलो होतो. पण हे वेगळे होते. आजूबाजूची तांबूस वाळू, अस्ताव्यस्त पसरलेला समुद्रकिनारा- प्रत्येक गोष्ट निर्जीव होती. जिवंतपणाची एकही खूण नाही- समुद्रपक्षी नाही की मासे नाहीत. नाही म्हणायला लक्षपूर्वक पाहिले तर ग्रेसच्या तळाशी वाळूत थांबलेले कामगार काय ते होते तिथे.

ते कामगार तिघा-चौघांचे घोळके करून तिथे उभे होते. त्यांच्यापैकी एकाने माझ्याकडे पाहून हात हलवला. मी जरा घुटमळले पण मीही हात हलवला आणि मागे वळले. पाहते तर तिथे जॅक, गॅब्रिएल, अली यांपैकी कुणीही नव्हते. ते तिघे कुठे गेले होते कुणास ठाऊक! मी जहाजाच्या त्या टोकाकडून निघाले आणि पुन्हा हेलिकॉप्टर पॅडकडे गेले. मग मला तिथे एक गोल दार दिसले. ते दार उघडल्यावर आत एक जिना होता. तो जिना उतरून मी खाली जाऊ लागले. जसजशी मी खाली जात होते, जिना अरुंद होतोय असे वाटत होते. मी माझा फ्लॅशलाइट काढला पण त्या प्रकाशझोतात बघण्यासारखे काहीच नव्हते. सगळ्या भिंती पांढऱ्या होत्या, काही ठिकाणी हा रंग खरवडला गेला होता. मी त्या ठिकाणाहून आणखी पुढे जहाजाच्या अंतर्भागात गेले. आत गारठा होता, आतल्या धातुमय वातावरणाने हवा जड झालेली होती. सरतेशेवटी आणखी खाली जायला मार्गच उरला नाही. हा जहाजाचा सर्वात खालचा मजला असावा. एका व्हरांड्यात अनेक दारे दिसत होती. मी एक दार उघडून बघितले. ते उघडले नाही, कुलूपबंद असावे बहुधा. पुढची तीन दारेही उघडली नाहीत. चौथे दार मात्र उघडले. आत एक चौकोनी केबिन होती. केबिनची उंची कमी होती आणि एका भिंतीला लागून दुमजली पलंग होता. एक

खुर्ची नटबोल्टच्या साहाय्याने खालच्या तळात जखडून टाकलेली होती. मी त्या खुर्चीच्या कडेवरून बोट फिरवले. ते जहाज बांधले गेले तेव्हा आतासारखे एका जागी स्थिर राहणार नव्हते. ते हलणार होते, म्हणून तिथली खुर्ची एका जागी घट्ट बसवून टाकली होती.

त्या बंक बेडच्या वरच्या गादीवर एक मुलगा झोपला होता. झोपेत त्याने त्याचा हात डोळ्यांवर आडवा घेतला होता. मला एकदा वाटले की त्याला उठवावे आणि इंजिन रूमकडे कसे जायचे ते विचारावे. मी त्याच्याकडे माझ्या फ्लॅशलाइटचा झोत वळवला. त्याची छाती वरखाली होत होती. समोर त्याचा हात दिसला. हाताची सैलशी मूठ वळलेली होती आणि बोटांची नखे व्यवस्थित कापलेली होती आणि स्वच्छ होती. तो गाढ झोपलेला दिसत होता म्हणून मी त्याला जागे न करता हळूच केबिनच्या बाहेर आले आणि दार लावून घेतले. मग मी त्या व्हरांड्यातून पुढे गेले आणि तिथल्या जिन्यांच्या पायऱ्या चढून वर गेले. वर गेल्यावर दिवसाचा उजेड दिसू लागला. आता मी ग्रेसच्या त्या प्रशस्त डेकवर आले. या डेकवरच्या केबिन चांगल्याच प्रशस्त तसेच स्टील आणि काचेच्या तावदानांनी सजवलेल्या होत्या. डेकवर खुर्च्या होत्या, आग विझवण्याची उपकरणे होती, केबिनमध्ये शॉवर, टीव्ही आणि फ्रिज होते. डेकचा तो भाग ओलांडून मी पुढे गेले आणि पुन्हा जिना उतरून खालच्या मजल्यावर गेले. तिथले दुहेरी दार पार करून मी आत गेले. ते छोटेसे ग्रंथालय होते. जाड पुठ्ठ्यांच्या बांधणीतली पुस्तके वर्णमालेच्या क्रमाने नीट लावून ठेवली होती. डिकन्सच्या भरपूर कादंबऱ्या होत्या. पण ॲना कॅरनीना- एकही नाही. त्यांतल्या एकाही पुस्तकाला कधी कुणी शिवलेही नसावे. मी 'रॉबिन्सन क्रुसो' घेतले आणि चाळायला सुरुवात केली. आणि मग मला ते प्रसिद्ध, माझे आवडते वाक्य दिसले

'दु:खांप्रमाणे, अवचित आलेली सुखेही गोंधळात टाकतात!'

रस्ता चुकल्यामुळे मी ग्रेसवर हरवले होते. म्हणून मी तिथेच बसून ती सगळी कादंबरी अथपासून इतिपर्यंत वाचून काढायचा बेत करत होते. तेवढ्यात मी कुणाच्या तरी पावलांचा आवाज ऐकला. तो मघाशी बघितलेला झोपलेला मुलगाच लायब्ररीचे दार उघडून आत आला होता. आता आडव्याचा उभा झालेला तो मुलगा पाहताना जाणवत होते की हा लहानसर चणीचा मुलगा अगदीच अडाणी होता. केस अगदी बारीक कापलेले होते आणि अंगावरची पँट कडेला फाटलेली होती. त्याला बघून मला हायसे वाटले. मी त्याला बांगलात म्हणाले,

"मी हरवले आहे."

त्याच्या चेहऱ्यावर हसू पसरले. त्याने मला वाट दाखवण्याचे कबूल केले. मग आम्ही लायब्ररीच्या दुसऱ्या बाजूच्या दरवाजातून बाहेर पडलो आणि पायऱ्या उतरून

खालच्या मजल्यावर आलो. तिथे काचेच्या गोल दारातून मला एक भला मोठा भटारखाना दिसला. मग आम्ही परत प्रवासी कक्षात आलो. आता आम्ही मोकळ्या प्रांगणात आलो होतो. इथून जहाजाचे तीन मजले दिसत होते.

त्या छोट्याचे नाव 'मो' होते. ढाक्यातल्या रस्त्यांवर, चौकात फुले आणि पॉपकॉर्नची तयार पाकिटे विकणाऱ्या मुलांमध्ये तो सहज खपून गेला असता. ती मुले इतक्या सहजतेने तुमच्याकडे पाहून हसतात की ती इथून एअर कंडिशन्ड घरात जाऊन इलेक्ट्रिक आगगाडीशी खेळणाऱ्या सुखवस्तू मुलांसारखीच वाटू लागतात. भीक मागतानाही त्यांच्या डोळ्यांत हसू दिसत असते. त्या हास्याचे कारण त्यांचे त्यांनाच माहीत! कदाचित त्यांचे दुःख त्यांनी तुम्हाला सांगितले, ते तुमच्यासमोर रडले आणि ते तुम्हाला पटलेच नाही तर तुम्ही त्यांना एक टकाही देण्याचे औदार्य दाखवणार नाही, ही भीती त्यामागे असावी. मोच्या चेहऱ्यावरही त्या मुलांसारखाच भाव होता. त्या मुलांसारखाच तो खेळकर दिसत होता. त्यांच्यासारखाच तो या क्षणाला उपयुक्त वाटत होता, इतका की त्याला घालवून देण्याचे कष्ट घेण्यापेक्षा थोडा खाऊ, थोडे पैसे देणे जास्त सोपे होते. मी मोला ओळखत नव्हते; पण त्याचा हसरा चेहरा हा त्याने चढवलेला मुखवटा होता, हे मला लगेच कळले. त्या हसऱ्या मुखवट्याआड त्याच्या उण्यापुऱ्या दहा बारा वर्षांच्या आयुष्यातील भल्याबुऱ्या आघातांच्या जखमा होत्या. त्या आघातांची कल्पना मी कधीच करू शकले नसते.

मोबरोबर जाताना, आम्ही दोघेही चुकलो आहोत की मो मला सगळे जहाज दाखवायच्या भ्रमंतीला घेऊन जातो आहे, मला काहीच पत्ता लागत नव्हता. मी त्याच्या पाठोपाठ का जाते आहे, हेही मला कळत नव्हते. पण अजून थोडा वेळ तरी तो मला बरोबर हवा होता. तो म्हणाला,

"ताई, तुम्हाला काहीतरी सांगायचं आहे."

"झुबेदा, माझं नाव."

"काल रात्रीच मी ती शिडी चढून वर आलो आणि इथे झोपलो."

"त्या खालच्या लहानशा केबिनमध्ये?"

"नाही, मोठ्या केबिनमध्ये - पांघरुणे असलेल्या."

"छान होती केबिन?"

"पण मी काही चोरलं नाही तिथलं."

आम्ही एका दुहेरी दरवाजासमोर पोचलो. त्या दारांना कुलूपच लावलेले असेल असे वाटून मी जरासा धक्का दिला पण कुलूप नव्हते. त्यामुळे मी रेटा लावून एक दार उघडायचा प्रयत्न केला. ती जड दारे सरसरत, आवाज करत उघडली गेली. आत मिट्ट काळोख होता. मोने हळूच टॉर्चचा उल्लेख केला. माझ्याकडचा टॉर्च मी बाहेर काढला. तो मोने माझ्या हातातून काढून घेतला. पायाखाली गालिचे होते. त्या

गालिच्यांवरून आम्ही हलक्या पावलांनी, खालच्या बाजूला असलेल्या लाकडी स्टेजकडे गेलो. तिथे मी वळून मागे पाहिले. समोर गाद्यागिरद्यांनी मढवलेल्या खुर्च्यांच्या एकावर एक रांगाच रांगा होत्या. आम्ही स्टेजच्या कडेने जाऊन काही पायऱ्या चढलो. मागे कंपनीचे नाव लिहिलेले दोन जाडजूड पडदे लावलेले होते. पडद्यांना लावलेली दणकट साखळी ओढून आम्ही ते पडदे दूर केले. मोने त्या अंधारात टॉर्च फिरवला. समोर कप्प्या आणि दोऱ्या लावलेला एक पृष्ठभाग होता. मी हात लांब करून ती वस्तू चाचपडली. त्या गुळगुळीत वळणदार उपकरणाच्या लाकडाचा स्पर्श कोमट होता. मोने सावकाश त्या वस्तूवरून टॉर्चचा झोत फिरवला. त्या प्रकाशात त्या वस्तूचे पितळी पत्र्याने मढवलेले पाय दिसले. त्या पायांची चाके काढून टाकलेली होती आणि ती वस्तू खालच्या पृष्ठभागावर पक्की बसवून टाकलेली होती. मी पुढे झाले आणि वरचे झाकण उघडले. आत पांढऱ्या स्वरपट्ट्या चमकत होत्या. मी मोचे टॉर्च धरलेले कृश मनगट हातात घेतले आणि त्या स्वरपट्ट्यांवरून टॉर्च फिरवला. तिथे कडेलाच झाकणात अडकून राहिलेला चुरगळलेला एक कागद पडला होता. त्या कागदावर गाण्यांची स्वरावली रेखाटलेली होती. ती स्वरावली काय होती ते मला कळणे शक्यच नव्हते. पण कागदावर शीर्षक होते - 'शोस्तखोविच : प्रीलुड्स.'

अलींचे माझ्याकडे लक्ष गेले आणि त्यांनी सुटकेचा भला मोठा निःश्वास टाकला,

''कुठे होतात तुम्ही मॅडम? मला तुमची काळजीच वाटू लागली होती.''

तेवढ्यात मोला त्यांनी बघितले. त्याची गचांडी धरून त्यांनी त्याला फटकारले,

''तू काय करतो आहेस इथे? जा, इतर पोरं कुठे आहेत तिकडे जा.''

''मी वाट चुकले होते, त्यानेच मला इथे आणून सोडले.''

''हा मुलगा इथे कामावर ठेवलेला नाही,'' अली.

''खोटं बोलू नका. आम्हाला सगळ्यांना माहीत आहे, तो इथेच काम करतो.'' गॅब्रिएलने त्यांना टोकले.

मी अलींजवळ ग्रेसच्या दिमाखाचे कौतुक केले,

''काय भारी आहे ग्रेस!'' मग मी खालच्या मजल्यावरच्या प्रेक्षागृहात, सगळ्यांनी बघितलीच पाहिजे अशी एक 'मस्त चीज' असल्याचे त्यांना सांगितले. अलींनी मोचा आवळलेला शर्ट सोडून दिला.

''त्या पियानोबद्दल सांगते आहेस का तू? खरंच नामी चीज आहे,'' जॅक.

इथल्या एका हॉटेलचे मालक, मि. रेझा ग्रेसवरच्या इतर सगळ्या मालमत्तेबरोबर पियानो घेण्याचाही विचार करणार होते. अर्थात ते पियानोला हात लावणार नाहीत

असेच अलींना वाटत होते,

"बांगलादेशात पियानोला कुणी विचारत नाही. आम्हाला अशा प्रकारच्या कलेचे वळणच नाही!''

पण गॅब्रिएल त्यांना म्हणाली,

"परकीय वाद्यप्रकार माहीत नसतील बांगलादेशात, पण तुमचे परंपरागत चालत आलेले संगीत अत्यंत समृद्ध आहेच की!'' गॅब्रिएलला बांगलादेशाच्या संस्कृतीची माहिती करून घ्यायची होती म्हणून काल रात्रीच मी तिला आमच्या संस्कृतीची ढोबळ कल्पना दिली होती. मी तिला रवींद्रनाथ टागोर, लेखक, कवी आणि क्रांतिकारी काझी नझरूल इस्लाम यांच्याबद्दल सांगितले. आमच्याकडच्या वाङ्मयीन चळवळीची माहिती दिली. मी तिला रोकेया आणि तिच्या काल्पनिक साम्राज्याची कल्पनाही सांगितली. माझ्या लॅपटॉपवर आम्ही दोघींनी रोकेयाचे 'सुलतानाज ड्रीम' हे पुस्तक वाचून काढले.

'पुरुषांनी काही करूच नये, कारण- माफ करा मला- पण ते अगदी नालायक असतात.' या वाक्यावर ती तर अगदी खळखळून हसली.

मग मी सगळ्यांना खाली जाऊन तो पियानो बघण्याची गळ घातली. आम्ही सगळे पुन्हा त्या प्रेक्षागृहात आलो आणि त्या पियानोभोवती उभे राहिलो. आमच्या हातातील टॉर्चचा प्रकाश त्या वाद्याच्या चकचकीत पृष्ठभागावर पिवळ्याधमक पाकळ्यांसारखा दिसत होता. माझ्या मागे जे उभे होते त्यांच्यापैकी कुणीतरी आश्चर्याचे उद्‌गार काढले. मला उगीचच तो पियानो माझाच असल्यासारखा अभिमान वाटला.

गॅब्रिएल पियानो वाजवायला पुढे सरसावली. तिने स्टुल पुढे ओढून त्यावर बैठक जमवली आणि पियानोच्या पट्ट्यांवर तिची बोटे नाचू लागली. मला वाटले ती शोस्तखोविचची एखादी रचना वाजवेल; पण ती अगदीच कच्ची होती. तरीही पियानोच्या सुरांच्या जादूने त्या प्रेक्षागारातील वातावरण भारल्यासारखे झाले. त्या सुरांच्या झंकाराने आमच्या पावलांखालची तख्तपोशीही निनादू लागली. हातातल्या टॉर्चचे आता कुणालाच भान राहिले नव्हते. त्यामुळे आजूबाजूचा देखावा त्या सुरात विरघळून गेला. पियानो वाजवणाऱ्या गॅब्रिएलचेही पियानोच्या चकचकीत पितळी पेडलवरचे फक्त गोरे पाऊलच काय ते दिसत होते.

आणि मग अचानक ती वाजवायची थांबली. त्या अंधारातच तिचे शब्द उमटले,

"या पियानोचे ट्यूनिंग करायला हवे. बेसूर वाजतोय. पण काय मस्त वाद्य आहे हे! खूप काहीतरी जिवंत अनुभूती आहे यात.''

मग पियानोचे वरचे झाकण बंद केल्याचा आवाज आला.

“मि. अली, तुम्ही हे वाद्य कुठल्यातरी हॉटेलला नका विकून टाकू,” गॅब्रिएल.

“आमच्याकडच्या पियानोवादकाला हा पियानो फार आवडायचा. मला वाटतं तो हंगेरियन होता. हे जहाज मोडीत काढून विकून टाकलं आहे हे त्याला कळलं तेव्हा पाणीच आलं त्याच्या डोळ्यांत.”

जॅकने माहिती पुरवली. आम्ही त्या प्रेक्षागृहातून बाहेर आलो. ग्रेस समुद्राच्या संथ लाटांवर विहरत असताना तो म्हातारा हंगेरियन वादक त्या ग्रँड पियानोवर प्रीलुड्सच्या सुरावटी तन्मयतेने छेडत असेल. माझ्या डोळ्यांसमोर ते चित्र उभे करण्याचा प्रयत्न करत मी जॅकला विचारले,

“आता काय करतो तो?”

जॅक दार उघडून बाहेरच्या प्रखर उजेडाला सामोरा जात म्हणाला,

“काही कल्पना नाही. एकदा जहाज सोडलं की जो तो आपापल्या मार्गाने जातो.”

मी अत्यंत तर्कसंगत विचार करते. तिथे अंधविश्वासाला जागा नाही. पण तो पियानो, ती त्या कागदावरची शोस्तखोविचची सुरावट मला काहीतरी सांगू पाहत होती. काहीतरी इशारा करत होती. गेल्या वर्षभरामध्ये तुझे विस्मरण कधी झाले नव्हते एलिजा, पण मीच तुला प्रसंगी माझ्या भावविश्वातून हद्दपार करण्यात यशस्वी होत होते आणि तेच माझ्या दृष्टीने श्रेयस्कर होते; कारण पश्चात्ताप करावा अशा बऱ्याच काही गुंतागुंतीच्या घटना माझ्या आयुष्यात धुमाकूळ घालत होत्या. मला सतत कसली ना कसली तरी ओढ लागलेली असायची. पण ती ओढ फक्त तुझ्याबद्दलची नव्हती, असे मी स्वतःला बजावत असे. डायना, रशीद आणि आता माझे बाळ- माझे सगळेच आयुष्य आसुसलेले होते. पण त्यामुळे माझे दुःख एकांगी न होता या सगळ्यात विभागले गेले होते. आता त्याची तीव्रताही कमी झाली होती. कधी कधी माझ्या हातातल्या फोनकडे नजर गेली की तुला फोन करण्याची ऊर्मी उफाळून येत असे. पण त्या इच्छेला मूर्त स्वरूप देण्यापर्यंत माझी मजल कधी गेली नाही. तुझ्याशी बोलायचे तर कुठून सुरुवात करावी, याचा मला संभ्रम पडायचा. तुला खूप काही सांगायचे होते आणि त्यामुळे मी प्रचंड अस्वस्थ झाले होते. या पियानोमुळे तुला फोन करण्यासाठी मला, खरे तर, सबळ कारण मिळाले होते. मग मी तुला फोनवर निरोप ठेवला. आवाज कापू नये याची प्रचंड खबरदारी घेत मी म्हणाले,

“हॅलो, मी बोलतेय, झुबेदा. मला माहितेय, खूप काळानंतर फोन करतेय. तुझ्याशी बोलायचंय रे. लगेच फोन कर प्लीज.”

एकीकडे मी तुझ्या फोनची प्रतीक्षा करत होते आणि दुसरीकडे मोबरोबर मैत्री जुळवण्याचा प्रयत्न करत होते. त्या शिपयार्डमध्ये त्याच्यासारख्या मुलांची एक टोळी होती. त्या मुलांत तो सर्वांत लहान असला तरी त्यांचा तो म्होरक्या होता. एकदा मोने त्याच्या टोळीतल्या सहा-सात मुलांना पाण्यात नेले. कंबरेइतक्या पाण्यात गेल्यावर कागदी बोटी सोडाव्यात तसे एकेकाला पाण्यात ढकलले आणि एकमेकांचे हात धरून एका रेषेत पाण्यात उताणे तरंगायला लावले. कानात जाणाऱ्या खारट पाण्यात डुंबत ती मुले आनंदाने ओरडत होती. अलींनी मोला कोणत्या कामासाठी घेतले होते याची मला काहीच कल्पना नव्हती. अली मोबरोबर कडकपणेच वागायचे; पण त्या दोघांच्यात काहीतरी हळुवार बंधही असावेत. त्यामुळे अर्थात त्याला जास्ती सुखसोई जरी मिळाल्या नव्हत्या, तरी पण तो जास्त निवांत असायचा. (इतर काही गोष्टींप्रमाणे याही बाबतीत माझा अंदाज चुकीचा ठरला, एलिजा. मी विचार करते आहे की माझ्या प्रामाणिकपणामुळे तू माझ्या बाबतीत नरमाईने वागशील की स्वतःवरच नव्हे तर इतरांवरही आंधळा विश्वास ठेवला म्हणून माझा तिटकारा करशील?)

कामगारांच्या मुलाखतींसाठी त्यांना भेटणे आता मी अधिक लांबवू शकत नव्हते. त्यांतली पहिली मुलाखत अलींनी त्यांच्या ऑफिसात ठरवली. गॅब्रिएलने कॅमेरा आणि एक चपटासा माइक लावला. दिवसाच्या कामाची पहिली पाळी संपल्यावर एक डझनभर माणसे दारातून आत येऊन उभी राहिली. त्यांच्या डोक्यावर हेल्मेट आणि पायात जाड रबरी बूट होते. मी टीव्हीवर पाहिले होते. कोळी लोक घालतात तशा प्रकारच्या जाड, जलरोधक तुमानी त्यांनी चढवल्या होत्या. मी त्यांची नावे विचारण्यापासून सुरुवात केली. त्यांनीही भराभरा, उच्च स्वरात आपापली नावे सांगितली - रुबेल, सुरेन, मलेक, वगैरे वगैरे. मग त्यांनी प्रॉस्पेरिटी शिपब्रेकिंग कशी चांगली कंपनी आहे, मालक किती कृपाळू आहे, त्यांना पगार कसा वेळेवर दिला जातो, त्यांची ही नोकरी त्यांना मिळालेली सर्वोत्तम नोकरी कशी आहे, त्यांनी त्यांची मुलेच काय पण मुलीही कशा शाळेत घातल्या आहेत, याचे रसभरीत वर्णन केले. देशाच्या या भागात ही कंपनी कार्यरत असल्याबद्दल त्यांनी देवाचे आभार मानले.

गॅब्रिएलने अशा प्रकारच्या मुलाखतींची रिळेच्या रिळे शूट करून ठेवली होती, हे तिने मला आधीच सांगितले होते. मग मी त्या कामगारांशी बोलत राहिले. एकटीच बोलत होते. मी यापूर्वी चित्तगाँगला कधीच आले नव्हते, पतेंगाचा समुद्रकिनारा पाहिला नव्हता, डोंगररांगांवर गेले नव्हते की 'फॉय लेक' ही पाहिले नव्हते. त्यांनीही त्यांच्या घरचे काहीबाही सांगितले. मी प्रत्येकाला त्याचे मूळ गाव विचारले. ते सगळे जवळच्याच काही मैलांच्या परिसरातून तिथे आले होते. मध्येच

एकाने नजर वर वळवली आणि क्षणभर मला तो माझ्याशी संवाद साधू इच्छितो आहे असे वाटले. पण तो अगदी वर, पंख्याकडे पाहत होता. साधारणपणे वीस मिनिटांतच माझ्या लक्षात आले आणि मी अलींना म्हणाले,

"नाही, या इथे हे लोक नीट बोलणार नाहीत. ही जागाच या मुलाखतींसाठी योग्य नाही."

अली फोनवर होते. त्यांनी फोन हातात तसाच ठेवून त्या कामगारांना दटावले,

"ऑ, बोलत नाहीत? ताईंना सगळे नीट सांगा रे, फार लांबून आल्या आहेत त्या."

मग ते सगळे एकाच वेळी बोलू लागले. पण वेगळे काही नाही. आधीचेच सगळे ते पुन्हा पुन्हा सांगत होते. देवाची कृपा आणि त्यांच्या उपकारकर्त्या अलींची मेहेरबानी यापलीकडे काहीच नाही.

मी माझा टेपरेकॉर्डर आणि टाचणे उचलली आणि त्यांचे आभार मानून निघाले. हे असेच होणार याचा मला अंदाज होताच; पण तरीही मला चिंता वाटू लागली. अलींनी त्यांना जायची परवानगी दिल्यावर ते पट्कन, धक्काबुक्की करत ऑफिसच्या बाहेर पडले आणि बीचवर निघून गेले. ते निघून जायला लागले तेव्हा मी त्यांचे चेहरे लक्ष देऊन पाहत होते आणि त्यांची नावे लक्षात ठेवायचा प्रयत्न करत होते.

"उगीच वेळ घालवताय तुम्ही, इथे सगळे आलबेल आहे," माझ्यासाठी अत्यंत आस्थेने चहाचा कप तयार करण्याचे नाटक करत अली म्हणाले.

त्या सिमेंटने लिंपलेल्या जमिनीवर पाय घासटत ते कामगार बाहेर पडले आणि माझ्या मनात एक विचार आला. मी अलींना म्हणाले,

"ते पत्र्याचे तक्ते ओढणारे कामगार हे नाहीत ना?"

"नाही मॅडम, हे पत्रे कापून काढणारे कामगार आहेत."

"त्या दुसऱ्या कामगारांशी मला बोलायला मिळेल?"

"कोण? ते ओझी ओढणारे? गावंढळ आहेत ते. तुमच्यासारख्यांशी कसं बोलायचं तेही कळत नाही त्यांना."

हं, म्हणजे ते ओझीओढे- पुलर्स- म्हणूनच ओळखले जायचे. मी त्यांना 'स्प्लेंडर'चे शेवटचे भाग ओढून नेताना पाहिले होते. त्या जहाजाचे सर्व भाग सुटे करून गोदामात नेण्यात आले होते. फक्त जहाजाचा प्रॉपेलर रस्त्यावर उभ्या राहिलेल्या ट्रकमध्ये चढवायचा होता. त्या कामगारांनी प्रोपेलरच्या पात्यांना दोऱ्या बांधल्या आणि त्या खांद्यांवर तोलून, उथळ पाण्यात पाय रोवत तो प्रोपेलर खेचायला सुरुवात केली. ते पाहून मला लहानपणी पाहिलेल्या बायबलवर आधारित चित्रपटांची आठवण झाली. त्या चित्रपटांमध्ये पिरॅमिडचे बांधकाम करत असलेल्या

मरतुकड्या, घामाने थबथबलेल्या मजुरांचा फटके मारमारून छळ केलेला दाखवला जात असे. असे चित्रपट माझे आई-वडील माझ्या लहानपणी मला आवर्जून दाखवत. या पुलर्सचे निस्तेज चेहरे आणि घट्ट मिटलेले ओठ पाहून ते मुकेच असावेत, असा संशय येई. पण ओझे खेचण्याच्या पराकाष्ठेत त्यांच्या तोंडून 'हैय्या-हो, हैय्या-हो' असे निःश्वास सोडले जात. ते आपल्या लुंगीचा काचा घट्ट कसत आणि तोंडावर किंवा डोक्याला चौकटीच्या कापडांचे रुमाल बांधत. कधी काळी हे रुमाल नक्कीच स्वच्छ आणि रंगीबेरंगी असणार; पण आता धूळ, घाण आणि घामाने त्यांची रया गेली होती. जहाजावरचे रासायनिक वास, जाळलेल्या धातूंचा दर्प आसमंतात भरून राहिलेला होता. पण या पुलर्सच्या चेहऱ्यावर त्याने होणाऱ्या त्रासाचा मागमूसही नव्हता. सभोवतालच्या विषारी हवेची त्यांना जाणीवही नव्हती.

"पण माझी हरकत नाही त्यांच्याशी बोलायला," मी म्हणाले.

"काय कळतंय त्यांना? अशिक्षित आहेत ते," अली.

"फार वेळ घेणार नाही मी त्यांचा. इकडचेतिकडचे दोन-चार प्रश्न."

"पण ते सगळे प्रश्न तुम्ही माझ्याकडे का नाही देत? मी त्यांच्याकडून सगळ्या प्रश्नांची उत्तरं काढून घेतो."

"हे काम तसं करता येणार नाही."

अलींनी माझ्याकडे एक अर्थपूर्ण कटाक्ष टाकला, जणू काही ते माझ्या कामाकडे अतिशय गांभीर्याने लक्ष देत होते.

ते म्हणाले,"ठीक आहे, माझ्याकडून तुम्हाला मदत व्हावी एवढंच वाटतं."

मी माझ्या खोलीत परतले आणि गॅब्रिएलला काय काय झाले ते सांगितले. बॅगेत सिगारेट धुंडाळत ती म्हणाली,

"हा सगळा बनाव आहे. मी कल्पना दिली होती तुला. अली आपल्याला सगळ्यांशी मोकळेपणाने बोलू देणारच नाहीत. आणि त्यांनी परवानगी दिलीच तरी त्यांच्यासमोर ते मजूर तोंडच उघडणार नाहीत. त्यांना कुठेतरी दुसरीकडे गाठायला हवं."

"इथेही बोलावता येणार नाही त्यांना," मी म्हणाले.

"खूपच छान कल्पना आहे!" गॅब्रिएलने सिगारेट पेटवली आणि एक मोठा झुरका घेत म्हणाली,

"इथेच बोलवू या त्यांना. त्यांच्यासाठी तू जेवण बनवू शकशील."

"जेवणाचा विचार भयंकर आहे, मला अजिबात स्वयंपाक करता येत नाही."

"असं कसं? ते गरीब बिचारे मजूर कायम अर्धपोटीच वाटतात."

"अजिबात नाही. चांगलं खायलाप्यायला मिळत असावं त्यांना. त्यांचे कपडेही

त्यांच्या कामाला योग्य असे, त्यांना योग्य ते संरक्षण देणारे वाटतात. तू हे कपडे घालून त्यांना शिपवर काम करताना बघितलं आहेस?''

''हे सगळं तुमच्यासमोर मांडलेलं प्रदर्शन आहे,'' सिगारेटची राख सिंकमध्ये झटकत गॅब्रिएल म्हणाली.

रुबानाचा चौकशीचा फोन आला तेव्हा मला कबूल करावेच लागले की माझी काहीच प्रगती झालेली नव्हती. तिने मला प्रयत्न सोडायचा नाही म्हणून बजावले. त्या मजुरांना बोलते करण्यासाठी त्यांना अलींच्या ऑफिसमधून बाहेर काढण्याबद्दल ती आमच्याशी सहमत होती. फिल्मसाठी तयार करून ठेवलेले शोभेचे नग बाजूला सारून खरेखुरे मजूर शोधायला हवे होते. तिचा सल्ला होता,

'मुलाम्याच्या पलीकडे बघा—'

शुक्रवारी मी खोंडकर व्हिलामध्ये परतले. माझे मळलेले कपडे पाहून कोमोलाला समाधान वाटल्यासारखे दिसले. मी खरंतर याआधीच परत यायला हवे होते. मी बागेत जाऊन बसले. बागेत दरवळणाऱ्या मोगऱ्याच्या गंधाने मागच्या आठवड्यातला सगळा शीण निघून गेला आणि मी तो पियानो, मो, त्याचे ते जहाजाच्या तळातले छोटेसे बंकबेड आठवू लागले. या क्षणीही मी बीचपासून खूप लांब नव्हते; पण माझा त्या बीचवरचा काळ मला स्वप्नवत किंवा कपोलकल्पित भविष्यकाळासारखा वाटू लागला. हे सगळे माझ्या कल्पनाशक्तीच्या पलीकडचे होते. मी पुन्हा पुन्हा विचार करत होते आणि मला कळत नव्हते की तू माझ्या फोनला उत्तर का देत नव्हतास. तू फोन करायला एवढा वेळ का लावत होतास? तुझ्या आयुष्यात दुसरी कुणी मुलगी आली होती का? तू तिच्या प्रेमात पडला होतास का? आणखी एक वाईट शक्यताही मला छळत होती. ज्यांना तातडीने उत्तर दिले नाही तरी चालेल अशा बिनमहत्त्वाच्या लोकात तू माझी गणना करू लागला होतास का? तुझी आणि माझी चांगलीच ओळख होती, आपल्यात काही गहिऱ्या संबंधांची शक्यताही निर्माण झाली होती; पण ती शक्यता आता कायमची नाहीशी झाली होती का? मावळणारा प्रत्येक दिवस आणि तुझ्या मौनाच्या मागे असू शकणाऱ्या प्रत्येक कारणाच्या विचाराने तुझी माझ्या मनातली प्रतिमा अधिकच प्रभावी होत होती, एखाद्या बरीच वर्षे मुरवलेल्या, उच्च दर्जाच्या मद्यासारखी माझ्यात भिनू लागली होती.

आता ग्रेसवरच्या सर्व वस्तूंची नोंद आणि मूल्यांकन होणार होते. अली म्हणाले होते हे काम सर्वप्रथम केले जाणार होते. नग या वस्तूंची विक्री होणार होती. या सगळ्यासाठी त्यांच्याजवळ फक्त तीन आठवड्यांचा वेळ होता. एकदा का ते जहाज रिकामे झाले, की मग मोडतोडीला प्रारंभ करता आला असता. आमचा कामगारांचा पेच अजून सुटला नव्हता. मी कधीही इतर कामगारांना भेटण्याविषयी

विचारले की अली खुबीने 'बघतो, बघतो' म्हणत आणि कधी मुलाखतींसाठी योग्य जागाच मिळत नसल्याची सबब पुढे करत. माझी सुरक्षितता आणि सुखसोई या दोन गोष्टी त्यांच्यासाठी अत्यंत महत्त्वाच्या होत्या, त्याचे ते सतत भांडवल करत. पण त्यांच्या त्या हसतमुख चेहऱ्यामागची त्यांची टाळाटाळ मला कळत होती. आमचे खऱ्याखुऱ्या कामगारांबरोबरचे काम ठप्पच होते. मग मी जहाजाच्या मोडतोडीचा प्रत्येक दिवसाचा वृतान्त लिहून ठेवायला सुरुवात केली. या प्रत्येक मोडतोडीत कोणत्या कामगाराचा काय सहभाग असेल, याच्याही नोंदी ठेवायला लागले. आतापर्यंत या संपूर्ण प्रक्रियेत काय कामे केली जातात, याची एक यादी तयार झाली होती. अभियंते, मुकादम, विक्रेते, टाक्यासफाईचे कामगार, कटर, रोलर, वेल्डर, पुलर— या प्रत्येक कामासाठी कामगारांचा एक एक गट काम करत होता आणि त्या गटाचा एक म्होरक्या असायचा. या गटांचीही क्रमवारी ठरलेली होती. अभियंत्यांचा गट सर्वांत वरचा आणि पुलर्सचा गट अगदी तळाचा.

एक दिवस मी आमच्या घरी परतले तेव्हा गॅब्रिएल मोबरोबर आमच्या स्वयंपाकघरात होती. ते दोघेही स्टोव्हवर ठेवलेल्या कढईत पुऱ्या तळत होते. त्यांचे हे काम अगदी सहजपणे, सराईतपणे चालले होते. स्वयंपाकघराच्या दारातून मी पाहत होते. मोच्या हातात झारा होता आणि प्रत्येक पुरी टम्म फुगल्यावर गॅब्रिएल आश्चर्याने किंचाळत होती. घरभर तळणीच्या तेलांचा आणि पुऱ्यांचा वास घमघमत होता. का कुणास ठाऊक; पण ते बघून माझी चिडचिड झाली. मी माझ्या खोलीत जाऊन हातातला कॅमेरा आणि वही टेबलावर आपटली. हॉलमध्ये जाऊन मी ओरडले,

"गॅब्रिएल, इकडे येतेस का जरा?"

गॅब्रिएल जीन्सवर हात कोरडे करत स्वयंपाकघरातून बाहेर आली. आवाज खाली घेत मी म्हणाले,

"तो काय करतोय इथे?"

"तो म्हणजे मोहम्मद? आपल्या इथे मागे एक खोली आणि एक स्वच्छतागृह आहे, माहितेय का तुला?"

"हो, नोकरांसाठी खोली."

"आमच्या देशात अशी नोकरांची खोली नसते. त्यामुळे मला माहीत नव्हते. मी त्याला त्या खोलीत राहायची परवानगी दिलीये. तो आपल्यासाठी स्वयंपाक करेल. तो आत्ता मला दाखवत होता—"

"पुऱ्या, माहितेय मला," गॅब्रिएल मला जणू भोळेपणाचा आव आणत नैतिकतेचे धडे देऊ पाहत होती.

"तो त्या मजुरांसाठी असलेल्या खोल्यांमध्ये अगदी आरामात सामावू शकतो."

"अगदी गलिच्छ आहेत त्या."

“कबूल आहे. पण आपण इथे सगळं बदलू नाही शकत. आणि आपणही एके दिवशी आपापल्या कामांसाठी इथून निघून जाणार आहोत.”

“कोण म्हणतंय असं? मी काही जाणार नाहीये. तू निघालीयेस का?”

“आत्ता नाही पण लवकरच जावं लागेल. आणि तूही इथे कायम असशील अशा भ्रमात राहू नकोस.”

“ठीक आहे तर, तो इथे राहतोय.”

माझ्या मनात माझ्या आईचा विचार आला. या सगळ्या प्रकाराबद्दल ती काय म्हणाली असती? आमच्या घरी तिने एकदा लिमी नावाची एक मोलकरीण ठेवली होती. ती ॲसिडने भाजली होती. माझी आई तिला बाहेर येऊन वाढप करायला लावायची. मला तिच्या हातचा दर शुक्रवारी केलेला फ्रुटकेक आठवला. ती आमच्याकडे आलेल्या लोकांच्या चहात दूध घालायची तेव्हा तिचे भाजून विद्रूप झालेले हात पाहून त्यांच्या चेहऱ्यावर जे भाव उमटायचे, तेही आठवले.

“आपण त्याला पगार देणार आहोत का?” मी.

“नाही गं, त्याला फक्त एक कुटुंब हवंय.”

“मग काय आता त्याला दत्तक घेणारेस का तू?”

गॅब्रिएलने हताश होऊन हात उडवले.

“तसं नाही, पण काहीतरी करायला हवं. आपण मारे कामाच्या तयारीत बसलो आहोत; पण हाती काय लागतंय? मी जाम वैतागले आहे. आणि हो, तू वैतागली नाहीयेस, असं सांगायचा अजिबात प्रयत्न करू नकोस.”

आम्ही हॉलमध्ये परत आलो तेव्हा मोने टेबलावर सगळे जेवण मांडले होते. मध्यभागी पुऱ्यांचा बाउल ठेवला होता. टेबलाजवळ उभा राहून ती सगळी मांडणी निरखताना तो खूश झाला होता -टेबलमॅट, तीन चतुर्थांश भरलेले ग्लास आणि तिरके चमचे खुपसून ठेवलेल्या लोणच्याच्या बरण्या! मी त्याला विचारले,

“मो, कुठला रे तू?”

“गार होईल सगळं.” मो म्हणाला. मी मोकडे बघितले. त्याने बटणे लावलेला स्वच्छ शर्ट आणि पँट घातली होती. दोन्ही कपडे जरा मोठ्याच मापाचे होते. आम्ही दोघी शिस्तीत जेवायला टेबलाजवळ येऊन बसलो. पुऱ्यांचा बाउल एकमेकींकडे सरकवून आम्ही जेवायला सुरुवात केली. गॅब्रिएल म्हणाली,

“मस्त, त्याला सांग, या जगातल्या सर्वोत्तम पुऱ्या आहेत.”

“काय रे, कुठे शिकलास स्वयंपाक?” मी मोला विचारले.

“असंच, कुणीकुणी सांगितलं तसं करत गेलो.”

पुरी दुमडून तोंडात कोंबत गॅब्रिएल म्हणाली,

“विचार त्याला, बीचवर काम करणाऱ्यांपैकी कुणी त्याला माहीत आहे का?”

मी बांगलामध्ये भाषांतर करून त्याला प्रश्न विचारला.

"मला सगळे जण माहितेयत, नवीन मुलं माझ्याचकडे पहिल्यांदा येतात."

गॅब्रिएलने पुऱ्यांचे हाताला लागलेले खरकटे टाळ्या वाजवून झटकून टाकले.

"हा आपल्याला त्यांच्यापर्यंत पोचवू शकतो."

"मो, तू चहा करतोस?"

मो चहा करायला स्वयंपाकघरात पळाला. गॅब्रिएल म्हणाली,

"आपण महिना झाला इथे आहोत पण कुणी ताकास तूर लागू दिली नाही. हा आपल्याला मदत करू शकतो."

तिच्या आधीच्या सगळ्या डावपेचांपेक्षा हा मार्ग बरा होता. पण मला अजूनही खात्री नव्हती. तो आम्हाला मदत करतोय हे कुणाला कळले असते तर तो आमचा खबऱ्या आहे, असेच सर्वांना वाटले असते नक्की. हे मी तिच्या लक्षात आणून दिले.

"पण ते आपल्याशी मोकळेपणाने बोलले तर आपण त्यांना मदतच करू. आपण आपल्या फिल्ममध्ये त्यांना नक्की घेऊ."

मो चहा घेऊन आला. मी त्याला म्हटले,

"मो, तुझ्या मित्रांना आम्हाला भेटवशील?"

मोने ट्रे खाली ठेवला आणि त्यातली कपबशी उचलून माझ्या हातात देत म्हणाला,

"मित्र? कुठले मित्र?"

"तुझे बीचवरचे मित्र, आम्हाला त्यांच्यावर सिनेमा बनवायचा आहे," गॅब्रिएल.

मी मोला बांगलामध्ये गॅब्रिएलचे म्हणणे समजावून सांगितले. माझ्याकडे वळून तो म्हणाला,

"कसला सिनेमा?"

"हा बीच, इथली जहाजे आणि इथले कामगार यांच्याबद्दलचा सिनेमा."

त्याने 'नाही' म्हणू नये, अशी माझी इच्छा होती पण तो 'नाही'च म्हणणार, अशीही मला खात्री होती. गॅब्रिएल त्याच्यासमोर वाकली, त्याची कॉलर हाताने चाचपडून नीट करत म्हणाली,

"भयंकर महत्त्वाचे काम आहे हे. तू आम्हाला मदत करशील?"

"आम्हाला त्या लोकांशी बोलायचंय. अली घेऊन येतात ते कामगार नकोत. इतरांशी बोलायचंय आम्हाला," मी म्हणाले.

"तुम्हाला कोण हवेत? रात्रपाळीचे कामगार की दिवसपाळीचे?"

"तू कुठल्या पाळीला आहेस?" माझ्या या प्रश्नाला त्याने उत्तर दिले नाही. आमची ताटे उचलून तो आत निघून गेला. मी त्याच्यापाठोपाठ त्या मागच्या

खोलीत गेले. त्या रिकाम्या खोलीला एकच खिडकी होती. त्या काळोख्या खोलीच्या सिमेंटच्या जमिनीवर धुळीचा थर साचला होता. मी त्याला विचारले,

"इथे राहायचंय तुला?"

"अलींना माझी गरज नसेल तेव्हा मी इथे राहीन."

मी त्याच्याकडे नीट लक्ष देऊन पाहिले. त्याचे केस त्याच्या डोक्यावर ताठ उभे राहिलेले होते. मी त्याच्या डोक्यावर हात फिरवला. त्याचे खरखरीत केस, त्याच्या टाळूचा उतार आणि मानेच्या ताठरलेल्या शिरांचा मला स्पर्श झाला.

"घेऊन ये तुझं सामान," मी त्याला म्हणाले. त्याने मान डोलावली आणि आम्ही दोघांनीही एकाच वेळी खोलीवरून नजर फिरवली. मातकट जमीन, भिंतीत कशीतरी बसवलेली खिडकी. मो म्हणाला की त्याला आता जायला हवे आणि तो नंतर त्याचे सामान घेऊन येईल. मग तो अनवाणी पायांनीच बाहेर गेला आणि जाता जाता जोरात खोलीचे दार लावून घेतले.

अशा प्रकारे मो आमच्याबरोबर राहायला आला आणि बीचवर काम करणारे कामगार आणि आमच्यामधला दुवा बनला. मग आम्हीही इथल्याच झालो. त्या धातूमिश्रित वाळूतून जहाजांचे सांगाडे ओढणाऱ्या सगळ्या माणसांशी आमची ओळख झाली. हे सगळेच या कथनाच्या पुढच्या भागांमध्ये घडले; पण हे सगळे घडले कारण मो इथे येऊन राहण्यासाठी 'हो' म्हणाला आणि तूदेखील, एलिजा.

हॅरिसन मास्टरच्या वडिलांनी प्रॉस्पेरिटीच्या कामगारांसाठी बराकी बांधल्या होत्या. हॅरिसनचे वडील जुन्या वळणाचे होते. त्यांना त्यांच्या सर्व कामगारांची नावे ठाऊक असत. ते कामगारांच्या गावी असलेल्या मुलाबाळांची नेहमी चौकशी करत. मुकादमांबरोबर हुज्जत घालणाऱ्या किंवा वेश्यागमन करणाऱ्या कामगारांना हाकलून देत असत. मोने आमच्या भेटीला आणलेल्या कामगारातील 'डुलू' या कामगाराने आम्हाला ही माहिती दिली. पण ते वारले आणि त्याचा हा व्यवसाय त्याच्या मुलाच्या म्हणजेच हॅरिसनच्या ताब्यात आला. हॅरिसनने अलींची नेमणूक केली. या बराकींमधून वाजवीपेक्षा जास्त कामगार दाटीवाटीने राहत होते. कारण हॅरिसनना जास्तीच्या कामगारांसाठी आणखी बराकी बांधण्याची आवश्यकता वाटत नव्हती. ते कामगार त्या तुटपुंज्या व्यवस्थांसाठीही हॅरिसनचे उपकार मानायचे; कारण आजूबाजूच्या कंपन्यांमध्ये तर कामगारांची राहण्याची सोयही केलेली नव्हती. तोडल्या जाणाऱ्या जहाजांवरच ते कामगार कसेबसे राहत. हे फारच भयंकर होते. जहाजे मोडीत काढताना अनेकदा त्यावर आग लागत असे. त्या आगीत अनेक कामगार मृत्युमुखी पडत. त्यातूनही वाचलेच तर इंधनाच्या टाक्यांच्या धुराने ते हळूहळू मरणाच्या दारात लोटले जात. अर्थात या बीचवर त्यांच्यासाठी अर्थपूर्ण

आयुष्य होतेच कुठे?

मोने आमच्या फिल्मसाठी जे मजूर निवडून आणले होते, ते त्या बीचवरचे सर्वांत खालच्या स्तरातले गरिबातले गरीब मजूर होते. जहाजावरच्या मोडतोडीतून जे धातूचे भाग वेगळे होत, ते बीचवरच्या भट्टीकडे ओढून आणण्याचे काम ते करत असत. हे पुलर्स देशाच्या उत्तरेकडच्या प्रदेशातून आले होते. त्या भागात नोकरीच्या संधीच उपलब्ध नव्हत्या आणि दर हिवाळ्यात दुष्काळही ठरलेलाच होता. अलींनी ज्या मजुरांची माझ्याशी गाठ घालून दिली होती ते मजूर स्थानिक होते. इथल्या जमिनींचे ते मालक होते आणि त्या जमिनींच्या वापराच्या मोबदल्यात त्यांना या नोकऱ्या मिळाल्या होत्या. अलींबरोबर ते जरा आढ्यतेनेच वागत. पगार स्वतःच ठरवत आणि इतर कामगारांवर देखरेख करणाऱ्या पर्यवेक्षकांसारखा त्यांचा तोरा असे. पण ही उत्तरेकडची माणसे- माणसे कसली, मुलेच होती ती- त्यांना हिवाळ्यात तासांच्या हिशोबावर कामावर घेतले जात असे. हिवाळा संपल्यावर कामावरून काढूनही टाकले जाई. घरी परतताना त्यांचे खिसे एवढ्या शिकस्तीनंतरही फारसे भरलेले नसतच.

त्यांनी आमच्या फिल्ममध्ये काम करायला होकार देण्यापूर्वी मला त्यांच्या काही प्रश्नांची उत्तरे द्यावी लागली. मोने एका मुलाकडे बोट रोखले, मोपेक्षा थोडासाच मोठा असावा तो. मो म्हणाला,

"शुजा विचारतोय, तुमचं लग्न झालंय का?"

सगळे जण तोंडावर हात ठेवून खुसखुसत होते.

"हो, झालंय."

"मुलं किती?"

"अजून नाहीत."

"तुमच्या वडिलांचं नाव?"

"फरहान बशीर आणि त्यांचं टोपणनाव, जॉय."

"भाऊ-बहिणी?"

"मी एकटीच आहे. भाऊ-बहीण नाही."

"अरे देवा! मेले की काय?" शुजा म्हणाला.

"गप रे ×××," मोने त्याला शिवीच हासडली.

"माझे वडील स्वातंत्र्यसैनिक आहेत," मी.

शुजाने माझ्या आई-वडिलांचा फोटो पाहायला मागितला. मी माझ्या फोनमधला फोटो त्याला पाहायला दिला. त्याने फोटो पाहून मग तो इतरांनाही पाहायला दिला. तो गॅब्रिएलकडे वळला आणि त्याने तिला विचारले,

"तुमचे केस खरंच या रंगाचे आहेत का?"

गॅब्रिएल तिच्या कॅमेऱ्यामागून पुढे येत म्हणाली,

"हो असेच आहेत."

"तुम्ही इथे कशासाठी आला आहात?" मोने विचारले.

"आम्हाला तुमचे आयुष्य कसे आहे ते जाणून घ्यायचे आहे."

मोचे समाधान झालेले दिसले. इथे, या खोलीत मोचा अधिकार चालत होता. माझ्या शेजारी उभा राहून तो हाताच्या इशाऱ्याने त्या पोरांना बोलते करत होता, गप्प बसवत होता.

"ठीक आहे, आता कामाला सुरुवात करा तुम्ही."

जवळपास तीन आठवड्यांत मला सर्वांची नावे पाठ झाली होती. ते मला आता मॅडमऐवजी 'आपा' म्हणू लागले होते. त्यांच्या बराकींमधल्या मोठ्या खोलीत आम्ही जमा होत असू. त्याच्या बंकबेडवर ते दाटीवाटीने बसत. मी त्यांच्यातच मायक्रोफोन घेऊन बसत असे. समोर गॅब्रिएल तिच्या कॅमेऱ्याच्या मागे असे. मुलांच्या कामाची पाळी संपल्यावर आमचे काम सुरू होई आणि रात्र झाली तरी बराच वेळ त्यात जात असे. मो माझ्यावर बारीक लक्ष ठेवून असे. माझ्या शेजारी बसून तो आमच्यातल्या संभाषणाला नीट मार्गाने नेत असे. कुणाजवळ काही विशेष माहिती असेल तर तो त्या पोराला बोलता करत असे. एखाद्या मुलाच्या गावाची माहिती विचारायला सांगत असे. त्या गावातल्या पाण्यात असलेल्या आर्सेनिकविषयी तो काही बोलला नाही, तर त्याला शिव्या घालून तो तेही सांगायला लावत असे. 'काही हातचे राखू नका, त्यांना सगळी माहिती हवी आहे,' असा धाक घालत असे. आम्ही त्याला असे काहीही सांगितले नव्हते. पण वरवरच्या माहितीपेक्षा अधिक खोलात जायची आमची निकड त्याला कळली होती. त्या शिपयार्डला खऱ्या अर्थाने चालवणाऱ्यांचे सर्व तपशील आम्हाला हवे होते. मो जे करत होता त्याची त्याला उपजतच समज होती. मनकवडा मो आम्हाला त्या पोरांकडून काय हवे आहे ते अचूक वदवून घेत असे.

एका रात्री आम्ही जरा उशिराच कामाला लागलो. त्या दिवशी पोलादी वस्तू कापणाऱ्यांनी ग्रेसवरच्या बॉयलरचा एक अजस्र भाग कापून काढला होता. त्याच्याभोवती दोर बांधून तो भाग बीचवर आणण्यासाठी पुलर्सनी भगीरथ प्रयत्न केले होते; पण त्यांना यश येत नव्हते. शेवटी ते काम तसेच सोडून ते परत निघाले तेव्हा मोने पुन्हा एकदा त्यांना प्रयत्न करण्यासाठी भरीस घातले. नंतर काही तासांच्या अविरत मेहनतीनंतरही त्यांना जरासेही यश मिळाले नव्हते. दुसऱ्या दिवशी या भागाचे आणखी लहान तुकडे केल्यावरच हे काम होऊ शकणार होते.

रात्री मी त्यांच्या बराकीत गेल्यावर माझ्या लक्षात आले की मुले अत्यंत दमलेली होती. माझ्यासमोर उभे राहताना त्यांना त्यांच्या पायांवर स्थिर उभे राहणे

अवघड झाले होते. आज ही मुले, ते कुठून आले होते, त्यांचे खेडे कोणते, त्यांचे कुटुंब आणि त्यांची गावाकडची माणसे याबद्दल माहिती सांगणार होती. गेल्या आठवड्यात रसेल नावाच्या मुलाने त्याची कर्मकहाणी सांगितली होती. त्याचा भाऊ गेल्या वर्षी पुलर म्हणून इथे भरती झाला होता. पहिले आठ महिने त्याने ठरल्याप्रमाणे घरी पैसे पाठवले होते; पण नंतर गावाकडे पैसे येणे बंद झाले होते. बीचवरच त्याच्या नात्यातला एक मुलगा काम करत होता. या मुलानेच त्याला इथे नोकरीला लावले होते. पण त्या मुलाचाही पत्ता लागत नव्हता. म्हणून त्या मुलाच्या आई-वडिलांनी त्यांच्या या दुसऱ्या मुलाला, रसेलला इथे त्याला शोधायला पाठवले होते. सीताकुंडला आल्यावर इथली मैलो न् मैल पसरलेले शिपयार्ड आणि त्याचे अजस्त्र कुलूपबंद दरवाजे बघून आपल्या भावाचा शोध घेणे किती अशक्यप्राय गोष्ट आहे, याचा रसेलला अंदाज आला. इथल्या कामगारांना ते काम करत असलेल्या कंपनीचे नाव माहीत नव्हते की त्यांचा मुकादम कोण, याचाही पत्ता नव्हता. त्यामुळे रसेल आला आणि तिथेच काम मिळेपर्यंत तगून राहिला. नशिबानेच त्याला प्रॉस्पेरिटीमध्ये पुलरचे काम मिळाले. प्रॉस्पेरिटीचे मालक त्यातल्या त्यात बरे मालक म्हणून ओळखले जायचे. रसेल गेल्या दोन वर्षांत गावी गेला नव्हता. त्याच्या भावाप्रमाणेच तोही गावाकडे पैसे पाठवायचा.

आता जरा मोठ्या मुलांच्या मुलाखती घ्यायच्या होत्या. त्या मजुराने घसा खाकरला आणि या पायावरचे वजन त्या पायावर पेलत अत्यंत सावधपणे त्याने टेपरेकॉर्डरकडे तोंड वळवले. तो जे बोलणार होता ते ऐकून त्याच्यासारख्या अनुभवातून गेलेले त्याला दुजोरा देणार होते, माना हलवणार होते याची त्याला नक्कीच जाणीव होती. त्याच्या आजच्या दारुण परिस्थितीचे चटके त्यांनीही सोसले होते. त्याने बोलायला सुरुवात केली,

''सात वर्षांपूर्वीच्या एका मोंगामध्ये- मोंगा म्हणजे दुष्काळ. दर वर्षी आधीच्या सुगीचे धान्य संपून गेल्यावर पुढचे पीक हातात पडण्यापूर्वी होणारी उपासमार!- आमच्याकडे पुरेसे धान्य आहे असा आमचा समज होता. घरात आम्ही— मी, माझे आई-वडील, माझी बायको, माझी तीन मोठी आणि एक पोटातले मूल अशी- सात-आठ माणसे होतो.''

सगळ्यांनाच माहीत होते आणि मलाही कळले होते यापुढे तो काय सांगणार होता. आम्ही त्याच्यावर नजर खिळवून त्याचे बोलणे ऐकत होतो. पुढचे धान्य पदरात पडण्याच्या दोन महिने आधीच घरातला दाणा संपलेला होता. तो कामाच्या शोधात भटकू लागला. पण काम होतेच कुठे? एक दिवस त्याचा म्हातारा बाप शेतात गेला, तो परतलाच नाही. नंतर त्याची तीन वर्षांची मुलगी उपासमारीला बळी पडली. त्यानंतरच्या थंडीच्या कडाक्याने त्याच्या खेड्यात तापाच्या साथीने जोर

धरला. बोलत असताना तो मजूर आपला उजवा हात तोंडावरून, कपाळावरून सारखा फिरवत होता आणि डाव्या हाताचे हातवारे त्याच्या बोलण्याला साथ देत होते. तो त्याच्या बायकोच्या मृत्यूपर्यंत पोचला आणि त्याने डोके गुडघ्यात खुपसले. जणू त्याच्या हातांची होणारी हालचाल ही क्लेशकारक आठवण त्याच्या स्मृतीतून पुसून टाकायचा प्रयत्न करत होती. त्याच्या वाचलेल्या दोन मुलांचे पोट भरायला तो आता त्याच्या भावाबरोबर गाव सोडून दक्षिणेला आला होता.

मो त्याला म्हणाला,

"तुझं नाव मोठ्याने सांग. टेपरेकॉर्डरमध्ये नीट ऐकू गेलं पाहिजे."

"बेलाल."

मग मी सगळ्यांना आज दिवसभरात काय झाले, ते विचारले. पोलादाचे तुकडे करणाऱ्यांनी आज एक अजस्त्र भाग कापून काढल्याचे त्यांनी सांगितले. त्या कटर्सना माहीत असायचे की एवढाले तुकडे बीचवर ओढून नेणे पुलर्सच्या ताकदीच्या बाहेरची बाब होती. तरीही ते कधीकधी अवाढव्य आणि जड तुकडे काढत.

"आम्हाला छळण्यासाठीच करतात ते हे असं." त्यांच्यापैकी एक जण चिडचिडला. पुलर्स ते विक्राळ तुकडे ओढून नेण्यासाठी हरतऱ्हेच्या क्लृप्त्या लढवत. पण हे काम होणार नाही, हे मनोमन त्यांना माहीत असायचे. मग त्या भल्या मोठ्या भागाचे लहान लहान तुकडे करण्यासाठी पुलर्सना बाजूला काढून तिष्ठत ठेवले जायचे आणि कटर्स कामाला लागायचे. तिथल्या व्यवस्थापकांना हे माहीत असायचे; पण ते यात लक्ष घालायचे नाहीत. या कामगारांच्या टोळ्यांचे नियम होते आणि प्रत्येक पायरीवर अधिकारांची अंमलबजावणी काटेकोरपणे होत असे आणि या अनुक्रमात हे पुलर्स सगळ्यात खालच्या पातळीवर होते.

मी सगळ्यांसाठी चहा आणला होता, तो त्यांना दिला. रॉकेलच्या पिवळ्या दिव्याच्या प्रकाशात ते तो चहा मुकाट्याने घशाखाली उतरवत होते. आम्ही दोघींनीही त्या दिवशीचे काम आवरले. पुढच्या आठवड्यात पुन्हा येण्याचे ठरवून आम्ही तिथून निघालो. बराकीच्या बाहेर मिट्ट काळोख होता. सोबतीला मो होता. त्या अंधूक प्रकाशातही ग्रेसची आकृती दिसत होती. रात्रपाळीचे कामगार त्या तेलाच्या टाक्यांचे जाड जाड तुकडे काढायचे काम अजूनही करत होते. त्यांच्या उपकरणांमधून पडणाऱ्या ठिणग्या त्या अंधारात उठून दिसत होत्या. आम्ही प्रॉस्पेरिटीचे फाटक ओलांडून आत आलो.

अलींनी मोचे सांगितलेले काम अजून पुरे झाले नव्हते. त्यामुळे तो पुन्हा बीचवर जाणार होता. आमच्या खोल्या जवळच होत्या. 'आमच्या आम्ही जाऊ' असे सांगून आम्ही त्याला मोकळे केले. तो आम्हाला सोबत करायला तयार होता; पण मी 'नकोच' म्हणाले. गॅब्रिएलने त्याला दुपारच्या स्वयंपाकाच्या वेळी येण्यास

सांगितले. माझ्या डोक्यात अजूनही आजची बेलालचीच गोष्ट घोळत होती. बेलाल त्याच्यावर गुदरलेला प्रसंग सांगत होता तेव्हा मी तटस्थ राहायचा आटोकाट प्रयत्न करत होते; पण आता तो माझ्यासमोर नव्हता. त्याच्या अनुपस्थितीत मला त्याच्या दुःखाची खोली जाणवू लागली होती. आजूबाजूला शांतता होती आणि दुरून समुद्राच्या लाटांची मंद गाज कानावर पडत होती. गॅब्रिएल आणि मी घरी पोचलो. दोघीही बोलण्याच्या मनःस्थितीत नव्हतो. शेवटचे काही पावलांचेच अंतर राहिले होते. मला अचानक भीती वाटू लागली. जणूकाही कुणीतरी पाठीमागून येत होते. मी पळतच घर गाठले. गॅब्रिएलला आजच्या या मुलाखतीवर बोलायची इच्छा होती. पण बेलालच्या त्या कहाणीने माझी मती गुंग झाली होती. त्याच्या मुलीचा मृत्यू सांगताना दुःखाने विवर्ण झालेला त्याचा सोपटलेला चेहरा सारखा डोळ्यांसमोर तरळत होता. गॅब्रिएलने कुठेतरी बाहेर फिरून यायचा प्रस्ताव मांडला. पण इतक्या रात्री जाणार कुठे? मग मी कोमोलाला फोन केला आणि 'एका मैत्रिणीला घेऊन आले तर चालेल का?' अशी विचारणा केली. तिने अर्थातच होकार दिला आणि 'काय खायचे आहे?' याचीही विचारणा केली. गॅब्रिएलने शिपसेफकडे गाडी मागितली आणि आम्ही शहराकडे कूच केले. गाडीच्या काचा उतरवल्या आणि मला बरे वाटले. आम्ही घरात शिरलो आणि ते घर बघून गॅब्रिएलचे डोळे विस्फारले. माझ्याकडे बघायची तिची नजरच बदलून गेली. मला एकदम ओशाळे वाटू लागले. तेवढ्यात कोमोलाने आइस्क्रीम आणि डबाबंद केलेल्या फळांच्या फोडी समोर आणून ठेवल्या आणि माझ्या मनावरचे ओझे उतरायला सुरुवात झाली.

गॅब्रिएल फळाची एक फोड चमच्याने जिभेवर ठेवत म्हणाली,

"काहीतरी केलं पाहिजे गं यांच्यासाठी, हे सगळं बघवतं का गं तुला?"

"तू करते आहेस ना! तू त्यांच्यावर फिल्म करते आहेस."

तिच्या हातातला चमचा काचेच्या बाउलवर आपटून किणकिणला.

"हे फिल्म करणं अगदी किरकोळ आहे गं! मला हे अजून थोडं मिळेल का?" तिच्या हातातली प्लेट रिकामी झाली होती.

"कोमोलाला विचारते." मी म्हणाले. फळे संपली होती; पण तांदळाची खीर शिल्लक होती. तळमजल्यावरून कोमोलाने सांगितले. कोमोला केव्हाचा विडा चघळत होती आणि तिचे तोंड लालभडक रंगले होते. नानू कधी विडा खायची नाही तरीही तिला बघून मला माझ्या नानूची आठवण येत असे. पण तिची माझ्याशी वागायची पद्धत नानूसारखीच होती. तिचे सगळे वागणे एकाच दिशेने जायचे, प्रेमाच्या दिशेने.

सकाळी कोमोलाने आमच्यासाठी ऑम्लेट केले. आम्ही चहाचे कप घेऊन बागेत जाऊन बसलो. गॅब्रिएलने त्या घराबद्दल किंवा माझ्या लग्नाबद्दल काहीच

चौकशी केली नव्हती. त्यामुळे मलाही जरा मोकळे वाटत होते. आम्हाला दोघींनाही परत प्रॉस्पेरिटीत जावेसे वाटत नव्हते. मग आम्ही जोशीमला घेऊन आमच्या इस्टेटचा फेरफटका मारायला गेलो. दुपारी जेवल्यावर गॅब्रिएलने ही फिल्म करण्याच्या काही कल्पना मांडल्या आणि मी काल रात्रीच्या कामाच्या नोंदी तपासत बसले. सरतेशेवटी नाइलाजाने आम्ही सीताकुंडला परत जायला निघालो.

आम्ही निघालो तेव्हा तिन्हीसांजा झाल्या होत्या. कोमोलाने आमच्याबरोबर उरलेला चिकन रस्सा आणि दाल दिली होती. आम्ही गाडीकडे निघालो तेव्हा चिंचेची झाडे थंड वाऱ्यात सळसळत होती. मला तरतरी जाणवत होती. आमच्या फिल्ममध्ये आम्ही बेलालची कहाणी मांडणार होतो. त्यामुळे त्याची मुलगी त्याला परत मिळणार नव्हती; पण कुठेतरी त्याचे दुःख मांडले जाणार होते. आमच्या फिल्मचेच नव्हे, तर माझ्या आयुष्याचेही बस्तान बसायला सुरुवात झाली होती. या फिल्ममुळे डायना, झमझम यांची कमतरता भरून निघणार नव्हती की बेलालच्या मुलीच्या मृत्यूची फिर्यादही केली जाणार नव्हती. पण या जगावर कुठेतरी, बारीकशी का होईना, माझ्या यशाची खूण रेखली जाणार होती.

आम्ही सीताकुंडच्या रस्त्याला दक्षिणेला वळलो. महामार्गावर मध्येच रस्ता मोकळा केलेला होता. तिथे काही गाड्याही उभ्या होत्या. त्याच बाजूला पलीकडे समुद्रकिनारा होता.

"हा पतेंगा बीच असणार. थांबू या?" मी म्हणाले. इथे पोहायची संधी मिळू शकेल म्हणून ती खूश झाली. पण पोहायचे तर अंगभर कपडे घालून पोहावे लागेल हे कळल्यावर ती वैतागलीच.

"तुझी पँट दुमड हवी तर; पण तीही गुडघ्याच्या वर जाऊ देऊ नकोस," मी तिला बजावले.

बीचवर सलवार कमीज घातलेल्या बायकांची गर्दी होती. त्या आपापल्या बाळांना समुद्राच्या पाण्यावर झुलवत, खेळवत होत्या. आम्ही पाण्यात पालथ्या पडलो. समुद्राच्या लाटा आम्हाला किनाऱ्याकडे लोटत होत्या. गल्सचे चीत्कार आणि मुलांच्या किलकाऱ्यांमधूनही दूरवर वाजणारी बासरीची लकेर कानावर पडत होती.

"मला वाटलं तेवढं हे वाईट नाहीये," गॅब्रिएलच्या शर्टात समुद्राचे पाणी शिरून तो टम्म फुगला होता.

"मस्त आहे हे पाणी."

सूर्य क्षितिजाला जाऊन टेकला तशा आम्ही किनाऱ्यावरच्या एक मोठ्या दगडावर जाऊन बसलो आणि कपडे वाळण्याची वाट पाहू लागलो.

"मला इथून कुठेही जायचं नाही," मी म्हटले. गॅब्रिएलने मला दुजोरा दिला.

‘हो-नाही’ करता करता निघायची वेळ झाली. तिथे असलेल्या दुकानांसमोर गॅब्रिएलने गाडी लावली होती. तिकडे जाताना, गाडी नजरेच्या टप्प्यात आली तेव्हा गॅब्रिएलने किल्ल्या हातात घेतल्या. तेवढ्यात एक माणूस आमच्याकडेच येताना दिसला. तो थांबला आणि म्हणाला,

“मेघना!” मला वाटले तो माझ्या मागे असलेल्या कुणाला तरी हाक मारतो आहे म्हणून मी त्याच्या बाजूने पुढे निघून गेले. पण तोही वळला आणि त्याने त्याचा आवाज चढवून पुन्हा हाका मारल्या,

“मेघना, मेघना.” गॅब्रिएलने माझा हात धरला आणि मला खेचत गाडीकडे घेऊन गेली. आम्ही गाडीजवळ पोचलो आणि तो माणूसही आमच्या पाठोपाठ आला.

माझ्या तोंडून शब्द फुटत नव्हता. मी कसेबसे त्याला विचारले,

“काय हवंय तुला?”

त्याने थेट माझ्या डोळ्यांत बघून विचारले,

“ओळखलं नाहीस मला?” मी मानेनेच नाही म्हणून त्याला झटकून टाकायचा प्रयत्न केला आणि त्याने अचानक माझे दंड पकडले. त्याची बोटे माझ्या दंडात रुतत होती. मी ‘हात सोड’ म्हणून त्याच्यावर ओरडले. तो पुन्हा म्हणाला,

“मेघना, रागावू नकोस गं.”

तो सारखा ‘मेघना, मेघना’ असा जप करत होता आणि मी त्याच्या पकडीतून सुटण्याची धडपड करत होते. मग गॅब्रिएलही माझ्याबरोबर ओरडू लागली. त्याने गॅब्रिएलचा आवाज ऐकला आणि माझा हात सोडून दिला. त्याने गॅब्रिएलकडे बघितले आणि मग मलाही आपादमस्तक न्याहाळले. माझा लांब बाह्यांचा कुडता आणि जीन्स बघितल्यावर एक पाऊल मागे सरकून त्याने तोंडावर हात ठेवून ‘अल्ला’ म्हणत तो मागे वळला आणि तिथेच रस्त्यावर त्याने बसकण मारली. तेवढ्यात एक माणूस आला आणि त्याने या बसलेल्या माणसाला ओढत एका न्हाव्याच्या दुकानात नेले. मी गाडीत शिरले आणि रडू लागले. जसे काही या माणसाने मला बुकलले होते, तोंडावर ठोसा मारून नाकच जायबंदी केले होते.

तो तोच होता, एलिजा. अन्वर, तो अन्वर होता. तो ज्या बाईला शोधत होता ती मी नाहीच- कुणीतरी वेगळीच, अनोळखी मुलगी आहे, हे कळल्यावर त्याला काय वाटले असेल याचा मी अंदाजच करू शकत नाही. याबद्दल पोलिसांना सांगून मी त्याला अटकही करवू शकले असते, हे लक्षात येऊन तो घाबरलाही असेल. वस्तुतः मी घरी पोचल्या पोचल्या रशीदला हे सगळे फोन करून सांगितले तेव्हा त्यानेही मला ताबडतोब पोलिसात तक्रार करायलाच सांगितले. त्यावर आमचा वादही झाला. त्या माणसाने खरे तर मला काहीच केले नव्हते. पण अशा नालायक

माणसाचा समजुतीने विचार करणे हा त्याच्या लेखी माझा मूर्खपणा होता. तो आता चीनला त्याच्या बिझनेसच्या संदर्भात भेट देणार होता. एक-दोन आठवडे किंवा महिनाभरही तो तिकडेच असणार होता. तो चीनला जाण्यापूर्वी 'तुला भेटायला येऊ का?' या त्याच्या प्रश्नावर मी चिडलेच. त्याला त्या माणसाला तातडीने तुरुंगात टाकायची गरज वाटत होती आणि 'मला भेटायची गरज आहे का?' हा प्रश्न तो मला विचारत होता. या मुद्द्यावरून आमच कडाक्याचा वाद नक्कीच होणार होता.

"तू परत ये, मग भेटू या आपण," मी त्याला तोडून टाकले आणि फोन खाली आपटला.

हा असा एखाद्या झंझावातासारखा अन्वर माझ्या आयुष्यात आला. मला कुणीतरी दुसरीच बाई समजून त्याने भर रस्त्यात मला हटकले. मी ते- त्या बाईचे नाव, मेघना- चट्कन विसरूनही गेले. माझ्यासाठी ते नाव संदर्भहीन होते. पण पुढे तेच नाव माझे सर्वस्व झाले. एलिजा, ही गोष्ट मी तुझ्यासमोर फारच हळू हळू उलगडते आहे. पण त्याबद्दल मला दोष देऊ नकोस. अशा गोष्टींना वेळ लागतोच आणि माझ्याजवळही भरपूर वेळ आहे कारण मी इथे आल्यापासून तू एकदाही मला सिग्नलच्या चौकात दिसलेला नाहीस. मी कितीतरी वेळा रस्त्यावरच्या कॉफीशॉपमध्ये बसते. ॲना कॅरनीना वाचते आणि थोड्या थोड्या वेळाने मान वर उचलून, तू अचानक अवतीर्ण झाला आहेस का, ते पाहते. पण या बोचऱ्या थंडीत, या शहरात तुझा मागमूसही नाही मिळत.

माझ्या या गोष्टीत आता तू लवकरच या बीचवर येणार आहेस. माझ्या आयुष्यातील भल्या बुऱ्या घटना घडायला आता सुरुवात होणार आहे. जर या आठवणीत रेंगाळायचे ठरवले तर त्या फारच क्लेशकारक होतील. त्या आठवणी तुला अडवतील, माझे पत्र जाळून टाकायला लावतील आणि पुन्हा कधीही माझा विचारही करू नकोस म्हणून तुला बजावतील. म्हणून आता माझे पत्र वाचण्यापूर्वी, ही प्रेमकहाणी वाच. अन्वरचा वेडापिसा शोध जाणून घे. हा अन्वर, याने आपले नशीब स्वीकारले आणि धिक्कारलेही. जगाने केलेल्या अनन्वित अन्यायांना शांतपणे तोंड देत त्या अन्यायांविरुद्ध तो लढत राहिला. एलिजा, अन्वरची ही कर्मकथा तू हळुवारपणे वाच. या पानांवर तुझी मृदू नजर पडू दे. तुझ्या माझ्यात जे काही झाले त्याला अन्वर कारणीभूत नाही. तो निरपराध आहे. त्याचा विचार प्रेमानेच कर.

अन्वरची कर्मकहाणी

माझ्या लाभाची गोष्ट

तुम्ही नवीन भरती होता तेव्हा तुमच्यातील पाणी जोखण्यासाठी तुम्हाला खूप उंचावर चढून करायची कामे दिली जातात. काही जण तर यापूर्वी कधीही एखाद्या झाडावरही चढलेले नसतात. आमच्या गावी उंच चढायला लागावे, अशा जागाच नाहीत. सर्वत्र सपाटीच. मी इथे आता नऊ वर्षांपासून काम करतो आहे. मला सगळ्याचा अनुभव आहे. म्हणून मी या नवशिक्यांना सांगत असतो की आजूबाजूला बघू नका. अजिबात बघू नका. एका हातात टॉर्च धरा- हा असा- आणि एका वेळी एकाच स्क्रूवर लक्ष एकवटा. दोन बोटांमध्ये इंचा-दीड इंचाचेच अंतर ठेवून, ती बोटे त्यांच्यासमोर नाचवून एका वेळी तुमच्या नजरेसमोर इतकाच भाग येऊ द्या. अशा सूचना मी त्यांना करतो.

मी त्यांना एवढेच सांगतो. जास्त काही सांगत नाही. जास्त म्हणजे हेच की वर गेल्यावर तुम्ही खाली पाहिलेत तर मरालच तुम्ही. तुम्ही देवाचा धावा कराल पण तो कुणाच्याच कानावर पडणार नाही. तुम्ही कलमा आळवाल; पण देव तुम्हाला वाचवायला येणार नाही. तुमची चड्डी ओली होईल पण तीही बघायला कुणी नसेल. तुमच्या क्षुद्र आयुष्याच्या गलिच्छ ठिपक्याची कुणालाच फिकीर नसेल. खाली असलेले लोक ठिपके आणि वर लोंबकळत झालेला तुमचाही ठिपकाच. देव खाली बघत असलाच तर त्यालाही खाली मुंग्याच दिसतील. तुम्ही गुदमराल, पाय झाडाल, किंकाळ्या फोडाल. तुम्ही ज्या डोलाऱ्याला लटकलेले असाल तो डोलाराही हलेल, सरकेल. तुम्हाला मागे पुढे हेलकावेल आणि भिरकावून देईल. आणि हे सगळे कशासाठी तर एखाद्या चपातीसाठी. खाली पडलेल्या तुमच्या मुटकुळ्याची ते विल्हेवाट लावतील आणि तुमच्या घरी कळवण्याचे कष्टही घेणार नाहीत. महिनो न् महिने जातील. तुमचा कुणी गाववाला घरी परतेल आणि तुमच्या मरणाची बातमी घरी समजेल आणि मग तुम्ही कायमचे मरून जाल.

पण मी यांपैकी काहीच सांगत नाही. मी फक्त उपयोगी पडतील अशाच गोष्टी सांगतो.

हा नवा पोरगा मी सांगतो त्याकडे लक्षच देत नाही. त्याच्या तोऱ्यामुळे माझे

त्याच्याकडे लक्ष जाते. त्याचे चालणे, त्याची लोंबणारी पँट, ढिले खांदे - मुकादम सूचना करतो तेव्हा याची नजर खाली नसते, मान वर करून हा साहेबाच्या डोळ्याला डोळा भिडवतो.

मुकादम हसतो. मला ते हसणं चांगलेच माहीत आहे, तो जणू म्हणत असतो की, 'तुझ्या थोबाड्यावर हे दोन डोळे आता मी शिल्लकच ठेवणार नाही. मग लवकरच तूही ढेपाळशील. मी सांगेन त्याला मान डोलवायला लागशील आणि मान खाली घालून पुटपुटायला लागशील.'

"माझं माध्यमिक शिक्षण झालंय, सर." तो पुटपुटतो.

मुकादम म्हणतो,

"या क्रेनने वर जा."

तो मुलगा उत्साहाने होकार देतो आणि त्याला काही कळण्यापूर्वीच तो क्रेनच्या पाळण्याला लटकलेला असतो.

नंतर मी त्याच्याकडे त्याच्या घरच्यांची चौकशी करतो. आम्ही दोघेही एकाच पाळीला असायचो. दुपारी दोनला शिफ्ट संपून आम्ही विश्रांतीसाठी जायचो. त्या वेळेला बराकी एखाद्या जनावराच्या जबड्यासारख्या उन्हाने तापलेल्या असायच्या. त्या बंकबेडच्या गरम झालेल्या लोखंडी सळयांचा आधार न घेताच अंथरुणात शिरून एखादी तरी गार झुळूक मिळेल, अशी आशा करायचो.

जराशा अभिमानानेच तो 'पहाडी' असल्याचे सांगतो. अभिमान म्हणजे, 'पहाडी आहे मी, चाळे करायचे नाहीत हं माझ्याशी,' असा आढ्यतेचा स्वर त्याने लावलेला असतो. असा आविर्भाव मी अशा जंगली टोळ्यांमधल्या माणसात कधीच पाहिलेला नसतो. मी त्याला टोकतो,

"मग? इथे त्याने काहीच फरक पडत नाही कुणाला."

"सैन्याने कब्जा केलाय आमच्या गावावर, म्हणून पैसा कमवायला आलोय मी इथे." तो खांदे उडवतो. मला दिसत असते की त्याच्या मिटल्या डोळ्यांसमोर कॉलेजची दृश्ये तरळत असणार. तो वर्गात हजेरीपटावरचे त्याचे नाव पुकारले गेल्याची कल्पना करत असणार. मला कळत असते की तो पदवी मिळाल्याचेही स्वप्न पाहत असणार आणि मग सगळे आयुष्य झोकदार शर्ट घालून मानाने जगण्याची अपेक्षा करत असणार. मग कधीतरी कुणीतरी त्याला 'साहेब'ही म्हणेल, तो स्कूटर घेईल आणि त्याला झकास बायकोही मिळेल वगैरे वगैरे...

पण तो आता इथे असतो. वैतागून म्हणत असतो,

"च्यायला, भट्टी झाली आहे आत."

आताशी कुठे हा मार्च महिना होता. मी त्याला म्हणतो,

"अजून काही महिने जाऊ देत; मग कळेल तुला भट्टी म्हणजे काय असते ते!

नरक, नरक असतो.''

मग त्याला मी एक छोटासा सल्ला देतो,

''त्या मुकादमापासून दूर राहा आणि थोबाड बंद ठेव तुझं. आणि हो त्या मुकादमाने तुला क्रेनच्या पाळण्याला लटकवून वर पाठवला तर काही झालं तरी खाली पाहू नकोस.''

तो पोरगा मान तर डोलावतो; पण त्याच्या मनात काय चाललेले असते हे मला माहीत असते.

'त्या दोराच्या टोकाला लटकायचं? छे, मी नाही लटकणार!'

मग मी माझ्या बंकवर पडून झोपायचा प्रयत्न करू लागतो. या वेळी मी मधल्या बंकवर असतो. हमीद, मलेक आणि मी आळीपाळीने आमचे बंक बदलायचो. सर्वांत वरच्या बंकवर सर्वांत जास्त उकडायचे; पण तिथे शेडच्या भिंतीच्या छोट्या खिडकीतून अधूनमधून वारा यायचा. सर्वांत खालच्या बंकवर कमी उकडायचे; पण तिथे संडासाचा घाण वास यायचा. या दोन्हींच्या मधला बंक सर्वांत वाईट होता. या वेळी मलेक वरच्या बंकवर होता. तो मस्त झोपायचा; पण झोपेत त्याच्या बंकच्या स्प्रिंगांची खूप करकर व्हायची. मला त्या तालबद्ध करकरीची चांगलीच सवय झाली होती. माझी त्याबद्दल काही तक्रारही नव्हती. या सगळ्या वनवासातही माणसाच्या काही गरजा असतात. पण माझे तसे नव्हते. कितीही थकून अंथरुणावर पडलो तरी मेघनाचा चेहरा माझ्या मिटल्या डोळ्यांसमोर यायचा आणि माझी झोप उडायची. तिच्या डोळ्यांतले अश्रू दिसायचे आणि कानावर तिचा आवाज पडायचा,

'बाळ झाल्यावर कसं होईल रे माझं?'

मी तिला झटकून टाकायचो, तिला 'कुलटा' म्हणायचो. मला माहीत होते की ही तिची पहिलीच वेळ आहे. मी तिच्यावर प्रेम करत होतो आणि त्याची मी कबुलीही दिली होती. पण दुसरीकडे माझा मामा होता. त्याची प्रलोभने होती. तो मला गळाला लावायचा प्रयत्न करत होता,

'दुबईला पाठवतो तुला- नंदनवन आहे ते, मॉल्स, टीव्ही, एअरकंडिशनिंग- सगळे आहे तिथे. माझ्या मुलीशी लग्न कर, लगेच दुबईचं तिकीटच ठेवतो तुझ्या हातात.'

मग मी मेघनाला कुलटा म्हणतो. आणि तिच्याकडे पाठ फिरवतो. पण आता मी तिला विसरूच शकत नाही. माझ्या वाट्याला जरासेही सुख आले तरी तिची आठवण मला छळू लागते, भले मग ती शांत झोप असो की पोटभर जेवण असो. मी तिच्यात जो अंकुर रुजवला होता, त्याचे काय झाले... कुठे होता तो... माझ्याविषयी त्याला माहिती आहे का... त्याचे डोळे त्याच्या आईसारखे असतील का... या सगळ्याविषयी मी अंधारात होतो आणि माझी झोप उडालेली असते.

मलेक सुस्कारे टाकतो, कूस बदलतो, खोलीतील उकाडा वाढतो आणि दुर्गंधी असह्य व्हायला लागते. विश्रांतीची वेळ भुर्रकन उडून जाते आणि कामावर जायची वेळ होते.

त्या पहाडी पोराला आता पहिला दणदणीत फटका पचवायचा असतो; पण त्याला त्याची कल्पनाही नसते. एखादा उमराव असल्याच्या थाटात तो त्याचा गणवेश चढवतो. मलेकला उठवायला मला त्याच्या तोंडावर पाणी ओतावे लागते. मला शिव्याशाप देतच तो खाली येतो. उडीच मारतो. त्याच्या उडीच्या धमाक्याने जमीन थरथरते. बाहेर नंतरच्या शिफ्टचे कामगार येऊन थांबलेले असतात. अंधार पडलेला असतो आणि उकाडाही कमी व्हायला लागलेला असतो. या झोपायला आलेल्या हरामखोरांचे नशीब बरे असते.

एका बसमध्ये बसून आम्ही कँटिनपर्यंत येतो. हमीद बाकाच्या एका टोकाला बसतो. त्यामुळे इतरांना त्यांची पत्रे वाचायला देणे शक्य होणार असते. त्याला एकट्यालाच वाचायला येत असते. आमची पत्रे वाचून दाखवण्यासाठी आम्ही त्याच्या हातावर काही पैसे टिकवत असतो. माझ्या काळ्याकुट्ट बायकोचे पत्र तो वाचून दाखवतो—

'काळजी घ्या, जेवायला विसरू नका आणि थंडी पडली तर शाल आहे ना तुमच्याकडे?'

''ढुंगण कसं धुवायचं तेही सांगेल ती तुला.'' कुणीतरी म्हणतो आणि त्यांच्याबरोबर मीही हसतो. मूर्ख बाई! तिच्या पत्राचे उत्तर द्यायची मला गरज वाटत नाही.

हमीद म्हणतो की कधी कधी तो पत्रांमधला मजकूर बदलतो; कारण एखादा माणूस काय काय सहन करेल यालाही मर्यादा असतात. गेल्या आठवड्यात छोटूला आलेल्या पत्रात त्याची आई 'गेल्याचे' लिहिले होते. तो इथे येऊन फक्त महिनाच झाला होता. अजूनही तळपत्या उन्हात डोक्यावरून विटा वाहून नेताना बिचारा घळाघळा रडायचा. मग हमीदने त्याला त्याची आई बरी असल्याचे सांगितले आणि तेसुद्धा तिच्या दम्याच्या औषधांसाठी त्याने पैसे पाठवल्यामुळे! पुढे छोटू इथे रुळेल तेव्हा हमीद त्याला सगळे खरे खरे सांगेल. तोपर्यंत तो आमच्यासारखाच निगरगट्ट झालेला असेल.

आमच्या उपाहारगृहाचा व्यवस्थापक फिलिपिन्सचा आहे. तो इतका कंजूष आहे की आमच्या ताटात फक्त दाल, रोटीचा तुकडा आणि थोडीशी भाजी पडते. त्याचे बिलही आमच्या पगारातूनच जाते. ईदला तो आम्हाला गोश्त खिलवतो; पण त्यात

मांसच नसते, नुसतीच ओशट हाडे असतात. माझ्या मामाने सांगितलेली एक गोष्ट मात्र खरी निघाली. इथे कोकाकोला वाटेल तेवढा पिता येत होता- अगदी थेट तोटीला तोंड लावून!

"तारिक भाई, तुझ्या बहिणीला मस्त, धडधाकट पोरगा झालाय," हमीद.

तारिक इथला सर्वांत जुना कामगार होता आणि अत्यंत धार्मिक होता. इथे फक्त दोनच पंथ होते. एक देवाला मानणारा आणि दुसरा न मानणारा. देवाला न मानणाऱ्यांची खात्री होती की वरती आकाशात फक्त सूर्य होता आणि दिवसातून पाच पाच वेळा प्रार्थना करा, नाही तर करू नका, तो आपल्या उन्हाच्या दाहाने तुम्हाला भाजून काढणारच होता.

आम्ही हात धुतो आणि कामावर जायला निघतो. आता दिवे लागलेले असतात आणि इमारतींमधून ते चमकत असतात. आम्ही 'मॉल ऑफ दुबई' नावाच्या इमारतीसमोर येतो. काही वर्षांपूर्वी या जागेवर नुसते भंगाराचे डोंगरच्या डोंगर असल्याचे तारिकभाईंना आठवत असते. तो पहाडी पोरगा म्हणतो,

"आपण जाऊ या का आत?"

नुकत्याच जन्मलेल्या एखाद्या पोराकडे बघावे तसे आम्ही त्याच्याकडे पाहतच राहतो. हा मुलगा मला वाटले होते, त्यापेक्षाही बुद्धू असतो.

"आपण जायचं नसतं रे तिकडे."

"का? असा काही नियम आहे?"

"यासाठी काही नियम असायला लागत नाही."

"मग मी जातोय. कुणी येतंय माझ्याबरोबर?" अगदीच पोरकटपणा. त्याच्यासाठी त्या इमारतीत जाणे ही अगदी सोप्यातली सोपी गोष्ट असते.

मला वाटते, हमीद तयार होईल. लिहिणारी वाचणारी माणसं नेहमी एकत्र राहू पाहतात ना. पण मलेक तयार होतो आणि मी त्याला थांबवायच्या आधीच तो त्याच्याकडे जातो. माझे त्याला सांगायचे राहूनच जाते की त्या जागेत श्वासही घेऊ नकोस, मरशील तू!

मी आणि हमीद आमच्या मार्गाला लागतो. या महिन्यात आम्हाला खड्डे खणण्याचे काम करायचे असते. शेजारीशेजारी असलेल्या दोन इमारतींचे काम चालू असते. आम्ही त्या दोन इमारतींना 'दुल्हा-दुल्हन' म्हणत असू. दुल्हनचे काम पूर्ण होत आलेले असते आणि दुल्ह्याच्या पायाचेच काम अजून चालू असते. दोन्ही इमारती पन्नास पन्नास मजल्यांच्या होणार होत्या. त्या इमारती पूर्ण झाल्यावर त्यांची नावे काय असणार होती कोण जाणे! 'बुर्ज अल् अरब' की 'बुर्ज अल् शेख' की 'बुर्ज अल् मख्तुम' की 'बुर्ज अल् तुझ्या नानाची टांग'. छे मी असे काही मोठ्याने बरळलो असतो तर माझी काही खैर नव्हती. मी खिदळतो. हमीद माझ्या खांद्याभोवती

हात टाकतो. माझ्या मनातला विनोद त्याला कळलेला नसतो; पण तोही हसायला लागतो.

दुल्हा-दुल्हनमुळे मला माझी काळीकुट्ट बायको आठवते. माझ्या आयुष्यात मी इतकी कुरूप आणि काटकुळी बाई पाहिलीच नव्हती. मी पहिल्यांदा तिला पाहिले तेव्हा खरे सांगतो, माझ्या डोळ्यांत पाणीच आले होते. आता जन्मभर माझी या बाईशी गाठ बांधली जाणार होती. माझी आई म्हणाली,

"करून टाक लग्न, जन्मभर कुठे ती तुझ्या डोळ्यांसमोर राहणार आहे? कुणाला माहीत पुढे काय होणार आहे? पण आम्हाला एक नातवंड दे, आमच्या म्हातारपणासाठी आणि मग जा तू कुठे जायचं ते."

मी माझे कर्तव्य पार पाडतो; पण ती मुलगी रडायलाच लागते. मग मी विचार करायला लागतो, की मी दोन वेळा हिच्याजवळ गेलो आणि हिने रडायलाच सुरुवात केली. माझेच काही चुकते आहे की काय? दुसऱ्या दिवशी मी तिला सिनेमा पाहायला घेऊन जातो. पण शाहरूख खानला पाहूनही हिची कळी खुलत नाही.

आम्ही खड्ड्यात उतरतो. खड्ड्यात दिव्यांमुळे निळसर राखाडी प्रकाश पसरलेला असतो. खोदकाम करणारे खोदतच असतात. आम्ही ती खोदलेली शुष्क, निर्जीव माती वाहून न्यायला सुरुवात करतो. मी मातीची पाटी उचलतो. मला पहाडी आणि मलेकची काळजी वाटू लागलेली असते. त्या मॉलमधून बाहेर पडायच्या आधीच त्यांना पकडून त्यांचे डोळेच उचकटून काढले गेले असतील. दुबई मॉलच्या त्या रत्नजडित राजहंसांच्या जोडीकडे बघणारी ती निळ्या गणवेशातली दोन मुले माझ्या डोळ्यांसमोर उभी राहतात आणि तेवढ्यात कुणीतरी माझ्या कुशीत गुद्दा मारतो. मलेक जोराजोरात हसत माझ्याजवळ उभा असतो. त्यामुळे त्याच्या पडलेल्या दाताची फट दिसत असते. गेल्या वर्षी आमच्या फिलिपिनो मॅनेजरकडून विकत घेतलेल्या कँडीचा तुकडा तोडताना त्याचा दातच पडला होता.

"दात पडला म्हणून काय झालं? चव काय अफलातून होती. मी हे असं काही यापूर्वी खाल्लंच नव्हतं."

आता तो मला त्या मॉलची वर्णने सांगत असतो. तिथली हवा इतकी गार असते की घाम वाळून त्यातले मीठ अंगावर साठते. तिथली उंचच उंच छते, तिथल्या बायका, त्यांचे उघडेवाघडे पाय... इतकेच काय तर त्यांचे उघडे स्तन... "तुमच्या कल्पनेतही नसतील, असे स्तन!" तो माझ्या पाठीवर असा सणसणीत गुद्दा हाणतो की माझ्या हातातली पाटीच डळमळते.

"चल, कामाला लाग." मी त्याला सांगतो; पण तो बोलण्यात गुंग असतो आणि इतर मुले, हमीद आणि इतकेच काय तारिकभाईसुद्धा त्याच्याभोवती जमलेले

असतात. मला त्यांच्या मनात चाललेले विचार कळत असतात- पुढच्या वेळी त्या आइस्क्रीमसारख्या थंड मॉलमध्ये जाणारे आम्हीच असू आणि ते आ वासून, डोळे विस्फारून ती स्वर्गीय दुनिया बघणारे आणि तेच दृश्य उराशी बाळगत खड्ड्याकडे परतणारे सगळे मजूर माझ्या डोळ्यांसमोर दिसू लागतात.

सगळ्यात वाईट म्हणजे तो पहाडी 'दुल्हन'च्या पन्नासाव्या मजल्यावर चढून गेलेला असतो आणि त्याला कुणीही अडवलेले नसते. काहीच वावगे घडलेले नसते. झाडांना लटकणाऱ्या आदिवासींसारखा त्या इमारतीवर लोंबकाळून, खाली पसरलेल्या जगाकडे बघणारा पहाडी, त्या कामाच्या पाळीत सारा वेळ माकडचेष्टा करत, खिदळत असतो.

नंतरचे दोन आठवडे मलेक आणि पहाडी नित्यनियमाने कामावर जाताना, त्या दुबई मॉलला भेट देऊन येत. ते त्यांचे गणवेश एका प्लॅस्टिकच्या पिशवीत घेऊन, टी शर्ट आणि पँट घालत असत. एक दिवस मलेक डोळ्यांवर गॉगल चढवून माझ्या बंककडे येतो,

"बघा, दिसतो की नाही मी जेम्स बाँडसारखा?"

पण त्यांच्यासारखी हिंमत माझ्यात नसते. मला माझ्या डोक्यावरचे कर्ज फेडायचे असते. मी कोणताही धोका पत्करू शकत नसतो. फक्त एकदा आणि एकदाच मलाही मोह होतो. ते सगळे सिनेमाला जाणार असतात. जवळच्याच कोणत्या तरी कळकट 'थिएटरा'त नाही तर एअर कंडिशन आणि गुबगुबीत खुर्च्या असलेल्या, एकदम नव्या, कोऱ्या करकरीत 'थिएटर'मध्ये. त्या थिएटरात तिकीटबारीवर काम करणारा एक जण पहाडीच्या ओळखीचा असतो. पहिल्या दिवसापासूनच पहाडी त्याच्या आजूबाजूला राहत असे. गावाकडच्या आठवणी काढत असे आणि 'यार', 'मित्रा' करून गळ्यात पडत असे. सरतेशेवटी त्या तिकीटवाल्याची विकेट पडलेली असते आणि त्याने सोमवारी सिनेमा दाखवायचे कबूल केलेले असते. सोमवारी शेवटच्या खेळाला थिएटर बहुधा रिकामेच असायचे. त्या वेळी थिएटर झाडणाऱ्यांबरोबर येऊन मागे बसून सिनेमा पाहायचा, असे ठरते. जास्तीत जास्त चार लोक. वर धमकीही दिली-

"जास्त जण येऊ नका. माझ्या नोकरीवर गदा आली तर सगळं सांगीन पोलिसांना. त्या पोरीलाही सोडणार नाही."

पहाडीला एक मैत्रीण मिळालेली असते. काळी किंवा पिवळी नाही; मस्त, गोरी गोरी, सोनेरी केसांची, परफ्यूम विकणारी मॉलमधली विक्रेती. पहाडी दुकानातल्या काउंटरला रेलून उभा राहतो आणि ती एखादा नट समोर आल्यासारखी खिदळू लागते. आम्ही सारखे पहाडीला जाऊन चिकटतो- त्या मुलीचा सुगंध पहाडीच्या

अंगाला येतो तो हुंगण्यासाठी!

आम्ही 'दुल्ह्या'च्या पायात वाळूच्या पोत्यांचे ढीग लावत होतो. पहाडी आणि मलेक 'कोणता पहायचा?' या मुद्द्यावर वाद घालायला सुरुवात करतात. मलेकला नवीन आलेला 'धूम' बघायचा असतो तर पहाडीला कोणतातरी इंग्लिश पिक्चरच हवा असतो.

"गदळीच्या, इंग्लिश पिक्चर पाहून काय करायचंय रे तुला?"

पण पहाडी स्वतःला काय हवे आहे यापेक्षा त्याच्या मैत्रिणीच्याच विचारात असतो. तो अंधाराचा फायदा घेऊन तिच्या पायावरून हात फिरवणार असतो, तिचा स्कर्ट वर सरकवणार असतो. तिला उत्तेजित करण्यासाठी आई-बाबा, खोटीखोटी चुंबने, झाडांभोवती गाणी काय कामाची? मस्त गुबगुबीत शरीरे, हावऱ्या जिभा, सोनेरी केस आणि न्यू यार्कचा परिसरच हवा.

पहाडीचा मुद्दा बरोबर असतो. मी आपली मान खाली घालून, वाळू वाहून नेत असतो. बायकोने आणखी एक पत्र पाठवलेले असते. एप्रिल उजाडलेला असतो आणि आता पाणी अगदी गळ्यापर्यंत आलेले असते. कापडाच्या मिलमध्ये काम करणारा माझा भाऊ मागच्या आठवड्यात पांगळा झालेला असतो. त्याचे ऑपरेशन करायला पैसे हवेत. पैसे पाठवणे शक्य होते का? मी पत्र अंथरुणाखाली सारून देतो.

पैसे पाठवा, पैसे पाठवा- सगळ्यांचा एकच तगादा. पगाराच्या आधीच आता मला पैसे लागणार असतात. मी मुकादमाच्या समोर मान खाली घालून उभा राहतो. त्याने ओठांच्या कडेला एक काडी धरलेली असते आणि तो ती गोल गोल फिरवत असतो. त्याच्या काळ्या वहीतल्या नोंदी दाखवत तो गुरकावतो,

"च्यायला, तुम्ही बांगलादेशी, एकाला नाही पैसे वाचवता येत. बघ बघ, प्रत्येक जण उधारी करतोय. बचत कुणाचीच नाही. कंगाल होणार आहात एक दिवस, सगळेच्या सगळे."

तो तोंड उघडतो आणि चघळून चोथा झालेली, लाळेने माखलेली काडी गळून पडते. ती मी उचलणे अपेक्षित असते का? मी मान खाली घालून उभा राहतो.

"किती हवेत?"

का काही बोललो नाही कुणास ठाऊक, पण मी गप्पच राहतो. पहाडी आणि मलेक आज सिनेमाला जाणार असतात. पहाडी खुर्चीवर रेलून बसणार असतो आणि मैत्रिणीच्या खांद्यावर मागून हात टाकणार असतो. स्ट्रॉने प्यायलेला कोक आणि साथीला संगीत- त्याच्या नसानसातून सळसळणार असते.

"मी नेहमीच इमानदारीने वागतो, सर," मी म्हणतो.

मुकादम खुर्चीवर मागे रेलतो. मेल्या उंदरासारखी त्याची खुर्ची करकरते.

"नक्कीच, तू कधी चोऱ्या करताना पकडला गेला नाहीस."

"हो आणि नेहमीच तुमच्या हुकमानुसार काम करतो."

मी जराशीच मान वर उचलतो आणि त्याला बरोबर कळते मी काय म्हणतो आहे ते. छोटी हातचलाखी- कधी ट्रकमधून सिमेंटची पोती लंपास करणे, कधी रोकड लांबवणे. आमचा मालक- तीन बायकांचा दादला, कायम डोक्यावर टोपी घालणारा, त्याला 'मास्टर अल् हज' अशी हाक मारायला सांगणारा, कारण दर वर्षी तो सौदीला जातो आणि पैगंबराच्या पवित्र थडग्यावर ओठ टेकून येतो. एक दोन चिजा इकडच्या तिकडे झाल्या तर त्याला काहीच फरक पडणार नसतो. एखादी खिळ्यांची थैली किंवा काही रंगांचे डबे त्याच्यासाठी नगण्यच असतात.

"मग आता तू मला त्या उपकारांची फेड करायला सांगतोयस?"

मुकादम नवीन काडी ओठांच्या कोपऱ्यात सरकवतो. या क्षणी मनात मेघनाचा विचार येतो. तिचे घनदाट केस, तिच्या अंगाचा मादक गंध- मला अभिमान वाटायचा. पण मी नेहमीच बजावायचो- त्यात कसला आला आहे अभिमान?

"हो सर, इमानाने, विश्वासाने वागणे नेहमीच सोपे नसते," मी बोलून जातो.

"आणि मला वाटतं, तू ही जी माझ्यासाठी तसदी घेत असतोस त्याची आता तुला परतफेड करून हवी आहे."

तो उठून उभा राहतो. तो माझ्याकडे येतो. आता तो मला काहीतरी देईल. थोडेसे पैसे आणि पाठीवर थाप. आपल्याला जे हवे असते ते मिळण्यासाठी फक्त मागावे लागते, मागून घ्यावे लागते. मुकादम जवळ येतो. तो हाताने माझी हनुवटी धरून माझा चेहरा वर उचलतो आणि माझ्या डोळ्याला डोळे भिडवतो. तो ज्याप्रकारे माझ्या ओठांकडे पाहत असतो त्यावरून एक क्षणभर मला वाटते की तो आता माझा मुकाच घेईल. पण तो तोंड उघडतो आणि माझ्या चेहऱ्यावर थुंकतो. त्याच्या ओठातली काडी माझ्या चेहऱ्यावर पडते.

"तिच्यायला, गलिच्छ कुत्र्या, मला नडतोस, मला नडतोस तू?" तो मूठ वळवतो आणि माझ्या तोंडावर एक जबरदस्त ठोसा लगावतो. मेघना, तिचे ते केस आणि तिचा तो शहाणपणा, सगळ्याला शिव्या घालत मी खाली पडतो. मी स्वतःला आक्रसून घेतो. तो मला लाथा घालतो. त्याच्या बुटाचे टोक माझ्या पोटात घुसते. मी कळवळून वळतो. तो पुन्हा मला लाथा घालतो. त्यातली एक माझे थोबाड फोडून जाते. दात पडतो आणि तोंडात रक्त येऊ लागते.

"तुला तुझ्या त्या सडक्या देशातून कुणी आणला रे इथे?"

"तुम्ही."

"मोठ्याने बोंबल की रे जरा."

“तुम्ही.”

“हातापाया पडत, गयावया करत आला होतास- नोकरी कुणी लावली रे तुला?”

“तुम्ही.”

“सांग, पुन्हा सांग.”

“तुम्ही.”

मग मी पुन्हा हातापाया पडू लागतो, गयावया करू लागतो. मग भावाच्या पायाचे रडगाणे गातो. आजारी असतानाही त्याला त्याच्या मालकांनी अठरा-अठरा तास मातीच्या खळग्यात बसवून रेशमाच्या हातमागावर काम करायला लावल्याचे सांगतो. त्या थंडीने त्याचे पाय लुळे करून टाकलेले असतात.

“सॉरी मुकादम, प्लीज मला माफ करा.”

“गदळीच्या, चालता हो इथून.”

पहाडी आणि मलेक सिनेमा पाहून आलेले असतात. इतके खूश असतात की हसताना त्यांचे सगळेच्या सगळे दात दिसत असतात. माझे फोडून घेतलेले थोबाड ते पाहतात.

“अरे हे काय? काय झालं?” मलेक विचारतो.

“मुकादम, काहीतरी भारी मागणी केल्याची शिक्षा दिली आहे त्याने.”

पहाडी माझ्या चेहऱ्याकडे, माझ्या सुजलेल्या डोळ्यांकडे पाहत असतो.

“हो, नवल वाटतंय ना? फार वाईट मार खाल्लाय मी,” हसायचा प्रयत्न करत मी म्हणतो. पहाडी वैतागतो.

“हे बरोबर नाही, ते असं करू शकत नाहीत.”

“ते काहीही करू शकतात, त्यांचा देश आहे हा.”

“चल, पोलिसांकडे जाऊ. तो तुला असा मारू शकत नाही.”

त्याची ही बालिश बडबड ऐकून मला मजा वाटू लागते.

“इतकं काही गंभीर नाही. बस इथे, चल मला सांग, सिनेमा कसा होता?” माझ्या बंकबेडवर हात ठेवून मी मलेकला खूण करतो,

“ये मलेक, बस.”

बंकबेडच्या मधल्या चिंचोळ्या जागेत तो चिडचिड करत, पुटपुटत येरझाऱ्या घालत असतो,

“शिंदळीचा, हरामखोर.”

मी पहाडीला विचारतो,

“कोणता सिनेमा पाहिला रे?”

“इंग्लिश- भरपूर गोळीबार असलेला,” भुवया उंचावत तो म्हणतो.

"तुझ्या मैत्रिणीचं काय? तिला मजा आली?"

तो अंथरुणावर अंग टाकून देतो आणि दोन्ही हातांनी चेहरा झाकतो.

"च्यायला!"

मला समजतं. स्त्रीच्या पहिल्या चुंबनाची धुंदी. मी हा अनुभव घेतलेला असतो. मी त्याला इतकेच म्हणतो,

"सांभाळून रे, या बायका तुमच्यावर गारुड करतात आणि पार संपवतात तुम्हाला."

"तुझ्या भावाचं काय आता?" माझ्या बंकवर घुसत मलेक म्हणतो.

"त्याचा उपचार लांबणीवर पडेल आता, थांबायला हवं."

"मी देतो रे तुला पैसे."

"तुझ्याकडे आहेत?"

"हो तर."

"नाही रे भावड्या, तुझ्या वाटचं खाणार नाही मी." माझी जीभ माझ्या दात पडलेल्या भगदाडाकडे वारंवार वळत होती. मलेकच्या दाताचे भगदाड जेलीमुळे पडले होते. मलेकने आग्रह केला तरी मी त्याचे पैसे घेऊ शकत नव्हतो.

"अरे मी विसरलोच. आम्ही तुझ्यासाठी गंमत आणली आहे." पहाडी त्याच्या खिशातून गोळ्यांचे पाकीट काढतो. माझ्या शाबूत असलेल्या दातांनी मी गोळीचा तुकडा तोडतो.

"चला, झोपा आता, झोपेत स्वप्न पहाल आणि तुमच्या सिनेमाची मजा आणखी वाढेल."

दुसऱ्या दिवशी मुकादम आमच्या बराकींकडे येतो,

"एक काम आहे तुमच्यासाठी."

'दुल्हन'चे काम जवळजवळ संपले होते. इमारतीच्या फक्त खिडक्या स्वच्छ करायच्या राहिल्या होत्या. रिचीस्तानचे 'शेख अब्दुल्ला बिन' उद्‌घाटन करायला येणार होते. त्यासाठी सर्व कामे वेळेत उरकून सगळे नीटनेटके आणि स्वच्छ असायला हवे होते.

"आपल्याकडे वेळ नाही, काम झटपट करायचं आहे."

"मी तयार आहे." पहाडीने इतक्या उंचावर कधीच काम केले नव्हते. पण आता तो कितीही उंची गाठायला तयार होता. त्याला आता त्याच्या मैत्रिणीला सुंदर उपाहारगृहात न्यायचे असते. तिथे हसत हसत वेटर त्याला 'कोकमध्ये बर्फ हवा का?' विचारणार होता आणि पुढ्यात जेवणाच्या डिशेस आणून ठेवणार होता.

"हं, आणि मला डबल ओव्हर टाइम हवाय," पहाडी सांगून देतो.

मुकादम हसतो आणि होकार देतो. मी मुकादमाच्या डोळ्यांकडे बघतो आणि माझाही हात वर जातो. आम्ही ट्रकमधून निघतो. मलेक आमच्या दिशेने पाहतच राहतो. मुकादम आम्हाला 'दुल्हन'च्या चकचकीत पण मोकळ्या प्रवेशकक्षात नेतो. मला बरे वाटते. हा भाग आम्ही आमच्या हाताने घडवला होता- मी मलेक आणि इतर सगळे - सैतानाच्या निःश्वासासारख्या कडक उन्हाळ्यात आम्ही इथे राबलो होतो. हे सगळे आपल्या मालकीचे कधी एकदा होईल अशा असोशीने पहाडीची नजर भिरभिरत असायची. त्यांनी बाहेरची लिफ्ट काढून टाकलेली होती; पण मागची एक लिफ्ट सुरू ठेवलेली होती. या लिफ्टने आता सगळे खानसामे, स्वच्छता कर्मचारी आणि पहारेकरी जा-ये करणार असतात. आम्हीही आत्ता याच लिफ्टने वर-वर, थेट वरच्या मजल्यावर चाललो होतो. मुकादम, 'हे घाला.' असे म्हणून आमच्या हातात दोन हेल्मेट्स कोंबतो. तो एक मोठे सरकते दार उघडतो. आम्ही 'दुल्हन'च्या सर्वांत वरच्या मजल्यावर, गच्चीवर असतो. वरती मोकळे आकाश असते. मला वाटते आता त्या पहाडीला, 'हे काम करण्याचा निर्णय बरोबर नाही.' असे वाटत असावे. पण तो हे कबूल करणाऱ्यातला नाही. मी त्याच्या पाठीवर हात ठेवतो. तो माझा हात झटकून टाकतो आणि जराशा घाईनेच मुकादमाने दाखवलेल्या त्या कठड्याला लटकणाऱ्या पाळण्याकडे निघून जातो.

चिमटे आणि दोऱ्यांनी आम्हाला त्या पाळण्यांना बांधून टाकतात. मुकादम म्हणतो,

"तुम्हाला सर्वांत खालच्या मजल्यापर्यंत उतरवणार आहे. एक एक खिडकी साफ करत तुम्हाला वर यायचे आहे. खिडकी साफ करून झाली की पाळण्यावरचे बटण दाबायचे. मग पाळणा वर जाईल."

तो ते बटण दाबून दाखवतो. आमचा पाळणा इमारतीच्या गच्चीतून लटकवलेला असतो. त्याला खाली कुठलाही आधार दिलेला नसतो. याचाच अर्थ असा की हा पाळणा वाऱ्याबरोबर हेलकावे खाणार असतो. हे सगळे सोडून देऊन निघून जावे अशा विचाराने मी पुन्हा पहाडीकडे बघतो. तो हसतच असतो. जशी काही त्याच्यासाठी आज ईदच असते. मुकादम आमच्याकडे पाहून डोळा मिचकावतो,

"काही काळजी नाही करायची."

पाळणा खाली जाऊ लागतो. पाळण्याच्या कडेला लटकून पहाडी तोंडाने विचित्र आवाज करायला सुरुवात करतो. मला तो आता भ्यायलेला वाटतो, पण तो माझ्याकडे वळतो आणि म्हणतो,

"आपण उडतोय." हरामखोर हसतोय, हात पसरून खांदे उडवतोय. जसा काही हा एखाद्या सिनेमातला हिरोच आहे जणू. खिडक्यांच्या आरशासारख्या काचांमध्ये आम्हाला आमचे प्रतिबिंब दिसत असते. पहाडी माझ्या खांद्यांभोवती हात

आवळतो. जगातल्या गदळीवर जगणाऱ्या सामान्य माणसांपेक्षा आपण कुणीतरी भारी असल्यासारखे आम्ही स्वर्गातल्या देवदूतांसारखे, सुपरमॅनसारखे तरंगायला लागतो.

एक एक खिडकी स्वच्छ झाली की आम्ही वर वर जात असतो. आम्ही या 'दुल्हन'ला झळाळी आणत असतो आणि ती अधिकाधिक देखणी दिसत असते. खाली वारा थोडा कमी असतो आणि पाळणा कमी हेलकावत असतो. वर वर जातो तसे हेलकावे वाढत जातात. एका हाताने पाळणा घट्ट पकडून दुसऱ्या हाताने सफाई चाललेली असते. खिडकी धुऊन झाली की मी बटण दाबतो. आम्ही वर जातो. वाऱ्याचा जोर वाढतो.

''मी लग्न करणार आहे तिच्याशी.'' पहाडी मला सांगतो. प्रेमात पडला म्हणून लग्न. हे माझ्यासाठी अशक्य होते; पण पहाडीला काहीच अशक्य नव्हते. त्याला सगळेच हवे होते.

''जरूर कर. ती धर्म बदलणार आहे?''

''अरे बावळटा, मी ख्रिश्चन आहे.''

आतापर्यंत मला हेही माहीत नव्हते. माझी हीच अडचण आहे. मी आपले सर्वांना सारखेच समजतो. पण असे नव्हते. मीसुद्धा नेहमी एकसारखा वागत नव्हतो. मी वेगळा वागू शकतो. आता वारा थांबलेला आहे. जरासा निवांतपणा आहे. त्या निवांतपणात मला कोणकोणत्या वेगळ्या प्रकारे वागवता येणार आहे याचा मी विचार करणार आहे, पण त्या निवांतपणात माझ्या कल्पनाविश्वात रमून मोठमोठी स्वप्ने पाहण्यापूर्वीच पुन्हा एकदा वारा वेग घेतो. या वेळेला वाऱ्याबरोबर वाळूही येते. थोड्याच वेळात त्या वाळूच्या वादळाने वातावरण कोंदटते. पाळण्यापलीकडच्या बाजूचा पहाडी जेमतेम दिसत असतो. त्याने आता पाळणा दोन्ही हातांनी पकडलेला असतो.

''थांबेल रे वादळ लवकरच. घाबरू नकोस. धीर धर.'' त्याला धीर देताना बचकभर वाळू माझ्या तोंडात जाते. वाऱ्याला पाठ देऊन, अंग जास्तीत जास्त आक्रसून घेत आम्ही त्या वादळात तग धरायचा प्रयत्न करत असतो. मी हळूहळू पहाडीजवळ जातो. त्याच्या अंगावरचा गणवेष घट्ट धरून मी त्याच्या हातात हात गुंफतो. ते वादळ, सैतानाने चुळा टाकाव्यात तसे कपड्यात, कानात वाळूचा मारा करत असते. पाळणा आता हेलकावत असतो. मी बटण दाबतो. पाळणा फक्त वर जाऊ शकत असतो. मग मी बटण हळूहळू दाबत राहतो. आम्ही सर्वात वरच्या मजल्याजवळ येतो आणि पाळणा अचानक थरथरतो आणि थांबतोच. मी अनेक वेळा प्रयत्न करतो पण पाळणा हलतच नाही. मी हळूहळू पाळण्याच्या दुसऱ्या बाजूला जातो. त्यामुळे तरी पाळण्याच्या दोऱ्या हलायला लागतात का, ते मला

बघायचे असते. पण नाही. आता बहुधा अल्लाची प्रार्थना करण्याची वेळ आलेली असते. पण आजपर्यंत अल्लाच्या नावाने मी इतक्या शिव्या घातलेल्या असताना माझी प्रार्थना अल्लाने तरी का ऐकावी?

"थांबेल, हे वादळही थांबेल." मी सारखा सारखा हेच म्हणत असतो. पाळण्यापलीकडच्या बाजूला असलेल्या पहाडीला हे आता ऐकू जात नाही. वाऱ्याचा जोर वाढत असतो आणि काही कळायच्या आतच पाळण्याला प्रचंड हेलकावे बसू लागतात. तो पाळणाच आता एकमेव आधार असतो. त्या पाळण्याच्या दांड्यांभोवती दोन्ही हात गच्च आवळून धरणे एवढेच माझ्या हातात असते. मग नवीन आलेल्या मुलांना सांगायचो तेच मी करू लागतो. माझ्यामागे असलेल्या त्या प्रचंड उंचीच्या इमारतीचा विचार मी मागे टाकतो आणि माझे लक्ष इमारतीच्या छोट्याशा भागावर केंद्रित करतो. तो क्षण गोठवून टाकण्यासाठी माझी इच्छाशक्ती मी पणाला लावतो. आणि तेव्हाच माझे पहाडीकडे लक्ष जाते. त्याचे हात सैल पडू लागले होते, त्याच्या भोवती बांधलेल्या दोऱ्या सुटून हेलकावे खायला लागल्या होत्या आणि.... आणि पुढच्याच क्षणी तो माझ्या डोळ्यांसमोर त्या बेभान वादळाच्या तडाख्यात सापडून खाली भिरकावला जातो. त्या नागांसारख्या झेपावणाऱ्या मुक्त दोऱ्यांच्या जहरी तांडवात आणि वाळवंटाच्या फुत्कारात त्याचे खाली पडणे कुठच्या कुठे विरून जाते.

मी आता माझ्या घरीच आहे. जे मिळायला हवे ते सगळे मला मिळालेले आहे. पहाडी मरून गेला आणि त्यांनी मला घबाड देऊन वाटेला लावले होते. मी आता सुखाला लालचावलेला हरामी झालेलो आहे. मी पूर्वीचा राहिलेलो नाही. मी जर बदललो नसतो तर पहाडीचे पद्धतशीर दफन होते की नाही याची मी खात्री करून घेतली असती. त्यांच्याकडून मिळालेले पैसेही ठोकरले असते आणि झाल्या प्रकरणाबद्दल मोठा राडा घातला असता. पण मी हातात पैसे पडताक्षणीच तिथून निघालो. शेखने त्या मुकादमाला डच्चू दिल्याचे मलेकने मला सांगितले. कोणत्याही प्रकारचे संरक्षण न पुरवता आम्हाला त्या कामावर पाठवणे ही घोडचूकच होती. घरच्या आठवणीने व्याकूळ होऊन आत्महत्या करणाऱ्या पोरांच्या प्रकरणासारखे हे प्रकरण मोडीत काढता येणार नव्हते. आम्ही जवळजवळ तासभर तिथे लटकत होतो, खूप लोकांनी आम्हाला पाहिलेले होते. अशा लोकांनी पाहिलेले होते, ज्यांना या अशा प्रकारांविषयी आस्था असते. मलेक म्हणाला होता की आता आपल्याला आपल्या मागण्या मंजूर करून घेता येतील,

'जास्त पगार, ओव्हरटाइम आणि राहण्याची जास्त चांगली जागा.'

पण मला कसलीच फिकीर नव्हती. मी ज्या वेळी मरणाच्या दारात होतो, त्या

पाळण्याला लटकून त्या वादळाला तोंड देत होतो त्यावेळी माझ्या मनात फक्त माझ्या मुलाचाच विचार होता. माझे मूल, माझे आणि मेघनाचे मूल, जन्मदात्याचा पत्ता नसलेले, त्याची कोणतीच आठवण नसलेले माझे मूल. आरशात बघेल तेव्हा त्याला माहीतही नसेल की त्याचा हा चेहरा त्याला कुणी दिला आहे. मेघना त्याला काय सांगेल कुणास ठाऊक ! पण काही वाईट सांगितले तरी ते खोटे नसेल. कारण मीच त्याच्यावर बेवारस म्हणून जन्माला यायची वेळ आणलेली असते. पण आता मला सगळे हवे आहे. मला माझा फ्रिज हवाय, माझे पायमोजे हवेत, माझे नाव हवे, माझी मेघना हवी आणि माझा तो छोटासा स्वर्ग हवाय. या सगळ्याचा उपभोग घ्यायला मी येतोय.

मी दारवान

मी आता दारवानच झालोय म्हणा ना. मी दाराजवळच बसलेला असतो. लोक भेटायला येतात, माझ्याशी गप्पा मारतात आणि सगळ्या चविष्ट बातम्या देतात- अमुकतमुकची बायको त्याला सोडून गेली, तो जुगारात पार कंगाल झाला आणि तीही पळून गेली. चहाच्या कपाबरोबर राजकारणावर चर्चा होते. मी आता मोठा माणूस झालोय. राजकीय पक्षांच्या नजरेतही भरलोय. अवामी लीग, बीएनपी सगळेच मी त्यांच्या पक्षात यावे म्हणून वाट पाहताहेत. त्यांना माझा पैसा, माझे माझ्या खेड्याशी असलेले लागेबांधे माहीत आहेत. म्हणून मी त्यांना हवा आहे. मी पहारेकरी आहे आणि ते माझे लांगूलचालन करतात. मी मुल्लांना धुडकावून लावतो. मला त्यांचा दांभिकपणा आवडत नाही. मी त्यांच्या तोंडावर सांगतो की मी देव बघितलेला आहे, तो वाळूचा होता आणि त्याने मला जवळजवळ संपवलेच होते.

माझी कहाणी कानगोष्टीसारखी फुगवून इतरत्र सांगितली जाते. पहिल्यांदा माझ्या कहाणीत मी पन्नासाव्या मजल्यावर होतो, नंतर त्याचे शंभर मजले झाले. पहिल्यांदा त्या पाळण्यात मी दोन तास लटकत होतो, त्याचे नंतर सहा झाले. छे! सहा कुठले, तब्बल दहा. नंतर मी दोराला उलटा लोंबकळायला लागलो होतो आणि माझे नशीब थोर होते म्हणूनच मी वाचलो होतो, नाही तर त्या माझ्याबरोबरच्या दुसऱ्या माणसासारखा मीही मरणारच होतो.

तो मोरशेद तर माझ्या डोक्यातच जातो. मोरशेद म्हणजे तोच ज्याने मला दुबईला पाठवण्यासाठी माझ्या मामाकडून दोन एकर जमीन लुबाडली होती. परदेशी जाण्याची स्वप्ने बघणाऱ्या प्रत्येक मूर्खाच्या पैशांनी याने स्वतःची तुंबडी भरली. या अशा लोकांमुळेच तो चांगला गब्बर झाला होता. आणि हा आता मला त्याच्या व्यवसायात भागीदार करून घेण्यासाठी माझ्या पाठीमागे लागला होता.

"चल, दोघे मिळून धंदा करू. दहा टक्के तुझे."

मी अडवून धरले असते तर पन्नास टक्क्यांची भागीदारीही अशक्य नव्हती. पण मला आता हे असले घाणेरडे खेळ खेळायचे नव्हते. मी आता माझ्या दुबईतल्या मित्रांच्या पत्रांनाही उत्तरे देत नाही. दुल्हा-दुल्हनची बांधकामे आता पूर्ण झाली आहेत. ते आता एका मानवनिर्मित बेटावर गोल्फ क्लब बांधत आहेत आणि आता बांधकामाची वाळू समुद्रातून उपसली जाते. माझ्या आयुष्याचे ते प्रकरण आता संपले आहे. माझ्याबरोबर असलेला पहाडी मेला त्यामुळे मला मिळालेला पैसा, हे त्याच्या रक्ताचे मोल आहे. मी आता माझ्या घराच्या दारात माझी बैठक जमवणार आहे, ज्याला हवे असेल त्याने यावे माझ्याकडे!

सकाळच्या गाठीभेटी झाल्या की मी गावात एक फेरी मारतो. लोक त्यांच्या घरांच्या कुंपणावर मिरच्याची रोपे लावतात. त्या लालचुटूक मिरच्या मला लिपस्टिकसारख्या वाटतात. भाताची शेते- पहिल्यांदा हिरवीगार आणि मग पिवळी पडत जाणारी- मला दिसतात. मी मशिदीच्या शेजारून जातो पण कधीही मशिदीत पाऊल ठेवत नाही. कारण तो अल्ला जर तिथे असला आणि त्याने मला शांती आणि समाधानाचे वरदान दिले तर ते घ्यायला मी नालायक आहे.

मग मी बाजारात फेरफटका मारतो. थंडी पडू लागली आहे आणि जमिनीच्या कुशीतल्या एकसे एक चिजा बाजारात आल्या आहेत. पूर्वी या सगळ्या गोष्टी मी फक्त पाहू शकत होतो, आता खाऊ शकतो. माझी बायको, शथी फार काटकसरी आहे. तिला हे काही आवडत नाही. सगळ्यांना बोलावून जेवणावळ घालण्यासाठी मी तिला थोडे पैसे दिले. त्या वेळी तिने जेवणावळ घालण्याऐवजी एक सांड आणि एक कालवड खरेदी केली. आता रोज माझ्या चहात दूध असते. रोजचे उरलेले दूध ती विकून टाकते. बैलाची ती भरपूर काळजी घेते. तो चांगलाच धष्टपुष्ट झाला आहे. ईद आली की ती तो विकेल आणि दोन नवीन सांड विकत घेईल. 'हा बैल मीच कापला तर काय करशील?' असे म्हणून मी तिला चिडवत असतो. भिकारी टाकारी माझ्याकडे भंगार गोळा करायला येतील. मी आख्ख्या गावाला जेवण घालीन. मी राजा होईन. आता पाळण्याच्या कठड्यावर बोटे रुतवून लोंबकळण्याची स्वप्ने मला पडत नाहीत. त्या ख्रिश्चन मुलीशी लवकरच लग्न करू पाहणारा पहाडी, आकाशातून एखादा खडा खाली पडावा तसा पडून मरताना मला आता दिसत नाही.

दुपारी जेवण झाल्यावर मी झोपतो. मला कुणी त्रास देत नाही. गाईला चारा घालायला सांगत नाही की शिधा आणायला सांगत नाही की शेतातल्या भाज्या काढायला सांगत नाही. चांगला दोन-तीन तास झोपतो आणि उठतो तेव्हा माझे खूशमस्करे हजर असतातच दारात. मग सुरू- मी किती शूर आहे, मी किती नशीबवान आहे.

फक्त माझी आई तेवढी कुढते आहे. सारखा एकच घोष,

'मुलगा हवा रे एक तरी, सगळं व्यर्थ आहे त्याशिवाय.'

मीही तिला चिडवत असतो.

''त्या काळुंद्रीला काडीमोड दे. काही उपयोग नाही तिचा. दुसरी एखादी गोरीगोमटी आण. पुढच्या उन्हाळ्यापर्यंत एक पोर नक्की, मग मी मरेन तरी सुखात.''

नाही, मी तसे होऊ देणार नाही. रात्री शथी मला जेवण वाढते. मी जेवेपर्यंत बाहेर उभी राहते. मग हातावर पाणी घालते, साबण देते. माझे ओले हात पदराने कोरडे करते. मग एकटीच जेवते. झोपल्यावर तिच्या श्वासाचा आवाज येतो. तिने कूस बदलली की तिचे सुस्कारे ऐकू येतात. माझी झोप चाळवू नये म्हणून ती काळजी घेते; पण तिच्या रक्तालाच उधाण आलेले असते. तिला माझा स्पर्श हवा असतो. दिसायला काटकुळी, हाडांची मोळी असली तरी तिच्याही रक्तात ओढ असते. तिलाही तिच्या स्त्रीत्वाची जाणीव असते. तिला स्पर्श करण्यासाठी माझा हात पुढे होतो. मी तो झटक्यात मागे खेचतो. तिच्या शरीरात मला काहीच स्वारस्य नाही आता. माझा हात पुन्हा लांब होतो आणि आमच्यातली दरी पार करायचा प्रयत्न करतो. मी तिच्या कंबरेवर हात ठेवतो. तिच्या तोंडून एक हलकासा उसासा बाहेर पडतो. मी तिच्या कंबरेवरचा हात आणखी दाबतो. कूस बदलून तिच्याजवळ जावे म्हणून सरसावतो, तोच मेघना आणि पहाडी अवतरतात आणि माझा तो क्षण नासवून टाकतात. 'तिकडे सरकून झोप' म्हणत मी तिला ढकलून देतो. माझे मन थंड झालेले असते. तिचे दबके हुंदके माझ्या कानी पडू नयेत म्हणून ती पराकाष्ठा करत असते, त्याच्याकडे दुर्लक्ष करून मी तिच्याकडे पाठ फिरवतो.

आज शुक्रवार. मी गावात चक्कर टाकायला निघतो. आज मी मशिदीत जाणे टाळणार नाही. अजून प्रार्थनेची वेळ झालेली नाही. सगळे आवार रिकामे आहे. मी पाठीमागे जाऊन तिथल्या छोट्याशा दारातून आत जातो. ही फार जुनी मशीद आहे. तिथे लावलेल्या पांढऱ्या आणि निळ्या टाइल्स लोकांनी काढून आपल्या घरी नेऊन लावल्या आहेत. तिथे मागे एक छोटी खोली आहे. तीच खोली, जिथे मेघना तिच्या आईबरोबर रहायची- मशीद स्वच्छ ठेवणारी झाडूवाली आणि तिची लहान मुलगी. मेघना अगदी तान्ही असतानाच त्या दोघी इथे राहायला आल्या होत्या. खोलीच्या दारावरचा जीर्ण पडदा बाजूला सारून मी आत जातो. भिंतीशी बिछाना असेल, मेघनाच्या आईने खिडकीखाली लावलेले गणपतीचे कॅलेंडर दिसेल म्हणून बघत राहतो. ती अशीच भटकत भटकत आमच्या गावात पोचली होती. तिचा नवरा मेला होता आणि तिच्याकडे बघणारे कुणीच नव्हते. त्या वेळच्या इमामाने तिला आश्रय दिला. मागची ही खोली रिकामी होती. ती तिला राहायला दिली.

इथे मी काय बघायच्या अपेक्षेने आलो होतो? मेघनाची आई? का ही जागा? का ती जशी होती तशीच आहे हे? ही खोली आता रिकामी आहे. कापडाची एक चिंधीही इथे नाही. ओलसर भिंती आणि पडायला आलेले छप्पर. मी भिंतीला हात लावतो. रंगाचा एक ढलपा सहज निघून येतो. इतक्याच सहजपणे मेघना माझ्या स्वाधीन झाली होती- वेसवा कुत्री! तिची आई मशीद झाडायला किंवा समोरच्या जमिनीच्या तुकड्यावर चवळी पेरायला गेली की आम्ही त्या खोलीत चाळे करायचो. ते मला आठवू लागतात. रात्री मी तिला दारावर टिचक्या मारून उठवायचो. आई आणि ती एकाच बिछान्यात झोपलेल्या असायच्या. ती हळूच बाहेर यायची. मग आम्ही चिंचेच्या झाडाखाली पडून, 'ही शेवटचीच संधी' अशा असोशीने एकमेकांना मिठीत घ्यायचो.

माझी तंद्री लागलेली असते. इतकी की मुल्ला तिथे येऊन उभा राहिल्याचेही मला कळत नाही. शेवटी तो खाकरतो आणि तोंडातून एक भला मोठा बेडका माझ्या अगदी पायाजवळच टाकतो. मी वळून पाहतो. तो दाढीवरून हात फिरवत माझ्याकडे बघत असतो. दुसऱ्याच क्षणी त्याने हात पसरून मला मिठी मारली. माझ्याबद्दल आता सगळे चांगलेच बोलतात, हे मी क्षणभर विसरलेलो होतो. मला कळतच नाही काय करावे. मग मला आठवले आता मी या नाटकातली माझी भूमिका करायची होती. मग मी मुल्लाला तीन वेळा कवेत घेतले. ईदच्या वेळी फक्त माझ्या भावालाच मी अशी मिठी मारायचो. पण आता मी बडा असामी झालो होतो. आता प्रत्येकाला माझ्याशी ओळख दाखवायची होती. त्याने माझ्या हाताला लागलेल्या रंगाकडे बघितले आणि चुकचुकायला लागला,

''मशीद किती गलिच्छ झाली आहे. पूर्वी किती छान असायची. ते जाऊ दे, चहा घेतोस कपभर माझ्याबरोबर?''

आम्ही चहाच्या टपरीवर गेलो. चहावाल्याने तिथले सर्वांत उत्तम स्टूल पुढे ओढले. मी मुल्लांना त्यावर बसवले आणि स्वतः उकिडवा बसलो. आम्ही चहा घेतला.

''गाव बदलतंय. पोरं गाव सोडून जाताहेत आणि परतून कुणीही येत नाही.''

''प्रत्येकाला परदेशी जायचंय.'' उकिडवे बसणे मला आता त्रासाचे होत होते. मुल्ला जोराजोरात भुरक्या मारून चहा पित होते.

''जातात ते जातात आणि बायका इथे मागे ठेवतात. हे फार वाईट आहे.''

''खरंच फार वाईट आहे.''

''अशा वेळी ही मशीदच सगळ्यांना एकत्र आणते.''

मी मान डोलावली. मला कळत नाही अजून किती वेळ मला असे बसावे लागणार होते. भुरके मारत मारत चहा प्यायला मुल्लांना अजून पाच मिनिटे

लागली. चहा संपवून उठून उभे राहिले. मीही उभा राहिलो. माझे गुडघे दुखायला लागले. मग ते म्हणाले,

"मशिदीत तुझ्या आधी बऱ्याच चकरा व्हायच्या, नाही?"

माझ्याकडे एक मोठा कटाक्ष टाकून ते बराच वेळ काहीच बोलले नाहीत. मग माझ्या लक्षात आले की मी इथे चोरून यायचो हे त्यांना माहीत होते, माझे आणि मेघनाचे संबंध त्यांना माहीत होते. मग ते म्हणाले,

"गेली सहा वर्षं आपण एक निधी गोळा करतो आहोत. परदेशी असणारी सगळी मुले या निधीला देणगी पाठवतात." त्यांनी दोन्ही हात पाठीमागे नेऊन अटक केल्यावर बेड्या घालतात तसे एकमेकात गुंफले. मला कळाले मी काय करायला हवे. मी म्हटले,

"देतो ना, काय बाकी असेल ती देऊन टाकतो."

त्यांनी मला पुन्हा मिठी मारली- आणखी गच्च मिठी. त्यांच्या डोक्याला लावलेल्या सुगंधी तेलाचा मला वास आला. त्यांची खरखरीत दाढी मला टोचली.

"सुभानल्ला, गावाचा सुपुत्र आहेस खरा."

मग जणू काही मीच त्यांना प्रश्न विचारल्यासारखी त्यांनी मला माहिती पुरवली,

"ती झाडूवाली, इथे साफसफाई करायची, ती वारली. टायफॉईड बहुतेक. आणि मग तिची ती मुलगी- ती कुठे गेली कुणास ठाऊक!"

माझ्या मनात विचार आला की हा हरामखोर हे सांगायला आला होता. त्याला माहीत होते की मी मेघनासाठी इथे आलोय. पण माझ्याकडून पैसे उकळेपर्यंत त्याने काही कळू दिले नाही. आणि सांगितले तर फक्त हे इतकेच सांगितले.

त्या रात्री मी झोपूच शकलो नाही. तेव्हा पहिल्यांदाच माझ्या मनात विचार आला की मी दुबईला गेल्यावर माझ्यामागे मेघनाचे काय झाले असेल? एखादा सिनेमा पाहावा तशी सगळी दृश्ये माझ्या नजरेसमोरून सरकू लागली.

- मी गेलो. तिचा निरोपही न घेता मी निघून गेलो. तिच्या वाढत्या पोटाने तिचे गुपित जगजाहीर केले. तिच्या आईकडे तिने कबुली दिली. 'लाज आणली मुलीने' म्हणून आईने धिक्कारले. मग - मग काय? त्या दोघींनी बरोबरच गाव सोडले? सगळे सामान गोळा करून त्या बसने निघून गेल्या? - कुठे गेल्या? त्यांना कुणी आश्रय दिला? कुणाला विचारायचे? मला कसे कळणार?

दुसऱ्या दिवशी पहाटेच मुल्लाने सगळ्या गावाला नमाजाची बांग देण्याच्या आधीच मी माझे सामान बांधले. शथी काही न बोलता फक्त बघत राहते. मी तिला कॉटच्या खाली ठेवलेल्या ट्रंकेतले पैसे दाखवले. ट्रंकेची किल्ली दोऱ्यात ओवून मी गळ्यात बांधलेली होती- अगदी माझ्या हृदयाजवळ. मी ती गळ्यातून काढली आणि जणू काही आज पुन्हा हार-बीर घालून आमचे लग्न लागत असावे अशा

थाटात तिच्या गळ्यात घातली. तिने लग्नातल्यासारखीच माझ्या पायांना स्पर्श करून मला नमस्कार केला. ती जुन्या जमान्यातल्या ब्लॅक अँड व्हाइट सिनेमातल्या बायकांसारखी होती. काही बोलणार नाही, काही विचारणार नाही. माझ्यासारख्या नालायक माणसाचा स्वीकार करणार आणि तक्रारही करणार नाही.

मला अजून माझ्या अम्माला तोंड द्यायचे होते. काय सांगावे ते कळत नव्हते म्हणून सरळ खरे सांगितले.

"मी मेघनाला शोधायला जातोय." मला तिच्या प्रतिक्रियेचा अंदाज होता. तिने कपाळ बडवायला सुरुवात केली.

"मी सांगितलं होतं तुला, दुसरी बायको आण. पण तू, त्या सोडून दिलेल्या मुलीच्या मागे लागतोयस."

मी शांतपणे तिथे ऐकत राहिलो. मला माहीत होते की मला हवी असलेली माहिती तिच्याकडून मिळवण्यासाठी आधी तिचे सगळे ऐकून घ्यायला हवे. ती उठून उभी राहिली. मला वाटले ती माझे थोबाड फोडणार, पूर्वी ती असेच करायची. तेव्हा माझे वडील रेल्वेत काम करायचे. साखर आणायची ऐपत होती तेव्हा आमची. मी साखरेवर हात मारला की ती मला सडकून काढायची. मी विचारले,

"तुला माहितेय ती कुठे गेली ते?"

मनात विचार होता की अम्मा जर बडवणारच असेल तर निदान काही माहिती काढायचा तरी प्रयत्न करावा.

"तू परदेशी गेलास आणि त्याच दिवशी ती पोरगी कुठे निघून गेली कोण जाणे. नंतर कुणालाच दिसली नाही ती."

"तिची आई?"

"मेली, उंदराचं औषध खाऊन मेली म्हणे ती."

"मुल्ला म्हणाले, टायफॉईड झाला होता."

"असेलही, कसेही असले तरी आता तुला ती सापडायची नाही."

"मेघना म्हणाली होती, तिचे वडील दक्षिणेकडचे होते, चित्तगाँगजवळ."

"माहीत नाही." तिने झटकून टाकले; पण तिची नजर तिच्या पायांवर खिळली होती. ती खोटे बोलत होती.

"तुला माहितेय. काहीतरी माहितेय. सांग, सांग मला."

तिने हात उगारला. जणू काही मला थप्पड लगावून देणार होती. पण म्हणाली,

"चंदनपहाड, त्या गावाचं नाव. काका राहतो तिचा. बाकी मला काही माहीत नाही."

अम्मावर ओरडल्याचे मला वाईट वाटले होते. मी तिला नमस्कार करून तिची क्षमा मागणार होतो. तेवढ्यात ती म्हणाली,

"मला या काळुंद्रीबरोबर सोडून तू पुन्हा निघून जाणार आहेस?"

या वेळी मात्र मी काही वेगळाच पवित्रा घेतला. मी अम्माच्या हाताला धरून खेचत शथीकडे आणले. शथी चुलीत सरपण घालत होती.

"मी किल्ल्या दिल्या आहेत, शथीकडे. चल दाखव गं."

शथीने तिच्या पोलक्यातून किल्ल्या काढल्या आणि आईसमोर धरल्या; पण मान वळवली. तिला किल्ल्या हातात मिळाल्याचा आनंद आईला दाखवायचा नव्हता.

"बघितलंस. तिच्या ताब्यात आहे सगळं. जेवणखाण, सगळंच. तुला काही हवं असेल तर तिला मागायचं. औषध हवं असेल, तिला सांगायचं. तिची मर्जी फिरली तर घराबाहेर काढेल तुला. नीट लक्षात ठेव हे."

अम्माला याचा इतका जबरदस्त धक्का बसला की मी तिच्या पायाला हात लावून नमस्कार केला आहे आणि घराबाहेर पडलो आहे, हे तिच्या लक्षातच आलं नाही. जायच्या आधी मी ट्रंकेतून थोडे पैसे घेतले आणि त्या मुल्लाला दिले. मी वायदा केलाय, तो पूर्ण करायलाच हवा- मग भले त्यातून माझा काहीच फायदा झाला नाही तरी.

मी निघालो तेव्हा बराच उशीर झालेला होता. मी रिक्षा केली आणि बाजारपेठेपलीकडच्या बसस्टँडवर गेलो. बसमधून फेरीपर्यंत आणि फेरीतून नदीपलीकडे जायचे होते.

बसमधून जाताना रस्त्याच्या दोन्ही बाजूंची भाताची खाचरे पाण्याने भरलेली दिसली. मी दहा वर्षांत भाताचे खरिपाचे पीक पाहिलेले नव्हते पण ते या काळात कसे असते ते मला माहीत होते - पिवळे, तपकिरी आणि हिरवे. पण या दिवसांत पाऊस पडत नाही; त्यामुळे जानेवारीपर्यंत भाताची खाचरे मात्र कोरडी असतात. मी शेजारी बसलेल्या मुलाला विचारले. त्याने माझ्या तोंडाकडे पाहिले. मला वाटले तो भुकेलेला असावा. तो म्हणाला,

"ही भाताची खाचरं नाहीत, झिंग्याची मत्स्यशेती करतात इथे."

मी नीट पाहिले. पाणी गढूळ होते. भल्यामोठ्या खरजेसारख्या अळ्या त्या खाचरात वळवळत होत्या. मी वास घेऊन बघितले. तेवढ्यात बस थांबली आणि तो मुलगा उठला.

"मी इथे कामाला आहे. खूप पैसा आहे या झिंग्यात. तुम्हाला काम हवं असेल तर सांगा. मी बोलेन मालकाशी." माझा अंदाज चुकला होता. माझा प्रश्न ऐकून 'हा बावळट माणूस भुकेलेला असावा' असे त्याला वाटले होते. मी आणखी काही लोकांकडे या मत्स्यशेतीबद्दल चौकशी केली. या मत्स्यशेतीमुळेच अलीकडे सगळे पाणी खारे झाले होते. झिंगे खाऱ्या पाण्यातच वाढतात. तरीच, अलीकडे शथी

आमच्या विहिरीचे पाणी खारे व्हायला लागल्याची तक्रार करत होती. मी विश्वास ठेवला नव्हता तिच्यावर. मला ते पूर्वीसारखेच गोड लागले होते. मी तिलाच विचारले "खारट म्हणजे काय हे माहीत तरी आहे का तुला? वाळवंटात डोक्यावर वाळूने भरलेली पाटी घेऊन उभी राहा; म्हणजे कळेल खारट म्हणजे काय ते. तुमच्या घामाने तुमचे ओठ कोरडे पडतात, तुमच्या दातांनाही त्यांचा स्पर्श सहन होत नाही इतकी तुम्हाला तहान लागलेली असते. तुम्ही किनाऱ्यावर उभे असता. लाटा उसळत असतात. तुम्ही आतून इतके कोरडे पडलेले असता की तुम्हाला गिळायलाही त्रास होत असतो. आणि जेवणाच्या सुट्टीला अजून तासभर तरी अवकाश असतो. जेव्हा तुम्हाला स्त्रीसुख हवेच असते आणि तुम्ही घरी जाऊ शकत नाही तेव्हा तुमच्या गालावर उतरलेला, अपमानित झाल्याचा अश्रू खारट असतो.

कदाचित तिचे खरेही असेल. विहिरीचे पाणी आता खारट झाले असेल पण माझ्याच जिभेला तो फरक कळला नसेल. त्या हरामखोरांनी अनेक गोष्टी माझ्यापासून हिरावून घेतल्या होत्या, त्याबरोबर माझ्या तोंडाची चवही गेली होती बहुतेक!

एक म्हातारी माझ्या शेजारी येऊन बसली. तिच्या अंगाला मोहरीच्या तेलाचा वास येत होता. बागरहाटनंतरचा रस्ता चांगला होता. तिने विडा काढला आणि तोंडात कोंबला. थोड्या वेळात तिने माझ्या अंगावरून वाकून खिडकीतून बाहेर पिंक टाकली. बसने वेग घेतला आणि वाऱ्याचे झोत तोंडावर आले. मला मनोमन वाटू लागले की मेघना नक्की सापडणार. माझ्या बाळाला पोटाशी धरून नक्की कुठेतरी माझी वाट पाहत असणार. विचार करता करता मी बसच्या खिडकीला डोके टेकवले आणि माझी तंद्री लागली आणि तेव्हाच त्या म्हातारीने मला जागं केलं, खिडकीतून डोके बाहेर काढून तोंडातली पिंक त्या थंड वाऱ्यावर सोडून दिली.

मी बारीसालला पोचलो आणि दुसऱ्या बसमध्ये बसून पुढे निघालो. मध्यरात्री आम्ही फेरीबोटीतून मेघना नदी पार केली. खूप थंडी वाजू लागली होती. माझी पिशवी मी माझ्या पायांमध्ये बांधून घेतली, गुडघ्याभोवती हातांची घडी घातली आणि झोपून गेलो. उजाडल्यावर जागा होऊन पाहतो तर मी वेगळ्याच प्रदेशात पोचलो होतो. ठिकठिकाणी भरपूर झाडे होती. वळणावळणाच्या रस्त्याच्या दोन्ही बाजूंना उंचच उंच डोंगर होते. मी बसमधून उतरून रिक्षात बसलो आणि गावाकडे निघालो. पहाट झाली होती, सगळीकडे हलक्या धुक्याचा थर पसरलेला होता. वातावरणात मळभ आले होते आणि मेघना सापडेल की नाही याविषयी पहिल्यांदाच मला शंका येऊ लागली होती. सर्वांत वाईट म्हणजे कदाचित तिने पुन्हा लग्न केले असेल आणि तो हरामखोर माझे मूल स्वतःचे म्हणून मिरवत असेल, असा तिरस्करणीय विचार मनाला खाऊ लागला होता.

'मी आलोय आता' अशी मी तिला साद घातली. मीच तिचा जीवनाचा नायक होतो. 'बॉलिवूडच्या नायकांप्रमाणे माझ्याभोवती कायमच नर्तकांचा ताफा नाचत असतो आणि वातावरण संगीतमय असते, मी माझा सगळा पैसा तुला देऊन टाकीन, तू मला माफ करशील आणि आपण आपल्या छोट्याशा अंकुराबरोबर सुखाने राहू,' असेही मी तिला सांगत राहतो.

तो कच्चा रस्ता एका खेड्याकडे जात होता. गावभर मातीने लिंपलेली पत्र्याची घरे, त्यांची गोलाकार मांडणी. देशात वरपासून खालपर्यंत कुठेही जा, अशीच गावे सापडतील. मला आता लक्षात येत होतं की घर चांगले राखण्यासाठी माझी बायको काय काय करत असायची. घराच्या कुंपणावर मेंदीची झुडपे लावायची. दारावरती नक्षी रंगवायची. या सगळ्याशिवाय घरे भकास दिसतात. तशा घरांवर प्रेमाचा हात फिरलेला नसतो. त्या जागांचा उपयोग फक्त अन्न, वस्त्र आणि निवाऱ्यासाठी केलेला असतो. अल्लासमोर हात जोडताना तुम्ही अमंगल नसावे म्हणून केलेली ती धडपड असते

मी इकडे तिकडे मेघनाच्या नातेवाइकांची चौकशी केली. दोघातिघांना काहीच माहिती नव्हती. मग एका मुलाने मला बरोबर माहिती दिली. त्या माहितीच्या आधारे मी एका घराच्या दारात जाऊन उभा राहिलो, घसा खाकरला. एक म्हातारा माणूस बाहेर आला- लांब हात, अशक्त कुडी आणि डोक्यावरून घेऊन खांद्यांभोवती गुंडाळलेली शाल.

"या गावच्या फातिमा अन्सार, त्यांना शोधायला मी आलो आहे."

"तू कोण?"

"मी त्यांचा लांबचा भाऊ, त्यांच्या दुसऱ्या बाजूचा."

"खुलनाकडचा का?"

"हो, लाबोनछोराचा."

"आत ये."

आतमध्ये इतका अंधार होता की मला मिनिटभर डोळे मिटूनच घ्यावे लागले. मग हळूहळू एक एक वस्तू दिसायला लागली. एक बिछाना, एक स्टोव्ह आणि काही काकड्या. तो उकिडवा बसला. एक काकडी सोलली आणि माझ्या पुढ्यात धरली. ती कडू होती तरीही मी खाल्ली. काल रात्रीपासून मी काहीही खाल्लेले नव्हते आणि एखाद्या बोकडासारखा मी वखवखलेला होतो.

"लाबोनछोरा, इतक्या लांबून आला आहेस," त्याने मला हळूच विचारले. मी मनात याची तयारी केलेली होती.

"तिच्या मालकीच्या काही गोष्टी होत्या. गाय होती आणि थोडीफार जमीन. ती गेल्यावर आता ती जमीन नुसतीच पडीक आहे. त्यामुळे मी तिच्या नातेवाइकांचा

शोध घेतो आहे. मला ती जमीन हवी आहे; पण तिच्या नातेवाइकांना व्यवस्थित पैसे देऊन घ्यायची आहे.''

''जमीन होती? किती?'' त्याने विचारले.

''एक कट्टा - माझ्या शेजारीच. माझ्या बायकोला तिथे तीळ पेरायचेत. माहिती आहे ना बायका कशा असतात? सारखी भुणभुण लावली आहे.''

त्याने दुसरी काकडी उचलली. माझ्यासाठीच असावी अशी माझी अपेक्षा होती. त्याने माझ्याकडे चमत्कारिक नजरेने पाहिले. मला त्या नजरेचा अर्थ कळला- एकटी बाई, मरून गेली आहे, तिची जमीन, तिची झाडे मी बळकावली तर कोण विचारणार आहे? सरतेशेवटी एक बाई तर होती ती.

''असं आहे, म्हणजे लोक म्हणतात तिने ती जागा झपाटली आहे.'' त्याने वर बघितले आणि माझ्याकडे बघून मान डोलावली. मी बोलत राहिलो,

''हडळच असणार ती.''

''म्हणूनच, म्हणूनच मी कितीही कष्ट घेतले तरी वाया जाणार आहेत. आणि हातात पडतील दगडधोंडे. फुकट जाईल सगळं.''

''एक दाणा नाही मिळायचा भाताचा.''

''एक तीळही नाही.''

त्याने माझ्यापुढे काकडी धरली. ती ताबडतोब माझ्या तोंडात अदृश्य झाली.

''म्हणजे तू त्या मुलीची चौकशी करण्यासाठी आला आहेस.'' तो उभा राहिला आणि काही पावले बिछान्याकडे टाकत म्हणाला,

''ती तिची एकुलती एक वारस.''

मी एकही शब्द न बोलता श्वास रोखून तो पुढे काय म्हणतो त्याची वाट पाहू लागलो.

''त्या मुलीने मारून टाकले तिला.''

त्याने सगळे सांगून टाकण्याची मी वाट पाहत होतो.

''जीव घेतला तिचा.''

'अल्लाची मर्जी' असे काहीतरी मी म्हणेन अशी त्या म्हाताऱ्याची अपेक्षा असावी. त्याचे एरवीही गढूळच असणारे डोळे त्याने पुसले. मी हळूच विचारले,

''तिच्या मुलीचे काय झाले?''

''आम्ही तिला ठेवून घेणार नव्हतोच. आणखी एक खाणारे तोंड, शिवाय नवीन जबाबदारी. ती आली होती पण हाकलून दिले तिला.''

''खुलनाला परत गेली?''

''खूप मन वळवायचा प्रयत्न केला तिने. खूप काम करेल, कमवून आणेल.'' त्याने दाढीवरून हात फिरवला. आविर्भाव तर त्याचा असा होता की आता या क्षणी

ती त्याच्यासमोर गयावया करते आहे.

"चित्तगाँगला गेली ती, मी तिला बसचे भाडे दिले." कदाचित आता त्याला वाईट वाटत असावे.

"पोटात बिनबापाचं मूल, कसं घेणार तिला घरात?"

"हो, अशा बायकांचा भरवसा नाही." पायाखालची जमीन थंडगार पडू लागली होती. पोटात भूक भडकत होती. काहीतरी चांगले अन्न पोटात जायला हवे होते.

"कुणीही चालतं त्यांना."

"जनाची चाड ना मनाची!"

"बाजारबसव्या."

तिला तो बाजारबसवी म्हणाला. मला त्याचा हातच तोडावासा वाटला; पण मीही तिला हीच शिवी देत होतो. तिला झटकून टाकायचे झाले की मीही तिला 'पोतेरे'च म्हणायचो. भलत्यासलत्या बाईवर प्रेम केले तर लोक त्या बाईसाठी हेच शेलके विशेषण वापरत असावेत- बाजारबसवी. मला तरी तसेच वाटले. मग मी त्याच्या हातावर काही पैसे टिकवले. काही न बोलता ते त्याने घेतले. कदाचित तो घायकुतीला आलेला असेल. कदाचित मी काहीतरी लपवतो आहे हे त्याला कळले असेल. आम्हा दोघांनाही माहीत होते की त्याने ते पैसे घेतल्यावर तो माझ्याबद्दल कुणालाच काही सांगणार नाही. फार फार तर सांगेल की त्या बाईचा लांबचा नातेवाईक ती वारल्याचे कळले म्हणून आला होता.

"फणस लाव त्या जमिनीत, तोच टिकाव धरेल तिथे." त्या दुःखाने भारलेल्या वातावरणातून बाहेर पडता पडता त्या म्हाताऱ्याने सल्ला दिला.

चित्तगाँग. शक्य आहे. त्या भल्या मोठ्या शहरात ती सामावून जाऊ शकते. पण कुठे असेल ती? मी कसा शोधणार तिला? मी मोबाइलवरून शथीला फोन केला.

"लगेच परत येणार नाहीये मी." मी कुठे आहे? काय करतो आहे? तिने काहीच विचारले नाही. क्षणभर मला तिचा राग आला. पण ठीक आहे. निदान तिला तरी मला काही खोटेनाटे सांगावे लागले नाही. पण ती म्हणाली,

"आईंना काय सांगू?" मला वाईट वाटले. मी तिला आईला फोन द्यायला सांगितला. दोन्ही हातात फोन धरलेली माझी आई माझ्या डोळ्यांसमोर आली.

"अम्मा, छळू नकोस शथीला. काम संपलं की येतोय मी परत."

ती माझ्यावर गुरकावली. मला माहीत होते, माझी आई माझ्या बायकोला छळायचे सोडणार नव्हती. तिला तांदूळ निवडायला लावणार, तीन तीन वेळा विहिरीवरून पाणी आणायला लावणार, मी फ्रिज घेतलेला असला तरी रोज रोज

ताजी आमटी करायला लावणार. मला कळत नाही मला वाईट का वाटू लागले होते? शथी बाई होती आणि बायकांना हे करावेच लागते. रात्रंदिवस शिव्या खाऊनही त्याबद्दल तक्रार करायची नाही, हे त्यांना जन्मल्या दिवसापासून माहीत असते. तुम्हाला माहीत असले तुमच्यापुढे काय वाढून ठेवले आहे की मग फारसे वाईट वाटत नाही. मी स्टेशनवर उभा असताना स्वतःची समजूत घातली.

शहराकडे प्रस्थान

बस शहरात शिरली आणि माझ्या लक्षात आले की हे शहर फारसे मोठे नाही. दुबई, ढाक्याच्या मानाने खेडेच म्हणावे लागेल. या खेड्यात मेघना माझ्या नजरेतून सुटायची नाही. हे सगळे मोजके रस्ते मी पालथे घालीन. प्रत्येक घरात शोधेन. स्वतःला हिरो समजून स्वप्ने पाहण्याची ही माझी पहिलीच वेळ नव्हती. मी मान वर करून सूर्याकडे पाहत, घराघरातून घुसत, खांदे हिंदकळवत जोराजोरात गाईन,

'शोधीन सखये तुजला,
तू माझी प्रियतमा
तुटतील बंधने तू दिसता,
मग नाही जगाची तमा.'

ती भेटली की सगळ्यात पहिल्यांदा आम्हाला अंग पसरायला हॉटेलमध्ये जरा बरीशी खोली शोधावी लागेल. तिथे तिला आणि आमच्या मुलाला घेऊन येईन. त्यांना सांगेन— 'ही आपली खोली, कोपऱ्यात सिंक आहे, वरती पंखा आहे, ट्यूबलाइट आहे, मी तुझा बाप, तुझा उद्धार करायला आलो आहे, आता तू मागशील ते तुला मिळणार आहे.' एअर कंडिशन केलेली खोली घ्यावी असाही विचार मनात आला. पण माझ्या फिल्मी स्वप्नरंजनातही ते मला अशक्यच वाटले. स्टेशनजवळच्या 'अल् नूर' हॉटेलमधली खोली मला पसंत पडली. अशा छान जागेत एखाद्या बाईला नेले तर तिलाही वाटेल की या माणसात काही दम आहे, पुरुष आहे हा- ढाण्या वाघ- ढुंगणाला पाय लावून पळालेले घाबरट कोकरू नाही. मधल्या व्हरांड्याच्या टोकाला न्हाणी होती. मी अंघोळ केली, खाली गेलो आणि खानावळीत काहीतरी खाऊन घेतले. टेबलावर आणखी काही लोक बसलेले होते. मी त्यांच्यातलाच एक असल्यासारखे मला वाटले. पण मध्येच एक जण मला 'चाचा' म्हणाला. मग मला वाटले की मी मोठा दिसतो की काय? म्हणजे मला वाटते त्याहीपेक्षा वयस्क दिसतो की काय? तो पोरगा म्हणाला,

"चाचा, चित्तगाँगमध्ये कामधंदा करता तुम्ही?"

बसमधून येताना कुणी काही विचारले तर काय सांगायचे, याचा मी मनाशी विचार केलेला होता.

“मी माझ्या बहिणीला शोधायला आलोय.”

ते माझ्याकडे उत्सुकतेने बघू लागले. पाच-सहा माणसे होती. दाल-चावल खात होती. मेघनावर गुदरलेला खरा खरा प्रसंग मी त्यांना सांगितला. फक्त त्या गोष्टीतला खलनायक मी नव्हतो.

“आमच्याच गावातला पोरगा. आमच्या नेहमीच्या पाहण्यातला. शेताच्या पलीकडच्या अंगाला राहणारा. लग्नाचं आमिष दाखवलं आणि नंतर हरामखोराने हात झटकले. ही अशी आजकालची मुलं!”

“मग, काझीकडे जाऊन चोरून लग्न केलं?”

“कसलं लग्न? परदेशात जायची संधी मिळाली, मग हिला दिलं सोडून. मला कळलंय, ती गाव सोडून इकडे आली आहे. मी शोधतोय तिला.”

“पण इथे का आली? कुणी आहे तुमचं इकडे?”

माझे खाणे संपलेले होते. बोटेही चाटून झालेली होती. हातही सुकायला लागलेला होता. त्याच्यातला एक जण इतरांपेक्षा जरा मोठा होता. त्याला पाहून मला हमीदची आठवण आली. खरे सांगायचे तर आज पहिल्यांदा मला माझ्या मित्रांची उणीव बोचली. दिवसभराच्या कामानंतर एकत्र बसून केलेले जेवण, वाळूचे खड्डे, दुल्हा-दुल्हन, दुबई सगळेच आठवले.

“पोर होणार होतं तिला. म्हणून पळून आली ती.”

आता त्यांना सगळाच उलगडा झाला होता. तिने शेण खाल्लेले असते म्हणून ते तिला वाईट चालीची समजतात. ते तिच्याविषयी काय म्हणतात याचे मला देणे घेणे असायचे काहीच कारण नव्हते. पण तरीही मी म्हणालो,

“बळजबरी केली हलकटाने.”

“डुक्कर लेकाचा.”

“तिचा फोटो आहे?”

“नाही.” माझ्याही डोळ्यांसमोर आता तिचा चेहराही येत नव्हता. मनातल्या मनात मी रोज तिला आठवत होतो; पण फोटो असता तर बरे झाले असते. रस्त्यांवरून शोधत फिरतानाही मला सगळ्यांना तो दाखवता आला असता.

त्या हमीदसारख्या दिसणाऱ्या माणसाने त्यांच्यातल्या एका तरतरीत मुलाकडे बोट दाखवले. त्याच्या नाकावर, ओठांपर्यंत एक भला मोठा व्रण होता.

“शुमॉन स्वतःला कलाकार म्हणवतो. का रे? याच्या बहिणीचं चित्र काढून देशील?”

सगळ्यांनी त्याला चढवले, “न काढायला काय झालं? छान चित्रं काढतो तो.”

ते सगळे रिक्षावाले होते. हॉटेलमागच्या झोपडपट्टीत राहत होते. इतके दिवस

हमरस्त्यावर रिक्षा न्यायला बंदी होती, जी आज उठलेली होती. त्यामुळे आजची कमाई भरपूर झालेली होती. त्याचा आनंद साजरा करायला ते आज एकत्र जमलेले होते. शुमॉनच्या घरी त्याची बायको, तीन मुले, आई-वडील, दोन धाकटे भाऊ असा मोठा बारदाना होता. सलामचे लग्न ठरलेले होते; पण त्याला अजूनही गावी पैसे पाठवावे लागत होते. त्यांच्यातला जो मोठा असतो त्याचे नाव होते 'अवल'. पिळदार दंड, पांढुरकी दाढी, पाच मुली आणि सहावे पोर येऊ घातलेले.

थोड्या आणखी कमाईसाठी शुमॉन रिक्षांच्या मागे चित्रे काढत होता. प्रियकराच्या मिठीत विरघळून जाणाऱ्या गुलाबी चेहऱ्याच्या आणि टेकड्यांसारख्या स्तनांच्या बायका.

"तुमच्या बहिणीचे तो अगदी एखाद्या नटीसारखे चित्र काढून देईल."

मला मेघनाचे हे असले चित्र नकोच होते. 'शक्य आहे.' असे म्हणून मी तो विषय संपवला.

दुसऱ्या दिवशी मी रेल्वे स्टेशनवर गेलो. मुली कामासाठी शहरात येतात. तीसुद्धा येत असेल, असे वाटून! बसच्या अड्ड्यावर, रेल्वे स्टेशनवर किंवा फेरीच्या बंदरावर- कुठेही ती सापडू शकेल असा विचार मनात आला.

गेल्या दहा वर्षांत मेघना काय करत असेल याचा मी विचारही केलेला नव्हता. माझ्या कल्पनेत ती कपड्यांच्या दुकानात किंवा ब्यूटी पार्लरमध्ये काम करण्याची शक्यता होती. पण तिला कदाचित भीकही मागावी लागली असेल, असा विचार माझ्या मनात कधीही आलेला नसतो. तरीही मी रेल्वे स्टेशनमध्ये गेलो. न जाणो भिकारीणच झाली असेल तर स्टेशनवर नक्की असणार. स्टेशनवर जायला निघण्यापूर्वी मी शथीला मोबाइलवर फोन केला. पहिल्या घंटेला तिने फोन उचलला. इतका चटकन की फोन हातातच बाळगलेला असावा.

"मी चित्तगाँगला आहे," मला पलीकडून तिचा श्वास ऐकू आला.

"छान," ती म्हणाली.

"रडते आहेस तू?"

"नाही."

"काय झालं? काय केलंय आईने?"

"काही नाही. त्यांना बरं नाही. सारा वेळ झोपूनच असतात."

"मग काय झालंय?"

"मला स्वप्न पडलं होतं, तुम्ही कधीच परत येणार नाही."

दिवसभर मी रेल्वे स्टेशनवरच होतो. मनात शथी काय म्हणत होती त्याचाच

विचार सुरू होता. स्टेशनवरच्या सगळ्या भिकाऱ्यांना मी माझी कहाणी सांगितली. ते माझ्यापुढे हात पसरून भीक मागत होते. काही दिवसांपूर्वी मी आमच्या मुकादमासमोर माझ्या भावाच्या उपचारासाठी असेच हात पसरले होते. आता माझा भाऊ ठीक झालाय. त्याला आता एक मुलगाही आहे. एखाद्या लहानग्या गोऱ्या राजकुमारासारखा तो गावभर हिंडत असतो. इथे मेघना कुणालाच माहीत नाही. एका म्हातारीने मेघनाला पाहिल्याचे सांगितले. पैसे दिले तर पत्ता सांगणार म्हणाली. कॅटरॅक्टमुळे तिचे डोळे गढूळलेले होते. तिचे खोटे बोलणे माझ्या लक्षात आले. मी तिच्या हातावर चिल्लर टिकवली आणि ती काय सांगते आहे ते ऐकण्याची तसदीही न घेता तिथून निघालो. शथीचे म्हणणे मला खरे वाटू लागले. मेघना सापडली तर मी परत जाणार नाही. मी जन्मभर अल नूर हॉटेलवरच राहीन. मेघनाच्या मांडीवर डोके ठेवून आढ्याचा पंखा बघत बसेन.

मी शोधत, विचारत हॉटेलमागच्या शुमॉनच्या घरी गेलो. पत्र्यांच्या आणि पुठ्ठ्यांच्या त्या चिकटून चिकटून उभ्या केलेल्या झोपड्यांची आख्खी दुनियाच तिथे पसरलेली होती. मी शुमॉनला सांगितले,

"चल, बोलाव सगळ्यांना. जेवू या सगळे एकत्र. मी देतो पैसे."

आम्ही हॉटेलच्या मालकाला भेटलो. मोठा मनमिळाऊ माणूस. त्याने मला 'किती दिवस मुक्काम?' असे विचारले. 'आठवडाभर किंवा फारतर दहा दिवस' मी सांगितले. मागे एका टेबलावर दोन पोलीस चहा प्यायला बसलेले होते. मालकाने त्यांच्याकडे पाहून मान हलवली. माझ्या बहिणीबद्दल सगळ्यांना कळलेले होते. पोलीस काहीच करणार नाहीत हे सगळ्यांनाच माहीत होते. ते तुमची माहिती रॅपिड ॲक्शन बटालियनला कळवतात आणि एक दिवस तुम्हालाच ते तुरुंगात नेऊन डांबतात. त्या दोघांपैकी डोक्यावर टक्कल असलेल्या पोलिसाकडे बोट दाखवून हॉटेलच्या मालकाने सांगितले,

"मदत केली होती त्याला, जाण ठेवून आहे तो. मी पाठवलंय म्हणून सांगा त्याला. मगच होईल काम. नाही तर चांगलंच घुमवेल तुम्हाला."

मी मान डोलावली. पण माझा त्याच्यावर विश्वास बसला नाही. मग मी शुमॉनला मेघनाचे चित्र काढायला सांगितले- फक्त चेहरा- मी त्यासाठी पैसे मोजणार होतो.

"नाही नाही, पैसे नकोत. भावासारखेच आहोत आपण." इतर सगळ्यांकडे पाहत तो म्हणाला. सगळ्यांनी मान डोलावली.

दुसऱ्या दिवशी तो त्याचे कागद आणि रंग घेऊन आला. मी मेघना कशी दिसते ते त्याला सांगितले- छोटीशी, काळ्या करवंदी डोळ्यांची आणि वेगळेच, मजेदार केस. मला तिच्या नाकाचे वर्णनच करता आले नाही. मग तो त्याने हवे तसे नाक

रंगवले. आता मला ठळकपणे लक्षात नसलेल्या गोष्टीही आठवू लागल्या. तिच्या हनुवटीवर छानशी खळी पडायची आणि तिचा चेहरा गोल नाही, लंबगोल होता. त्याने चित्र पूर्ण केले आणि मला दाखवले. मला खूप नवल वाटले. चेहरा अगदी तंतोतंत नव्हता, जरा जास्त गुलाबी होता पण तिच्या चेहऱ्याशी खूप साम्य होते. माझा विश्वासच बसत नाही. त्या चित्रातून ती माझ्याकडे रोखून पाहत होती.

"आता मी लगेचच तिला शोधायला सुरुवात करतो. थँक यू भाई." मी त्याला पैसे दिले. कागद आणि रंगांपुरते, त्याने घेतले.

आमच्या रिक्षावाल्या मित्रांनी या चित्राच्या कॉप्या काढून, त्यावर माझा मोबाइल नंबर टाकून शहरभर वाटायची टूम काढली. मला त्यांची ही कल्पना आवडली. मी त्यांच्या खिचडीच्या जेवणाचे बिल, सत्तर टका देऊन टाकले आणि वीस टका देऊन त्या चित्रांच्या कॉप्या काढून घेतल्या. माझ्याजवळ इतका पैसा कुठून आला हे त्यांनी विचारायच्या आतच मी त्यांना सांगून टाकले,

"माझे आई-वडील माझी आणि माझ्या बहिणीची खूप काळजी करतात. त्यामुळे त्यांनी जमिनीचा लहानसा तुकडा विकला आणि तिला शोधायला मला इकडे पाठवले. ती पळून गेली म्हणून संतापले होते ते. पण आता ते म्हातारे झालेत. मागचं सगळं विसरायचं म्हणताहेत. जे घडलं त्यात तिचा दोष नव्हता म्हणा. त्या हरामखोराने बळजबरी केली तिच्यावर. सगळ्यांना माहिती आहे तोच सडका आंबा होता. परदेशी गेला तो परतलाच नाही. आता निवळलेत माझे आई-वडील म्हणून त्यांनी थोडीशी जमीन विकून पैसे उभे केले आणि मला इकडे पाठवले." मी बनवलेली गोष्ट सांगताना इतकी छान वाटली की मलाही ती खरीच वाटू लागली. गोष्ट सांगता सांगता डोळ्यांतून पाणी काढण्यातही मी यशस्वी झालो. पोरे विरघळली आणि माझ्या पाठीवर थोपटून संपूर्ण शहरात ती चित्रे लावायचे त्यांनी कबूल केले. मला धीर देत ते म्हणाले,

"भाई, लवकरच शोधून काढशील तू तिला."

शुमॉन आणि इतर रिक्षावाल्यांनी जागोजागी मेघनाची चित्रे लावली. लगेचच माझ्या मोबाइलवर दोन फोन आले. ती कुठे आहे हे त्यांना माहीत होते. त्यातल्या पहिल्याने सांगितले,

"टायगर पासमधल्या एका दुकानात ती काम करते. तिथे भेटा मला."

तिथे गेल्यावर लक्षात येते की मेघना तिथे नव्हती आणि त्या माणसाला फक्त पैसे हवे होते. तो म्हणाला,

"वडिलांच्या ऑपरेशनसाठी मला पैशांची गरज आहे. काहीतरी मदत करा मला." मी त्याला दहा टका देऊन फुटवले. दुसरा फोन एका मुलीचा होता. मी इतका आशेला आलेलो होतो की त्या मुलीचा आवाज मला मेघनासारखाच वाटला.

त्यामुळे ती जेव्हा हॅलो म्हणाली, मी तिला विचारले, ''मेघना?'' ती म्हणाली,

''तुम्ही जिला शोधता आहात त्या मुलीला मी एका न्हाव्याच्या दुकानाच्या दारात बसलेली पाहिली होती. तुमच्या त्या चित्रातल्या मुलीसारखीच दिसत होती ती.''

मला तिच्याकडून आणखी माहिती हवी होती. पण तिने मला फक्त पत्ताच दिला. 'नवीद नपिथ, पतेंगाला जाणारा रस्ता.'

''मेघना काय करत होती तिथे?''

''काही नाही, नुसती बसली होती.''

माझा तिच्यावर विश्वास बसला नाही. ते न्हाव्याचे दुकान धड गावातही नव्हते - कुठेतरी बीचवर होते. अशा ठिकाणी मेघना का जाऊन बसेल? मी फोन ठेवला.

दुसऱ्या दिवशी माझे नशीब फळफळले. शुमॉन काम संपवून आला तेव्हा आम्ही चहा प्यायला बसलो. हॉटेल मालकाने जाहीर केले,

''चहाचे पैसे द्यायचे नाहीत. तुम्ही माझे नित्याचे गिऱ्हाईक आहात. तुम्हाला चहा फुकट.''

मी हॉटेलचे एका आठवड्याचे पैसे आगाऊ भरलेले होते त्यामुळे माझ्याबद्दल त्याचे मत चांगले झालेले होते. दुसऱ्या दिवशी मी आणखी एका आठवड्याचे पैसे आगाऊ भरून टाकायचे ठरवले.

शुमॉन धावतच टेबलापाशी आला,

''विश्वास बसणार नाही भाई, ती सापडली.''

''कोण?''

''मी आणि राजिब, आम्ही चौकशी करत होतो आजूबाजूला. देवनहाटला गेलो होतो.'' हॉटेलसमोरच्या पोऱ्याने, त्याच्या तेलाने भरलेल्या प्रचंड कढईखालची गॅसची चूल आता पेटवली होती.

''नाही, ती तिथे नसणार.'' देवनहाट ही तिथली सर्वांत मोठी झोपडपट्टी होती. शुमॉन आठवडाभर त्या झोपडपट्टीत शोध घ्यायला मला सांगायचा. मी सतत त्याला सांगत असायचो,

''नाही, मेघना अशा वस्तीत राहणार नाही. ती इथे येऊन पोचणं शक्यच नाही.''

''बरोबर आहे, ती नाहीच आहे तिथे. त्या देवनहाटचा दादा माहीत आहे आपल्याला.''

''कसला दादा?'' कढईतले तेल आता रसरसून तापलेले होते. त्या पोऱ्याने तेलात सोडलेले छोटे छोटे समोसे त्या उकळत्या तेलात नाचत होते.

''दादा म्हणजे सगळं माहीत असतं त्याला. काहीही लपून राहत नाही त्याच्यापासून.

सगळ्यांचा म्होरक्या आहे तो.''

माझ्या लक्षात आले. हातात सिगारेट, सताड उघडा शर्ट, तेलकट माणूस.

''अशा कुठल्या गुंडाची मदत नकोय मला.''

पण शुमॉनच्या तोंडावर एवढे हसू आले की त्यात त्याच्या चेहऱ्यावरचा भलामोठा व्रणही लपून गेला होता.

''दादाला नुसतं चित्र दाखवलं तर तो लगेच म्हणाला, ती कुठे आहे ते माहितेय त्याला.''

आता त्या पोऱ्याने जिलब्या तळायला घेतल्या होत्या. हातात जिलबीच्या पिठाची भोक पाडलेली पुरचुंडी घेऊन तो भराभर जिलब्यांची वेटोळी तेलात सोडत होता.

''ऐकून ठेवा, आपण तुमच्या बहिणीला नक्की शोधणार.''

हे ऐकून मला खरंच बरे वाटेल अशी भीती वाटू लागली.

''नक्की काय म्हणाला तो?''

''तो म्हणाला - ती कुठे राहते ते त्याला माहितेय. इथे या चित्तगाँगमध्येच आहे ती.''

''पहिल्यापासून इथेच राहते?''

''कल्पना नाही.''

''पत्ता दिलाय?''

माझ्या आता नीट लक्षात येऊ लागले. माझे पाय थरथरू लागले, मला ती सापडणार आहे, मी तिला पुन्हा भेटणार होतो. मधली दहा वर्षं विरून जाणार होती.

''देवाचीच कृपा. त्याचाच महिमा.'' माझ्या लक्षात येण्यापूर्वी मी देवाला आळवू लागलो होतो. काही लोकांना संकटात असताना देव आठवतो- मला खरं म्हणजे जमिनीपासून शंभर फुटांवर दोरावर लटकून मरणप्राय हेलकावे खाताना देव आठवायला हवा होता- पण आता हवे ते मिळण्याची शक्यता निर्माण होताना स्वतःच्या नशिबावर विश्वास ठेवणे अशक्य होत होते- या वेळी मला देव आठवत होता. या सगळ्यामागे काहीतरी अज्ञात शक्ती असणार, हे नक्की! गेली दहा वर्षे मी काहीतरी गमावले होते आणि ते आता मला परत मिळणार होते, ही इतकी साधी, सोपी, सरळ गोष्ट नव्हती. हे असे होणे शक्यच नव्हते कारण हे जग असे साधे, सोपे आणि सरळ नसतेच, निदान असाच अनुभव सतत घेतलेल्या आमच्यासारख्यांसाठी तर नसतेच नसते. म्हणून त्या अज्ञात शक्तीच्या पायी लीन व्हावेसे वाटत होते. मला शांती लाभावी म्हणून कुणीतरी हे घडवून आणले या विचाराने मी भारावलो.

''अल्ला, तू आहेस, तुझ्या असण्याचे आभार.''

मला आता साखरेच्या पाकात बुडवलेल्या जिलब्यांचा सुगंध येऊ लागला. मी एक प्लेट जिलबी मागवली आणि त्यावर तुटून पडलो. माझी जीभ पोळली.

''मग? कुठे आहे ती? पत्ता मिळाला?''

शुमॉनने दोन्ही हात टेबलावर टेकवले आणि म्हणाला,

''अडचण अशी आहे की दादा कोणतीच गोष्ट फुकटात करत नाही.''

मी जिलेबीची प्लेट शुमॉनच्या पुढ्यात सरकवली. पण त्याने तिकडे दुर्लक्ष केले. मी नकार द्यायचे ठरवतच होतो पण मागून मागून किती पैसे मागेल? मी ते जमवू शकेन का? अशा गोंधळात मी शेवटी विचारले, ''किती मागतोय?''

''तुमच्याकडे किती आहेत?''

''आहेत थोडेसे.''

लांब श्वास घेऊन शुमॉन म्हणतो, ''तो दोन म्हणतोय.''

एवढे माझ्याजवळ नव्हते.

''माझ्याकडे फक्त एक सत्तर आहेत.'' शुमॉनची नजर हॉटेलच्या त्या खोलीत भिरभिरते, जसे काही उरलेले तीस त्याला तिथेच कुठेतरी कोपऱ्यात मिळणार असतात,

''ठीक आहे, मी बघतो, काय करता येईल ते.''

तो उठला. एक समोसा तोंडात कोंबला आणि 'मेघना सापडेल' या आशेला लावून निघून गेला.

आता काय करायचे या विचारात मी रात्री सिलिंग फॅनकडे पाहत अंथरुणावर पडलो. अलीकडे थंडी पडू लागली होती आणि पंख्याची गरज नव्हती. त्यामुळे पंखा बंदच होता आणि त्यावर धूळ जमलेली होती. इथे आल्यापासून मी एका गोष्टीचा विचार करण्याचे टाळत होतो, ती म्हणजे, मेघना सापडली की काय करायचे? तिला घेऊन कुठेतरी रम्य ठिकाणी जावे, हातात हात घालून धावत सुटावे, झाडांभोवती नाचावे- माझ्या कल्पनेतला मी, ही अशीच सारी स्वप्ने पाहायचो. पण घरापासून, आपल्या प्रियजनांपासून लांब राहणे काय असते, हे मला चांगलेच माहीत होते. मला या कशाचाही पुन्हा अनुभव नको होता आणि इतक्या वर्षांनंतर मेघनालाही असे एकाकी आयुष्य नकोच असणार.

मग एकच मार्ग उरला, माझ्याबरोबर तिला गावी, नुसतेच गावी नाही- माझ्या घरी घेऊन जाणे आणि ते सुद्धा माझी बायको म्हणून! तिला घरी आणायचे आणि सगळे खरे-खरे सांगून टाकायचे. मुलालाही स्वीकारायचे आणि त्या दोघांनाही हक्काचे घर आणि माझे नाव द्यायचे. मेघनाला प्रतिष्ठेचे आयुष्य द्यायचे. गावकऱ्यांनी तिच्याबद्दल ओकलेले गरळ त्यांनाच परत गिळायला लावायचे आणि माझ्यासारखेच

तिच्यासमोरही आदराने वाकायला लावायचे. मीही तिच्याशी आदरानेच वागेन. तिच्या अवमानाचे माझ्यावरचे ओझे उतरवण्याचा हा एवढा एकच मार्ग शिल्लक होता.

या सगळ्यात शथीचे प्रकरण तसेच राहत होते. मी कायम विचार करायचो की मेघना परत आली की 'तलाक, तलाक, तलाक' म्हणून शथीला सोडचिठ्ठी द्यायची आणि तिच्या बापाकडे पाठवून द्यायचे. पण आता तशी वेळ जवळ आलेली असताना मला अनेक गोष्टी जाणवू लागल्या होत्या. बाजू घ्यायची वेळ आली तर ती कायम माझ्याच बाजूने असे. माझ्या वडिलांच्या शेवटच्या आजारात तिनेच त्यांची सेवा केली होती. आताही तीच भाताच्या शेताची निगराणी करत होती, माझे ट्रंकेतील पैसे सांभाळत होती आणि माझ्या आईकडेही लक्ष देत होती. तिला याबद्दलचा मोबदला मिळायलाच हवा. मी पैसे देऊन तिची बोळवण करू शकलो असतो; पण मग ती कुठे गेली असती?

मग मी सतत टाळत होतो तोच विचार माझ्या मनात बळावू लागला. मी माझ्या गावातला चांगला प्रतिष्ठित माणूस होतो. मला दोन बायका असणे गावाला चालले असते. दोन बायकांचे दोन बिछाने. मी शथीला कधीच स्पर्श केला नव्हता आणि करणारही नव्हतो. ती माझ्या घरी राहिली असती, भाजीपाला पिकवला असता, गायीगुरे सांभाळली असती.

पण मला हेही माहीत होते की हे शक्य नाही, कारण दहा वर्षांपूर्वीच्या मेघनात जर आता काही फरक पडलेला नसेल तर मेघनालाच हे चालले नसते. पण त्यातल्या त्यात हा एवढाच चांगला मार्ग मला सुचला होता. अस्वस्थ मनाने का होईना पण माझा निर्णय झाला होता.

मेघनाला भेटल्यावर मी तिच्याशी काय बोलेन, या विचाराने रात्रभर माझा डोळ्याला डोळा लागला नाही. मला माहीत होते की ती माझ्यावर रागावलेली असणार. मी त्यासाठी मनाची तयारी केलेली होती. तिला माझे तोंडही पाहायची इच्छा नसणार. तिचे मन वळवण्यासाठी तीन-चार वेळा तिच्याकडे खेटे घालावे लागण्याची शक्यता होती. पण लवकरच तिचे मन द्रवेल. या मधल्या काही वर्षात ती निवळली असेल. तिच्या लक्षात येईल की त्या वेळी माझे वय लहान होते, मी परदेशी जाण्याच्या धुंदीत होतो. या अशा झपाटलेल्या मनःस्थितीत असलेल्यांना कोणतीही गोष्ट थांबवू शकत नाही. मला संधी मिळाली आणि मी तिचा फायदा घेतला. गेल्या दहा वर्षांचे फलित आज माझ्या खिशात खुळखुळते आहे. घर आहे, फ्रिज आहे. तिला काय मिळाले? तिलाही तिचे मूल मिळाले आहे. मला खात्री आहे, तिने तिच्या मुलाला नक्कीच छान वाढवले असणार. छान म्हणजे शाळा, संस्कार, सगळे काही.

पहाटेपूर्वीच मी उठलो आणि तयार झालो. दांडीवर टॉवेलची घडी नीट वाळत घातली. आज माझे नशीब फळफळणार असेल आणि रात्री ती माझ्याबरोबर इथे येणार असेल तर इथे सगळे शिस्तीत हवे. मी खाली गेलो. माझ्या तोंडाची चव गेलेली होती. माझे तोंड कडवट झाले होते. तळमजल्यावर हॉटेलचा मालक माझ्यासाठी हातात चहाचा वाफाळता कप घेऊनच माझी वाट पाहत थांबलेला होता. त्याला माझ्याशी बोलायचे होते; पण मीच काहीही बोलण्याच्या मनःस्थितीत नव्हतो. त्याने दिलेला चहा मी कसाबसा प्यायला. मला शांतपणे बसून राहायचे होते. थोड्याच वेळात शुमॉन आला, आणि माझ्याशेजारी बसला आणि 'हाय, हॅलो' काहीच न करता त्याने एकदम पैशांचाच विषय काढला,

"पैसे आणलेत?"

सगळेच्या सगळे एक लाख सत्तर हजार टका मी माझ्या लुंगीत लपवलेले असतात. माझ्या काकांकडून उचललेली ती माझी जुनी सवय होती. काका लुंगीत थोड्या थोड्या नोटा गुंडाळून गाठी मारत. नंतर त्यावर भलामोठा सैल शर्ट घालत. भरपूर दूधदुभते खाणाऱ्या एखाद्या ढेरपोट्या आळशी माणसासारखे ते जाडेजुडे दिसत असत. मी शुमॉनला म्हटले,

"पैसे आणलेत. घेऊन चल मला तिच्याकडे."

"असं करा, तुम्ही थांबा इथे. मी पैसे नेऊन देतो त्या दादाला आणि पत्ता आणतो त्याच्याकडून."

त्याचे हे बोलणे, बोलण्याची पद्धत मला कुठेतरी खटकली. त्याच्या चेहऱ्यावरचा तो व्रण आणखीच विद्रूप दिसू लागला. त्याच्या हातात पैसे सोपवणे मला प्रशस्त वाटत नव्हते.

"नाही मी येणार तुझ्याबरोबर. मी तिथे असलो की त्याने पत्ता दिल्याबरोबर मी तिला शोधायला निघू शकेन."

"काही गरज नाही तुम्ही येण्याची."

मी पाणी मागवले आणि तो ग्लास शुमॉनच्या पुढ्यात सरकवला. शुमॉनने ग्लासाकडे निरखून पाहत पाण्याचा घोट घेतला.

"असं करू या का? मी त्याला पैसे देतो आणि तो पत्ता सांगेल तेव्हा तुमचा मोबाइल जोडून देतो. तुम्ही स्वतःच ऐका पत्ता."

मी त्याला प्रेमाने दटावले,

"अरे यार, मी येतोय तुझ्याबरोबर. कळलं?"

"ठीक आहे, जरा फोन करतो." त्याने शर्टाच्या खिशातून मोबाइल काढला आणि आत गेला. एक क्षणभर तो दिसेनासा झाला. मग तो फोनवर बोलताना दिसला. त्याने कानाला फोन लावलेला होता आणि रस्त्यावरचे आवाज टाळण्यासाठी

दुसरा हात फोनवर धरलेला होता. मी आता मेघनाला भेटायला आतुर झालो होतो. हा होत असलेला उशीर मला अस्वस्थ करत होता. माझा प्राण आता कंठाशी आला होता. मी आणखी एक कप चहा मागवला. हॉटेलच्या मालकाने बाहेर येऊन माझ्याशी बोलायचा प्रयत्न केला; पण मी त्याची नजर टाळली. मला आता त्याच्याशी बोलण्यात रस नव्हता. शुमॉन आणि त्याच्याबरोबर अवल, बाहेर आले.

"चला, निघू या." मी म्हटले. अवलने माझ्या खांद्यावर हात ठेवला.

"काय भाई, आज रिक्षाच्या वर्दीवर नाही जायचे?" मी त्याला विचारले. त्याच्या कुटुंबासाठी त्याला पैशांची किती गरज आहे याची मला कल्पना होती. एखादा दिवस जरी कमाई झाली नाही तरी पोटाला अन्न मिळणे कठीण होते त्याच्यासाठी.

"आज तुझा दिवस आहे मित्रा, आज रात्रपाळी करेन मी."

हा असा अवल! तो माझ्याबरोबर आला म्हणून मला आनंद झाला. त्या देवनहाटच्या दादाने काही आगाऊपणा केला तर उत्तर द्यायला आता आम्ही तिघे असणार होतो. अवल आणि मी शुमॉनच्या रिक्षात बसलो. शुमॉनने रिक्षा वळवून मुख्य रस्त्याला आणली. काही सिग्नलना थांबावे लागले; पण रहदारी खूप नव्हती. नौजवान शुमॉन तडफेने रिक्षा चालवत होता. चौकात बसलेल्या एका भिकारणीच्या अंगावर मी एक नाणे भिरकावले. माझ्या आयुष्यात आता जे घडणार होते, त्याबद्दल मी कृतज्ञ असल्याची भावना देवापाशी पोचवण्याचा हा माझा एक मार्ग. त्या भिकारणीकडे पाहून मला माझ्या आजारी आईची आठवण झाली. शथीला आज सकाळी मी फोन केला होता, तेव्हा आई आजारी असल्याचे तिने सांगितले होते. मला आणखी पैसे हवे होते, फार नाहीत, इथे आणखी काही दिवस राहण्यासाठी पुरतील इतकेच. रात्रीतून मी जे काही निर्णय घेतले होते ते मी तिला सांगणार होतो पण सकाळी उठल्यावर, 'तिला आधीच हे सांगणे' ही कल्पना मला वेडगळ वाटायला लागली. आधी मेघनाला सोडवून घरी न्यावं आणि मग सगळा गुंता सोडवावा हाच बरा मार्ग होता. हे असे पुढ्यात जाऊन उभे राहिले की कुणाला काहीच करता येत नाही. मला बहुधा शथीची कीव आलेली होती किंवा कदाचित मीच भेकड होतो. तिला लवकरच हे सगळे समजणारच होते. तूर्तास थांबणेच योग्य होते.

ती झोपडपट्टी नव्या मॉलच्या मागे पसरलेली होती. शॉपिंग मॉल बघितला की मला पहाडी आठवायचा. पण मी लगेचच त्याची आठवण बाजूला सारली. शुमॉनच्या रिक्षातून उतरून आम्ही मॉलच्या पाठीमागच्या एका बोळात शिरलो. एका उघड्या गटारावरच्या छोट्या पुलावरून आम्ही त्या झोपडपट्टीत शिरलो- झोपड्यांच्या लांबच लांब रांगा आणि वातावरणात भरून राहिलेली दुर्गंधी. काळोख्या झोपड्या,

हडकुळी मांजरे आणि पोरे, सडत चाललेल्या कचऱ्याचे ढीगच ढीग.

शुमॉन त्या देवनहाटच्या झोपडपट्टीत आत आत घुसतच राहिला आणि मी त्याच्या पाठोपाठ जात राहिलो. मला वरचे आकाश दिसत नव्हते. झोपड्यांच्या दोन ओळींच्या मध्ये आणि पत्र्यांच्या छपरांवर तारांचे जाळे पसरलेले होते. देवनहाटमध्ये वीज आलेली होती. अवलच्या म्हणण्याप्रमाणे काही घरात केबल टीव्हीही होता.

"नशीबवान आहेत भेंच्योद." अवल.

पण मला तसे वाटत नव्हते. नशीबवान तर मीच होतो. मला माझे गाव सोडून शहरात यावे लागले नव्हते. आमच्या खेड्यात, तुम्ही कितीही गरीब असलात तरी सकाळी उठल्यावर तुम्हाला शेतातल्या पिकाचा वास येतो; चिखलाचा, मातीचा वास येतो, शेणाचा वास येतो. मानवी गलिच्छ विष्ठेच्या दुर्गंधीच्या तुलनेत शेणाचा वास गुलाबासारखा वाटतो. आपण जगावर राज्य करतो पण आपलीच विष्ठा सर्व प्राण्यांमध्ये अतिशय वाईट वासाची असते. आपल्या विष्ठेची विल्हेवाट लावण्याचे चांगले उपाय शोधण्यासाठी आपल्याला सर्व प्राण्यांपेक्षा जास्त बुद्धिमत्ता मिळवावीच लागेल.

मग झोपड्यांच्या एका लांबलचक गल्लीच्या शेवटी शुमॉन थांबला. त्याने आत डोकावले. मग मागे वळून माझ्याकडे येत मला म्हणाला,

"चल, काढ पैसे, दे मला."

मी या माणसांपेक्षा नक्कीच वरचढ होतो. माझ्याजवळ मोकळा सूर्यप्रकाश, घर जमिनीचा तुकडाही होता. आता मी कुठेतरी नोकरीही करण्याचा विचार करत होतो. ती नुकसानभरपाईची, रक्ताची किंमत जन्मभर पुरणारी नव्हती. एक ना एक दिवस ते पैसे संपणार होते. मला पुन्हा काम करायचे होते. घाम गाळायचा होता. कामामुळे माझ्या आयुष्यात दिवस उगवणे आणि मावळणे याला अर्थ आला असता. आम्ही इथपर्यंत चालत आलो त्या वेळी माझ्या मनात हेच विचार घोळत होते. त्यामुळेच शुमॉनने जेव्हा पुन्हा पैशांची मागणी केली तेव्हा ते त्याच्याकडे द्यायला मी तयार नव्हतो. मी म्हटले,

"मला भेटायचंय त्याला. त्याला मेघना माहीत आहे याची खात्री करून घ्यायची आहे मला."

"त्याला माहीत आहे, सगळं माहीत आहे."

"आणि मुलाचं काय?"

"मुलाचं म्हणजे?"

"त्याला मेघना कुठे आहे ते माहीत असेल तर तिचा मुलगाही माहीत असलाच पाहिजे. त्या मुलाबद्दल काय म्हणतो आहे तो?"

शुमॉन आता मला जरा जास्तच खेटून उभा राहिला.

"तुम्ही आता सगळ्याची माती करता आहात. त्याला मुलाचीही माहिती आहे. ती मुलगी आणि तिचा मुलगा एकत्रच आहेत. पैसे द्या माझ्याकडे, मगच तो सगळं सांगेल त्यांच्याविषयी."

अवलला वाटले की माझे त्याच्याकडे लक्ष नाहीये. अचानक तो थोडा दूर झाला आणि संधी साधून शुमॉनला बाजूला सारून, मलासुद्धा कळायच्या आत मी झोपडीत घुसलो.

आतली परीस्थिती कळायला मला थोडासा वेळ लागला. मग मला ते सगळे दिसले. त्या हॉटेलचा मालक, ती रिक्षा चालवणाऱ्या मुलांची गँग आणि तो सामोसे तळणारा पोऱ्या. सगळेच्या सगळे तिथे हजर असतात. त्या झोपडीत एका टेबलाभोवती ते बसलेले होते. जवळ दोन खुर्च्या होत्या. पत्र्याच्या भिंतीवर ट्यूबलाइट बसवलेली होती. झोपडीत लख्ख प्रकाश पसरला होता. मी एकेकाची नावे घेऊन हाक मारणार होतो तेवढ्यात मला त्या हॉटेलच्या मालकाचे पानाने रंगलेले ओठ दिसले. वस्तुतः सगळ्यांचीच थोबाडे पानाने रंगलेली होती. ते सगळे तिथे जमून पान खात माझीच वाट पाहत थांबलेले होते.

मी आरडाओरडा करायला सुरुवात केली. मी ओरडत होतो पण काय म्हणत होतो ते माझे मलाच कळत नव्हते. शिव्याशाप, दुषणे, धमक्या - ते निवांत बसून थेट माझ्याकडे पाहत होते. ढिम्म हलत नव्हते. क्षणभर मला वाटले की मी वेडा झालो होतो की काय? हे लोक खरेच इथे होते आणि माझ्याकडे टक लावून बघत होते की मला भास होत होता? हे असे काहीच घडत नव्हते का? ही इतकी वर्षे मेघना दुरावलेली होती आणि कोणतीच गोष्ट त्या इतकी वाईट असूच शकत नव्हती. म्हणून यात काहीतरी कुटिल आहे असा विचार मी करत होतो का? खरे तर ते माझे मित्र होते, सोबती होते आणि आत्ता आम्ही एकत्र बसून चहा पिऊ, पाचकट विनोदांवर हसू, असे मला वाटू लागले होते. तेवढ्यात माझ्या पाठीमागून मला आवाज ऐकू आला. आणखी दोन माणसे आत आली. यांना आधी मी पाहिलेले होते. तो पोलिसवाला आणि त्याचा पित्त्या. त्यांनी त्यांच्या काठ्यांनी मला बडवायला सुरुवात केली. त्या माराने शुद्ध हरपण्यापूर्वी मनात एकच विचार आला होता- हे माझ्या मनाचे खेळ नव्हते - कमीत कमी माझे डोके ठिकाणावर होते हीच एक समाधानाची बाब!

केंब्रिजला जाण्यापूर्वी मी अन्वरला फोन केला. मी त्याच्याच कहाणीचा, विशेषतः त्याच्या मित्रांनी त्याचा विश्वासघात केला याबद्दल विचार करत होते. आता त्याचे त्याच्या मित्रांबद्दल काय मत आहे? असा प्रश्न मी त्याला केला. त्याला आशेला लावले आणि नंतर दारुण अपेक्षाभंग केला म्हणून अजूनही तो त्यांच्यावर

चिडला होता की त्याने त्या मित्रांना क्षमा केली होती? मग तो म्हणाला होता की खूप दिवस त्याच्या मनात सुडाचे विचार घोळत होते. फक्त त्यांचाच नाही तर तो दुबईमधला मुकादम आणि त्याचा तो मामा- त्यानेच मुळात दुबईचे आमिष दाखवून त्याला मेघनाला सोडायला भाग पाडले होते- त्यांचाही त्याला सूड घ्यायचा होता. तो म्हणाला होता की रात्री अंथरुणावर तळमळत पडून, 'यांना कसे संपवायचे' याचाच त्याने अनेकदा विचार केलेला होता. पण आता काही काळ लोटला होता आणि त्याने त्या वेळच्या आठवणी बाजूला सारल्या होत्या, जसे काही हे प्रसंग त्याच्या आयुष्यात न घडता दुसऱ्याच कुणाच्या आयुष्यातले होते. आता ज्या वेळी हे सगळे कागदावर उतरवायची वेळ आली होती, त्या वेळी त्याला या घटनांबद्दल कृतज्ञताच वाटू लागली होती. एकातून दुसरी गोष्ट उलगडत जाऊन शेवटी त्याचाच विजय झाला होता. यात देवाची कृपा नव्हती हे त्याने आवर्जून सांगितले. तो त्याच्या नशिबाला शरण गेला नव्हता. पण त्याच्या मते, तुम्ही सदासर्वदा तुमच्या भूतकाळातल्या चुकांना दूषणे देत जगू नाही शकत!

मी अन्वरइतकी आशावादी नव्हते. आता मी आपली हकिगत लिहिते आहे. मी तुझ्या प्रेमात पडले आणि माझ्या जन्माच्या रहस्यापेक्षाही काहीतरी अधिक मौल्यवान, माझ्या छोट्याशा आयुष्यात काहीतरी भव्य दिव्य मिळाले याबद्दल मी खरंतर कृतज्ञ असायला हवी. पण मी अन्वरपेक्षा कितीतरी लोभी आहे. मला आणखी खूप काही हवे आहे. आणि महत्त्वाची गोष्ट म्हणजे मीच तुला बाजूला सारले होते, दुसऱ्या कुणी तुला माझ्यापासून हिरावून नेले नव्हते. मला कुणालाच दोष देता येत नव्हता की स्वप्नातही त्यासाठी कुणाचा खून पाडता येत नव्हता.

तुरुंगात रवानगी

कोणीतरी माझ्या तोंडावर पाणी फेकले आणि मी जागा झालो. माझे डोके हत्तीसारखे जड झाले होते. त्यामुळे मी इथे येऊन बराच काळ लोटला असावा, असा मी अंदाज केला. पण त्या खोलीच्या खिडकीच्या चौकटीपलीकडे उजेड होता. म्हणजे आजचा दिवस अजून संपलेला नव्हता. याचा अर्थ फार वेळ गेलेला नाही आणि अजूनही काहीतरी भयंकर घडण्याची शक्यता होती.

तो जाडा पोलीस माझ्या तोंडावर थुंकला. पण मी ते पुसूही शकत नव्हतो. माझे हात पाठीमागे बांधलेले होते. ती थुंकी आणि मघाशी मारलेले पाणी यांनी माझा चेहरा बरबटलेला होता. जाडा पोलीस उठून उभा राहिला. आता तो माझ्यावर लाथाबुक्क्यांचा वर्षाव करेल म्हणून मी अंग आक्रसून घेतले. दुसरा पोलीस दारात उभा होता. बालपणी आलेल्या देवीच्या व्रणांनी त्याच्या चेहऱ्याचे ठोक्याचे पातेले झालेले होते. फारसा उजेड नव्हता पण कोपऱ्यातली खाट, दुसऱ्या भिंतीजवळची

पाण्याची बादली आणि कडी नसलेले लोखंडी दार मला दिसले. ते दोघे मला काहीच म्हणत नव्हते; पण आपसात बोलत होते. मग त्या ठोक्याच्या पातेल्याने माझ्या बखोट्याला धरून मला खेचले. मी माझे शरीर ढिले सोडून दिले आणि तो माझ्या वजनाने लटपटला. त्या जाड्याने माझ्या हाताची दोरी सोडली. मला सोडून देत होते की काय? ते काहीच बोलले नाहीत आणि मला तोंड उघडून विचारायची भीती वाटली.

माझ्या हाताच्या दोऱ्या त्यांनी सोडल्या; पण लगेच माझे हात साखळदंडाने जखडून टाकले. तो जाडा मला इतका खेटून उभा होता की त्याचे उच्छवास माझ्या कानामागे आदळत होते. दुसरा काहीतरी ओढत होता त्यामुळे माझे हात कठपुतळीसारखे आपोआप वर गेले जणूकाही बऱ्याच वर्षांनी भेटणाऱ्या मित्राला कवटाळण्यासाठी हात उंचवावेत तशा अवस्थेत मी स्तब्ध उभा राहिलो.

बऱ्याच वेळाने जाड्याने तोंड उघडले.

''अरे अरे, फळफळून मुतलास की रे तू.'' मी खाली बघितले. माझी लुंगी ओली झालेली होती. क्षणार्धात माझ्या लक्षात आले की लुंगीत लपवलेले पैसे नाहीसे झालेले होते. मी घाबरलो होतो; पण तरीही माझा संताप अनावर झाला होता.

''पैसे चोरलेत तुम्ही माझे.''

''बरोबर ओळखलंस रे गावंढळा.'

''मग आता का इथे आणलंय मला?''

''आपल्या रांडांना शोधत येणारी गावठी उंदरं आम्हाला चालत नाहीत.''

''माझी बहीण आहे ती.''

''अरे हट, पहिले झूट आम्ही ओळखलं होतं- खोटं सांगतोयस तू. मस्त खिल्ली उडवली आम्ही तुझी इतके दिवस.''

''तरी पण पैसे तर लुबाडलेतच तुम्ही. नागवलेत तुम्ही मला. मग आता का पकडून आणलंय?''

''त्या शुमॉनचं ऐकलं नाहीस तू. तुला सांगितलं तसं पैसे शुमॉनकडे सोपवले नाहीस. आम्ही कोण ते पाहायचं होतं तुला. तुला काय वाटलं- आम्हाला तुझ्यासमोर यायचं होतं?''

आता मला समजले. मला लुबाडण्याच्या त्यांच्या प्लॅनमध्ये मी ढवळाढवळ केलेली होती. शुमॉनकडे दिलेले पैसे घेऊन ते पळून गेले असते आणि मला समजलेही नसते की मला कोणी लुबाडले. माझ्यावर कुणी विश्वासही ठेवला नसता. पण आता मला लुबाडणारे कोण आहेत, कुठे राहत होते, हे सगळे मला माहीत झाले होते.

''शुमॉन कुठाय?''

"तो भडवा तुला आमच्याकडे घेऊन आला. त्याला दाखवली त्याची जागा."

म्हणजे शुमॉनला त्यांनी ठार मारले होते! बरे झाले.

"मग आता मलाही उडवणार?"

"हो, उडवताही येईल किंवा इथेच सडवताही येईल. कोणाला काय पण कळणार नाही. तुला माहितेय? या शेजारच्या खोल्यांमधून शंभर-दीडशे माणसं कोंबलेली आहेत. तिथे राहिल्यावर थोड्याच दिवसांत सगळे सारखेच दिसू लागतात. गलिच्छ, सतत घाबरलेले. कुणाला कळणारही नाही तुम्ही मेलात तरी. किंवा..."

त्याला काय म्हणायचे होते, हे तो ज्या नजरेने माझ्याकडे पाहत होता त्यावरून कळत नव्हते. माझ्यासाठी सर्वांत वाईट पर्याय काय असू शकतो याचा मनातल्या मनात विचार करण्याचा मी प्रयत्न करत होतो. दुबईतल्या मुकादमाने माझ्या तोंडावर लाथ मारली तेव्हा माझा निखळलेला दात मला आठवला. त्या वेळी आठवडाभर मला वेदना होत होत्या आणि काही खाणेही अशक्य झालेले होते. ती जखम भरून आली होती; पण जबडा जरासा आखडलेलाच होता. त्याला मी लवकरच सरावलो. ते फारसे त्रासदायक नव्हते. यापेक्षा जास्त भयानक म्हणजे फिल्मी स्टाइलने छळ करणे- माझी नखे उपटणे वगैरे. माझ्या अंगावर काटा आला. माझ्या मनात विचार आला की त्याला माझ्याकडून आता काहीच माहिती नको आहे, मग आता हे सगळे कशासाठी? नाही, हे वेगळेच असणार. त्यांना मला धडा शिकवायचा असणार. ती खोली, तिथली ती खाट, ते ठोक्याचे पातेले आणि तो जाड्या स्वतः- मला इथे काहीच नको होते. तो जाड्या मोठमोठ्याने माझा छळ कसा करणार तेच बडबडत होता. माझ्या मनातल्या भीतीचेच पडसाद वस्तूंमध्ये उमटत होते.

तो जाड्या त्याच्या कंबरेच्या पट्ट्याचे बक्कल सोडवायला लागला. मी त्याच्याकडे पाहत होतो. त्याचे ओठ ओलसर होऊन लोंबत होते. तो कंबरेचा पट्टा ओढून काढताना त्याची दमछाक होत होती. जणू काही कंबरेच्या वरचे त्याचे अवाढव्य शरीर त्या पट्ट्यानेच तोलून धरलेले होते आणि मग तो पट्टा कंबरेवरून उतरला की ते शरीर एखाद्या द्रवपदार्थासारखे ओघळून जाणार होते.

त्याने पट्टा खेचून काढला आणि हातात धरला. त्याचा इरादा मला कळत नव्हता. तो काहीतरी अघटित करणार असल्याची मला शंका येऊ लागली. एक क्षणभर मला भीती वाटली की हा आता माझ्यावर बलात्कार करणार. तो क्षण मला एखाद्या वर्षासारखा वाटला. आजपर्यंतच्या माझ्या कल्पनेतल्या सगळ्या वाईट गोष्टींपेक्षाही सर्वांत वाईट अनुभव. माझे पाय लटपटू लागले आणि मी खाली लुढकलो. आता मी हाताला बांधलेल्या दोऱ्यांच्या आधाराने लटकत होतो. अचानक माझ्या अंगावर त्या कातडी पट्ट्याचा सपकन फटका बसला. पट्ट्याचे धारदार बक्कल माझ्या अंगात घुसले आणि मी वेदनेने किंचाळू लागलो. निदान हा बलात्कार

नसल्याने त्यातल्या त्यात जरासे बरे वाटले. मग एकापाठोपाठ मारलेल्या फटक्यांच्या वेदनेत हे बरे वाटणेही 'होत्याचे नव्हते' झालेले होते.

मी कुठे आहे हे कळत नव्हते. छातीत भयानक जळजळ होत होती. मी या अवस्थेत किती दिवस पडलो होतो की आठवडा उलटून गेला होता- मला काहीच कळत नव्हते. कुणीतरी येत असल्याचा मला भास झाला. कुणीतरी यायचे आणि मला डिवचून आणखी वेदनांमध्ये ढकलून जायचे. तो जाडा पोलीस होता की तोंडावर व्रण असलेला पोलीस? जाड्या की ठोक्याचे पातेले? ठोक्याचे पातेले की जाड्या? माझ्यावर ते गारगार काय ओतत होते? मला काहीच नीट कळत नव्हते. मी वारंवार बेशुद्ध होत होतो. मला जराशी शुद्ध आली तरी नकोसे होत होते. खिडकीच्या चौकोनातील उजेडही मला नको वाटत होता, त्या ओबडधोबड खाटेचे खुपणे नको होते आणि माझ्याही नकळत माझ्या विष्ठेचा मला होत राहणारा तो ओंगळ स्पर्श नको होता. ती गलिच्छ विष्ठा मला माझ्या नगण्यपणाची, निराधारपणाची, नाकर्तेपणाची, नाइलाजाची- मी स्वतःच एक गदळ असल्याची जळजळीत जाणीव करून देत होती.

मग मला शुमॉन दिसला. तो माझ्यावर पाणी ओतत होता. माझ्या जखमांवर मीठ चोळल्यासारख्या वेदना मला होत होत्या. त्याने माझ्या जखमांना दवापाणी केले. बँडेज बांधले आणि माझ्या अंगावर पांघरूण घातले. एक शब्दही न बोलता तो बाहेर निघून गेला. बाहेर तो कुणाशी तरी बोलला. मग मला त्याच्या लांब जाणाऱ्या पायांचा आवाज आला. पुन्हा दार उघडले आणि कुणीतरी माझ्या पुढ्यात दाल चावलचे ताट आणून ठेवले. मला भूक लागलेली होती. माझे हात अजूनही माझ्या मनातली गोष्ट जाणत होते. त्यांनी मला भात भरवला आणि त्या अन्नातून कुणीतरी झोपेची गोळी दिल्यासारखा मी मरगळून झोपलो.

दुसरे दिवशी शुमॉन परत आला. त्याला पाहून मला जोर आला आणि मी त्याला शिव्यांची लाखोली वाहिली. तो मुकाट्याने ऐकत होता. मी त्याला जोरदार थप्पड मारण्यासाठी हात उगारला पण माझ्या हातात जोरच नव्हता. ती थप्पड कसली- एखाद्याच्या गालावरून हळुवार हात फिरवल्यासारखं असावं - माझा ढिला हात फक्त इतकेच करू शकत होता.

''तुमच्याकडून त्यांना आणखी पैसे हवे आहेत.''

''चल, हट.''

''पैसे दिले की सोडतील तुम्हाला, ते म्हणाले तसं.''

''ते म्हणाले, त्यांनी मारून टाकलंय तुला.''

शुमॉनने त्याचा शर्ट वर केला. त्याच्या छातीवर भलेमोठे बँडेज होते.

"नशीब माझं, माझ्या वडिलांनी मला वेळेवर दवाखान्यात नेलं."

"मी काही इतका नशीबवान नाही."

"खरंय." शुमॉनची नजर खाली वळली.

"त्यांना तुमच्याकडून आणखी दोन लाख हवेत."

"माझ्याकडे नाहीत."

"वडिलांकडून मागवा."

"माझे वडील कधीच अल्लाला प्यारे झालेत."

"म्हणजे तुम्ही सांगितलेत ते सगळे खोटे होते?" शुमॉन आव तर असा आणत होता की जणूकाही माझ्या खोटेपणामुळे तो अत्यंत दुखावला गेलाय.

"म्हणून काय झालं? तुमच्यासारखा चोर तर नाहीये."

"हे सगळे माझे कारस्थान नव्हते."

मी त्याला झडझडून शिवी हासडली आणि त्याच्याकडे पाठ फिरवली. तो निघून गेला.

मी पैसे द्यावेत म्हणून तो सारखा माझ्या मागे लागत होता. एके दिवशी माझ्यापुढे मोबाइल धरून म्हणाला,

"कुणीतरी असेलच ना? फोन करा आणि पैसे मागवा. वेळ घालवलात तर ते तुम्हाला त्या कोंडवाड्यात हलवतील मग तुम्हाला इथून बाहेर काढणं माझ्या हातात राहणार नाही."

काही दिवसांनंतर माझ्या छातीवरच्या जखमांची जळजळ कमी झाली. मी उठून बसलो किंवा खोकलो की मात्र त्या जखमा ठुसठुसायच्या. मग माझ्या मनात इथून सुटका करून घेण्याचे विचार यायला सुरुवात झाली. शुमॉन आला तेव्हा मी त्याच्याकडून फोन घेतला आणि मला लक्षात असलेला एकमेव नंबर फिरवला. पहिल्याच रिंगला शथीने फोन उचलला.

"बायको, मी संकटात आहे."

"जिवंत आहात?"

मी तिला हा असा मूर्खासारखा प्रश्न विचारला म्हणून झापणार होतो. पण माझ्या लक्षात आले की तिच्या दृष्टीने या क्षणी 'मी जिवंत असणे' यापेक्षा कोणतीही गोष्ट महत्त्वाची नव्हती. माझ्या मनात तिच्याविषयी कृतज्ञता दाटून आली. मी फक्त इतकेच म्हणू शकलो,

"हो."

"सुभानल्ला!"

“मला पैसे हवे आहेत.”

“किती?”

“दोन - दोन लाख टका.”

“तुम्ही कुठे आहात?”

“शुमॉन, मी कुठे आहे?” तो मला सांगतो. ते मी तिला सांगतो.

“तुमच्या भावाला पाठवते.”

“ट्रंकेत इतके पैसे नाहीयेत. उरलेले कसे जमवशील?”

एखाद्या गाडीच्या इंजिनासारखा तिचा धपापणारा श्वास मला ऐकू येत होता.

“मी बघते, काळजी करू नका.”

“मी काही पैसे मशिदीसाठी इमामना दिले होते. ते परत मागून घे.”

“बरं.”

मी फोन ठेवला आणि मला रडूच फुटले. एखाद्या लहान मुलासारखा मी रडू लागलो. मुलीसारखा- तान्ह्या मुलीसारखा- दूधपित्या कोकरासारखा.

पहारेकऱ्याने मला पाण्याची बादली आणून दिली. मी पाय एकमेकांवर घासून धुतले. त्या सिमेंटच्या जमिनीवर ते पाणी काळे काळे दिसत होते. माझ्या अंगाला मारणारा वास आणि ते घाण पाणी पाहून मला माझीच किळस वाटू लागली. माझी नखे वाढलेली होती. ती मी कुरतडून टाकली. खडबडीत भिंतीवर घासून ती गुळगुळीत करायचा प्रयत्न केला. कानांच्या मागून, मानेवरून पाण्याचा हात फिरवून मग मी त्या खाटेच्या कडेवर टेकलो आणि पुढे काय होतेय त्याची वाट पाहू लागलो. रात्र झाली तरी माझा भाऊ आलेला नव्हता. मी खाटेवर अंग झोकून दिले. माझे आयुष्य आणखी एका दिवसाने कमी झाले होते.

दुसऱ्या दिवशी सकाळी दाराच्या आवाजाने मला जाग आली. शुमॉन आला होता. मी मान वर करून त्याच्याकडे पाहण्याचेही कष्ट घेतले नाही. तो मला म्हणाला,

“चला, बाहेर पडायचंय.”

“तुझ्याबरोबर? मी कुठेही जाणार नाही.”

तो माझ्या अगदी जवळ आला. त्याचा तो जखमेच्या व्रणाने विद्रूप झालेला ओठ माझ्या चेहऱ्याला चिकटवून तो पुटपुटला,

“तुझे पैसे आले.”

“कुठाय माझा भाऊ?”

“भाऊ नाही.”

ही आणखी काही लबाडी असावी असा मला दाट संशय आला. हे सत्य

असूच शकत नाही. हे मला पडलेले स्वप्न असावे असे मला वाटत होते. किंवा मी मरूनच गेलेला असेन आणि हे जग आणि नरक यांच्यामध्येच अडकलेला असेन. आणि जिवंत असताना मी जेवढा मूर्ख होतो तेवढाच मूर्ख अजूनही मी आहे की नाही याचीच परीक्षा घेत ते पुन्हा एकदा मजा लुटत असतील, असेच मला वाटत होते.

शुमॉनने मला स्वच्छ कपडे दिले. शर्ट आणि लुंगी. हे कपडे माझेच होते, माझ्या वापरातले.

"कुठे मिळाले हे तुला?"

"तुझी बायको घेऊन आलीये. बाहेर आहे ती."

मी त्याच्यामागून खोलीबाहेर आलो. व्हरांड्यातून बाहेर जाताना मला आता कुणी अडवत नव्हते. काही विचारत नव्हते. आम्ही भुतासारखे कोणत्याही अडथळ्याशिवाय बाहेर पडलो. ही सगळी बहुधा मी मेल्याचीच लक्षणे असावीत. पण मग मला शथी दिसली. दोन्ही हातांनी छातीशी पिशवी कवटाळून ती उभी होती. मी पुढे गेलो आणि तिला जवळ घेतले. ती थंड दगडासारखी स्तब्ध उभी होती.

शुमॉनने माझ्या हातात काहीतरी ठेवले. माझा मोबाइल. मी तो झडप घालून घेतला आणि माझ्या दुखऱ्या पायांनी जमेल तितक्या वेगाने शथीला बरोबर घेऊन तिथून काढता पाय घेतला. मागे वळून शुमॉन काय करतोय ते बघितलेही नाही. फक्त तातडीने कुठेतरी निघाल्यासारखे चालत राहिलो.

शथीच्या एका लांबच्या भावाच्या मित्राचे चित्तगाँगमधल्या हलीशर रोडवर मिठाईचे दुकान होते. त्याच्या घरी आज आम्ही राहणार होतो. मग उद्या उठून सकाळच्या बसने गावाकडे जाणार होतो. आम्ही दोघेही एकमेकांशी एक शब्दही बोलत नव्हतो. तिने रिक्षा थांबवली आणि मला रिक्षात बसायला मदत केली. तिच्या पिशवीतून एक पुडके काढून तिने माझ्या हातात ठेवले. रस्त्याच्या खाचखळग्यातून रिक्षा जात असताना ती मला सावरत होती. मी माझे खेडे आठवत आठवत खात होतो.

आम्ही त्या मिठाईच्या दुकानापाशी पोचलो. त्या लांबच्या भावाच्या मित्राने आम्हाला वरच्या मजल्यावरच्या त्याच्या घरी नेले. त्याच्या बायकोचा आणि त्याचाही चेहरा कोराच होता. मित्राच्या बायकोने शथीच्या वडिलांची चौकशी केली. मग आमच्या पुढ्यात एक एक चमचम ठेवला. चमचम एवढा गोड होता की मला तर ठसकाच लागला. तिने मला अल्युमिनियमच्या भांड्यातून पाणी प्यायला दिले. मला आडवे होऊन विश्रांती घेण्याची गरज होती. पण आमच्यासाठी तिथे जागाच नव्हती. रात्री दुकान बंद झाले की दुकानातच आम्हाला झोपायला मिळणार होते. शथीने

तिच्या पिशवीतून वांगी, काही टोमॅटो आणि भोपळा काढले. मित्राची बायको गावाकडची भाजी पाहून खूश झाली. आम्हाला कटवण्यासाठी तिने मला गावात फिरवून आणायला शथीला सांगितले. अंधार पडेपर्यंत बाहेर राहिलो असतो तर तिला आम्हाला जेवायला घालावे लागले नसते.

आम्ही रस्ता ओलांडून पलीकडे गेलो. शथीने तिथल्या फळवाल्याशी हुज्जत घालून पेरू घेतला. आम्ही रस्त्याकडेच्या गटाराच्या घळीवर बसलो. तो एकच पेरू आळीपाळीने खाल्ला. मी बायकोला म्हणालो,

"छाती दुखतेय माझी. खूप दुखतंय. खूप म्हणजे खूपच."

कुणीतरी आलं आणि आम्हाला तिथून हकलून लावलं. ही त्याची जागा होती. त्याला तिथे चटपटीत खाद्यपदार्थांची गाडी लावायची होती. आम्ही तिथून निघालो. मी खिशातून फोन बाहेर काढला.

"हा विकून टाकतो. हजारभर तरी मिळतील."

"बरं."

"इतके पैसे कसे जमवलेस तू? मशिदीत गेली होतीस? त्या मुल्लाने तुला पैसे परत दिले?"

"ते सगळे खर्च झाले होते."

"हरामखोर."

"मशिदीचे छप्पर दुरुस्त होईल. त्यासाठी सगळे लोक तुम्हाला नावाजतील."

"तुझ्याजवळ पुरेसे पैसे नव्हते. कुठून आणलेस उरलेले पैसे?"

"बैल विकून टाकला."

"त्याचे एवढे मिळाले?"

"दणकट जनावर होतं ते."

मला आठवले. रोज भल्या पहाटे उठून ती त्या बैलाला ताजा चारा देत असे. मी फक्त तक्रारी करायचो की तिच्या अंगाला खेड्याचा कळकट वास येतो म्हणून.

"आई काय म्हणाली?"

"त्यांना फ्रिज आणि टीव्ही गेल्याचेच दुःख झालंय."

अरे देवा! बैल विकल्याने सगळे पैसे गोळा झाले नव्हते तर. मी तिला म्हटले,

"चल, पतेंगाला जाऊ."

समुद्राच्या किनाऱ्यावर मोठमोठ्या खडकांवर बसून लोक खातपीत होते, मजा करत होते. मला समुद्रात लांबवर असलेल्या काही नावा दिसल्या. शथी तिच्या साडीचा पदर पसरून त्यावर बसली. माझ्या लक्षात आले की ती प्रत्येक गोष्ट मोठ्या निगुतीने करायची. तिच्या हातून चुका होतच नव्हत्या. ती गुडघे मुडपून

त्याभोवती हात आवळून एखाद्या लहानखुऱ्या बाहुलीसारखी बसली.

"मला सांग, आपण घरी गेल्यावर काय करणार आहोत?"

"मोहोरी पेरायची आहे."

"आणि?"

"भाज्या काढणीला आल्यात."

"कोणत्या भाज्या?"

"वांगी आहेत, भोपळे, फ्लावर, घेवडा आणि पालकही काढायचा आहे."

"आणखी काय काय करायचंय?"

"काहीच नाही. पूर्वीसारखंच सगळं असेल."

मी विचार करू लागलो, मी परदेशात जाण्यापूर्वी, हातात पैसा नसताना मी काय करत होतो? मला माझ्या आईचा चेहरा आठवला. आता परत गेल्यावर दिवसाकाठी कैक वेळा ती मी माझ्या आयुष्याचा बट्याबोळ केल्याबद्दल माझा उद्धार करणार. रोज सकाळी त्या नवे छप्पर घातलेल्या, नव्याने रंगवलेल्या मशिदीतल्या बांगेमुळे मी उठलो की वैतागणार. झोपायच्या तयारीत असताना कुंपणापलीकडून मला टीव्हीचा आवाज येणार. मग माझा फ्रिज, माझा टीव्ही विकत घेणाऱ्याला मी शिव्या घालत बसणार. माझा आतला आवाज सतत मला ओरडून ओरडून सांगणार की मी मुळात पैसेच घ्यायला नको होते. तो पहाडी आणि त्याची माणसे यांचा विचार करायला हवा होता.

"मला घरी नाही जायचं."

ती उठली आणि खडकांवरून उड्या मारत समुद्राच्या दिशेने चालू लागली. मी तिच्यापाठोपाठ जाऊ लागलो.

"तू काय विचार करते आहेस?"

ती थांबली, माझ्याकडे पाहिले,

"मी तुमच्याकडे आजपर्यंत काहीच मागितलं नाही."

खरं आहे. तिने आजपर्यंत कधी माझे नावही घेतले नव्हते.

"मी घरी नाही येऊ शकत." मी म्हणालो, "तू इथे माझ्याबरोबर राहशील?"

"तुमच्या आईकडे लक्ष द्यायला कुणी नाही तिकडे."

काळोख पडू लागला होता, गर्दीही वाढली होती.

"मला मूल हवंय."

तिने पुन्हा माझ्याकडे पाहिले. माझ्या लक्षात आले की ती हा विचार करूनच आलेली होती. तिला फक्त मूल नको होते, तिला माझी बायको व्हायचे होते. खरीखुरी बायको- नावापुरती नाही. हे सगळे तिच्यासाठी, मला जमेल की नाही? याची मला खात्री नव्हती. हे जर करायचे झाले तर मला मेघनाचा नाद सोडावा

लागणार होता. मी तिला मागे एकदा लाथाडून गेलो होतो. आताही मला तेच करावे लागणार होते. मी मेघनासाठी माझे रक्त सांडलेले होते. याला काहीतरी अर्थ असायलाच हवा. मी पुढे होऊन शथीचा हात हातात घेतला आणि समोरच्या लाटांकडे पाहत राहिलो. त्या लाटांच्या वासाने मला कालच्या त्या माझ्या अंगावरून ओघळलेल्या अंघोळीच्या पाण्याची आठवण झाली. आम्ही मागे वळून चालू लागलो. आजूबाजूचे लोक, त्यांनी केलेल्या सहलीच्या सामानाची मांडामांड, त्यांचे पोरांना दटावणे, उकडलेली अंडी सोलणे या सगळ्यातून आम्ही वाट काढत निघालो.

आम्ही बसस्टॉपवर पोचलो तरीही तिने अजून माझा हात सोडलेला नव्हता. माझ्या आत काहीतरी उलथापालथ होत होती. पहिल्यांदा हे काय आहे, हे माझे मलाच कळत नव्हते. फारच विचित्र. हळूहळू माझ्या लक्षात आले, ही रक्ताची ओढ होती. आतल्या आत ते उसळू लागले होते. माझ्या छातीवर दडपण आले, पाय गळून गेले. बसमध्ये बसायला एकच सीट शिल्लक होती. शथीला बसवून मी तिच्याशेजारी उभा राहिलो. अंधार पडला होता. बस निघाली. समुद्रात बोटी नुसत्याच उभ्या होत्या. माझा हात शथीच्या मानेवरून फिरत होता. हा तिचा कान, हा तिचा गाल, ही तिची कपाळपट्टी, इथे तिचे केस सुरू होतात. मी तिच्याकडे बघत नव्हतो. मी बसच्या खिडकीतून बाहेर पाहत दुकानांच्या पाट्या वाचत होतो. पण माझ्या हातांना ती पहिल्यांदाच कळत होती. माझा खरखरीत अंगठा तिच्या गालांवरून फिरत होता. मोहोना बिर्याणी आणि कबाब हाउस- तिच्या गालांचा गोलवा, काझी ब्रदर्स सिमेंट - तिच्या ओठांची घडी, शम्मी रेस्टॉरन्ट- तिची हनुवटी, नावीद नापित (पुरुषांसाठी)- आणि मग खाली- माझे रक्त उसळू लागले होते. तिच्या वक्षांची दुधासारखी मऊसूत त्वचा- आणि मला एकदम काहीतरी आठवले. माझे हात अजूनही तिच्या अंगावर रेंगाळत होते. मी तसाच खाली उकिडवा बसलो आणि हलक्या आवाजात कुजबुजलो,

"बायको, माफ कर मला, माझी लायकीच नाही पण जमलं तर माफ कर."

मग मी चालत्या बसमधून उडी मारली, फुटपाथवर आपटलो, कळवळलो. जरा वेळाने कुणीतरी मला हात देऊन उठवले. मी अंगावरची धूळ झटकली आणि त्या न्हाव्याच्या दुकानाकडे धाव घेतली. मला काही आठवड्यांपूर्वी आलेला त्या बाईचा फोन आठवला होता. तिने पतेंगाला जाणाऱ्या रस्त्यावर एका न्हाव्याच्या दुकानाच्या दारात मेघनाला बसलेले बघितले होते. दुकानाचे नाव? काहीसे नादमय.

नावीद एका गिऱ्हाइकाच्या बगलेतले केस भादरत होता. गिऱ्हाईक बहुतेक लवकरच लग्न करणारा नवरदेव असावा. तकतकीत नावीदच्या आसपास खोबरेल

तेलाचा वास येत होता. मी लगेचच मुद्द्यालाच हात घातला.

"मी मेघनाला शोधतोय. ती आहे का इथे?"

त्याने हातातला वस्तरा अधांतरीच धरून माझ्याकडे पाहिले,

"तिच्या नात्यातले आहात?"

"हो."

त्याने वस्तऱ्याच्या पात्याने साबणाचा फेस निपटून खांद्यावरच्या टॉवेलला पुसला.

"इथे होती काही महिने. इथे आली तेव्हा मीच आसरा दिला होता."

"बरोबर कोण होतं?"

"कुणी नाही, एकटीच होती. इथेच पडून राहायची ती." त्या खोलीच्या खुर्च्यांच्या बाजूला राहिलेल्या रिकाम्या फरशीकडे बोट दाखवत तो म्हणाला. त्या नवरदेवाची बगल त्याने पुसून घेतली आणि दुसऱ्या बाजूला गेला. नवरदेवाने दुसरा हात वर उचलला. न्हावी तिथे साबण लावू लागला.

"मग काय झालं तिचं?"

"काय माहीत? मला पैसे दिले तितके दिवस ठेवून घेतले मी तिला. लोक काहीबाही बोलायचे. बरी होती. पण माझ्या बायकोलाही ती खुपायची. या पोरी अशाच, पाय घसरलेल्या!"

"पोर पाहिलं तिचं?"

"नाही. पण बायको म्हणाली, तब्येत बरी नव्हती तिची. इस्पितळात दाखल व्हावं लागलं तिला."

"पुन्हा भेटलात तिला?"

"नाही, त्यानंतर दिसली नाही ती."

त्याचे हातातले काम संपलेले होते. गिऱ्हाइकाच्या स्वच्छ, गुळगुळीत झालेल्या बगलेवरून त्याने बोट फिरवून कामाचा आढावा घेतला.

आता अंधार पडला होता. रॉकेलचे दिवे लागले होते. मला शथीची आठवण येऊ लागली. ती मला आता कधीच माफ करणार नाही हे मला कळून चुकले. आता एखादे दुकान शोधून माझा फोन विकायचा होता. त्याचे फक्त सातशे टका मिळाले. याच फोनसाठी पाच हजार खर्च झालेले होते. आता घरी फोन करायचा मार्गही बंद झाला होता.

मला भूक भागवायची होती, मला पैसा हवा होता, त्यासाठी काहीतरी काम हवे होते. इतक्या सगळ्या प्रकारांनंतर मी पुन्हा भुकेपाशीच येऊन अडखळलो होतो. मला माझ्या लहानपणीचे दिवस आठवले. पुरेसे खायला नसायचे आणि आईने काहीतरी खायला द्यावे म्हणून मी सतत तिच्या पायात घुटमळायचो.

आता इथे मी एकटाच होतो. भावनांच्या आहारी जाऊन काहीच साधणार नव्हते. नावेदच्या म्हणण्याप्रमाणे शिपयार्डमध्ये काम मिळाले असते. पण मी त्याला निक्षून सांगितले की मी बांधकाम करेन; पण मोडतोड नाही. एका बांधकामावरच्या मुकादमाला गाठून मी काम मिळवले. दिवसाला पन्नास टका, रात्रीच्या जेवणासाठी दाल-चावल आणि झोपायला जागा. इमारतीचे बांधकाम झालेले होते. आता टाइल्स लावायचे काम सुरू होते. मुकादमाने मला रबरी हातमोजे दिले. तिथेच काही म्हाताऱ्या बायका रस्त्याच्या कडेला बसून विटा फोडत होत्या. त्या विटांचे ढीग उचलून मला दुसरीकडे न्यायचे काम होते. तिथे विटांचे तुकडे, वाळू आणि काँक्रीट यांचे मिश्रण करून दणकट मोझाइक टाइल्स करायचे काम चाललेले होते.

सगळ्या बायका एका रांगेत पाय पसरून बसलेल्या असत. छोट्या छोट्या हातोड्यांनी त्या विटा फोडत असत. त्यांचे चेहरे धुळीने माखलेले असायचे. त्यांच्यातल्या काही बायकांनी हुशारीने बोटांना टायरचे तुकडे गुंडाळले होते. तळपत्या उन्हात चुकून हातावरच पडलेल्या हातोड्याचे ठोके सोसत त्या काम करत होत्या. मला त्यांची दया आली; पण मी त्यांच्याशी बोललो नाही. 'ऊन फार लागते आहे का? पाणी हवे का?' असेही विचारले नाही. एकदर मी तिथे नवा होतो आणि मला त्या म्हाताऱ्या बायकांची फार फिकीरही वाटत नव्हती.

मी त्यांच्या पुढ्यातील विटांचे तुकडे पाटीत घातले. ती पाटी डोक्यावर घेऊन पलीकडे असलेल्या मिक्सरपर्यंत नेऊन त्यात रिकामी केली आणि पुन्हा पाटी भरायला गेलो. माझ्या छातीवरचे बँडेज अजून निघालेले नव्हते. पण खपली धरू लागली होती. माझ्या मानेजवळ या जखमेचा व्रण ठळकपणे राहणार, हे मला समजले होते. मी अगदी स्टँड कॉलरचा, व्यवस्थित बटणांचा शर्ट पुढे मागे कधी घातलाच असता तरी हा व्रण दिसलाच असता- एखाद्या माणसावर हृदयाची शस्त्रक्रिया झाल्यावर राहतो तसा वण.

मी कुणाशीच मैत्री केली नाही. माझ्या लुंगीचा आडोसा करून मी माझ्या झोपण्याची सोय केली, कुणात मिसळलो नाही. एकटाच बसून जेवलो.

मी नावीदची मनधरणी करणे सुरूच ठेवले. अखेर त्याच्या बायकोला हॉस्पिटलमध्ये जाऊन मेघनाची माहिती शोधण्याची गळ घालण्याची परवानगी दिली. मी त्याला मेघना, तिचे बाळ, माझ्या हातून झालेल्या चुका आणि आता इतक्या वर्षांनंतर त्यांचे परिमार्जन करण्याची निकड इ. सगळे सांगितले. सगळे खरे खरे सांगून टाकल्याने माझे आता काहीच बिघडणार नव्हते. लोकांच्या चेहऱ्यांकडे सदासर्वकाळ टक लावून पाहिल्याने आणि त्यांना वस्तऱ्याने भादरल्याने नावीदचा चेहरा कठोर दिसू लागलेला होता. पण माझी ही दुःखद कहाणी ऐकून आणि मी शर्ट वर करून दाखवलेल्या, त्या जाड्या पोलिसाच्या पट्ट्याच्या बकलाने झालेल्या मोठमोठ्या

जखमा बघून त्याचा चेहरा निवळला. तो मला मदत करेल अशी मला आशा वाटू लागली. कदाचित करणारही नाही; पण मी खरे काय ते सांगून टाकलेले होते.

मेघना सापडते

मी सुरुवातीला या गावात पाऊल ठेवले तेव्हा संपूर्ण गावभर फिरलो होतो. मेघनाचे चित्र दाखवत अक्षरशः जोडे झिजवले होते. रस्त्याच्या या टोकापासून त्या टोकापर्यंत माझी नजर सतत भिरभिरायची. सगळ्या बायकांचे चेहरे मी न चुकता बघत असे. कुणाचे लांब केस, कुणाचे नाजूक हात माझ्या नजरेत भरत. त्या बायकांना ते कळत असे. कधी त्या रागावत. कधी त्यांना असे बघितल्याचे बरे वाटत असावे. कदाचित त्यांच्याकडे हे असे कोणत्याही लालसेशिवाय, कोणत्याही वाईट हेतूशिवाय कुणीही कधीच बघितले नसेल. बस, त्यांच्या डोळ्याला डोळा भिडवून एक तरी निर्मळ कटाक्ष त्यांच्या वाट्याला यायला हवा. अचानक माझ्या मनात विचार आला की असा कटाक्ष मी शथीकडे शेवटचा कधी टाकला होता? मुळात एकदा तरी मी शथीकडे असे बघितलेले होते का? मला शंकाच आली. मी प्रत्येक मुलीकडे इतका टक लावून पाहत असे, की जणू त्या टक लावण्यानेच ती मुलगी मेघना होऊन जावी. पण कामावरून निघून नावीदच्या घरी येऊन धडकेपर्यंत माझे हे मेघनाचा शोध घेणे सुरूच असायचे.

पण मग एक दिवस ती मला दिसली. खरीखुरी, रक्तामांसाची मेघना. एखाद्या आकर्षक वेष्टणात गुंडाळून स्वर्गातून पाठवलेल्या भेटवस्तूसारखी अलगद माझ्या पुढ्यातच आली होती. संध्याकाळची वेळ होती. माझी कामाची पाळी संपवून मी नावीदच्या घराकडे निघालो होतो. तिच्याबरोबर एक परदेशी बाई होती हे मला पहिल्यांदा कळलेच नाही. तिला बघून कुणीतरी जिव्हारी दगड मारल्यासारखा मी तिथेच थिजून गेलो. ती तिथे माझ्यासमोर होती- अगदी हाताच्या अंतरावर. तीच होती ती. तसेच इलेक्ट्रिकच्या तारांच्या भेंडोळ्यासारखे कुरळे केस, जरासे तिरके डोळे- खूप सुंदर दिसत होती. माझा श्वासच थांबला. मग ती माझ्यापासून लांब जाऊ लागली तशी मी तिला हाक मारला- मेघना, मेघना. ती हाक तिच्यासाठी नसल्यासारखी ती पुढे पुढे जात राहिली. मी पुन्हा हाक मारली- आता आणखी जोराने. ती पाठमोरी होती. तिला मी मागूनही ओळखू शकत होतो. मी तिच्या डोक्यावरून कित्येकदा हात फिरवलेला होता. मी तिच्या सर्वांगाला स्पर्श केलेला होता. तरी माझ्या हाका ऐकूनही ती मागे वळत नव्हती. मी ओरडलो,

"मी आहे, मेघना, ओळखत नाहीस मला?" आजूबाजूची माणसे माझ्याकडे पाहू लागली. मी तिच्या पाठीमागे धावलो. ती मला पाहून थांबली. तिच्या चेहऱ्यावर अनोळखी भाव होता. ती आता मला शिव्या घालेल अशी मला भीती वाटू लागली.

त्याऐवजी तिने फक्त एवढेच विचारले,

"कोण आहात तुम्ही?" यापूर्वी मला कधीही न भेटल्यासारखा तिचा चेहरा कोरा होता.

"मी, मी आहे." मी पुन्हा सांगितले. रस्त्यावर अंधार असल्याने तिने मला ओळखले नसेल असे वाटून मी तिच्या खांद्यावर हात ठेवला. ती माझे हात झटकून टाकू लागली. तेव्हा माझ्या डोक्यात उजेड पडला की, मला न ओळखल्याचे हे तिचे नाटक असावे. मी हसलो. ही असली थट्टा तिने करू नये असे मला वाटत होते. ती वळाली आणि मला माझे हात काढून घ्यावे लागले. मी तिथेच स्तब्ध उभा होतो. तेव्हाच मला तिच्याशेजारी एक परदेशी बाई दिसली. ती इंग्रजीत काहीतरी बडबडत होती. मग त्या दोघीही किंचाळू लागल्या. मेघना लांब लांब जाऊ लागली. मी तिच्यामागे धावलो. नावीद त्याच्या दुकानातून बाहेर आला आणि त्याने माझे हात पकडून माझ्या पाठीमागे घट्ट धरून ठेवले. तो दिसतो त्यापेक्षा दणकट होता. मी त्याची पकड सोडवू शकत नव्हतो.

"सॉरी मॅडम." त्याने ओरडून मेघनाची माफी मागितली. ती वळाली आणि पहिल्यांदा माझे तिच्या कपड्याकडे लक्ष गेले. माझी मेघना असे कपडे या जन्मात घालणे शक्य नव्हते. तिला स्पर्श केल्याने माझ्या हाताला येणारा गंधही मेघनासारखा नव्हता. ही माझी मेघना नव्हती. मेघनासारखी दिसणारी दुसरीच कोणती तरी बाई बघून मी वेड्यासारखा वागलो होतो. मी पुन्हा तिच्याकडे पाहिले, आता ती मला मेघनासारखी दिसतच नव्हती. मी रस्त्यातच बसकण मारली आणि चेहरा हातात लपवून रडू लागलो. आता अल्लाही मला चकवू लागला होता. मेघनासारखी कुणीतरी पुढ्यात आणून मला खिजवत होता. मेघना माझ्या मनात होती आणि कायमची मनातच राहणार होती.

नावीदला वाईट वाटत होते. हॉस्पिटलमध्ये चौकशी करायला जाण्यासाठी त्याने त्याच्या बायकोचे मन वळवले. आम्ही शुक्रवारी जायचे ठरवले. अगदीच फाटका मवाली दिसायला नको म्हणून मी टी शर्ट आणि पँट विकत घेतली. माझे काही सामान त्या हॉटेलमध्येच राहिलेले होते; पण मी तिकडे फिरकायचं नाही असंच ठरवलं होतं. माझी त्या रिक्षावाल्यांशी पुन्हा गाठ पडली असती तर माझ्या जखमा पुन्हा भळभळल्या असत्या.

नावीदची बायको सुंदर, दुधाळ गोरी आणि उंच होती. तिला नावीदपेक्षा चांगला नवरा मिळाला असता हे त्यालाही माहीत होते आणि तिलाही माहीत होते. तो तिच्या अवतीभोवती सतत रुंजी घालत फिरायचा. सारखा तिच्या पुढे पुढे करत असायचा. ती त्याच्याकडून फक्त पैसे घ्यायची आणि त्याला मात्र हाडहुड करत राहायची. मी

तिच्यापुढे नम्रपणा दाखवत, जमतील तसे सतत तिचे आभार मानत होतो. ती इतकी आकर्षक दिसत होती याचे मला बरेच वाटत होते. तिच्यामुळे आम्ही त्या हॉस्पिटलात चौकशी करू शकणार होतो. माझ्या गावंढळ बायकोला हे जमलेच नसते.

माझी स्वतःची गावंढळ बायको मला आठवली. या जगात दोन बायका माझा अतिशय तिरस्कार करत होत्या, या विचाराने मला रात्री झोप लागत नव्हती. आता तिची माफी मागण्यातला फोलपणा मला कळला होता. आता मी तिला फोन करत नव्हतो. पण आता मेघनाच्या बरोबरीने तीही माझ्या मनात सतत डोकावत होती. बीचवर बसलेली ती, तिच्या डोक्याला लावलेल्या तेलाचा बसमध्ये बसल्यावर आलेला वास- सतत आठवत होता. या माझ्या लहानशा पाखराला मी यापेक्षा चांगले वागवायला हवे होते.

शहराच्या दुसऱ्या टोकाला असलेल्या हॉस्पिटलमध्ये आम्ही बसने गेलो. जाताना मी त्यांना मेघनाला शोधायला उपयोगी पडेल अशी सगळी माहिती पुरवली. तिचे नाव, तिचे वय. नावीदची बायको बोटे मोजून मेघना इथे केव्हा दाखल झाली असेल त्याचा हिशोब मांडत होती. बस थांबली आणि आम्ही उरलेले अंतर पायी चालून गेलो. हे मेडिकल कॉलेजचे हॉस्पिटल होते. इथे सगळे यथातथाच होते. हे गरिबांचे हॉस्पिटल होते हे अगदी बाहेरूनही कळत होते. बाहेरच्या कॉरिडॉरमध्येही पेशंटच्या पथाऱ्या टाकलेल्या होत्या. काही जण जिन्यावर पडले होते. कुणी त्यांच्याजवळून जात असेल तर त्यांना ते अडवायचे. त्यांचे पाय धरून ठेवायचे. त्यांची कर्मकहाणी ऐकवून पैशांची भीक मागायचे. नावीदच्या बायकोला इथले सगळे माहीत होते. ती हॉस्पिटलच्या मागच्या बाजूच्या जिन्याने वर गेली. तिथे मुतारीचा घाण वास येत होता. त्या व्हरांड्यातही अनेक लोक त्यांच्या सडक्या जखमा, पोटदुखी सहन करत कोणीतरी त्यांच्यावर उपचार करेल याची वाट पाहत, डॉक्टर, नर्स किंवा कोणताही पांढरा कोट घातलेल्याच्या नावाने टाहो फोडत पडलेले होते.

नावीदच्या बायकोला एक नर्स दिसली. ती मोठ्या ऐटीत पायातील उंच टाचांच्या चपलांचा आवाज करत तिच्याकडे गेली. नर्सकडे चौकशी करून ती परत आली. माझ्यासमोर हात पसरून तिने पैसे मागितले. मला ही मागणी ओळखीची होती. मी अस्वस्थ होऊ लागलो. हे असेच होणार याची मला खात्री होती. खाण्यापुरते पैसे ठेवून बाकीचे सगळे पैसे मी तिला देऊन टाकले. ती गिरकी घेऊन ऐटीत वळाली आणि त्या वॉर्डात नाहीशी झाली.

नावीद सिगारेटी आणायला बाहेर गेला. माझे आजूबाजूला लक्ष गेले. एक जण आपल्या चिमुकलीला जवळ घेऊन बसलेला होता. ती आजाराने थकलेली छोटी

मुलगी खोकल्याच्या श्रमांनी मरगळून जात होती; पुन्हा बापाच्या छातीवर डोके टेकून शांत पडून राहत होती. मी त्यांच्याकडे पाहतोय हे त्याला कळले. तो पुटपुटला- 'टीबी'. मी या रोगाबद्दल ऐकलेले होते. काही वर्षांपूर्वी या आजाराने आमच्या गावातले काही लोक मेले होते. मला दुबईत असताना गावातील लोकांची पत्रं यायची आणि मी त्यांना उपचारासाठी पैसे पाठवायचो.

"औषधं चालू आहेत ना?"

"सहा महिने झाले गोळ्या देतोय. पण दिवसेंदिवस तिची तब्येत खालावतेच आहे."

माझी नजर त्या मुलीकडे गेली. ग्लानीने झापड आलेले डोळे किलकिले करून ती माझ्याकडे पाहून मंदपणे हसली. मी तिच्याकडे पाहून हलके स्मित केले.

"तुझी मुलं ?" तिच्या वडिलांनी विचारले.

"हो, नऊ वर्षांची आहे. तिच्या आईकडे असते."

त्या मुलीला पुन्हा ढास लागली. त्याने तिला आणखी जवळ घेतले आणि तिला थोपटून शांत करायचा प्रयत्न केला. त्याचे ओठ हलत होते. तो अल्लाची करुणा भाकत होता.

नावीद परत आला. सिगारेटच्या पाकिटातून सिगारेट काढून त्यातली एक त्याने मला दिली. आम्ही झुरके मारत असताना मी त्याच्या बायकोचा विषय काढला.

"मला अजूनही नवल वाटतं. तिच्या घरच्यांनी माझी निवड कशी केली, काही कळत नाही. मला वाटतं, त्यावेळी मी देखणा असेन."

"हो, पण आता देखणा नक्की नाही." मी त्याला चिडवले. त्याने माझ्या बरगड्यांत बारीकसा गुद्दा मारला. मी कळवळलो. माझी जखम अजून भरलेली नव्हती. बराच वेळ गेला. आम्ही इतरांसारखेच त्या व्हरांड्यात बसलेलो होतो. त्या मुलीच्या वडिलांकडे नावीदच्या बायकोसाठी निरोप ठेवून चहा प्यायला जावे, असा आम्ही विचार करत असतानाच नावीदची बायको दुपट्टा सावरत आमच्या दिशेने येताना दिसली.

"किती गलिच्छपणा आहे इथे. चला निघू या."

"माहिती मिळाली तुला?"

"नाही." आमच्याकडे तुच्छतेने पाहत ती म्हणाली.

"काय झालं?"

"बाहेर गेल्यावर सांगते. इथे सगळंच आजारलंय. आधी बाहेर पडू या." नावीद ताबडतोब उठला आणि त्या गर्दीत तिच्यावर कुणी धडकू नये म्हणून तिच्या पुढे चालू लागला. आम्ही खालच्या मजल्यावर आल्याबरोबर मी तिला थांबवले आणि

'काय झाले?' याची चौकशी केली. बाहेर प्रचंड उकडत होते आणि माझे डोळे उन्हात दिपत होते. नावीदची बायको कंबरेवर हात ठेवून म्हणाली.

"तू भलेही एखाद्या सरफिऱ्या अवलियासारखा वागत असशील. पण तिथे त्या ऑफिसात तू इतरांसारखाच, वळवळणाऱ्या किड्यासारखाच गणला जातोस."

यात मला माहीत नसलेले काहीच नव्हते.

"तुम्हाला डॉक्टर भेटले का? ते काय म्हणाले?"

"तुम्हाला काय वाटतं? तिथे ही अशी सगळी कागदपत्रं नीट लावून ठेवलेली असतात आणि तुमच्यासारखा कुणीही लुंग्यासुंग्या, काहीही विचारण्यासाठी आला की ते लगबगीने तुमच्या सेवेला हजर होतात? आणि तुम्ही जे काही विचारता ते तातडीने सांगतात?"

मी आळीपाळीने नावीदकडे आणि त्याच्या बायकोकडे पाहत होतो. माझे तोंड कोरडे पडू लागले. जीभ जड झाली होती.

"तुम्हाला भेटले नाहीत ते?"

"अर्थातच. त्यांच्यापैकी एक जणही बोलायला तयार नव्हता."

तिचे कंबरेवरचे हात खाली घसरले. तिच्यासारख्या फटाका बाईकडे कुणीतरी दुर्लक्ष करू शकतो, हा धक्का पचवणे तिला जड जात होते. माझे डोके मानेवरून गळून पडेल आणि खालच्या जमिनीवर घरंगळेल असे वाटण्याइतका मी निराश झालो होतो. नावीदने माझ्या खांद्यावर हात ठेवून मला समजावले,

"आपण प्रयत्न तर केला की नाही?"

आम्ही रिक्षा स्टँडपर्यंत चालत गेलो. नावीदने त्याच्या बायकोला रिक्षात बसवले. मी त्यांचा निरोप घेतला. माझे पाय जड झाले होते पण तरीही मी म्हटले,

"मी येतो चालत."

शिपयार्ड

मी सतत माझी मुलगी कशी असेल? याचाच विचार करत होतो. तिच्या आईसारखे तिचेही केस काळे असतील का? माझे नाक तिने घेतले असेल आणि तिचे डोळे मेघनासारखे छोटे छोटे असतील का? ओठ तर माझ्यासारखेच असणार. माझे ओठ खूप छान आहेत, असं मेघना नेहमीच म्हणायची. आता त्यापैकी काय शिल्लक राहिले होते कोण जाणे! मी कित्येक दिवसांत आरशात पाहिलेले नव्हते.

त्या चौकातल्या बिल्डिंगचे काम आता पूर्ण झाले होते. आता घरांना दारे लावण्याचे सुतारांचे काम सुरू होते. स्वयंपाकघरात मार्बल लावला जात होता. मुकादमाने मला माझ्या शेवटच्या आठवड्याचा पगार दिला आणि काम संपल्याचे सांगितले. पुन्हा एकदा मी बेकार होऊन रस्त्यावर आलो. कामाच्या शोधात मी

एकामागून एक इमारती पालथ्या घातल्या. पण कुठेच काम मिळाले नाही. कामे असतीलही; पण माझ्या मरतुकड्या चेहऱ्याकडे पाहून मला कुणी काम देत नसावे. लवकरच माझ्याजवळचे पैसे संपले. नावीदने मला काही दिवस त्याच्या दुकानात थारा दिला. मी त्याच्या दुकानात माझी पथारी पसरली. मला नावीदच्या बायकोकडून लिहायला, वाचायला शिकायचे होते. पण हॉस्पिटलमध्ये जाऊन आल्यानंतर ती मला दिसलीच नव्हती. कोणत्याच प्रसंगातून काहीही शहाणपणा न शिकता मी आयुष्यात इथपर्यंत येऊन पोचलोच कसा, याचेच मला आश्चर्य वाटत होते. ती मला वळवळणारा किडा म्हणाली होती- मी होतोच किडा- घाणीत वळवळणारा, विष्ठेवर जगणारा गलिच्छ किडा.

मला भूक लागली होती. नावीदने त्याच्यातला भात देऊ केला, पण मी नको म्हणालो. रात्री मी दुकानात एकटा होतो तेव्हा माझे खपाटीला गेलेले पोट दुखू लागले. रात्री माझ्या सोबतीला होता साबणाचा वास आणि झाडले न गेलेले, गिऱ्हाइकांचे कापलेले केस.

दिवसा जेव्हा मी काम मिळवण्याच्या खटपटीत नसायचो तेव्हा महामार्गावरच्या दोन्ही बाजूंच्या दुकानांमधून विक्रीला ठेवलेल्या चित्रविचित्र चिजा बघत बसायचो. एका दुकानात लांबचलांब साखळ्यांना टांगलेले भलेमोठे पितळी कंदील, घड्याळे आणि इतर पितळी उपकरणे होती. या सगळ्या वस्तू समोरच्या बीचवरच्या शिपयार्डमध्ये मोडीत काढलेल्या जहाजांवरच्या होत्या, असे मला त्या दुकानदाराने मी न विचारताच सांगितले. लहान-मोठ्या वस्तू ते इथेच खूप स्वस्तात विकत होते, इतर सामान ढाक्याला जात होते. ते वयस्क गृहस्थ स्वभावाने खूपच चांगले वाटले. बराच वेळ ते रिकामे बसले होते. त्यांनी मला सांगितले की पूर्वी इथे काहीच नव्हते. पण एका वादळात एक जहाज या किनाऱ्यावर येऊन आदळले आणि वाळूत रुतून बसले. जहाजाचा कॅप्टन परदेशी होता. त्याने या सगळ्या खटाटोपाची सुरुवात केली. मला हे सगळे मुळीच खरे वाटत नव्हते. पण मी त्यांना बोलू देत होतो. दुसरा काही पर्यायही नव्हता. मी वयाने वाढलो असलो, तरी लहान मुलांना असते तशी सगळे काही जाणून घेण्याची माझी उत्सुकता अजून जागी होती. मी स्वतःला लहान समजत नव्हतो; पण मी लहानच ठरलो होतो. मला अजून कितीतरी अर्धवट सोडलेल्या गोष्टी पूर्ण करायच्या होत्या. मी एक मूल जन्माला घातलेले होते. त्याला वाढवायचे होते. त्याला मोठ्या माणसांशी आदराने वागायला शिकवायचे होते. त्यांनी कितीही लांबण लावली किंवा अगदी खोटेनाटे सांगितले तरी त्यांचे बोलणे संयमाने ऐकून घ्यायला सांगायचे होते. त्यांनी मला विचारले,

"काम हवंय तुला?"

"कोण देईल? माहीत आहे तुम्हाला कुणी?"

“त्या शिपयार्डात काही ना काही काम निघतच असते. मी शब्द टाकू शकतो. हे सामान विकायला ठेवण्यासाठी जो माणूस येतो त्याला विचारू. उद्या ये. बघू या तुझ्या कामाचं.”

मी त्यांचे आभार मानले.

“काम फार कठीण असतं आणि धोक्याचंही असतं.”

“काही हरकत नाही,” मी म्हणालो.

दुसऱ्या दिवशी मी जमेल तितका नीटनेटका दिसायचा प्रयत्न केला. त्या दिवशी हॉस्पिटलमध्ये जाण्यासाठी जी पँट घेतली होती ती घातली आणि दुकानात हजर झालो. दुकानदाराने मला मागच्या बाजूला थांबायला सांगितले. थोड्याच वेळात एका व्हॅनमध्ये भला मोठा भंगाराचा ढीग घेऊन एक माणूस आला. त्यात लोखंडी पाय, केबल्स, एके काळी काम देणाऱ्या पण आता बिघडलेल्या वस्तू होत्या.

दुकानाच्या त्या मागच्या भागात लोखंडी सळ्यांची एक बंकबेड होती. मला दुबईमधल्या माझ्या बराकीची आठवण आली. तिथली ती माझ्याबरोबरची मुले कुठे असतील कुणास ठाऊक! कोण अजूनही बांधकामावर असेल आणि कोण काम सोडून गेले असेल... कशाचाच पत्ता नव्हता.

मी बराच वेळ त्या बंकबेडवर बसून राहिलो. मग मला माझ्या दिशेने येणाऱ्या पावलांचा आवाज ऐकू आला. मी ताठ बसलो, माझा शर्ट नीटनेटका केला. दुकानदार त्या माणसाला माझ्याकडे घेऊन येत म्हणाला,

“मी मघाशी तुम्हाला याच्याबद्दल सांगत होतो.”

त्यांच्याबरोबर आलेला माणूस स्थूल होता. त्याचे बसके नाक एखाद्या कुत्र्याच्या नाकासारखे दिसत होते. ढब्ब्या माणसांसारखा जोरजोरात श्वासोच्छ्वास करत होता आणि घामाने थबथबलेला होता. एखाद्या कोंबडीचे पिल्लू खरेदी करण्यापूर्वी त्याला तपासावे तसे तो माझ्याकडे पाहत होता.

“बांधकामावर होतास म्हणे तू?”

“कामाला चांगला जबरदस्त आहे.”

“परदेशात काम करायचो. दुबईला.” परदेशाचा उल्लेख केला की त्याच्यावर वजन पडेल असे मला वाटले. नेहमीचा अनुभव!

“शिकला आहेस का?”

“नाही, सर.”

“अरेरे, मलाच मदतनीस हवा होता. पण हरकत नाही. ये तू उद्या. जहाजावर लावून देतो तुला.”

त्याने मला त्याचे कार्ड दिले आणि म्हणाला,

"दारवानाला हे कार्ड दाखव. तो सोडेल तुला आत."

मी त्याला पगाराचे काही विचारायच्या आतच तो भराभर निघून गेला. त्याच्या चालण्याच्या गतीबरोबर त्याचा श्वासही कुत्र्याच्या श्वासासारखा जड होत गेला.

मी लहान होतो तेव्हा माझ्या वडिलांनी मला संडासाची घळ खणायला लावली होती, जी नदीपर्यंत गेलेली होती. पण वर्षातून दोन-तीन वेळा ती घळ तुंबत असे आणि आजूबाजूला ती घाण पसरत असे. फावडे घेऊन माझे वडील मला ती घळ साफ करायला पाठवत. बोलत काहीच नसत. फक्त नदीकडे बोट दाखवत. नंतर त्या जबर दुर्गंधाच्या नुसत्या विचारानेही माझा श्वास कोंडत असे. हे काम ते मला करायला लावायचे म्हणून मी त्यांचा राग राग करायचो. पण त्या वेळी मला माहीत नव्हते. तकलादू दोर कंबरेला बांधून एखाद्या जहाजावरून खाली लटकणे ही गोष्ट तितकीच नरकयातना देणारी असते- त्या संडासाचे काम, ते दुबईचे वाळवंट, इतकेच काय; पण पहाडीबरोबर त्या पाळण्याला लटकणेही त्या मानाने सुसह्य होते. मी इतकी पापे केलेली होती की ही शिक्षा मला योग्यच वाटू लागली. हेच काम मला माझ्या जगाच्या अंताकडे नेणार, असे मला वाटू लागले.

मला जे काम करायला सांगितले होते ते मी करत होतो. काही भाग काढून टाकलेल्या जहाजाच्या मोडक्या टोकाला जायला मला सांगितले गेले, मी गेलो आणि सापासारखा तिथे चिकटून बसलो. मला कंबरेला दोर बांधून खाली सोडले गेले, मी अधांतरी लटकून जहाजाच्या भिंतीचे धातूचे तुकडे काढले. बोलणे नाही की प्रश्न नाही. पहाडीने हे पाहिले असते तर त्याला माझी लाज वाटली असती. मी हे जे काम करत होतो त्याला तो निश्चितच भेकडपणा म्हणाला असता. तो तसा मेल्यानंतर मी प्रचंड घाबरलो होतो. मला मेघनाच्या पदराखाली दडायचे होते, माझ्या मुलाला सांभाळायचे होते. सगळा भेकडपणा. जराही उभारी नाही. माझ्या मनातला पहाडी मला सतत सांगत होता की तो नाहक मेला. मी त्याला मनातल्या मनात समजावत होतो की, आपल्यासारखे लोक असेच मरत असतात. तो नेहमी हलवायचा तशीच नकारार्थी मान हलवत होतो- जणू काही तो अजून मेलेलाच नव्हता, एखाद्या पानावरचा पाण्याचा थेंब वातावरणात विरून जावा तशा त्याच्या इच्छा त्या वाळवंटात मरून गेलेल्याच नव्हत्या बहुतेक!

आता प्रत्येक दिवस हा त्या संडासाच्या घळीसारखा होता. रोज मी अंथरुणावर पडलो की माझ्या रक्तातला विखार वाढलेला असायचा. मग एक दिवस तिथल्या कामावरच्या मुकादमाने माझ्या हातात ब्लोटॉर्च दिला.

"मी तुला तुझ्यासमोरचा लोखंडी तुकडा काढायला सांगितला की तो याने जाळून काढायचा."

त्या दिवशी मी जहाजाच्या पूर्वेच्या बाजूला होतो. कंबरेला दोर बांधलेला होता. डोळ्यांवर गॉगल्स होते. ज्याची किंमत माझ्या पगारातून कापली जाणार होती. मी समोरचा लोखंडी पत्रा ब्लोटॉर्चने झाळायला लागलो. मुंग्या डसाव्यात तशा माझ्या पायावर ब्लोटॉर्चच्या ठिणग्या पडू लागल्या. ब्लोटॉर्चच्या वजनाने हात तुटायला लागतील की काय असे वाटायचे. उन्हाने पाठ भाजून निघायची. आणि हे सगळे कशासाठी... तर अगदी किरकोळ पैशांसाठी. त्या थोड्याशा पैशांसाठी मला त्या लोखंडी तुकड्यांनी होणाऱ्या जखमा सहन कराव्या लागत होत्या, ब्लोटॉर्चचे वजन वाहिल्याने हात तुटायला आलेले होते आणि पुढ्यात आलेल्या अन्नात माझी भूकच भागत नव्हती. या सगळ्यामुळे मी आता काहीही खाऊ शकलो असतो, कुठेही झोपू शकलो असतो असे वाटत होते. आता पडत असायचा तसा त्या जेलमध्येही माझा घसा कोरडा पडला नव्हता.

त्या शिपयार्डच्या मागच्या बाजूला झोपड्यांच्या रांगा होत्या. त्या झोपड्यात माझी राहायची सोय होऊ शकणार होती, अर्थात त्यासाठी मला माझा निम्मा पगार खर्चायला लागणार होता. फारसा पर्याय नव्हताच. मी झोपडीत राहायचे ठरवले. मी सगळ्यांपासून फटकूनच होतो; पण काही दिवसांनी त्यातल्या एकाशी जराशी मैत्री होऊ लागली. तो महाचालू आणि हरामखोर गुंडच होता. पण हे तो लपवत नव्हता. त्यामुळे शेवटच्या मिनिटाला फसवणूक होणे, मैत्रीचा बुरखा पांघरून गळा कापणे अशा गोष्टींचा धोका नव्हता. आमच्या झोपडीत आणखी चार जण होते. पहिल्या दिवशी या माझ्या मित्राने मला दारातले काडाचे अंथरूण दाखवले.

''इथे झोपायचं. यावर झोपून पाठ दुखल. तू नवा गडी हैस. हे असलं हाथरूण तुझ्याच वाट्याला येणार. काय चांगलं काय वाईट कोनाला काई बी पडली नाही.''

हा गडी उत्तरेचा होता. तिथे अन्नधान्याचे कायमच वांधे असायचे असं तो म्हणत होता,

''या हिथे मरनारच हैस तू. काईतरी डोक्यावर पडल आनी बैद्यावानी डोकं फुटल. नाहीतर आगीत मरशील. गेला बाजार विषाने तरी मरशीलच.''

''आभारी आहे. इथे माझ्यासाठी रडणारे कुणी नाहीच आहे.''

''हा आणखी एक आगापीछा नसल्याला हरामखोर. असले बख्खळ हैत हिथे. काय म्हंता?''

इतर कुणीही त्याच्याकडे लक्षच देत नव्हते. तो त्याच्या अंथरुणावर पडला, माझ्या दिशेने जोरात पादला आणि लवकरच घोरायला लागला.

माझे अंथरूण मोडलेले नव्हते. पण तिरके झालेले होते. झोपल्यावर माझे पाय डोक्यापेक्षा खालच्या पातळीवर राहत होते. दुसरे दिवशी मी एक लाकडाचा तुकडा शोधून काढला. आणि माझे अंथरूण सरळ करून घेतले. माझा हा मित्र- दुलाल

- प्रचंड प्रभावित झाला. सगळ्यांना सांगत सुटला की मी किती कामाचा माणूस आहे. मग मी सतत काही ना काही दुरुस्ती करत होतो. आम्ही दात घासतो तिथला, झोपड्यांच्या एका टोकाला असलेला गळका नळ, एक तुटलेली शिडी - सगळे मी दुरुस्त करून टाकले. अर्थात हे सगळे रात्री. दिवसा ब्लोटॉर्च घेऊन मी त्या जीवघेण्या दोराला लटकत होतो. जहाजाचे तोडून काढलेले भलेमोठे तुकडे बीचवरून ओढून नेत होतो. हे सगळे करत असताना तोंडाने 'हैया हो - हैया हो - हैया हो' असा गजर चाललेला असायचा. जणू आम्ही 'हैया हो, आम्ही सगळा कचरा साफ करतोय.' असे ओरडून सांगत होतो. आमचे पाय तेलकट राखाडी वाळूत रुतत होते आणि मनातल्या मनात आमचा 'हैया हो, कुणी ऐकताय का? हैया हो, कुणीच नाही का आमच्यासाठी इथे?' असा आक्रोश चाललेला होता.

घरी जायचा विचार मनात आला; पण ते शक्य नव्हते. आता शथी माझ्यासाठी घराचे दरवाजे कधीच उघडणार नाही, हे माहीत होते. मेघना आणि माझे पोर सापडण्याची, माझ्या मनात अगदी पुसटशी आशा अजूनही जिवंत होती. पण कसे शोधणार? जहाजावर काम करून मी इतका दमायचो की काम संपल्यावर माझ्या पायात जराही त्राण राहिलेले नसायचे. 'मी आता झोपायला दुकानात येणार नाही' हे मी नावीदला सांगून आलो होतो आणि त्यानंतर त्याला एकदाही भेटलो नव्हतो.

पुढच्या आठवड्यात ईद होती आणि आम्हाला एक दिवस सुट्टी मिळणार होती. मी परत बीचवर गेलो. आता मी आतून अगदी पोखरून निघालो होतो. मी मेघनाला आणि माझ्या पोराला शोधायला सुरुवात करून आता बरेच दिवस उलटले होते. ते मला कधी सापडतील माहीत नव्हते. मी म्हातारा झालो, माझे केस पांढरे झाले तरी सापडतील की नाही कोण जाणे. पण आता माझ्यात उमेद राहिली नव्हती. माझ्या खत्रूड नशिबाने मला उल्लू बनवले होते. मला आता शोध घेणे थांबवावे लागणार होते. माझी मेघना आणि माझे पोर या जगाने गिळून टाकले होते आणि ते मला कधीच भेटणार नाहीत, हे पटवूनच घ्यायचे नाही, असे जर मी ठरवले असते तर मी कमालीचा मूर्ख ठरणार होतो.

झोपडीत मी एकटाच होतो. इतर सगळे जण कुठे ना कुठे तरी गेलेले होते. त्यांचे कुठे तरी जाता येईल असे लागेबांधे होते. अतिशय दूर असल्याने गावी तर कुणीच जाऊ शकत नव्हता. पण इथल्या झोपडीतून बाहेर पडून सगळेच कुठे ना कुठे गेले होते. मी माझ्या बिछान्यात होतो. माझा बिछाना अजूनही उतरता, तिरकाच असता तर किती बरे झाले असते असा विचार माझ्या मनात आला. मला माझ्या हृदयाचे ठोके सहन होत नव्हते; निदान ते तरी ऐकायला लागले नसते.

मी डोळे मिटून घेतले. झोपून जायचा प्रयत्न केला. कदाचित एखादा मिनिट डोळा लागलाही होता. तेवढ्यात माझ्या तोंडावर कुणाच्या तरी नाकातून येणारा

श्वास जाणवला. दारूचा वास येत होता. मी डोळे उघडले. झिंगलेला दुलाल होता. माझ्या अगदी जवळ येऊन वेड्यासारखा हसत होता. मी इतका मेटाकुटीला आलो होतो की मीही झिंगलेल्या माणसागत म्हटले,

"माझं पोर, मुलगा आहे की मुलगी? मला तेही माहीत नाही."

दुलालने हसता हसताच मान डोलावली. पण त्यात कुठेतरी समजूत होती. मग त्याने मला त्याच्या हातातली दारूची बाटली दाखवली. मी एक घोट घेतला. ती दारू जळजळत माझ्या पोटात उतरली. पाच मिनिटांतच मी पुरता झिंगलो होतो आणि बरळायला लागलो होतो. अल्लाचीच कृपा की तो ऐकायच्या अवस्थेत नव्हता. मधून मधून तो, 'मूर्ख हैस तू, च्यायला, तू सोताच ओढवून घेतलंय.' असे शेरे मारत होता. पण बराच वेळ गप्पच होता. मग मी गप्प झालो आणि तो माझ्याच बोलण्यातील काही वाक्ये परत परत म्हणत राहिला,

"बिचारा पहाडी,
सगळे पोलीसवाले साले सोदे असतात."

मी सगळी भडास काढून मोकळा झालो होतो. तोही बराच वेळ शांत बसला. मला वाटत होते की तो पेंगला असावा. मीही झोपायचा विचार करत होतो. मी मुतारीकडे जायचा विचार करत असतानाच तो उठून बसला आणि ओरडू लागला,

"लै हुश्शार हाय मी - मला माहितेय - आपली ईद कुठं करायची. येक ठिकान हाय."

तो एका झटक्यात माझ्याकडे आला आणि जोराजोरात माझा हात धरून खेचू लागला. मी त्याला एक सणसणीत थप्पड ठेवून दिली, तेव्हाच त्याने माझा हात सोडला.

आम्ही खाली गेलो आणि मोकळ्या रस्त्यावरून झुलत झुलत चालू लागलो. आमचे हे झिंगणे बघायला त्या रस्त्यावर ना सिगारेटचा ठेलेवाला होता ना एखादा रिक्षावाला. सगळे शांत होते. सगळी दुकाने बंद होती. सगळे जण आपापल्या वडिलांकडे, मुलांकडे गेलेले होते.

"च्यायला, हा रस्ता आपल्या झोपडीपेक्षाही भिकार आहे." मी दुलालला वैतागून म्हटले. पण त्याचे चाललेलेच होते,

"काय चिडतो यार? खुश व्हशील आनी मलाच ठ्यांकू म्हनशील." तो माझ्या हातात पुन्हा पुन्हा बाटली खुपसत होता. माझ्या रक्तातली झिंग वाढत होती आणि त्याच्या मागोमाग मी भेलकांडत जात होतो. मला कशाचीच फिकीर राहिली नव्हती. माझ्या मनातल्या दुःखाला भरती आली होती. मला सगळे सारखेच वाटत होते.

आम्ही कोपऱ्यावर वळालो आणि आणखी पुढे गेलो. किती वेळ गेला होता कुणास ठाऊक! भोवतालच्या सगळ्याच गोष्टी फिरायला लागलेल्या होत्या. दुलाल

सारा वेळ ईदबद्दलच बोलत सुटला होता. ईदसाठी नुकत्याच कापलेल्या गाईंच्या रक्ताने रस्ता लालेलाल झाला होता. मनात विचार आला शथीच्याा विकाव्या लागलेल्या बैलाला एखाद्या श्रीमंत माणसाच्या ताटात पोचवण्यासाठी इथेच आणून कापला असेल का? तो हरामखोर आता, या क्षणी शथीच्याच बैलाची लिव्हर हाणत नसेल ना?

सरतेशेवटी आम्ही एके ठिकाणी येऊन थांबलो. मोडकळीला आलेली एक दुमजली इमारत होती. वरती गॅलरी होती आणि दोरीवर साड्या वाळत घातलेल्या होत्या. आम्ही आत गेलो. एका खुर्चीवर बसलेल्या जाडगेल्या बाईभोवती काही बायका, लग्नाला जायला निघाल्यासारख्या नटून थटून बसलेल्या होत्या. पण जवळून बघितल्यावर लक्षात आले की त्या अत्यंत चालू आणि बनेल होत्या. त्यांनी आम्हाला 'ईद मुबारक' केले.

माझ्या डोक्यात उजेड पडला. अशा जागी मी, माझा भाऊ आणि आणखी काही मित्र, मी पोरगा असतानाच जाऊन आलेलो होतो. मेघनाच्या आधीची गोष्ट होती ही. मी मस्त रांगडा गडी असल्याच्या त्यांच्यासमोर बढाया मारलेल्या होत्या. पण त्या बाईची मला भीतीच वाटली होती. मला काहीच जमले नव्हते. तिच्या मादक कटाक्षांमुळे मी अगदी घाबरलेले मांजर झालो होतो. ती कशी दिसत होती हेही आता मला आठवत नव्हते. आठवत होते ते तिचे मला तुच्छतेने हसणे जणूकाही 'हे असे भंगार नमुने ती रोजच पाहत असावी.' तिच्याकडे येणाऱ्यांपैकी अनेकांची अशीच हबेलहंडी उडत असावी. हे सगळेच वाटते तितके सोपे नव्हते.

मी खूप प्यायलो होतो; पण तरीही त्या बायांनी लावलेल्या अत्तराचा घमघमाट माझ्या नाकात घुसला. दुलालने माझ्या पठीवर थाप मारली,

"काय? म्हनलं नव्हतं तुला, ही एकच जागा आपल्यासाठी खुल्ली असनार, ईदला बी असनारच."

चेहऱ्यावर मेकअपचे थरच्या थर थापलेली, जाडगेल्या दंडांच्या त्या लठ्ठ मावशीने आमच्याकडे वरपासून खालपर्यंन बघितले आणि तुच्छतेने खेकसली,

"पैलं पैसं ठिवायचं."

दुलालने मलाच पैसे द्यायला लावले. मी पैसे बाहेर काढले. त्या मावशीचा चेहेरा लगेच खुलला. तिथे पोरींची लाइन्च लागलेली होती. 'कुनीबी घ्या.' तिने इशारा केला. सगळ्या कोवळ्या वयाच्या होत्या. आधी कधी इतक्या लहान पोरी मी अशा जागी बघितल्या नव्हत्या. मी घुसमटू लागलो. मला जरा जास्तच चढलेली होती. लहान्या पोरी, त्यांचे भडक अत्तर, ती लठ्ठ मावशी आणि तिचे ते जाडगेले दंड. पण आता मी माघारी फिरणार नव्हतो. खूप वर्षात मी कुणाबरोबर झोपलो नव्हतो; पण म्हणून काही मी येशूसारखा पाक नव्हतो. मी दुलालकडे पाहिले.

मावशी हसत होती. तिचे सगळेच्या सगळे दात पान खाऊन रंगलेले होते. आता मी मागे हटणार नव्हतो. दुलालने त्याचे पाखरू हेरले होते- बारीक, उंच- लहानपणापासूनची, गावाकडची ओळख असल्यागत तिच्या हातात हात घालून तो झुलत होता. मी सगळ्या पोरी वरपासून खालपर्यंत बघितल्या. यातली एक मला माहीत असलेल्या कोणत्याच पोरीसारखी दिसत नव्हती. मी तिलाच घ्यायचे ठरवले. दुलालने मला कोपराने डिवचले,

"मेग्नावानी हाय का रे भाऊ? - ए मेग्ना, तुजा हिरो आला बग, बग, आला, मेघना....मेग्नाऽ." त्याच्या त्या ओरडण्याने जशी काही ती येणारच होती. तसे झाले असते तर... त्याने आणखी एक घुटका मारला आणि त्याच्या पाखराबरोबर एका पडद्यामागे घुसला.

त्या पोरीने मला तिच्या खोलीत नेले. जिन्यावरून तिच्या मागून जाताना तिच्या ढुंगणांच्या हेलकाव्यांनी मी पेटून उठायचा प्रयत्न करत होतो. पडद्याच्या मागे अगदी अरुंद बिछाना, त्यावर एकच चादर आणि काही लांबड्या उशा होत्या. भिंतीवर कॅलेंडर आणि टवका उडालेला आरसा होता. बिछान्यावर पडल्यावर तिने माझ्या पँटची झीप खोलली. मी तिच्या डोक्यावर माझा हात दाबला. ती माझे लिंग चोखू लागली. मी वर बघितले. एक पाल वरच्या पत्र्याच्या आत शिरली होती. मला बरे वाटू लागले होते. मी त्या मुलीचे केस धरून तिला वर खेचले. ती माझ्या अंगावर चढली. तिचा चेहरा मला दिसला. ती सुंदर नव्हती पण तिच्या चेहऱ्यावर हलकट भावही नव्हते. गेल्या दहा वर्षांत मी माझ्या लिंगाला, माझ्या पुरुषीपणाला शिव्याच घालत होतो. पण आता मला ते सहज जमले. माझा आवेश संपत आल्यावर मी तिचा चेहरा माझ्या चेहऱ्याजवळ खेचला. मला काहीच बघायचे नव्हते. तिची लिपस्टिक खाऊन टाकायची होती. तिच्या तोंडातली माझ्या वीर्याची चव घ्यायची होती. मी तिला इतकं घट्ट धरून ठेवले की जणू मी एखाद्या जहाजातून खालीच लोटला जात होतो, आणि रोरावणाऱ्या नदीत आधाराचे ते माझे होडके होते.

मग नंतर ती म्हणाली,

"मेघना माझी मैत्रीण होती."

तेवढ्यात मावशीने आत येऊन फर्मावले,

"चल, नीघ. लई येळ बसला."

मी माझ्याजवळचे सगळे पैसे तिच्या हातात ठेवले आणि आणखी तासाभराची सोय करून घेतली. ती मुलगी भडाभडा बोलू लागली. मेघना तिची मैत्रीण होती- जवळची मैत्रीण. दोघी रोज एकत्रच जेवत होत्या.

मी शांतपणे ऐकत होतो. तिने जास्तीत जास्त बोलावे म्हणून मी तिच्या मागे

लागत नव्हतो.

'ती गिऱ्हाइकांना नेहमीच आवडायची असे नाही. फार बोलायची. पण कधी तक्रारही करायची नाही. हे नशिबाचे भोग म्हणून सहन करायची.' ती मुलगी सांगत होती,

"आम्ही सगळ्याच मॅडमकडून थोडा थोडा पैका उचलतो. कधी घरी बी पाठवायला लागत्यात. पण मेघनाचे पैशे संपायचेच. लई मोठं कर्ज तिच्या अंगावर. खाणंपिणं हितलंच पण पैका सगळा कर्जात."

"कुणाचं कर्ज?"

"मॅडमचं. आनी कुनाचं?"

कर्ज फेडायचं म्हणजे मेघनाला वाटेल ती दिव्ये करावी लागली असणार. संभोगाच्या घाणेरड्या सवयी असणारे, म्हातारेकोतारे, मॅडमला गोत्यात न आणण्याची किंमत वसूल करणारे फुकटे पोलीस- सगळ्यांच्याच अत्याचाराला मेघना बळी पडली असणार.

मला माझा चेहरा ओरबाडावासा वाटू लागला. दारातून सूर्याचा प्रकाश येऊ लागला होता. आता माझ्याजवळ फारसा वेळ उरला नव्हता. मी सरतेशेवटी धीर करून विचारले,

"तिच्या पोराचे काय?"

त्या मुलीने आजूबाजूला पाहिले आणि त्या फुटक्या आरशाकडे टक लावून पाहत बसली. जणू काही तिथेच या प्रश्नाचे उत्तर दडलेले होते.

"तिच्या पोराचं काय झालं कुणास ठाव! पण पोरामुळे तर इतकं कर्ज होतं मॅडमचं तिच्यावर."

मॅडम पुन्हा आत आली आणि मला हाकलून बाहेर काढू लागली,

"चल नीघ आता, आनखी पैका घेऊन ये अनी हवा तेवढा बस. त्या तुज्या मित्रालाबी हुसक इथून." मी तिथून बाहेर पडेपर्यंत ती मावशी तिथून हललीच नाही. ती मुलगी माझ्याबरोबर खाली आली. दुलालने राडा घातलेला होता. मी त्याला सावरले. त्याच्या तोंडावर पाणी मारले. दुलालला वर खेचून मी त्याचा हात माझ्या मानेभोवती घातला आणि त्या मुलीला विचारले,

"काय झालं तिचं? कुठे आहे मेघना."

मी दुलालला खेचत दारापाशी थांबलो. ती मुलगी मला सांगत होती,

"रोग लागला तिला. गेल्या साली म्येली ती."

मी गळाठलो. दुलाल माझ्या हातातून निसटला आणि खाली पडला. मॅडम खेकसली,

"व्हय, म्येली. आता भायेर नीघ तू."

त्या मुलीने दुलालला सावरून उभे राहायला मदत केली.

"कुठे पुरली तिला?"

मॅडम कंबरेवर हात ठेवून आमच्यावर लक्ष ठेवूनच होती.

"पुरली नाही. पान्यात सोडली."

"पाण्यात? कुठे?"

तिने समुद्राकडे बोट दाखवले.

"भाड्याची नाव ठरिवली. समद्या गेल्तो तिला सोडायला." मग हळूच वळून एखाद्या उंदरासारखी, चोरटेपणाने, हलक्या पावलांनी ती आत निघून गेली.

मी शथीला फोन केला. 'ती मेली' असे म्हणून मी गळा काढला.

"घरी या," शथी म्हणाली. शथीच्या कृपेने अजूनही माझे घर शाबूत होते. हा तर चमत्कारच होता. मी आता परतायला हवे होते. पुन्हा नव्याने सुरुवात करायला हवी. माझे पाप या ना त्या रूपाने फेडायला हवे. आणि माझ्या पोराचे काय झाले? का तेही मेले? मला कधी कळणारच नाही. मला एकदा तरी मेघना पुन्हा भेटायला हवी होती. या जगात तिच्यासारखा चेहरा नाही, तिच्यासारखे बोलके डोळे नाहीत, गाडीतून डोके बाहेर काढल्यावर तिच्या केसांसारखे लहरणारे केस नाहीत. एकदा - फक्त एकदाच मला ती भेटायला हवी होती. मग मला मेघनाला पाहिल्यासारखे वाटले होते तो दिवस आठवला. ती बाई - सुंदर कपडे घातलेली - तिच्यात मला मेघनाचा भास झाला होता. पण या सगळ्यात माझी मेघना जिवंतच नव्हती. समुद्रातल्या माशांनी तिचा फडशा पाडलेला होता. तिची कबर नव्हती. तिचे एखादे हाडही शिल्लक राहिलेले नव्हते.

दुलालची आणि माझी सकाळच्या कामाची पाळी होती. दुलालला कामावर हजर होणे अशक्यच होते. मग मी बॉसकडे गेलो आणि दुलालला हगवण झाल्याची सबब सांगितली. 'पगार कापीन' - बॉसने धमकावले. मी माझा जामानिमा अंगावर चढवला, गॉगल घातला. माझे डोळे गढूळलेले होते. मला गॉगलमधून काहीच दिसत नव्हते. माझ्या ब्लोटॉर्चच्या ज्वाळा जहाजाच्या लोखंडी भिंतीत घुसत होत्या. तुकडे कापले जात होते. मला कुराण आठवू लागले. मी मेघनासाठी प्रार्थना म्हणू लागलो. आजारपणात मृत्यू- भल्या मोठ्या कर्जातून सुटका करून घेण्याच्या प्रयत्नांत मृत्यू. मामुली वेश्या होती ती; पण ती वेश्या झाली होती माझ्याचमुळे. माझ्या पाठीमागे तिने काय केले असेल याच्या असंख्य कथा माझ्या मनात गुंफल्या गेल्या होत्या. मी विचार करायचो की तिने मोठ्या शहरात येऊन नवे आयुष्य सुरू केले असेल. मुलाला शाळेत घातला असेल- यांपैकी काहीच कधीच घडलेले

नव्हते. आमच्यासारख्या गदळ लोकांच्या बाबतीत हे असे काहीच घडत नसते. तिच्या नशिबात हे असे काही आयुष्य असलेच तर ते मी तिच्यापासून हिरावून घेतले होते.

सूर्य वरून आग ओकत होता. वाऱ्याचा मागमूस नव्हता. सगळे वातावरण ठप्प झालेले होते. त्यात ही मरून गेलेली मेघना माझ्या गळ्याला विळखा घालून बसलेली होती. कसाबसा दिवस संपला. पुढ्यातले अन्न चिवडत आम्ही बसलो होतो. दुलाल आता जागा झाला होता. मी त्याच्या शेजारी जाऊन बसलो. त्याने मला डोळा मारला. तो ज्या मुलीबरोबर बसला होता तिची मजा तो घोळून घोळून सांगत होता. त्याच्या आयुष्यातली सर्वांत मस्त ईद हीच होती.

"ह्ये असं पायज्येल. रोज पायज्येल. गाई कापायच्या, मांस भाजायचे आणि मस्त बाया अंगाखाली घेच्या. समदेच लई खूस. मी, मीच प्राइम मिनिस्टर व्हयला पायजेल."

माझ्या तोंडात घास घोळू लागला. मी दुलालच्या पुढे माझा भात सरकवला. त्याने माझे ताट घाईघाईत पुढे ओढले.

"तुजं काय? का व्हिस्कीतच धुत्त व्हतास?"

"मेघना मेली."

तो खाताखाताच चुकचुकला.

"वेश्या झाली होती. आपण गेलो होतो तिथेच."

तो घाईघाईत तोंडात घास कोंबतच होता. जणू काही त्याच्या तोंडचा घास कुणीतरी काढून घेणार होते. खाताखाताच तो बडबडला,

"वेश्या? मंग काय हुताय? वेश्या झालं म्हनून कुनी मरत न्हाय."

मी फाडकन त्याच्या थोबाडीत मारली. तो खाली मातीत तोंडावर पडला. मी त्याचे तोंडच फोडलेले होते. मी त्याच्या अंगावर उडी ठोकली. माझे हात त्याच्या रक्ताने माखले. मी एखाद्या बकऱ्यासारखा केकाटत त्याच्या अंगावर ओरडत होतो. इतर सगळे जण आमच्याभोवती जमून सगळा तमाशा पाहत होते.

दुलालचे नाक फुटले होते. मी त्याला 'सॉरी' म्हटले; पण त्याने मला दूर लोटून दिले.

"काय तरी बघायलाच हवाय."

दुलालने त्याच्या नाकात चिंध्या खुपसून रक्त थांबवले होते. नंतर जेव्हा आम्ही अंथरुणावर अंग टाकून द्यायच्या तयारीत होतो. त्याने मला विचारले की मी आता काय करणार होतो. हाच प्रश्न मी स्वतःला दिवसभर विचारत होतो. मी त्याला सांगितले,

"आता मरतो कधी ते बघायचं. सगळं संपलंय. पैसा गेला, बायको गेली आणि

पोरही गमावलं. मेघना मेली त्याचाही जिम्मेदार मीच. मेलो की अल्ला धाडील मला नरकात. एवढंच शिल्लक आहे.''

''अरं, मायझव्या, तुज्या यकट्याचं नाई हे. पन लई खोपच्यात घ्येतलैस तू.''

झोपडीतला एक जण बिडी ओढत होता. त्या बिडीचे जळते लाल टोक मला दिसत होते. आता मी डोळे मिटून झोप लागायची, मरायचीच वाट पाहत होतो. माझ्या धमन्यातून वाहणाऱ्या माझ्या हट्टी रक्ताला शिव्या घालत होतो. अल्लाने आपल्याला फार चिवट जन्माला घातले आहे, आपल्याला मारून टाकायला सुऱ्या, गोळ्याच लागतील. हृदय दुखावले तरी मी मेलो नाही, तसाच चिवटपणे जगत राहिलो.

जहाजाच्या भिंतीचा कापून काढलेला एक अवजड तुकडा आम्ही किनाऱ्याकडे ओढून न्यायला सुरुवात केली होती. त्याची कड आमच्या खांद्यात रुतत होती. दोन्ही बाजूंना दहा दहा जण तो भाग ओढत होते. माझ्या मागे दुलाल होता. सगळ्यात पुढे असलेला गडी आमची पावले मोजत होता. दुलालच्या मनात एक कल्पना आली.

''त्या बायांकडे पुन्ना जायला पायजे. त्या मावशीला कायतरी म्हाइत असंलच.''

''मुळीच नाही, तिकडे जायचंच नाही.''

मी त्याला काही सांगूच शकत नव्हतो. दिवसभर माझ्या मनात मेघनावर काय प्रसंग ओढवले असतील याचे विचार चालले होते. किती माणसांच्या खाली झोपावे लागले असेल तिला, काय काय प्रकार करावे लागले असतील. माझ्या डोक्यात सतत झवणेच पिंगा घालत होते. मी जास्तच वैतागत होतो. रात्री तर आणखी वाईट. मनातच मी पुन्हा बायांच्या ठिकाणाकडे पोचलो. आत गेलो नाही. बाहेरच घोटाळत राहिलो. एखाद्या खोलीतले दिवे लागत असतात, विझत असतात. कधीतरी कुठल्यातरी खोलीतून बायांच्या हसण्याचा आवाज येत असतो. तसले सगळे लोक माझ्या कल्पनेत वावरत असतात.

- हा लांब हाताचा माणूस माझ्या मेघनाला आडवी पाडून तिच्या तोंडात लिंग खुपसतोय.

- ती दोन माणसे एकच सिगारेट आळीपाळीने ओढत असतात आणि मेघनालाही आळीपाळीनेच अंगाखाली घेत असतात. आणि रिकामा असलेला मी हे बघत राहतोय.

दिवसभर डोक्यात हाच खेळ चालू राहत होता. मग रात्री हे चित्र आणखीच भयाण व्हायचं. माझ्या डोक्यात गरळ जमा होऊ लागायची. हे सगळे मी दुलालला सांगितले.

“मला पुन्हा जायचंय त्या बायांकडे. त्या मावशीला तर ठारच मारणार आहे मी.”

“आयला, मी बी येतो तिला गचकवायला. डोचकंच तोडून काडू तिचं.”

“दमून गेलोय मी, आता कुणाशी भांडायची ताकद नाही माझ्यात.”

“खोट्टं बोलतुस गड्या. नाक फोडलंस की माजं.”

मला हसू येणार होतं. पण तोडून नेत असलेल्या त्या जहाजाच्या भागाच्या दाबाने आम्ही अर्धमेले झालो होतो.

“तुज्या त्या पोरापरीस काही नाही तुजं या जिन्दगीत,” दुलाल

“तो तरी आहे की नाही कुणास ठाऊक. माझं सगळंच गमावलं मी.”

“आरं च्युत्या, त्या मावशीलाच म्हाईत असनार- त्ये प्वार कुनाकडे दिलं, आनी कुनाला पैसं धाडत व्हती त्ये.”

दुलालचे हे म्हणणे मला पटत होते. पण प्रत्येक वेळी मला हे असेच तर वाटायचे, मला कधीतरी माझी माणसं सापडतील असं! पण परिणाम? मी हा असा भणंग झालेला, नगण्य माणूस. या शहरात अशी असंख्य माणसे आपापल्या हरवलेल्या माणसांना शोधत असतील. प्रत्येकाची काही ना काही कर्मकहाणी असणारच होती. कुणी जत्रेत हरवले असेल, कुणाचे पोर घर सोडून पळाले असेल आणि घाणेरडी संगत लागली असेल. हे असे जगात घडतच असते. मी म्हणजे, या हरवलेल्या आपल्या माणसांना शोधणाऱ्यांच्या गर्दीतलाच एक नालायक माणूस. माझे काही वेगळे, खास प्रकरण नव्हते. आपल्या जिवलग माणसांना शोधणाऱ्या लोकांइतका मी मेघनावर प्रेमही करत नव्हतो. त्या माझ्या पोरावर माझा हक्क नव्हता. मी त्याला कधी पाहिलेही नव्हते. मग मी त्याला शोधण्याची खटपट का करत होतो? अशा परागंदा झालेल्या कोणत्याच पोरी सापडत नाहीत; मग मेघना सापडेल अशी आशा मी का करत होतो? हे असे नशीब फळफळण्याची माझी लायकीच नाही, हेही तितकेच खरे होते. त्याबद्दल काहीच शंका नव्हती.

दुलालने मला पुन्हा टोकले.

“तुझा काय संबंध रे?” मी त्याला तोडून टाकले.

आता आम्ही हे धातूचे तुकडे दाबून चपटे करणाऱ्या मशिनजवळ येऊन पोचलो होतो. आणखी काही पावले आम्ही टाकली आणि पुढच्या बाजूला असलेल्या आमच्या म्होरक्याने आम्हाला आवाज दिला. एखाद्या नाचात पावले टाकावीत तसे तो प्रचंड तुकडा सोडून देऊन आम्ही सगळे बाजूला झालो. तो अजस्र तुकडा मोठा आवाज करत जमिनीवर कोसळला.

“दर वक्ताला सालं ह्येच करायचं. जहाज येतंय. त्ये तोडूनमोडून इस्कटून टाकायचं. कदी कुनी मरतोय, कदी कापला जातोय, लंगडा हुतोय. अवलक्षणी हाय

ह्ये. सुटायचं असंल तर आताच सूट गड्या.'' दुलाल बोलला.

आम्ही पुन्हा जहाजाकडे जात होतो. असाच दुसरा भाग ओढून आणायचा होता. मी दुलालला सांगितले,

''ते ठीक आहे. पण पोरगं सापडेलच असं नाही. आता माझ्या वाट्याला काही चांगलं येणारच नाही.''

शुक्रवारची संध्याकाळ. मावशीचा धंदा चांगलाच भरात आलेला होता. माणसे येत-जात होती. वातावरण चिकचिकलेले; पण उन्मादाचे होते. मी मॅडमची चौकशी केली. ती बाहेर आली. तिने मला ओळखलं नाही; पण दुलालला मात्र ओळखलं,

''ईदला आल्तास तू. याद आहे मला. बसायचं का आज बी?'' तोंडात लाल हिरव्या पानाचा तोबरा होता. मी दुलालला बोलण्यासाठी ढोसलं. इथे येता येता मी त्याला सांगितलं होतं,

''इथे यायची, विचारायची तुलाच खाज आहे. काय करायचं ते तूच कर.''

माझ्या छातीवरचे व्रण ठणकू लागले होते. एक माणूस मला ढकलून आत गेला. याला मी जहाजावर पाहिलेला होता. जहाजाच्या कामावरचे बहुधा सगळेच इथे येत असावेत. आमचा मुकादमही त्यातलाच असावा. पण त्याच्या बाया अशा तशा नसाव्यात. काय सांगावे? नसतील ही चांगल्यापैकी. श्रीमंतांचे काही सांगता येत नाही. कधी कधी ते इतरांपेक्षा भयंकर विकृत असू शकतात.

''येका पोरीला शोधतोय. मेग्ना- तुज्याकडंच रांड व्हती ती.''

''कोन न्हाई माज्याकडे.'' समोरच्या गटारात तिने पानाची पिचकारी टाकली. ''लै कामं हैत. बसायचं नसलं तर चला, फुटा.''

दुलालने तिचा नरम पावाच्या लादीसारखा हात कुरवाळला.

''हिथलीच रांड व्हती. मरायला टेकली तरी राबवली तू तिला. झूट सांगू नगंस.''

मॅडमने दुलालला वरपासून खालपर्यंत जोखले.

''व्हय, हितच व्हती ती. पन कुनी मारलं न्हाई तिला. कुनाला बी इचार. लै बिमार जाली. डागदर बी आनला व्हता. कळलं का रे भाड्या? नीघ आता.''

पण दुलालच्या चौकशा आत्ता कुठे सुरू झाल्या होत्या.

''तिनी बख्खळ पैसं घ्येतलं म्हनत्यात तुज्याकडून?''

''कसलं पैसं?''

''उधार घ्येतलं म्हने.'' दुलालने तिच्या दंडावरचा हात करकचून आवळला होता. तिचा सुजट चेहरा लाल व्हायला लागला होता.

''आरं भाड्या, हात काड माज्या अंगावरून. कामाला कुटं हैस, काय करतूस?

- समदं माहितेय मला. भडव्या, पोरांना झंवतोस तू. सांगू का सर्व्यांना? ह्यो आमचा बोकुल- लै नटवेपना करतो. त्याच्या पायामंदी मज्जा है- चोखलीस ना तू? कुत्र्या - हलकट ब्येनं हैस तू.''

पानाने भरलेल्या तोंडाने ती खदाखदा हसायला लागली. दुलालने तिचा हात सोडला. माझ्याकडे आशेने पाहिले. मी त्याला अजिबात धूप घातली नाही. मात्र त्या दोघांच्या मध्ये येत मी मॅडमला म्हणालो,

''मॅडम, तुमच्या धंद्यात खोडा नाही घालायचा आम्हाला. फक्त तिच्या पोराबद्दल सांगा. आम्हाला कळलंय, तिला एक पोर होतं.''

दुलालने गच्च धरलेला हात ती आता चोळत होती. मला वाटले की तुच्छतेने हसतच आम्हाला तिथून हुसकून लावेल. पण हसणे थांबवून ती माझ्याकडे वळाली.

''व्हय. पोर व्हती तिची. तुला म्हनून सांगते- लै तरास त्या पोरीचा.''

ती- तिला- मला मुलगी होती! खरेच माझी मुलगी होती. माझ्या काळजाचा ठोकाच चुकला. तिच्या पुढ्यातच मी मरून पडलो तर बरे, असे वाटू लागले.

''पण ती परवाची पोरगी सांगत होती- तिला कुठे तरी देऊन टाकली.''

ती मॅडम आणखीनच खदखदून हसली.

''म्या सांगन त्येच त्या रांडा तुमाला सांगनार. तुमाला काय वाटतं? येखादी पोरगी मी हातची जाऊ देईन? अवं म्हातारपनी तीच मला बघनार. तिला सोडून उपाशी मरायला माजी अक्कल चरायला ग्येली हाय का?''

''कुठाय आता ती?''

ती चांडाळीण दुष्टपणाने हसली. मला झुलवताना तिला आसुरी आनंद होत होता.

''ग्येली- ती ग्येली.''

''काय केलंत तुम्ही तिला?''

''घालवायचीच व्हती तिला. लई तरास. सारकी कुथायची तिच्या आयच्या नावानं. आन् त्यो येक भाड्या व्हता तिच्यावर नजर ठ्येऊन,'' हाताचे फलकारे उडवत तिची बडबड चालू होती.

''राखनार व्हता तिला. पन तिला जायचंच न्हवतं त्याच्यासंगट- काय नखरे तिलाच ठाव. आनी मग न्यायच्या आधीच्याच दिशी क्येस कापून भुंडी जाली. कातर कशी गावली तिला काय जानं? बोडक्या कोंबडीवानी दिसत हुती हडळ.''

माझ्या पोटात ढवळून आले. मी रस्त्यात जाऊन भडाभडा ओकलो. मॅडमने माझ्याजवळ पिचकारी टाकली.

''फुटा आता. हितं काई नाई तुमच्यासाटी.''

रागारागाने मारा केल्यासारखी मुसळधार पावसाला सुरुवात झाली. माझ्या

संतापालाही उकळी फुटायला सुरुवात झाली. माझे रक्त खवळले. प्रचंड त्वेषाने मी तिच्या पोटात माझे डोके खुपसत तिला धडका मारायला सुरुवात केली. हाताच्या मुठी गच्च आवळत तिला ठोसे लगावले. प्रत्येक वेळी मला मेघना आठवत होती, शथी आठवत होती, माझा गटार खोदायला लावणारा बाप आठवत होता, माझ्या हातातून निसटलेली माझी कोवळी पोर दिसत होती. सरतेशेवटी मॅडम मागच्या भिंतीवर आपटून खाली कोसळली आणि तोंडातून रक्ताचे बुडबुडे उडवत म्हणाली,

"प्रॉस्पेरिटीचा बीच. तितंच असत्यो त्यो पोरगा. तुझी पोरगी त्याच्यापाशीच हाय."

माझ्या लेकरावर आभाळच कोसळले

दुलाल आणि मी रस्त्यावरून पळत सुटलो. पाऊस जोरात कोसळत होता. हृदयाच्या प्रत्येक ठोक्याबरोबर पाठीच्या जखमा ठुसठुसत होत्या. दुलाल थकला. गुडघ्यांवर हात ठेवून धापा टाकत थांबला. मी त्याला टोकले,

"चल रे, त्या पोराला लवकर शोधायला हवं." त्या पोराला शोधून काढण्यापलीकडे कोणताही विचार माझ्या मनात नव्हता. प्रॉस्पेरिटी नावाचे यार्ड शोधण्यासाठी, आम्ही बीचवरची सगळी यार्डं वरपासून खालपर्यंत पिंजून काढली. नखशिखान्त भिजलो. एके ठिकाणी खूप माणसे पावसाची पर्वा न करता अंधारातच घोळका करून उभी होती.

"काय पावनं? काय चाललंय?" दुलालने विचारले.

"ह्ये पैशेवाले- निस्ते ख्येळ, एअर कंडिशनचा टरक पाठवित्यात निस्तं सामान न्यायला. या मोडीतल्या जहाजाची खुर्ची- लई मोठी - कुटंच बगायला घावायची न्हाई. त्यो मालक फारेनच्या, अमेरिकेच्या दांडग्या मालकाला इकतोय. हितली हवा बी लागू द्येनार न्हाई. दुल्हनला नेल्यावानी झाकून नेनार ढाक्याला. हिथली गरमी न्हाई लागू देनार. आलं ध्येनात पावनं? मान्सापरीस खुर्चीचीच लई पडल्येय त्येंना."

"त्येच्याशी आमास्नी काय बी द्येनं घ्येनं न्हाई. येक पोरगा शोधतोय आमी," दुलाल.

"भाडखाव, ही खुर्ची जीव घ्येनार आज कुनाचा तरी."

खरे आहे. आमचा जीवच जात होता. त्यासाठी तर आम्ही इथे येऊन पोचलो. जिवंत असलो तरी रोजच मरत होतो.

"हितं काही होत नाही बगा. दुसरीकडे बगू," दुलाल वैतागून म्हणाला.

"शोधायला हवं त्याला. इथेच असणार तो," ती खुर्ची आणि ती अमेरिकेला घेऊन जाणारा तो भडवा- मला त्यांच्याशी काहीही देणे घेणे नव्हते. समोर आलेल्या प्रत्येकाला मी सांगत होतो, विचारत होतो,

“एका पोराला शोधतोय. इथेच पडीक असतो असं कळलंय.” माझ्याकडे कुणीच लक्ष दिलं नाही. मी आवाज चढवला. मग कुणीतरी त्या घोळक्यात पुढे असलेल्या माणसाकडे बोट दाखवले,

“जावा तिकडं, सेलीमला इचारा. हिथला मुकादम हाय त्यो.”

दुलाल आणि मी त्या घोळक्यापाठोपाठ धावलो. ते एका बोळात शिरले. काही झोपड्या ओलांडून गेल्यावर एका लांबलचक झोपडीत सगळे शिरले. तिथे हात पाय मोडलेली माणसे पडलेली होती. सगळाच गोंधळ होता. ती माणसे त्यांचे तुटलेल्या हातापायांचे खुंट, जखमा दाखवून विव्हळू लागली. त्यांच्या जखमा चिघळलेल्या होत्या. सबंध शरीरावर त्या विषाचा परिणाम दिसत होता. माझीही कधीतरी अशीच गत होणार होती. मला नेहमी क्षमा करणारी शथीसुद्धा या अवस्थेत मला जवळ करणार नाही. या अशा सडक्या अवस्थेतल्या माणसाला कुणीच जवळ करणे शक्य नव्हते.

सेलीम चांगलाच आडदांड होता. मोठे हात आणि भरदार छाती. तो सांगत होता की ते ती खुर्ची उचलून जहाजाच्या डेकवर आणणार आणि जशीच्या तशी तोडफोड न करता जहाजावरून खाली उतरवणार. मग सकाळ झाली की सगळे मिळून ती खुर्ची उचलून त्या बीचवरून शहरात नेणार. परदेशातून आलेली एक बाई याचे व्हिडीओ शूटिंग करणार आहे आणि मग ते टीव्हीवर दाखवणार आहेत. मी सारखा त्या मुलाची चौकशी करत होतो. ‘माझी मुलगी त्याच्याकडे आहे.’ हे मी आवर्जून सगळ्यांना सांगत होतो. कुणी तरी वेडाच आपल्या खोलीत घुसला असावा अशा तऱ्हेने सगळे माझ्याकडे पाहत होते. मी सेलीमपर्यंत पोचण्यासाठी धडपडत होतो. अखेर मी त्याला गाठले. त्याने मला वरपासून खालपर्यंत बघितले,

“आहे इथे एक पोरगा, तुला हवाय तो तोच असेल. चल, आमच्याबरोबर बीचवर. बघ तूच.”

आम्ही बीचकडे निघालो. हातात मशाली, रॉकेलचे दिवे- वाट दिसण्यासाठी जे जे मिळेल ते घेऊन निघालो होतो. प्रचंड पाऊस पडत होता. वातावरण धूसर झालेले होते. समोरच्या काही फुटांपलीकडे काहीच दिसत नव्हते. प्रत्येक शिपयार्डच्या फाटकाला कुलूप होते; पण कोणत्याही जहाजापर्यंत पोचायला बीचवरच्या पाण्यातूनही जाता येत होते.

“कोणतं जहाज?”

“ते- सगळ्यात देखणं, पांढरं शुभ्र- मस्त तयार होऊन पार्टीला निघाल्यासारखं.”

सेलीम एका जखमी माणसाला पाठीवरून घेऊन निघालेला होता. त्याला त्या माणसाचे ओझेबिझे काही वाटत नव्हते. आम्ही समुद्राच्या उथळ पाण्यातून चालत बीचवर पडलेला तेलाचा टँकर ओलांडला. दोन प्रॉपेलर्स मोडीत काढलेले होते,

तेही ओलांडले आणि मग ते समोर दिसले, एक अर्धवट कापून काढलेले दिमाखदार प्रवासी जहाज.

"आता काय?" सगळ्यांनी सेलीमला विचारले.

"ते पोरगं कुठे असेल?" मी.

"अरे, याला हवाय तो पोरगा कुठाय रे?" सेलीम ओरडला. त्या पोराला इतक्यात कुणीच पाहिलेला नव्हता. आम्ही ती खुर्ची बाहेर काढली जाण्याची वाट पाहू लागलो.

"ती पहा, जिन्यासारखी उतरंड- खुर्ची फार जड आहे वाटते. या उतरंडीवरून खाली घ्यायला सोपे जाईल."

आम्ही तिथेच 'काय होतंय?' याची वाट पाहत राहिलो. थोड्या वेळाने पावसाचा जोर कमी झाला. मग लगेच इतक्या जोरात कोसळू लागला की तो पाऊस नाही, आमच्या डोक्यात जणू बंदुकीच्या गोळ्याच झाडल्या जात होत्या. आकाशाचा रंग बदलू लागला. ते पिवळट होऊ लागले. पहाट झाली होती. आमच्या त्या बीचवरचा प्रकाश वाढू लागला होता. त्या धूसर प्रकाशात त्या जहाजावर काहीतरी दिसू लागले. सेलीम ओरडला,

"ती पहा, ती खुर्ची."

एक अजस्र ओझे त्या उतरंडीवर चढवले गेले. सहा माणसांनी ते ओझे पेलून धरलेले होते. त्यांच्यापैकी एक जण ओरडून सूचना देत होता. आता चांगलेच दिसू लागले होते. मी पुढे होऊन मला हवा असलेला पोरगा कुठे दिसतो का ते शोधू लागलो. मुलगा नाही दिसला; पण एक बाई दिसली. तिने तिचे केस मागे नेऊन घट्ट बांधले होते. ती त्या सहा जणांना मार्गदर्शन करत होती. ते सगळे दृश्य पाहून भीती वाटत होती. आम्ही सगळे अल्लाचा धावा करू लागलो. ते ओझे त्या उतरंडीवरून एखादा भलामोठा खडक घरंगळत यावा तसे सरकत होते. आमचे श्वास गळ्याशी येऊन थांबले. आता त्या ओझ्याची गती वाढू लागली होती. आणि बघता बघता ती इतकी वाढली की ओझे पेलणाऱ्या माणसांच्या हातून ते ओझे निसटले. ओल्या हातातून साबण सुळकन निसटावा तसे ते ओझे त्या उतरंडीवरून सरसरत खाली येऊ लागले. ते ओझे आपल्यालाच गिळायला येते आहे अशा भयाने आम्ही सगळ्यांनीच मागे धूम ठोकली. ते धूड कोसळून प्रचंड आवाज झाला. आम्ही थांबलो. मागे वळलो. त्या अजस्र खुर्चीचा चक्काचूर झालेला होता. त्याचे तुकडे तिळाच्या दाण्यांसारखे - प्रचंड आकाराच्या तिळासारखे - बीचवर पडत होते. त्या घट्ट केस बांधलेल्या बाईच्या डोक्यातून रक्त येत होते. त्या मोडलेल्या खुर्चीच्या खाली एक पोरगा आणि डोके भादरलेले एक पोर दबून गेलेले होते. ते बघताच मी आक्रोश करू लागलो,

"माझी बछडी- माझी आहे ती. माझीच."

तिच्या डोक्यावर केसाची एकही बट नसली तरी तिचा चेहरा मला दिसला होता. ओळखीचा चेहरा- मला भयंकर भीती वाटू लागली होती की हा चेहरा, माझ्या मुलीचाच हा चेहरा- आता मला कधीच पहायला मिळणार नव्हता.

एलिजा, तुला कळले, हे सगळे तुला सांगावेसे का वाटले ते? मलाच नाही - त्यालाही तुला सांगावेसे का वाटले- कळले तुला? चित्तगाँगला मी एकटीच स्वतःचा शोध घेत आलेली नव्हते. मी एकटीच एकटेपणाच्या गर्तेत लोटली गेलेली नव्हते. मोबरोबर मी हातमिळवणी केली. बीचवरच्या कामगारांशी ओळख करून घेतली आणि वाढवली. तुझ्या प्रेमात पडले. या सगळ्या काळात तो इथेच होता. माझे रहस्य त्याला माहीत होते. ते रहस्य एखाद्या ताइतासारखे हृदयात बाळगून माझ्या आसपासच तो वावरत होता.

आता हीच वेळ आहे आपल्या गोष्टीकडे वळण्याची. तू या बीचवर आलास आणि माझ्या निखळ आनंदाचा फुगा फुटून उद्ध्वस्त झाला. मी प्रयत्नांची पराकाष्ठा केली; पण हे मी काही केल्या टाळू शकले नाही.

तुझे आगमन

एलिजा, तुला माहितेय माझे नाव कुणावरून ठेवले गेले ते? 'द थाउजंड अँड वन नाईट्स' या जगप्रसिद्ध कथासंग्रहातल्या अनेक गोष्टी ज्या 'झुबेदा बिन्त जफर' या व्यक्तिरेखेवर लिहिल्या गेल्या आहेत, त्या 'झुबेदा' या अरेबिक राजकन्येचे नाव मला दिले गेले. त्याच 'द थाउजंड अँड वन नाईट्स' च्या लेखिकेचे नाव होते, शहरजादे. माझ्या आईला सर्व जण माया म्हणत असले तरी तिचे खरे नाव आहे, शहरजादे! ती शहरजादे आणि मी तिची झुबेदा! आईच्या वडिलांनी- इक्बाल हक यांनी तिचे हे नाव ठेवले होते. माझी आई सहा वर्षांची असताना ते हृदयविकाराने वारले. कथासंग्रहातल्या झुबेदा बिन्त जफरचे पाळण्यातले नाव सकिना होते आणि माझे? मला ते माहीत असणे शक्यच नाही आणि कधी कळणारही नाही. हो ना? मला काही टोपणनाव ठेवावे का, यावर बराच खल झाला होता म्हणे. कारण माझी आई आणि आमच्या ओळखीतल्या अनेक लोकांची पाळण्यातील नावं आणि टोपणनावं अशी दोन दोन नावे होती. माझे नाव ठेवण्याचा मान माझ्या वडिलांच्या आईला- दादूला- दिला गेला होता. तिने माझे नाव 'पुतुल' ठेवायचे ठरवले होते. पुतुल म्हणजे बाहुली. माझ्या आईने या नावाला विरोध केला होता. माझी एकही मुलगी 'पुतुल'या हाकेला ओ देणार नाही, असा तिने सरळ सरळ पवित्रा घेतला होता; पण दादू बधली नाही.

त्या नावाच्या अर्थालाच माझ्या आईचा विरोध होता. त्या अर्थाला खो देण्यासाठी माझ्या नावाचे खूप अपभ्रंश केले गेले- पुतली, पुत्सी, पू, पोटला, पाटलू, पूट्स, पोटॅटो- हो, अगदी बटाटासुद्धा. सरतेशेवटी 'पूट्स' हे नाव टिकले. माझ्या घरी मी माझ्या आई-वडिलांची 'पूट्स' होते. माझी दादू, नानू आणि आमचे नोकरचाकर मला 'पूट्स' म्हणायचे. माझ्या मित्र-मैत्रिणी घरी आल्या की स्वयंपाकघरातून किंवा कुठूनही माझ्या त्या चमत्कारिक टोपणनावाने चुकूनही कुणी हाक मारू नये यासाठी मी वाटेल ते करायची. मी हायस्कूलमध्ये गेले आणि या माझ्या टोपणनावावर मी बहिष्कारच घातला. त्यातल्या त्यात झुबेदाचा शॉर्टफॉर्म- 'झी' म्हणून हाक मारायला मी हरकत घेतली नाही. माझे शाळेतले मित्र-मैत्रिणी, रशीद आणि कॉलेजमधलेही काही लोक मला 'झी' याच नावानेच हाक मारू लागले.

तू चित्तगाँगला आलास आणि त्यानंतर लगेचच मी तुला माझे टोपणनाव

सांगितले. तू माझ्या त्या नावाने मला चार-पाच वेळा मोठ्याने हाक मारून बघितलेस- पुतुल, पुतुल, पुतुल- माझे ते टोपणनाव तुझ्या आवाजात पहिल्यांदाच ऐकताना हळुवार आणि गोडच वाटले. पुतुलमधल्या 'तु'वर जोर देऊन म्हणताना त्याच्या अर्थाचे ओझे त्यावर नव्हते. तुझ्या तोंडून माझे हे नाव ऐकल्यावर मला हळू हळू ते आवडू लागले आणि मग मी स्वतःच माझी ओळख 'पुतुल' म्हणून करून देऊ लागले. माझ्यातल्या 'झी'ला लग्नाच्या सोनेरी बेडीने जखडून टाकलेले होते.

आणि पुतुल -

तिला हातावरच्या मेंदीची घृणा वाटत होती,

तिला आजूबाजूच्या बजबजपुरीतून नवी वाट शोधायची होती,

तिला उत्कर्षाच्या नवीन क्षितिजाच्या शोधात पंख पसरून भरारी घ्यायची होती.

तू माझ्या फोनला उत्तर दिलेस तेव्हा पहाट झाली होती. मी माझ्या मच्छरदाणीतून उजळणारे आकाश पाहत बिछान्यात लोळत पडले होते. तू म्हणालास,

"हॅलो, एलिजा बोलतोय. कशी आहेस तू?" खूप लांबून येणारा तुझा आवाज औपचारिक वाटत होता. मला भरून आले. ते आवाजात येऊ न देण्याचा प्रयत्न करत मी म्हणाले,

"ठीक आहे."

"फोन करायला मी बराच वेळ घेतला, सॉरी."

"फार कामात होतास?"

"नाही."

पण तुझ्या आवाजावरून मी ओळखले. तू कामात नव्हतास, तू रागावला होतास. खट्टू झाला होतास. मी तुझ्याबाबतीत चुकले होते हे माहीत असताना मी तुझ्याशी काय बोलणार होते? मी तुला डेरा बुगतीबद्दल सांगायला सुरुवात केली. माझ्या अपयशाबद्दल, झमझमबद्दल सांगताना मी मध्येमध्ये जाणीवपूर्वक थोडीशी थांबत होते. त्या अवकाशात मला तुझे सहानुभूतीचे शब्द हवे होते. पण तू गप्प राहिलास. त्या न बोललेल्या शब्दांमुळे आपण एकमेकांपासून काही अंतरावरच राहिलो. मग माझ्या लग्नाच्या दिवशी मी काय घातले होते याचीच तू चौकशी केलीस. मला फार ओशाळवाणे वाटले. मी तुला सांगितले- लग्नात मी जरीच्या कलाकुसरीची भारी साडी नेसले होते आणि ती जड साडी मला कंबरेला बोचत होती.

"आपण भेटू या?" अखेर तू विचारलेस.

आपण आपापल्या लॅपटॉपकडे धावलो. तू तुझे केस चांगलेच वाढवले होतेस. तुझ्या गळ्याच्या खळग्यात, कॉलरच्या मध्ये कातडी पट्ट्यात गुंफलेला राखाडी रंगाचा मौल्यवान खडा चमकत होता. मी तुझ्याशी बोलता बोलता हे सगळे निरखत

होते. तुझ्यात झालेले बदल मला विश्वासघातासारखे का वाटत होते, मला कळत नव्हते. या मधल्या काळात आपण खूप काही केले, करत होतो; पण फक्त एकमेकांबरोबर नव्हतो. अर्थात दोष माझाच होता. मी लग्न केले होते, रशीदशी. तू फक्त केस वाढवले होतेस आणि गळ्यात काहीतरी घातले होतेस.

आपण चिक्कार वेळ बोलत होतो. लॅपटॉप बंद केला तेव्हा खूप उशीर झाला होता. दुसऱ्या दिवशी पुन्हा फोन करण्याचे मी कबूल केले. आता दुसऱ्या दिवशी तुझ्याशी काय बोलायचे, ते माझ्या मनात पक्के ठरलेले होते. फोन केल्या केल्या मी तुला म्हणाले,

''इथे, बांगलादेशला येशील?''

''मी येईन असं मला नाही वाटत झुबेदा.'' मग तुझे मन वळवण्यासाठी मी ठरवलेले सगळे बोलून टाकले. इथे एक पियानो होता. तो तू ऐकायलाच हवा होता. जहाजावर असा स्क्रू लावून जमिनीशी जखडलेला पियानो या जगात कुठेच पाहायला मिळाला नसता. नंतर तेच जहाज मोडीत काढताना बघायला मिळाले नसते.

''तुला आलेच पाहिजे. अशा विचित्र आणि चमत्कारिक गोष्टी कुठेच पाहायला मिळत नसतात.''

मी तो नोटेशन लिहिलेला कागद तसाच- पियानोच्या पट्ट्या आणि झाकण याच्यामध्ये खोचून ठेवलेला होता. तू इथे येऊन ते नोटेशन वाचून पियानो वाजवायला हवा होतास. तुझ्या मनात काय चालले होते याची मला कल्पना नाही; पण तू खूप आढेवेढे घेत होतास. फक्त त्याच फोनच्या वेळी नाही; नंतर कित्येक दिवस केव्हाही फोन केला तरी तुझा नकार कायम होता. पण मी तुझी मनधरणी करत राहिले आणि एक दिवस तू 'हो' म्हणालास. तू 'हो' म्हटल्यावरसुद्धा मला वाटले की येण्यासाठी खूप लांबची तारीख धरशील. मग मी पुन्हा तुझ्याशी वाद घालीन आणि तो पियानो फार दिवस ग्रेसवर असणार नाही, याची तुला कल्पना देईन. पण तू लगेचच्याच आठवड्यात यायचे ठरवलेस. मला एव्हाना कळले होते की एकदा तू ठरवलेस की कमीत कमी वेळात जगाच्या दुसऱ्या टोकावरही तू अवतीर्ण होऊ शकतोस. पण त्या वेळी मी आश्चर्यचकितच झाले होते. पण हे असे चकित होणे पहिल्यांदा नव्हते आणि शेवटचेही नव्हते; कारण मला मनोमन माहीत होते की तुझी प्रत्येक गोष्ट जादूने भारलेलीच असते.

चित्तगाँग एअरपोर्टवर मी तुला पाहिले तेव्हा तू एका माणसाला फ्रिजच्या आकाराचे खोके ट्रॉलीवर चढवायला मदत करत होतास. मग सरकत्या पट्ट्यावरची तुझी बॅग तू काढून घेतलीस आणि ओढत बाहेरच्या दिशेने चालायला लागलास. येणारे लोक आणि त्यांच्या स्वागतासाठी थांबलेल्या लोकांच्या मध्ये एक काचेच्या

पॅनेल्सची भिंत होती. मी पहिल्यांदा तुला बघितले तेव्हा तू पूर्वीसारखीच सैलसर पँट आणि बंद, गोल गळ्याचा शर्ट परिधान केला होतास. तू कस्टम तपासणीसाठी गेलास तेव्हा तिथल्या अधिकाऱ्याने तुला वरपासून खालपर्यंत न्याहाळले आणि बाजूच्या टेबलाकडे पाठवले. आता तुला ते थांबवून ठेवतात की काय अशी मला शंका आली. मी घाईघाईने पुढे झाले आणि तुझ्याकडे पाहून हात हलवला. तू वर बघितलेस आणि त्या काचेच्या भिंतीतून आपल्या नजरा भिडल्या. त्या कस्टम ऑफिसरने तुझी बॅग उचकायला सुरुवात केली. तुझ्या पँट्स बाहेर काढल्या. तुझा टी शर्ट बाहेर काढला. तुझ्या टॉयलेट्रीज ठेवलेले झीपचे पाऊच काढले. त्यातून त्याने तुझी टूथपेस्ट काढली,

तू छान दिसत होतास. मी तुझ्याकडे टक लावून पाहत होते. तू मान तिरकी करून हसत मला 'हॅलो' म्हणत होतास.

त्याने तुझ्या बॅगेतून एक पाकीट काढले. लाल कागदात गुंडाळलेले चौकोनी पाकीट. तू ते पाकीट त्याच्या हातातून काढून घेऊ लागलास; पण त्याने तुला बाजूला सारले आणि त्या पाकिटाचा लाल कागद फाडला. त्यातून गडद निळ्या रंगाचा सिल्कचा कपडा सुळसुळत त्याच्या हातात आला. ओशाळून ते त्याने तुझ्या हातात दिले. तू वळलास आणि तो कपडा हलवून मला दर्शवलेस की ते माझ्यासाठीच होते. मी हसले आणि 'थँक यू' म्हणाले. तीन पुस्तके, आतले कपडे, लीननचा शर्ट, आणखी एक पाकीट. माझी छाती धडधडू लागली. तो शँपू होता. तुझ्या बॅगेत सर्वांत खाली त्या ऑफिसरला हिरव्या झाकणाचा जग दिसला. जग बाहेर काढून तो त्याने तुझ्या हातात ठेवला. तू त्याला ते काय आहेस हे सांगायचा प्रयत्न करत होतास. पण तो ऐकतच नव्हता. मग तू त्या जगचे झाकण काढलेस. त्या जगमध्ये जे काही होते ते थोडेसे त्या झाकणात ओतलेस. हे तुझे काय चालले होते? मला काहीच कळत नव्हते. त्याला नैवेद्य दाखवत होतास का तू? तू त्या ऑफिसरला त्या झाकणात बोट बुडवून तो पदार्थ चाखण्याची विनंती केलीस. त्या ऑफिसरला तो पदार्थ आवडला असावा. तुम्ही दोघेही हसलात. तू जगचे झाकण लावून टाकलेस. केस कानामागे सारलेस आणि पुन्हा बॅग भरलीस. टी शर्ट, पाकिटे, निळ्या रंगाचे ब्लाउज आणि मेपल सीरप. प्रत्येक वस्तू पुन्हा बॅगमध्ये गेली आणि बॅग बंद झाली आणि तू माझ्या दिशेने येऊ लागलास.

तू इथे आलास की काय होईल, आपण एकमेकांशी काय बोलू- याची मी अनेकदा मनोमन उजळणी केली होती. हा मध्ये जो काळ गेला होता, त्याने आपल्याला एकाच वेळी दूर ठेवले होते आणि जवळही आणले होते. हा वियोगाचा दीर्घ काळ आणि त्या गाण्यांच्या ओळींमधले गूढ संदेश यांचीच ती किमया. पण जेव्हा तू मला त्या काचेपलीकडून माझ्याकडे बघताना दिसलास, तेव्हा मला

धक्काच बसला. या माझ्या अशा प्रतिक्रियेची मी कल्पनाही केली नव्हती. मला तुझ्याकडे पाहून प्रेमाचे भरते येईल, मी तुझ्याशी असे बोलीन, तसे सांगेन, थोडेसे अवघडल्यासारखे होईल, कदाचित हे सगळे जरासे निराशाजनकही असेल अशा अनेक शक्यतांचा मी विचार केला होता. मात्र ज्या माणसाबद्दल आपण इतका विचार करतो आणि तोही इतक्या वेगवेगळ्या प्रकाराने, त्या वेळी वागणुकीचे अंदाज प्रत्यक्षात चुकू शकतात. पण जे मला दिसत होते त्याची मी कल्पनाही केली नव्हती. मला भीती वाटू लागली होती. एका मोठ्या युद्धानंतर तू माझ्याकडे परतल्यासारखा वाटत होतास. अत्यंत निराश, केविलवाणा, अगदी आतून ढवळून निघालेला, अभावांनी खचलेला आणि या सगळ्यामुळे नाकारलेला, बाजूला पडलेला वाटत होतास. एखाद्याला मोठ्या वियोगानंतर मनापासून भेटताना, पुन्हा एकदा हे असेच घडेल या भीतीने ती भेटच नकोशी वाटू शकते, हे माझ्या पचनीच पडत नव्हते. हे शक्यच नव्हते. पण मला तसेच वाटत होते. मग तू माझ्याकडे येऊ लागलास. आता यानंतर जर तुझा वियोग होणार असेल तर तो मला सहनच होणार नव्हता. आपल्यातले हे कमी होत जाणारे काही फुटांचे अंतरही जाचक वाटू लागले. तुला डोळे भरून पाहायचे होते; पण हळूहळू माझ्या नजरेच्या क्षितिजावर तुझी प्रतिमा धूसर होऊ लागली. माझ्या डोळ्यांत पाणी जमू लागले. तू जवळ येऊन मला कवेत घेतलेस. आपल्या दोघांच्या मध्ये असलेल्या रेलिंगवरून तुझ्या शरीराचा मला स्पर्श झाला.

मला माझ्या भावना कशा काबूत ठेवायच्या याची चांगलीच सवय झाली होती. मी तुला अत्यंत शांतपणे अभिवादन केले आणि माझी खात्री आहे की तुला काहीच जाणवले नसणार. त्या क्षणी मला तुला अक्षरशः बोचकारावेसे वाटत होते. तू त्या रेलिंगवरून ओणवून मला मिठी मारलीस त्यावेळी मला तुझ्यावर ओरडायचे होते. गेल्या वर्षी जे काही घडले होते त्यासाठी तूच जबाबदार होतास, हे तुला बजावून सांगायचे होते. तू मला भेटलाच नसतास तर मी सुखात राहिले असते. कारण तुझ्या सहवासाइतके कोणतेच सुख आता मला मोलाचे वाटेनासे झाले होते. माझे सुख तू माझ्यापासून हिरावून घेतले होतेस. पण यांपैकी मी काहीच बोलले नाही. या अशा प्रसंगी योग्य दिसेल अशीच मी वागले. माझ्या आवळलेल्या मुठी, माझ्या जिभेवर घोटाळणारे कडू शब्द आणि तुझे गाल ओरबाडायला शिवशिवणारी माझी नखे मी तुझ्या लक्षात येऊ दिली नाहीत.

"हॅलो." तुझ्या खांद्याचा गंध आणि कानामागे सारलेले केस माझ्या नजरेच्या टप्प्यात होते. आपल्या दोघांच्या मध्ये रेलिंगचा अडसर होता. ते रेलिंग संपेपर्यंत आपल्याला एकमेकांच्या बरोबर, रेलिंगच्या दोन्ही बाजूंनी चालायला लागले. मग तिथेच ठेवलेल्या प्लॅस्टिकच्या खुर्च्या दाखवून तू म्हणालास,

"चल, थोडा वेळ तिथे बसू."

तू माझे दोन्ही हात तुझ्या हातात घट्ट धरलेस. मला तुझ्या भरदार बांध्याची जाणीव होत होती. तुझ्यापुढे आजूबाजूचे जग आक्रसल्यासारखे वाटत होते. माझा हात मी तुझ्या हातातून काढून घेतला. लोक बघतील अशी मला भीती वाटली. माझी नजर खाली वळली. खाली सिगारेटची थोटके पडली होती. तू माझ्या नजरेचा वेध घेतलास आणि पुन्हा म्हणालास,

"हॅलो."

आपण काही न बोलता थोडा वेळ तसेच त्या खुर्च्यांवर बसलो. मी तुझ्या हातात पाण्याची बाटली सरकवली. तू तिचे झाकण उघडलेस आणि काही क्षण ती बाटली तशीच हातात घेऊन बसलास. नंतर तुझे पाणी पिऊन झाले आणि तू म्हणालास,

"येणारच नव्हतो मी. एअरपोर्टवर पोचल्यावरसुद्धा वाटलं होतं- असंच परत घरी जावं."

तो बोलत असतानाच अली- आमच्या शिपयार्डचे मॅनेजर आमच्या समोर आले. मी उठून उभी राहिले आणि तुमची ओळख करून दिली. मि. रझांसारख्या आणखी एका संभाव्य ग्राहकाचे स्वागत करायला अली स्वतः आले होते. हॉटेल मालक असलेल्या रझांनी ग्रेसवरची खूपशी सामग्री खरेदी केली होती. आता काही विजेवर चालणारी उपकरणे, काही फर्निचर आणि पियानो शिल्लक होता. तुम्ही एकमेकांना भेटलात. एक क्षणभरच माझे लक्ष तुमच्यावरून विचलित झाले. तू अलींना म्हणत होतास,

"तुमच्या जहाजाला भेट देण्याची परवानगी दिलीत म्हणून मी तुमचा आभारी आहे."

"अरे, तुम्ही 'ग्रेस' बघायला आलात? झुबेदा बोलली नाही मला."

तू आल्यानंतर, अलींबराबेर तुझ्या चारदोन भेटी झाल्यावर मी हा विषय त्यांच्यापाशी काढणारच होते.

"सॉरी, मि. अली, तुमची हरकत नाही ना? हे आमचे मित्र पियानिस्ट आहेत. मला वाटलं आपल्या ग्रेसवरचा पियानो बघायला यांना आवडेल."

"जरूर, जरूर बघा तुम्ही तो पियानो," हात पाठीमागे नेऊन काहीसे झुलत अली म्हणाले, "पण थोडा वेळ द्या मला. मी ठरवून सांगतो, तुम्ही पियानो बघायला कधी जायचं ते."

मीही त्यांना 'आम्ही परवानगीची वाट पाहू' असे आश्वासन दिले. सरतेशेवटी ते त्यांचे जहाज होते.

माझ्या मनात तुला ढाक्याला भेटावेसे वाटत होते. आमचे ढाका मी तुला

दाखवले असते. लुई खानची टोकदार कडा असलेली राखाडी पार्लमेंट बिल्डिंग दाखवली असती. आपण बुरीगंगेच्या काठावरून फिरलो असतो. या बुरीगंगेमुळेच आम्हा लोकांना ढाक्याला पूर्वेकडचे व्हेनिस करायची स्वप्ने पडली होती. आणि मग माझ्या दृष्टीने महत्त्वाची असलेली काही ठिकाणे- आमच्या वाडवडिलांचे कब्रस्तान, आम्ही गुलशनमध्ये राहायला आल्यावर मला ज्या शाळेत घातले होते ती दिमाखदार शाळा वगैरे, वगैरे. पण त्याऐवजी मी तुला चित्तगाँगमध्येच भेटायचे ठरवले. आता विचार केला तर असे वाटते आहे की मी ढाक्यात असते तर मी मुळातच तुला 'भेटायला ये', असा आग्रहच केला नसता. माझे लग्न झाले होते की नाही हा प्रश्नच नव्हता. आपली भेट आणि त्यातून निष्पन्न होणारे परिणाम यासाठी अशी कुठलीतरी त्रयस्थ जागाच योग्य होती.

सकाळच्या त्या दमट हवेत आजूबाजूच्या गर्दीतून वाट काढत आपण गाडीपर्यंत पोचलो. तू तुझ्या बॅगा डिकीत ठेवल्यास आणि गाडीत माझ्या शेजारी येऊन बसलास.

"थँक यू. सरतेशेवटी तू आलास. पाठ फिरवून गेला नाहीस म्हणून आभार." आणि मला काही बोलायचे सुचेना. मग मी त्याला उगीचच विचारले, "विमानात सिनेमा बघितलास की नाही?"

तू तुझ्या खांद्यावरच्या बॅगमधून पुस्तक काढलेस - ॲना कॅरनीना.

त्या क्षणी माझ्या लक्षात आले. इतके दिवस तुझे मन माझ्याकडेच धाव घेत होते. इथे प्रत्यक्ष यायला तुला फक्त मी 'ये' म्हणायचा अवकाश होता.

विमानतळाच्या बाहेरच्या चौकात गर्दीमुळे आपली गाडी थांबली होती. तू गाडीच्या काचा खाली केल्यास आणि बाहेरची उष्ण हवा आत येऊ दिलीस. समोरून एक आगगाडी धडधडत निघून गेली. कधी काळी त्या गाडीला पांढरा आणि निळा रंग दिलेला असावा. गाडी गच्च भरलेली होती. काही प्रवासी खिडक्यांचे बार पकडून लोंबकळत होते. काही दोन डब्यांच्या मधल्या जागेतही उभे होते. आगगाडी गेली तशी रस्ता पुन्हा वाहता झाला. आपलीही गाडी पुढे निघाली. तू काचा वर घेतल्यास.

"खूप काही घडलंय," मी म्हणाले.

"तुझं लग्न झालं," तुझा आवाज कोरा होता.

"हो, ते तर आहेच."

गाडी पुन्हा थांबली. त्या चौकात रस्ता चित्तगाँग शहरात जाण्यासाठी वळत होता. मी रशीदशी लग्न करण्याची घाई केली म्हणून मला तुझी क्षमा मागायची होती. पण मी आताच सुरुवात केली असती तर कुठे थांबावे ते मला कळलेच नसते. मी माझ्या देशाच्या दरिद्रीपणासाठी तुझी माफी मागितली असती, जागोजागी

झळकत असलेल्या हलाल सोप्स, मोबाइल फोन्स आणि एअर कंडिशनरच्या जाहिरातींच्या भडक फ्लेक्ससाठी तुझी माफी मागितली असती, रस्त्याच्या कडेला दोन खांबांमध्ये लोंबणाऱ्या वायर्ससाठी, अरुंद रस्त्यांसाठी, आणि ते अधिकच अरुंद करणाऱ्या दोन्ही बाजूंनी टाकलेल्या कचऱ्याच्या ढिगांसाठी माफी मागितली असती. रस्त्यात ठिकठिकाणी लोक हात वर घेऊन केस विंचरत काखा उघड्या टाकून हिंडत होते, त्यासाठी माफी मागितली असती. ही हवा, हा दुर्गंध- सगळे कसे टवके उडालेले, घाणेरडे, अस्ताव्यस्त, काही चांगले होण्याच्या सगळ्या संधी हुकलेले- याबद्दलही मी माफी मागितली असती. तुझ्यासाठी न थांबल्याबद्दल माफी मागितली असती. आपण एकत्र घालवलेल्या क्षणावर विश्वास न ठेवल्याबद्दल, त्या क्षणांचे तुझ्या लेखी काहीही महत्त्व नसणार, असे गृहीत धरल्याबद्दल माफी मागितली असती. ही माफीची मालिका लांबतच गेली असती. हातात काहीच पडले नसते. आणि तुझे प्रेम नाकारण्याचे मुख्य कारण हेच होते. तुझ्या नजरेतून मी माझ्याकडे पाहण्याचा प्रयत्न केला तेव्हा मला माझ्या सगळ्याच गोष्टी अतिसामान्य वाटू लागल्या होत्या.

मी मग शांत बसून राहिले. रहदारी सुरळीत होऊन आपण पुढे गेलो असतो आणि मग रस्त्यात लागणाऱ्या काही खास जागा तुला दाखवता आल्या असत्या.

आपण चित्तगाँगमध्ये शिरणाऱ्या मुख्य रस्त्याच्या वर्तुळाकार वळणावर येऊन थांबलो आणि मला त्या गळवांनी भरलेल्या माणसाची आठवण झाली. तो माणूस आज तरी दिसू नये असेच मला मनोमन वाटत होते. तुला तो अंगभर गळवे वागवणारा नागडा माणूस बघवला नसता म्हणून नाही. पण त्या माणसाला बघून मी मान फिरवली असती आणि ते तू बघितले असतेस. त्याचमुळे तुला माझ्याबद्दल बरेच काही कळले असते. या जगातली माझी खरी किंमत तू केली असतीस.

आपण थांबलो होतो. सिग्नल बदलला. मागच्या गाड्या हॉर्न वाजवू लागल्या. तू म्हणालास,

"तुझ्या पाकिस्तानातल्या मोहिमेबद्दल पुन्हा सांग. मला ऐकायचंय."

तुला त्या सगळ्या घडामोडी पुन्हा सांगताना, मी तुझा बोस्टनमध्ये निरोप घेतला आणि आज इथे आपण पुन्हा एकत्र आलो या दोन घटनांमधला अवकाश मला जाणवला. या अवकाशात घडलेल्या सगळ्या घटना पुन्हा एकदा माझ्यावर भराभर कोसळल्या. त्या ठप्प रहदारीत ताटकळताना मला जाणवले की त्या ॲम्ब्युलोसीटसशी आताच तर गाठ पडली होती. टेथिसच्या जीवाश्मांच्या लाल खुणांमधून मी फिरत होते तेव्हा मनात फक्त केंब्रिज आणि शोस्तखोविच रेंगाळत होते. तुला भेटले तेव्हा तर रशीदबरोबरची माझी इतक्या वर्षांची घसट मी विसरून गेले होते. असे काही जणू घडलेच नव्हते. माझ्या आयुष्यातले प्रसंग तेवढ्याच

कालखंडापुरते मर्यादित राहत होते. 'मी दत्तक मुलगी आहे' या विचारात अडकले नसते, तुला त्या संध्याकाळी भेटले नसते, झमझम डिडॅग बलोचचा मुलगा नसता तर काय झाले असते? मी स्वतःला कायम समजावत असते की त्या परिस्थितीत रशीदशी लग्न करणे क्रमप्राप्तच होते. पण त्या एका निर्णयाच्या आधी आणि नंतरही खूप काही घडले होते. प्रॉस्पेरिटी, ग्रेस आणि तिथला पुलिंग क्रू. सगळ्याच गोष्टी इतक्या भिन्न होत्या की हे सगळे घडण्यासाठी त्यांचा एकमेकांशी काही संबंध होता, हे असंभव भासत होते.

घरी परतत असताना माझ्या आजीची- दादूची आठवण येत होती- माझ्या वडिलांची आई. तिचे नाव मेहरुन्निसा बशीर. मायमेनसिंग जिल्ह्यातल्या त्रिशाल नावाच्या खेड्यात तिचा जन्म झाला होता. सात भावंडामधली चौथी. तिचे वडील भाषाशिक्षक होते. त्यांनी तिला लिहायला-वाचायला शिकवले. घरी गरिबी नसली तरी वयात आलेल्या मुलीचे लग्न वेळेवरच व्हायला हवे, असेच सगळ्यांचे म्हणणे असे. लग्नाच्या वेळी माझी आजी तेरा आणि आजोबा वीस वर्षांचे होते. आजोबा वकिली करत होते. लग्नाला दहा वर्षे होईपर्यंत माझी आजी सर्वसामान्य गृहिणीच होती. नवऱ्याच्या तुटपुंज्या पगारात ती पाच मुले आणि आला गेला पैपाहुणा असे सर्व खर्च काटकसरीने भागवत असे. शेतावर मनुष्यबळ कमी पडले की शाळेचे शिक्षण बंद करून मुलांना शेतावर जाणे भाग पाडले जाई. आपल्या मुलांच्या वाट्याला असे येऊ नये म्हणून तिने शहरात एक जमीन खरेदी करून ठेवलेली होती. काही वर्षांनी मग तिने शहरात जाऊन राहण्याचा हट्ट धरला. असे शहरात जाऊन राहणे त्या वेळी परवडण्याजोगे नव्हते. जेमतेम चालणारी वकिली आणि थोडेसेच पक्षकार असले तरी पहिली काही वर्षे आजीने या ना त्या प्रकाराने वेळ भागवली. ढाका हायकोर्टातल्या एका भ्रष्टाचारी न्यायाधीशाविरुद्ध माझे आजोबा एक खटला जिंकले आणि त्यांचे दिवस पालटले. न्याय व्यवस्थेतील एका ब्रिटिश अधिकाऱ्याविरुद्ध जिंकणारे पहिले बांगला वकील म्हणून त्यांचे नाव झाले. या खटल्याचा वृतान्त देणारे 'अमरशिखा' हे पुस्तक त्यांनी लिहिले. त्याचे शब्दांकन आणि मुद्रण माझ्या आजीने- मेहरुन्निसाने केले होते. मुद्रणातील कल्पकतेची जाण तिला माझ्या आजोबांपेक्षा अधिक होती. स्वातंत्र्ययुद्ध सुरू होण्यापूर्वी माझे आजोबा लिव्हरच्या कॅन्सरने वारले. त्यामुळे त्या वेळचा विनाश त्यांना बघावा लागला नाही. पण त्याचबरोबर स्वातंत्र्य मिळून देशाचा पुनर्जन्म झालेलाही ते पाहू शकले नाहीत. एका गावाच्या संरक्षणासाठी लढलेल्या आणि शत्रूच्या गोळीने धारातीर्थी पडलेल्या त्यांच्या सर्वांत धाकट्या मुलाला मूठमातीही देऊ शकले नाहीत. त्यांच्या चार नंबरच्या मुलाने म्हणजेच माझ्या वडिलांनी त्यांच्या या भावाचा मृतदेह त्याच गावाच्या कबरस्तानात स्वतःच वाहून आणला होता. त्यांचा मोठा मुलगा यशस्वी

बॅरिस्टर झाला होता. घरावर तीन मजले चढले होते; पण आपल्या कुटुंबाचा उत्कर्ष पाहणे त्यांच्या नशिबी नव्हते. त्यांनी शलैल मेहदीला- त्या काळची प्रसिद्ध तारका- सिनेमाच्या पडद्यावर अवतरलेली पाहिली नव्हती. त्यांच्या इतर मुलांची लग्ने आणि नातवंडेही पाहिली नव्हती. इतकेच काय; पण कुणातरी अज्ञात बाईच्या कुशीतून उचलून आणलेल्या मलाही त्यांनी पाहिले नाही.

अशी माझी आजी मेहरुन्निसा, वय वाढून चांगलीच तिखट म्हातारी झाली होती. खूप काम करण्यात, मुले वाढवण्यात, त्या मुलांचे बलदंड पुरुष होताना बघण्यात तिला अजून रस होता. आजोबा असेपर्यंत रोज सकाळी त्यांच्या पलंगाशेजारी ती चहाचा ट्रे आणून ठेवत असे. त्या ताज्या वाफाळलेल्या चहाच्या वासानेच त्यांची झोप उघडावी, असे तिला वाटत असे. त्यांना आवडणारी दाल कायम त्यांच्या ताटात पडावी म्हणून प्रसंगी जरा पातळ करून ती पुरवत असे. त्यांचे शर्ट कायम इस्त्री केलेले असावेत याकडे तिचे जातीने लक्ष असे. मुले स्वच्छ, नीटनेटकी असावीत, नियमितपणे शाळेत जावीत याबद्दल ती आग्रही असे. सर्वसामान्य गृहिणीच्या व्याख्येत ती चपखल बसत होती. अतिशय दृढनिश्चयी आणि ठाम. काळाप्रमाणे आणि वयाप्रमाणे वागणारी. या सर्वसामान्यपणानेच तिच्या आयुष्याचे सोने झाले होते.

या अशा स्त्रियांची पार्श्वभूमी मला लाभली आहे, एलिजा. सतत मागे राहणाऱ्या, पण वागण्यात चलाख, वृत्तीने अन्नपूर्णा आणि शेवटच्या श्वासापर्यंत कुटुंबाशी एकनिष्ठ. तू अशा जगात आला आहेस, ज्यात वर्तणुकीची रीत ठरलेली असते तरी तसे होईलच याची शाश्वती नसत; पण इथल्या स्त्रिया मात्र त्यांना दिलेले काम, छोट्यातले छोटे असले तरी ते अपेक्षेपेक्षा उत्तम रीतीनेच पार पाडतात.

आपण महामार्गाकडे वळलो. तुझ्या मनःस्थितीचा अंदाज घेण्यासाठी मी सारखी तुझ्याकडे पाहत होते. तू रागावलेल आहेस की निराश झाला आहेस, मला कळतच नव्हते. माझे लग्न झाल्याचे समजल्यावरसुद्धा, तू अजून स्वतःचा मार्ग शोधला नव्हतास. त्यामुळे मी लग्न करायलाच नको होते असे तुला कुठेतरी वाटत असावे. मी तुला दगा दिला होता तरीही तू इथे आला होतास. मी तुला दिलेल्या दुःखाचे प्रतिबिंब तुझ्या आवाजात स्वच्छ दिसत होते.

मी तुझी सोय बीचवरच्या एका अतिथीगृहात केलेली होती. तिथे जाऊन तुला ताजेतवाने व्हायला मी सुचवले. पण तुला प्रथम बीचवरच जायचे होते. आपण महामार्गावरून जाताना मी तुला भंगाराची शिपयार्ड्स दाखवणार होते; पण शहरातून बाहेर पडून महामार्गाला लागायच्या आतच तू झोपलास. हात डोक्यामागे घेऊन, तू झोपलास. तोंड किंचित उघडे राहिले होते.

तासाभराने आपण आपल्या मुक्कामाला पोचलो. मी तुला जरासे हलवले.

"तुला इथे काय काय आहे त्याची माहिती द्यायची राहून गेली." गाडी प्रॉस्पेरिटीच्या फाटकातून आत शिरली आणि समोरच तीन हजार फूट लांबीची गूढरम्य, दिमाखदार, राजस, पांढरी शुभ्र ग्रेस दिसली. तू खाली उतरलास. इतक्या लांबून ही ग्रेस बघण्यासाठी मी तुला बोलावून घ्यावे इतकी दिमाखदार ती खरेच होती का, या विचाराने आता मला धाकधूक होऊ लागली होती. डोळ्यांवर येणारी उन्हाची तिरीप चुकवण्यासाठी तू डोळ्यांवर हात धरलास. तू आजूबाजूच्या आवारांमध्ये असलेली जहाजे पाहत होतास. त्यांपैकी काही लहान लहान जहाजे जवळजवळ संपूर्ण मोडून काढण्यात आली होती. शिल्लक सांगाड्यांवर कामगार वावरत होते.

"हीच ती ग्रेस." आपण दोघेही ग्रेसकडे पाहू लागलो. डेकवर काही कामगार दिसत होते. ते डेकवरून दोऱ्या बांधून कोणती तरी वस्तू खाली उतरवत होते. बहुधा अंघोळीचा टब असावा. खाली पुलिंग क्रूचे कामगार थांबले होते. तो बाथटब खाली उतरवताना ग्रेसच्या भिंतीवर आपटला आणि वाळूत येऊन टेकला. कामगारांनी त्याला बांधलेले दोर काढून टाकले, एखाद्या पडावासारखा तो बाथटब उलटा केला आणि ओढून न्यायला सुरुवात केली. ते आमच्या समोरून गेले तेव्हा मी त्यांच्यातल्या रसेलला ओळखले. मी त्याला हाक मारली; पण त्याला ऐकू गेली नाही. तिथे लांब, ग्रेसच्या डेकवर आता आणखी एक वस्तू खाली उतरवण्यासाठी सज्ज झालेली दिसत होती. तू दोन्ही हात डोक्यामागे बांधून वर आकाशाकडे पाहत होतास.

"काय बोलावे तेच कळत नाही. हे जे काही भव्य दिव्य चालले आहे त्याचे वर्णन करायला काही वेगळेच शब्द हवेत."

"शवविच्छेदन चालेल?" मी हलका फुलका विनोद करायचा प्रयत्न केला. मला हायसे झाले. डोळ्यांसमोर हे सगळे ज्या मोठ्या प्रमाणातच चालले होते ते तूही पाहत होतास आणि ती भव्यता तुलाही जाणवत होती.

"नाही चालणार, इथे तर खुद्द देरीदा- तो प्रसिद्ध तत्त्वचिंतक- तोही गोंधळात पडेल."

भरतीला सुरुवात झाली होती आणि थोड्याच वेळात लाटा आपल्या पायांपर्यंत येऊ लागल्या. मी परत जाण्याचे सुचवल्यानंतरही ग्रेसकडे आणि माझ्याकडे आळीपाळीने पाहत तू तिथेच उभा होतास. काही वेळानंतर तू वळलास आणि आपण बरोबरच परतलो. तू म्हणालास,

"माझ्या आईने तुला 'हॅलो' सांगितले आहे."

"कसे आहेत सगळे?"

"मस्त, अर्थात खूप दिवसांत भेटलो नाही त्यांना. मोठ्या कुटुंबांचं हे असंच असतं. तुम्हाला त्यांची जवळीकही हवी असते- हे कुणाच्या लक्षातच येत नाही."

"एकुलती एक मुलं असतात- ती एकलकोंडी असतात. पण ते गृहीतच धरलं जातं. त्यावर काही उपायही नसतो. कुणालाही, असंच, भाऊ-बहीण मानता येत नाही."

असा विचार तू कधीच केला नव्हतास. म्हणालास तू तसे. तुम्हा भावांमध्ये खूप प्रेम होते, तुम्ही वारंवार भेटतही होतात. पण त्यांना सोडून परदेशात जायचा विचार मनातही न येणारा तू एकटाच होतास. मला नवल वाटले. मी विचारले,

"म्हणजे तुमचे स्वभाव सारखे नाहीत? अस्वस्थ, बेचैन, धडपडे?"

"ते खूप प्रवास करतात. पण गाव सोडून दुसरीकडे स्थायिक व्हावे असे कुणालाच वाटत नाही."

माझ्या दत्तक जाण्यामुळे असेल पण माझ्यात एकाच ठिकाणी स्थिर होण्याची प्रवृत्तीच नव्हती. कुठल्याच ठिकाणी माझ्यात आपलेपणा निर्माण होत नसे. दर वेळी मला काही विचित्र करावेसे वाटले किंवा एखादी गोष्ट- उदाहरणार्थ- चॉकलेट - मला आवडले आणि माझ्या आई-वडिलांना आवडले नाही तर मी म्हणायची की हे माझ्या आईला आवडले असते. काय माहीत, तिला चॉकलेट चाखायला तरी मिळाले होते की नाही?

तू म्हणाला होतास 'हा सगळा जीवशास्त्राचा मामला आहे, असे मुळीच नाही, तुला तुझी पाळेमुळे माहीत नाहीत हीच तुझ्यासाठी अत्यंत भयंकर गोष्ट आहे.'

आणि मग मी तुला म्हणाले होते की तुला भेटण्याआधी मी कधी या गोष्टीचा विचारच केला नव्हता.

दुपारची जेवायची वेळ झाली होती. मी तुला आमच्या घरी जेवायला बोलावले. या घरात आता पहिल्यांदाच आपण दोघेच होतो. एकटेच होतो. आपला एकमेकांना स्पर्श होऊ नये म्हणून आपण दोघेही काळजी घेत होतो. आपण एकमेकांच्या फार जवळ येऊ नये अशा पद्धतीनेच मी वावरत होते. चुकूनही एकमेकांच्या हातावर हात ठेवला जाऊ नये म्हणून जेवायच्या टेबलावर मी आपल्या प्लेट्स शेजारी शेजारी न मांडता समोरासमोर मांडल्या. इतकी सगळी काळजी घेत होते; पण मनात मात्र 'तुझा हात हातात घेतल्यावर कसे वाटेल? माझ्या गालावर गाल घासल्यावर तुझ्या दाढीचा स्पर्श कसा असेल?' असेच विचार येत होते. विमानतळावर तुला पाहिल्याबरोबर वाटलेली भीती आता थोडी निवळली होती. पण आत कुठेतरी त्या भीतीची बोच होतीच. मन तुझ्याकडे ओढ घेत होते; पण मी स्वतःला तुझ्यापासून दूर ठेवत होते. आपण केंब्रिजमध्ये होतो त्यापेक्षा आता परिस्थिती वेगळी होती. मी विवाहित होते. आजूबाजूला ज्यांचा विचार मी करायला हवा अशी माणसे होती. पण यात माझा काहीच दोष नव्हता. मला नीट कळत नव्हते; पण यात चुकीचे काही नव्हते. मी कुणाला त्रास देत नव्हते की वचन देऊन नोडत नव्हते- अजून तरी मी काहीच केले

नव्हते.

आपण इथल्या वेगळेपणाविषयी बोललो. ही जागा एकाच वेळी किती सुंदर आणि किती भयानक होती. इथली वाळू घाण पाण्यामुळे गडद राखाडी रंगाची झाली होती. इथले मजूर अत्यंत जड असे स्टीलचे कापून काढलेले तुकडे खांद्यांवरून वाहून नेताना, एखादा माणूस मेल्यावर शोक करावा तसा, 'हैया हो, हैया हो' चा गजर करत होते. जहाजाच्या सांगाड्यापासून त्या स्टीलचे तुकडे दाबून त्याचे जाड तक्ते करणाऱ्या मशिनपर्यंत ते जडशीळ भाग वाहून नेताना खाली पडू नयेत म्हणून ते एकमेकांना शिव्या घालत घालत काम रेटून नेत होते. या सगळ्याबद्दल मी तुला सांगितले.

सूर्य मावळला आणि माझ्या घरातला प्रकाश प्रथम पिवळसर झाला आणि मग केशरी होऊ लागला. आता मला तुझे तिथे असणे सुखकर वाटू लागले होते. तू नुकतीच 'युकलेली' प्रकारची गिटार शिकायचा प्रयत्न केला होतास, तो किस्सा ऐकून तर माझे हसणे अनावर झाले. मो आपल्यासाठी स्वयंपाक करायला आला. तो नंतर तुझ्याबरोबर पत्त्यांचा कोणता तरी खेळ, कितीतरी वेळ खेळत बसला होता. तू इथे आलेला गॅब्रिएलला आवडणार नाही अशी मला शंका होती; पण ती लगेचच तुझ्याशी मोकळे वागू लागली. त्या सुमार घरात तू माझ्याबरोबर कायमच राहत असावास असा आमच्यात मिसळून गेलास. गॅब्रिएल आणि मो आपापल्या खोलीत झोपायला निघून गेले आणि तू तुझ्या बॅगेतून तो निळा ब्लाउज काढलास. ब्लाउजच्या गळपट्टीवर सिल्कचे एक फूल होते आणि कडेच्या शिवणीपाशी फिकट रंगाचे कापड वापरले होते. ही इतकी जिव्हाळ्याची भेट मला पहिल्यांदाच मिळत होती. मी तुझे आभार मानले. माझ्या लग्नाच्या दिवशी रशीदच्या घरून मला बॅगभर साड्या, त्याला शोभतील अशा सुंदर सुंदर चपला, पर्सेस, दागिन्यांचे सहा सेट्सच्या सुंदर वेलवेटच्या पेट्या भेट मिळाल्या होत्या. ती आणि ही भेट यांची तुलना करणे बेइमानी ठरले असते. पण मी स्वतःला रोखू शकत नव्हते. माझे लग्न तुझ्याबरोबर झाले असते तर तो सोहळा, मिळालेल्या भेटी, तुझ्या घरात येऊन राहणे आणि तुझ्या आणि माझ्या 'ॲना कॅरनीना'च्या प्रती पुस्तकांच्या कपाटात एकत्र सजवणे - या सगळ्या गोष्टींचा विचार करणे न करणे माझ्या हातात आता राहिले नाही.

"हो, आणि मेपल सिरपही आणले आहे. उद्या तुझ्यासाठी पॅनकेक्स करीन."

तो उद्या जवळजवळ उगवलाच होता. पहाट होऊ लागली होती. सकाळ झाल्यावर वाढत जाणारा उकाडा मला जाणवू लागला होता. तू पोटाशी पाय घेऊन जमिनीवर घातलेल्या बैठकीवर पडला होतास. गेस्टहाउसवर जायला फार उशीर झाला होता. मी तुला, इथेच थोडी फार झोप काढ, म्हणून सुचवले. एक गोधडी आणून मी ती तुझ्या पायांवर घातली. तुझे डोळे पेंगुळले होते. 'इथे आलो ते किती

छान केलं' अशा अर्थाचे काहीतरी तू बडबडलास. मी तुझ्याकडे खेचली जाऊ लागले होते. एकदा मी तुझ्या गळ्यात पडले असते तर पुन्हा कधीच माघारी येऊ शकले नसते. पण मी स्वतःला आवरले, बेडरूममध्ये निघून गेले आणि झोपेची आराधना करू लागले.

नंतरचे काही दिवस अलींनी तुला ग्रेसवर जाण्याची परवानगी देण्याची आपण वाट पाहिली. हे वाट पाहण्याचे दिवस फारच मोठे होते; पण तू इथे असल्याने ते कसे गेले ते कळलेच नाही. माझे प्रत्येक काम झटपट होत होते. तुझ्याबरोबर रोजचे जेवण, माझ्या चिमुकल्या स्पीकरवर गाणी ऐकणे आणि तू ग्रेसची रेखाचित्रे काढत होतास ती बघणे- सगळे कसे विनासायास होत होते. आपण समुद्र किनाऱ्यावर आजूबाजूच्या इतर शिपयार्डमध्ये फिरायला जात असू. आता इथल्या हवेचा तुझ्या त्वचेवर राप चढू लागला होता. आणि मो, एखादा फार काळ दुरावलेला मित्र भेटावा तसा सतत तुझ्या मागे मागे करताना खूश राहू लागला होता.

तू सकाळी लवकर उठून बीचवर पळायला जायचास. त्या वेळी तू इथल्या कामगारांना भेटायचास. ते तुला 'भरमॉन' म्हणायचे. तुझ्या टी शर्टवर मागच्या बाजूला 'व्हरमाँट' असे लिहिले होते. त्यातला व्ही उच्चारायला न जमल्याने त्यांनी तुझा भरमॉन करून टाकला. भरमॉन अमेरिकेहून आलाय, भरमॉन जहाजावरचं वाद्य वाजवू शकतो, भरमॉन पतेंगापर्यंत पळत जाऊ शकतो- अशा चर्चा तुझ्याबद्दल कौतुकाने केल्या जाऊ लागल्या. तुझ्याबरोबर शिपयार्डमध्ये आल्यावर आता सगळे जण आपल्याभोवती जमा व्हायला लागले होते. त्यांना आता अलींची भीती वाटत नव्हती. तुम्हाला एकमेकांची भाषा येत नसताना तुम्ही संवाद कसे साधायचात, हे कोडेच होते. पण तुमच्या हातवाऱ्यांमधून हास्याची कारंजी उसळायची.

त्या जहाजाच्या मला माहीत नसलेल्या आख्यायिका ते मजूर तुला सांगायचे. उदाहरणार्थ- त्या जहाजावर आइस स्केटिंग रिंक होती. जहाजावर एकाच वेळेला तीन हजार माणसे जेवायला बसू शकत होती. त्यामुळेच तिथले फ्रिज ट्रकच्या आकाराचे होते आणि स्वयंपाकाची भांडी बाथटबएवढी होती. हे सगळे आता विकले गेले होते. फक्त पियानो राहिला होता आणि तो बहुधा कुणालाच नको होता.

मग एक दिवस अलींचा फोन आला. कुणीतरी गिऱ्हाईक जहाजावरचे उरलेले सामान बघायला येणार होते. जहाजावर जाण्यासाठी एका खास लिफ्टची व्यवस्था करण्यात येणार होती. ती लिफ्ट वर ओढण्यासाठी आणि खाली आणण्यासाठी दोर ओढण्याचे काम कामगारच करणार होते. पियानो बघून झाल्यावर त्या गिऱ्हाइकाबरोबर जेवण्याचेही आमंत्रण अलींनी आपल्याला दिले. आपण त्या दिवशी बीचवर आलो तेव्हा अलींनी किंचित झुकून त्या आलेल्या माणसाशी आपली ओळख करून दिली,

"हे मि. सखावत सखावत."

मि. सखावत सखावतांनी तुझ्याशी हस्तांदोलन केले. त्यांच्या हातातल्या सोन्याच्या अंगठ्या चमकत होत्या. आपण सगळे त्या तात्पुरत्या उभारलेल्या लिफ्टच्या मचाणावर उभे राहिलो. आणि ते मचाण ग्रेसच्या बाहेरच्या बाजूने वर जाऊ लागले. जसजशी लिफ्ट वर जाऊ लागली तसा खालचा बीच डोळ्यांआड झाला आणि हिंदी महासागराच्या खाऱ्या पाण्याचा निळा रंग गडद होऊ लागला. या आजूबाजूच्या देखाव्याकडे माझे जराही लक्ष नव्हते. तू माझ्या हाताचे कोपर धरून उभा होतास आणि तुझी बोटे माझ्या अंगाला स्पर्श करत होती.

वर जाऊन पोचल्यावर आपण जरा मागेच राहिलो. मि. अली सखावतना घेऊन वरच्या मजल्यावरच्या केबिनकडे गेले. मुख्य डेकवर मो आपली वाट पाहत थांबला होता. रेलिंगजवळ त्याने रॉकेलचे तीन दिवे जय्यत तयार ठेवले होते. मी त्याला आपल्याला प्रेक्षागृहाकडे न्यायला सांगितले. तुला पियानो दाखवायचे श्रेय त्याला मिळाले असते तर त्याला फारच आनंद मिळणार होता. ग्रेसवरच्या पियानोचा शोध त्यानेच तर लावला होता.

आपण डेकवरून जाताना मला तिथल्या काही गोष्टी नाहीशा झालेल्या आढळल्या. डेकवर उघडणाऱ्या केबिन्सच्या सगळ्या दरवाजांच्या मुठी गायब झाल्या होत्या. तिथे आता भोके दिसत होती. अली म्हणाले होते की हॅरिसन मास्टरना त्यांचे गेस्ट हाउस झटपट सजवायचे होते. त्यासाठी त्यांना ग्रेसवरचे काही सामान हवे होते. या दरवाजांच्या मुठी बहुधा त्या यादीत होत्या. किंवा कदाचित या मुठी ढाक्यातल्या हॉटेलात पोचल्या असतील. ग्रेसचे अवशेष आता देशभरात विखरून जायला सुरुवात झाली होती.

आपण प्रेक्षागृहाजवळ पोचलो. मो आत शिरला. तू प्रेक्षागृहाचे दार माझ्यासाठी उघडून धरलेस. आपण एकत्रच आत शिरलो. आत तो गडद निळा अंधार होता, लाकडाचा आणि वेलवेटचा विशिष्ट वास भरून राहिला होता. आपण हातात धरलेले ते रॉकेलचे दिवे उंचावले. मी हलकेच म्हणाले,

"त्या- त्या पडद्यामागे स्टेजवर आहे तो."

पण तू आणि मो आधीच तिकडे निघाला होतात. मी प्रेक्षागृहातच थांबायचे ठरवले. माझ्या हातातला दिवा मी खाली ठेवला आणि पुढच्या रांगेतल्या एका खुर्चीवर बसून डोळे मिटून घेतले. त्या प्रशस्त सभागृहातील शांततेने मी जरा नर्व्हस झाले होते. मग पियानोसमोरचे स्टूल सरकवल्याचा आवाज झाला आणि क्षणभरात पियानोचा पहिला स्वर त्या सभागृहात प्रश्नचिन्हासारखा निनादला. तू पियानो वाजवत होतास. माझ्या लक्षात आले की मी तुझे पियानोवादन कधीच गांभीर्याने ऐकले नव्हते. त्या अंधूक उजेडात तू मला दिसत नव्हतास; पण त्यामुळेच मला

त्या सुरावटी ऐकताना आनंद होत होता. तू सुरुवात केलीस तेव्हा माझ्या लक्षात आले की हे गाणे मी पूर्वी ऐकले आहे. पण ते कोणते गाणे आहे ते मला आठवेना. तू हळुवारपणे वाजवत होतास आणि आजूबाजूच्या जाड पडद्यांमुळे तो आवाज आणखीच हळुवार होत होता. मला कळत होते, तू मधून मधून एखादी पट्टी पुन्हा पुन्हा दाबून पाहत होतास, तिचा स्वर जोखत होतास. तू त्या सुरावटीबरोबर गुणगुणतही असावास. पण मला खात्री नव्हती.

तू एक सुरावट छेडलीस. मग पुन्हा आणखी एक गाणे वाजवायला सुरुवात केलीस. बीचवर आणून उभ्या केलेल्या एका पंचतारांकित जहाजावरच्या पुनरुद्धार केलेल्या पियानोवर, परग्रहावरून आलेल्या एखाद्या अनोळखी कलावंताच्या बोटांच्या करामतीने छेडल्या गेलेल्या सुरावटी त्या सभागृहात बसून ऐकताना माझी ब्रह्मानंदी टाळी लागली होती. दमल्याने नव्हे तर तुझ्या गाण्याची जादूच तशी होती. मग तुझा आवाजही त्या सुरावटीत मिसळला. तुझा मऊसूत आवाज त्या अंधाऱ्या सभागृहात लहरत होता.

ऑल ऑफ मी
व्हाय नॉट टेक ऑल ऑफ मी
कान्ट यू सी
आय ॲम नो गुड विदाऊट यू

सभागृहात शांततेचे साम्राज्य होते. तुझ्या प्रत्येक शब्दाला लगटून येणारा तुझा श्वासही मला ओळखता येत होता. तुझ्या श्वासाच्या लयीशी मी माझी लय जुळवून घेतली. डोक्यातला कोलाहल शांत झाला. एक विचारशून्य हलकेपणाने मी भारली गेले.

यू टुक द बेस्ट
सो व्हाय नॉट टेक द रेस्ट

मग सुरावट विरत गेली. पियानोच्या झाकणाची बिजागरी कुरकुरली. स्टूल मागे सारले गेले. पडदा सरकवला गेला आणि तू हलक्या पावलांनी माझ्याकडे येऊ लागलास. तुझ्या हातात तुझा दिवा नव्हता आणि तुझ्याबरोबर मो नव्हता. तू माझ्या शेजारी येऊन बसलास. मला वाटले, तू आता पियानोबद्दल काहीतरी बोलशील. त्याऐवजी तुझ्या लहानपणची एक गोष्ट तू मला ऐकवलीस. तुम्ही दोन वर्षे तुमच्या शेतातल्या घरात राहिला होतात. त्या दुर्गम भागात तुम्ही राहायला गेलात तेव्हा तुझ्या आईने एक रोझमेरीचे रोप स्वयंपाकघराच्या मागे लावले होते. त्यानंतर पाऊस पडल्यावर तू खिडकीतून बाहेर डोकावलास आणि तुला त्या रोझमेरीचा गंध

जाणवला. ते तुझे घर एका टेकडीच्या टोकावर होते. घराच्या तीन बाजूंना खाली उतरलेले कडे आणि मैलो न् मैल अंतरानंतर दिसणारी झाडी आणि डोंगर. मग तू म्हणालास,

"मी या पियानोवर बोटे फिरवली आणि मला ते रोझमेरीचे रोपटे आठवले. त्या घराची प्रत्येक वस्तू, प्रत्येक आठवण त्या गंधाशी निगडित आहे - खूप जुने, खूप मस्त, निखळ आणि जिवंत. थँक यू, झुबेदा, तू मला बोलावलंस. मी इथे आलो आणि तू माझी या आनंदाशी गाठ घालून दिलीस."

माझ्या गळ्यात आवंढा दाटून येऊ लागला. मी तुझ्या हातावर माझा हात ठेवला. तुझ्या वेगळेपणाची पुन्हा एकदा मला जाणीव झाली. तू एकाच वेळी माझ्या माहितीतल्या एकूण एक माणसांपेक्षा ठाम होतास आणि तरीही कुठेतरी अत्यंत तरलही होतास. जणू काही कुठे तरी स्वतःला बांधून ठेवावे, जखडून घ्यावे असे काहीच तुला सापडले नसावे. तू तुझा हात सोडवून घेतलास आणि माझा दंड धरलास. तुझा हात माझ्या पाठीला स्पर्श करत होता. मी तुझ्याजवळ सरकले. तुला इथे येऊन आनंद झाला होता, त्यापेक्षा कितीतरी पटींनी जास्त आनंद मला झाला होता. मला हे तुला सांगायचे होते; कारण तुझा हात हातात घेताना माझ्या आनंदात मी पार विरघळून गेले होते.

तुझ्या हाताची ऊब आणि जवळीक सोडून कुठेही जावेसे वाटत नव्हते. पण दुसऱ्याच क्षणी एखाद्या निर्वात पोकळीत जखडून गेल्यासारखा माझा जीव घुसमटू लागला. मी घाईघाईने तुला घेऊन त्या प्रेक्षागृहाबाहेर आले आणि उजेड आणि मोकळी हवा शोधत जिना चढू लागले. मी तुला कुठे घेऊन जाते आहे हे मला कळत नव्हते. सरतेशेवटी आपण मुख्य डेकवर येऊन पोचलो.

डेकवर भर दुपारचे ऊन रणरणत होते. खाली उन्हाने तापलेल्या वाळूत आडोसा शोधून मजूर सावलीत दाटीवाटीने बसले होते. तू शर्टाची वरची बटणे सोडलीस. तुझ्या शर्टातून तुझी छाती दिसत होती. त्या तात्पुरत्या उभारलेल्या लिफ्टमधून आपण ग्रेसच्या मोहमयी स्टेजवरून दुःखाने भरलेल्या पण खऱ्या दुनियेत परतत होतो.

काहीतरी घडले होते. पण काय घडले होते त्याचे मला आकलन होत नव्हते. आपण निःशब्द झालो होतो. तेवढ्यात माझ्या लक्षात आले की आपल्याला अलींकडे जेवायला जायचे होते. मी तुला म्हटले की 'हे आमंत्रण टाळण्याचा प्रयत्न करून पाहते.' पण तू म्हणालास,

"खरं तर आपण त्यांच्या निमंत्रणाचा मान राखायला हवा." तू असे म्हणत होतास तेव्हा तुझ्या गळ्याजवळची शीर उडत होती.

शिपसेफ ऑफिसच्या दुसऱ्या मजल्यावर अलींनी जेवणाची व्यवस्था केली

होती. चिकन, मटण आणि माशांचे भरपूर तेलात केलेले अनेक पदार्थ होते. सखावत आधीच जेवायला बसले होते. समोर भरगच्च वाढलेली प्लेट होती. अलींनी आपल्या प्लेटमध्येही भरपूर भात वाढला. दाल मात्र आपली आपणच वाढून घेतली. चमचे दिसत नव्हते. तू हातानेच भाताचे घास करून खायला सुरुवात केलीस.

"मि. अली, पियानोचे काय करायचे ठरवले आहे तुम्ही?" तू विचारलेस.

"विकला जात नाहीये. इतकी महाग वस्तू कुणालाच नकोय."

"मग काय करायचं त्याचं?" मी विचारले.

सखावत तुपाने माखलेली बोटे चाटत होते. ते म्हणाले,

"आपल्याला दुकानामध्ये विक्रीसाठी ठेवता येईल. कुणाला हवा असेल तर विकला जाईल; पण या जहाजावरून तो तोडफोड न होता खाली उतरवण्यासाठीच फार मोठा खर्च येईल."

"फार मौल्यवान वाद्य आहे." तू म्हणालास.

"आपल्याकडून होईल ते सगळे आपण करू," अली म्हणाले.

अलींनी त्यांच्या नोकरांना उष्ट्या प्लेट आवरायला सांगितले. नंतर त्या नोकराने हात धुवायला पाणी आणि साबण आणला. सखावत म्हणाले,

"आठवतंय मि. अली? एकदा इथे अचानकच चक्री वादळ झालं होतं. प्रचंड भरतीमुळे बीचवरच्या सगळ्या जहाजांमध्ये पाणी शिरलं होतं. हरूनच्या जहाजात तर एक व्हेल येऊन अडकला होता."

"व्हेल?"

"खूप आधीचं, ९१ सालचं चक्री वादळ. खूप लोक मेले होते. शेजारच्या शिपयार्डमध्ये ग्रेससारखंच मोडीत काढलेलं जहाज नुकतंच आलं होतं. त्या जहाजावरच्या स्विमिंग पूलमध्ये त्या वादळात तो विलक्षण जलचर येऊन अडकला होता."

"मग काय झालं?"

"आम्ही काय करणार? काही दिवसांनंतर मेला तो," अली म्हणाले.

"त्याला बघायला कुठून कुठून लोक यायचे. तो तडफडत असायचा. कातडी सुकून गेली होती त्याची. भेसूर आवाजात ओरडत असायचा."

त्याच्या त्या मरणयातना सखावत बोटांची चुटकी वाजवून दाखवत होते. सखावत आणि अलींनी ही गोष्ट माझ्यासमोर सांगायला नको होती. जेवताना काढून ठेवलेल्या सोन्याच्या अंगठ्या सखावतांनी पुन्हा बोटात चढवल्या. खुर्चीवर मागे रेलून बसले आणि छानशी ढेकर दिली.

वादळामुळे तो त्या जहाजावर येऊन पडलेला मासा व्हेलहून लहान असावा. उत्तरेच्या समुद्रातून आलेला इरावादी डॉल्फिन किंवा छोट्या कल्ल्यांचा पायलट

व्हेल. उथळ पाण्यात तो तडफडत असेल, त्याला घरघर लागली असेल, त्याच्या नाकाचे छिद्र वेगाने धपापत असेल आणि हे सगळे तिथे जमलेले लोक मुर्दाडपणे पाहत उभे असतील. मी तुझ्याकडे पाहिले. तू हेलावला होतास. या जागेचा भयानकपणा तुझ्या मनावर ठसू लागला असावा. इथे जहाजे मोडीत काढली जातात, स्विमिंग पूलमध्ये व्हेल येऊन मरतात आणि भरतीच्या लाटा जगातली सारी गदळ या बीचवर आणून ओततात. तरीही ही जागा मनावर गारुड घालते.

त्या रात्री तू आमच्याबरोबर मजुरांच्या बराकीत आलास. दुसऱ्या टप्प्यातल्या मुलाखती घ्यायच्या होत्या. सगळे मजूर तुला बघून खूश झाले. ते आळीपाळीने सिगारेट पीत होते. त्यांनी तुझ्याही पुढे सिगारेट धरली. नव्या पेटवलेल्या सिगारेटचा तू झुरका घेतलास आणि ती पुढे दिलीस. तू गॅब्रिएल आणि माझ्याबरोबर न बसता त्या मजुरांबरोबर त्यांच्यामध्ये, त्यांच्या बंकबेडवर बसलास. आम्ही आमची साधनसामग्री सज्ज केली आणि गॅब्रिएलच्या कॅमेऱ्याने ती बराक उजळून निघाली.

''आज म्या सांगनार,'' मो म्हणाला.

मला आश्चर्य वाटले. मोने आजपर्यंत गॅब्रिएलच्या आणि माझ्या सगळ्या प्रश्नांकडे काणाडोळाच केला होता. त्याचे आई-वडील वारले होते आणि या बीचवरच तो राहत होता. आम्हाला त्याची एवढीच माहिती होती.

''चल मग सांग, तुझा जन्म कुठे झाला?''

''न्हाई, मला माजं कायबी सांगायचं न्हाई.''

''त्याला त्याच्या मैतरणीचं सांगायचंय,'' चुटकी वाजवत बेलाल म्हणाला.

''तुझी मैत्रीण आहे?'' मी विचारले. तू मोकडे टक लावून पाहत होतास. मोने त्या प्रश्नाचे 'हो' किंवा 'नाही' काहीच उत्तर दिले नाही. तो फक्त म्हणाला,

''शोना नाव हाय तिचं, एका माणसाकडे ऱ्हाते.''

''माणूस? कोण, कसा?''

''वंगाळ हाय.''

''आणखी काही सांगशील?''

''त्या मावशीनं इकली तिला. आता त्या माणसाकडेच ऱ्हावं लागतंय तिला. लई मारतो. तोंडबी फाटल्यालं बगितलंय म्या.'' स्वतःच्या गालावर बोट फिरवून तो म्हणाला.

''समदं खोटं बोलतुया,'' बेलाल म्हणाला.

''काहीबाही मनचं सांगत बसतो,'' दुसरा एक जण म्हणाला. मोने जोरात मान हलवली.

''समदं खरंच हाय. एक दिस मुडदाच पाडीन त्येचा,'' मो त्वेषाने उठून उभा राहिला. मूठ उगारली आणि हवेतच घाव घातला आणि पुढे होऊन बेलालची

कॉलरच धरली.

"म्येलेलाच बगायचाय त्येला." आम्ही बघतच राहिलो. मग तो पुढच्या मजुराकडे वळला. हातातल्या काल्पनिक सुऱ्याचे त्याच्यावर वार करायला लागला.

एकदा मी अलींना विचारले होते की मो इथे कसा येऊन पोचला होता. तेव्हा ते इतकेच म्हणाले होते की फार वाईट नशीब घेऊन जन्माला आला होता तो. मी मग गृहीत धरले की ते त्याला कुठून तरी वाचवून घेऊन आले असावेत.

"शांत हो मो. सांग बरं तुझ्या मैत्रिणीबद्दल," मी त्याला चुचकारले.

"माय म्येली तिची आनी ही ऱ्हायली मागे त्या मावशीकडे."

"तुझी आई लक्षात आहे तुझ्या?"

मो थांबला. त्याचा हात तसाच, हवेत अधांतरी राहिला.

"वेसवा होती."

"मायला वंगाळ नगं बोलूस." कुणीतरी त्याला टोकले.

"तू काय बी सांगतूस. कोनालाबी खरं वाटत न्हाई. आठवतंय- हा म्हन्ला व्हत- ह्येचा बाप विंग्रज क्याप्टन हाय म्हनून. कोनी विंग्रज आल्याला नाई - 'हा माजा पोरगा' म्हनत."

सगळे मजूर कुजबुज करत होते. मो अजूनही खोलीच्या मध्यभागी हातात काल्पनिक सुरा परजत उभा होता. आवाज चढवून किंचाळत तो म्हणाला,

"म्या कदीच खोटं बोलत न्हाई- कदीच न्हाई."

तू उठलास आणि मोला अक्षरशः उचलून बाहेर घेऊन गेलास. गॅब्रिएल कॅमेरा सोडून पुढे आली. चेहऱ्यावरचा घाम पुसत म्हणाली,

"मला सहन होत नाहीये. हा नरक आहे, नरक!" आणि तिने स्टँडवरून कॅमेरा काढला.

मी पुन्हा एकदा सगळ्यांना बोलते करायचा प्रयत्न केला. पण सगळेच गप्प झाले होते. जरा वेळाने मी माझा टेपरेकॉर्डर बंद केला आणि तुझ्या मागोमाग बीचवर आले. तू आणि मो एका वाळूच्या कट्ट्यावर बसून काही न बोलता ग्रेसकडे पाहत होतात. गॅब्रिएल आणि मी- आम्ही दोघीही त्या कट्ट्यावर येऊन बसलो. कट्टा वाळूचा असला तरी भक्कम होता. तिथून रात्रपाळीच्या मजुरांच्या ब्लोटॉर्चमधून पडणाऱ्या ठिणग्या दिसत होत्या. लाटा फुटण्याचा आणि परतून जाण्याचा आवाज कानावर पडत होता. थोड्या वेळाने मी 'घरी जाऊ या' म्हणाले. खूप उशीर झाला होता. रात्र फार झाली होती. तू उठलास. पँटला लागलेली वाळू झटकलीस. पण मो घरी यायला तयार नव्हता. तो तसाच बसून राहिला. गॅब्रिएलने मोचा हात धरला आणि ती आपल्याला म्हणाली,

"तुम्ही जा, आम्ही येतो नंतर."

आपण निघालो आणि घराकडे गेलो. आपण घरी आलो आणि तू बाथरूमकडे वळलास. तू बाहेर येईपर्यंत मी स्टोवर डाळ आणि भात गरम केला. आपण जेवायला बसलो. मी तुझ्याकडे लक्ष देऊन पाहिले. तुझा चेहरा तकतकीत दिसत होता. मी विचारले,

"तू दाढी केलीस? का?"

तू माझे हात हातात घेतलेस आणि म्हणालास,

"जरा बस माझ्याजवळ."

आपण सोफ्यावर जाऊन बसलो. तुझ्या चेहऱ्यावरचे सगळे बुरखे गळून पडले होते. तुझ्या चेहऱ्याची रेषन्‌रेष मला दिसत होती. तुझा जबडा, तुझा गळा आणि गळगोटी. तुझ्या चेहऱ्यावरच्या सतेज लालसर कांतीने मी चकित झाले होते. तू माझ्यावर झुकलास. मी डोळे मिटून घेतले. तुझ्या ओठांच्या स्पर्शाची मी वाट पाहत होते, तुझा उष्ण श्वास माझ्या चेहऱ्यावर रेंगाळण्याची मी वाट पाहत होते. पण तू तसे काहीच केले नाहीस. तू तुझा गाल माझ्या गालावर टेकवलास. तू लावलेल्या साबणाचा गंध माझ्या नाकात शिरला. मी डोळे उघडले. तुझा खांदा, खिडकीचे खडबडीत बार, दारांचा उडलेला रंग आणि गंजलेल्या कड्या माझ्या नजरेच्या टप्प्यात होत्या. तुझी हनुवटी माझ्या खांद्यावर विसावलेली होती आणि माझी तुझ्या खांद्यावर. तुझे मऊ केस माझ्या चेहऱ्यावर रुळत होते. आवंढा गिळत मी तुला म्हणाले,

"एलिजा, माझं प्रेम आहे तुझ्यावर."

नंतर पुढे तू बीचवरून परत गेलास तेव्हा मी तुला सोडायला आले होते. त्या वेळी आपल्यातले हे प्रेम अगदीच वाईट प्रकारे लयाला गेले होते. मी जेव्हा त्या रात्रीचा विचार करते तेव्हा मला आपल्यातली बारीकसारीक गोष्टही आठवते. तू मला मिठीत घेतले होतेस, माझे चुंबन घेतले होतेस, तुझा श्वास माझ्या बोटांवरून फिरला होता, तुझी बोटे माझ्या चेहऱ्यावरून फिरली होती. तुझ्या ओठांचा मला स्पर्श होण्यापूर्वीच तुझे केस माझ्या चेहऱ्यावर झेपावले होते. आपण एकमेकांशी काय बोलत होतो तेही आठवत होते. मी तुला म्हणाले होते की या जगात माझ्यासाठी तुझ्या प्रेमाव्यतिरिक्त काहीच नाही. मला आपले खळखळून हसणे आठवत होते. माझ्या हातांवरचे तुझे भक्कम हात आठवत होते. खूप काही सांगितल्याचे आठवत नव्हते आणि वाईटही वाटत असल्याचे आठवत नव्हते. मला रडल्याचे आठवत होते. तू रडलास तेव्हा मी माझ्या ओठांनी तुझे अश्रू टिपले. मात्र तुझ्या अंगठ्याचे नख आठवत होते. ते नीट कापले गेले नव्हते त्यामुळे माझ्या मांडीच्या आतल्या त्वचेवर ओरखडा उठला होता. माझे स्त्रीत्व मला आठवले. माझे स्त्रीत्व- झुबेदा, पुतुल, अरेबिक राजकन्या, एक अनाथ मुलगी- जिच्या घराण्याचा ठावठिकाणा

नाही. मिसेस रशीद, तुम्ही तुमच्या स्त्रीत्वाशी ओळख करून घ्या. या स्त्रीत्वाचा सखा सोबती तू. या माझ्या स्त्रीत्वावर हक्क सांगू शकणारा एकमेव माणूस, तू आला होतास. माझ्या स्त्रीत्वाला रक्ताच्या नात्याची जराही ओळख नव्हती. पण त्याची गरजच या माणसाच्या येण्याने संपली होती. कारण स्त्रीत्वाचा तुमच्या रक्ताशी काहीच संबंध नसतो. सगळे सारखेच असतात. तुमच्या स्त्रीत्वाचा त्याने घेतलेला अनुभव ही एकच जवळीक पुरेशी असते. तुमच्या शरीरांचे ओझे पेलणारा बिछाना गरजेचा असतो - अशा माणसाचा बिछाना जो स्वतःपासून कधीच दूर पळत नाही. तुमच्या खळ्यात सूर्याचा गंध प्यायलेले भाताचे पीक दरवळते आहे की नाही, तुमचे आई-वडील शेतकरी आहेत का भिकारी आहेत, त्यांना आणखी मुले-विशेषतः मुलगे आहेत की नाही- जे त्यांनी तुम्हाला सोडून दिले तसे सोडून दिलेले नाहीत, याचा तुमच्या स्त्रीत्वाशी काहीही संबंध नसतो. स्त्रीत्वाला त्याची गरज नसते आणि फिकीर तर त्याहूनही नसते. मला माझे आई-वडील कोण होते हे जाणून घ्यायचे होते. त्यांना सॉरी म्हणायचे होते. स्वतःला आणि या आलेल्या माणसाला-तुलाही- सॉरी म्हणायचे होते कारण माझ्या स्त्रीत्वाला, तुला भेटल्या क्षणापासून तुझी ओढ लागली होती. पण माझ्या स्त्रीत्वाने या शाश्वत ओढीकडे पाठ फिरवली, सगळ्या आशा इतिहासजमा केल्या. आलिंगने, चुंबने आणि बोटांवर रेंगाळणारे तुझे निःश्वास याखेरीज आयुष्यात काहीही उरलेले नाही.

नंतर मी तुला विचारले,

"काय करू सांग तुझ्यासाठी?"

तू माझ्या कानात अगदी हळू आवाजात कुजबुजलास- इतका हळू की मला जेमतेम कळले तू काय म्हणालास ते,

"मी नाही सांगू शकत."

"मग मला जवळ घे."

"तुझ्या प्रेमाची मला नितांत गरज आहे."

"मग सांग मला, मी काय करू?"

"पुतुल, मी नाही सांगणार."

मी बाजूला सरकले आणि मागे टेकून तुझा चेहरा निरखू लागले. तुझ्या नितळ चेहऱ्यावर नुकत्याच केलेल्या दाढीचे सूक्ष्म हिरवट ठिपके दिसत होते.

"का नाही?"

"कारण ते तुझं तुलाच कळायला हवं."

मी डोळे मिटून घेतले आणि माझे ओठ तुझ्या ओठांवर टेकले. तू मला कवेत घेतले होतेस आणि माझ्या केसातून हात फिरवत होतास. तुझ्या आयुष्यातले प्रेम मी होते, याची तू कबुली देत होतास. तुझे ते शब्द ऐकून माझ्या रक्ताला उधाण

आले. माझे गाल लाल झाले. तुझी हनुवटी माझ्या खांद्यावर विसावली होती, तिथे शिरशिरी उठली आणि प्रेमाची कबुली देताना तुझा श्वास माझ्या गळ्यावर रेंगाळला. मी रोमांचित झाले.

मी तुझ्या प्रेमात पडले होते. 'मी काही वावगे तर वागत नाही ना?' या विचारालाच आता माझ्या मनात थारा नव्हता. माझ्या हृदयाचा प्रत्येक ठोका मला 'मी रशीदशी प्रतारणा करते आहे' हे बजावून सांगत होता; पण मला त्याची फिकीर नव्हती. मी तुझ्या प्रेमात पडले होते म्हणून मला वाटत होते की सगळ्या गोष्टी आपोआप सुरळीत होतील. किंवा इतर कशाचाच माझ्या मनात पुसटसाही विचार येत नव्हता. आपल्या दोघांचेच एक अभेद्य जग निर्माण झाले होते. त्या जगात आपण इतके गुरफटून गेलो होतो की आपल्या मनात एवढ्याशाही शंकेला जागा नव्हती. एकमेकांपासून दूर जाण्याची कल्पनाही आपण करू शकत नव्हतो.

मोने आपल्यासाठी स्वयंपाक करून ठेवला होता. आपण जेवलो. माझ्या लॅपटॉपवर गाणी ऐकली. मो आणि गॅब्रिएल घरी परत आल्यावर जेवले असते. नंतर तो शॉपिंगला गेला असता. मी त्याच्यासाठी टेबलावर पैसे ठेवले. तू कुठेतरी फिरून येण्याची कल्पना मांडलीस.

"चल, हिल ट्रॅक्सला जाऊ या. गाडी घ्यायला लागेल भाड्याने."

"हिल ट्रॅक्सला जायला परवानगी घ्यावी लागते मॅडम," शिपसेफच्या ऑफिसमधल्या बिलालने माहिती पुरवली.

मी रशीदला फोन केला. तो लगेच म्हणाला,

"मजेत दिसतेस." हो मी मजेतच होते. कधी एकदा बोलणे संपवून फोन ठेवते आहे, असे मला झाले होते. पण त्याने त्याच्या चिनी भागीदारांबरोबरच्या पार्टीचे पुराण लावले. तो शांघायहून परत यायला अजून काही वेळ होता. त्यानंतर तो मला भेटणार होता. मी म्हणाले,

"झा-जिआन - गुड बाय." माझ्या मॅंडेरिनच्या पदवीपूर्व अभ्यासक्रमात मी शिकले होते. त्या क्षणी मी जगातली सर्वांत शहाणी होते. आनंदाच्या शिखरावर होते, अमर होते.

तू काय करत होतास? तू जिथे असशील तिथून मला मेसेजेस पाठवत राहिलास. कधी शेजारच्याच खोलीतून तर कधी बीचवर पळायला गेलेला असताना.

'माझ्या प्रियतमेचा केशकलाप काळाभोर आहे.'

'मस्त वाटतंय.'

'तू माझे सर्वस्व.'

मला काय उत्तर द्यावे कळत नसे. एकदा मी लिहिले,

'मुक्त असणे म्हणजे काय, ते कळायला हवे.'

मी बिलालकडे काही दिवसांची सुट्टी मागितली. आपण फॉयलेकला गेलो. लेकमध्ये बोटिंगसाठी गेलो तेव्हा तू बोट चालवलीस आणि मी एका नावाड्याला पटवला आणि त्याला किनाऱ्यावरून लक्ष ठेवायला सांगितले.

"मी कॉलेजमध्ये नौकानयनाच्या टीममध्ये होतो," तू म्हणालास.

"कोण? तू? तुझ्यासारखा हिप्पी क्रू टीममध्ये?" मी चिडवले.

पण माझ्यावरची नजर जराही ढळू न देता हात गोल फिरवत तू बोट कौशल्याने हाकलीस. आपण मग एके ठिकाणी थांबलो. तिथे लेकमधून निघालेला रस्ता समोरच्या जंगलात जात होता.

"जाऊ या?"

"अर्थात."

त्या जंगलातील धोके पचवायला आपल्यातले बंध पुरेसे होते. काही मिनिटांतच आपण दाट झाडीत शिरलो. आजूबाजूला डासांची गुणगुण सुरू होती. तू माझे चुंबन घेतलेस. ती डासांची गुणगुणही आता मला संगीतासारखीच वाटत होती.

"चल, इथून दूर कुठेतरी जाऊ या. असं समजू या की आपलं लग्नं झालंय. का खरंच लग्न करू या?"

मी माझ्या बोटातल्या अंगठीकडे पाहत राहिले.

आठवडा उलटला. गॅब्रिएलने आधीचे काम पूर्ण करण्याचा लकडा लावला. मग मी कामाला लागले. तू आणि मो घरातच राहिलात. मी माझ्या मुलाखती रांगेला लावल्या आणि ग्रेसच्या सुट्या भागांच्या तपशीलवार नोंदी ठेवायला लागले. एक दोन वेळा मो आणि मी संध्याकाळी पुलिंग क्रूला त्यांच्या बराकीत भेटलो. रात्री आपण असे वागत होतो की आपल्याला काहीही करायची मुभा होती- चारचौघात चुंबन घेणे, लग्न करणे किंवा अलीकडे प्रचलित होत चाललेला प्रकार- झटपट प्रेमप्रकरणे- जितक्या वेगाने प्रेमात पडायचे, तितक्याच वेगाने संबंध तोडून टाकायचे. आपण पुन्हा केव्हा भेटणार आहोत, कोणत्या परिस्थितीत भेटणार आहोत याचा आपण विचार करत नव्हतो. पण आपल्या कल्पनेच्या राज्यात आपण या प्रॉस्पेरिटीमधून, या चित्तगाँगमधून, बांगलादेशातून आणि या काळाच्या चौकटीतून बाहेर पडत. रशीदबद्दल वाद घालायचा नाही, हे तू ठामपणे ठरवले होतेस.

'हे पॅनकेक्स छान आहेत असे तुला वाटत असेल तर तू माझ्या वडिलांच्या हातचे खाऊन पाहायला हवेस. तू व्हरमाँटला आलीस की मिळतील तुला.' किंवा

'चल, पॅरीसला जायला हवे.' किंवा

'किती मुलं हवीत आपल्याला? तीन की चार?'

‘आपल्या पलंगाच्या पायाशी बाथटब असायला काय हरकत आहे?’ ही अशी संभाषणे तुझ्या माझ्यात व्हायला तुझी हरकत नव्हती. पण,

‘तू तुझ्या नवऱ्याला सोडून देऊन माझ्याशी लग्न का करत नाहीस?’ हा प्रश्न तू कधीही विचारणार नव्हतास. मी हा विषय काढल्यावर तू पहिल्या रात्री सांगितले होतेस त्याचाच पुनरुच्चार केलास. माझ्या इच्छेनुसारच मी या बाबतीत निर्णय घ्यायचा होता. तुझ्या या विचारानेच मी कमालीची घाबरले होते. त्यामुळे हा विषय काढण्याचे धारिष्ट्य मी पुन्हा केले नव्हते.

या काळात तुझ्याही काही गोष्टी माझ्या लक्षात आल्या होत्या. अशा बाबी ज्यामुळे पुढे मागे मला त्याचा त्रास झाला असता. तुझ्या पायांना आंबूस वास यायचा. टॉवेल खुर्च्यांच्या पाठींवर टाकलेले असायचे आणि पाण्याने अर्धवट भरलेले ग्लास बिछान्याच्या बाजूला इथे तिथे ठेवलेले असायचे. तू काही वाचत असलास, ऐकत असलास तर तुला बाकी कशाचेच भान नसायचे. तू हेडफोन लावून डायनिंग टेबलच्या टवके उडालेल्या कडेवरून बोट फिरवत बसलास की तुझ्या लेखी माझे अस्तित्वही पुसले जायचे. एका क्षणापूर्वी मी तुझे सर्वस्व असायची आणि दुसऱ्याच क्षणी तू असा हरवून जायचास. मी अगदीच नगण्य आहे असे वाटून मग मला त्या पुस्तकाचा, तुझ्या हेडफोनचा, इतकंच काय तर त्या डायनिंग टेबलच्या कडेचाही मत्सर वाटू लागायचा. अंगावरून कपडे उतरवल्यावर मी सवयीने गाणे लावायची. पण तू मला थांबवायचास. याचाही मला त्रास व्हायचा. तुला मात्र त्याचे काहीही वाटत नसे. आपल्या इथले आवाज गॅब्रिएलपर्यंत पोचू नयेत असे मला वाटायचे. मी तुझ्याकडे चुकीच्या पद्धतीने बघितले तरी तुला अवघडल्यासारखे होत नव्हते. कोणत्याही विचित्र परिस्थितीत आपल्याला जोडणारा संगीताचा धागा तुला नेहमीच असायलाच हवा असे नव्हते. तू फार मोठमोठ्याने शेरे मारत असायचास. माझ्या एखाद्या विशिष्ट वागण्याबद्दल, इतकेच काय माझ्या शरीराच्या अवयवांबद्दलही असभ्यपणे बोलायचास.

मला कधीच लैंगिक शिक्षण दिले गेले नव्हते. शाळेत नाही आणि घरीही माझी आई अशा गोष्टींवर बोलायला राजी नव्हती. दोन शरीरे जवळ आल्यावरचे चीत्कार, कुजबुज- डोक्यावरून ओढलेल्या पांघरुणाच्या आत दडपायचा प्रयत्न करणे म्हणजे संभोग आणि संभोग म्हणजे अश्लीलता, असाच माझा समज होता. तो माझा अनुभव दुःखदच असायचा. त्यानंतर मला ‘मरण बरे’ असेच वाटायचे.

यापूर्वी मी जो अनुभव घेत होते त्याला आता संभोग म्हणणे शक्य नव्हते. किंवा कदाचित तुझ्या माझ्यात घडायचे त्यालाही संभोग म्हणणे योग्य नव्हते. त्या दोन्हीमधला फरक कळण्याइतकी मी अनुभवी नव्हते. असे असले तरी घडायच्या गोष्टी घडतच होत्या. कपडे उतरवणे, गालांचा स्पर्श- एक मऊसूत आणि दुसरा

राठ, लसलसणाऱ्या जिभा आणि भावनोत्कटता. पण माझ्यासाठी हे सगळं वेगळं होतं. या सगळ्यात माझे रक्त कंबरेच्या खाली उसळत असे. तुझ्यासाठी ते मुखस्वप्न असे. या सगळ्यासाठी माझी योनी उसासू लागत असे. तुझा एक अनोखा गंध माझ्या रोमारोमात भिनून राहिलेला असे. मी अगदी व्हेलच्या हाडांची क्रमवारी लावायला बसले तरी ही भावना माझ्यात रेंगाळतच राहत असायची. याला तू प्रेम म्हण, वेडेपणा म्हण, पहिला अनुभव म्हण किंवा हा माझ्या आईकडून मला मिळालेला रक्ताचा वारसा म्हण. तू माझा आहेस. मी तुझी आहे. हा आपल्यापुरत्या एका जगाचा शुभारंभ आहे. त्यातला संभोगाचा वाटा हा सगळ्याला पुरून उरणारा तरीही या आपल्या विश्वाचा अगदी कणमात्र हिस्सा होता.

शनिवार रविवारच्या सुट्टीच्या दिवशी आपण नौखालीला गेलो. आपली बस ब्रह्मपुत्रा ओलांडून भोलाला पोचली आणि तिथून आपण खुलनाला गेलो. खुलनाहून सुंदरबनला जायला आपल्याला बोटीची स्फर करावी लागली. बोटीवर चढेपर्यंत माझ्या लक्षातच आले नव्हते की कुणीतरी मला ओळखेल. पण बोटीवर फक्त परदेशी प्रवासीच होते. चित्तगाँगमधल्या ग्लास फॅक्टरीमध्ये काम करणारे काही कोरिअन्स, एक वयस्क जर्मन जोडपे, एक स्विडिश मुत्सद्दी आणि त्याचे कुटुंबीय.

तू माझ्या अगदी लहानातल्या लहान गोष्टीकडे लक्ष पुरवत होतास. माझ्या शरीरावरच्या प्रत्येक खुणेची, त्वचेवर पडणाऱ्या प्रत्येक चुणीची तू दखल घेत होतास. आपण त्या छोट्याशा केबिनमधल्या खालच्या बंकवर झोपलो. रात्रभर माझ्या कानाशी तुझा श्वासोच्छ्वास जाणवत होता आणि तो बिछाना इतका अरुंद होता की कूस बदलायची झाली तरी ती दोघांनाही बदलावी लागत होती. तू मला जवळ घेत होतास, माझ्या केसात बोटे फिरवत होतास आणि संभोगानंतर तू माझ्या खांद्यावर डोके घुसळून हळुवार रडायचासही.

बोट बंगाल उपसागराच्या तोंडाशी येऊन थांबली. एका फेरीबोटीतून उपसागराला मिळणारी नदी ओलांडून आपण पलीकडे गेलो. तिथून एका काळ्या वाळूच्या बीचवर पोचलो. माझ्या पँटची कड गुंडाळून मी वर घेतली आणि पाण्यात शिरले. तू शर्ट काढून टाकलास, पाण्यात डुबकी घेतलीस आणि पाण्याखाली नाहीसा झालास. माझ्या मनात सतत भीती असे की तू विमान अपघातात गेलास किंवा घरी परतताना हृदयविकाराच्या धक्क्याने वारलास तर मला ते कळवायचे कुणाच्याही मनातसुद्धा येणार नाही. या जगात मी तुझी सर्वांत जवळची आहे हे तू मला सतत सांगायचास. पण मी तुझ्या कितीही जवळची असले तरी ते कुणालाच माहीत असणार नव्हते.

सुंदरबनहून आपण परतलो. येताना आपण तिथून त्या जंगलातल्या मधाच्या

बाटल्या आणल्या होत्या. आपल्या बरोबरच्या त्या जर्मन दांपत्याबरोबर संपर्क ठेवण्याचे आपण ठरवले होते. तू म्हणालास,

''यासाठी इमेल करणे सोईचे आहे. सगळ्यांनाच बरे पडेल.''

पण एवढे सगळे झाले तरी मला तुझी अजूनही पुरेशी ओळख पटलेली नव्हती. मी आपल्या भविष्याचा विषय काढला की तुझ्या प्रतिक्रिया गोंधळात टाकणाऱ्या असत. तुझा पदवीचा अभ्यासक्रम पुरा करावा की नाही, याबद्दल तू अजूनही साशंकच होतास. तुला कोलाजमधून लिबर्टी बेलची प्रतिकृती तयार करायची होती - प्रत्येक देशातून निवडून आणलेल्या त्यांच्या वैशिष्ट्यांचा कोलाज. तुला एक सांगीतिक रचना करायची होती- अशी रचना जी सुरुवातीपासून किंवा शेवटून- कुठूनही वाजवली तरी एकाच सुरावटीची असेल. सकाळी उठल्यावर मला रोज नवीन गाणे म्हणून दाखवायचे होते. गाणे रोजचे नवीन पण त्याची पहिली ओळ मात्र 'मुखी तुझ्या दरवळे गंध मधाचा' हीच असणार होती. तुला सलग अठ्ठेचाळीस तास पियानो वाजवायचा होता. तुला बारा मुले हवी होती आणि त्यांची नावे तू बारा जॅझ संगीतकारांवरून ठेवणार होतास. तुला बांगला शिकायची होती आणि सत्यजित रेंचे चित्रपट मूळ भाषेतून बघायचे होते. तुला संपूर्ण विश्वाला वेढणारे महावस्त्र विणायचे होते.

तुझा उत्साह संसर्गजन्य होता. त्याची मला लागण झाली होती. तुझ्या सान्निध्यात माझे व्यक्तिमत्त्व अधिकच तेजाळत असे. या जगात काहीच अशक्य नाही, असे वाटत असे. पण त्यामुळेच माझ्या मनात भीती दाटून येत असे. तुझ्या वियोगाची कल्पना माझ्या मनावर अत्याचार करत असे. पण तो एक प्रकारे दिलासाही होता. तुझ्याबरोबर हे असे उत्तेजित आयुष्य सदासर्वदा उपभोगणे कसे शक्य आहे? आणि तेही सभोवतालचे सगळे जग इतके कंटाळवाणे आणि विसंगत असताना?

खुलनाहून परतीच्या प्रवासात माझे पाय भरून आले होते. मी स्वस्थपणे बसमध्ये बसलेली असताना आपण बरोबर घालवलेले आधीचे दोन आठवडे माझ्या डोळ्यांसमोरून धीम्या गतीत सरकत होते. आपले बिछान्यातले दिवस, गाईडने दाखवलेले ओरकेला ब्रेवरास्ट्रिस या जातीचे डॉल्फिन्स, बोटीच्या कडेकडेने पोहणारे नदीतले गुलाबी डॉल्फिन्स, एका उपनदीत उन्हाला पाठ देत पहुडलेली मगर सगळ्या गोष्टी आठवत होत्या. तुला सकाळी लवकर उठायची सवय होती. पण मी उठण्यापूर्वी तू समजूतदारपणे, 'मी पळायला गेलो होतो' किंवा 'ध्यान लावून बसलो होतो' अशी कारणे देत पुन्हा एकदा माझ्या पांघरुणात शिरत होतास. माझ्या केसात गुंता होऊन जटा झाल्या होत्या. 'हा तुझ्या प्रेमाचा गुंता आहे' असे म्हणत, चांगले खोबऱ्याचे तेल लावून, जटा सोडवून तू कंगव्याने माझे केस विंचरून

काढले होतेस.

तुझ्या मनात सतत त्या पियानोचा विचार चाललेला असे. तुझ्या मते पहिल्या आणि दुसऱ्या महायुद्धाच्या दरम्यानच्या काळात न्यू यॉर्कच्या क्विन्समध्ये असलेल्या स्टेनवे म्युझिकल इन्स्ट्रुमेंटच्या फॅक्टरीत या पियानोची निर्मिती झाली होती. या पियानोच्या सुरांना एक वेगळीच उबदार, दुधी छटा होती. हे असे सूर तू यापूर्वी कधीच ऐकले नव्हतेस. तू विचारायचास,

'आपल्याला हा पियानो ग्रेसमधून बाहेर नेता येईल का? मग आपल्याला तो नीट दुरुस्त करता येईल.'

इतक्या खंडांचा प्रवास, लहरी समुद्राच्या लाटांचे आणि काही दशकांचे काळाचे तडाखे सोसून ते लाकडात घडवलेले वाद्य आपला सगळा इतिहास पोटात साठवून इथे पोचले होते. या वाद्याचा मूळचा अपेक्षित आवाज खूप काळजीपूर्वक दुरुस्ती करून परत आणता येणार होता.

मी तुला विचारले की, मी तुला का हवी आहे? यावर तू म्हणालास की प्रेम नेहमी हेतूदर्शक असते.

तुम्हाला एखादी व्यक्ती हवी असते; कारण ती व्यक्ती तुमचीच असते. त्या व्यक्तीचे विशिष्ट गुण तुम्हाला आवडत असतात; कारण ती व्यक्ती तुम्हाला सर्वस्वी आवडत असते. आणि त्यामुळेच अशा व्यक्तीने तुम्हाला दुखावले तरी तुम्ही रागावत नाही. त्यासाठी तू प्रसिद्ध कवी रुमीचे वचन उद्धृत केले होतेस,

''तुमच्यावर बसलेले घावच तुम्हाला शहाणे बनवतात.''

''मला अगदी साधे, सरळ उत्तर हवे होते; पण तू फारच अर्थपूर्ण बोललास.''

''तुझं हवं असलेलं साधं सरळ उत्तर म्हणजे, 'मला माहीत नाही.' पण तू मला सतत दुखावत असतेस तरीही मी तुझ्याकडे खेचला जातो.''

''तुला माझ्यापेक्षा चांगला पर्याय मिळाला तर तू तिची निवड करशील.''

''शक्य आहे.''

एक दिवस मी त्याला सांगितले की मी येत्या थंडीत केंब्रिजमध्ये त्याला भेटू शकते. केंब्रिजला परत येऊन, प्रत्यक्ष जीवाश्म पुढ्यात नसताना मी त्यावर प्रबंध लिहू शकते का, याबद्दल माझ्या मार्गदर्शकांशी मला बोलायचे होते. त्या वेळी आपण पत्ते खेळत होतो. तू पटकन हातातले पत्ते टेबलावर आपटलेस. मला वाटले तू जिंकला होतास आणि डाव संपला होता; पण तू उठून बेडरूममध्ये निघून गेलास आणि धाड्कन दार लावून घेतलेस. तुझ्यापाठोपाठ मीही आत गेले. तू मच्छरदाणीच्या आत बिछान्यावर पडून तोंडावरून पांघरूण ओढून घेतले होतेस. मी विचारले,

''काय झालं?''

"तू बाहेर जा."

"मी काय केलंय?"

मी विचारले खरे पण मला माहीत होते. तुझा परत जाण्याचा दिवस जवळ येत होता. आणि त्यामुळे तू भावनावश झाला होतास.

"मी तुला दुखावले असेल तर मला माफ कर."

तू डोक्यावरचे पांघरूण काढून फेकून दिलेस,

"मला इथं बोलावून घेतलंस. काय होतं तुझ्या मनात त्या वेळी?"

"मला माहीत नाही." मी माझ्या हातातल्या लग्नाच्या वेळी घातलेल्या अंगठ्या काढून माझ्या अंडरवेअरच्या ड्रॉवरमध्ये ठेवून दिल्या होत्या. पण माझ्या त्या बोटांवर पडलेल्या पांढरट, दुहेरी चट्ट्यांकडे तू अनेकदा लक्ष देऊन पाहत असल्याचे माझ्या लक्षात आले होते. तुला इथे बोलावून घेतल्यावर काय होईल, याचा मी कधी विचारच केला नव्हता. घटस्फोट हा शब्दही कधी मनात आला नव्हता. तुला इथे बोलावून घेताना माझे आई-वडील, रशीद, डॉली आणि नावीद हे माझ्या खिजगणतीतही नव्हते. माझ्या लेखी या जगात फक्त तूच होतास. मला फक्त तुझे सान्निध्य हवे होते. तुला डोळे भरून बघायचे होते.

"हे बघ, हे सगळं बिघडवून टाकू नकोस."

"मी कसं काय बिघडवते आहे?" मी.

"तुझं आणि माझं लफडं नाही हे लक्षात ठेव." तू.

"मग हे चाललंय ते काय आहे?" मी.

"आपलं जे चाललंय त्याला लफडं म्हणत नाहीत, झुबेदा."

माझ्यावर रागावून ओरडायचे नाही अशा निश्चयाने तू ओठ घट्ट आवळून घेतले होतेस.

"त्यापेक्षा काहीतरी वरच्या दर्जाचं, काहीतरी त्याहून खूपच चांगलं."

तुझ्याजवळ कोणतेच पर्याय नसतात. तू कधीही मला म्हणत नाहीस की 'चल केंब्रिजला ये. आपण प्रोस्पेक्ट स्ट्रीटवर एकत्र राहू. मी राइल्समध्ये पियानो वाजवीन, तू शिक्षिका हो. आपण 'ट्रेडर्स ज्यो' मधून ब्राउनी मिक्स आणत जाऊ.' का असे करत नाहीस? एलिजा, माझ्यासमोर असे काहीतरी चित्र उभे कर. सांग मला, आपले आयुष्य कसे असणार आहे?

त्या क्षणापर्यंत लक्षात आले नव्हते की हे असे स्वप्नरंजन तुझ्या माझ्यात कधीच नव्हते आणि त्यामुळे माझा हिरमोड व्हायचा. या खऱ्याखुऱ्या जगात माझ्या सुखासाठी धडपड करायची तुला कधीच गरज वाटत नव्हती. आणि आता मी त्याचा जाब विचारत होते. तू मच्छरदाणीत उठून बसलास. मिनिटभर मला वाटले की आता तू मच्छरदाणीतून बाहेर येशील, खोलीतून बाहेर जाशील आणि माझ्यापासून

दूर पळशील. पण तू उशीवर दाणदाण बुक्के मारलेस- इतक्या जोरात की सगळी खोली हादरली. मी त्वरेने तुझ्याभोवती मिठी घातली. तू उसासून रडत होतास आणि मी तुझ्या केसातून हात फिरवत होते.

दुसऱ्या दिवशी तुझ्या माझ्यात पुन्हा वाद झाला, मोवरून. तू आसपास वावरत होतास आणि मोची नजर तुझ्यावरून हलत नव्हती. तू बोलत होतास आणि मो तेच सगळे तुझ्यामागून पुन्हा म्हणून पाहत होता. मो आपल्यासाठी स्वयंपाक करायला लागला; पण त्यात त्याचे मन नव्हते. परीक्षेत नापास झाल्यासारखा किंवा एखादी आवडती गोष्ट हरवल्यासारखा दिसत होता. त्याला जहाजावर सापडलेल्या बारीकसारीक गोष्टींचा संग्रह करायला आवडायचे. पितळेचा कंपास, एखाद्या भारी पेनाचे टोपण, मौल्यवान हाराचा फासा वगैरे वगैरे. मी त्याला स्वयंपाकात मदत करू का असे विचारले. तो गोंधळला. मग मी त्याच्याजवळ कबूल केले की मला स्वयंपाक करायला अजिबात येत नाही. तो विरघळला आणि त्याने मला काय करायचे ते सांगितले. त्याने मला भेंडी चिरायला शिकवले आणि तो भोपळ्याची साले काढू लागला.

जरा वेळ कुणीच काही बोलले नाही. मग मोने मला विचारले,

"तुमी आणि भरमॉन लगीन करनार?"

त्याचे हडकुळे हात त्याने सिंकवर टेकवले होते. मी म्हणाले,

"तिकडे परदेशात लोक असे पट्‌कन लग्न करत नाहीत."

"पन आपल्या देशात करत्यात."

"काय रे, कधीतरी तू ही करशील ना लग्न?"

तो लाजला. त्याने नुकताच चमनगोटा केला होता. मला त्याचे लहानसे कान लालेलाल होताना दिसले. लाजत लाजत तो म्हणाला,

"संधी गावली की पयलेझूट लगीन करीन तिच्यासंगट."

मी त्याला विचारले, 'ती कोण?' पण त्याने उत्तर टाळले. त्याने माझ्याकडे मोठी सुरी सरकवली आणि वांगी चिरायला सांगितले. मग तो दगडाचा पाटा वरवंटा पुढ्यात घेऊन बसला आणि कांदे वाटू लागला. मीही वांगे चिरू लागले. त्याने विचारले,

"फारेनला ऱ्हाता ना तुमी?"

"खूप वर्ष होते मी तिकडे. शिकायला गेले होते अमेरिकेला."

त्याने आता दुसरा कांदा वाटायला घेतला होता. वरवंटा भराभरा चालवत तो कांद्याचा गुलाबी लगदा तयार करत होता. कांद्यामुळे त्याच्या डोळ्यात पाणी येत होते. मग डोके वाकवून तो शर्टाच्या बाहीला डोळे पुसत होता.

"मला पन जावं वाटतंय फारेनला. भरमॉन घिऊन जातील नव्हं का मला?"

"माहीत नाही."

"त्ये म्हनलं, माजं ज्येवन लई आवडतं त्येंना."

माझ्या लक्षात येऊ लागलं. मी वांगे बाजूला ठेवले आणि त्याच्याशेजारी बसले. तो एवढासा मो, त्याचे हडकुळे हात आणि पाट्याला टेकवलेले पाय त्या अवजड पाट्या-वरवंट्यासमोर आणखीनच किरकोळ वाटत होते.

"असं सहजासहजी जाता येत नाही फॉरेनला."

"त्ये मला त्येंचा भाऊ म्हनत्यात."

त्याला हे असे जे वाटत होते त्या भावनेशी माझा चांगलाच परिचय होता. अशा एखाद्या मुद्द्याला आपल्या आयुष्याच्या केंद्रस्थानी ठेवायचे, एखाद्या विशिष्ट इच्छेला अनावर होऊ द्यायचे, हे कसे असते हे त्याला सांगावेसे वाटत होते. मी स्वतः या भोवऱ्यात सापडले होते. आता हे सगळे मला कुठे नेऊन पोचवणार होते या भीतीने मी ग्रासले होते.

मो आता त्याचा दुःखाचा उमाळा लपवत नव्हता. मी माझे वांगे पुन्हा हातात घेतले. यातून बाहेर पडण्यासाठी त्याला वेळ द्यायला हवा होता. तो पाट्यावर एका मागून एक कांदे वाटत सुटला होता. मग त्याने सगळे वाटण एका बाउलमध्ये काढून घेतले आणि स्टोव्ह पेटवला. डोळ्यातले पाणी पुसायचेही त्याला भान नव्हते.

या अशा वेळी मी मोची समजूत कशी काढणार होते? मला काहीच कळत नव्हते. त्याच्या अमेरिकेला जायच्या स्वप्नाच्या फुग्याला टाचणी लागली होती. मी त्याला विचारले,

"तुला लिहिता-वाचता येतं?"

तो थांबला. वळला आणि माझ्याकडे पाहत म्हणाला,

"नाय."

"शाळेत गेलाच नाहीस का?"

"हितं शाळाच न्हाई."

"मी शिकवेन तुला, आजच सुरू करू."

त्याला पुन्हा रडू फुटले. मला त्याला जवळ घ्यावेसे वाटले, डोळे पुसावेसे वाटले. पण मला वाटले की आता त्याला या दिलाशाची गरज नव्हती. त्याला त्याचा वेळ द्यायला हवा होता. मी त्याला फक्त न्याहाळत राहिले. त्याने त्याचे काम आवरले. सगळी कालवणे बाउलमध्ये काढून घेतली आणि टेबलावर नेऊन ठेवली.

आजचा स्वयंपाक फार मसालेदार, तिखट झाला होता. मी फार काही खाऊ शकले नाही. पण तुझ्या ते लक्षात आले नाही. मला भूकच नव्हती; पण तू भरपूर वाढून घेतले होतेस. मोने आपल्याला पाणी आणून दिले. तू त्याचे आभार मानलेस

तेव्हा तो काही न बोलता स्वयंपाकघरात निघून गेला. तू विचारलेस,

"काही बिनसलंय का याचं?"

"त्याला वाटलं होतं की तू त्याला अमेरिकेला घेऊन जाणार आहेस."

"काय म्हणतेस? खरं?"

तुला आता चमच्याऐवजी हाताने जेवणे जमू लागले होते. मी सांगितले होते त्याप्रमाणे तू प्रत्येक कालवणाबरोबर भात कालवून घेत होतास.

"काय म्हणाला होतास तू त्याला?"

"काही नाही. मुद्दाम विशेष असं काही नाही. पण मी जरा विचार करून बोलायला हवं होतं."

तू बोटे चाटलीस आणि म्हणालास,

"पण मी तसं करू शकतो."

"काय करू शकतोस तू?"

"मी माझ्याबरोबर घेऊन जाऊ शकतो त्याला."

तू अस्सल अमेरिकन माणसासारखा बोलत होतास. तू कधीही कोणत्याही देशाच्या एम्बसीच्या बाहेर रांगेत ताटकळला नव्हता. व्हिसाचा अर्ज फेटाळला जाण्याची भीती काय असते ते तू अनुभवले नव्हतेस. कायमचे परदेशगमन शक्य होण्यासाठी जे जे आवश्यक आहे त्याची जुळणी करण्यासाठी धडपडणारे मित्र तुझ्या आसपास तू बघितले नव्हतेस. परदेशात एखाद्या विमानतळावर, त्या देशाच्या इमिग्रेशनच्या अधिकाऱ्यासमोर आपला हिरवा पासपोर्ट सरकवताना तुझ्या पोटात खड्डा पडल्याचा अनुभव तू कधीच घेतलेला नव्हतास.

"त्याला न्यायचं असेल तर त्याला दत्तकबित्तक घ्यावा लागेल."

"हो. माहितेय मला."

मी पाण्याचा एक मोठा घोट घशाखाली उतरवला आणि त्याला म्हणाले,

"नाही, तुला काहीच माहीत नाही."

तुझ्या रिकाम्या झालेल्या ताटाकडे नजर लावून तू म्हणालास,

"इथून परदेशात जाणे म्हणजे काय असते हेच मला माहीत नाही असे जर तुला म्हणायचे असेल तर ते बरोबर आहे. पण प्लीज माझ्या हेतूविषयी शंका बाळगू नकोस."

"मग हे सगळे खूप सोपं आहे, असं का भासवतोस?"

"कधीकधी काही गोष्टी अवघड आहे, अशक्य आहे असं वाटतं आपल्याला. पण केलं की जमतं."

आता अर्थातच तू माझ्याबद्दल बोलत होतास. पण हे सोपे आहे की कठीण, हे तुला कसे माहीत असणार? तुझ्या आई-वडिलांनीही तुझ्याकडून काही अपेक्षा

ठेवल्या नव्हत्या. तू कॉलेजमध्ये गेलास काय किंवा सोडलेस काय किंवा अगदी मैफलीत भेटलेल्या एखाद्या अपरिचित मुलीशी लग्न केलेस तरी तुझ्या आई-वडिलांना त्याचे काहीच वाटले नसते.

"तुला माझ्याबद्दल काही मूलभूत माहिती तरी आहे का?"

"यालाही, तू समजतेस त्यापेक्षा कितीतरी पटींनी जास्त तूच कारणीभूत आहेस."

"का? मी अनाथ होते तरीही इथपर्यंत येऊन पोचले म्हणून?"

आणि तुझ्याशी संबंध ठेवताना मी मनातून नक्की कशाला घाबरत होते, ते तुला सांगण्याचा हा माझ्याजवळ एकच मार्ग होता. रशीद, डॉली किंवा बुलबुल माझ्यावर चिडले असते. त्याची मला पर्वा नव्हती. पण माझ्या आई-वडिलांना, माझ्या कुटुंबाला, माझ्या सर्वस्वाला मी गमावले असते. या कुटुंबात मी सामावली गेले होते ती माझ्यामुळे नाही. तेवढी माझी लायकीच नव्हती. पण या घरची मुलगी असल्यानेच माझे आयुष्य आकाराला आले होते. मी हे कधीच तुझ्याजवळ बोलले नव्हते. हे तू मनोमन जाणले असशील असे मी गृहीत धरले होते. पण ते तसे नव्हते हे माझ्या लक्षात आले आणि मला माझी चूक कळली. मी हे तुला आधीच स्पष्ट करायला हवे होते. मला सतत भीती असायची की माझे काही चुकले तर माझे आई-वडील मला, मी जिथून आले तिथे परत पाठवतील. त्यांनी नेहमीच मला अतिशय प्रेमाने जपले होते. पण तरीही त्यांनी मला सोडून देण्याची माझ्या मनातली भीती पुसली गेली नव्हती. कधीतरी ते त्यांचा निर्णय फिरवतील, असा संशय माझ्या मनात घर करून राहिला होता.

मध्यरात्री केव्हातरी मला जाग आली. तू जागाच होतास. तू म्हणालास,

"मला झोपच येत नाही. तू लग्न केलंस. तू का केलंस हे?"

चंद्र उगवला होता. मागच्या खिडकीतून तो तुझ्या डोक्यामागे होता. तुझ्या चेहऱ्यावर चंद्राचा उजेड पडत नव्हता. तुझ्या चेहऱ्यावरचे भाव मला दिसत नव्हते. मग तू मला एक कचकचीत शिवी घातलीस. कधीतरी प्रेमात, गमतीत अशी शिवी तू घातली होतीस. पण रागाने? हे मला नवीनच होते.

"तू नव्हतास तेव्हाही मी जगतच होते, एलिजा."

"तू माझ्या प्रेमाचा अव्हेर केलास, केंब्रिजमध्ये. पण आता नाही. आता तुला मी असे करू देणार नाही."

"मी नाकारते आहे का तुझं प्रेम?"

"मी यायलाच नको होतं. आपण यात इतकं पुढे जायलाच नको होतं."

तुला याचे सणसणीत प्रत्युत्तर द्यावे, ही माझी पहिली प्रतिक्रिया होती. 'मी

तुझ्याशी लबाडीने वागले नव्हते. आपण एकमेकांना कोणत्याच वचनात बांधून ठेवले नव्हते, आपण भेटण्यापूर्वीच माझा रशीदशी साखरपुडा झाला होता, आपल्यात जे काही झाले होते त्याबद्दल दोषारोप करायचा असेल तर तो हक्क फक्त रशीदला आहे,' असे मला म्हणता आले असते. पण असे म्हणणेही माझ्या दृष्टीने पूर्णपणे प्रामाणिक नव्हते. हे खरेच होते की आपण एकमेकांना काही वचने दिली होती. तो केंब्रिजमध्ये एकमेकांच्या सहवासात घालवलेला दिवस, मास अॅव्हमध्ये फिरणे, काचेची फुले, तुझ्या आजीची अंत्ययात्रा- हा सगळा एका अलिखित कराराचा आरंभ होता.

म्हणूनच, पुन्हा एकदा स्वतःच्या अंतरंगाचा शोध घ्यायला मी डेरा बुगतीला गेले होते,

म्हणूनच, तुझा प्रत्येक मेसेज वाचताना माझे प्राण कंठाशी येत होते,

म्हणूनच, झमझमला अटक झाली आणि डेरा बुगतीचा प्रकल्प गुंडाळावा लागला याचे मला अपरिमीत दुःख झाले होते.

मध्यंतरानंतर त्या पियानिस्टने पहिला सूर छेडला आणि मला साक्षात्कार झाला की माझ्या सगळ्या जबाबदाऱ्यांना पूर्णविराम देण्यासाठी मला तुझा उपयोग होऊ शकतो. मी लग्न करून तुझा विश्वासघात केला होता आणि ती चूक सुधारण्यासाठी मी पुन्हा एकदा विध्वंसाच्याच मार्गाने निघाले होते. मी तुला मिठी मारली आणि तुझ्या खांद्यावर डोके ठेवले. तुझा रानगंध माझ्या नाकात शिरला. उन्हाळ्याच्या सुरुवातीला, समुद्राच्या सान्निध्यातही तो पुसला गेला नव्हता. मी वारंवार तुझी क्षमा मागत होते, माझी स्वतःची क्षमा मागत होते आणि आपल्यात निर्माण झालेल्या नात्याचीही क्षमा मागत होते. पण सगळ्याच गोष्टी सुरळीत करण्यासाठी माझ्याजवळ एकच मार्ग होता. एकच निश्चय करणे भाग होते. मी तुला म्हणाले,

"मी त्याला सांगते. तो चीनहून परत आला की सगळे सांगून टाकीन. तू बघ, मी हे करीनच."

तुला कुठेतरी माझ्याबद्दल विश्वास वाटत नव्हता, हे मला कळत होते. पण माझ्या वचनावर विश्वास ठेवणे तुला जास्त गरजेचे वाटत होते. त्यामुळे तूही मला मिठी घातलीस. त्याक्षणी आपण पूर्णपणे एकरूप झालो. आता याक्षणी आपण एकमेकांकडून दुखावलेलो नव्हतो, कुठेच चुकलो नव्हतो.

आईचा शोध घेताना...

हे सगळे तुझ्या लक्षात असेलच एलिजा. पण तरीही मी हे तुला लिहिते आहे कारण तुलाही कळायला हवे की यातला प्रत्येक क्षण माझ्या आठवणीत अजूनही धुमसतो आहे. आणि यदाकदाचित तुझे माझ्याबद्दलचे मत फारच वाईट झाले असेल आणि माझ्या आठवणी, माझे विचार तू बाजूला सारले असशील, मला विसरला असशील तर तुला पुन्हा एकदा माझे स्मरण करून द्यायला मी हा लेखनप्रपंच मांडला आहे. आपण प्रेम केले आहे. आपण खरीखुरी माणसे आहोत. त्या प्रेमाचे साक्षीदार आहेत आणि मीही त्या साक्षीदारांपैकी एक आहे.

मी ख्रिसमससाठी बेटिनाकडे आले आहे. ॲस्टोरियामधले हे बेटिनाचे घर साधेसेच आहे. घराच्या पुढे एक छोटेसे लॉन आहे आणि बेटिनाचे कुटुंब इथे राहायला आल्यापासून, म्हणजेच गेल्या चाळीस वर्षांपासून त्यांना ओळखणारे शेजारी आहेत. मी वरच्या, पाहुण्यांच्या खोलीत आहे. खालच्या स्वयंपाकघरातून टर्की आणि तिच्याभोवती गुंडाळलेल्या बेकनचा खरपूस वास सगळीकडे दरवळतो आहे. बेटिनाच्या आईला माझी काळजी वाटते आहे. मी जास्त खाल्ले-प्यायले पाहिजे, असा तिचा आग्रह आहे. मी ढाक्याला असताना माझ्या अम्मूकडून आणि बशोन्तीकडून मला जे उपदेशाचे डोस मिळतात तेच डोस बेटिनाची आई मला पाजते आहे.

माझे वडील कधीकाळी न्यू यॉर्कमध्ये राहायचे. बांगलायुद्धानंतर ते न्यू यॉर्कला आले. तेव्हा ते टॅक्सी चालवायचे. जॅक्सन हाईटमधल्या एका रेस्टॉरंटच्या वरच्या खोलीत ते आसिफ नावाच्या बांगलादेशी मित्राबरोबर राहायचे. या आसिफने त्यांना '११६ व्या रस्त्यावरची सवारी घ्यायची नाही' असे बजावून सांगितले होते. 'काळे साले सगळे चोर असतात' हे त्याचे आवडते पालुपद असायचे. माझ्या वडिलांनी युद्ध पाहिले होते. या अशा विचारांची दखल घ्यायची नसते, हे त्यांना चांगलेच ठाऊक होते. माझे वडील जिथे रोज सकाळी कॉफी प्यायला जायचे, तिथेच एक जॉर्ज नावाचा टॅक्सी ड्रायव्हर अंड्यांचा नाश्ता करायला यायचा. माझ्या वडिलांना आधी कॉफी आवडत नव्हती; पण सवयीने आवडू लागली. त्या जॉर्जबरोबर माझ्या वडिलांची मैत्री झाली. जॉर्जचा जटासंभार कंबरेपर्यंत लांब होता. तो कायम कोपराशी कातडी ठिगळे लावलेले ट्विड जॅकेट घालायचा. तो फ्लॅटबुशमध्ये दहा-बारा

लोकांबरोबर एका घरात- कम्यूनमध्ये राहायचा. त्यांच्याकडे डिश अँटेना होती आणि रात्रीचे जेवण झाल्यावर त्यांच्याकडे वाचनाचा कार्यक्रम चाले. कुणीतरी सर्वांना मोठ्याने वाचून दाखवे. जेवणात मागील दारी पिकवलेल्या भाज्या वापरल्या जात. माझे वडील या जॉर्जकडे गेले तेव्हा दारावरची बेल वाजवल्यावर एका तरुण मुलीने दार उघडले आणि 'नमस्ते' म्हणून स्वागत केले. माझे वडील राहायचे त्या दक्षिण आशियात असे स्वागत करत नाहीत, 'अस्सलाम वालेकुम' म्हणून स्वागत करतात असे माझ्या वडिलांना तिला सांगायचे होते. पण पुन्हा बेल वाजल्यावर एका दाढीदीक्षिताचे स्वागत करतानाही ती हात जोडून 'नमस्ते'च म्हणाली. तेव्हा त्यांच्या लक्षात आले की नमस्तेचा अर्थ ज्यांना कळतो फक्त त्यांचेच असे स्वागत न करता सगळ्यांचेच ती असेच स्वागत करते. हा स्वागतातील वैविध्याचा अभाव चांगला की वाईट हे त्यांना ठरवता येत नव्हते.

नंतर त्यांनी नझरूलच्या 'बिद्रोही' मधील काही कडवी तिथे जमलेल्या लोकांना म्हणून दाखवली. खूप वेगवेगळे लोक तिथे जमलेले होते. त्यात काही हिप्पी म्हणावेत असेही होते.

'आमि उत्थान आमि पतन
आमि अचेतन चिते चेतन ।

आमि चिरे विद्रोही वीर
विश्व छाडाये उठियाछि अँका चिर उन्नत विश्व।

कविता वाचून झाल्यावर खूप लोकांनी त्यांना अभिवादन करून मिठी मारली. अमेरिकेत आल्यापासून इतक्या प्रेमाने पहिल्यांदाच त्यांना कुणीतरी भेटले होते. त्यांना रडूच फुटले. त्यांनी युद्धात त्यांच्या डोळ्यांसमोर वीरगती प्राप्त झालेल्या भावासाठीही कधी शोक केला नव्हता. ते आता क्वीन्समधील घर सोडायचा विचार करू लागले होते. त्या घरात साचून राहणारा सिगारेटचा धूर, तिथे येणारी घरची आठवण आणि नोव्हेंबरपासूनची खूप कपडे घालूनही सहन न होणारी थंडी यांनी त्यांचा जीव उबला होता. पण त्या रात्री ते जेव्हा घरी परतले तेव्हा बिल्डिंगच्या व्हरांड्यात त्यांना बंगालीतील बोलणे ऐकू आले. ते आता तिथून हलणार नव्हते. प्रत्येक वीकएन्डला जॉर्जकडे जाणार होते. डबल रिळाच्या टेपरेकॉर्डरवर जोनी मिचलची गाणी ऐकणार होते, बागेत उन्हाच्या जागी केळी लावणार होते. हळूहळू भावाच्या मरणाचे दुःख हलके होऊ लागले. रहदारीत अडकले की ते त्या वेळात त्यांच्या आईला मोठमोठी पत्रे लिहू लागले. त्यांनी हिप्पींना क्रिकेट खेळायला शिकवले. ते त्यांच्याबरोबर राहणाऱ्या आसिफला जॉर्जच्या कम्यूनमध्ये घेऊन गेले.

तिथे धुपाचा वास येत असलेल्या वातावरणात सोफ्यावर बसून त्याने सर्वांनी केलेले 'ओम'चे पठण ऐकले. या वेळेपर्यंत माझ्या वडिलांना अमेरिकेत येऊन चार वर्षे झाली होती. त्यांचा व्हिसाही संपायला आला होता. त्यांना मायदेशी परतायचे होते. पण न्यू यॉर्कमध्ये या चार वर्षांत टॅक्सी चालवण्यापलीकडे त्यांनी काहीही केले नव्हते, याची त्यांना लाज वाटत होती. त्यांच्या भावाने बुरीगंगेच्या काठी विटांची भट्टी टाकली होती आणि त्याचा तो धंदा उत्तम चालला होता. हातात काहीही काम नसताना ते परतले असते तर त्यांना सर्वांनी या विटांच्या भट्टीवर काम करायलाच भाग पाडले असते. त्यांनी त्यांच्या ओळखीच्या काही लोकांना त्यांची ही समस्या सांगितली. जॉर्जने त्यांना न्यू यॉर्कमध्येच लष्कराच्या औद्योगिक वसाहतीत काम बघायला सांगितले. लष्कराच्या नोकरीने त्यांच्या व्हिसासाठी राजकीय पार्श्वभूमी तयार झाली असती. घराच्या खालीच स्वतःच्या मालकीचे रेस्टॉरंट असलेला त्यांचा घरमालक त्या वेळी अल्फाबेट सिटीमध्ये त्या रेस्टॉरंटची शाखा सुरू करत होता. त्यात त्याने वडिलांना भागीदारी देऊ केली. पण आसिफने त्यांना उत्कर्षाच्या अनेक संधी पुरवणाऱ्या अमेरिकेत अजून राहायचे असेल तर एक वेगळाच मार्ग सुचवला. लोकांच्या मागच्या अंगणात बागा फुलवणे आणि क्रिकेटमध्ये बोलिंग करायला शिकवणे यातून त्यांना ज्याचा विचार करायला वेळच काढता आला नव्हता असा मार्ग. आसिफने त्यांना सुचवले की त्यांनी लग्न करावे. बऱ्याच ओळखी पाळखी असलेले काही लोक अशी लग्ने जुळवण्याचे काम करीत असत. पण माझ्या वडिलांना कोणत्या तरी अनोळखी मुलीशी लग्न करायचे नव्हते. मग 'आपण एखाद्या मुलीवर प्रेम करू शकतो का?' यावर विचार करण्यासाठी त्यांनी तीन आठवडे घालवले. रस्त्यातून येणाऱ्या जाणाऱ्या मुलींचा अंदाज घेतला. त्यांच्या टॅक्सीतून जाणाऱ्या मुलींचे चेहरे पुढच्या आरशातून निरखले. ते जेवायला जात त्या खानावळीतही त्यांनी कुणी मिळते आहे का, याचा अंदाज घेतला. पण काहीच सापडले नाही. जॉर्जच्या वस्तीतल्या त्या, ज्याला त्याला नमस्ते करणाऱ्या मुलीने त्यांच्याबरोबर लग्न करायची तयारी दर्शवली; पण ती वडिलांनीच नम्रपणे नाकारली. शेवटी जॉर्जने त्यांना एक श्रीमंत मुलगी दाखवली. आई-वडिलांविरुद्ध बंड करून तिला घराबाहेर पडायचे होते. वडिलांनी, जॉर्जच्या घराच्या मागे केळीची आणि टोमॅटोची झाडे असलेल्या अंगणात तिच्याशी लग्न केले. या लग्नाला दोघांपैकी एकाचाही नातेवाईक हजर नव्हता. कालांतराने त्यांनी बांगलादेशला परतायचे ठरवले. आता त्यांच्या युद्धाच्या आठवणींनी होणारा त्रास कमी झाला होता. पण परतून येताना त्यांना घटस्फोट घ्यावा लागला, त्यांची परमप्रिय टॅक्सी विकावी लागली, आसिफबरोबर राहत होते ते घर सोडावे लागले. पण त्या कशाचेच त्यांना दुःख झाले नाही. जॉर्जला मात्र फार वाईट वाटले. तो माझ्या वडिलांना, 'तू

चमत्कारिक आहेस.' असे म्हणाला. ते अखेरीस जेव्हा निघाले तेव्हा 'या मोठ्या प्रवासात वाचायला होईल' म्हणून त्याने 'अनदर कन्ट्री' हे पुस्तक दिले. तेव्हा मात्र ते हेलावले.

हे सगळे कळल्यानंतर तुला माझ्या वागण्याचा उलगडा होतो का? नाही होत. मी जॅक्सन हाईटमध्ये असलेल्या रेस्टॉरंटच्या वर राहत नाही. मी कधी टॅक्सी चालवली नाही, हॉटेलात वेटर म्हणून नोकरी केली नाही की हातात पडलेल्या पैशातली पै अन् पै वाचवली नाही. माझ्या वडिलांनी त्यांचा भूतकाळ पूर्णपणे पुसून टाकला आणि मला सुखाचे आयुष्य दिले. पण मी मागे वळून माझ्या वडिलांच्या आयुष्याकडे बघितले आणि स्वतःला सबबी सांगायला परवानगी देऊन टाकली. आयुष्यातले गुंते सोडवण्यासाठी लग्न करून बसलेली मी एकटीच नव्हते.

तुला आता पियानो शेवटचा वाजवून पाहायचा होता. तू मोला विचारलेस,

"मला जहाजावर पुन्हा एकदा नेशील?"

आपण बरोबरच बीचवर गेलो. ग्रेसची मोडतोड आता सगळ्याच बाजूंनी दिसत होती. तिच्या भिंतींना भगदाडे पडली होती. तिच्या उजव्या बाजूचा एक मोठा चौकोनी लचका सकाळीच तोडला गेला होता. या अशा परिस्थितीत अलींनी आपल्याला ग्रेसवर जाण्याची परवानगी दिलीच नसती. तू आणि मोने ग्रेसवर चोरून जायचे ठरवले. असे लपूनछपून जहाजावर जायच्या युक्त्या मोजवळ तयारच होत्या. चोरून ग्रेसवर जाऊन मो तिथल्या बारीकसारीक सामानावर हात मारत असे. मोचे आयुष्य हिमनगासारखे आहे, त्याच्या कितीतरी गोष्टी आपल्याला माहीत नाहीत, हे माझ्या पुन्हा एकदा नव्याने लक्षात आले. तो सांगायचा त्यापैकी किती खरे आणि किती रचून सांगितलेले याचा मी प्रयत्नपूर्वक छडा लावायला हवा होता. पण माझ्या आयुष्यातील इतर अनेक गोष्टींसारखे हेही मला त्या वेळी तितके गरजेचे वाटले नाही. मी फक्त तुझा विचार करत होते. 'तुझे मी आता काय करू' हाच विचार करत होते. त्या काळात मी फक्त स्वार्थी होते. माझ्या जगाचा मीच केंद्रबिंदू होते. पण कदाचित यालाच प्रेम म्हणत असावेत. एकाच वेळी स्वार्थत्याग करण्याची आणि मोह बाळगण्याची ऊर्मी आणि हे सगळे तुम्ही प्रेम करता त्या माणसासाठी! असा माणूस प्रसंगी तुमच्यापासून दूर गेला तरी तुमचे आयुष्य व्यापून उरतो.

ग्रेसच्या सांगाड्याची एक बाजू आता काढून झाली होती. त्यामुळे ग्रेसवर जाण्यासाठी दोरांच्या लिफ्टची गरज नव्हती. ग्रेसच्या तळाच्या मजल्यांवरून एक दोराची शिडी सोडलेली होती. त्या शिडीवरून आम्ही वर चढून गेलो. मग उरलेल्या व्हरांड्यांमधून, जिन्यांमधून वाट शोधत आम्ही एक छोटासा पूल पार केला. हा पूल म्हणजे जहाज पूर्णपणे शाबूत असताना त्या ऑडिटोरियमकडे जाणारा छोटासा रस्ता

असावा. तिथे आता आमचे आवाज घुमत होते, पायांचे आवाज घंटा वाजल्यासारखे निनादत होते. ऑडिटोरियमचे दार काढून नेले होते. त्या जागी आता भगदाड होते. खुर्च्या काढून घेतल्या होत्या. कार्पेट काढले होते. रंगमंचाची कमान अजून शाबूत होती; पण त्यावरचे लाकूडकाम गायब होते. पडदे काढून नेले होते. रंगमंच आणि त्यावरचा जमिनीला जखडून टाकलेला पियानो मात्र अजून तसाच होता- आजूबाजूच्या बॉंबवर्षावात अजूनही तग धरून असल्यासारखा. सतेज, काळा आणि त्याच्या केशरी कॅनव्हासवर अजूनही चमक असलेला.

पियानोसमोरचे बसायचे स्टूलही काढून नेलेले होते. तू उभ्या उभ्याच हात पसरून पियानोच्या पट्ट्या हाताळायला सुरुवात केलीस. उंच उंच वाढत जाणारी सुरावट ओळखीची होती. बाखचे तेरावे व्हेरिएशन. जरासे बदल होत होते, बारीकसारीक चुका होत होत्या, तुझ्या थांबण्याच्या जागा खटकत होत्या. बाख तुला जड जात होता. तू जॅझ वादक होतास आणि बाखची रचना वाजवत होतास. अपूर्णता होती; पण तीही मोहक वाटत होती. मो माझ्याशेजारी उभा होता. मी त्याच्या पाठीमागून त्याच्या खांद्यावर हात ठेवला. त्या संगीताने, सुरावटीने आणि तिथल्या अंधाराने आम्हाला भावा-बहिणीसारखे वागायचा अधिकार दिला होता. तुझ्या प्रेमात असलेले आम्ही दोघे बहीण-भाऊ.

माझा संगीताचा कान तयार नाही. पण तरीही मला कळले की पियानोमधून येणारा आवाज बरोबर नव्हता. सगळेच कुठेतरी आपल्यातल्या संबंधांसारखेच बेसूर होत होते, सारखेच चुकत होते. प्रत्येक दिवसागणीक ते परिस्थितीसमोर उघडे पडत होते. आपल्यातले संबंध अधिकाधिक क्षीण होत होते. आपण किती सहजपणे उद्ध्वस्त होऊ शकतो, याचेच ते परिमाण होते. आपल्याला यातून वाचण्याची, कुणीतरी वाचवण्याची नितांत गरज होती.

तू निघायच्या दिवशी आपण तुझ्या या मुक्कामात काढलेले फोटो पाहत होतो. त्यात तुझा हेरिटेरा फोम्सच्या- सुंदरी नावाच्या झाडाच्या- गाठाळ मुळांना टेकून उभा राहिलेला एक फोटो होता. जंगलातल्या गडद निळ्या प्रकाशाचे उदास प्रतिबिंब तुझ्या चेहऱ्यावर उमटले होते. तुझे नेहमी चमकणारे डोळे जरासे विझले होते. ओठांवरचे हसू पुसले गेले होते. तुझे काही मस्त 'मूड'मधलेही फोटो होते. 'फॉय लेक'मधून होडीतून जाताना हातात वल्ही धरलेला फोटो, तू आणि मो वाळूची शिल्पे करत असतानाचा बीचवरचा फोटो. त्यात तुझा आणि माझा एक अगदी हाताच्या अंतरावरून काढलेला फोटोही होता. आपण पहिल्यांदा ग्रेसवर गेलो तेव्हा काढलेला तो फोटो मला फारसा आवडला नव्हता. कारण या फोटोत तू फारसा दिसत नव्हतास पण तुझ्या मनातली भीतीची छाया नक्कीच जाणवत होती.

तीन वाजता ड्रायव्हर न्यायला येणार होता. मी तुला विमानतळावर सोडून परत येणार होते आणि इथल्या कामगारांची शेवटची मुलाखत घेणार होते. मग मी इथून घरी जाणार होते, रशीदची वाट पाहणार होते आणि त्याला मी सोडून जाणार असल्याचे सांगणार होते. मी घड्याळ पाहिले. तुझ्या जाण्याला आता तासभरच उरला होता. हा तास पटकन संपावा अशीच माझी इच्छा होती. आपण पुन्हा एकदा प्रेमाचा आस्वाद घेतला. नंतर तू माझा चेहरा तुझ्या हाताने झाकलास. मी विचार करत होते आत्ता याक्षणी मी सगळेच आवरून, या प्रॉस्पेरिटीचा, माझ्या आई-वडिलांचा निरोप घेऊन तुझ्याबरोबर निघून जाणार असते तर काय झाले असते? पण तू मला तुझ्याबरोबर येण्याचा आग्रह केला नव्हतास म्हणून मला तुझा राग येत होता. मी माझ्या आयुष्यापासून कधी आणि कशी सुटका करून घ्यायची, याचे सगळे निर्णय तू माझ्यावर सोपवले होतेस.

सरतेशेवटी आपण तुझे राहिलेसाहिले सामान आवरायला घेतले. मी ती मधाची बाटली प्लॅस्टिकच्या पिशवीत गुंडाळली आणि सेलोटेपने बंद केली. मी वाकून ती बाटली तुझ्या बॅगेत ठेवत होते तेव्हा दारावर कुणीतरी टक टक केले. मोने दार उघडले. दाराबाहेर रशीद उभा होता.

आपल्याला एकत्र पाहून त्याच्या चेहऱ्यावर आश्चर्य दिसत नव्हते. जणू काही आपली बायको एखाद्या परक्या माणसाची बॅग भरून देताना आपल्याला दिसेल याची त्याला कल्पना असावी. तो सरळ आत आला आणि त्याने तुझ्याशी हस्तांदोलन केले. माझे पाय थरथरू लागले. मी मागे सरकले आणि खिडकीजवळ भिंतीला टेकून तुम्हा दोघांकडे पाहत उभी राहिले. तुम्ही एकमेकांची ओळख करून घेत होतात.

''मी एलिजा.'' तुझ्या चेहऱ्यावर पश्चात्तापाचा लवलेशही नव्हता.

''तुम्ही झुबेदाचे मित्र.'' हे असे बोलायच्या ऐवजी रशीद 'बांगलादेशात तुमचे स्वागत' असेही म्हणू शकला असता. मला त्याचे नक्की शब्द आठवत नाहीत कारण माझे डोके भणाणू लागले होते. कानात गोंगाट सुरू झाला होता. मी काहीही बोलायला तोंड उघडले असते तरी फक्त किंकाळीच बाहेर पडली असती.

एखाद्या शहाण्या माणसाने या संधीचा कसा फायदा करून घेतला असता? तो शहाणा माणूस त्या प्रसंगी सगळ्या गोष्टी भडाभडा सांगून मोकळा झाला असता. कारण सरतेशेवटी मी जे ठरवले होते त्याप्रमाणे मी रशीदला सोडून जाणार होते. आत्तापेक्षा दुसरी, आणखी कोणती चांगली संधी मला मिळणार होती? शहाण्या माणसाने हे सगळे प्रकरण शांतपणे, स्वच्छ शब्दांत सांगून टाकले असते. निष्ठांची ग्वाही दिली असती- मी ज्याच्या प्रेमात पडले होते, त्या तुलाच नाही, तर स्वतःलाही दिली असती. पण अशी शहाणी बाई मी नव्हतेच- तू समोर असूनही

तो शहाणपणा, ते धैर्य माझ्यात नव्हते.

रशीदला काही कळले असेल अशी एकही खूण त्याच्या वागण्यात दिसत नव्हती. त्याचा श्वासोच्छ्वास थोडासा तेज झाला होता. पण तो ज्या तऱ्हेने वावरत होता- काहीतरी उचलून पाहत होता, मग खाली ठेवून देत होता- काहीच कळत नव्हते. त्याने डायनिंग टेबलवरची लोणच्याची बरणी उचलून बघितली. शेल्फवरचा गॅब्रिएलचा कॅमेरा पाहिला. सरतेशेवटी मी धीर गोळा केला आणि तू मला भेटायला आल्याचे रशीदला सांगितले. आपल्याबद्दल मी रशीदला खरेखुरे सांगून टाकावे अशी तुझी अपेक्षा होती. आपण अवघडून उभे होतो आणि तुम्ही दोघेही मी काय म्हणते त्याची वाट पाहत होतात. माझ्या हातात मधाची बाटली होती. ती घेऊन मी तुझ्याकडे आले आणि तुझ्या हातात ती बाटली ठेवून म्हणाले,

"ही विसरू नकोस."

मग मी रशीदला त्याच्या चीनच्या दौऱ्याची खबरबात विचारली. त्याचा दौरा चांगला झाला होता आणि लवकर संपला होता म्हणून तो मला न्यायला आला होता. खाली गाडी उभी होती आणि माझी तयारी असली तर लगेच निघायला हरकत नव्हती. तो तुझ्याकडे वळून म्हणाला,

"संध्याकाळी प्रचंड गर्दी असते रस्त्यात." जसा काही तूही गावाच्या दुसऱ्या टोकाला असलेल्या, चाफ्याच्या वासाने दरवळणाऱ्या एखाद्या हवेलीत रात्रीच्या मुक्कामाला चालला होतास

"एलिजा मला हार्वर्डमध्ये भेटला." मुद्दाम रशीदला सांगते आहे असे न दर्शवता मी म्हणाले.

"हो, वाटलंच मला." मी ऐकले पण मी तुझ्याकडेच पाहत होते. तू तुझी बॅग भरण्यासाठी वाकला होतास आणि मला कळत होते की तुला दुःखाचा आवेग आवरत नव्हता. तुझ्या लक्षात येऊ लागले होते की मी आत्ता रशीदला काहीच सांगणार नव्हते. मी तुला या घरातच सोडून निघून जाणार होते. आजूबाजूला मो वावरत होता आणि तो काही बोलून जाईल म्हणून मी त्याला हाताचा इशारा करून खोलीतून घालवून दिले. मी डॉलीला तिच्या नोकरांबरोबर असे वागताना बघितले होते. आणि आज, माझ्या हातून घडलेल्या सगळ्या चुकांमध्ये मला माझ्या या हाताच्या इशाऱ्याचा सर्वाधिक पश्चात्ताप होतो आहे.

तू स्वयंपाकघरात गेलास. तू मोबरोबर बोलत होतास. मग तुम्ही बाहेर आलात. हस्तांदोलन केलेत. रशीद आणि मी बघत होतो. तू मोच्या शर्टाच्या खिशात नोटेची घडी सरकवलीस. त्याने तुझ्या कंबरेला मिठी घातली. ती मिठी सोडवता सोडवता तुझी पुरेवाट झाली. मो एखाद्या जखमी जनावरासारखा जिन्यावरून उतरत पळून गेला.

"तुझं सामान नंतर नेता येईल." रशीद म्हणाला आणि मी मूकपणे मान डोलावली. मी वळले आणि बाहेर निघून गेले.

माझ्या नवऱ्याच्या समोर आपण निरोप घेतला आणि तू निघून गेलास तेव्हा मला काय वाटत होते? ते माहीत आहे का तुला, एलिजा?

मी त्या घरातून निघाले तेव्हा मला वाईट वाटत होते किंवा आपल्या दोघांमधल्या त्या शेवटच्या आठवड्यात घडलेल्या सगळ्या सुंदर प्रसंगांना मी मूठमाती दिली किंवा मी मोला वाईट वागणूक दिली किंवा तुला नीट निरोपही दिला नाही, अगदी कोऱ्या चेहऱ्याने तुझा निरोप घेतला किंवा रशीदला माझ्या कंबरेभोवती हात लपेटू दिल- यांपैकी कोणताच विचार माझ्या मनात नव्हता. रशीद आणि मी जिना उतरून गाडीत जाऊन बसलो तेव्हा माझ्या मनात एकच विचार होता की हा रशीद आणखी काही वेळाने का आला नाही? मी तुझ्याकडे ज्या नवजात शिशूसारख्या नजरेने पाहत होते, ते पाहण्याची वेळ त्याच्यावर आली नसती. सगळे कसे पूर्ववत झाले असते. मग मला कोणतीच सफाई द्यावी लागली नसती. काही सांगावे लागले नसते. पायात जडशीळ बेड्या पडल्यासारखे अपराधाचे ओझे वागवावे लागले नसते.

ॲना रॉन्स्कीला म्हणते,

'तुझ्या लक्षात आलं नाही का की मी ज्या दिवशी तुझ्या प्रेमात पडले त्या क्षणीच माझ्यासाठी सगळेच बदलून गेले.'

एलिजा, माझ्याही बाबतीत तसेच झाले होते. पण तितके नाही. पूर्णत्वाने नाही. इतके होऊनही बरेचसे तसेच राहिले. ज्य वेळी सत्य सांगायची वेळ आली तेव्हा मी ते सांगू शकले नाही. जेव्हा सगळे सोडून तुला साथ द्यायची वेळ आली तेव्हा तुझ्याबरोबर येऊ शकले नाही. हे वाचून तू मला क्षमा करू नकोस- मला माहीत आहे की तू मला क्षमा करणारच नाहीस. अजून तरी करू नकोस. अजून खूप काही कळायचे आहे तुला. बघशील तू- या गोष्टीत अजून खूप काही बाकी आहे. मी तुला इतकेच सांगेन, मला एक अशी व्यक्ती व्हायचे होते जी सगळ्या गोष्टी संपवून टाकेल आणि भवितव्यात स्वतःला झोकून देईल. पण माझ्या बाबतीत 'भविष्यकाळ' ही एकच गोष्ट अगम्य नव्हती, माझा भूतकाळही मला अगम्यच होता. तरीही सगळे धागे तोडून मला मुक्त होता येत नव्हते.

पुढचे काही दिवस मी एखाद्या कठपुतळीसारखी वावरत होते. रशीद मला चिकन सूप घ्यायला लावत होता. मी घेत होते. त्याने मला जोशीमबरोबर वतनवाडीचा फेरफटका थांबवायला सांगितले. तिथे फार डास होते, ते चावल्यावर डेंग्यू होईल म्हणून! मी सकाळी फिरायला जायचे थांबवले. त्याने मला पतेंगाला नेले. तिथे

आम्ही गल्सचा आवाज ऐकत पाण्यात पाय घालून बसलो, शेंगांची टरफले तुडवत चाललो. मी व्याधीने ग्रस्त असल्यासारखी तो मला अतिशय समंजसपणे, सोशीकपणे जपत होता; पण त्याने रात्री माझ्या अंगाला बोटही लावले नाही. पलंगावर माझ्या बाजूला चुकूनही सरकला नाही किंवा अहेतुक स्पर्शही होऊ दिला नाही.

माझी झोप उडाली होती. माझ्या शरीराच्या संवेदना थंड झाल्या होत्या. माझ्या कोपरावर श्वासाची फुंकर आल्यासारखे वाटले तरी तुझ्या शरीराचा स्पर्श झाल्यासारखे वाटत असे. तुझा तो स्पर्श पुसून जाऊ नये म्हणून मग मी अंघोळच टाळत असे. माझ्या सगळ्या आठवणी बाजूला सारून मी रात्री बिछान्यावर पडून राहत असे, पण सकाळ होताच एखादे फूल फुलावे तशा त्या जखमा पुन्हा उकलत. सगळे आठवत जाई. त्या दुपारी आपल्या पायांजवळ पडलेला उन्हाचा कवडसा, मोचा अपेक्षाभंग करतानाचा माझा कोरडा आवाज, शेवटच्या दिवशी जिना उतरताना दिसलेले पायऱ्यांवरचे काळे चरे. त्या वेळी माझी मान खाली गेली होती आणि एका वेळी एक पाऊल पुढे टाकण्यापलीकडे मला काही दिसत नव्हते.

आठवड्याच्या शेवटी आम्ही ढाक्याला परतलो. मी बीचवर परतले नाही की गॅब्रिएलला भेटले नाही. मी बिलालला फोन करून आजारी असल्याचे आणि काही आठवडे सुट्टी हवी असल्याचे कळवले. त्याला टायफॉईड झाल्याची शंका वाटत होती. तो म्हणाला,

"त्या सीताकुंडचं पाणी फार बेकार आहे."

"नाही टायफॉईड नाही." पण मला मनोमन असाच काहीतरी त्रासदायक रोग व्हायला हवा होता. म्हणजे मग औषधपाणी करता आले असते. मी नदीमकडे गेले असते आणि काही गोळ्याबिळ्या मागितल्या असत्या. पण मी हे असे काहीच केले नसते. आता विस्मृतीच्या आड लपण्यात काहीच अर्थ नव्हता.

ढाक्याला आल्यावर माझ्या आईच्या वाढदिवसानिमित्ताने माझे आई-वडील आमच्याकडे रात्री जेवायला आले. आम्ही जेवताना गप्पा मारत होतो. रशीद आणि त्याचे वडील चीनच्या गमतीजमती सांगत होते. शांघायची उंचच उंच इमारतींची स्कायलाइन, तिथले कधीही वीज न जाणे इ. माझ्या वडिलांना ते सगळे ऐकून स्फुरण येत होते. ते डाव्या विचारसरणीचे कम्युनिस्ट होते त्यामुळे त्यांच्या मनात चिन्यांबद्दल एक हळवा कोपरा होताच. सगळेच खूप आनंदात होते. अगदी अम्मूसुद्धा. अम्मू नुकतीच सिराजगंजच्या बलात्कार पीडित महिलांना भेटून आली होती. पण आज ते सावट तिच्यावर नव्हते. खानसाम्याने अम्मूचा वाढदिवसाचा केक बाहेर आणून ठेवला आणि माझ्या एकदम लक्षात आले की मी तिच्यासाठी भेटवस्तू आणायलाच विसरले होते. मी दिलगिरी व्यक्त करणारच होते इतक्यात रशीद आतून एक वेलवेटचा राखाडी बॉक्स घेऊन आला. दुधाळ मोत्यांची माळ.

अम्मूचे डोळे पाणावले,

"किती छान, कल्पनातीत आहे हे!"

सकाळी मी रशीदसमोर सगळे सांगून टाकायचे ठरवले. अगदी सँडर्समधल्या मैफलीपासून, आमच्या लग्नापूर्वीच्या रात्री माझ्या मनात चाललेल्या गोंधळापर्यंत सगळेच. डॉली मला 'बऊमा - सूनबाई' म्हणायची, प्राणिसंग्रहालयातून एखादा जखमी प्राणी आणून पाळल्यासारखी मला वागवायची, ते मला अजिबात आवडत नव्हते. पण ती तक्रारही मी करू शकले नाही. सकाळी नाश्त्याला ब्रेड आणि अंडे खाऊन दुपारी गोल्फक्लबमध्ये जेवायला गेले. रशीदने तिथे गोल्फचे फटके मारायचा सराव केला. हिरव्या गार हिरवळीच्या पार्श्वभूमीवर त्याची दमदार शरीरयष्टी उठून दिसत होती.

एकदा तू म्हणाला होतास की माझ्यात 'इच्छाशक्ती, प्रबल मनःशक्ती नाही' इच्छाशक्ती, मनःशक्ती तर सोडच; पण मी भेकड होते. रशीदची गोल्फची स्टिक फिरवतानाची जोमदार हालचाल पाहूनच माझ्या उरात धडकी भरत होती.

एक दिवस बीचवरच्या घरातले माझे तिथे राहिलेले कपडे, पुस्तके आणि लॅपटॉप माझ्याकडे पोचवले गेले. रशीदने जोशीमला सांगून ते मागवले असावे. मी त्याला काही विचारले नाही आणि त्यान्ही काही सांगितले नाही. माझ्या त्या सामानात तुझा एक टी शर्ट होता. तो तू मुद्दाम ठेवून गेला होतास का? 'मी आहे अजून.', 'कळतंय मला सगळं.', 'मी धीराने वाट बघीन.' असे काही सांगायचे होते का तुला? नाही, असे नसणार. जोशीमला तुझ्या टी शर्टचा बोळा गादीवर सापडला असणार आणि तो त्याने घडी घालून माझ्या बॅगेत ठेवला असणार. दुसऱ्या दिवशी मी छातीवर व्हरमाँट लिहिलेला टीशर्ट घालून मिरवत होते.

तो शुक्रवारचा दिवस होता. पावसाने वातावरण कुंद झालेले होते. नुकतेच अंथरूण आवरले होते आणि कपडे घालून तयार होणारच होते तेवढ्यात रशीद माझा लॅपटॉप घेऊन तावातवाने खोलीत आला. त्याने तो हातात पेलला आणि भिंतीवर भिरकावून दिला. मोठा आवाज झाला आणि लॅपटॉप खाली पडला.

तो रागारागाने माझ्यावर खेकसू लागला अणि मी पलंगाच्या टोकाला खुर्चीवर पाय ठेवून गुपचूप बसून राहिले.

"काय तो भिकारडा टीशर्ट घालून बसतेस दिवसभर, आणि चेहरा बघ - कुणी थोबाडलंय का तुला?"

तो खोलीत जोरजोरात येरझाऱ्या घालत होता. मध्येच थांबत होता आणि माझ्याकडे पाहत होता. मी खालच्या फरशीवरच्या मार्बलच्या तुकड्याकडे लक्ष

केंद्रित केले होते. त्याने पलंगाच्या बाजूच्या ड्रॉवरमधून सिगारेट काढली, पेटवली आणि मोठा झुरका घेतला. त्याचे हात थरथरत होते. मी हलक्या आवाजात म्हणाले,

"सिगारेट पिऊ नकोस."

मी एवढे बोलले मात्र, तो वसकन ओरडला,

"मग काय करू?"

"पी पण माझ्यामुळे पिऊ नकोस. माझं काहीतरी चुकलंय म्हणून स्वतःला शिक्षा करून घेऊ नकोस."

त्याच वेळी दारावर टकटक झाली.

"चला, नाश्ता तयार आहे." दाराबाहेरून डॉलीने हाक दिली. शुक्रवारचा नाश्ता घरातले सगळे एकत्र जमून करत असत. बुलबुल टेबलाच्या मुख्य खुर्चीवर बसत असत आणि स्वयंपाकघरातून गरम गरम फ्रेंच टोस्ट आणून वाढले जात.

आम्ही दोघांनी एकमेकांकडे बघितले आणि एकदमच म्हणालो,

"आलोच."

पण तेवढ्यात रशीदचा विचार बदलला. त्याने दार थोडेसे उघडले आणि त्या फटीतून म्हणाला,

"मा, वरच पाठवून दे काहीतरी. झुबेदाला बरं वाटत नाहीये."

मग त्या दोघांत मला काय होते आहे, यावर चर्चा झाली. 'डॉक्टरकडे जायला हवे का?', 'आधी काही घरगुती उपाय करा.', 'गुळण्या करायला सांग तिला.' डॉलीने सल्ले दिले आणि सरतेशेवटी रशीदने दार बंद करून घेतले. त्याने खिडकी उघडली.

घराच्या पूर्वेला असलेल्या फणसाच्या जाड पानांवर पावसाचे पाणी रपरपत होते. क्षणभर मला खिडकीतून उडी मारून खालच्या गवतावर लोळण घ्यावीशी वाटली. मग रशीदच्या मनातल्या खदखदणाऱ्या प्रश्नाला मी उत्तर दिले,

"तो मला हार्वर्डमध्ये भेटला."

रशीद जड आवाजात पुटपुटला,

"ते तू मला आधीच सांगितले आहेस."

आमच्या साखरपुड्याची बातमी जेव्हा आम्ही आमच्या लांबच्या नातेवाइकांपर्यंत पोचवली तेव्हा चर्चा झाली होती. इंग्लंड आणि अमेरिकेतल्या सर्वोत्कृष्ट कॉलेजात शिक्षण घेतल्याने मी रशीदपेक्षा उच्चशिक्षित होते. त्यामुळे लोकांच्या मते माझी योग्यता जास्त होती. अर्थात त्याने काहीच बिघडले नव्हते. डॉली आणि बुलबुल त्याचा सहजपणे उल्लेख करत. माझे आई-वडील तर हा मुद्दा निकालातच काढत असत. त्यांचे म्हणणे होते की ही मुले लहानपणापासून एकमेकांना ओळखतात,

त्यांच्या बाबतीत हा शैक्षणिक योग्यतेचा प्रश्न गैरलागूच आहे. त्यांनी आपसात यावर चर्चा केलीच असणार. पण मी आणि रशीद याबद्दल कधीच बोललो नव्हतो. बोललोच असतो तरी सुरुवात काय केली असती? अशा वेळी काय म्हणायचं असतं?

'हे बघ, मी तुझ्यापेक्षा हुशार आहे. मग, आता काय करायचं आपण?'

पुस्तकं वाचशील तू? म्हणजे मी जेव्हा स्टिफन जे गोल्डच्या 'सिरियन स्नेल'चा उल्लेख करीन तेव्हा मी काय म्हणते आहे ते तुला कळेल' असं?

आज मागे वळून पाहताना विचार केला तर वाटते की आमच्यात खरेच काही चर्चेची शक्यता होती. रशीदने त्याचे वाचन वाढवले असते. कमीत कमी ॲना कॅरनीना तरी वाचले असते. माझ्या लक्षात आले की माझ्या सामानातील पुस्तके त्याने आमच्या खोलीतील शेल्फवर लावली तेव्हा त्याने ती नुसतीच ठेवून दिली होती. त्यातले एकही पुस्तक त्याने 'काय वेगळे आहे?' असे बघण्यासाठी हाताळले नव्हते. माझ्याकडच्या अत्यंत दुर्मिळ अशा 'जेन आयर'च्या शिळामुद्रणाच्या प्रतीच्या शेजारी त्याने एक सामान्य, मुखपृष्ठावर लांडग्याचा चेहरा असलेली स्कॅंडेनेव्हियन रहस्यकथेची पेपरबॅक प्रत ठेवली होती. आता मी त्याला ॲना कॅरनीना वाचायचा आग्रह केला असता तर तो कसाबसा पन्नास पानांपर्यंत पोचू शकला असता आणि मग कंटाळून 'मी आता टॉलस्टॉय वाचायचे ठरवतो आहे' असे म्हणून ॲना बाजूलाच ठेवली असती.

रशीद काहीतरी सांगत होता. पण त्याचे तोंड खिडकीकडे होते त्यामुळे तो काय म्हणत होता ते मला ऐकू आले नाही. मला अचानक गळून गेल्यासारखे झाले. त्याने हातातली सिगारेट खिडकीतून बाहेर फेकून दिली आणि पुन्हा माझ्याकडे वळला. त्याला अर्थातच सगळे कळायला हवे होते- का? केव्हा? कसे? तेवढ्यात दारावर टकटक ऐकू आली. डॉलीने संत्र्याच्या रसाचा जग, एक झाकण घातलेली स्टीलची थाळी आणि चहाची किटली पाठवली होती. किटलीच्या शेजारी एका ताटलीत वाटलेले आले आणि मध ठेवलेला होता. तो मध बघून मला ते खारफुटीचे जंगल आठवले आणि तिथून आणलेला मध आठवला- काय केलं आहेस तू त्या मधाचं, अलायजा?

रशीदने स्टीलच्या थाळीवरचे झाकण उचलले आणि मला 'काय खाणार?' विचारले. मी खुणेनेच नको म्हणून सांगितले. त्या अंड्यांच्या वासाने मला उलटीची भावना होऊ लागली होती. मला कळत होते की मी रशीदशी बोलत राहायला हवे होते, त्याला सांगायला हवे होते की आपल्यातले सगळे संपले होते, मी पुन्हा असे काहीही करणार नव्हते. पण माझ्या तोंडून शब्द फुटत नव्हता. माझी इच्छाशक्तीच लयाला गेली होती. काही होत नव्हते. काहीच झाले नव्हते. अखेर मी विचारले,

“मी घर सोडून जाऊ?”

तू रागावलास.

“ही अशीच आहेस तू. काही घोळ झाला की पळ काढतेस.”

त्याचा स्वतःशीच चाललेला झगडा माझ्या लक्षात येत होता. एकीकडे त्याला माझ्यावर चिडायचे होते तर दुसरीकडे आपण चिडलो तर काय होईल याचे हिशेब मनात मांडत बसला होता. मग तो माझ्याजवळ येऊन बसला, अगदी जवळ. त्याने माझ्या हातावर हात ठेवला. मला एकाएकी त्याच्याविषयीचे जुने प्रेम उफाळून आले. हा माणूस माझा लहानपणापासूनचा सवंगडी होता. मी त्याच्यावर रेलले आणि मग बोलतच सुटले. त्याला हवे ते - ‘सॉरी, मला माफ कर’ - सगळी आर्जवे भरभरून, उफाळून आली. मला जाणवत होते की हे सगळे ऐकताना त्याचे मन दुखावले जाणार होते. मी अत्यंत भावनाप्रधान होऊन त्याला माझी ही भुक्कड कहाणी घोळून घोळून सांगत होते. हे सगळे का आणि कसे झाले, याची वाटेल ती कारणे देत होते.

आम्ही बिछान्यावर शेजारीशेजारी पडून होतो. रशीदने एक तलम चादर आमच्या डोक्यावरून ओढून घेतली होती. त्या थोड्या प्रकाशात मला आमच्या खोलीची अंधूक रूपरेषा दिसत होती. पडदे लावलेल्या खिडकीच्या चौकटी दिसत होत्या. माझ्या आई-वडिलांनी दिलेली, बाथरूमच्या दोन्ही बाजूंना लावलेली शकूरची पेंटिंग्ज दिसत होती. अरे देवा- माझे आई-वडील - मला हे सगळे त्यांना सांगावे लागले असते. मी वळले आणि उशीत तोंड खुपसले. मी आमच्या गादीवर रशीद झोपायचा त्या बाजूला पडले होते. त्या उशीला त्याचा अंगगंध येत होता. दुसऱ्या बाजूने त्याचा श्वासोच्छ्वास ऐकू येत होता. तो रडत असावा अशी मला शंका आली. पण तो रडत नव्हता. तो उठला. दरवाजापाशी गेला, त्याने दार उघडले आणि मागे वळून म्हणाला,

“मी खाली जाऊन माझ्या आईबरोबर नाश्ता घेणार आहे.”

तो बाहेर गेला आणि त्याने दार लावून घेतले. माझ्या एकदम लक्षात आले की तो कानात प्राण आणून वाट पाहत होता ते ‘आय लव्ह यू’ हे शब्द मी उच्चारलेच नव्हते.

अर्ध्या तासाने तो परत आला. त्याच्या हातात वर्तमानपत्र आणि खोकल्याच्या औषधाची- कफ सिरपची बाटली होती. तो गेला तेव्हा मी गादीवर पडून होते तशीच आताही होते. आपण पहिल्यांदा ग्रेसवर गेलो होतो आणि तो स्टेनचा पियानो तू पहिल्यांदा वाजवला होतास त्या आठवणीत मी बुडून गेले होते. मला त्या ऑडिटोरियममधला खारट दर्प आठवत होता. तिथल्या शांततेला तू तुझ्या वादनाने छेद दिला होतास - जणू या जगातला तो आदिस्वरच होता. रशीद माझ्याशी बोलू

लागला तेव्हा मला वाटले की मला झोप लागली असावी; कारण माझे डोळे उघडणे मला जड जात होते. रशीदने माझ्याकडे बघितले, एक मोठा सुस्कारा सोडला आणि तो पलंगासमोरच्या एका खुर्चीवर बसला. मी विचारले,

"तू तुझ्या आईला सांगितलेस?"

"नाही, पण काहीतरी बिघडलंय हे तिच्या लक्षात आलंय. तू जेवायला खाली ये नाहीतर ती डॉक्टरला बोलावेल. तिला तुझी काळजी आहे. इथे प्रत्येक जण तुझ्यावर प्रेमच करतो."

ही मला मिळालेली आणखी एक संधी होती. मी जबरदस्तीने पुढचे वाक्य बोलले.

"माझंही प्रेम आहे तुझ्यावर." आणि मग माझ्या मनातील जास्त खऱ्या भावना मी त्याला बोलून दाखवल्या, "मला तुला गमवायचं नाहीये."

रडतखडत दिवसाचे तास उलटत होते. मी अंघोळ करून डॉलीला आवडतील असे कपडे घालून खाली आले. माझ्यासाठी कण्यांचा मऊ भात आणि कढण केले होते. दुपारी सगळेच आपापल्या खोलीत वामकुक्षीसाठी गडप झाले. घर अगदी शांत होते. मी बाहेर गेले. बागेत हिंडत एक्झोराच्या रोपावरची फुले ओरबाडून काढली आणि चुरगळून फेकून दिली. संध्याकाळी रशीदचे काही नातेवाईक भेटायला आले. सगळ्यांसाठी खाद्य पदार्थांची ट्रॉली बाहेर आणली गेली. मी गप्प गप्पच होते. गेले काही दिवस माझी तब्येत बरी नसल्याची सबब डॉलीने आवर्जून सांगितली. रशीदच्या काकांनी माझ्या कपाळावर हात ठेवून माझ्या अंगात जरासा ताप असल्याचे जाहीर केले आणि मग मी माझ्या खोलीत गेले. रात्रीचे जेवणही माझ्या खोलीतच पाठवण्यात आले. सर्वांनाच माझ्या तब्येतीची काळजी करून कृतकृत्य वाटत होते.

रात्री रशीद माझ्याकडे पाठ फिरवून झोपला. त्याने मला मिठीत घ्यावे असे मला मनापासून वाटत होते. मी त्याच्या पाठीवरून हात फिरवू लागले. तो जागा आहे हे मला माहीत होते. मी त्याच्या खांद्यांवरून बोटे फिरवली. तो वळला. मी पुन्हा त्याची क्षमा मागितली. सॉरी म्हणाले. या वेळी हे सगळे मी मनापासून करत होते. या घराने मला कायमच जवळ केले होते. इथे मला कशाचीच कमतरता नव्हती. आता या क्षणीसुद्धा रशीद माझ्याशेजारी होता. हे सगळे मला मिळाले होते; पण माझी तेवढी लायकीच नव्हती. या सगळ्याचा मी रशीदसमोर पाढा वाचला आणि मला माफ करण्यासाठी विनवले. मी माझ्या चुका सुधारण्याचे वचन दिले. मी त्याच्यावर प्रेम करत असल्याचे सांगितले- मी खरेच त्याच्यावर प्रेम करत होते. त्याने माझ्या कपाळावर ओठ टेकले. त्याच्या श्वासाला सिगारेटचा वास येत होता. त्या क्षणी माझ्या लक्षात आले की तो माझ्यावर पराकोटीचा रागावलेला होता. तुम्ही दोघेही आता माझा तिरस्कार करत होतात. तू माझ्यापासून फार लांब होतास आणि

रशीद इतका जवळ होता; पण राग दोघेही करत होतात.

माझी झोप हरपली होती आणि त्याचीही. तो सारखा कूस बदलत होता. एकदा तो उठला आणि खोलीत येरझाऱ्या घालू लागला. सरतेशेवटी त्याने सिगारेट पेटवली आणि तो खुर्चीवर बसला. त्याने ड्रेसिंग टेबलवरचा दिवा लावला. भिंतीवर त्याची सावली पडली होती. सिगारेट संपल्यावर त्याने कपडे बदलले. त्याने शॉर्ट्स आणि बूट घातले. तो आता जिमला जाणार असावा. पण त्याने दिवा मालवला आणि तो तिथेच बसून राहिला. मी ज्या ज्या वेळी डोळे उघडून बघितले त्या त्या वेळी तो आणि त्याची सावली माझ्याकडेच टक लावून पाहत होते.

असेच काही तास उलटले. हळूहळू माझ्या मनात एक चीड मूळ धरू लागली. हे सगळे जे घडत होते त्यात माझ्या वाट्याला काहीतरी यायला हवे होते. यापुढे मला हवा असलेला तुझा स्पर्श माझ्या वाट्याला येणार नव्हता. आपण एकमेकांच्या मिठीत असताना जे कुजबुजलो होतो ते आठवून तुला माझा संताप येणार होता. एक कणाहीन स्त्री म्हणून मी तुझ्या आठवणीत राहणार होते. मला माझ्या निवडीचे स्वातंत्र्य नक्कीच होते आणि मी जर हे घर आणि रशीद यांची निवड करणार असेल तर तुझ्याकडून माझ्या वाट्याला तिरस्कारच येणार होता. मी जर तुझ्या मनातून उतरणार होते तर आता याच्या बदल्यात मलाही काहीतरी मिळायला हवे होते.

युक्तिवाद सदोष होता; पण मी तुला यापूर्वीही सांगितले होते. माझ्याकडे कधीच कुणी अप्रच्छन्न मागण्या केल्या नाहीत, अटी लादल्या नाहीत की धमक्याही दिल्या नाहीत. पण सगळ्यांनी माझ्या आयुष्याचीच बोली लावली होती. त्याच्या बदल्यात मला काय मिळणार होते? माझा हा जो प्रतिमाभंग होणार होता त्याच्या तोडीचे मला काहीतरी मिळायला हवे होते. मला काय हवे आहे याचा विचार माझ्या मनात आल्याबरोबर मला त्याचे उत्तरही मिळाले. ज्या स्त्रीने मला सतत हुलकावणी दिली होती ती स्त्री मला सापडायला हवी. मी तिला शोधून काढीन. हा एकच मोबदला, एकच जुगार खेळायला माझी मान्यता होती. या संकल्पाचे बीज माझ्या मनात रुजले आणि मगच मला गाढ झोप लागली.

काही तासांनी मला जाग आली. रशीद त्याची बॅग भरत होता. तो त्याच्या फॅक्टरीत काही दिवसांसाठी चालला होता. तो त्याचे पायमोजे गुंडाळून, गोल बॉक्समध्ये भरून बॅगेच्या एका कोपऱ्यात ठेवत असताना मी त्याला माझा संकल्प सांगितला. मला माझ्या जन्मदात्या आईचा शोध घ्यायचा होता. पँटची घडी हातावर टाकून त्याने विचारले,

"त्यामुळे आजच्या परिस्थितीत कसा काय फरक पडणार आहे?"

"पण तरीही मी ठरवलंय."

"हे बघ, तू गोंधळली आहेस आत्ता. तुला काही सुचत नाहीये. तुझी ती - ती

बाई शोधून - काढल्याने काही उपयोग होईल असं तुला वाटत असेल तर ते चुकीचं आहे.''

''असं कसं म्हणू शकतोस तू?''

''कारण - अशा काही गोष्टी असू शकतात त्या तुला माहीत नसणंच श्रेयस्कर असेल.''

आम्ही दोघे सवरला गेलो होतो आणि रशीदने मला त्या चौरस तळ्याकाठी लग्नाची मागणी घातली होती- तो दिवस मला आठवला.

''काय म्हणायचंय तुला? माझ्या रक्तात व्यभिचारी जीन्स असतील अशी भीती वाटते का तुला?''

''झी, मला चिडायला लावू नकोस. तुला कळलंय मला काय म्हणायचं आहे - आणि तुला ते कळलंय हेही मला कळलंय.''

''हेच ना? हे असेच माझे जीन्स आहेत - म्हणूनच मी स्वतःला आवरू शकले नाही. तुझा विश्वासघात केलाय.''

''मला कसं माहीत असेल - हे तू का केलंस ते? तू खोटं वागलीस, खोटं बोललीस. त्या साल्या अमेरिकन डुकराबरोबर रंग उधळलेस. हे सगळं तू का केलंस हे मला कसं माहीत असेल?''

तो वळून बाजूला झाला. त्याच्या गालावरचा एक जुना जखमेचा व्रण मला दिसला. मला तो यापूर्वी कधीच दिसला नव्हता. अशी कशी बायको होते मी त्याची? तू माझ्या आयुष्यात येण्यापूर्वीचा हा व्रण मला आज दिसत होता. रशीदची सहचारिणी म्हणून मी कुचकामाची होते. बऱ्याच वेळाने तो म्हणाला,

''तुझं प्रेम आहे त्याच्यावर?''

आज पहिल्यांदाच त्याने हा प्रश्न मला विचारला होता आणि माझी खात्री होती की हा प्रश्न तो मला पुन्हा पुन्हा विचारणार होता. मी थकून गेले होते. माझे डोके जड झाले होते. आमच्या गादीवरच्या मऊ उशांवर मी रेलून बसले. माझ्या मनात एकदा विचार आला होता की त्याला खरे काय ते सांगून टाकावे - हो, मी तुझ्या प्रेमात पडले होते. पण आधी माझा प्रेम या संकल्पनेवर विश्वासच नव्हता. त्यामुळे मी कुणावर प्रेम करणे शक्यच नव्हते. पण तू भेटलास आणि मला प्रेमाची प्रचिती आली. पण हे प्रेम वांछनीय नाही याचाही साक्षात्कार झाला. या प्रेमाच्या झंझावातात जो विनाश होणार होता तो अटळ होता. त्या विध्वंसाचे अवशेष, कितीही प्रयत्न केले तरी माझ्या मनातून मला पुसून टाळता येणार नव्हते.

''नाही.''

''अल्लाचे आभारच मानले पाहिजेत त्याबद्दल.''

''नाही.'' मी पुन्हा एकदा म्हणाले. त्याला माझ्याबद्दल आता खात्री वाटत

नव्हती. मी खोटंच बोलतेय असं त्याला वाटत होते. मी वारंवार शपथा घेतल्या. त्याला येता जाता सॉरी म्हटले. सगळ्या घरादारात, व्हरांड्यात इतकेच काय पण बाहेरच्या गच्च हिरव्या झाडांच्या बागेतही त्याचे प्रतिध्वनी उमटले. पण माझा निश्चय झाला होता. रशीदच्या विरोधाने तर त्या निश्चयाला अधिकच धार आली होती. मी चिडले होते. रशीद, अब्बू, अम्मू, डॉली, बुलबुल आणि इतरही सगळे लोक - त्यांना माझे जन्मरहस्य माहीत होते; पण त्याबद्दल माझ्याशी बोलण्याचे सौजन्य कुणीच दाखवले नव्हते. एलिजा, या रागाच्या उद्रेकामुळे मी सर्वांत चांगली गोष्ट काय केली असेल तर मी तुझा नाद सोडला. यामुळे तू वाईट वाटून घेऊ नकोस. माझ्या जन्मापासून सुरू झालेल्या घटनांचा परिणाम माझ्यावर होत होता, माझ्या प्रेमावर, माझ्या शरीरावर, माझ्या आत्म्यावर होत होता. हा माझ्याच भेकडपणाचा परिणाम होता. त्यापासून आता मला मुक्ती मिळाली होती. आता मी काहीतरी करू शकणार होते. मी स्वतःला सगळ्यांपासून वेगळे काढले होते. या वेगळेपणाच्या धोकादायक, फसव्या दरीतून मी आता वर येणार होते. पण एक गोष्ट माझ्या लक्षात आली नव्हती- तुला गमवून मला स्वतःचा एखादा अवयव गमवल्यासारखे दुःख झाले होते. त्या दुःखाच्या जाणिवेसहित या शोधाच्या प्रवासाची सुरुवात झाल्याने मला झालेला लख्ख आनंदाचा स्पर्श मलाच जाणवला नव्हता.

माझ्या जन्मदात्या आईला शोधण्याची सुरुवात मी अम्मूपासून करणार होते.

मी अम्मूला फोन केला. ती त्या वेळी 'गुलशन दोन'मधल्या साड्यांच्या दुकानात निघाली होती. मी तिला तिथे येऊन भेटते म्हणाले. एकदम असे काही बेत ठरवले की तिला नेहमीच संशय यायचा. त्यामुळे मी तिथे का येणार आहे हे ती खोदून खोदून विचारू लागली. जेव्हा मी तिला अगदीच खोडून काढले, तेव्हा तिने अखेरीस साड्यांच्या त्या दुकानाचे नाव सांगितले. ती म्हणाली,

"रहदारीचा काही गोंधळ झाला नाही तर पंधरा मिनिटांवर आहे."

मी दुकानात गेले तेव्हा ती आधीच पोचून साड्या बघू लागली होती. तिच्या पुढ्यात प्रिंटेड साड्यांचा ढीग पडला होता. मी तिच्याकडे पाहत तशीच उभी राहिले. अलीकडे ती आणखीच सुंदर दिसू लागली होती. मध्यम वय जाणवत होते; पण चेहरा सौम्य झाला होता, शांत झाला होता. तिला एक निळ्या रंगाची कॉटनची साडी पसंत पडली होती. तिथला विक्रेता तिला ती साडी उघडून, साडीवर ते डिझाईन कसे दिसते आहे ते दाखवत होता.

मी काचेचे दार उघडून आत शिरले. दुकानातल्या एअरकंडिशनरच्या गारव्यामुळे मला अब्बूंची आणि माझी एक गम्मत आठवली. अब्बू अम्मूच्या मूडला थर्मामीटर

म्हणायचे.

मी विचारायची, ''आजचे तापमान काय म्हणते? पारा चढलाय?''

मग अब्बू म्हणायचे, ''नाही, आज गारेगार आहे.''

अम्मूचे माझ्याकडे लक्ष गेले. ती ताठ बसली, कपाळाला आठ्या घातल्या आणि मला म्हणाली,

''ही काय भेटण्याची जागा आहे? काय गं? काय बिनसलंय? आणि डॉली कुठाय?''

मी इकडे येत असतानाच अम्मू मला काय विचारेल, मी तिला काय सांगेन, याचा विचार केला होता. मी म्हणाले,

''मला तुझ्यासाठी गिफ्ट घ्यायचं आहे.''

''का?''

''कारण मी काही पैसे बाजूला टाकले होते. मला वाटलं तुझ्यासाठी काहीतरी घ्यावं.'' मग ती निळी साडी दाखवत म्हणाले,

''ही कशी आहे?''

''काय गं? बरी आहेस ना तू?'' अम्मूने माझा हात बाजूला सारून मला सामोरी झाली. मी जरा आक्रमकच पवित्रा घेतला.

''का? मी माझ्या आईला भेट देऊ शकत नाही का?''

मी साडीची किंमत बघितली. मला याच्यापेक्षा भारी, कपाट उघडले की सगळ्यात पहिल्यांदा नजरेत भरेल अशी खूप छान साडी घ्यायची होती.

''ही अगदीच कमी किमतीची आहे. तू सिल्क किंवा असेच काहीतरी का नाही बघत?''

''अगं राणी, खरंच छान आहे ही. काय गं, रशीदबरोबर भांडलीस का?''

त्या साडीच्या दुकानापर्यंतच्या प्रवासाचा अवधी मला विचार करायला पुरेसा होता. मनातल्या मनात मी अम्मूशी काय बोलायचे ते ठरवून आले होते. पण त्याची सुरुवात मला माझ्या पद्धतीने करायची होती. अम्मूला मला गोंधळात टाकण्याची कला चांगलीच अवगत होती. सकाळचा निश्चय आता डळमळू लागला होता.

''अम्मू इथे आलोच आहोत तर नानूसाठीही एक साडी घेऊ या.''

नानूसाठी आम्ही फिक्कट राखाडी साडी घेतली. मी पैसे दिले आणि अम्मूला म्हणाले,

''आता शेजारी एक छान कॅफे आहे. आपण तिथे जाऊन बसू. मला तुझ्याशी एका गंभीर विषयावर बोलायचं आहे.''

आम्ही दुकानातून बाहेर आलो आणि शेजारच्याच गल्लीत गेलो. तिथल्या एक बिल्डिंगच्या जिन्याने चढून वर गेलो. दुसऱ्या मजल्यावर तो कॅफे होता. कॅफेची एक

भिंत गोलाकार होती आणि दुसऱ्या बाजूच्या उंच खिडक्यांतून समोर गुलशन अव्हेन्यूची रहदारी दिसत होती. आम्ही त्या रहदारीकडे पाठ करून आरामशीर खुर्च्यांवर बसलो. मेन्यूमध्ये खूप प्रकारचे कपकेक आणि फ्रूट ज्युसेस होते.

आम्ही कॉफी मागवली.

''मला चॉकलेट सुफ्ले हवंय. मी ऐकलंय, खूप छान असतं तुमच्याकडचं सुफ्ले.'' मी वेटरला म्हणाले.

अम्मूने पायातल्या चपला काढल्या आणि पाय दुमडून खुर्चीवर आरामशीर बसली. मी अम्मूला कायम असेच बसलेली बघितले आहे. कधी कधी तिच्या ऑफिसमध्येही ती चपला न घालताच वावरत असते, खुर्चीवर पायाची अढी घालून बसते आणि गुडघा वाकवून, समोरच्या टेबलाला टेकवून बसलेली असते.

''तुझ्या खटल्यांची काय हालहवाल आहे?''

''सिराजगंजमध्ये सत्तावीस बिरांगना राहतात. त्यातल्या एकीला तिच्या खेड्यात ट्यूबवेलचे पाणी घ्यायला बंदी घातली आहे. ती बिरांगना असल्याने त्या खेड्याचा बराच फायदा झाला आहे; पण तिच्या बाबतीत मात्र तो कलंक ठरलाय.''

''आणखी काही खटले आहेत?''

''कधी कधी मला वाटतं, या कशाचाच काहीच उपयोग नाही. फक्त या बायकांना भेटलं की त्यांच्या नजरेला नजर भिडवून सांगता येतं की आम्ही तुमच्यासाठी लढतोय. आम्ही तुम्हाला विसरलो नाही.''

''बरोबर आहे,'' मी म्हणाले.

माझ्या लक्षात येत होते की तिने कॉलेजात मला माझा विषय बदलायला का भाग पाडले होते. जगामध्ये बदल घडवण्याच्या प्रक्रियेत तिचा अतिसूक्ष्म का होईना पण सहभाग होता या समाधानात ती रोज रात्री डोळे मिटत असे. मी मात्र रोज स्वतःला सांगत असे की ॲम्ब्युलोसीटस काही जगावेगळा प्राणी नव्हता. पण आता कळते आहे की तो वेगळाच होता. मोमुळे मला हे कळायला लागले होते. मोने आपल्याशी बंध निर्माण केले होते आणि त्यामुळे आपणही एकमेकांशी बांधले गेलो होतो.

''आता सांग, तुला काय बोलायचंय?''

वेटरने कॉफी आणून ठेवली. मी साखरेचा सॅशे घेतला. मी या ठिकाणी माझ्या आईबरोबर आले होते. पण जे बोलायचे ठरवून मी आले होते ते बोलायला माझे मन राजी नव्हते. मी म्हणाले,

''प्रॉस्पेरिटीवर एक मुलगा आहे. असेल आठ-नऊ वर्षांचा. त्याचे आई-वडील नाहीत. वारलेही असतील कदाचित. मी त्याला लिहायला-वाचायला शिकवत होते.''

माझा प्रॉस्पेरिटीमधला मुक्काम अशा रीतीने संपायच्या आधी मी मोची तीनदाच शिकवणी घेतली होती. त्याला सगळी अक्षरे पटकन समजली होती. चित्रे पाहून 'मा-आई, काक-कावळा, बॉक-बुक-पुस्तक' असे छोटे छोटे शब्दही तो ओळखू लागला होता. रात्री खूप उशिरापर्यंत स्वयंपाकघराचा दिवा लागलेला असे आणि जमिनीवर पुस्तक उघडून, उकिडवा बसून, त्यातली चित्रे पाहत ते शब्द तो घोकत असे.

"प्रॉस्पेरिटीमधल्या मजुरांच्या अवतीभोवती, अम्मू, तुझ्यासारखी माणसे असायला हवी आहेत. अशी माणसे ज्यांना त्या मजुरांच्या हिताची काळजी आहे. मला हळूहळू तू कळू लागली आहेस अम्मू, आणि मलाही तू समजून घेशील अशी अपेक्षा आहे."

"याचा तुला त्रास होतोय? मला कळलंच नाही. तुझ्या अभ्यासाच्या विषयाचा मी असा विचार कधीच केला नाही. आता माझी त्या व्हेलबद्दल काहीच तक्रार नाही. पण झालंय काय? रुबानाने दिलेलं काम संपवलंस? ती म्हणत होती, न सांगता तू सरळ निघून आलीस."

माझ्या आई-वडिलांना मी अभावानेच वाद घालताना बघितले होते. कधीकधी त्यांच्यातला अबोला मला जाणवत असे. आईला असह्य झाले की ती तिच्या जेवणाच्या ताटात भरपूर मीठ वाढून घ्यायची. पण एवढेच. दोघांनाही उघडपणे एकमेकांची क्षमा मागताना मी कधीच बघितले नव्हते. आरोप-प्रत्यारोप, दिलगिरी वगैरे हे सगळे माझ्या नजरेच्या आड, बंद दाराच्या आत होत असावे.

"तुला माहितेय, तुझ्या वडिलांना आणि मला तुझा खूप अभिमान वाटतो. आम्हाला वाटलं होतं तू प्रोफेसर होशील."

"मला वाटतं मी रशीदशी लग्न करायला नको होतं." मला बोलायला योग्य संधी मिळाली होती. अम्मूने टेबलाचा आधार घेतला,

"असं कसं म्हणतेस तू? हे असं बोलूच नकोस."

"माझा जीव उबतो त्याच्यामुळे," अखेर मी बोलून टाकले.

"काहीतरी सांगते आहेस. त्याला थोडा वेळ दे. जेमतेम दोन वर्षं होताहेत लग्नाला."

"तू त्याच्याच बाजूने का बोलते आहेस?"

"माझ्या मुलासारखा आहे तो मला."

हे असेच असणार याची खात्रीच होती मला. आईला मूल हवे होते आणि रशीदमध्ये ती स्वतःचे मूल बघत होती.

"तुझ्या मुलीपेक्षा तो तुला जास्त जवळचा वाटतो."

मी काय म्हणते आहे ते कळायला तिला जरा वेळच लागला. तिचा चेहरा पडला. जणू काही मी तिला थोबाडीतच ठेवून दिली होती. तिची नजर खाली झुकली

आणि ओठ आवळून घेत ती पुटपुटली,

"तू हे असं बोलावंस? माझा विश्वास बसत नाहीये."

"हेच खरं आहे. माझ्यापेक्षा तोच तुम्हाला हवाहवासा वाटतो- नेहमीच, कायम बघत आले आहे मी."

मी वाकड्यात शिरले होते आणि आता मागे फिरणे मला अशक्य होत होते. वेटरने चॉकलेट सुफ्ले आणून ठेवले. मी वरच्या चॉकलेटच्या थरातून चमचा आत खुपसला. सुफ्ले जरा जास्तच खरपूस आणि कोरडे होते. इकडे अम्मूला रडू येऊ लागले होते.

"हे तू काय बोलते आहेस, मला काहीच कळत नाही." तिने पर्समधून रुमाल बाहेर काढला.

मी पुन्हा त्या सुफ्लेमध्ये चमचा खुपसला.

"हे सुफ्ले म्हणजे वैताग आहे." अम्मू माझ्यापुढचे सुफ्ले घेऊन काउंटरकडे गेली. काउंटरपलीकडच्या वेटरला ती चांगलेच सुनवत होती. काही वेळाने ती परत आली. पायातल्या चपला काढल्या आणि पुन्हा पायाची घडी घालून बसली.

"दुसरं देताहेत ते," तिचा गळा भरून आला होता.

"मला सगळं कळायला हवं आहे, माझ्या दत्तकाबद्दल. तुम्ही कधीही काहीही बोलला नाहीत त्याबद्दल. मलाही काहीच सांगितलं नाही. माझीच चूक म्हणा. मीही विचारलं नाही."

आम्ही एकमेकींकडे पाहत होतो. क्षणभर मला वाटले की ती पुढे होऊन माझा हात हातात घेईल. मग आम्ही खूप वेळ तशाच बोलत बसू. मग आम्ही हातात हात घालूनच कॅफेमधून बाहेर पडू. ते करपलेलं सुफ्ले, बील सगळंच विसरू. फक्त एक निखळ सत्य आमच्यामध्ये हॅमॉकसारखे झुलत असेल.

अम्मू एकदम खळखळून हसायलाच लागली.

"मला काही कळतच नाहीये. बोलतेस काय तू?"

"म्हणजे हे खरं नाही?"

"म्हणजे तू काय म्हणते आहेस त्याचा अर्थच मला कळत नाही. आम्ही तुला सांगितलं आणि मग त्यावर आपलं काहीच बोलणं झालं नाही. आणि आता, त्याबद्दल माझी स्वतःचीच मुलगी मला जाब विचारते आहे. माझा विश्वासच बसत नाही."

हीच तर महत्त्वाची बाब आहे. मी तिची स्वतःची मुलगी नाही.

"मला फक्त या बाबतीत थोडेसे संभाषण हवे आहे."

"हे सगळं तू अगदी अमेरिकन असल्यासारखं बोलते आहेस," अम्मू म्हणाली. म्हणजे मी हृदयशून्य, थंड झाले आहे आणि मला स्वतःच्या आईला दुखवण्यात

काही वावगे आहे असे वाटत नाही. मला तिच्याशी बोलायचे होते. एकदा तू मला म्हणाला होतास की माझ्यात एक अमेरिकन दडलेला आहे. मला वाटते माझ्यातल्या या अमेरिकनपणाला तूच खतपाणी घातले होतेस.

"अम्मू मला कळायला हवं आहे."

"मला वाटतं, तू डॉलीशी बोलावंस."

"डॉलीशी बोलावं - ही काय भानगड आहे? मी तुला विचारते आहे. माझ्या सासूला मध्ये आणू नकोस."

अम्मूने मान नकारार्थी हलवली.

"डॉलीनेच त्या वेळी हे सगळं जुळवून आणलं. तीच तुला घेऊन आली आणि आम्ही सगळ्या पेपर्सवर सह्या केल्या. तुझ्या जन्मदात्या आईनं तुला देऊन टाकलं होतं आणि ती पुन्हा तुझ्याकडे वळून बघणार नव्हती."

नवीन मागवलेले सुफ्ले आले होते. मी ते खाऊन बघितले. ते आधीसारखेच होते. त्यात गुठळ्या झाल्या होत्या आणि करपलेलेही होते.

"या असल्या गुलशनसारख्या पॉश वस्तीत न शोभणाऱ्या हॉटेलात घेऊन येण्याचा अट्टाहास का करतेस अम्मू. साधा चहा देणं जमत नाही यांना."

"चल, नीघ इथून." अम्मू म्हणाली.

तिने तिची पर्स उचलली. त्यातून एक नोट काढून टेबलावर भिरकावली आणि झटक्यात हॉटेलबाहेर पडली. मी मागोमाग येते आहे की नाही हेही तिने वळून बघितले नाही. मी आणखी थोडे सुफ्ले खाल्ले. मग आणखी थोडे - असे करत जवळजवळ सगळे सुफ्ले मी संपवले. प्लेटमध्ये चॉकलेटचा चुरा काय तो राहिला होता आणि माझ्या तोंडात करपलेल्या चॉकलेटची चव.

ड्रायव्हरने गाडीचे दार उघडून धरले आणि मी गाडीत अम्मूच्या शेजारी बसले. गाडी निघणार एवढ्यात एक वेटर धावतच गाडीजवळ आला आणि त्याने खिडकीच्या काचेवर टकटक केले.

"मॅडम, माफ करा, बिल आठशे साठचं होतं. आपण पाचशे ठेवून गेलात."

अम्मू पर्समधून पैसे काढू लागली. तो हात पाठीमागे गुंफून नम्रपणे उभा होता. अम्मूने त्याला खिडकीतून पैसे दिले.

गुलशनच्या चौकात येईपर्यंत आम्ही दोघीही गप्पच होतो.

"म्हणजे अम्मू, डॉली आणि बुलबुल तुझ्यासाठी एक बाळ घेऊन आले आणि तू ते मुकाट्याने स्वीकारलंस. माझ्याबद्दल तू काहीच चौकशी गेली नाहीस?"

"तेच मोठे उपकार होते तिचे माझ्यावर. तुला काय कळणार म्हणा." तोंडावरून पदर फिरवत ती म्हणाली. पाऊस पडायला सुरुवात झाली होती. अबुल हुसेनने गाडीचे वायपर्स सुरू केले.

“तुला कल्पनाच येणार नाही. तुम्ही एखादी गोष्ट मिळावी म्हणून जिवापाड धडपडत असता; पण अपयश तुमची पाठ सोडत नसतं. तुझ्या अब्बूंच्या आणि माझ्या सहनशक्तीने मर्यादा गाठली होती. त्याच वेळी डॉली आणि बुलबुल आमच्या मदतीला धावून आले.”

“मी दुसऱ्या कुणाच्या तरी प्रेमात पडले आहे, अम्मू.”

डोळ्यांवर हात घेऊन अम्मू बसल्याजागी सीटवर मागे कोसळली.

“हे काय ऐकते आहे मी?” आणि मग तिने विचारले, “तोच तो, अमेरिकन मुलगा ना?”

“एलिजा, त्याचं नाव एलिजा.”

मला कळेना, तुझ्याबद्दल हिला कसं काय कळलं? एक वेडा विचार मनात येऊन गेला की रशीदने तर डॉलीला सांगितले नसेल? आणि कुटुंबातल्या सगळ्यांनाच हे कळले असेल. मग माझ्या लक्षात आले की केंब्रिजहून परत आल्यावर मीच तिला तुझ्याबद्दल सांगितले होते. त्या वेळी तुझे नाव घेण्याची मला ऊर्मी आली होती. त्यासाठी त्या वेळी मी संधीच शोधत असायची.

एक क्षणभर मला वाटले की अम्मू आता माझ्या सणसणीत थोबडीत मारणार. पण पराभूत झाल्यासारखी ती गाडीच्या छताकडे नजर लावून बसली होती.

“रशीदला माहितेय.”

“अरे देवा.” अम्मू मनातल्या मनात कळवळली असणार - ‘माझं गरीब बिचारं पोरगं!’

“सॉरी, चूक माझीच आहे आणि परिणामांनाही मीच तोंड देणार आहे.”

चौकात वळण घेतल्यावर रहदारी ठप्प झाली. हातात पांढऱ्या गुलाबाची फुले घेऊन एक मुलगा गाडीपाशी आला. त्याने काचेवर टकटक केले आणि फुले घेण्यासाठी तोंड वेंगाडले.

“तू जबाबदारी घेणार म्हणते आहेस आणि तुझ्या दत्तकाबद्दल तुला काही सांगितले नाही म्हणून आम्हाला दोष देते आहेस.”

“तुम्हाला दोष देत नाही. पण जरा मोकळेपणाने सगळे सांगितले असते तर मनात काही राहिले नसते.”

“पण रशीदचं काय? तो कुठे कमी पडतोय?”

“त्या घरात माझा जीव उबतो. श्वास घेणं मुश्कील आहे तिथे. श्रीमंत घराण्यांपैकी एक सर्वसामान्य घराणं. असे लोक तुझ्या लेखी हसण्याचा विषय असायचे.”

“काय बोलते आहेस? माझी मुलगी असं बोलूच शकत नाही.”

तिने पर्समधून फोन काढला. त्या लहान मुलाने पुन्हा खिडकीवर टकटक केले.

अम्मूने त्याला हाताच्या इशाऱ्यानेच हाकलले.

"डॉलीला फोन करतेय."

"मला बोलायचं नाहीये तिच्याशी."

तिने फोन ठेवून दिला.

"कर काय हवं ते. पण प्लीज, त्या अमेरिकन पोराबद्दल तिला काही सांगू नकोस. खूप दुखावली जाईल ती. मला कधीच माफ करणार नाही."

आता रहदारी सुरळीत झाली होती. तो फुले विकणारा मुलगा, ती बाजारपेठ ओलांडून आम्ही पुढे निघालो आणि डावीकडे वळलो. माझ्यामुळे सगळ्यांचीच निराशा होणार होती. मला त्याचे दडपण आले आणि माझा श्वास कोंडला जाऊ लागला. माझ्या दत्तकाबद्दलची ही नवी माहिती खरी होती की खोटी? यात डॉली आणि बुलबुलने पुढाकार घेतला होता? मला जराशी आशा वाटू लागली. अम्मू आणि रशीद- दोघांनाही तुझ्या-माझ्याविषयी कळले होते. सगळाच सावळा गोंधळ होता आणि सगळेच एकजुटीने माझ्या विरोधात जाणार होते. पण आता कोणताच आडपडदा नव्हता. अनेक वर्षांपूर्वीच ज्याचा खुलासा व्हायला हवा होता त्या गोष्टी आता समोर येणार होत्या. मी डॉलीला सुरुवातीपासूनचे सगळे विचारणार होते. माझा माहितीचा अधिकार अजून मी सोडून दिलेला नव्हता.

पण प्रत्यक्षात डॉलीला विचारायची वेळ आली तेव्हा मात्र माझे हात-पाय गळाले. सकाळी उठल्याउठल्या मी निश्चय करायची की नाश्त्याच्या वेळेला हा विषय काढायचाच. पण नेमके तेव्हा बुलबुल येऊन बसलेले असायचे किंवा रशीदचा भाऊ यायचा. कधी ती नोकरांना बाग स्वच्छ करायच्या सूचना देत असायची किंवा जेवणाचा मेन्यू ठरवत असायची. मी तिच्याशी बोलावे म्हणून जायचा; पण ती दमलेली वाटायची आणि तिच्याकडे मग मी विषयच काढायची नाही. माझ्या मनातल्या प्रश्नांनी माझा पिच्छा पुरवला होता; पण माझ्या आईचा पडलेला चेहरा, तिचा झालेला विरस माझ्या मनात ठाण मांडून बसला होता त्यामुळे सगळ्याच गोष्टी आता मला अशक्य वाटू लागल्या होत्या.

एके दिवशी सॅली तिच्या छोट्या बाळाला घेऊन मला भेटायला आली. तिने ठरवले होते त्याप्रमाणे तिच्या दोन्ही मुलांच्यात फारसे अंतर नव्हते. मोठ्या मुलीचे नाव नादिया ठेवले होते. घरात आल्या आल्या तिने तिच्या बाळाला माझ्या हातात ठेवले आणि नव्याने रंगवलेल्या नखांवर ती स्वतः फुंकर मारत बसली.

"आज जरा मी माझ्या नखांकडे लक्ष दिलं. असं काही केलं की मला अगदी जिंकल्यासारखं वाटतं आणि आजचा दिवस माझ्या विजयाचा आहे."

तिने भरपूर मेकअप केला होता; पण डोळ्याखालची काळी वर्तुळे लपली

नव्हती.

"अगदी थकून गेले आहे मी." मी तिला कॉफी हवी का? विचारले. पण ती नको म्हणाली. बाळ अंगावर दूध पीत होते आणि त्याला अंगावरच्या दुधातून कॅफेन जायला नको म्हणून तिने कॉफी सोडली होती. माझ्या हातात बाळाने चुळबूळ केली. माझ्या अंगावर हात आपटले आणि पुन्हा झोपी गेले. बाळाच्या मऊसूत अंगाला मस्त सुवास येत होता. तो कोणत्याही पावडरचा नव्हता. त्याच्या रोमारोमातून येणारा बाळगंध होता. तो सुवास मी भरभरून घेत राहिले.

"काय गं? तुझं आणि रशीदचं पटत नाही म्हणे." खुर्चीच्या गोलाकार पाठीवर डोके टेकत, रेलून आरामशीर बसत, सॅलीने विचारले.

"लोक आमच्याबाबतीत अशा वावड्या उडवतच असतात. आठवतंय तुला? तुझ्याबरोबरही त्याने लफडं केलं होतं - हे ऐकलं होतंस ना तू?"

"नतद्रष्ट!" सॅलीने तिच्या नखांवर लक्ष केंद्रित केले.

"आणखी एक भानगडही ऐकली होती. त्याच्या कपड्यांच्या कारखान्यातल्या एका हिंदुस्तानी मुलीबरोबरची." मी वैतागले होते. मला त्याच्या सर्व भानगडी आठवत होत्या.

"मग? काही तथ्य नाही तर त्यात!"

बाळाने चुळबुळ सुरू केली. दोन-चार वेळा तोंडाची उघडझाप केली. मी उठून उभी राहिले आणि त्याला झुलवत राहिले. तिला सर्व सांगावे की कसे, अशा संभ्रमात मी होते. मग ती मला हसली असती आणि सरतेशेवटी मी सगळ्यांसारखीच आहे, सगळ्यांसारख्याच चुका करू शकते, असे तिने जाहीर करून टाकले असते. किंवा मग माझी बाजू समजून घेतल्यासारखे दाखवत अंतिमतः मला चूकच ठरवले असते.

"अजिबात तथ्य नाही. नेहमीचीच नोकझोक. लग्न फार त्रासदायक असतं."

"मला काय सांगतेस तू? माझा नवरा तर अजून त्याच्या आईला रोज रात्री झोपण्यापूर्वी फोन करून काय खाल्ले? काय प्यायले? हगले, पादले - सगळे सांगतो."

मला हसायलाच आले.

"काय सांगतेस?"

"विनोद नाही करत मी." तिने तिच्या पर्समधून एक सिगारेट काढली आणि दातात धरली.

"सिगारेट पितेस तू?"

"डोंबलाची सिगारेट पिते. या बेन्सनला दातात चेचून डोकं ठिकाणावर ठेवतेय."

तेवढ्यात बाळाने भोकाड पसरले. मी त्याला घाईघाईने जोजवून शांत करायचा प्रयत्न केला. मग मी त्याला सॅलीकडे दिला. तिने आजूबाजूला बघितले. तिथे कुणीच नाही असे बघून तिने कमीज वर करून बाळाला दूध पाजायला सुरुवात केली.

"मला माहितेय माझे स्तन आकर्षक आहेत. पण नदीम म्हणतो, आता त्यांच्यावर बाळाचा हक्क आहे. हातही लावत नाही मला तो. कधीकधी मी इतकी वैतागते की वाटतं आमचा ड्रायव्हरसुद्धा चालेल मला. पण काय गं? तू आणि रशीद- अफवाच आहे ना? काही तथ्य नाही ना त्यात?"

माझे डोळे चुरचुरायला लागले. सॅलीने बाळाला आणखी कुशीत ओढले. तिच्या तोंडात तिने सिगारेट तशीच धरून ठेवली होती. मान वर करून ती माझ्याकडे बघू लागली.

"अगदी मनापासून सांगते. राग मानू नकोस."

"राग कशाला? सांग ना."

"मला आवडलं असतं- अगदी मनापासून आवडलं असतं. मला जमवायचं होतं रशीदबरोबर. तुला माहितेय सगळ्यांनाच तो फार आवडतो."

हे मलाही जाणवले होते. माझी आई, माझ्या मैत्रिणी, इतकेच काय पण त्याच्या संपर्कात आलेला प्रत्येक माणूस त्याचे गोडवे गात असे. सॅलीचे बाळ उसासून दूध पीत होते. त्याच्या गोबऱ्या गालांची लयबद्ध हालचाल होत होती.

"तू कधी गळ्यात पडली होतीस त्याच्या?" मी.

"नाही. पण तू माझी मैत्रीण आहेस हा विचार करून नाही. त्यानेच कधी कुणाला जवळ येऊ दिले नाही. तुझ्याशिवाय त्याने कधीच कुणालाही स्पर्श केला नाही."

मी सुस्कारा सोडला. माझ्या डोळ्यांना पाण्याच्या धारा लागल्या. कुणी काहीच बोलले नाही. सॅलीने बाळाला खांद्यावर टाकून थोपटले. बाळाला मोठी ढेकर आली. सॅली गेली तेव्हा घरात त्या बाळदुधाचा आणि सॅलीच्या सिगारेटच्या तंबाखूचा गंध दरवळत होता.

त्या दिवशी रात्री जेवणाच्या वेळी मी डॉलीला लक्षपूर्वक निरखत होते. लिपस्टिक फिसकटू नये म्हणून बेताने तोंड उघडत डॉली काळजीपूर्वक घास घेत होती. आणि बुलबुल- दूरसंचार विभागाच्या सेक्रेटरीने लाच मागितली होती- ती सकाळची हकिगत सांगत होते.

"अलीकडे हे लोक इकडचे तिकडचे काहीच बोलत नाहीत. सरळ हात पुढे करतात आणि किती हवेत ते सांगतात."

रशीदने जेवता जेवता मटणाची तारीफ केली. डॉलीने ते जर्मन खाटकाकडून

आणल्याचे सांगितले.

"पदार्थ कितीही निगुतीने केला तरी मूळ मटण चांगले नसेल तर काही उपयोग नाही." मग रशीदने विचारले की 'अलीकडे बेकन- डुकराचे मांस- कुठे चांगले मिळते?' सगळ्यांचेच डोळे विस्फारले- आश्चर्याने- किळस येऊन नाही.

"काय होणार या देशाचं?" डॉली सुस्कारली.

"मला बेकन खूप आवडतं," मी म्हणाले. रशीदने टेबलाखालून गुडघ्याने ढकलून मला इशारा केला.

"तौबा, तौबा." डॉलीने दोन्ही गालांवर चापट्या मारून घेतल्या. बुलबुलनी खुर्ची मागे ओढली आणि आरामात बसत म्हणाले,

"आपण बँकॉकला जातो. दर वेळी नूडल सूप खातो. ते म्हणे पोर्कचे केलेले असते."

"खायलाच नको ते," डॉली म्हणाली.

"पण आपण ते खातो. मागच्या वेळीही खाल्ले होते. आणि आपल्याला काय खात्री की नाश्त्याला मिळणारी सॉसेजेस कोंबडीचीच असतात?"

"असायलाच हवीत. पंचतारांकित हॉटेलात मोठ्या प्रमाणावर अरबांचीच गर्दी असते. त्यांना कोंबडीच लागते."

"आणि प्रत्येक जण त्या सॉसेजेसमध्ये काय आहे, ते माहीत नसल्यासारखे दाखवतो." नंतर ते- बुलबुल- मला उद्देशून म्हणाले,

"तुझ्या आवडीनिवडी सगळ्यांना सांगत बसू नकोस."

जेवण झाल्यावर रशीदच्या पाठोपाठ बेडरूमकडे जाण्याऐवजी मी खालीच रेंगाळले. डॉलीशी गप्पा मारत मला तिचे एखादे नेकलेस घालायला मिळेल का? ते विचारले. रशीदला आणि मला दुसऱ्या दिवशी लग्नाला जायचे होते. त्या वेळी माझ्या साडीला मॅचिंग नेकलेस मला हवा होता. मी बेकन आवडीने खाते म्हणून डॉली माझ्यावर नाराज झाली होती. तिची ती नाराजी कुठल्या कुठे पळाली. ती मला तिच्या बेडरूममध्ये घेऊन गेली. त्या भिंतभर कपाटातल्या सेफचे कॉंबिनेशन लॉक तिने उघडले.

"काय हवंय तुला? सोन्याचा हार हवाय की काही रंगीतही हवंय? माणिक? पाचू?"

डॉली आनंदाने खिदळत, गोड आवाजात बोलत होती. तिचा आवाज टिपेला पोचला होता. मग माझ्या लक्षात आले की तिने तिच्या भावी सुनेबद्दल हीच स्वप्ने बघितली होती. मी तिचे दागिने बघून हरखून जाईन. तिच्या कपड्यांशी मॅचिंग कपडे वापरीन. पर्सेस आणि कर्णफुलांची देवाणघेवाण करीन. मी असे काहीतरी केले होते की ज्यामुळे तिला मी लग्न झाल्यावर तिच्याशी असेच वागेन असे वाटले होते.

मला आता आठवते आहे की जेव्हा जेव्हा तिने लंडन किंवा सिंगापूरला शॉपिंगला जायचा प्रस्ताव मांडला होता, मी त्याला आनंदाने संमती दिली होती. कारण मला कुठेतरी मनातून अशीच आई हवी होती. अशी आई, जी विषय कोणताही असला तरी त्यातून हे जग कसे वाईट आहे याचा नवा पैलू शोधून काढणारी नसेल. डॉलीने तिच्या वेलवेटच्या पेटीतून तीन पदरी माणकांचा हार काढला. हाराचा फासा हिऱ्यात मढवला होता. मी तो हार तिच्या हातातून घेतला. दोन्ही हातांत माझ्यासमोर धरला आणि तिला विचारले,

''अम्मू म्हणत होती की माझ्या दत्तकाच्या वेळी तुम्ही पुढाकार घेतला होता.''

डॉलीने वाकून तिच्या सेफमधून आणखी एक पेटी काढली. तिने बटण दाबून ती उघडली. त्या पेटीत एक सोन्याची कंठी होती. आफ्रिकन टोळीच्या स्त्रिया मानेची लांबी वाढवण्यासाठी दोरांसारखी पितळी आभूषणे गळ्याभोवती गुंडाळत- त्या स्त्रियांचा पानभर फोटो मी नॅशनल जिऑग्राफिकच्या अंकात पाहिला होता. तो सोन्याचा कंठा पाहून मला त्या पितळी आभूषणाची आठवण झाली. त्याच्यावर मत देताना, ' हा लेख जातीयवादातून, वांशिकतेतून लिहिला गेला आहे,' असे माझी अम्मू म्हणाली होती. माझ्या हातातून मासिक काढून घेत ते न वाचण्याची तंबीही दिली होती. मी ती आठवण झटकून टाकली. मी डॉलीकडे बघितले आणि तिचे त्या कंठीबद्दल काय मत आहे याचा अंदाज घेऊ लागले. मी माणकांचा हार पेटीत ठेवून दिला आणि कंठ्याची पेटी हातात घेतली.

''हा छान आहे. खूप जुना वाटतोय.''

''माझ्या सासूबाईंचा आहे.''

''अम्मू म्हणाली, तुम्हाला तिची दया आली म्हणून तुम्ही हे सगळं केलं.''

डॉली सेफकडे वळून म्हणाली,

''त्या वेळी तिची मनःस्थिती फार नाजूक झाली होती. ती निराश झाली होती. मला आणि बुलबुललाही तिचं दुःख बघवत नव्हतं.''

तिची माझ्याकडे पाठ असल्याने मला तिच्या चेहऱ्यावरचे भाव पाहायला मिळाले नाहीत. माझ्या मनात माझ्या आईचे तरुणपणाचे चित्र उमटले. त्या चेहऱ्यावर दुःखाचे भाव कसे दिसतील याचा विचार करणे तर अजिबात अवघड नव्हते.

''तुम्हाला माहिती आहे, माझा जन्म कुठे झाला?''

''तुला सोन्याचा कंठा घालायचा आहे?''

''मला वाटतं हा फॅशनेबल नाही दिसणार.''

मी माझा हात मागे घेतला. तो फारच भपकेदार दिसत होता. त्यात जडवलेली रत्नेही कशीतरीच दिसत होती.

"तू अगदीच साधी राहतेस. लग्न समारंभाला जाताना तरी जरा नटायला, थटायला हवं."

"जायलाच हवं म्हणून तासभर जाऊन येणार आहोत. त्या जोडप्याला मी ओळखतही नाही."

मला या अशा समारंभांना जायला आवडत नसे. पण नवऱ्यामुलाचे वडील रशीदचे पार्टनर होते आणि त्यांच्यासाठी रशीदने लग्नाला जायचे कबूल केले होते.

"काही आठवत नाही आता तेव्हाचे." पेटी बंद करून सेफमध्ये ठेवता ठेवता डॉली म्हणाली.

"मला अनाथालयातून आणलीत का तुम्ही?"

"नाही, एक मुलगी होती. अडचणीत सापडली होती."

"मी हा माणकांचा हार घालीन."

डॉलीने त्या हाराची पेटी माझ्या हातात ठेवली. बाकीच्या सगळ्या वस्तू तिने जागच्या जागी ठेवल्या. घरातल्या नोकरांना या सेफची कल्पना नसावी. असती तरी ते त्या दारावर हात टेकून, काय आकडे जुळवावेत? याचा विचार करत बसले असते.

"आणखी काहीच तपशील नाहीत का?"

"नाही." ती पुटपुटली. माझा तिच्यावर विश्वास बसणे शक्यच नव्हते.

"काहीच पत्रव्यवहार नाही? माझ्या जन्माचा दाखला, दत्तकविधानाची कागदपत्रे?"

"होते ना. सगळे काही होते; पण घराची दुरुस्ती काढली आणि त्या वेळी सगळे पेपर्स हरवले."

'किती वेळा सांगायचे हे सगळे हिला!' अशा अविर्भावात डॉलीने सुस्कारा सोडला.

"पेपर्स हरवल्याने तुझे आई-वडील अस्वस्थ झाले होते. मग आम्ही या सगळ्या कागदपत्रांसाठी काय काय केले. बुलबुलने जन्म-मृत्यू नोंदणीच्या कार्यालयात कुणाकुणाचे हातही ओले केले आणि तुझे आई-वडील म्हणून जॉय आणि मायाचे नाव तुझ्या जन्माच्या दाखल्यावर लावून घेतले."

डॉली तिच्या ड्रेसिंग टेबलासमोर जाऊन बसली. तिच्या ड्रेसिंग टेबलावर चिक्कार परफ्यूम्स आणि लिपस्टिक्स होत्या. तिने केस सोडायला सुरुवात केली. आता माझे तिथले काम झाले होते. मी अधिकच निराश झाले होते. मी वळले आणि जायला निघाले तेव्हा ती मला म्हणाली,

"काय करायचे आणि काय नाही हे काही मी तुला सांगायला नको. पण ते निकृष्ट बेकन खाणं थांबव."

रशीद आणि मी दुसऱ्या दिवशी लग्नाला गेलो. मी तो माणकांचा हार घातला होता. सॅलीने रशीदच्या माझ्यावरच्या प्रेमाबद्दल केलेले विधान माझ्या मनात सतत रुंजी घालत होते. तिथे जमलेल्या इतर बायकांबरोबर मी गप्पा मारल्या, त्यांच्या बरोबर काट्याने उभ्याउभ्या बिर्याणी खाल्ली. मनात एकच विचार येत होता, इतक्या कल्लोळानंतरही हे जग विखरून कसे जात नाही? असे काय आहे जे या जगाला बांधून ठेवते?

घरी परतताना मला गाडीतच झोप लागली. घरी गेल्यावर मी कशीबशी माझ्या अंथरुणावर जाऊन पडले. सकाळी रशीद लवकर उठला. नंतर मी जागी झाले आणि त्याला त्याच्या आईने मला काय सांगितले ते सांगू लागला. त्याच्या आफ्टर शेव्ह लोशनचा सुगंध वातावरणात भरून राहिला होता.

"कुणाला माझ्याशी बोलायचेच नाही," मी भुणभुण सुरू केली.

रशीदने त्याचे कपाट उघडले. एक क्षणभर तिथे उभा राहिला आणि मग त्याने एका डिझायनर हँगरवरून एक सिल्कचा टाय काढला.

"ऐकलंस का, मी काय सांगितले ते? मला काहीच माहिती मिळत नाहीये."

"त्यांना काहीच माहीत नसेल." त्याने बोलत बोलत टाय गळ्याभोवती वेढून घेतला.

"असं कसं माहीत नाही? एक अख्खं जिवंत हाडामांसाचं बाळ- आकाशातून पडतं? की समागमाशिवायच रुजतं?"

"झी, सोडून दे ना," टायची गाठ बांधत रशीद म्हणाला.

मी अंगावरचे पांघरूण उडवून लावले. मला त्याच्याशी वाद घालायचा होता. पण तो माझ्यापेक्षा ताजातवाना वाटत होता आणि मी झोपेतून उठलेली आणि अजागळ. माझा सगळा अभिनिवेश गळून पडला. मी पुन्हा पांघरूण ओढून घेतले आणि निराशेने उशीवर मूठ आपटली. रशीदने मला नानूला फोन करायची आठवण केली आणि तुटकपणेच माझा निरोप घेतला. नानूच्या आज मेडिकल टेस्ट करायच्या होत्या. रशीदने मला तिच्या रक्तातल्या शुगर लेव्हलबद्दल विचारायला सांगितले. त्याला या अशा घरगुती बाबी कशा लक्षात राहायच्या, कोण जाणे! माझ्या नानू आजीवर माझे निरतिशय प्रेम होते. पण तिच्या डायबेटिसची मला कधीच काहीच माहिती नसायची. रशीदने दार ओढून घेतले तेव्हा मी स्वतःवरच रागावले होते.

मी माझ्या आई-वडिलांना फोन केला. कुणीच फोन उचलला नाही. मी एकच मेसेज दोघांनाही पाठवून दिला. त्याचे उत्तर मिळण्यासाठी काही तासच गेले असतील; पण मला मात्र आख्खा दिवस उलटल्यासारखे वाटले. शेवटी मी त्यांच्या घरी गेले. बशोन्तीने दार उघडले. हॉलमध्ये चिक्कार लोक होते आणि अम्मू त्यांच्यामध्ये बुडून गेली होती. स्वयंपाकघरातून तळणीचा वास येत होता. मी एका

कडेला उभी होते. क्षणभरच अब्बूंची नजर माझ्यावर पडली. तितक्यात अम्मूच्या एका मैत्रिणीने मला बघितले. तिच्या घट्ट मिठीत मी अक्षरशः गुदमरले.

"बरं झालं, तू आलीस. अशा वेळी आपण सगळ्यांनी एकत्र असायला हवं."

मी मान हलवली. पण ती काय म्हणाली त्याचा अर्थ मला लागत नव्हता. बशोन्ती स्वयंपाकघरातून सर्वांसाठी सामोशांची प्लेट घेऊन आली. प्रसंग गंभीर होता की आनंदाचा होता, हेही मला कळत नव्हते. पण तो गंभीरच असायला हवा होता; म्हणजे माझी वाईट मनःस्थिती कुणाच्या लक्षात आली नसती. मला लोकांचे हेच आवडत नसे. तुम्ही समोर आलात की तुमच्याबद्दल काहीतरी शेरा आवर्जून मारलाच पाहिजे, असे का? 'अशी का दिसते आहेस?' नाहीतर 'वजन कमी झालंय वाटतं?' काहीतरी बोलणारच. त्यांनी जर विचारले की, 'स्पर्म व्हेलच्या डोक्यावर तेलाच्या ग्रंथी का असतात?' तर त्या प्रश्नाचे उत्तर मी केव्हाही देऊ शकेन. अर्थात या ग्रंथी स्पर्म व्हेलच्या शरीरात कुठे असतात, हा कुणासाठीच फार मोठा गहन प्रश्न नव्हताच. माझ्यासाठी तरी नव्हता. पण संभाषणाचा विषय म्हणून माझ्यासाठी तो काहीतरी महत्त्व असलेला प्रश्न होता.

"मग? तुझा रुबाबदार नवरा- कसा आहे तो?" अम्मूच्या मैत्रिणीने विचारले.

म्हणजे इथे कुणी मेलेबिले नव्हते.

"मस्त. थँक यू."

मी तिला टाळायचा प्रयत्न करत होते; पण तिने माझा हात धरूनच ठेवला.

"नवीन लग्न झालंय तुमचं. किती छान. मुलं होईपर्यंत मजा करून घ्या."

माझ्या खांद्यावर कुणीतरी हात ठेवला. अम्मू होती.

"मी सलमा आणि आणखी वकिलांबरोबर जाते आहे. तुझ्याजवळ गाडी आहे की तू अब्बूंबरोबर जातेस?"

"अब्बूंबरोबर चालेल. पण कोर्टात कशाला जातोय आपण?"

अम्मूने माझा हात हातात घेतला. तिने मला माफ केले असावे किंवा सगळे विसरलीच असावी.

"आज सामान्य जनतेला कोर्टात प्रवेश दिला जाणार आहे."

माझ्याजवळून कुणीतरी सामोशांची प्लेट नेली. मी पट्कन एक दोन सामोसे उचलून घेतले आणि माझ्या वडिलांच्या पाठोपाठ खाली गेले आणि त्यांच्या गाडीत बसले. समोरच्या रहदारीचा अंदाज घेत अब्बू म्हणाले,

"फार गर्दी नाही रस्त्यावर."

"हे काय चाललंय? मला कळत नाहीये."

अब्बूंनी रस्त्यावरची नजर माझ्याकडे वळवली,

"पेपर वाचत नाहीस? गुलाम आझमच्या केसचा आज निकाल आहे."

अर्थात सगळ्यांनाच हे माहीत होते. डोके खोल वाळूत गाडूनच घेतले असते तरच ही बातमी निसटली असती. मला पुन्हा एकदा आमच्या आणि रशीदच्या घरातला फरक जाणवला. काल रात्री जेवताना संभाषणाचे विषय, मजुरीचे वाढते दर आणि कामगारांचा संप झाला म्हणून अमुकतमुकने फॅक्टरी बंद केली, असे होते.

"काय करू? कामात होते."

"तुझ्या आईसाठी आजचा दिवस महत्त्वाचा आहे. तिच्या पाठीशी उभं राहायला हवं."

"माझा पाठिंबा आहेच."

"तिला वाटतंय, तुला याबद्दल काहीच आत्मीयता नाही."

समोरची गाडी अचानक थांबली. अब्बूंनी जोरात हॉर्न वाजवला. मला माझ्या आई-वडिलांइतका देशाभिमान आहे की नाही, याची त्यांना शंकाच होती आणि मलाही ते कबूल करण्याची गरज वाटली नाही आणि धैर्यही झाले नाही. ते स्वातंत्र्यसैनिक असल्याचा मला अभिमानच होता; पण त्या भावनेने आमच्या आयुष्यातील फार मोठी जागा अडवली होती. आमचे सर्व विषय पुन्हा पुन्हा युद्धाच्या आठवणींवर येऊन ठेपत. तो काळ आणि आज यांत जणू काही एक मण्यांचा हलका पडदा काय तो होता. इतिहासाचा जरासा हेलकावा त्याला दिला की तो उज्ज्वल भूतकाळ पुन्हा डोळ्यांसमोर साकार होत होता. त्या काळाबरोबर स्पर्धा करणे तर दूरच, पण त्या काळासमोर अर्थपूर्ण वाटावे एवढी योग्यता मिळवणेही, या आयुष्यात माझ्यासाठी कठीण होते. ते नेहमी म्हणायचे की आजही देश त्याच काळाच्या छायेत खुरटतोय. कारण त्या वेळी जे बळी गेले त्यांच्या बलिदानाला न्याय मिळाला नाही. पुढची वाटचाल सुरू झाली नाही. संघर्षाच्या त्या नऊ महिन्यांत त्या हुतात्म्यांच्या कुटुंबीयांना झळ बसलीच होती. पण त्या संघर्षातून वाचलेल्यांच्या आमच्यासारख्या मुलांवरही त्याचे सावट होते. स्वातंत्र्याच्या संघर्षात आमचा सहभाग नसल्याची जाणीव आमच्यावर लादली जाऊ लागली. बदलत्या परिस्थितीने आमच्या कल्पनांना मर्यादा पडू लागल्या. याउलट स्वातंत्र्यप्राप्तीचे बिकट लक्ष्य गाठलेल्यांच्या मुलांना अशी कोणतीच ओझी वाहावी लागली नाहीत.

कोर्टाच्या दारात जमलेल्या वार्ताहरांच्या आणि कॅमेरामन्सच्या गर्दीतून वाट काढत आम्ही कोर्टात शिरलो. मी ही कोर्टाची बिल्डिंग बाहेरूनच पाहिलेली होती. उच्च बांधणीची ही खूप जुनी इमारत पांढऱ्या रंगामुळे लखलखत होती. कोर्टाच्या निरनिराळ्या दालनांकडे जाणारे आतले संगमरवरी कॉरिडॉर्स, त्याचे दुहेरी भव्य दरवाजे यामुळे जवळून तर ती फारच आकर्षक दिसत होती. आम्ही सगळे जिना चढून वरच्या मजल्यावर गेलो. तिथे अम्मू होती. तिला मी दिसले. मला पाहून तिने हात हलवला. तिला पाहून मला वाटले, आज तिचा चेहरा काहीसा वेगळाच दिसतो

आहे. आजच्या या घटनेमुळे ती तेजस्वी दिसत होती. माझ्या मनात विचार आला की स्वातंत्र्यासाठी लढत असताना ती अशीच दिसायची का? इतिहासात नोंदल्या जाणाऱ्या विजयाच्या प्राप्तीचे तेज, त्या विजयाची खात्री होती म्हणून तिच्या चेहऱ्यावर त्या वेळीही असेच झळकत असेल का? तिने कोर्टाच्या दालनात प्रवेश केला आणि तिच्यामागे दार बंद झाले. आम्ही सगळे बाहेरच उभे राहून वाट बघू लागलो. अब्बू माझा हात हातात घेऊन माझ्याशेजारी उभे राहिले. काल संध्याकाळपासून त्यांना विचारायचे असंख्य प्रश्न मनात घोळत होते; पण आत्ता या क्षणी त्यातला एकही प्रश्न या दुपारच्या तंग वातावरणात आणि या गर्दीच्या दबक्या आवाजातल्या कोलाहलात आठवत नव्हता. गर्दीत काही ओळखीचे चेहरे दिसत होते. माझ्या आई-वडिलांचे मित्र, सहकारी, माझे शाळासोबती. गर्दीतली कुजबुज एकदम वाढली आणि सर्वांनी मिळून एकच घोषणा केली,

''फाशी! लटकवा त्याला.''

दार उघडले. सर्वत्र शांतता पसरली. दार उघडले आणि कुणीतरी बाहेर आले. घडले काहीच नव्हते. तो माणूस कोर्टाच्या दालनातून फक्त बाहेर आला होता. हे दर्शवण्यासाठी त्याने गर्दीकडे पाहून हात हलवला, आपल्यामागे दार बंद केले आणि पट्कन निघून गेला. एक आई त्या गर्दीत आपल्या मुलाचा हात धरून उभी होती. तिला बघून मला माझे आई-वडील सांगायचे ती एक जुनी गोष्ट आठवली. याच गुलाम आझमवर प्रतिरूप न्यायालयात चालवला गेलेला खोटा खटला बघायला ते मला सुरावर्दी मैदानावर घेऊन गेले होते. वीस वर्षांपूर्वी या माणसावर फक्त प्रतिकात्मक खटला चालवणेच शक्य होते. कलाकारांनी रंगवलेल्या भूमिका आणि आरोपीच्या पेंढा भरलेल्या प्रतिमेवर चालवलेल्या खटल्यात आरोप सिद्ध होऊन देहान्ताची शिक्षा फर्मावली गेली होती आणि ती प्रतिमा जाळलीही गेली होती. पण तो खोटा खटला होता. आता प्रत्यक्षात हा खटला सुरू होता. आरोपींचा भूतकाळ काळ होऊन त्यांच्यावर कुरघोडी करायला आ वासून उभा होता. म्हणूनच माझी आई या सरकारच्या बाजूने उभी राहिली होती. या सरकारने कारभारात कितीही गोंधळ घातले असतील; पण या गुलाम आझमची कृष्णकृत्ये चव्हाट्यावर आणण्यात याच सरकारने पुढाकार घेतला होता. या नराधमावर अनेक मुलांच्या हत्येचा आरोप होता. आता तो याच संदर्भात न्यायाधीशांसमोर जाब द्यायला उभा होता. नव्वद वर्षांच्या त्या म्हाताऱ्याजवळ त्याच्या बचावासाठी काहीही नव्हते. त्याच्या कुकर्मांचा हिशेब आधीच व्हायला हवा होता; पण उशिरा का होईना, कायद्याच्या बडग्याचा प्रसाद त्याला मिळणार होता. मला आज या ऐतिहासिक घटनेची साक्षीदार होण्याचे भाग्य लाभले होते. आज बहुधा पहिल्यांदाच माझ्या आईची मुलगी असण्याचा मला अभिमान वाटत होता.

दार उघडले आणि बाहेरच्या जनसमुदायात खळबळ माजली. तेवढ्यात कुणीतरी घोषणा केली,

“जन्मठेप!”

लगेचच सर्वत्र कोलाहल सुरू झाला. त्या नराधमाला शिक्षा झाल्याचे सर्वांनाच समाधान होते; पण फाशी न झाल्याची चीडही होती. या निर्णयाच्या विरोधात मग घोषणा सुरू झाल्या. सगळे जण एकाच वेळी कोर्टाच्या दालनात जाण्यासाठी धडपडू लागले. अब्बूंनी माझा हात घट्ट धरून ठेवला होता. दाराशी पोचेपर्यंत आम्ही एकत्रच होतो. मी दारातून आत पाहू शकले. न्यायाधीश बसले होते त्या डेस्कपाशी एक मोठा जमाव गोंधळ घालत होता आणि प्रत्येक जण हात वर करून न्यायाधीशांचे लक्ष वेधून घेण्याचा प्रयत्न करत होता. लोक त्यांचे सेलफोन सगळ्यांच्या डोक्यांच्या वर धरून फोटो काढण्याचे प्रयत्न करत होते. मग गर्दी इतकी वाढली की अब्बूंचा हात माझ्या हातातून सुटला.

काही वेळाने पोलिसांच्या कोंडाळ्यात गुलाम आझमला बाहेर आणण्यात आले. आजूबाजूचा गोंधळ आणखीनच वाढला. पोलिसांना त्या गर्दीतून वाट काढणे कठीण जात होते. अत्यंत धीम्या गतीने ते पुढे सरकत होते. ते माझ्यासमोरून जात होते त्या वेळी मला हे गुलाम आझम नीट पाहायला मिळाले. त्यांना व्हीलचेअरवर बसवलेले होते. गुडघे आवळून धरलेले होते आणि पाय पसरलेले होते. बेड्या घातलेले हात पुढे विसावलेले होते. त्यांच्या बारकुड्या चेहऱ्याच्या मानाने त्यांच्या डोक्यावरची टोपी फारच मोठी वाटत होती. त्यांना त्या कोर्टातून बाहेर नेताना एका पोलिसाचा हात त्यांच्या खांद्यावर जरा हळुवारपणे ठेवलेला वाटत होता. त्या दिवशी गुलाम आझमना तुरुंगात डांबण्यात आले असते आणि वर्षभरात त्यांचा मृत्यूही झाला असता. जगभरात त्यांना ओळखणारे, न ओळखणारे, त्यांच्याशी कधीही संबंध न आलेले, त्यांच्या मृत्यूचे काहीही सोयर-सुतक नसलेले, त्यांची दुष्कृत्ये माहीत नसलेले- सगळ्यांनी त्यांच्या मृत्यूची दखल घेतली असती. कॉम्प्यूटरवर त्यांच्या अंत्यसंस्काराला उसळलेल्या गर्दीच्या बातम्या वाचून माझ्या आईचा संताप झाला असता. दर वेळी त्यांचा उल्लेख प्रोफेसर असा केल्याने, प्रत्येक लेखात या खुनी माणसाला धर्मपरायण पुढारी म्हटल्याने, आझमना शिक्षा झाली म्हणून तिला मिळालेले विजयाचे समाधान झाकोळले गेले असते. पण हे सगळे पुढचे पुढे. या क्षणी तरी तिला समाधान मिळाले होते. पुरेपूर समाधान नसले तरी त्यांचा गुन्हा सिद्ध झाला होता. एखाद्या बारक्याशा क्षुद्र पक्ष्यासारखे ते व्हीलचेअरला जखडले गेले होते आणि आता त्यांच्या आजूबाजूला फक्त पोलीस असणार होते. एकीकडे हा क्षुद्र माणूस होता आणि या आवारात कुठेतरी माझे उमदे आणि कर्तव्यनिष्ठ वडीलही होते. त्यांच्यामुळेच या जगाला स्थैर्य लाभलेले होते.

माझ्या मनात त्यामुळे हृदयाच्या वेगाने आंदोलने होत होती. एका क्षणी मी माझा मुद्दा रेटू नये हे मला पटत होते. रशीदही मला म्हणाला होता की मी सर्वांनाच हवीशी होते आणि तेवढेच मला पुरेसे असायला हरकत नव्हती. पण दुसरीकडे माझी स्वतःची रहस्ये जाणून घेण्याची आणि मला वेढून बसलेल्या शून्यतेला राम राम ठोकायची वेळ आली आहे, अशी निकडही भासत होती. सरतेशेवटी या निकडीने विजय मिळवला आणि मला तिथे आणखी रेंगाळत राहणे अशक्य होऊ लागले. गुलाम आझमने सगळ्यांना चकवा दिला होता; पण तोही आता पराभूत झाला होता. आता माझ्या परिस्थितीला मला पराभूत करायचे होते. मी धडपडत त्या आवारातून बाहेर जायला निघाले. त्या गर्दीच्या लोंढ्यात मी एकटीच उलटया दिशेने जाणारी होते. बाहेर येईपर्यंत मी अक्षरशः धापा टाकू लागले होते.

मी रिक्षा थांबवली. मी आता अधीर झाले होते. अब्बूसाठी थांबायचीही मला गरज वाटली नाही. मी धनमोंडीला नानूच्या घरी जायला निघाले होते. मीरपूरचा रस्ता ओलांडल्यावर मी फोनवरून माझ्या आई-वडिलांना मेसेज पाठवून दिला,

'मला सत्य कळायला हवंय. त्याचा खुलासा झाला नाही तर मी घर सोडून जाईन.'

माझ्या या मेसेजमुळे मी त्यांना झपाटल्यासारखी वाटेन; कारण इतक्या वर्षांत मी अशी धडपड कोणत्याच बाबतीत केलेली नव्हती. मी रिक्षाचा पडदा खाली ओढला आणि स्वतःला जगापासून दूर केले आणि या माझ्या एकाकी जगात माझा श्वास कोंडू लागला.

नानूच्या घराचे दार अर्धवट उघडेच होते. आतून बोलण्याचे आवाज येत होते. मी आत गेले. सोफ्यावर एक भरदार बांध्याचा माणूस पाठमोरा बसला होता. डोक्यावर पांढरी पगडी होती. ते वळले आणि मला बघितल्याबरोबर त्यांनी झट्‌कन मान वळवली.

"झुबेदा आहे ती आपली," नानूने सांगितले.

ते उठले आणि माझ्याकडे आले. डोक्यावर टर्बन, डोळ्यांवर जाड फ्रेमचा चश्मा, छातीपर्यंत पोचणारी दाढी, देखणा चेहरा, प्रेमळ डोळे आणि हळुवार स्मित.

"अस्सलाम आलेकुम," ते म्हणाले.

अलींप्रमाणे त्यांच्याही कपाळावर अनेक वर्षं प्रार्थनेची टोपी घालून घालून चमकदार चट्टा उमटला होता.

"तुला बघून डोळे निवले माझे."

"तुझे मामा. अमेरिकेहून आलेत. सकाळीच येऊन पोचले आहेत." मामांचा उल्लेख केला की विशिष्ट हसू तिच्या चेहऱ्यावर चमकायचे. तेच हसू आज तिच्या

चेहऱ्यावर दिसत होते. मला हे मामा फारसे आठवत नव्हते. माझ्या समजुतीप्रमाणे यापूर्वी ते एकदाच ढाक्याला आले होते. त्यांनी मला त्या वेळी एक चॉकलेट दिले होते आणि नरकातल्या आगीची गोष्ट सांगून घाबरवले होते. माझ्या आई-वडिलांचा त्यांच्याशी फोनवरून संपर्क होता. अम्मू सांगायची की युद्ध होण्यापूर्वी हे माझे मामा - सोहेल - अत्यंत उमद्या व्यक्तिमत्त्वाचे होते. त्यांच्याजवळ ते माओचे 'लिट्ल रेड बुक' बाळगून असायचे. त्यांचे वडील फार लवकर वारले होते आणि धनमोंडीच्या बंगल्यात ते फक्त अम्मू आणि नानूबरोबर राहायचे. या दोन बायकाच सतत बरोबर असल्याने जरा नाजूकसाजूकच राहिले होते. लढाऊ वृत्तीची तर वानवाच होती. त्यामुळे त्यांनी देशांतर करून मुक्ती बाहिनीच्या कामात स्वतःला वाहून घेतले तेव्हा सगळ्यांना आश्चर्याचा धक्का बसला. अम्मूच्या मते सोहेलमामा स्फोटके तयार करणारे नव्हते, ते धडाकेबाज शूटर नव्हते किंवा पुढे होऊन छाताडावर गोळ्या झेलणाऱ्यांतीलही नव्हते. ते कचखाऊ असल्याचेच बोलले जायचे. बाँबचा धडाका करायचा असेल किंवा चेकनाक्यावर पोलिसांना गुंगारा द्यायचा असेल तर मागे मागे राहून ते काम ते टाळायचे. ते कौशल्य आणि धैर्य त्यांच्यात नव्हतेच. पण एखादी गोष्ट एखाद्याला पटवून द्यायची असेल तर यांच्याइतका तरबेज कुणीच नसायचा. त्यांना स्वतःला एखादी गोष्ट पटली की त्यात ते सर्वोत्तम ठरायचे.

त्यांनी युद्धात काय कामगिरी केली हे अम्मूला नीटसे माहीत नसले तरी युद्धोत्तर काळातली त्यांची वाटचाल तिला माहीत होती. ज्या वेळी मक्केची यात्रा करणे, स्त्रियांना बुरखा घ्यायला लावणे, इतकेच काय बोलताना धर्मग्रंथांमधली वचने उद्धृत करणे इतके फॅशनेबल झाले नव्हते, त्या काळात त्यांनी धार्मिकतेचा स्वीकार केला. त्यांच्या मुलाचा मृत्यू झाला. त्यांनी परदेशगमन केले. त्यांचे मित्र, त्यांचे कुटुंबीय, त्यांची प्रेमाची माणसे त्यांच्यापासून दुरावली; पण त्यांच्या धार्मिकतेला जराही गालबोट लागले नाही. त्यांना त्यांच्या निर्णयांबद्दल एवढी खात्री होती की कितीही जबर किंमत मोजावी लागली तरी वाटेत येणाऱ्या प्रत्येक संकटाला त्यांनी परतवून लावले. सर्वांत जास्त नुकसान झाले होते ते अम्मूच्या बाबतीत. अम्मूचा आणि त्यांचा क्वचितच संपर्क होत असे. अम्मू जेव्हा त्यांचा उल्लेख करायची किंवा त्यांच्याबद्दल काहीतरी सांगायची, त्या वेळी त्याचा शेवट तिच्या वाईट वाटण्यानेच होत असे. जणू अब्बूंच्या भावासारखा तिनेही हा तिचा भाऊ युद्धात गमावला होता.

मी मामांच्या शेजारी जाऊन बसले. त्यांना मक्केहून आणलेला खजूर कुणीतरी भेट म्हणून दिला होता. तो त्यांनी माझ्यासमोर धरला. त्या खजुरांच्या आत अख्खे बदाम घातलेले होते. मी चवीसाठी त्यातला एक खाऊन बघितला. अति गोड होता. आम्ही एकमेकांशी काय बोलायचे प्रश्नच होता. मी एका मागोमाग एक खजूर खात होते. मामा अधूनमधून चश्म्यावरून माझ्याकडे रोखून पाहत होते आणि भला मोठा

निःश्वास सोडून, दोन्ही हातांनी दाढी कुरवाळत होते.

मामांची मुले कशी असतील...कधी समोर आली तर मी त्यांना ओळखेन का... असे अनेक प्रश्न माझ्या मनात येत होते. एअरपोर्टवर, मॉल्समध्ये अनेक दाढीवाली माणसे दिसतात. त्यांच्यामागून काही अंतरावरून त्यांच्या बायका येत असतात. ही माझी भावंडेही अशीच असतील का? माझ्या आजीकडे वळून मी तिला म्हणाले,

"रशीद म्हणाला, आज तुझी डायबेटिसची टेस्ट होती."

"गुणाचं पोर आहे. त्याने गाडी पाठवली होती डॉक्टरकडे जायला."

अवलिया आहे हा रशीद.

"काय म्हणाले डॉक्टर?"

तिने हाताच्या एका फटकाऱ्याने माझा प्रश्न धुडकावून लावला.

"काही काळजीचं कारण नाही. मी माझं आवडतं चॉकलेट टॉब्लरॉन खाणं सोडणार नाहीये."

"तुला काहीतरी विचारायचं होतं मला."

सोहेलमामा तिथे आलेले होते त्यामुळे वाटू लागले होते की आज मला माझ्या प्रश्नाचे उत्तर मिळेल. मला खात्री होती की त्यांच्यासमोर कुणाचीही खोटे बोलण्याची हिम्मत होत नसणार. आणि हेच त्यांच्या यशामागचे रहस्य असणार. त्याचमुळे अनेक अमेरिकन लोकांना सातत्याने इस्लामचा स्वीकार करण्यास राजी करणे त्यांना जमत असावे. त्यांच्या मशिदीतील कामापुरते हे यश मर्यादित न राहता जीवनातही हे त्यांना जमत असावे- मग ते मॉलमध्ये शॉपिंग करणे असो, पेट्रोलपंपावर गाडीत पेट्रोल भरणे असो किंवा बायकोला शहराच्या विरुद्ध टोकाला असलेल्या इस्लामच्या शिकवणीच्या वर्गातून आणायला जाणे असो. मी नानूला म्हणाले,

"मला दत्तक घेतले होते, हे तुला माहीत होतं?"

"हो," ती वेळ न दवडता म्हणाली.

"कुठून घेतलं होतं?"

"मला नेहमी वाटायचं, तुझ्या आई-वडिलांनी तुला हे सांगून टाकावं. पण त्यांचीही काही कारणं असतील. मीही काही सांगू नये, हे त्यांनी मलाही सांगितलं होतं."

"तुम्हाला माहीत होतं?" मी सोहेलमामाना विचारले.

"तुझ्या आईनं मला पत्र लिहिलं होतं. पण हे सगळं खासगीत होतं त्यामुळे आजपर्यंत मीही त्याचा उच्चार केलेला नाही."

दरवाजावरची बेल वाजली. मी म्हणाले,

"कुणीही आलेलं असलं तरी दार उघडू नका. आधी मला याबद्दल सांगा."

"मला खरंच आणखी काही माहीत नाही गं. ये इथे; बस माझ्याजवळ."

शेजारचे गुलाबी कुशन दाखवून नानू म्हणाली. आता मला काय करायचे ते कळेना. पुन्हा बेल वाजली. मी उठले आणि जाऊन दाराला रेलून उभी राहिले.

"तुमचे एखादे मूल दत्तक आहे का?" मी सोहेलना विचारले.

"नाही, माझ्या मुलांपैकी कुणी दत्तक नाही. पण आपला प्रेषित मुहम्मद पैगंबर, तो अनाथच होता."

मला पटले. मीही तुला सँडर्समध्ये त्या रात्री हेच सांगितले होते. दारावरची बेल तिसऱ्यांदा वाजली. दारामागून वडिलांचा आवाजही आला,

"झी, दार उघड."

"अम्मू आली आहे?"

क्षणभर थांबून अब्बू म्हणाले, "हो."

"उघड दार, आत येऊ दे त्यांना," नानू हळुवारपणे म्हणाली.

मी दार उघडले. दोघे बाहेरच्या व्हरांड्यात हातात हात घालून उभे होते.

"सोहेलमामा आले आहेत."

मी बाजूला झाले. ते आत आले. नानू उठली आणि काठी घेत हळूहळू स्वयंपाकघरात जात म्हणाली,

"चहा आणते. चल सोहेल, आत चल."

"मला नाही येता येणार. तुझी नोकराणी आहे आत." ते बुरख्याचे नियम पाळत असत. त्यामुळे रक्ताच्या नात्याशिवाय इतर बायकांचे चेहरे ते पाहत नसत.

"हाय अल्ला, अजिबात बदलला नाहीस तू." अम्मू म्हणाली. सोहेलमामा वळले आणि त्यांनी अम्मूला कवेत घेतले. अम्मूच्या उद्‌गारांचा त्यांच्यावर काहीच परिणाम झाला नव्हता. अम्मू बाजूला होत म्हणाली,

"मी माझ्या मुलीसाठी इथे आले आहे."

"म्हणजे मुलीसारखी कुणीतरी." मी म्हणाले. नानूने स्वयंपाकघराचे दार लावून घेतले. भारदस्त सोहेलमामांनी वरच्या छताकडे नजर लावली आणि मला वाटते, त्यांनी प्रार्थना म्हणायला सुरुवात केली. त्याचा आता खोलीतल्या आमच्या तिघांशी काहीच संबंध उरला नाही. अम्मू हातात चेहरा लपवून हमसून हमसून रडू लागली. तिच्या रडण्याचा आवाज खोलीत घुमत होता आणि आमच्यावर येऊन आदळत होता. आम्ही एकमेकांकडे पाहत होतो. मी अब्बूंना खूण केली. आता त्यांनी बोलायला हरकत नव्हती. ते पुढे झुकून आणि गुडघ्यांवर कोपरे टेकवून बसले होते.

"तुला माहीत आहे ना बाळा, युद्धात मी पकडला गेलो होतो."

म्हणजे अब्बू अशी सुरुवात करणार होते तर. त्याबद्दल मी रागावू शकत नव्हते कारण ते युद्धात भाग घेतलेले स्वातंत्र्यसैनिक होते आणि त्या जखमा ते तनमनावर

बाळगून होते. म्हणूनच मीही स्वतःकडे त्याच नजरेने पाहायला हवे होते- अशी ठसठसणारी जखम जी एकाच वेळी काही चांगल्या तर काही दुःखदायक आठवणींची बोच जागी ठेवते.

"युद्ध संपलं, माझी सुटका झाली, तुझ्या आईने आणि मी लग्न केलं. काही वर्षं आम्ही वाट पाहिली; पण मग लक्षात आलं की-"

मला भीती वाटू लागली की आता ते मूल न होण्याच्या दुःखदायक इतिहासात शिरतात की काय? म्हणून मी म्हटले,

"तुम्हाला मूल होत नाहीये."

"असंच काहीसं."

सोहेलमामांची प्रार्थना संपली. त्यांची छताकडे लावलेली नजर त्यांनी खाली वळवली. नानूच्या स्वयंपाकघरातून कपबशा, प्लेट्सची किणकिण ऐकू येत होती.

"आता मागे वळून पाहताना असं वाटतंय की आमच्या हातून काही चुका झाल्या." अब्बू बोलत असताना त्यांना अर्धवट थांबवत अम्मू म्हणाली,

"माझ्या चुका होत्या त्या. तुझ्या वडिलांचे काहीही चुकलेले नाही. हे सगळे माझेच दोष आहेत."

ती उठून उभी राहिली आणि खोलीत येरझाऱ्या घालू लागली. स्वयंपाकघरातून किटलीतले पाणी उकळल्याचा आवाज येऊ लागला.

"इकडे ये जान." अब्बूंनी अम्मूला बोलावले. काही न बोलता अम्मू त्यांच्याजवळ जाऊन बसली. मला त्यांच्या जागी आता हतबल झालेले तरुण जोडपे दिसत होते. आयुष्यातील समस्यांशी झगडत असलेली, युद्धाच्या झळा लागलेली आणि भविष्याची खात्री नसलेली अपरिपक्व तरुण मुले.

"बराच काळ मी मुलाबाळांचा विचारच केला नाही. पण जेव्हा केला तेव्हा मला मानसिक औदासीन्याने ग्रासले. आम्ही सगळे उपाय करून बघितले. सगळे पैसे खर्च केले."

मान खाली घालून साडीच्या निऱ्या बोटांनी नीट करत ती बोलत होती.

"सांगायचा मुद्दा असा की मग त्यानंतर त्याबद्दल फक्त मौन- तुझ्या वडिलांना माझी काळजी वाटत होती. आम्ही मग याबद्दल चर्चाही केली नाही. ज्या काही लोकांना माहीत होतं त्यांनी असंच गृहीत धरलं होतं की अब्बूंमध्येच दोष आहे. पण ते स्वातंत्र्यसैनिक होते. त्यामुळे कुणीच त्यांच्याकडे बोट दाखवलं नाही."

"पण माझं काय? हे मला सांगावं असं कुणालाच वाटलं नाही," मी माझा राग जराही शांत होऊ देत नव्हते.

"आम्हाला आमचा स्वार्थ गप्प राहायला भाग पाडत होता. आम्हाला तू आमचीच आहेस असं तुझ्या मनावर बिंबवायचं होतं. त्याबद्दल सॉरी, अगदी

मनापासून सॉरी.''

नानू चहा घेऊन आली. तिने साखर, दूध घालून सर्वांना चहा दिला. सोहेलमामाने सर्वांना हातात कप दिले. त्यांनी माझ्यासमोरही एक कप ठेवला. माझ्या डोक्यावर प्रेमाने थोपटले आणि धीरगंभीरपणे आपल्या खुर्चीवर जाऊन बसले.

''बस, एवढंच? काही राहिलं नाही अजून? डॉली तर म्हणाली, माझ्या दत्तक विधानाची सगळी कागदपत्रं हरवली आहेत. हे असं कसं?''

अम्मूची नजर शरमेने झुकली. ती पुटपुटली,

''तुम्हीच काय ते सांगा. मला ती आठवणही सहन होत नाही.''

मला दिसत होते की अब्बू काय सांगावे, कसे सांगावे या विवंचनेत आहेत. मी त्यांच्यावर प्रेम करते, त्यांनी मला खूप सुंदर आयुष्य दिले, त्यांनी माझ्यासाठी जीव पाखडला हे सगळे मला त्यांना सांगावेसे वाटत होते. इतकी वर्षं अम्मू हे रहस्य उराशी बाळगून होती आणि त्याचा तिला अतोनात त्रास होत होता हे जाणवून मला खूप वाईट वाटत होते. पण त्याहीपेक्षा त्यांच्याशी तुटक कठोरपणे वागण्याची इच्छा प्रबळ ठरली. एलिजा, इतरांपेक्षा तुझ्या हे नक्की लक्षात येईल की वेळ प्रसंगी मी खूप दुष्टपणे वागू शकते. ते सगळे माझ्याकडे फार अपेक्षेने पाहत होते. पण माझे तोंड जणू घट्ट बांधले गेले होते. मी माझ्या वडिलांचा पुढे केलेला हात झिडकारला, माझ्या आईचे हुंदके कानाआड केले,

''तुम्हाला कळतंय का? मी कोण आहे, कुणाची आहे? माहीत नाही. मी अशी अर्धवट, अधांतरी तरंगते आहे.''

''फार वाईट दिवस होते ते.'' अचानक सोहेलमामाला आवाज फुटला. संथ, शांत स्वर.

''युद्धात आपण खूप काही करतो. आणि नंतर त्या चुकांवर पांघरूणही घालतो.''

''खूनबिन केलात की काय कुणाचा?''

''त्यांना असं म्हणायचं नाही,'' अब्बू म्हणाले,

''युद्धानंतर प्रत्येक जण कसल्या ना कसल्या शोधात होता. असे काहीतरी जे युद्धकालात घडलेल्या घटना योग्य ठरवेल. काही लोकांनी याचे उत्तर कामात शोधले. त्यांनी काम करून खूप पैसा कमावला. काही जणांनी धर्माचा आधार घेतला.'' अब्बूंनी धर्माचा उल्लेख करताना सोहेलमामांकडे बघितले. अम्मू म्हणाली,

''आमच्यासाठी आम्हाला मूल हवे होते. आमच्या सगळ्या दुःखांवरचा उतारा.''

मी अम्मूकडे बघितले. एखाद्या सैतानाने शरीरात वास करावा आणि त्या भूतबाधेचा बीमोड करण्यासाठी त्या शरीराचे अनन्वित हाल केले जावेत, तशाच फार मोठ्या प्रयत्नांनी आणि अतीव दुःखाने या सगळ्या दडवलेल्या भावना ती

स्वतःतून खेचून बाहेर काढत होती. तिचा आवाज कर्कशपणाकडे झुकला होता आणि तिचा आत्मविश्वासही वाढू लागला होता.

"जेव्हा आम्हाला मूल- म्हणजे मला मूल होईना- पण तुला काय कळणार म्हणा. मूल होण्याची क्षमता नसण्याचे दुःख किती आतून असते, ते तुला कळणारच नाही."

मी चहाचा घोट घेतला. त्या कडकडीत चहाने माझी जीभ पोळली.

"आम्हाला तिच्याबरोबर संपर्क नको होता- ती- तुझी आई. अतिशय कर्मकठीण काम होते ते. मग आम्ही ते काम डॉली आणि बुलबुलवर सोपवले. आणि नंतर ते दत्तकविधानाचे पेपरही नाहीसे करायला सांगितले. तू कायद्याने आमची झाल्यावर तुझ्यावर मालकी हक्क सांगू शकणारे आम्हाला कुणी नको होते."

यावर माझी बोलतीच बंद झाली. त्यांच्या मुलीच्या- माझ्या- दत्तकपणाचा मागमूसही न ठेवण्याचे त्यांचे कारण सयुक्तिकच होते. या कारणाचे उगमस्थानच मुळी त्यांच्या आणि त्यांच्या मुलीच्या प्रेमाच्या देवाणघेवाणीच्या गरजेतून जन्माला आले होते. मला आता ते कळले होते आणि पटलेही होते. पण याचा अर्थ असाही होतो की कोणत्यातरी पातळीवर त्यांना माझी शरम वाटत असावी. सर्वसामान्यपणे ज्या गोष्टीची लाज वाटते तसे नाही. पण मला कायम वाटायचे की माझ्या जन्मदात्या आईने, माझा जन्म झाल्यावर गरिबी, कमनशीब किंवा काही संकट आल्याने मला दत्तक दिले असावे. दुसऱ्याच्या संकटाचा फायदा घेतल्याची ती शरम असावी. त्यांना लाज वाटत असावी असे म्हणणे बरोबर नाही. त्यांना दत्तक घ्यावे लागणे, हा प्रकारच भयंकर वाटत असावा. त्यांना स्वतःचे मूल हवे होते; पण मी दुसऱ्याच कुणाच्यातरी गर्भाशयातून जन्माला आले होते. या दुःखापासून सुटका व्हावी म्हणून त्यांनी स्वतःभोवती एक कवच उभारले होते. ते गळून पडले आणि त्या दुःखावर उतारा म्हणून दुसऱ्याचे मूल आपले म्हणून वाढवण्याची त्यांच्यावर वेळ आली. यासाठी मी त्यांची कृतज्ञच होते. पण माझ्या मनात, मूल हवे म्हणून केलेले प्रयत्न, जागवलेल्या रात्री, आशा निराशेचे खेळ आणि सरतेशेवटी त्यांना उमगलेले भीषण सत्य या सगळ्याचा विचार आला. मला घरी घेऊन आल्यानंतरही माझ्या चेहऱ्याकडे पाहताना ही आपल्या रक्तामांसाची नाही, दुसरीच कुणीतरी आहे असे त्यांना वाटले असेल का? मला न सांगण्याचे कारण माहीत नव्हते, तेव्हा ते कारण काय असेल याचा मी विचार करायची. पण ती वेळ आता माझ्यावर येणार नाही. काही मिनिटांपूर्वीच मला खरे कारण कळले आणि माझ्या आणि आई-वडिलांच्या सुरुवातीच्या परस्परसंबंधांचा मी जास्त स्पष्ट आणि सुसूत्रपणे विचार करू लागले.

अशा प्रसंगी साजेसे कळकळीचे काही विचार ते ऐकवतील या अपेक्षेने मी

माझ्या मामांकडे पाहिले. पण ते त्यांच्या गरगरीत पोटावर हाताची घडी घालून सोफ्यावर मागे रेलून बसले होते. मी म्हणाले,

"मला तिला शोधायलाच हवे. ती सापडेपर्यंत मी प्रयत्न करत राहणार."

अब्बूंनी एक मोठा निःश्वास सोडला आणि अम्मूला आणखीच जवळ घेतले. अम्मूने साडीच्या पदराने डोळे पुसले. तिच्या डोळ्यांचे काजळ डोळ्यांच्या खालच्या कडेला फिसकटले होते.

"अगं पण काय करणार आहेस तू? तिचं पुढे काय झालं याची आम्हाला काहीच कल्पना नाही."

सोहेलमामा प्रयत्नपूर्वक उठून उभे राहिले आणि संथ गतीने पुढे आले.

"मी निघतो. रात्री मशिदीतच मुक्काम करेन."

मी नानूच्या चेहऱ्यावरचे भाव बदललेले टिपले. तिने कितीही आग्रह केला असता तरी मामा घरी राहिलेच नसते. त्या क्षणी त्या खोलीमधल्या सगळ्या आया आपापल्या मुलांसाठी आसुसलेल्या होत्या. मलाही जन्मापूर्वीच गमावलेल्या मुलाची टोचणी लागली होती. सोहेलमामाने मला कवेत घेऊन थोपटले.

"अल्ला बघतो आहे. लक्षात ठेव, त्याला सगळे कळते."

मामांच्या खांद्यावर माझे डोके होते. त्यांच्या शर्टला गुलाबपाण्याचा वास येत होता.

"मूल गमावलं की जगच संपतं आप्ल्यासाठी."

त्यांनी हलक्या स्वरात प्रार्थना आळवली. त्यांची ती प्रार्थना संपेपर्यंत मी त्यांच्या प्रेमळ मिठीत जरा जास्तच रेंगाळले. असे करून मी माझ्या अम्मूवर अन्याय करत होते हे मला कळत होते. मामा जोडे चढवून दाराबाहेर पडला आणि मी म्हणाले,

"मी आज इथेच राहणार आहे. नानू, चालेल ना?"

"आम्हीही राहू," अम्मू म्हणाली.

तिला विरोध करायचीही शक्ती आता माझ्यात उरली नव्हती. नानूने स्वयंपाकघरात जाऊन रात्रीच्या जेवणाची- चिकन करी आणि भात- जुळवाजुळव केली. तिने माझ्या प्लेटमध्ये भात वाढून दिला. मधूनच तिने आम्हा सगळ्यांशी काहीबाही बोलायचा प्रयत्न केला; पण आम्ही तिघेही गप्पच राहिलो. मला कमालीची भूक लागली होती. मी मान खाली घालून जेवत होते. मधूनच माझ्या आई-वडिलांकडे कटाक्ष टाकत होते. अम्मू उगीचच भात चिवडत बसली होती. शेवटी कुणाशीही काहीही न बोलता मी बेडवर जाऊन पडले आणि झोपून गेले. मला जाग आली तेव्हा अम्मूचा हात माझ्या चेहऱ्यावरून फिरत होता. पहाट झाली असावी. खोलीत लालिमा पसरला होता. ती कधी आली ते माहीत नाही; पण ती माझ्या शेजारी झोपली होती आणि

तिचे डोळे टक्क उघडे होते. मी तिच्यापासून दूर होत कुशीला वळू लागले. तिने मला थांबवले. तिचा हात माझ्या गालांवर फिरत होता.

"तू लहान असताना मी तुझ्याशेजारी झोपत असे आणि तुझं तोंड अस्सं उघडं राहत असे."

तिने माझ्या हनुवटीवर बोट ठेवले आणि ओठ खाली ओढून तोंड उघडले.

"आणि तुझ्या बाळदुधाचा गंध मी नाकात भरून घेत असे."

"कसा असायचा तो गंध?"

"दुधाळ आणि गोड - कस्टर्डसारखा."

माझी आई कुणाच्याही कमनशिबाचे गाऱ्हाणे गाण्यात पटाईत होती. तुमच्या माहितीतल्या कुणाच्या बाबतीत काही भयंकर घडले असेल आणि तुम्ही तिला त्या बाबत काही सांगत असाल तर ते ती सुरुवातीला मुकाट्याने ऐकून घेत असल्यासारखे दाखवेल; पण नंतर ती तसलेच, एकाहून एक भयंकर किस्से सांगून तुम्हाला गप्प करील. या तिच्या अलौकिक कौशल्यामुळे समोरच्या माणसाला एकाच वेळी फार बरे वाटते आणि त्याच वेळी या जगात आपण किती क्षुद्र आहोत याचीही जाणीव होते. आज आता तिच्याशेजारी पडून तिच्या तोंडून खूप निराशेला तोंड दिल्यानंतर प्राप्त झालेल्या बाळदुधाच्या गंधाचा किस्सा ऐकताना माझ्या लक्षात आले की ती स्वतःलाही अशाच आपल्यापेक्षा कमनशिबी असणाऱ्यांची उदाहरणे देत असते. अशा किश्श्यांच्या आधारावरच ती जगत होती आणि इतरांच्या जगण्याचा आधार होत होती. या अशा गोष्टींमधून जिवंत असणाऱ्या पण जगाच्या दृष्टीने अनामिक असणाऱ्यांचे आयुष्य हाच तिचा श्वास होता. माझ्या गालावर विसावलेल्या तिच्या हातावर मी माझा हात ठेवला आणि बराच वेळ आमच्या एकत्रित आयुष्याच्या, आपलेपणाच्या सुखद आवरणात तशाच पडून राहिलो.

नानूच्या घरी सकाळचा नाश्ता झाल्यावर आम्ही सगळे आपापल्या मार्गाला लागलो. अम्मू पुढे घ्यायच्या मुलाखतींच्या संदर्भात सिराजगंजला गेली. अब्बू त्यांच्या फॅक्टरीकडे रवाना झाले. मी माझ्या आईच्या शोधात आलेल्या अपयशाचा विचार करत बसले. माझ्या आई-वडिलांनी मला दत्तक घ्यायचे ठरवले त्या वेळचा विचार करत होते. स्वातंत्र्योत्तर काळात, शांततेच्या वातावरणात अम्मू-अब्बूंना उसासून करावे असे काहीही दिसत नव्हते. त्यांच्या नावामागे कॉम्रेड लावून संबोधायचे दिवस मागे पडले होते. त्यांची गणना आता सर्वसामान्य जनतेत होऊ लागली होती. त्यांच्या मनात, रोजच्या परिपाठातल्या परिसरात, आता उठता-बसता क्रांतीची गाणी घोळत नव्हती. त्या काळातील दुःखद घटना ते विसरू शकले; पण त्याची छाया सतत त्यांच्या आसपास घोटाळत राहिली, कारण आता ते सामान्य

नागरिक होते. सामान्य नागरिकांचे जगणे क्रांतिकारकांच्या जगण्यापेक्षा कमी प्रतीचे त्यांना वाटत होते. त्यांच्या आयुष्यात त्यांना जखडून ठेवणारा बंध हवा होता, उमेद हवी होती आणि तो बंध, ती उमेद त्यांना माझ्या रूपाने मिळाली होती.

आणि आता मला माझी आई कोण होती, हे कधीच कळणार नव्हते. त्यांनी सगळे पुरावे नष्ट केले होते आणि नवे आयुष्य सुरू केले होते.

मग मी गावात भटकत राहिले. सत्तावीस नंबरच्या रस्त्यावर वेगवेगळ्या दुकानांमधून फिरले. फक्त काळ्या आणि पांढऱ्या साड्या विकणारे दुकान, हस्तकलेच्या वस्तू विकणारे दुकान- त्या दुकानाच्या भिंतींवर रिक्षांवर करतात तशी सजावट केलेली होती. तिथे मी एक पोस्ट कार्ड घेतले. एलिजा, त्या कार्डवर मी लिहिले, 'माझी आई कोण होती ते मला कधीच कळणार नाही.' एका क्षणाच्या त्या ऊर्मीत रिक्षात बसून मी धनमोंडीचे पोस्ट ऑफिस गाठले आणि एकसारखे अर्ध्या बाह्यांचे, फिकट निळे शर्ट घातलेल्या माणसांच्या लाइनमध्ये उभी राहिले. पोस्टकार्डवर पत्ता लिहिला आणि खिडकीमधल्या त्या करड्या बाईच्या हातात पैसे ठेवले. दुसऱ्याच क्षणी तुला पोस्टकार्ड पाठवल्याचा मला पश्चात्ताप होऊ लागला. उडी मारून त्या खिडकीच्या पलीकडे जाऊन ते कार्ड परत घ्यावे, असे वाटू लागले. पण जेवणाची सुट्टी झाली. पोस्टातली माणसांची गर्दी वाढू लागली. मग मी माझा विचार सोडून दिला. अखेर मला भूक लागल्याची जाणीव झाली. माणिक मियाँ अव्हेन्यूवर एखाद्या अवाढव्य खेकड्यासारखी दिसणारी पार्लमेंटची बिल्डिंग मागे टाकून, प्लॅनेटोरियमवरून पुढे जाऊन, जुन्या एअरपोर्टच्या मागे असलेल्या पुस्तकाच्या दुकानावरून मी बनानी स्ट्रीट गाठला. तिथल्या एका मामुली बेकरीतून एक चॉकलेट स्विस रोल घेतला. तो रोल पाहून डॉलीची चिडचिड नक्कीच झाली असती. हा सारा वेळ मनात एकच विचार घोळत होता, माझा शोध आता संपला आहे. पण माझी अस्वस्थता कमी झाली नव्हती. आता शोधाच्या सगळ्या वाटा बंद झाल्या होत्या. त्यामुळे ते रहस्य तसेच राहिले होते का..., की अधिकच गहन झाले होते... की संकोच पावत नाहीसे झाले होते... याचा निर्णयच करता येत नव्हता. हे माझे मलाही ठरवता येत नव्हते आणि कुणाला विचारावे, तेही कळत नव्हते. माझ्या शोधाचा संकल्प आणि त्यात मला मिळालेले अपयश याबद्दल मला काय वाटायला हवे, ते सांगणारेही कुणी नव्हते. आई-वडील, नवरा, माझे वर्षानुवर्षांचे मित्र-मैत्रिणी- कुणीच उपयोगाचे नव्हते. मी माझ्या आयुष्याचे छोटे छोटे भाग करून ते माझ्या संपर्कात आलेल्यांना समर्पित करून टाकत आले होते. एक अनाथ मुलगी, शास्त्रज्ञ, क्रांतिकारक जोडप्याची मुलगी हे सगळे भाग एकत्र आणून जोडणारे कुणीच नव्हते. तुझा त्याला अपवाद होता. कदाचित त्यामुळेच मी स्वतःच तुझा त्याग केला होता.

मी रुबानाला फोन केला. अचानक काम सोडून बीचवरून निघून आले म्हणून तिची बोलणी खावी लागणार याबद्दल मला जराही शंका नव्हती. पण मला अर्धवट सोडलेले काम पूर्ण करण्यासाठी, काहीतरी चांगले काम करण्यासाठी भरीला घालणारे कुणीतरी हवे होते. तिने फोन घेतला नाही. मग मी तिला मेसेज केला. तासाभरात मला तिचा फोन आला.

"मी हायकोर्टात केस ठोकते आहे त्यांच्यावर. तू घेतलेल्या मुलाखती मी साक्ष म्हणून वापरणार आहे." रुबाना असे बोलत होती की जशा काही आम्ही आधीपासून बराच वेळ बोलत होतो आणि काय विषय चालला आहे याची मला पूर्ण कल्पना होती.

"पण त्या मुलाखती डॉक्युमेंटरीसाठी घेतल्या होत्या ना?"

"त्या मुलाखतींचा अभ्यास तर वेगळेच काही सांगतो. मजुरांच्या हालअपेष्टा प्रत्यक्ष उदाहरणांच्या स्वरूपात पुढे आल्या आहेत. काम अगदी चोख केले आहेस तू."

चोख काम? माझ्या डोळ्यांसमोर मो उभा राहिला. त्याच्याशी मी ज्या प्रकारे वागले ते काम चोख नक्कीच नव्हते.

"बिलाल म्हणाला, तू मध्येच निघून आलीस."

"सॉरी. पण वैयक्तिक कारणं होती. परत यावं लागलं."

"मला वाटतं, माझ्या सांगण्यावरून तुला तिकडे पाठवलं याचा तुझ्या आईला पश्चात्ताप होऊ नये."

ती मध्येच बोलायची थांबली. मला मनोमन ती दिसत होती. तिने बोलण्यासाठी तोंड उघडले असेल आणि बोलायचे नाही असे ठरवून थांबली असेल. तिने बोलायचे टाळलेले नक्की हेच असणार की, 'त्या अमेरिकन मुलाबद्दल आणि तुझ्याबद्दल काहीबाही माझ्यासुद्धा कानावर आलंय.'

अर्थातच तिला ते कळलंच असणार. वरकरणी मी माझ्या कपड्यांच्या चुण्या सरळ करत होते; पण आतून सगळेच चुरगळून गेले होते.

"तुला माहीत आहे अशा गोष्टींना मी किंमत देत नाही. ते तुझं आयुष्य आहे. पण लोकांनी तुझा गांभीर्याने विचार करायला हवा असेल तर तू ही अशी कारणं त्यांना तक्रार करायला देऊ नयेस."

तिचा खंबीरपणा बघून मला अपराधी वाटू लागले. माझी जन्मदात्री आई अशी असायला हवी होती. मग मला वाटले ही सवय मी आता काढून टाकायला हवी. आयुष्याच्या प्रत्येक वळणावर माझी आई अशी असती तर काय झाले असते, त्या बाईसारखी असती तर बरे झाले असते, असे विचार मनात येत असत. अगदी रस्त्यावर भावलेल्या अनोळखी बाईपासून रोजच्या पाहण्यातल्या बायकांपर्यंत मी

माझ्या जन्मदात्या आईला शोधत असे.

माझ्या मनातले विचार वाचल्यासारखे रुबाना मला म्हणाली,

"तू आता परत जा आणि तुझे मुलाखतींचे काम पूर्ण कर."

"थँक यू."

रुबाना मला माझ्या सुटकेचा मार्ग पुन्हा एकदा सुचवत होती आणि मी सर्वार्थाने त्याचा स्वीकार करणार होते.

मी सगळ्यांना उद्देशून म्हणाले,

"सॉरी. रुबानाचं काही काम अपूर्ण राहिलं आहे. मला ते संपवलं पाहिजे."

रशीदच्या पुढ्यात पिस्ता आइस्क्रीमचा डबा होता. तो सगळाच्या सगळा त्यालाच हवा होता.

"परत कधी येशील?" त्याने विचारले.

"विरह सहन होत नाही का माझ्या बाळाला?" डॉली.

"फार नाही. काही आठवडे लागतील," मी टेबलाखालून रशीदचा हात चाचपडला.

"दुसरं कोणी नाही का जाऊ शकणार? हे असं नवपरिणीत जोडप्याने वेगळं राहणं चांगलं नाही," डॉली चुकचुकली.

"आपण सगळेच जाऊ या का शनिवार, रविवारी? खूप दिवसांत आपण तिकडे फिरकलोच नाही," बुलबुल म्हणाले.

"पावसाची शक्यता आहे. सर्दी होईल. ही रुबाना, काहीही प्लॅन्स असतात हिचे," डॉली रागावली.

"चित्तगाँग गोल्फ कोर्सवर फार दिवसांत खेळलो नाही. आपण गेलो तर काही राउंड्स खेळता येतील," बुलबुल.

डॉलीने तिच्या समोरच्या आइस्क्रीममध्ये चमचा खुपसला.

"हेच ते. मला तिकडे यायला लावता आणि स्वतः त्या गोल्फकोर्सवर दिवसभर नाहीसे होता."

"हवा मस्त असते या दिवसांत."

"काही मस्तबिस्त नसते. शिवाय सिग्मा आणि पुल्टू रागावतील - त्यांना जेवायला बोलावलं नाही तर."

बुलबुल मजेत मागे रेलून बसले आणि म्हणाले,

"अर्थातच. पण पुल्टू माझ्याबरोबर गोल्फचा एखाददुसरा राउंड खेळेल. मग आम्ही क्लबवरच जेवू."

त्या दोघांच्यात आणखी थोडा वेळ, विमानाने जायचे का गाडीने जायचे...

जाताना जेवायचे कुठे...? अशा काहीबाही चर्चा होत राहिल्या. रशीदचे आटोपले आणि चहा येण्याआधीच आम्ही सगळे जेवणाच्या टेबलावरून उठून गेलो.

"तुला जायलाच हवं का?" बेडरूमचे दार लावून घेतल्या घेतल्या रशीदने विचारले. त्याने शर्टाच्या दुमडलेल्या बाह्या सरळ केल्या, फोन काढून हातात घेतला आणि खुर्चीवर जाऊन बसला. तू आणि मी एकमेकात किती गुंतलो आहोत याचा विचारही करायचा नाही असे ठरवलेले रशीदने दिसत होते. माझा पाय घसरला होता आणि त्याबद्दल काय करायचे हे पुढे पाहता येईल, असा त्याचा विचार असावा. हे त्याचे नेहमीचेच होते. सतत माझ्या सान्निध्यात राहणे, माझ्यावर लक्ष ठेवणे, माझी काळजी घेणे हे सगळे या परिस्थितीतून मार्ग काढण्याच्या त्याच्या डावपेचाचे भाग होते. तो मला इतका जपत होता की जणू काही माझ्या शरीराचे दोन तुकडे झाले होते, ते कसेबसे एकत्र सांधलेले होते आणि ते जर बराच काळ तसेच एकत्र राहिले असते, तरच ते पुन्हा जुळून येण्याची शक्यता होती.

"तूही चित्तगाँगला येऊन भेटू शकतोस. तुझ्या आईनं सांगितलंय."

"मला वाटतं तूही माझ्या आईला अम्मू म्हणावंस." आमच्या लग्नापूर्वी आम्हा दोघांच्या आई-वडिलांना आम्ही काय म्हणावं, हा विषय आमच्यात झाला होता. रशीद अगदी सहजपणे माझ्या आईवडिलांना अम्मू-अब्बू म्हणू लागला होता. यापूर्वी तो त्यांना कायमच मायाआन्टी आणि जॉयअंकल म्हणत असे. मला मात्र त्याच्या आई-वडिलांना असे संबोधणे अजून जमले नव्हते. पण आत्ता मी वाद घालण्याच्या मनःस्थितीत नव्हते. म्हणून मी म्हणाले,

"हो, अम्मू म्हणाल्या तसं, तू ये."

तो उठला. त्याने घड्याळ काढले आणि बॉक्समध्ये नीट ठेवून दिले आणि कपडे बदलायला लागला.

"मला इथून बाहेर पडायचंय. उपटसुंभासारखं वाटतं मला इथे."

त्याने माझ्याकडे बघितले आणि मी त्याच्या नजरेतून मलाच न्याहाळले. मी अस्पष्ट, संदिग्ध दिसत होते. माझ्या मनात काय चालले आहे हे कळत नव्हते.

"काय हवंय नेमकं तुला? एखाद्याला आयुष्यात जे मिळायला हवं ते सगळं मिळालंय तुला."

परवा माझ्या आई-वडिलांनी मला जे स्पष्टीकरण दिले होते त्याबद्दल तुला सगळे सांगायची इच्छा होती. मी माझ्या आईचा आता शोध घेणार नव्हते. त्यामुळे त्याला नक्की हायसे वाटले असते. पण त्याऐवजी मी त्याच्या शर्टाचे शेवटचे बटण काढले आणि त्याचा शर्ट खाली पडू दिला. त्याला मिठी मारली आणि त्याच्या बनियनवरून हलकेच बोटे फिरवू लागले. त्याचे चुंबन घेण्यासाठी मी मान वर उचलली आणि त्याचीही मान झुकली. त्याच्या ओठांचा हलकासा स्पर्श माझ्या

ओठांना झाला आणि तो थांबला. माझे हात दूर लोटून तो म्हणाला,

"नाही. नको."

मी बाजूला झाले. एवढे सगळे होऊनही मलाच दूर लोटून दिल्यासारखे वाटत होते. त्याने जमिनीवरचा शर्ट उचलला आणि तो बाथरूममध्ये निघून गेला. तो दात घासत होता. मला रडू आवरत नव्हते. तो बाथरूममधून बाहेर आला, गादीवर पडला आणि झोपून गेला. त्याच्या पाठीवर मी हात लपेटला. नशीब! त्याने तो काढून टाकला नाही.

पुन्हा एकदा ग्रेस

दुसऱ्या दिवशी सकाळी अबुल हुसेन मला घ्यायला आला. पण विमानतळावर गेल्यावर कळले की आज चित्तगाँगला जायला फ्लाइटच नाही.

''सॉरी मॅडम, खराब हवामानामुळे आज सगळ्याच फ्लाइट्स पुढे ढकलल्या आहेत,'' काउंटरमागच्या मुलीने सांगितले. तिने लाल आणि ग्रे रंगाचा सूट घातला होता. तिने असा घट्ट सूट घातलेला पाहून मला नवल वाटले.

''पुढची फ्लाइट कधी आहे?''

''उद्या सकाळची आहे. पण तीही सुटेल याची शाश्वती नाही.''

घरी जावे का? माझ्या मनात विचार आला. पण आता मी सीताकुंडला परत जायचे ठरवले होते, माघारी जाणे मला नको वाटू लागले होते. मी गाडीत जाऊन बसले.

''अबुल हुसेन, चित्तगाँगला नेशील ना?''

चित्तगाँगला जायला पाच-सहा तास लागले असते. ढाक्याच्या विमानतळाचे नूतनीकरण सुरू होते तेव्हा डॉली आणि बुलबुल नियमितपणे जीपने चित्तगाँगला जायचे. रियरव्ह्यू मिररमधून माझ्याकडे पाहत अबुल हुसेन म्हणाला,

''आपल्याला साहेबांना सांगायला हवे.''

''अब्बू नाही म्हणणार नाहीत. मी फोन करून सांगते त्यांना.''

''गाडीत पुरेसं पेट्रोल नाहीये.''

मी माझी पर्स धुंडाळली. फारसे पैसे नव्हते.

''बँकेत जाऊन पैसे काढू या.''

आम्ही पुन्हा गावात आलो. मोहाखलीहून खाली महम्मदपूरला जाऊन अबुल हुसेनने एका मॉलमध्ये गाडी पार्क केली. तिथले एटीएम एका एअरकंडिशन्ड खोलीत होते. दरवानाने त्या एटीएमचे दार उघडून दिले. मला अमेरिकेतील उघड्यावरची एटीएम पाहून चमत्कारिक वाटायचे. सरळ तिथल्या त्या भिंतीच्या पोकळीत हात घालून पैसे काढून घ्यायचे- या गोष्टीचे कुणालाच काहीही वाटत नसे. शेजारच्या दुकानातून मी अंकल चिप्स आणि पाण्याच्या बाटल्या घेतल्या. मग मला एकदम जाणीव झाली की मी काल रात्रीनंतर काहीही खाल्ले नव्हते. आता मला जन्मात काहीही न खाल्ल्यासारखी भूक लागली होती. मग त्या मॉलमधले फ्राइड

चिकन देणारे रेस्टॉरंट मी शोधून काढले. अबुल हुसेनसाठी आणि माझ्यासाठी मी ते बांधून घेतले.

गाडीत बसून मी अब्बूंना मेसेज केला.

'अबुल हुसेन मला चित्तगाँगला घेऊन गेला तर तुमची हरकत नाही ना? महत्त्वाचे काम आहे.'

मग मी अबुलच्या हातात खूप पैसे टिकवले आणि फ्राइड चिकनचे पार्सल दिले आणि त्याला म्हणाले,

"आजची रात्र तू तिथेच रहा. सकाळी उठून परत ये."

त्याने गाडी सुरू केली. त्याच्या पार्सलमधून एक तंगडी काढून त्याने त्या तंगडीचा एक मोठा लचका तोडला. उरलेला तुकडा त्याने त्याच्या पँटवर ठेवून दिला. महम्मदपूरमध्ये शिरल्यावर त्याने ते तुकडा पुन्हा एकदा उचलून खाल्ला. त्याच्या पँटवर तेलाचा डाग पडला होता. मी त्याला पेपर नॅपकीन दिला. त्याला थेट सीताकुंडपर्यंत जायला भाग पाडत होते त्याबद्दल मला कसेसेच वाटत होते.

महम्मदपूरनंतर रहदारी जरा कमी झाली. उंचच उंच इमारतींच्या गर्दीऐवजी आता आजूबाजूला बैठ्या इमारती होत्या. भाज्यांचे ढीगच्या ढीग लादलेल्या गाड्या होत्या आणि नंतर मैलो न् मैल पसरलेल्या लाल विटांच्या भट्ट्या. सगळीकडे लाल रंग आणि अध्येमध्ये भट्ट्यांची धूर ओकणारी उंचच उंच धुराडी. मग पुढे लागली हिरवीगार शेतेच शेते. दृष्टी पोचेपर्यंत एकामागून एक शेतांच्या चौकोनी तुकड्यांमधून भाताची लावणी केलेली होती. क्षितिजापर्यंत सर्वत्र हिरवाई पसरलेली होती. मी डोळे मिटून घेतले. मला झोप यायला हवी होती. बीचवर पोचून मो, गॅब्रिएल आणि हो- ग्रेस- भेटेपर्यंत, मधले हे प्रवासातले तास झोपेत चुटकीसारखे जायला हवे होते.

फोन वाजला. रशीद किंवा माझ्या आई-वडिलांचाच असणार म्हणून मी त्याच्याकडे दुर्लक्ष केले. आणि मला एक जुनी आठवण आली. मी अकरा वर्षांची असताना अम्मूने एकदा माझ्या थोबाडीत मारली होती. मी तिच्या मेकअप बॉक्समधून, तिला न सांगता लिपस्टिक काढून घेतली होती आणि ओठ रंगवून शाळेत गेले होते. आमच्या मुख्याध्यापिकेने तिला फोन करून बोलावून घेतले होते. माझ्याशी एक अक्षरही न बोलता ती मला घरी घेऊन आली होती. घरी येताक्षणीच तिची एक थप्पड माझ्या गालावर बसली होती. पण तिच्या चेहऱ्यावरचा भाव मला सांगत होता की तिला मला मारायचे नव्हते. तिच्या हाताची ती कृती तिला अमान्य होती. माझ्या या वाह्यातपणामुळे तिला वाईट वाटले नसावे. आश्चर्यच वाटले असावे. मी खोलीत जाऊन दार बंद करून घेतले आणि अम्मू मला हाका मारत सुटली. बऱ्याच वेळाने मी बाहेर आले तेव्हा ती सोफ्यावर मुटकुळे करून झोपली होती.

- फोन सारखा वाजतच होता. शेवटी एकदाचा मी तो उचलला. अब्बूंचा फोन होता.

"तुझी आई फार काळजीत आहे. डॉलीनेही खूपदा फोन केले. तुला माहीत आहे ना, आज वादळाची शक्यता आहे."

"हो, म्हणून तर मला गाडीने जावं लागतंय."

"पण ते म्हणताहेत- भयानक वादळाची शक्यता आहे."

"प्लीज, अब्बू, मला जायला हवं. तुम्हाला मी न जाणं योग्य वाटतंय म्हणून तुम्ही मला जाऊ नको म्हणताय. पण मला चैन पडत नाहीये. माझ्या हातून काही काम होत नाहीये. मला स्वस्थपणा मिळत नाहीये."

"तू हे एवढंसं बाळ होतीस. माझ्या हातात मावत होतीस. जगातली सर्वांत सुंदर चीज माझ्या हातात होती."

मी फोन ठेवून दिला. मला रडू आवरत नव्हते आणि ते अब्बूंच्या कानावर पडावे असे मला वाटत नव्हते. रात्री मला झोप येत नव्हती तेव्हा मी रशीदला इमेल लिहिली होती. मी फार स्वैरपणे वागले होते, त्याबद्दल मी त्याची माफी मागितली होती. माझ्या वागण्याचे समर्थन करणे योग्य नाही; पण माझ्या भूतकाळाचे निसटलेले सांधे जुळवण्याचा मी प्रयत्नही केला नसता तर मला त्याच्याबरोबरचे नाते सांभाळणे जड गेले असते. ती इमेल मी वारंवार वाचली. पण त्या मेसेजचा शेवट कसा करावा ते मला कळत नव्हते. माझा तो प्रयत्न फसला होता. पुन्हा नव्याने डाव मांडण्याची तयारी दाखवावी की नाही? मला काहीच ठरवता येत नव्हते. शेवटी क्षितिजावर बालसूर्याचा उदय झाला आणि मी ती इमेल न पाठवण्याचे ठरवले.

मी क्षणभर डोळे मिटून घेतले आणि पुन्हा जेव्हा डोळे उघडले, समोरच्या काचेवर वायपर्स फिरत होते. आजूबाजूला, गाडीवर, रस्त्यावर सरसरून पाऊस पडत होता. मी घड्याळ बघितले. दुपारचे फक्त बाराच वाजले होते. पण पावसाने वातावरण झाकोळले होते. त्यामुळे गाडीचा वेग वाढवता येत नव्हता. अबुल हुसेनने गाडीचे हेडलाइट लावले आणि अत्यंत दक्षतेने स्टिअरिंग व्हील हाताळू लागला.

मी शिपसेफच्या ऑफिसला फोन लावला. तो कुणी उचललाच नाही. मी अबुल हुसेनला रेडिओ लावायला सांगितला. तो अधूनमधून बंदच पडत होता. माझ्या वडिलांनी गाडीत ठेवलेली मासिके बघायला मी सुरुवात केली. त्यात एक 'आउटलुक इंडिया' चा अंक दिसला. त्यात बॉलिवूडच्या बातम्या होत्या, इंडियन आर्मीच्या भ्रष्टाचाराचे लफडे उगाळले होते आणि उडीद डाळीची पाककृतीही दिलेली होती. महामार्गावर एके ठिकाणी ढग पांगले, पाऊस कमी झाला. रस्त्याच्या कडेने

झाडे होती. आता रस्त्याच्या दोन्ही बाजूंना शेते नव्हती. त्यांची जागा गवताळ कुरणांनी घेतली होती. रस्त्यावरच्या एका पाटीकडे बोट दाखवून अबुल हुसेन म्हणाला,

"ताई, चहासाठी थांबू या का इथे?"

त्याने एका काँक्रीटच्या बुटक्या इमारतीसमोर गाडी थांबवली. समोर एक लहानसे पोरगे, प्रोपेनच्या शेगडीवर भल्यामोठ्या भांड्यात चहा घेऊन बसले होते. त्याला अबुल हुसेनने चहाची ऑर्डर दिली. त्याने चहाची कुल्हड खिडकीतून माझ्या हातात सरकवली. काही मिनिटांतच आकाश पुन्हा भरून आले आणि मुसळधार पाऊस पडायला सुरुवात झाली. अबुल हुसेनने कुल्हड परत केली आणि आम्ही पुन्हा प्रवासाला सुरुवात केली. त्या भयंकर पावसात समोरचा फक्त थोडासा रस्ता आणि दूरवरचे टेकड्यांचे धूसर आकार काय ते दिसत होते.

सीताकुंडच्या रस्त्यावरील सर्व दुकाने बंद होती. गाडी एकाएकी थांबली. रस्त्यावरच्या पाण्यात गाडीचे टायर बुडले होते. अबुल हुसेनने किल्ली फिरवून गाडीचे इंजिन बंद करून टाकले. मग थोड्या वेळाने त्याने पुन्हा गाडी चालू करून बघितली. ती सुरू झाली आणि त्या धक्क्याने मी पुढे पडता पडता वाचले. शेवटचे काही मैलांचे अंतर आम्ही गोगलगायीच्या गतीने पार केले. साथीला होता वायपर्सच्या फिरण्याचा आवाज. जवळजवळ तासाभराच्या प्रवासानंतर आम्ही शिपसेफच्या ऑफिसपाशी पोचलो.

ऑफिसच्या पुढच्या दरवाजाला कुलूप होते. तिथल्या रखवालदाराकडून मी किल्ली घेतली. वादळाच्या भीतीने सगळेच घरी निघून गेल्याचेही त्याने सांगितले. मी वरती माझ्या खोलीत जाण्याऐवजी खालीच थांबले. त्या ठिकाणी, त्या जागेवर तुझ्या अस्तित्वाची एक तरी खूण मिळण्यासाठी मी काहीही करायला तयार होते. त्या ऑफिसमध्येही वरच्या मजल्यावर तुझ्या पावलांचा माझ्या मनात घुमणारा आवाज मला दडपून टाकत होता.

मी ऑफिसमधला दिवा लावला. तिथे माझे टेबल होते. त्याच्यावरची काच तडकली होती आणि ती टेपने चिकटवून ठेवली होती. माझा जुना कॉम्प्यूटर होता. भिंतीवरच्या बोर्डावर वर्तमानपत्रातील कात्रणे चिकटवली होती. कात्रणांच्या कागदांचे कोपरे आता वळलेले होते. बिलालची खुर्ची होती आणि खुर्चीच्या पाठीवर पट्ट्या पट्ट्यांचा टॉवेल टाकलेला होता. वातावरणात अजूनही चहा आणि बिस्किटांचा गंध शिल्लक होता. मी इथून गेले त्याला फार दिवस झाले नव्हते. ज्या क्षणी तू इथे येऊन पोचला होतास, त्या क्षणापासूनच या जागेऐवजी तूच फक्त ध्यानीमनी असायचास. इथेच तू माझ्या आसपास असायचास आणि इथली हवाही तुझ्या अस्तित्वाने भारलेली असायची. कदाचित तो तुझा प्रभाव नसेलही. माझ्याच

तुझ्याबद्दल वाटणाऱ्या भावनांच्या आवेगाची शक्ती असेल. मी चांगली स्वयंसेवक नव्हते, पुलिंग क्रूची महत्त्वपूर्ण कामगार नव्हते आणि मोबरोबर वागण्यात तर मी पूर्णपणे नापास झाले होते.

माझ्या मुलाखतींच्या टिपणांवर मी नजर टाकली. मनात कोणत्याही पूर्वग्रहदूषित भावनांना स्थान न देता मी त्या वाचू लागले. प्रत्येक मुलाखतीची सुरुवात सगळीकडे सारखीच- काहीतरी संकट, दुर्दैवाचा फटका, आजारपण, नापिकी नाहीतर वडिलांचा मृत्यू. मग दक्षिणेकडे प्रस्थान, बरोबर एखादी बॅग, मनात लहानशी इच्छा, प्रॉस्पेरिटीच्या किनाऱ्यावर येऊन धडकणं, मि. अली आणि त्यांचे स्टील आणि गंजलेल्या भंगारांचे ढीग, बराकी, लांबलचक अंधाऱ्या रात्री, खांद्यांवरून लोखंड वाहणं आणि तोंडाने 'हैय्या हो' चा गजर. ते सगळे वाचून मला वाईट वाटत नव्हते की त्या अनुभवाच्या पुनःप्रत्ययाचा आभासही होत नव्हता. फक्त शब्द- ऐकलेले, रेकॉर्ड केलेले आणि मग पांढऱ्यावर काळे केलेले शब्द.

वाचता वाचता शाहीदची गोष्ट आली. त्याची मुलाखत तू आणि मी घेतली होती. तो माझ्याकडे बघायचे टाळत होता आणि तुझ्याकडेच पाहून बोलत होता. काही महिन्यांपूर्वीच तो इथे आला होता. तो इथल्या बराकीत राहत नव्हता. तो इथे भटकत येऊन पोचलेल्या त्याच्यासारख्याच भणंग मित्रांबरोबर एका लहानशा खोलीत तो राहत होता. अलींनी त्याला शिकाऊ कामगार म्हणून ठेवून घेतले होते. त्याला अजून पगार द्यायला सुरुवात झालेली नव्हती. दिवसा त्याच्याबरोबरचे कामगार त्याला आपल्या घासातला घास काढून देत होते आणि रात्री तो हायवेवर भीक मागून पोट भरत होता. त्याच्या हाताला जखम झाली होती. जखम अगदी ताजी होती. तू त्याच्या दंडावर हात ठेवलास आणि तो विव्हळला. त्याचा विरलेला शर्ट अंगावरून गळून पडला. तू स्वतः त्याच्या जखमेवर औषधपाणी केलेस. जेव्हा तुझ्या वडिलांनी हे प्रथमोपचार तुला शिकवले होते. तुम्ही शहरी वस्तीपासून दूर, डोंगरावर वास्तव्य केले होते आणि तिथे जवळपास डॉक्टर उपलब्ध नसायचा. शाहीदच्या मुलाखतीच्या नोंदी वाचताना सगळे दृश्य पुन्हा माझ्या डोळ्यांसमोर उभे राहिले. तू बँडेज उलगडत होतास, जखमेवर अल्कोहोल शिंपडून स्वच्छ करत होतास. हा सगळा उपचार चालू असताना शाहीद एकदाही विव्हळला नाही की कण्हला नाही. तुझे बँडेज करून झाले आणि त्याचे ओठ फक्त थोडेसे विलग झाले. जणूकाही त्याला तुझ्या हातावर ओठ टेकवायचे होते. घरून निघताना त्याच्या आईने त्याच्या डोक्यावरून हात फिरवला असेल. हळुवारपणे प्रथमोपचार देणारे तुझे हात बघून त्याला आपल्या डोक्यावरून फिरलेल्या आईच्या हाताची आठवण झाली असेल.

मी वरच्या आमच्या खोलीत गेले. तिथे आता गॅब्रिएलला तोंड द्यायचे होते.

माझी खात्री होती, तिने मला सुनवायच्या गोष्टींची भली मोठी यादीच केलेली असणार. मी तिला काही कल्पना न देता अचानक निघून गेले होते. नंतर तिचा एकही फोन घेतला नव्हता, मेसेजना उत्तर दिलेले नव्हते किंवा मो आणि बीचवरच्या इतर कामगारांची साधी चौकशीही केलेली नव्हती.

आतमध्ये तुझ्या अस्तित्वाचा जराही मागमूस राहिलेला नव्हता. गॅब्रिएलने तुझ्याशी संबंधित असलेली प्रत्येक गोष्ट तिथून हलवली होती. खालची मोझाइक टाइल्सची फरशी स्वच्छ होती. त्या घराचा धुळीने बरबटलेला प्रत्येक कोपरा, पुस्तकांचे रिकामे शेल्फ, खिडक्यांच्या जाळ्या धुऊन काढल्या होत्या. इतकेच काय तर माझ्या बेडरूममधले माझे ब्लँकेट नीट घडी घालून ठेवलेले होते. माझ्या मच्छरदाणीच्या चारही बाजू वरच्या बाजूला दुमडून ठेवल्या होत्या.

मला तिथे बघितल्या बघितल्या गॅब्रिएल ओरडली,

"कुठे होतीस गं बये इतके दिवस?" आता ती मला धारेवर धरणार असे मला वाटले; पण ती हसली आणि तिने मला जवळ घेतले. मी तिला सगळे सांगायला सुरुवातच केली ती तुझ्यापासून. पण ती म्हणाली,

"आधी दोन दोन घोट घेऊ, मग काय ते बघू."

मी इथे पहिल्यांदा आले तेव्हासारखेच आताही आम्ही दोघी थोडी थोडी दारू प्यायलो. पण या वेळी टकिला पिताना मला जळजळले नाही. दोन पेगनंतरही ती दारू मला जराही चढली नव्हती.

मी मोची चौकशी केली. तो नियमितपणे गॅब्रिएलसाठी स्वयंपाक करत होता, घराची स्वच्छता करत होता आणि तिची काळजी घेत होता. मला क्षणभर वाटले होते की तू जाताना त्याला तुझ्याबरोबर नेले असशील. पण हे अशक्य होते. तू लगेचच निघाला असशील आणि मोजवळ पासपोर्ट काय पण एखादा बुटाचा जोडही नव्हता. तू त्याला मागे ठेवले होतेस; पण तू त्याला सोडून गेला नव्हतास, तू त्याला- माझ्यासारखे- टाकून दिले नव्हतेस. आणि तू माझाही त्याग केला नसावास.

"काय झाले कोण जाणे? पण फक्त अलींबरोबर त्याची काहीतरी तणातणी झाली. काय झाले ते मला माहीत नाही. मी काही विचारायला गेले की ते मी काय विचारते आहे ते कळतच नसल्याचे सोंग घेतात."

"मी सगळ्याचा बट्ट्याबोळ केला." माझ्यावर अखेरीस दारूचा परिणाम व्हायला सुरुवात झाली होती. गॅब्रिएल हसली,

"तुला माहितेय? कधी काळी मीही लग्न केले होते."

मी तिच्या लग्नाबद्दल तिला कधीच काहीच विचारले नव्हते. तिने तिच्या टोचलेल्या कानाच्या भोकांमधून वरचे दोन स्टड्स काढून टाकले होते. तिने सैल

शर्ट घातला होता आणि तो कंबरेच्या खालपर्यंत पोचत होता. ती आता सर्वसामान्य बायकांसारखी दिसत होती. पण जराशी खंगलेली दिसत होती. मी म्हणाले,

"तुझी काळजी घ्यायला मी इथे असायला हवी होते."

तिने मला खोडून काढले. "काही हरकत नाही गं. तुझ्यामागे बऱ्याच गोष्टी होत्या."

"रशीद माझा लहानपणचा मित्र होत- नाही म्हणजे- आहे. लहानपणापासूनचा सोबती." मी रशीदला कायम असेच मानायची. लहानपणापासूनचे लागेबांधे. माझी चुलत मावस भावंडे कायम उसासायची, 'किती छान, किती रम्य. जुन्या वळणाचं - पण गोऽड.'

"मी एलिजाला शोस्तखोविचच्या मैफलीत भेटले. अचानक, ध्यानीमनी नसताना, वीज कोसळावी, झंझावात यावा तसा आला तो माझ्या आयुष्यात."

गॅब्रिएलला पटले असावे. तिने तिच्या हँडबॅगेतून निळ्या रंगाचे परदेशी बनावटीचे सिगारेटचे पाकीट काढले.

"तू सिगारेट ओढतेस? मला माहीत नव्हते," मी म्हणाले.

"यापूर्वी मला कधी गरज वाटली नव्हती. पण तुझं काय?"

तिने काडी पेटवली.

"लहानपणी सिगारेट प्यायचो, तेव्हा आपण हे काय करतोय हे कळतच नव्हतं."

"मलाही असंच काहीतरी वाटायचं. अर्थात ही सबब खरी नाही- निदान माझ्यासाठी तरी."

ती हसली,

"तो माझ्या फिल्मचा दिग्दर्शक आहे. आमच्यात अजूनही मैत्री आहे."

"काय झालं होतं?"

"मी विश्वासघात केला त्याचा, पण त्याने मला माफ केलं. शेवटी मीच त्याला सोडून गेले. आता त्याचं पुन्हा लग्न झालंय आणि तीन मुलंही आहेत त्याला. सर्वांत वाईट म्हणजे अजूनही माझं त्याच्यावर प्रेम आहे."

तिच्या आणि माझ्या अम्मूच्या चेहऱ्यात मला काहीतरी साम्य दिसू लागले होते. अम्मूला स्वतःला पश्चात्ताप व्हावा असे काहीच तिच्या आयुष्यात घडले नव्हते. पण मी रशीदशी लग्न केले नाही तर मला मात्र नक्की पश्चात्ताप होईल असे तिला कायम वाटायचे. उदाहरणार्थ, रशीदशी लग्न करून माझ्या वाट्याला जो आनंद येणार होता, ती आनंदाची संधी हातातून जाऊ दिल्याचा पश्चात्ताप, गॅब्रिएलच्या चेहऱ्यावर त्या क्षणी ज्या पश्चात्तापाची झाक दिसत होती, तसाच पश्चात्ताप माझ्या मुद्रेवरही ठाण मांडून बसेल, अशी तिला काळजी वाटायची.

माझ्या आयुष्यात माझ्या वाट्याला कमीत कमी निराशा यावी, असा तिचा प्रयत्न असायचा. गॅब्रिएलशी आज काय बोलावे ते मला कळत नव्हते आणि आजपासून दहा-वीस वर्षांनी माझ्या पुढ्यात काय वाढून ठेवले असेल, याचाही अंदाज येत नव्हता. त्या वेळी रशीदसाठी मी तळमळत असेन, आमच्या वैवाहिक जीवनातील छोट्या छोट्या आनंदांच्या आठवणींनी झुरत असेन, त्याच्या हावभावातील बारीकसारीक खुणांचा गोड अर्थ आठवत असेन की त्याच्या अतिपरिचयाने कंटाळले असेन आणि कुठल्यातरी उपऱ्या माणसाच्या आठवणी उगाळत बसले असेन.

दार उघडले आणि खरेदीच्या पिशव्या घेऊन मो आत आला. मला पाहून त्याचा चेहरा फुलला आणि तो तोंड भरून हसू लागला. मी पट्कन त्याच्याजवळ गेले आणि त्याला उचलून घेतले. त्याच्या शरीरयष्टीच्या मानाने तो चांगलाच जड होता. त्याच्या घामेजलेल्या अंगाला लोखंडाचा दर्प येत होता.

"तुमास्नी प्यानोचं कळलं काय?" मोने विचारले. पण मला काहीच कळले नव्हते.

"अमेरिकेला पाठवणार हैत. एलिजा दुरुस्त करनार हैत." मोच्या तोंडून तुझ्या नावाचा उच्चार झाला. तू गेल्यापासून इतक्या दिवसांनी तुझे नाव कुणीतरी घेतलेले मी प्रथमच ऐकत होते. तुझ्या नावाचा माझ्यावर तीव्रतेने आघात झाला. मोला सगळे माहीत नव्हते. पण त्याने अलींना बोलताना ऐकले होते की 'तो जो अमेरिकन इथे आला होता त्याने तो पियानो बोस्टनला न्यायची तरतूद केली होती. तिथे त्या पियानोचे ट्यूनिंग केले जाणार होते आणि मग बहुधा तो विकायला काढला जाणार होता.' मी निःशब्द झाले होते. डोळ्यांत पाणी जमू लागले होते. तुझे नाव ऐकून माझे कान झंकारत होते आणि मनात तू ग्रेसवर वाजवलेल्या त्या पियानोवरील सुरावटी छेडल्या जात होत्या.

मला पुन्हा एकदा मोला कवेत घ्यायचे होते; पण मी स्वतःला आवरले. जणू माझ्या हातातले बळच गेले. मग मी इतरांची चौकशी केली.

"काय? कसे काय आहेत सगळे जण?"

"रसेलला अजून त्याचा भाऊ न्हाय गावला."

"आणि बेलाल?"

मोची नजर त्याच्या पायावर खिळली.

"बेलाल ग्येला गावी."

"का?"

"अली म्हनले, लई तरास द्येतंय ब्येनं."

"केलं काय त्यानं?"

"मस ठावं न्हाय."

पुन्हा एकदा मला त्या सगळ्यांना सोडून गेल्याची टोचणी लागली. मी विचार करत होते- बेलालने असे काय केले असेल? बेलाल अलींना आवडणार नाही अशा प्रकारचा माणूस नव्हता. अली एकदा मला म्हणाले होते की अधूनमधून लोकांना कामाचा तगादा लावणे त्यांना आवडते; कारण त्यामुळेच त्यांना त्यांचा अन्नदाता कोण, याची जाणीव होत राहते. त्यांचा तो पवित्रा असा होता की एखाद्याला कामावरून हाकलणे आणि दुसऱ्यावर मेहेरबानी करणे, या गोष्टी क्षुल्लक असतात.

"तू या भानगडीत पडू नकोस," मी मोला बजावले.

"मस न्हाय हकलनार अली." त्याला अलींच्या बाबतीत हा जो विश्वास वाटत होता त्यामुळे तो मला अधिकच असुरक्षित वाटू लागला होता. 'अली त्याला कधीच झिडकारून टाकणार नाहीत, यासाठी काही खास कारण होते का,' असे त्याला विचारायचे होते पण तो त्या आधीच स्वयंपाकघरात गेला. तो आज नवीन प्रकारची पालकाची भाजी करणार होता. अशी भाजी मी पूर्वी कधीच खाल्ली नसणार असे त्याचे म्हणणे होते.

"काय रे अभ्यास करत होतास की नाही?" मी त्याला विचारले.

"रोजच्याला करत हुतो." त्याच्या आवाजाने, त्याच्या या शब्दांनी मला थोडासा दिलासा मिळाला. मी जायला उठले आणि मला गरगरल्यासारखे झाले. मी मट्कन खाली बसले.

"तुला नक्की जायचंय? इथे मुक्काम करणार नाहीस?" गॅब्रिएलने विचारले.

"मी रशीदला कबूल केलंय, घरी राहीन असं."

"कडीकुलपात बंद?"

"काय करणार? पाय घसरलेली बायको मी."

मी अबुल हुसेनला गाडी घरी घ्यायला सांगितली. तिथे कोमोलाच्या मऊसूत हातांचा प्रेमळ स्पर्श माझ्यासाठी ताटकळला होता.

सकाळी प्रॉस्पेरिटीच्या दारात माझी गाडी थांबली तेव्हा ग्रेसचा एक मोठा तुकडा कापून काढण्याचे काम सुरू होते. बराच वेळ ते काम चालले होते. सरतेशेवटी तो अवाढव्य तुकडा खालच्या वाळूत तुटून पडला. मी गॉगल्स घातले होते. फार्म हाउसच्या बेडरूममध्ये पलंगाच्या शेजारच्या ड्रॉवरमध्ये मला ते सापडले होते. बहुधा डॉलीचे असावेत. त्या सेपिया रंग छटेच्या गॉगलमधून अर्धवट मोडतोड झालेल्या ग्रेसच्या पार्श्वभूमीवर ते सगळे लोक मला धूसर दिसत होते. याच लोकांना मी महत्प्रयासाने बोलके केले होते. मी ढाक्याला गेलेली असताना बीचवर आणखी एक टँकरही येऊन पडला होता. ग्रेस आणि शेजारच्या शिपयार्डमधल्या अर्धवट कापून काढलेल्या, मालवाहतूक करणाऱ्या जहाजाच्या मध्ये हा टँकर उभा होता. ग्रेसवरचे

खूपसे भाग कापून काढले गेले होते. पुढचे डेक आणि मुख्य डेकचा भाग आता तिथे नव्हता. जहाजाच्या सांगाड्याचेही बरेचसे स्टील कापून काढलेले होते. आता ग्रेस भलतीच केविलवाणी दिसायला लागली होती. तिने अंगाखांद्यावर वागवलेल्या आनंदाच्या पाऊलखुणा आता लुप्त झाल्या होत्या.

ऑफिसमध्ये अली माझी वाट पाहत होते. त्यांच्या भरघोस दाढीतून हात फिरवत ते म्हणाले,

''वेलकम, तुम्ही परत आलात, छान, मिस झुबेदा.''

''थँक यू, मि. अली, इथे खूपच कामाचा फडशा पाडलेला दिसतोय तुम्ही.''

''अल्लाची मेहेरबानी आहे. या क्रूझरचे काम खूपच लवकर होतंय- ठरवलं होतं त्यापेक्षाही आधी होतंय.''

त्यांनी मला बसायला सांगितले नाही; पण मीच त्यांच्यासमोरच्या खुर्चीवर जाऊन बसले.

''मी ऐकलं, पियानोही विकला गेला.''

''तुमच्याच त्या अमेरिकन मित्राने तो घेतला. त्याला तो हवाच होता.''

''बरोबर आहे. फार आग्रही आहे तो. त्याला नकार देणं शक्यच होत नाही.''

''आता तुम्ही परत आला आहात, राहणार ना या वेळी जास्त?''

''मला माझ्या मुलाखती पूर्ण करायच्या आहेत.''

''तुमचे आदरातिथ्य करताना आम्हाला आनंदच आहे आणि तुम्ही कुणालाही तुमच्यासाठी कामावर ठेवू शकता.''

ते मोबद्दल बोलत आहेत हे कळायला मला जरा वेळच लागला. टेबलावर पेन्सिलीच्या टोकाने टकटक करत ते म्हणाले,

''त्या मुलाने त्याची इथली सगळी कामं पूर्ण केली की तो कुठेही राहायला मोकळा आहे. पण याचा इतर कामगारांवर विपरीत परिणाम होऊ शकतो हे विसरू नका. तुम्ही त्या मुलात फारच रस घेताय. त्याला वाचायला शिकवताय म्हणे.''

''त्याला शाळेत जायची संधी मिळाली नाही कधी.''

''इतर सगळ्यांचीही तीच कथा आहे.''

''कुणी तक्रार केली का?''

त्यांना काय म्हणायचे आहे ते मला कळत नव्हते. मी मोला झुकते माप देते म्हणून इतर कामगारांची काही तक्रार असेल तर त्याबद्दल अलींना काही वाटत असावे, यावर माझा विश्वास बसत नव्हता.

''तक्रार अशी काही केली नाही. पण मी या सगळ्यांना पुरता ओळखून आहे. कोणताही बदल त्यांच्या पचनी पडत नाही.''

''आमचं काम आता संपतच आलंय. अजून थोडे दिवस.''

"तोच तर प्रश्न आहे."

त्यांची पेन्सिलीची टकटक सुरूच होती. मध्यान्ह जवळ आली होती. बीचवरचे काम जोमात सुरू होते.

"तुम्ही गेल्यावर पुन्हा सगळे पूर्वस्थितीला यायला हवे. गेली कित्येक वर्षे इथे हे सगळे असेच चालते."

"तुम्हाला काय म्हणायचंय?"

ते हसले. हात उंचावून शरणागती पत्करल्यासारखे ते म्हणाले,

"काळजी करायचं काही कारण नाहीये. अल्लाची मर्जी आहे. चला, आता मला गेलं पाहिजे. काही कामं करायची आहेत."

अलींनी मला निकालात काढले होते. ते जे सांगत होते, ते मला कळले होते असे काही मला वाटत नव्हते. पण या संभाषणाचा अर्थ मला जो प्रतीत झाला होता त्यापेक्षा वेगळा अर्थ अलींना अभिप्रेत असावा. मी जायला निघाले तेव्हा अली म्हणाले,

"तुमच्या वडिलांना माझा नमस्कार सांगा."

"माझ्या वडिलांना ओळखता तुम्ही?"

"फार आदरणीय व्यक्तिमत्त्व आहे त्यांचे. चित्तगाँगचे सुपुत्र आहेत ते. ओळखतोच आम्ही त्यांना."

ते बुलबुलबद्दल बोलत होते. मी त्यांच्या बोलण्याला अनुमती दर्शवली. मी तिथून निघाले. आता ते जे काही बोलले त्याने मी गोंधळून गेले होते. बाहेर बीचवर स्टीलचा भलामोठा तुकडा ओढून आणला जात होता. तो इतका जड आणि अवाढव्य होता की थोड्याच वेळात तिथे कटर्स आले असते, त्यांनी तो तुकडा कापून त्याचे लहान भाग केले असते. मग हे भाग वरच्या अंगाला असलेल्या मशिनरीपर्यंत पोचवले गेले असते. तिथे हे तुकडे सरळ केले गेले असते आणि मग बाहेर पाठवले गेले असते. मी मो कुठे दिसतो का, ते बघत होते. तो सापडेना तेव्हा मी माझ्या ऑफिसमध्ये गेले. मी त्या बराकींवरून पुढे गेले तेव्हा मला गॅब्रिएल बाजूच्या एका दारातून बाहेर पडताना दिसली. ती तिथे काय करत होती ते मला कळेना. मी तिला काही विचारणार त्याच्या आतच ती माझ्या पुढून सटकली.

क्षणभर माझ्या मनात विचार आला की मी तुझ्याबरोबर पळून गेले असते तर काय झाले असते? मी तुझ्याच फ्लाइटने गेले असते. सर्वांना अलविदा. रशीदला आणि अम्मूला इमेल केला असता. एकच इमेल दोघांनाही केला असता - 'मी अमेरिकेला चालले आहे'. कदाचित हेही लिहिले असते - 'एलिजा स्ट्राँगबरोबर चालले आहे.' त्यांना मी त्यांची गंमत केली आहे असेच वाटले असते. त्यांनी मला फोन केला असता. मग एकमेकांना फोन केले असते. आता त्यांना माझा राग आला

होता. पण त्या वेळी त्यांना यापेक्षा जास्त राग आला असता का? मला एकूणच मजा वाटली. तुला गमावणे ही बाब या सगळ्यापेक्षा जास्त त्रासदायक होती. या भयंकर त्रासातून मी गेले होते आणि तरीही मी आज इथे होते. याचाच अर्थ असा होता की आता मला काहीही सहन करणे शक्य होते. पण हे मला फार उशिरा कळले होते.

त्याच दिवशी संध्याकाळी, मी पुन्हा त्या बराकींकडे मुलाखती घेण्यासाठी वळले. गॅब्रिएल माझ्याआधीच तिथे येऊन सगळ्यांना चहा आणि चुरमुरे द्यायला लागली होती. मी बराकीच्या आत शिरले. मो मला पाहून मागे जाऊन दडून बसला. कामगारांपैकी कुणीही मला पाहून 'हॅलो' म्हणायलाही पुढे आले नाही. मी अचानक निघून गेले म्हणून ते दुरावले असावेत. रसेलला मात्र मला पाहून आनंद झाला असावा. रसेलला तुझ्याबद्दल अनेक प्रश्न पडले होते. तू कुठे होतास? अमेरिकेला गेला होतास का? मी त्याला पियानोबद्दल सांगितले. पण ही बातमी त्यांच्यापर्यंत आधीच पोचली होती.

"बिडी वडली तर चालंल?" रसेलने विचारले. आणि मग बिड्या आणि काड्यापेट्यांच्या देवाणघेवाणीत एकच गोंधळ उडाला. सगळ्यांच्या बिड्या पेटल्या आणि सगळेच जण आपापसात गप्पात रंगले. मुलाखतीला सुरुवात करण्याची कुणालाच घाई नव्हती.

"आपल्या खूपशा मुलाखती घेऊन झाल्या आहेत. पण काही जणांनी मला अजून काहीच सांगितले नाही. मी मध्येच निघून गेले आणि खंड पडला म्हणून सॉरी."

"टीव्हीवर दावनार हे?" रसेल मध्येच म्हणाला.

"हो, माझ्या देशात दाखवतील," गॅब्रिएल.

"म्हणजे परदेशात."

"पन मंग बांगलादेशमदी न्हाय का?" मागून कुणीतरी विचारले.

"त्यासाठीही प्रयत्न करू," गॅब्रिएल.

"दाखवतील की नाही ते माहीत नाही. पण तुम्हाला नको असेल तर तुम्ही बोलू नका," मी म्हणाले. खोलीत अगदी मागे बसलेला एक जण म्हणाला,

"ताई, थिकडं न्हाई जायाचं? त्या पल्याडल्या जागंत क्यामेरा न्हेता येनार न्हाय?"

"आपण पुलिंग क्रूच्या मुलाखती घेत आहोत. फक्त तुमच्याच गटावर आपण फिल्म तयार करत आहोत," मी.

"पन आनखी बी पुलर हैत की."

"त्येन्ला त्या भ्येटनार न्हाईत," मो मध्येच म्हणाला.

“आणखी पुलर्स?” मी मोला विचारले. गॅब्रिएलकडे पाहिले. इकडेतिकडे बघत विचारले,

“बेलाल कुठे आहे?” बेलाल - त्याची मुलगी आणि बायको त्याला गमवावी लागली होती. एक जण उभा राहिला. मी त्याला ओळखला नाही. दणकट शरीरयष्टी, दमदार चेहरा आणि भरदार खांदे.

“अस्सलाम आलेकुम, ताई. म्या सेलीम.”

“आत्ताशिक आलाय सेलीम वरच्या अंगाहून.”.

“गतसालाला व्हतो हितेच. बाप म्येला म्हून गेल्तो घरला थंडीचा.”

माझा गोंधळ उडाला होता. काहीतरी घडले होते. हे कामगार, अली यांच्यात मुळातूनच काहीतरी बदलले होते. हा गट आता उत्साही वाटत होता. त्यांच्या बोलण्यातून याआधी जाणवणारा मरगळलेला हताशपणा आता नाहीसा झाला होता. गॅब्रिएलला मजुरांशी संवाद साधता येत नसल्याचे आणि मजुरांनाही गॅब्रिएलचा भरवसा वाटत नसल्याचे बिलाल एकदा म्हणाला होता. आणि आता इथे गॅब्रिएल मजुरांच्यात अगदी मिसळून गेलेली दिसत होती. त्यांच्याबरोबर तिची ऊठबस होती, त्यांच्याबरोबर चहा पीत होती, सेलीमच्या सिगारेटने स्वतःची सिगारेट पेटवत होती.

मी गॅब्रिएलला बाजूला घेतले.

“हे इतर पुलर्स कोण आहेत?”

“मी सांगणारच होते तुला. गेल्या आठवड्यात इथे एक अपघात झाला.”

“ग्रेसवर अपघात झाला? पण मग कुणीच कसं काहीच बोललं नाही? रुबानाला कळलंय का हे?”

“सगळं दाबून टाकलंय. त्या जखमी कामगारांनाही अलींनी लपवून ठेवलंय.”

“हे काही बरोबर नाही. ठेवलंय कुठे त्यांना?”

“जरा पुढे गेलं की एका ठिकाणी ठेवलंय त्यांना. पैसा चारलाय त्यांना. हॉस्पिटलचं झंझट नकोय अलींना.”

आमच्याभोवती जमून सगळे जण आता जोराजोरात बोलत होते.

“तुमास्नी बगायचं बी नाय त्येंना?” सेलीमने विचारले.

मी आजूबाजूला बघितले. त्या लहानशा खोलीत एकच बल्ब लावलेला होता आणि गॅब्रिएलच्या कॅमेऱ्याच्या बॅटरीचा प्रकाश पडला होता. मला सकाळी अलींबरोबर झालेले संभाषण आठवू लागले. मला कळत होते की हे सगळे मजूर माझे काय म्हणणे आहे हे ऐकायला उत्सुक होते. मी रुबानाला फोन लावला. पण तिने तो घेतला नाही. मग मला डेरा बुगतीच आठवले. तिथेही ॲम्ब्युलोसीटस आमच्या आवाक्यात होती. तिला तशीच, कुणीतरी पुन्हा तिच्या मागावर येईपर्यंत, तिच्या इतिहासासकट जमिनीत गाडून टाकावे लागले होते. तीच भावना आता मला ग्रासून

टाकू लागली होती. मी मोला खूण करून बोलावले. हे सगळे त्याने मला आधी का सांगितले नाही, याचा जाब मी त्याला विचारला. मो मान खाली घालून उभा होता. मी त्याची हनुवटी वर उचलून त्याला माझ्याकडे बघायला लावले.

"तुमास्नी लई वंगाळ लागलं असतं."

मी अलींबरोबर वाकड्यात शिरले असते अशी त्याला भीती वाटली असावी. पण मला मोला सांगावेसे वाटले की, 'बाळा, याचा तुलाच त्रास झाला असता रे. आणि मी काहीही करू शकले नसते. मी पुन्हा एकदा तुला दुखावलं असतं.' मी त्या घोळक्याला म्हणाले,

"चला, आपण जाऊ या बघायला."

सेलीम आणि मोबरोबर आम्ही हायवेवरून जायला लागलो. साधारण शंभर यार्ड गेल्यावर तिथल्या बाजारात वळलो. बाजारात सामसूम होती. छोटी मशीद ओलांडली आणि मग एका घाणेरड्या, छोट्या गल्लीत गेलो. गल्लीत जिथेतिथे विजेच्या तारा पडल्या होत्या, कचऱ्याचे ढीग होते. मोने माझा हात धरला. तो मला रस्त्यावरचे खड्डे चुकवायला मदत करत होता. काँक्रीटच्या एका छोट्या शेडचे दार ढकलून आम्ही आत गेलो. आत रक्ताचा आणि जंतुनाशकांचा विलक्षण दर्प येत होता. तिथे तीन खाटा घातलेल्या होत्या. एका खाटेवरच्या माणसाचे दोन्ही पाय तुटलेले होते. दुसऱ्याचे सगळे धडच बँडेजच्या पट्ट्यांनी गुंडाळलेले होते. त्या कळकट, मंद प्रकाशात ते बँडेज चक्क चमकत होते. तिसरा मजूर पालथा पडला होता. त्याची जळलेली त्वचा जाळीदार कापडाने आच्छादित केलेली होती. तो बेलाल होता. मी त्याला ओळखलेच नसते. मोने मला हळूच सांगितले.

इथे आलेल्या प्रत्येकाबरोबर त्यांनी अनुभवलेल्या मृत्यूची सावली वावरत असते, ही वस्तुस्थिती मी कधीच नजरेआड होऊ दिली नव्हती. कुणाचा मित्र, कुणाचा भाऊ, कुणी अगदी अल्प परिचयाचा पण संकटाला बरोबरीने तोंड दिलेला. ओझे वाहून नेताना आपापल्या वाट्याचे वजन पेलताना झालेल्या अपघातात फुटलेले डोके, चेपलेली छाती, कप्पीवरच्या निसटलेल्या दोराने कापला गेलेला गळा- अशा अनेक दुर्घटना मी त्यांच्या तोंडून ऐकल्या होत्या. मी यासंबंधीचे अहवाल वाचले होते. मला आकडेवारीही माहीत होती. पण अशी ही दुर्घटना आणि त्यात सापडलेली माणसे पाहणे माझ्यासाठी धक्कादायक होते. बेलाल कण्हत होता. त्याचे ते कण्हणे आणि जखमांची दुर्गंधी यांनी माझ्या पोटात कालवाकालव होऊ लागली. पुढे व्हायचा धीरच मला होत नव्हता पण गॅब्रिएल पुढे सरसावली. मी तिला खूप वेळा अनोळखी लोकांबरोबर संपर्क साधताना घ्यायच्या काळजीविषयी बजावले होते; तरीही ती प्रत्येकाजवळ जात होती, त्यांच्या बँडेजवरून हात फिरवत

होती, त्यांच्या बचावलेल्या हाता-पायांवरून हात फिरवत होती. ती इथे रोज येत होती. तिला प्रत्येकाच्या तब्येतीचा, तब्येतीमधल्या सुधारणेचा अंदाज होता. तो पाय तुटलेला माणूस जगण्याची शक्यता होती. त्या कप्पीची दोरी निसटून जीवघेणा दणका बसून छाती चिरफाळलेला मजूर वाचणे अशक्य होते आणि बेलालबद्दल काहीही सांगणे कठीण होते.

मी अनेक वर्षं हाडांचा अभ्यास करत होते. मी ज्या वेळी ॲम्ब्युलोसीटस आणि पेकीसीटसचे जीवाश्म हाताळत होते, तेव्हा मी ठरवून टाकले होते की या प्राचीन प्राण्यांचा आत्मा त्यांच्या हाडात सामावलेला होता. डायनाची कटिबंधाची हाडे जुळवली की एक छानसा वाडगा तयार झाला असता आणि मग त्यातून आम्हाला ॲम्ब्युलोसीटसची उभयचर प्राण्यात उत्क्रांती कशी झाली त्याचा शोध घेता आला असता. डायनाचे पूर्वज भूचर होते. पण लाखो वर्षे जमिनीखाली दबलेली ती जीवाश्मांची हाडे भूचर आणि जलचरही असल्याचे पुरावे देतात. आम्ही त्या जीवाश्मांचे परीक्षण करून शितावरून भाताची परीक्षा करत असू. काळाच्या ओघात त्या हाडांमधील नाहीसे झालेले तुकडे कसे असतील याची कल्पना करून ते त्या त्या जागी बसवायचा प्रयत्न करत असू. हे असे केले तरच त्या इतिहासाचा धांडोळा घेणे शक्य असते; कारण तो इतिहास तुकड्यांमधूनच आपल्यासमोर आलेला असतो. ते खंड जुळवूनच आपल्याला गतकाळातील सत्य जाणून घ्यायचे असते. पण आता ही जिवंत माणसांची, जखमी, मोडकीतोडकी शरीरे समोर आल्यावर आणि त्यांच्या जिवंत राहण्याची शक्यता जराशीच उरलेली असताना माझे हाडांविषयीचे ज्ञान काहीही उपयोगाचे नव्हते. मी चिकित्सा करू शकणार नव्हते, उपाय करू शकणार नव्हते. हाडांचे तुकडे जोडून इतिहासाला जिवंत करणारी मी, या माणसांना पुन्हा अव्यंग, अखंड करू शकणार नव्हते.

''आपण यांना चांगल्या दवाखान्यात न्यायला हवं. त्यांना इथे ठेवणे बरोबर नाही.''

''नाही नेता येणार. मी त्यांना न्यायचा प्रयत्न केला होता.''

''अलींनी लै पैका दिलाय. घरचं समदं त्येच बगनार हाय.''सेलीम म्हणाला.

पोटाला खूप बँडेजेस बांधलेला तो जखमी मजूर काहीतरी म्हणाला. मो कोपऱ्यातल्या पिंपातून पाणी घेऊन आला. त्या माणसाने पाणी पिण्यासाठी मान वर उचलली. कोरडे, वासलेले तोंड त्या पाण्याच्या भांड्याजवळ नेण्यासाठी तो धडपडत होता. त्याच्या मानेच्या शिरा ताणल्या गेल्या होत्या. त्याचे हात बँडेजने खालच्या अंथरुणाशी जखडले गेले होते. ते दृश्य मला बघवेना. मी धावतच त्या शेडमधून बाहेर पडले. दाराच्या उंबऱ्याला अडखळून समोरच्या गल्लीत अक्षरशः फेकली गेले.

रात्री गॅब्रिएल आणि मी दोघीही जाग्याच होतो. आता या लोकांसाठी काय केले पाहिजे याचा विचार करत होतो.

"ही फिल्मबिल्म करण्याचा या लोकांना काही उपयोग नाही."

"अगदी बरोबर. यांचं काहीच हित साधत नाही त्यात," गॅब्रिएल करवादली.

आम्हाला पोलिसांकडे जाता येत नव्हते. अलींनी त्यांचे हात कधीच ओले केले होते. या जखमी कामगारांनाही असे काही करायचे नव्हते; मग आम्ही आरोप तरी काय करणार होतो? वर्तमानपत्रांना याची बातमी देऊन सावध करण्याचाही आम्ही विचार केला आणि रुबानाला दुसरा मेजेस केला.

"अशा प्रसंगी काय करायचे? हे माझ्या आईला चांगले माहीत आहे." हे सगळे प्रकरण माझ्यासमोर उलगडत असताना मला माझ्यात माझ्या अम्मूचा संचार झाल्यासारखे वाटत होते. या सगळ्यांना, विशेषतः या जखमींना आमच्या नजरेपासून दूर ठेवण्यासाठी अलींनी पराकाष्ठा केली होती. हे जखमी कामगार इतके अपंग झाले होते की त्यांच्या मुलाखती घेणे शक्यच नाही, असे मोलाही वाटत होते. त्यांच्या नुसत्या त्या भीषण दर्शनाने हे जग आणि त्यातले माझे नगण्य स्थान याची मला बोचरी जाणीव झाली. या जखमी मजुरांच्या अवस्थेपुढे जगातल्या सगळ्या समस्या क्षुद्र वाटू लागल्या होत्या. अगदी माझी स्वतःची पाळेमुळे शोधून काढायची धडपड, तुझ्या विरहाचे दुःखसुद्धा. अम्मूला नक्कीच माहीत आहे की एखादी गोष्ट विसरण्यासाठी दुसरी एखादी महाभयंकर गोष्ट घडावी लागते. तुमच्या अगदी पुढ्यात असलेले एखादे रहस्य तुमच्या लक्षातही आलेले नसते आणि एखाद्या भयंकर क्षणी ते अचानक उघडकीला येते.

गॅब्रिएल आणि मी- आम्ही दोघीही नुसत्या गप्प बसून होतो. पहाट होत आली. आता मात्र मला जायला लागणार होते. रशीद काही वेळाने चित्तगाँगला येऊन पोचला असता. दुपारी आम्ही मोला बरोबर घेऊन त्या जखमी कामगारांना पुन्हा भेट देण्याचे ठरवले. त्यानंतर फिल्मबद्दलही निर्णय घ्यायचा होता. मी निघाले तेव्हा दिवस उजाडला होता आणि गॅब्रिएल डोळ्यांवर हात आडवा ठेवून पडली होती. जणू काही या गेल्या काही महिन्यात जे काही तिने पाहिले होते ते तिला पुसून टाकायचे होते, तो काळच पुसून टाकायचा होता.

मी रशीदला आणायला एअरपोर्टवर गेले. त्याला पाहिल्यावर मला काय वाटले असते याचा मलाच अंदाज येत नव्हता. कालच्या अनुभवाने मी अनिश्चिततेने घेरली गेले होते, दमले होते. मला वाटले की कालचा अनुभव त्याला सांगितला तर त्याच्याशी काही अंशी पुन्हा जुळवणे शक्य होईल. त्याचे माझ्याकडे लक्ष गेले आणि त्याने माझ्याकडे पाहून हात हलवला. मी मनोमन विचार करत होते की

त्याला विश्वासात घेणे योग्यच आहे. त्याच वेळी तो काळा सूट घातलेल्या एका माणसाशी बोलण्यासाठी थांबला. त्या माणसाने रशीदच्या खांद्यावर हात ठेवला आणि ते दोघे गेटमधून बाहेर येऊन माझ्याकडे येऊ लागले.

"झी, हे हॅरी अंकल."

हॅरींनी माझ्याशी हस्तांदोलन केले. त्यांनी हातमोजे घातले होते.

"वा, छान, तुला भेटून आनंद झाला, खूप ऐकलंय तुझ्याबद्दल."

"बरेच दिवस आहे ती चित्तगाँगला. समजून घेतेय इथले वातावरण."

माझे लक्षच नव्हते. या माणसाशी बोलण्यात किती वेळ जातोय, कधी याच्यापासून सुटका होतेय अशाच विचारात मी होते.

"हो, कळलंय मला. अलींनी सांगितलंय मला सगळं," हॅरी म्हणाले.

"अली?" मी रशीदकडे वळून म्हणाले.

"हे शिपयार्डचे मालक - हॅरीअंकल."

"मी हॅरीसन मास्टर- अंकल हॅरी- प्रॉस्पेरिटी! माझ्या वडिलांना फार आवडायचं हे. पण माझ्यासाठी हे 'ठीक ठीकच' आहे. त्यांनी माझ्याकडून वचन घेतलंय म्हणून मी विकून टाकत नाही ही जागा, हा धंदा," हॅरी म्हणाले.

त्यांनी खिशातून चॅपस्टिक काढली आणि ओठांवरून फिरवली.

इथे मला एक संधी मिळू शकते, असे वाटू लागले. हा असा धंदा, इतक्या वाईट पद्धतीने करणारा कोण असेल, कसा असेल? हा प्रश्न मला आणि गॅब्रिएलला नेहमी पडायचा. आज तोच माणूस माझ्या पुढ्यात आला होता. आता मी त्याच्याशी बोलू शकत होते.

'उत्तरेकडून आलेल्या गरीब, जखमी शेतकऱ्यांच्या कष्टांतून आपले खिसे भरताना कसं वाटतं आपल्याला?' 'त्या अपघातग्रस्त कामगारांना अडगळीसारखे नजरेआड करून धंद्याचे हित साधायची कल्पना तुमचीच का?'

अर्थातच प्रत्यक्षात मी काहीच बोलले नाही. इतकेच काय पण त्यांचा निरोप घेताना मी त्यांच्याकडे पाहून जराशी हसूही शकले. हॅरीबरोबर एक माणूस होता. तो आधी माझ्या लक्षातच आला नव्हता. त्याने निघताना खिशातून एक कंगवा काढला आणि एअरपोर्टमधून बाहेर पडायच्या आधी हॅरीचे केस नीट केले.

गाडीत बसून घराच्या मार्गाला लागल्यावर मात्र माझा संयम सुटला. मी रशीदवर ओरडले,

"या माणसाचा असा खुशमस्कऱ्या कसा काय होऊ शकतोस तू?"

"कमाल आहे झी, केवळ तुझ्यासाठी म्हणून उपचारापुरता बोललो मी त्यांच्याशी."

"तुरुंगात धाडला पाहिजे याला- नाही, नाही - गोळ्याच घातल्या पाहिजेत याला."

"काय, बोलतेस काय तू?"

"तुला माहीत नाही हे मजुरांची काय अवस्था करून टाकतात ते." मी इतर सर्वांपेक्षा स्वतःवरच रागावले होते. जन्मभर माझ्या आईच्या सहवासात राहूनही मी तशी कोरडीच राहिले होते. अर्थात या कर्मकहाण्यांची भेसूरता सुरुवातीला माझ्याच लक्षात आली नव्हती. अलींनी यातले भीषण सत्य चलाखीने दडवले होते आणि याहीपेक्षा काहीतरी जास्त वाईट, जास्त क्रूर अजून उजेडात आलेलेच नव्हते.

पावसाला सुरुवात झाली होती.

"प्रत्येक गोष्टीवरचा उतारा तुमच्याकडे असतोच असे नाही," रशीद म्हणाला.

"प्रत्येक? मला तर एकाही चांगल्या बाबीपर्यंत पोचता आलेले नाही."

"पश्चात्ताप होतोय? मग तुला स्वतःच्याच अनेक बाबतीत पश्चात्ताप होऊ शकतो. त्याबद्दल आधी विचार कर."

मी त्याला आयुष्यभर पुरेल इतका दारूगोळा दिला होता. त्याने मला क्षमा केलीच असती. मला त्याची जाणीव होती. पण तो मला कधीही माझा पाय घसरल्याची टोचणी लावू शकणार होता. हे असेच होत असते. आपण काही पापे करतो ज्याची परतफेड जन्मभर करावी लागते आणि मनात कायम भीती बाळगतो की असेच काहीतरी आपल्याबाबतही घडेल आणि आपण ज्यांच्यावर वाईट वेळ आणली तशीच गत आपली होईल, आपणही त्या दुर्दैवाच्या गर्तेत गाडले जाऊ. मी रशीदला हे काहीच सांगू शकले नाही. हे सगळे मला आत्ता जाणवते आहे. पुढे आम्ही एकमेकांशी काहीच बोलू शकलो नाही. आम्ही घरी आलो. गाडीत मागच्या सीटवर शेजारी बसूनही आमच्यात खूप अंतर पडले आहे असे मला वाटत होते. हे फक्त मला वाटत होते की त्यालाही तसेच वाटत होते, याचा मात्र मला अंदाज येत नव्हता.

कोमोला आणि जोशीम आम्हाला पाहून खूश झाले. इतर सगळेही लवकरच येऊन पोचणार होते.

"वर जा आणि चांगल्या नटून सजून या. तुमच्या सासूबाई येतीलच आता." कोमोला म्हणाली.

मी वर गेले. कोमोलाने माझ्यासाठी साडी काढून ठेवली होती. हिरवी साडी, तिला शोभेसा ब्लाउज आणि पेटीकोट. सगळे व्यवस्थित इस्त्री केलेले, गादीवर नीट लावून ठेवले होते. आमच्या वादावादीमुळे रशीद अजूनही धुमसत होता. त्याने कपडे बदलले. शॉर्ट्स आणि टी शर्ट घालून तो गोल्फ खेळायला निघून गेला.

"जेवायच्या वेळेला घरी येतो," हे सांगायला तो विसरला नाही.

त्या जखमी मजुरांचा विचार मनातून काढून टाकत मी अंघोळ करून घेतली. पण मन कोरे होतच नव्हते. मो, गॅब्रिएल आणि तू. माझ्या मनाच्या कानाकोपऱ्यात

तू असायचासच. मी बिछान्यावर पडले. माझ्या ओल्या केसांमुळे खालची गादी ओली होत होती.

साडी नेसायच्या वेळी मला कोमोलाची मदत घ्यावीशी वाटली. पण ती हॉलमध्ये नव्हती आणि स्वयंपाकघरातही नव्हती. मी घरामागे असलेल्या नोकरांच्या खोल्यांकडे गेले. एका छोट्या सिमेंटच्या जिन्यावरून गॅरेजच्या वर असलेल्या खोलीत मी गेले. जिन्याच्या वरच्या तोंडाशी एक चौकटींची लुंगी आणि एक पेटीकोट एका दोरीवर एखाद्या पडद्यासारखा वाळत घातला होता. मी कोमोलाला हाक मारली. अंदाज घेतला आणि काहीच प्रतिसाद मिळाला नाही म्हणून परत जाण्यासाठी वळले. मला आगंतुकासारखे वाटू लागले होते. तेवढ्यात मला आतून चाहूल लागली. साडीच्या निऱ्या नीट करत कोमोला बाहेर आली.

''सॉरी, मी उगीच कडमडले.''

''मी प्रार्थना करत होते.''

''केव्हापासून राहता इथे?'' तिच्या घरातला पसारा पाहून मी विचारले. भिंतीशी ट्रंका रचून ठेवल्या होत्या. शेल्फात कपड्यांच्या घड्या होत्या आणि एक गोल आरसा भिंतीवर खिळ्याला टांगला होता.

''खूप लहान होते तेव्हापासून इथेच राहतेय- तुमचा जन्मही झाला नसेल.'' हाताच्या एका झटक्याने तिने तिचे केस गुंडाळून टाकले. मला तिच्याविषयी आणखी जाणून घ्यायचे होते. तिचे मूळ गाव कोणते? तिचे नातेवाईक कुठे असतात? पण ती संकोचलेली वाटत होती. तिने तो पेटीकोट पडद्यासारखा सरकवला.

''मला साडी नेसायला मदत कराल?''

आम्ही घरात गेलो अणि जिना चढून वर गेलो. मी ब्लाउज, पेटीकोट घातला आणि साडी नेसायला घेतली. कोमोलाने ती सुळसुळीत साडी माझ्या हातातून घेतली आणि पेटीकोटमध्ये खोचण्याची बाजू शोधण्यासाठी ती उलगडली. कोमोला माझ्याकडे नजर उचलून कधीच पाहत नसे. कायमच खालच्या मानेने माझ्यासमोर वावरत असे. आज साडी नेसवताना मात्र ती मोकळी झाली होती. निऱ्या करत होती, त्या खोचत होती.

''ताई, काहीतरी झालंय. तुम्ही रडत होतात?''

मी रडत होते? मी रडल्याचे मला आठवत नव्हते.

''काही नाही. तुम्ही कशाला त्रास करून घेता?'' मी म्हणाले.

साडीचा शेव दातांमध्ये धरून तिने साडीच्या निऱ्या केल्या.

''तुम्ही इथे आलात तेव्हा हे एवढंसं बाळ होतात. तेव्हापासून बघतेय मी तुम्हाला.'' दातात साडीचा शेव धरल्याने कोमोलाचे बोलणे निसटल्यासारखे ऐकू

येत होते. क्षणभर ती काय म्हणते आहे ते मला कळलेच नाही. माझे आई-वडील मला घेऊन डॉली आणि बुलबुलना भेटायला आले असतील. केळीच्या झाडाची पाने उतरवताना तिने मला पाहिले असेल. हे अजिबात अशक्य नव्हते. माझा गळा भरून आला.

"तुम्ही फार जुन्या आहात इथे."

कोमोलाने माझ्या खांद्यावर पदर दिला. मग ती खाली बसली आणि माझ्या निऱ्या नीट करू लागली. मला तिचा रुंद भांग आणि त्याच्या दोन्ही बाजूच्या पांढऱ्या केसांच्या बटा दिसत होत्या. कोमोलाने जन्मभर याच ठिकाणी भांग पाडला असणार. केसांना तेल लावले असणार, ते धुतले असणार, विंचरले असणार - एकाच प्रकाराने वर्षानुवर्षे. फार तर, कधीतरी मजा म्हणून केस बांधायला एखाददुसरी क्लिप आणली असेल.

कोमोलाच्या निऱ्या नीट करून झाल्या. तिने तिच्या ब्लाउजला टाचलेली पिन काढली आणि माझा पदर नीट करू लागली. तिचे काम, अगदी कागद हाताळावा तसे हलक्या हाताने चालले होते. हातावरच्या रेषांमुळे हात खडबडीत दिसत होते पण स्पर्श मुलायम होता. मी तिला म्हणाले,

"मला सांगा, कशी होते मी?"

खरे म्हणजे मला विचारायचे होते की इतक्या सुखवस्तू घरात मी येऊन पोचले होते तरी मी इतर सर्वसामान्य बाळांसारखीच होते की काही वेगळी होते?

"गोड बाळ होतात तुम्ही. एकट्याच खेळायच्यात तुम्ही."

तिची साडी नेसवून झाली होती. मी पलंगावर बसले. माझे हात थरथरत होते. कोमोलाने माझे हात हातात घेतले.

"आताही मला खूप एकटं एकटं वाटतं."

"अल्लाची मेहेरबानी आहे तुमच्यावर."

मी खूप उत्तेजित झाले होते. मला धाप लागली होती. माझ्या तोंडातून शब्द फुटत नव्हता. मी कशीबशी म्हणाले,

"माझी अम्मू? मी आवडत होते तिला?"

कोमोलाने मला जवळ घेतले. तिची ती मिठी हळुवार शब्दांसारखी कोमल होती.

"एखाद्या बहिरी ससाण्यासारख्या तुमच्यावर लक्ष ठेवून असायच्या त्या."

कोमोलाने माझ्या डोक्यावर ओठ टेकले आणि बाजूला झाली. मी अशा एका मोहिमेवर निघाले होते ज्याचा प्रवास मला माझ्या सर्वाधिक धैर्याचे लक्षण वाटत होता. पण प्रत्यक्षात त्या आवेगात मी माझ्याच अत्यंत जवळच्या माणसांना पराकोटीचे दुखावत होते. त्यात पहिली होती माझी अम्मू. माझ्या अम्मूने माझ्या

प्रेमाखातर तिच्या सर्व बंडखोर वृत्तींना आवर घातला होता आणि स्वतःला माझ्याशी आणि घराशी जखडून टाकले होते.

मी ती हिरवीगार साडी नेसून माझ्या बेडरूममध्ये बसून होते. डॉली आणि बुलबुल आल्याची चाहूल लागली तेव्हा तासभर उलटून गेला होता. मी जिना उतरून खाली आले. कोमोला आणि जोशीमने अतिशय काळजीपूर्वक घराची साफसफाई केली होती. फर्निचर सजवले होते. काचेची शोकेस शोभेच्या वस्तूंनी भरली होती. त्यात वेजवूड फॅक्टरीतून आणलेली पोर्सेलिनची गुराखीण होती. व्हेनिसहून आणलेले काचपात्र होते. सोनेरी नक्षी काढलेल्या थायलंडच्या लाकडी कोरीवकामाच्या वस्तू होत्या. या सगळ्या वस्तू त्या दोघांनी निगुतीने पुसून लखलखीत केलेल्या होत्या.

घरातला मुख्य हॉल उघडला होता. मी इतक्या दिवसांत पहिल्यांदाच तो असा पाहत होते. हॉल एवढा मोठा होता की डॉलीने त्याचे चार वेगवेगळे भाग करून ते वेगवेगळ्या रंगात सजवले होते. प्रत्येकाची मांडणी वेगळी, फर्निचर वेगळे, थीम वेगळी. पूर्वेच्या बाजूला लेदरचे फर्निचर होते. या बाजूला नारळाच्या झावळ्यांच्या सावल्या पडत असत. पश्चिमेला तोंड करून निळा सोफा आणि लव्हसीट मांडली होती. राखाडी रंगात सजवलेला भाग आणि फ्रेंच फर्निचरसारखा दिसणारा लाकडी सोफासेट एकमेकांकडे तोंड करून ठेवले होते. हे सगळे एरवी एकत्र शोभले नसते पण ती सगळी फर्निचरची गर्दी तिथे छान दिसत होती. मी हॉलमध्ये गेले तेव्हा मला वाटले की डॉली आज कोणत्या सोफ्यावर बसायचे हे कसे ठरवत असेल? ती असे म्हणत असेल का, 'आज मी कोवळ्या उन्हासाठी लेदरच्या सोफ्यावर बसेन किंवा आज मला मरी अन्टॉयनेट व्हायचंय, मी आज सोनेरी नक्षीकामाच्या खुर्चीवर विराजमान होईन.'

मी हॉलमध्ये गेले तेव्हा डॉली निळ्या लव्हसीटवर बसली होती. मला नेहमी वाटे तसाच, नकळत, तिचा धाक वाटू लागला. खूप मेकअप आणि हातात सोन्याच्या दोन घसघशीत बांगड्या. वर्तमानपत्र वाचत होती आणि पायाशी तिचे आवडते पॉमेरियन क्लूनी पायाला विळखा घालून बसले होते.

"हॅलो, कसा झाला प्रवास?"

"छान, पण तुझे सासरे दमले आहेत. थोडी झोप काढायला गेलेत."

वर्तमानपत्र ठेवून तिने मला विचारले,

"चहा घेणार?"

"हो."

डॉलीने शेजारची चौकोनी बेल वाजवली. कोमोला आली.

"बउमासाठी ग्रीन टी आणि काहीतरी खायला घेऊन ये."

“रात्री जेवणार आहोत ना आपण?”

“त्याला उशीर होईल.” डॉलीने हातातल्या सोन्याच्या नाजूक घड्याळात बघितले.

“माझा बाबूही अजून आला नाहीये.”

मी ट्रॉलीमधले रोस्ट बीफचे सँडविच उचलले. डॉली माझ्याकडे पाहत होती.

“दुपारी जेवलेली नाहीस तू. मी बजावलं होतं तुला. नीट जेवलं, खाल्लं पाहिजेस तू.”

एक मोठा घास घेत मी तिला ‘हो’ म्हणाले.

“आणि तुझ्या मित्राबद्दलही काहीबाही ऐकलंय मी.”

सँडविचचा तो मऊ ब्रेड माझ्या घशात अडकला. मी असे ऐकले होते की जपानमध्ये मोची राइस केक खाताना दर वर्षी कैक लोक मरतात. मी एकदा मोची केक खाऊन बघितला होता. मला तो अजिबात आवडला नव्हता. तो खाऊन मी मेले असते तर बरे झाले असते असे मला वाटू लागले.

“खूप अस्वस्थ होतीस तू. काळजी वाटली तुझी. म्हणून चौकशी केली. सगळ्यांनाच हे कळले आहे. फार निष्काळजी आहेस तू.”

“सॉरी.” अगणित वेळा सॉरी म्हणायची वेळ आली आहे माझ्यावर.

“रशीदला कळलंय?”

मी चहाचा घोट घेतला. सँडविचचा तुकडा त्या घोटाबरोबर पोटात ढकलला गेला.

“हो.”

क्लूनी चाळवला. उभा राहिला आणि पुन्हा डॉलीच्या पायांवर पसरला. डॉलीने सोन्याच्या बांगड्या घातलेला हात खाली घेतला आणि क्लूनीच्या कानामागे बोटे फिरवत म्हणाली,

“बिचारा माझा बाबू.”

“मला कुणालाच—”

“हो, तुला कुणालाच दुखवायचं नव्हतं. पण दुखवलंस.” तिने ओठ घट्ट मिटले. लिपस्टिकवरून जीभ फिरवली, “तुला कल्पना नसेल - लोकांनी आम्हाला सावध केलं होतं. पण मी सगळ्यांना ठणकावून सांगितलं. तू आमच्यावर कधीच नामुष्कीची वेळ येऊ देणार नाहीस. रशीदचा अनादर करणार नाहीस.”

अलीकडे पेपरमध्ये बातम्या आल्या होत्या की भूगर्भातील अंतर्भागात तडे पडलेल्या भूकंपप्रवण अशा भूप्रदेशावर बांगलादेश वसला आहे. तरीसुद्धा मोठमोठ्या शहरांमध्ये अनेक बहुमजली इमारती कोणत्याही प्रकारचे नियम न पाळता उभारल्या गेल्या होत्या. भूकंप झाला तर त्या धक्क्यांनी त्या इमारतींचा विध्वंस होण्याची

शक्यता होती. तो भूकंप आत्ताच व्हावा, ही वेळ योग्य आहे असे मला वाटून गेले. हे घर या टेकडीवरून कोसळेल आणि आमच्या या संभाषणाचाही अंत होईल. मी हातातले सँडविच खायचे विसरून गेले होते. मी तोंडावरून हात फिरवला. तोंड पुसले आणि म्हणाले,

"मी चुकले."

मग थोडा वेळ फक्त माझ्या हुंदक्यांचा आवाज येत होता. शेजारच्या टेबलावरचा टिश्यू उचलण्यासाठी मी वाकले तेव्हा माझ्या साडीची सळसळ झाली तो आणखी एक आवाज.

डॉलीने कोमोलाला आवाज दिला आणि ट्रॉली घेऊन जायला सांगितले.

"दिसत नाही? तिचं खाणं झालंय ते?" असे म्हणून तिच्यावर रागही काढला. कोमोला ट्रॉली घेऊन गेली तेव्हा डॉली म्हणाली,

"इतकी वर्षं मी तुझ्या पाठीशी उभी राहिले. तुझी पाळंमुळं माहीत नाहीत याची आम्हाला काहीच फिकीर नाही हे तुला जाणवावं, म्हणून धडपडत होतो. तुला मी माझ्या मुलीसारखेच वागवत आले; पण तू मात्र माझी निराशा केलीस. आणि याचा दोष मी आता तुझ्या रक्ताच्या गुणधर्मालाच देते."

गरम चहाच्या कपात साखरेचा क्यूब अलगद सोडावा तसा तिने हा बॉंब माझ्यावर शांतपणे टाकला. ती हे भावनेच्या भरात म्हणाली असेल आणि आता तिला याचा पश्चात्ताप होत असेल अशा विचाराने मी तिच्याकडे बघितले. ती नेहमीसारखीच शांत आणि स्थिरचित्त होती. वस्तुस्थिती आणि पूर्वग्रह यांचा गौप्यस्फोट झाला होता. त्यामुळेच माझा आत्मविश्वास वाढला आणि मी तिला विचारले,

"मी जर अशी हीन कुळातली होते तर आमच्या लग्नाचा आग्रह का धरलात तुम्ही?"

डॉलीने तिच्या सोफ्यावर ठेवलेला हात अस्वस्थपणे हलवला.

"एका आईला काय वाटतं, ते कळायला तू आई कुठे झाली आहेस?"

डॉलीला मी कधीच आवडत नव्हते असे गृहीत धरणे सहज शक्य होते; पण ते खरे नव्हते. आमची जोडी जमवण्यामागे तिच्या मैत्रीचे इमान होते. माझ्या आई-वडिलांबद्दलचा आदर होता; पण माझ्याबद्दल कणभरही प्रेम नव्हते. माझ्या नशिबाने मिळालेला ठेवा माझ्या मूर्खपणाने मी धुळीला मिळवला होता.

"जे झालं ते झालं. रशीद तुला माफ करेल की नाही- ते त्यालाच माहीत. पण आता माझं समीकरण बदललं आहे. आता मी तुझ्या पाठीशी नक्कीच नसेन."

तिला काय सांगायचे होते ते मला नीटसे कळले नाही. पण तिने चारचौघात माझे जन्मरहस्य लपवून न ठेवण्याचे ठरवले असावे. माझ्या प्रेमप्रकरणाचा गवगवा झाला, रशीदने मला घटस्फोट दिला, तर त्याचे सबळ आणि पटेलसे कारण आता

तिच्याजवळ होते.

"मी कामाला एक मुलगी ठेवली होती. तुझ्या आई-वडिलांना मूल नसल्याची चर्चा तिच्या कानावर पडली होती. त्या टेस्ट, डॉक्टर्स, ते प्रयत्न- हा विषय सारखाच बोलला जायचा. त्या मुलीने तिच्या गावच्या एका मुलीविषयी सांगितले. त्या मुलीला मदतीची गरज होती. आम्ही मायमेनसिंघला गेलो. तिला भेटलो. तिच्या नवऱ्याने तिला टाकले होते. ती अत्यंत गरीब होती. आम्ही तिला वीस हजार टका दिले."

"तुम्ही विकत घेतलेत मला?"

"भाबडेपणाचा आव आणू नकोस. त्या बाईला गरज होती."

या सगळ्याच्या केंद्रस्थानी मी होते. हे सगळे समजून घेणे त्रासदायक होते, अशक्य होते. पैसे देऊन अम्मूच्या दुःखावरचा उतारा हस्तगत केला होता.

कोमोला आत आली. तिने कोपऱ्यातला दिवा लावला. लांबून घोंघावत येणाऱ्या वाऱ्यावादळाचा आवाज येऊ लागला होता. काही मिनिटांतच झाडांवर, लॉनवर पावसाच्या सरी कोसळू लागणार होत्या. माझा चेहरा तांबारला होता. हातात सँडविच तसेच होते. डॉली उठली. त्या हॉलच्या मंद प्रकाशात मला एकटीला सोडून ती निघून चालली होती.

"मी तुला कधीच सांगणार नव्हते. पण आता तू माझी नाहीस. आता तुला कळले तरी मला फरक पडत नाही. त्या आमच्या नोकराणीने आम्हाला आधी सांगितले नव्हते. तिथे गेल्यावर आम्हाला कळले की तुझ्या आईला दोन बाळं होती."

माझा श्वासच कोंडला.

"जुळ्या मुली. सगळ्या गावात तीच चर्चा होती. दोन्ही मुलीच. मुलगा नाही."

"शक्य नाही." मी म्हणाले. मला जुळी बहीण असती तर मला नक्की जाणवले असते. ती पोकळी, हात किंवा पाय शरीरापासून विलग केल्यानंतरही त्याची जी जाणीव जन्मभर होत राहते, तशी जाणीव मला झाली असती. माझ्यात कुठेतरी माझ्या जुळ्या बहिणीचे अस्तित्व दडून राहिले असते. माझा एकटेपणा वाढला असता आणि तो कमीही झाला असता. डॉली नक्की खोटे बोलत होती.

"आम्ही दोन्ही मुली घ्यायला तयार होतो; पण ती नाही म्हणाली. अडूनच बसली होती. एक तरी मूल तिला हवेच होते. आम्ही तिचे मन वळवण्याचा खूप प्रयत्न केला. मूर्ख बाई. मग आम्ही तरी काय करणार? आम्ही तिच्याकडून ते बाळ हिसकावून तर घेऊ शकत नव्हतो."

"अम्मूला हे माहीत आहे?"

"छे, आम्ही तिला काहीच सांगितलं नाही. तिनं आधीच खूप सोसलं होतं."

डॉली उठली. तिच्या मनातून मी आता उतरले होते. बाहेर जोरदार पावसाला सुरुवात झाली होती. एखाद्या रडणाऱ्या पोराला शांत करणारा आईचा आवाज असावा, तसा वाहून जाणाऱ्या पाण्याचा आवाज येऊ लागला होता. मी निऱ्या नीट केल्या आणि उठले. मी आतून अगदी मोडून गेले होते. मी हलक्या आवाजात विचारले,

"प्लीज, मी जाऊ शकते का आत्ता?"

डॉलीने माझ्याकडे निरखून पाहिले. तिची नाराजी उघडउघड दिसत होती. चुकचुकत, रागाने ती म्हणाली,

"बिचारा माझा बाबू, रुबी म्हणत होती तेच बरोबर होतं." ती निघून गेली आणि माझ्या मागचे दार बंद झाले.

मी वर गेले आणि पलंगावर जाऊन पडले. मला आता इथला गाशा गुंडाळायला हवा. ड्रायव्हरला बोलावून एअरपोर्ट गाठायला हवे. पण माझ्याच्याने काहीच होईना. सिलिंगवर पडलेली प्रकाशाची तिरीप पाहत मी पडून राहिले. माझा ब्लाउज मला घट्ट होत होता. ढाक्यातील घराच्या बेडरूममधील शकूरची पेंटिंग्ज मला डोळ्यांसमोर दिसू लागली. दोन सारख्या दिसणाऱ्या बायका. दोन उत्कट चेहरे. नाके जरा मोठीच. चित्रात वर आणि खाली अगदी मूलभूत रंगांचे फराटे. एकीच्या डोक्यावर पोपट आणि दुसरीच्या डोक्यात केसात खोचलेले फूल. नक्कीच जुळ्या असणार. माझ्या आई-वडिलांनी मला निवडले नसते तर काय झाले असते, मला कशा आयुष्याला तोंड द्यावे लागले असते, याचा विचारही मी माझ्या मनात येऊ देत नव्हते. उपासमार, थंडीवारा, गरजा आणि त्यांना वेढून बसलेला अभाव. सुखाचा, साधनांचा मागमूसही नाही. पण मी आता याची फक्त कल्पनाच करू शकत होते. पण तिथे कुठेतरी कुणीतरी हे भोग भोगले होते. कुणीतरी अगदी माझेच रूप घेऊन जन्माला आलेली, माझ्यासारखेच कुरळे केस, रेखीव जिवणी, सुबक, लांबलचक बोटे असलेली, पण त्या बोटांना पेन्सिलीचे हळुवार वजनही कधी पेलायला मिळाले नसेल. मला मनापासून वाटत होते की मी अशी निश्चल पडून राहिले तर काळ उलट्या दिशेने वाहू लागेल. हे सगळे उलगडलेले सत्य लुप्त होऊन जाईल. मग माझी कुणी जुळी बहीण नसेल, एका मुलीचे संगोपन करता यावे म्हणून दुसरीला विकून टाकणारी आई नसेल. पण काळ मागे फिरत नसतो. तरीही ही उलटी गंगा वहायला हवी, अशीच माझी मनोमन इच्छा होती.

पाऊस थांबण्याचे नाव घेत नव्हता. रात्र झाली, अंधार पडला तरी तो कोसळतच होता. मी तशीच पडून होते. शेवटी एकदाचा दाराचा आवाज झाला आणि पावलांचा आवाज ऐकू आला. एक उबदार हात माझ्या कपाळावरून फिरला. माझ्या अर्धमिटल्या डोळ्यांना शर्टाचे कफलिंक दिसले. नाकाला लेदरचा आणि

आफ्टरशेव्हचा परिचित गंध जाणवला. रशीद परतला होता.

मी ताड्कन उठले,

"मी निघून जाणार आहे."

"थांब, नको जाऊस." तो अंधारातच पुटपुटला. त्याने मला जवळ घेतले. त्याच्या शर्टाच्या कॉलरमध्ये माझा चेहरा लपला. माझ्या सुळसुळीत साडीचा पदर गळून पडला.

"मी सत्यानाश केलाय. सगळं धुळीला मिळवलंय."

"बास, कुठेही जाऊ नकोस. अशीच माझ्याजवळ रहा."

मला थोडासा दिलासा मिळाला. त्याच्या घट्ट मिठीत असेच डोळे मिटून झोपून जावे, असे मनापासून वाटत होते. पण मला कळत नव्हते की इतक्या सहजपणे हा हे सगळे कसे विसरू शकत होता? मी हे सगळे बाजूला सारून त्याच्याकडे परत येईन असे कसे मानत होता? काहीच वावगे घडले नाही असे मानून पुन्हा एकदा सगळे पूर्वीसारखेच होईल अशी अपेक्षा कशी करत होता? माझ्या पूर्वसंचितातून तुला वगळणे कसे शक्य होते? किती भाबडा होता तो. की त्याला समजच कमी होती?

"किती वाजलेत?"

"साडे नऊ वाजलेत. भूक लागलीय का? वरच मागवून घेतो काहीतरी."

"मला एक बहीण आहे. तुला माहीत होतं? माझी जुळी बहीण."

"पुन्हा सगळं तेच?"

मी उसळले.

"बहीण रशीद, माझी जुळी बहीण, हुबेहूब माझ्यासारखीच दिसणारी एक बाई - ती या जगात आहे. तुझ्या आई-वडिलांनी हे माझ्यापासून लपवून ठेवलं."

"तुला माहीत असायला हवं, प्रत्येकाच्या मनात फक्त तुझाच विचार होता. तुझ्यासाठी सगळं सर्वोत्तम हवं होतं त्यांना."

"तुझी आई मला हीन जातकुळीची म्हणाली."

"ती अस्वस्थ झाली आहे. मनःस्थिती ठीक नाही तिची."

"पण त्यामुळे मी किती हलक्या दर्जाची आहे, ते तरी निदान मला कळलं."

रशीदने माझ्याभोवती वेढलेले हात सोडवून घेतले. मी बाथरूममध्ये जाऊन तोंडावर पाणी मारले. बाहेर आले तेव्हा तो फोनवर बोलत होता. त्याने माझ्यासमोर फोन धरला,

"तुझे वडील आहेत."

"पुतुल? काय चाललंय? फोन का घेत नाहीस?" मला पुन्हा एकदा नव्याने रडू फुटले.

“डॉली चिडलीय. नकोशी झाली आहे मी तिला.”

“घरी ये बाळा, आपण बोलू या.”

“माझ्या बहिणीबद्दल माहीत होतं ना तुम्हाला?” त्यांनी श्वास रोखून धरलेला मला ऐकू आला.

“बहीण? काय म्हणतेस तू?”

“डॉली सांगत होती आम्ही दोघी होतो, जुळ्या मुली.”

शांतता. अब्बू विचारात पडले असावेत. माझ्या डोक्यावर परिणाम झालाय की काय, मी हे सगळे मनचेच सांगतेय की काय, असेही त्यांना वाटले असावे. पण त्यांनी मला तसे जाणवू दिले नाही.

“मला माहीत नव्हतं बाळा, आम्हा दोघांना हे असं काही माहीत असतं तर आम्ही तुझ्यापासून ते लपवून ठेवलं नसतं.”

“मला अम्मूला सॉरी म्हणायचंय.”

“रडायचं नाही बाळा, लवकरात लवकर फ्लाइट पकड आणि इकडे ये. मी तुला न्यायला येतो एअरपोर्टवर.”

“काय करावं कळत नाही मला. जरा विचार करायला हवा.”

रशीदने सिगारेट विझवून टाकली आणि तो दात ब्रश करायला बाथरूममध्ये गेला. मला अचानक ती बेडरूम नकोशी वाटू लागली. बाहेर पाऊस पडत होता, इथे धूर साचला होता आणि आत क्षमाशीलतेने भारलेला रशीद होता. मी खिडकीतून बाहेर बघितले. मला आता चीड येऊ लागली होती. मी इथून या क्षणी बाहेर पडू शकत नव्हते, बसमध्ये बसू शकत नव्हते किंवा सरळ फाटक उघडून बाहेरच्या कळकट जगात सामावू शकत नव्हते. मला इथून दूर जायचे होते- फक्त या घरापासूनच दूर नव्हे - तर हा देश सोडून जायचे होते. मला दुसऱ्या कोणत्यातरी देशात दत्तक दिले असते तर? कदाचित चीनमध्ये किंवा व्हिएतनाम. बांगलादेशपेक्षा कोणत्याही जराशा का होईना पण बऱ्या देशात, - या देशापेक्षा कोणताही देश चालला असता. मी बेडवर पडून राहिले. डोळे मिटून येऊ घातलेल्या पुढच्या काही दिवसांचा विचार करू लागले. जेवायला एकाच टेबलावर बसलो तरी संभाषण नाही, सगळेच गप्प. माझ्या कानात 'हीन जातकुळी' या शब्दांचे निनाद उठताहेत. डॉली आणि बुलबुलबरोबर एकाच घरात राहताना सतत मनात भीती- त्यांच्याबरोबर जिन्यात तर गाठ पडणार नाही ना? रशीद आमच्यासाठी घराला वेगळा दरवाजा करवून घेईल का? आम्ही कधी आमच्या स्वतःच्या घरात राहायला जाऊ का? का त्याला शुक्रवारी सकाळी एकत्र नाश्ता करत, चार सोफ्यांच्या प्रचंड हॉलमध्ये पाहुण्यांचे स्वागत करत कायमचे त्याच्या आई-वडिलांबरोबरच राहायचे आहे?

विचारांच्या त्या आवर्तनात मला कधीतरी झोप लागली; पण काही मिनिटांतच

मला खडबडून जाग आली. माझ्या स्वप्नात माझी जुळी बहीण रस्त्यावर हात पसरून भीक मागत होती. एखादा प्रेमाचा स्पर्श झाला नसेल तिच्या ओठांना की एखादा चमचा साखर पडली नसेल तिच्या तोंडात. तेच तोंड वेंगाडून ती भीक मागत होती. मी स्वतःला समजवायचा प्रयत्न करत होते. हे असेच झाले असेल असे मी समजत होते. प्रत्यक्षात तसे नसेलही. कुणी सांगावे, तिला चांगले आयुष्य जगायला मिळालेही असेल. ऐषआरामाचे, समृद्ध आयुष्य नसेल पण सुखासमाधानाचे असू शकते. घराशेजारी तळे, पाळलेल्या कोंबड्या, बागायत. फार काही वाईट नसावे. तिला निदान तिची आई माहीत होती आणि इतका पैसा असूनही ती आई मला बघायलाही मिळाली नव्हती. माझी झोप उडाली होती. रात्रभर बाहेरच्या वादळाच्या धुमाकुळाचा मागोवा घेत पडून राहिले होते.

सकाळी मी माझी बॅग भरली आणि जेशीम मला बीचवर नेऊन सोडतो का ते बघायला खाली गेले. मी बाहेरच्या ओट्यावर गेले. पाऊस पडतच होता. लिंबाचे झाड आणि बोगनवेली पावसाचा मारा झेलत होत्या. मी मागे फिरले तेव्हा माझे केस चिप्प ओले झाले होते. हॉलमध्ये वेताच्या जुन्या आरामखुर्चीत बुलबुल पहुडले होते.

"ये इकडे." हाताच्या इशाऱ्याने त्यांनी मला बोलावले.

त्यांच्या हातात व्हिस्कीचा ग्लास होता. उद्धटपणा वाटू नये आणि त्यांच्या फार जवळ जायला लागू नये अशा अंतरावर असलेल्या एका खुर्चीवर मी जाऊन बसले. त्यांनी हातातला ग्लास माझ्या दिशेने उंचावला आणि माझ्यावर नजर स्थिर केली.

"तुझी जन्मदाती आई आगापिछा नसलेली एक भिकारडी बाई होती. आणि तू या घरची सून आहेस."

त्यांच्या या स्पष्टवक्तेपणाने मी सैल झाले. मी हसून म्हणाले,

"नशीबवान आहे मी."

"तू मोठी झाल्यावर कुरूप, काळी होतेस की काय अशी आम्हाला काळजी वाटायची. तुझा बाप कोण होता, कसा होता, कोण जाणे!"

माझे डॉलीबरोबरचे नाते तुटल्यातच जमा होते आणि आता गमावण्याजोगे हातात काही शिल्लक होते असे वाटत नव्हते. बुलबुलच्या हातातल्या त्या ग्लासमुळे उद्या त्यांना यातले काही आठवेल याची शक्यता कमीच होती. मी चिडून म्हणाले,

"मला तुमची शिसारी येते."

"पण त्या मुलीने तुला आमच्या हातात दिले आणि आम्ही तुझ्या प्रेमातच पडलो. मी, डॉली, तुझे आई-वडील. इतकं गोजिरवाणं बाळ आम्ही कधीच पाहिलं नव्हतं. त्या तशा बाईला ही अशी बाळं झालीच कशी? तुम्ही दोघी जणी - ही

अल्लाचीच करणी होती.''

पुन्हा तोच उल्लेख - माझी जुळी बहीण.

''तुम्ही बघितली तिला?''

बुलबुलनी त्यांचा व्हिस्कीचा ग्लास आरामखुर्चीच्या हातावर ठेवला.

''हो आम्ही बघितली. तंतोतंत तुझीच प्रतिमा.''

माझा माझ्या आवाजावर ताबा राहिला नव्हता. मी थरथरत्या आवाजात विचारले, ''मग तुम्ही, त्यांच्यापैकी एकीला निवडलंत.''

''हो, असंच काहीसं.''

मला स्वतःलाच हे माहीत नव्हते म्हणून मी स्वतःची झाडाझडती घेऊ लागले. जुळ्यांबद्दल जे काही प्रचलित समज आहेत ते मला माहीत होते. जुळ्यांना एकमेकांच्या असण्याची जाणीव असते. एकाला जखम झाली तर दुसऱ्याला वेदना होतात. पण मला कधीच माझ्या स्वतःच्या दुःखाखेरीज कोणतीच अनामिक वेदना जाणवली नव्हती. याचा अर्थ असा तर नाही- की तीही माझ्यासारखे बंधमुक्त आयुष्य जगली? मला जखमा झाल्या होत्या, वेदना झाल्या होत्या; पण मी त्याच्याकडे लक्ष दिले नव्हते. आणि माझ्या आईचे काय? ती काय करत होती? दोन्ही मुलींवर करायची माया एकाच मुलीवर उधळत होती? एका मुलीच्या तोंडात पान्हा देत असेल आणि दुसरीलाही छातीशी धरले आहे असा विचार तिच्या मनात येत असेल? एका मुलीला तिचे प्रेम मिळत होते आणि दुसरीला कधीच उपाशी राहावे लागणार नव्हते याचे तिला समाधान वाटत असेल का?

''मला काही नाव ठेवले होते का? आणि तिचे नाव काय होते?''

बुलबुल आरामखुर्चीवर आणखीच आडवे झाले. ते बोलताना आता मला त्यांची टाळूही दिसत होती.

''तुझं नाव मोहोना होतं आणि तिचं नाव मेघना.''

मेघना - मोहोना, मोहोना - मेघना, मो आणि मेग.

''मेघना - पुढे काय?''

''अशा लोकांना आडनावं नसतात. तुझ्या अम्मूला अर्थातच तुझं वेगळं नाव ठेवायचं होतं. मग तू झुबेदा झालीस. आमची छोटीशी झुबेदा.''

मोहोना. मेघना. हे नाव मी यापूर्वी केव्हा ऐकले होते? मला आठवेना. मेघना - मोहोना, मग मला आठवले. एक अनोळखी माणूस रस्त्याच्या पलीकडून ते नाव घेऊन ओरडला होता. त्यात काही तथ्य असू शकेल? नाही. अगदी सर्वसामान्य नाव होते ते. सर्रास आढळणारे. कुणीही चुकून हाक मारू शकतो. पण त्याला जराही शंका नव्हती. त्याला माझ्यात कुणीतरी दुसरीच दिसली होती. मी त्याचा चेहरा आठवायचा प्रयत्न केला. त्या वेळी अंधार पडला होता आणि मी स्वतःला

सहीसलामत वाचवण्याच्या काळजीत होते. त्याचे दमदार हात माझ्या खांद्यांवर होते आणि मी त्या पकडीतून निसटायच्या काळजीत होते. तो माझ्याकडे बुभुक्षित नजरेने पाहत होता. त्याला मी माहीत होते, काहीतरी असे जे भूतकाळात गाडून टाकलेले होते. त्याने त्याला माहीत असलेल्या व्यक्तीत माझे रूप बघितले होते आणि ती मी त्या क्षणापर्यंत कुठेतरी हरवून गेले होते. नाही, असे असणार नाही. पण हा विचार विलक्षण होता. मी पुन्हा या माणसाला अचानक भेटले तर? हा माणूस माझ्या बहिणीला ओळखत होता असे वाटणे हास्यास्पद होते. पण जर ओळखत असला तर? माझ्या डोळ्यांसमोर चित्र दिसायला लागले. मी एका खिडकीला लोंबकळत होते, माझे हात सुटून मी पडणार होते आणि हा माणूस मला हात द्यायला बघत होता. त्याच्या रूपाने मला आशेचा किरण दिसू लागला होता. तो मला कधीच सापडणार नव्हता आणि सापडला असता तरी तो मला काही सांगण्याची शक्यता कमीच होती. माझी जन्मदात्री कुठे आहे याचा कुणालाच पत्ता नसेल, माझ्या आयुष्याला आकार देणाऱ्यांपैकी कुणालाच असे वाटले नसेल की पुढे मी माझ्या भूतकाळाविषयी 'मला केवळ वाचवले' यापलीकडे जाऊन काही चौकशी करेन. आता मलाच यासाठी काहीतरी पाऊल उचलायला हवे होते. जिथे कुठे जरासा आशेचा किरण दिसेल तिथे प्रयत्न करायला हवा होता.

मी वळले. बुलबुलनी आता डोळे मिटून घेतले होते. मला त्यांच्याबद्दल कीव वाटू लागली. त्यांच्या आयुष्याच्या मर्यादांची मला जाणीव झाली. त्यांच्या श्रीमंत वडिलांनी बांधलेले हे घर, त्यांनी सुरू केलेले उद्योगधंदे बुलबुलनी आपल्या मेहनतीने नावारूपाला आणले होते. प्रत्येक वेळी ते गोदामात गेले, ऑफिसात गेले की तिथे त्यांचे वडील, त्यांच्याकडे भिंतीवर टांगलेल्या तसबिरीतून रोखून पाहत असणार. वडिलांच्या वारशाच्या ओझ्याखाली ते दबून जात असणार. हातात व्हिस्कीचा ग्लास घेऊन ते आरामखुर्चीवर डोळे मिटून पडले होते. त्यांना तसेच पडू देऊन मी हलक्या पावलांनी बाहेर पडले. मनात आशेचा अंकुर रुजला होता. अशी आशा जी कुठल्याही क्षणी भ्रमनिरास होऊन कोमेजून मान टाकणार होती. मी त्या झोपी गेलेल्याचे आभार मानून बाहेर पडले.

तो न्हावी त्याच्या दुकानाच्या दारात लुंगीच्या घोळात शेंगदाणे घेऊन बसला होता. रस्त्यावर नजर टाकत टाकत तो एक एक शेंगदाणा सोलून तोंडात टाकत होता.

"अस्सलाम वालेकुम."

"वालेकुम अस्सलाम." त्याच्या ओट्यात शेंगा होत्या, त्यामुळे तो पट्कन उठून उभा राहिला नव्हता आणि त्यामुळे त्याला अवघडल्यासारखे होत होते, हे

मला त्याच्या नजरेतूनच कळले.

“मी एका माणसाला शोधते आहे. तो माणूस काही महिन्यांपूर्वी माझ्या अंगावर धावून आला होता. आठवतंय तुम्हाला?”

“नाही.” त्याने नकारार्थी मान हलवली.

“तुमच्या या दुकानासमोरच झाला होता हा प्रकार. तुम्ही बाहेर येऊन त्याला समजावलंत आणि आत घेऊन गेलात.”

त्याने बसल्याजागी बूड हलवले. आणखी एक शेंग उचलली, जमिनीवर दाबून फोडली.

“चुकीच्या रस्त्यावर आल्या असाव्यात तुम्ही. इथे खूप न्हावी आहेत.”

पाऊस थांबला होता; पण एकूण पावसाचे वातावरण तसेच होते- ओलेकच्च आणि कमालीचे दमट. त्याच्या विरळ केसांत घामाचे थेंब दिसू लागले होते.

“तुम्हाला आठवत नाहीये, मीच होते ती.”

त्याने नजर उचलून माझ्या चेहऱ्याकडे बघितले. मग पूर्ण खात्रीच असल्यासारखे म्हणाला,

“माफ करा, पण कोण तुम्ही?”

मी एक पाऊल मागे सरकले आणि त्याच्या दुकानावरची पाटी वाचली. ‘नावीद नापित’ - हाच, हाच होता तो. मला खात्री होती. आता जर गॅब्रिएल बरोबर असती तर तिनेही हेच सांगितले असते. पण मी अजून तिला गाठले नव्हते. मी त्या दुकानाच्या दोन्ही बाजूंची दुकाने बघून आले. काही अंतरावर एक सिगारेटचा स्टॉल होता. एक इलेक्ट्रिकल सामानाचे, बॅटऱ्या आणि तारांचे दुकान होते आणि एक शिंपी होता. त्यांच्यापैकी कुणालाच मला पाहिल्याचे आठवत नव्हते. मी रस्ता ओलांडला. या माझ्या इथे येण्याबद्दल मी माझीच खिल्ली उडवली. हा प्रयत्न सोडून देऊन मी परत जाण्याचे ठरवत होते तेवढ्यात कुणीतरी मला हाक मारली. मी वळले. समोर टिकल्यांचा सलवार कमीज आणि उंच टाचांच्या लाल चपला घातलेली एक बाई होती. आखूड केस, टोकदार हनुवटी आणि सतेज आणि चलाख डोळे. या ठिकाणी असा देखणा चेहरा हे नवलच होते.

“मला माहितेय तुम्ही कुणाला शोधताय ते. माझा नवरा तुम्हाला थांगपत्ता लागू देणार नाही. त्याला वाटतंय तुम्ही पोलिसात जाल.”

मी तिचा हात धरला.

“तुम्ही ओळखता त्याला? नाव काय त्याचे?”

“तुम्ही कशासाठी करताय ही चौकशी?” मान उडवून तिने विचारले.

“मला त्याच्याशी बोलणं गरजेचं आहे.”

तिने त्या न्हाव्याच्या दुकानाकडे तोंड वळवले.

"अन्वर होता तो, एका मुलीला शोधत फिरत होता- मेघना, मेघना तिचं नाव. तो दिवसभर त्याच नावाचा जप करीत असायचा - मेघना अशी, मेघना तशी आणि तिचे ते पोर."

मला धस्स झाले.

"त्यांचे मूलही होते?"

"तो सांगतो त्यावर विश्वास ठेवावा असा काही वाटत नाही तो. एक दिवस बांधकामावर काम करतो तर दुसऱ्या दिवशी त्या जहाजाच्या कामावर जातो. मी ऐकलंय - चिक्कार पैसा खर्च केलाय त्यानं तिला शोधण्यासाठी."

"सध्या काय करतो?"

तिने हात उडवले.

"थोड्या दिवसांपूर्वी कुठे गेला कोण जाणे. खूप दिवसात त्याची काही खबरबात नाही. तुमच्या नात्यातला आहे?

माझा शर्ट घामाने पाठीला चिकटला होता.

"तसंच समजा. शेवटी कुठे काम करत होता तो?"

"तुमचं काही नातं असावं असं वाटत नाही."

"नातं म्हणावं असं नाही. जहाजाच्या कामाचं काय म्हणत होतात तुम्ही?"

तिने माझा हात धरला आणि मला परत त्या न्हाव्याच्या दुकानाकडे नेत म्हणाली,

"नावीद सांगेल तुम्हाला."

नावीद त्याच्या लुंगीच्या ओट्यात असलेली शेवटची शेंगदाण्यांची टरफले झटकून टाकत होता. तोंडातले दाणे चघळत आणि बायकोला वरपासून खालपर्यंत न्याहाळत तो म्हणाला,

"आठवलं. तो चित्तगाँग शिपब्रेकिंगमध्ये काम करायचा."

नावीदच्या बायकोने त्याच्या हातात हात गुंफला.

"चित्तगाँग शिपब्रेकिंग अशी कुठलीच कंपनी नाहीये. चल, सांगून टाक या बाईला खरं काय ते. ही बाई कुणाची खबरी नसावी- असं नाही वाटत तुला?"

"नाही, अजिबात नाही. मी कुणालाच काहीच सांगणार नाही. त्याला तर काहीच त्रास होऊ देणार नाही."

समुद्राच्या दिशेने वारा वाहायला सुरुवात झाली होती. माझे कपडे वाळले होते. अंग गार पडू लागले होते. मला आता हुडहुडी भरू लागली होती. नावीद अजूनही सांगू की नको अशा दुविधेत असावा.

"ढाका, सिल्हेट शिपब्रेकिंग कंपनी."

चित्तगाँग, ढाक्का, सिल्हेट- तो नुसती शहरांची नावे घेत होता.

“नक्की ना?”

त्याच्या बायकोने मान डोलावली.

“तो खात्रीने सांगतोय. माझ्यासमोर काय खोटं बोलेल तो?” तिने त्याचा जोरात गालगुच्चा घेतला.

“ठीक आहे. थँक यू.”

“नाव सांगा ना.” ती म्हणाली. मी वळले. ती स्वतःच्या पुढे आलेल्या पोटाकडे निर्देश करत होती. आधी माझ्या लक्षात आले नव्हते पण सहा सात महिन्यांची गरोदर असावी.

“मोहोना.” मी त्या गल्लीतून बाहेर पडून चालायला सुरुवातही केली होती आणि खिशातून फोन बाहेर काढून ढाका सिल्हेट शिपब्रेकिंगचा नंबर मिळतो का ते पाहू लागले.

“कुठे होतीस तू सकाळपासून?” मला पाहताच गॅब्रिएलने विचारले. ती काय विचारते आहे ते कळायला मला जरा वेळच लागला. हाय अल्ला, आमचे आज त्या जखमी कामगारांना पुन्हा भेट द्यायचे ठरले होते.

“सॉरी, जरा काम होतं.”

“मो बरोबर होता का तुझ्या? तो म्हणाला होता- माझ्याबरोबर येईल म्हणून. पण तोही आला नाही.”

“नाही, मी शोधत होते - कुणाच्या तरी शोधात होते.”

“आज चक्री वादळ यायचा अंदाज वर्तवला आहे त्यांनी.”

“त्या बीचजवळ तो एक माणूस माझ्या अंगावर धावून आला होता - तो आठवतोय तुला?”

“म्हणजे तो माणूस? तुला दुसरीच कुणीतरी समजला होता?”

“मी त्याला शोधायला गेले होते.”

तिने तिच्या शर्टाच्या चुण्या नीट केल्या आणि म्हणाली,

“आपल्याला त्या मुलाखती आटपून घ्यायला हव्यात- त्या माणसांचं बरं वाईट व्हायच्या आधी.”

मी तिचे लेक्चर ऐकण्याच्या मनःस्थितीत नव्हते. ती बोलत होती आणि मी अन्वरचा चेहरा डोळ्यांसमोर आणायचा प्रयत्न करत होते. तो नेमके काय म्हणाला होता, ते आठवायचा प्रयत्न करत होते.

“त्याने मला ‘मेघना’ म्हणून हाक मारली होती. बरोबर?”

“मला माहीत नाही. मला वाटतंय तसं. तुला कळतंय ना मी काय म्हणतेय ते?”

मी उगीचच मान हलवली. मग ती अचानक मोच्या तिथे नसण्याने भडकली. लवकरात लवकर त्याला शोधून काढण्याची तिला घाई झाली होती.

"तो आपल्याला मदत करतोय हे अलींना कळलं तर अनर्थच होईल."

पुन्हा पाऊस पडायला सुरुवात झाली होती. वातावरण सुधारेपर्यंत मी गॅब्रिएलला थांबवण्याचा प्रयत्न केला. पण त्याला लवकर शोधून काढण्याची तिला निकड होती. अंधार पडू लागला होता. अशा वेळी जहाजावर काम करणाऱ्या मजुरांच्या ब्लोटॉर्चच्या ज्वाळा बेडरूमच्या खिडकीतून दिसत असत. पण आज काहीच दिसत नव्हते. बाहेर जोरदार पावसाने सगळेच झाकोळले होते आणि आकाशात चंद्रही नव्हता.

"बाहेरचं काहीच दिसत नाही."

"माझ्या मनात खूप वाईट विचार येताहेत."

मी फार दमले होते. डायनिंग टेबलावर हाताच्या घडीवर डोके टेकून मी बसले होते.

"गॅबी, मला खात्री आहे- तो ठीक असणार. तो आपल्यापेक्षा जास्त राहिलाय इथे. त्याला इथल्या वादळांची सवय आहे."

"प्लीज, काहीही सांगू नकोस."

मी डोळे मिटले. सोफ्यावर रेलून पडले. मला भूक लागली होती. फ्रिजमध्ये एका बाउलमध्ये चिकनकरी होती. त्यावर एक प्लेट झाकून ठेवली होती. त्या करीमधून मी चिकनचे तुकडे काढून घेतले आणि तसेच, गरम न करताच खाऊन घेतले. मो असता तर त्याने मला करी गरम करून दिली असती. त्या पाटा-वरवंट्यावर वाकलेल्या मोचे अशक्त हात, कोपरं मला डोळ्यांसमोर दिसू लागली. मी एक मोठा सुस्कारा सोडून गॅब्रिएलला म्हणाले,

"चल, बीचवर जाऊ या. अलींना भेटू या. त्यांना माहीत असेल तो कुठे आहे ते."

मला एका कपाटात ठेवलेली छत्री सापडली आणि आम्ही पायीच चालत निघालो. आमच्या घरापासून प्रॉस्पेरिटीचे गेट काही यार्डांवरच होते. पण अंधार होता. पाऊस होता. आम्ही अगदी सावकाश चालत होतो. गॅब्रिएल मला काहीतरी सांगत होती. पण मला ऐकू येत नव्हते. गेट बंद होते पण ते गेट आणि शेजारची भिंत यांच्यामध्ये असलेल्या फटीतून आम्ही आत शिरलो. आम्ही यापूर्वीही अशा प्रकारे गेलो होतो. गॅब्रिएलने तिच्या डोक्याभोवती आणि तोंडाभोवती स्कार्फ गुंडाळला होता. पण माझ्या उघड्या खांद्यांवर, मानेवर पाऊस बरसत होता. गेटमधून आत शिरताना आम्हाला प्रॉस्पेरिटीच्या ऑफिसात दिवा लागलेला दिसला. आम्ही ऑफिसात शिरलो. पण आत कुणीच नव्हते. खुर्च्या टेबलांखाली सरकवलेल्या होत्या. अलींचा

कॉम्प्यूटर बंद केलेला होता. वाऱ्याचा जोर वाढलेला होता. त्या जोरदार वाऱ्याच्या झोतांबरोबर किनाऱ्यावरची वाळू ऑफिसच्या खिडक्यांवर येऊन आपटत होती.

आम्ही तिथे थांबावे असे मला वाटत होते. मी गॅब्रिएलला म्हणाले,

''सगळीकडे सगळे नीट आहे ना, ते बघायला अली गेले असतील. ऑफिसला कुलूप नाहीये. ते परत येतील.''

गॅब्रिएलने तिचा भिजलेला स्कार्फ काढून टाकला आणि तो एका खुर्चीच्या पाठीवर टाकला.

''मो मला काहीतरी सांगत होता. पण मला काही त्याचे बांगला कळले नाही. कुणातरी मुलीबद्दल काहीतरी सांगत होता.''

''कोणती मुलगी?''

''ती मुलगी - मागेही तो एकदा तिच्याबद्दल सांगत होता. आठवतंय तुला?''

मी अलींच्या डेस्कपाशी गेले. त्यांच्या ड्रॉवरमध्ये खाण्यापिण्याचे पदार्थ ते ठेवत असत. त्यांच्या ड्रॉवरमध्ये धुंडाळल्यावर मला एक मारी बिस्किटांचे पाकीट सापडले. गॅब्रिएलला मी ती बिस्किटे दिली.

''पण त्यानंतर त्याने कधीच तोंड उघडले नाही.''

मोने माझ्याजवळ त्याचे मन कधीच मोकळे केले नव्हते. कधीच नाही. माझ्यावर विश्वास ठेवण्याच्या लायकीची मी नव्हते. मी ते लोणी आणि कलौंजी घातलेले कोरडे मारी बिस्किट खायला सुरुवात केली.

''परवा घरी आला तेव्हा त्याच्या भुवईवर जखम झालेली होती.'' गॅब्रिएल तिच्या भुवईवर बोट टेकवत म्हणाली.

''मी त्याला विचारले तेव्हा म्हणाला, मा- म्हणजे आई ना? त्याची आई?''

आम्ही अलींची वाट पाहत होतो. मी त्यांच्या मोबाईलवर फोन केला; पण फोन लागत नव्हता.

''आपण आणखी कुणाला विचारू शकतो? पोलिसांना विचारू या?'' गॅब्रिएलने विचारले.

''अगं इथे भटकी पोरं खूप असतात.'' माझ्या आईला असे बोलताना मी ऐकले होते, तेच वाक्य मी म्हणून टाकले. गॅब्रिएल म्हणाली,

''मला त्यांच्या बराकीत बघायचंय. चल माझ्याबरोबर, मला त्यांच्याशी बोलायला जमत नाही.''

बराकीतल्या मजुरांसाठी हे चमत्कारिकच होते. दोन नखशिखान्त भिजलेल्या बायका अंधार पडल्यावर त्यांच्या बराकीत येत होत्या. मी तिला हे सांगण्याचा विचार केला पण मी काय म्हणते आहे ते तिला कळलेच नसते. बाहेर पाऊस कमी झाल्यासारखा वाटत होता; पण अजूनही वाऱ्याला तोंड द्यावे लागत होते. वाळूत

आमच्या पावलांच्या खुणा उमटत होत्या. आम्ही धावत पळत मजुरांच्या बराकी गाठल्या. डोळे अंधाराला सरावले आणि समोरचा ग्रेसचा अर्धवट मोडून काढलेला सांगाडा अंधूकसा दिसू लागला.

बराकीचे सर्व दरवाजे बंद होते. 'वरचा मजला.' गॅब्रिएल अंधारातच ओरडली. दूरवर ढगांचा गडगडाट सुरू झाला आणि पुन्हा प्रचंड पावसाचा आवाजही यायला लागला. आम्ही त्या सिमेंटच्या पायऱ्यांवरून वर चढून गेलो. मी पहिला दरवाजा ठोकला. कुणी उठून दरवाजा उघडला नाही. मी पुढे गेले आणि जास्तीत जास्त जोरात आणखी तीन दरवाजे ठोठावले. गॅब्रिएलही तेच करत होती. मग आम्ही पुन्हा पहिल्या दाराशी गेलो. आता दार ठोठावण्याबरोबरच आम्ही हाका मारायचाही सपाटा लावला. सरतेशेवटी ते दार उघडले आणि पावसाने आम्हाला पुन्हा गाठायच्या आत आम्ही बराकीत शिरलो. बराकीत वरती ट्यूब लाइट लावल्या होत्या. बराकीला खिडक्या नव्हत्या. छतात एक चौकोनी भोक काढले होते. ते सळयांनी बंद करून टाकलेले होते. या भोकातून पावसाचे पाणी गळत होते. त्याच्याखाली एक बादली ठेवली होती आणि काही धडोती पसरलेली होती.

बराकीत जवळपास वीस माणसे होती. त्यांच्यापैकी एकही माझ्या ओळखीचा नव्हता. गॅब्रिएलने विचारले,

"मो? मो कुठाय?"

"आम्ही शोधतोय त्याला. तुमच्यापैकी कुणी त्याला पाह्यलंय?" मी विचारले.

"नाय दिसला बा. दिसभर गायबच हुता म्हना की. आमाला बी गावला नाय."

कुणीतरी एक कोरडे फडके आणून दिले. मी चेहरा पुसला आणि ते फडके गॅब्रिएलकडे दिले. तिनेही तोंड पुसले.

"इतर कुठल्या खोलीत असेल?" मी विचारले.

"असंल बी कवा नसंल बी." दोन माणसे त्याला शोधायला पावसात बाहेर पडली. ते परत येण्याची वाट पाहत असताना त्या बराकीत इकडेतिकडे नजर टाकणे अवघड जात होते.

"ही अशी वादळं उन्हाळ्यात नेहमीच होतात?" मी एकाला विचारले.

"याच्यापरीस आनखी वंगाळ."

"तुम्ही कोणत्या कामावर आहात?"

"पत्रा कापून काडतो जी."

तिथले बिछाने तीन मजली होते. बिछान्यांच्या खाली आणि भिंतींशी त्यांचे सामान दाटीवाटीने ठेवलेले होते. मोडक्यातोडक्या ट्रंका, प्लॅस्टिकच्या बादल्या, टिनचे कप आणि थाळ्या. एक दोरी बांधलेली होती. तिच्यावर खूप लुंग्या आणि पंचे टाकलेले होते. त्यांच्या भाराने ती दोरी लोंबलेली होती. काही जणांनी त्याच्या

बिछान्याशेजारी त्यांच्या बायकामुलांचे फोटो लावलेले होते.

"किती दिवसांपासून मो या बीचवर आहे? कुणाला माहिती आहे काही?" मी विचारले.

"म्या आलो तवा हितंच व्हता त्यो. म्या आलो त्याला तीन सालं जाली आता," कोणीतरी म्हणाला.

"कुनी म्हन्तं हिथलंच ब्येनं हाय त्ये," दुसरा बोलला.

मला एकदम जाणीव झाली की या मोबद्दल आपल्याला किती कमी माहिती आहे. मी त्याला त्याच्याबद्दल काहीच विचारले नव्हते.

"नातेवाईक नाहीत कुणी?"

दार उघडून मोला शोधायला गेलेली ती माणसे परतली होती. ते पूर्णपणे भिजले होते आणि ते उभे होते तिथे त्यांच्या पायाशी पाण्याचे थारोळे जमत होते.

"कुनीच बघिटला न्हाई त्येला दिसभरात."

"त्ये बडे साब तुमाला परत जायाला सांगत्यात."

"अलीसाहेब आले का?"

"हापिसात हैत जी."

"चल गं," मी गॅब्रिएलला म्हणाले.

"तुमी त्येन्ला सांगताव का? तुमीच आमास्नी भाईर घालिवलं त्या बारक्याला सोधायला. त्येन्हा भावत न्हाई आसं भाईर फिरल्यालं."

मो रात्रीतून परत आला तर कळवण्यासाठी गॅब्रिएलने मला माझा फोन नंबर त्यांना द्यायला सांगितला. मी एका कागदावर माझा फोन नंबर लिहून त्यांना दिला. मला माहीत होते की त्यांच्या जवळ मोबाइल नसणार, त्यांना वाचायलाही येत नसणार. पण मला बरे वाटले. आता मलाही मोच्या नाहीसे होण्याची भीती वाटू लागली होती. मी मोला बीचवर किंवा घराव्यतिरिक्त इतर कुठेही वावरताना बघितला नव्हता. कधी कधी तो भाज्या, किराणा आणायला बाजारात जायचा. पण आता बाजार बंदच झाला होता. मला वाटू लागले की त्याने मला त्याच्या त्या मैत्रिणीबद्दल आणखी काहीतरी सांगायला हवे होते. मला आता टोचणी लागली होती. पण आता इथे थांबण्यात काहीच अर्थ नव्हता. मी भिजले होते. मला हुडहुडी भरली होती. आता अलींना सगळे सांगून घरी परतायचे होते.

त्या वादळातून आम्ही कशाबशा अलींच्या ऑफिसमध्ये पोचलो तेव्हा अली लॅंडलाइनवरून कुणाला तरी फोन करत होते. माझे कपडे अंगाला चिकटले होते. मला संकोच वाटत होता. गॅब्रिएलच्या पातळ ब्लाउजमधून तिची ब्राची वळणे दिसत होती. फोनवरचे बोलणे ऐकत अलींनी आम्हाला आत यायची खूण केली.

"हो सर, आम्ही सगळे हिशोब करूच. हे वादळ अचानकच आलंय," ते

हॅरीसनशी बोलत असावेत.

"सॉरी सर, हो हो, नक्की. लगेचच करीन सर."

त्यांनी फोन ठेवून दिला तेव्हा मी म्हणाले,

"काळजीचं आहे का काही?"

माझ्या लक्षात आले की उरलेली बिस्किटे मी आत टाकायला विसरले होते.

"हे वादळ, यामुळे काय काय नुकसान होईल याचा आम्ही अंदाज घेतोय."

पुन्हा एकदा फोन वाजला. अलींनी फोन घेतला आणि हळू आवाजात बोलत ते बाहेरच्या व्हरांड्यात गेले. ते परत आले आणि म्हणाले,

"माफ करा पण साहेबांना फार काळजी वाटतेय. बसा ना. खाली बसा. तुम्ही या अशा वादळात मला शोधत इथे आलात?"

"मो दिसत नाहीये. आम्ही त्याला शोधतोय. तुम्हाला माहितेय का तो कुठे आहे?" गॅब्रिएलने विचारले. मला तिला गप्प करायला वेळच मिळाला नाही.

"या अशा वादळात तुम्ही त्या पोराला शोधण्यासाठी बाहेर पडलात?"

अली गोंधळले होते. नव्हे, ते चक्क दुखावले गेले होते. त्या नगण्य पोराला शोधण्यासाठी आम्ही इतके प्रयत्न करावेत आणि अशी अवघड परिस्थिती निर्माण करावी, याचे त्यांना वैषम्य वाटत होते.

मी हलकेच अलींकडे पाहिले आणि खांद्यावरून हळूच गॅब्रिएलकडे नजर टाकत त्यांना म्हणाले,

"ती फार काळजी करत होती. अलीकडे फारच जिव्हाळा वाटतो तिला मो बद्दल."

अली समजले. अलीकडे परदेशी बायका या देशात येतात आणि या अशा लोकांचा कळवळा येऊन त्या त्यांना आपल्या पंखाखाली घेतात.

"समजू शकतो मी. पण मी काय करणार?"

गॅब्रिएल अलींच्या टेबलावर दोन्ही हात टेकवून त्यांच्यासमोर उभी राहिली आणि म्हणाली,

"तुम्ही त्याला शोधायला माणसं पाठवू शकता. आम्ही बघितलं पण आम्हाला तो सापडला नाही."

अलींची नजर खाली वळली. मग त्यांनी इकडेतिकडे बघितले. सिलिंगकडेही नजर वळवली; पण गॅब्रिएलची नजर चुकवली.

"मॅडम, काळजी करू नका. ही असली वादळं या पोराला नवीन नाहीत. सवय आहे त्याला. हसत हसत येऊन हजर होईल उद्या. बघालच तुम्ही. ऐका माझं, जिथे असेल तिथे सुखरूप असेल तो."

गॅब्रिएल रडकुंडीला आली होती. मान नकारार्थी हलवत ती म्हणाली,

“मला खूप अशुभ शंका येताहेत.”

“गॅबी, अलींना कल्पना आहे. आपण घरी जाऊ. मोच आपल्याला शोधत येईल. आणि उद्यापर्यंत आलाच नाही तर आपण आहोतच ना. पुन्हा शोध सुरू करू त्याचा,” मी.

“हो, येईलच तो सकाळपर्यंत. आणि नाहीच आला तर आणखी शोध घेऊ आपण त्याचा,” अली.

मी गॅब्रिएलला जरा ओढतच बाहेर घेऊन आले.

“थँक यू, मि. अली.”

“तुम्हाला घरापर्यंत सोबत करू?”

“नाही, नको, इथेच तर जायचंय.”

दारापाशी गेल्यावर मी थांबले, वळले आणि अलींना विचारले,

“इतक्या रात्री तुम्ही स्वतः इथे आला आहात, ते का, मि. अली?”

त्यांनी हातानेच प्रश्न उडवून लावल्यासारखे केले पण म्हणाले,

“ते तुमच्या मित्राच्या पियानोसाठी. आम्हाला तो उद्या सकाळीच पाठवून द्यायचा आहे. पियानो ढाक्याला न्यायला साहेबांनी एअरकंडिशन्ड ट्रक पाठवलाय. या वादळाने सगळीच पंचाईत झालीय. पण ठीक आहे. काळजीचं काही कारण नाही. जा आता तुम्ही घरी.”

बाहेर पावसाने आणखी जोर धरला होता. वातावरण अधिक कुंद झाले होते. तिथेच थांबल्याने मोचा काहीतरी सुगावा मिळणार असल्यासारखे एक क्षणभर पाय रेंगाळले. अचानक गॅब्रिएलने माझा हात सोडला आणि ती समुद्राकडे धावत सुटली. मीही तिच्यामागे धावले. थोड्याच अंतरावर, किनाऱ्यावर काही माणसांचा एक जमाव गर्दी करून उभा होता. मी जवळजवळ त्यांना धडकलेच. गॅब्रिएल तिच्या मोडक्या तोडक्या बांगलात त्यांच्याजवळ मोची चौकशी करत होती. त्या मुसळधार पावसात आकाशातला चंद्र जेमतेम दिसत होता. समुद्राच्या आणखी जवळ गेल्यावर ग्रेसच्या त्या भग्न सांगाड्यावर लावलेले दिवेही दिसू लागले. तो जमाव माझ्याभोवती गोळा झाला होता. पाणी सगळ्या बाजूंनी मला वेढत होते. माझे केस, माझे कपडे भिजून चिप्प झाले होते. तेवढ्यात कुणीतरी माझा दंड खेचला. मी वळले. गॅब्रिएल माझ्या कानात बोलायचा प्रयत्न करत होती.

“पियानो, सगळे चिडलेत या पियानोमुळे.”

मी त्या कामगारांवरून नजर फिरवली. ते माझ्याभोवती घोळका करून जमले होते. त्यांच्या मध्यभागी त्यांचा म्होरक्या होता - सेलीम. हाच तो रुंद कपाळ असलेला माणूस. हाच मला त्या तीन जखमी मजुरांपर्यंत घेऊन गेला होता. त्याने हात उंचावला आणि सगळ्यांना गप्प केले.

''बगा बगा, ती खुर्ची भाईर आनत्यात.''

गॅब्रिएल कुठे गेली कुणास ठाऊक. ग्रेसपासून खालच्या जमिनीपर्यंत एक तात्पुरता लाकडी पूल तिरका उभारलेला होता. त्या अर्धवट प्रकाशात मला तो कसाबसा दिसत होता. थोड्या वेळाने काही माणसे भली मोठी, जडशीळ वस्तू त्यांच्या खांद्यांवर पेलत बाहेर आली. माझ्या भोवताली जमलेल्या जमावात खळबळ माजली. सगळे मजूर मोठ्याने ओरडायला लागले. हळूहळू ती माणसे ते ओझे घेऊन त्या तात्पुरत्या पुलावर पोचली. ते ओझे म्हणजे एक अवाढव्य पेटारा होता. खालच्या बाजूने तीन माणसांनी तो पेलला होता. इतर सगळे वरच्या बाजूने त्याला रेटा देत होते. ते सगळे अगदी इंचाइंचाने पुढे सरकत होते आणि सगळे जण एकसाथ 'हैय्या हो' चा गजर करत होते. मी मंत्रमुग्ध होऊन, श्वास रोखून हा सगळा तमाशा पाहत होते. आता माझ्या लक्षात येत होते. तुझा पियानो - हा तुझा पियानो, एलिजा, त्या पुलावरून सहीसलामत खाली उतरवण्याची जीवघेणी धडपड चालू होती. आम्ही डोळ्यांत प्राण आणून बघत होतो. ते क्षण तिथेच गोठलेले होते. प्रत्येक सेकंद जाता जात नव्हता. आता ते निम्मा पूल उतरून खाली आले होते. माझ्या भोवतालच्या जमावाचा संताप आता निवला होता. ते आता त्या पुलावरच्या मजुरांना क्रिकेटच्या मॅचसारखे प्रोत्साहन देत होते. त्यांचा जयघोष करत होते.

आणि त्याच वेळी जे होऊ नये ते झाले. त्या मजुरांपैकी एक जण गडबडला. लय बिघडली. ज्या वेळी सगळ्यांचे हात वर जायला हवे होते, त्या वेळी याचे हात खालीच राहिले. त्यानंतर सगळाच गोंधळ झाला. तो पेटारा बाजूला झुकला. सगळेच जण पुलाच्या कडेला खेचले गेले. त्यांचा म्होरक्या त्यांना, 'हात सोडू नका' - 'स्थिर रहा,' म्हणून बेंबीच्या देठापासून ओरडत होता. मी जिथे उभी होते तिथून मला आता दिसत होते की तो पेटारा वाचवणे आता कुणालाही शक्य नव्हते. मी त्या पुलाकडे धावत सुटले. तो पेटारा वाचवायचे प्रयत्न सोडून देऊन त्यांनी आता स्वतःला वाचवावे म्हणून आकांताने ओरडत होते. प्रत्येकाला मागे सरकायला सांगत होते. तो पेटारा आता त्या सगळ्यांना घेऊन पुलावरून कोसळणार होता. ते सगळे मजूर त्या पेटाऱ्याखाली चिरडले जाणार होते. सगळे मजूर धडपडत मागे हटले आणि तो पेटारा वीस तीस फूट उंचीवरून खाली कोसळला. एखाद्या अंड्यासारखी त्याची शकले उडाली. अक्राळविक्राळ वादळी पावसाच्या भेसूर पार्श्वसंगीतांवर हजारो सुरांचा एकाच वेळी आक्रोश झाला, हजारो पट्ट्या एकाच वेळी दाबल्या गेल्या. पेटाऱ्याच्या लाकडांच्या चिरफाळण्याच्या कर्कश आवाजात तो पियानो पेटारा तोडून बाहेर कोसळला आणि त्याचीही शकले उडाली. सुरांच्या पट्ट्यांचे, काळ्या पांढऱ्या रंगाचे असंख्य तुकडे दशदिशात उधळले गेले. त्या मोडतोडीच्या गदारोळात अचानक मानवी किंकाळ्या घुमू लागल्या, एकामागून एक

- दोन मानवी आकृत्या बाहेर भिरकावल्या गेल्या आणि पियानोच्या अवशेषात फेकल्या गेल्या, गाडल्या गेल्या. त्या फुटलेल्या पेटाऱ्याच्या खाली दबलेल्या पियानोच्या झाकणाखाली दोन मुले चिणली गेली होती. एकमेकांभोवती हात आवळलेली ती मुले पाहून माझी शुद्धच हरपली. पण त्यापूर्वी एक आर्त टाहो माझ्या कानावर पडला होता -

"माझी बछडी- माझी आहे ती. माझीच."

अंतिम सत्य

मी दुसऱ्या जगात जाऊन पोचले होते, एलिजा- स्वप्नांच्या जगात. म्हणजे मी याच खऱ्याखुऱ्या जगात होते आणि तरीही मी काहीही पाहिले नव्हते. मला शुद्ध नव्हती. तो प्रदीर्घ काळ मी केवळ तुझीच स्वप्ने पाहत होते असा हा जो माझा समज झालेला होता तो पुसून काढण्यात मी अयशस्वी ठरले होते. त्या दुसऱ्या जगात मी फक्त तुझाच चेहरा पाहत होते. तू हॉस्पिटलमध्ये माझ्याशेजारी बसून होतास. माझा हात हातात घेतला होतास. माझ्या आणि तुझ्या मनगटावरच्या नाडीत आपल्या दोघांच्या हृदयाचे ठोके संथपणे निनादत होते. तू माझ्या रक्ताळलेल्या कपाळावर ओठ ठेवत होतास. तुझा श्वास माझ्या कपाळावर फुंकर घालत होता. काही तासच बेशुद्धीत गेले असतील; पण माझ्या त्या दुसऱ्या जगात तो वेळ पार ॲम्ब्युलोसीटसच्या काळात जाऊन पोचला होता.

ॲम्ब्युलोसीटसचा काळ म्हणजे एकोणपन्नास दशलक्ष वर्षांपूर्वीचा काळ. भारतीय उपखंड आशिया खंडावर येऊन धडकला, धरणी वर उचलली जाऊन हिमालय पर्वत निर्माण झाला. अवाढव्य टेथिस समुद्र भूभागाने वेढला जाऊन आकुंचन पावला. इतक्या सगळ्या घडामोडींनंतरही ॲम्ब्युलोसीटसचे मागचे पाय अजून शाबूत होते. त्यामुळे अजूनही ती दिवसाचे काही तास समुद्रकिनाऱ्यावर लोळून उत्तर आशियाच्या पठारावर मिळणाऱ्या सूर्यप्रकाशाचा आनंद लुटू शकत होती. पण ती जलचरच होती. तिची पूर्वज पेकीसीटस मात्र भूचर होती. उथळ, गुडघाभर पाण्यापर्यंतच तिची मजल. आणि मग पिढ्यांमागून पिढ्यांत उत्क्रांती होत ॲम्ब्युलोसीटसचे वंशज खोल, अथांग समुद्रात जाऊ लागले. त्यांच्या नाकाची लांबी वाढली. मागच्या पायांच्या बोटांना जोडणारे पडदे तयार झाले. पाण्याखालील भक्ष्य पकडता यावे म्हणून तोंडातल्या पुढच्या दातातील फटी कमी झाल्या.

ॲम्ब्युलोसीटसची ही कहाणी म्हणजे उत्क्रांतीची, परिवर्तनाची कहाणी. एका अवस्थेतून दुसऱ्या अवस्थेत झालेल्या संक्रमणाची कहाणी. अशी कहाणी जिने परिवर्तनाच्या, संक्रमणाच्या विशाल शक्यतांचे भांडार मागे ठेवले होते. काळाच्या ओघात लुप्त झालेल्या प्रजातीची ही कहाणी नाहीच. ॲम्ब्युलोसीटसची मॅस्टाडानशी तुलनाच करता येणार नाही. मॅस्टाडान उत्क्रांतीच्या फटक्यात नामशेष झाली होती. पण ॲब्युलोसीटसचा उत्क्रांतीचा प्रवास धीमा असला तरी मध्येच संपलेला नव्हता.

पिढ्यांच्या संक्रमणातून होत जाणाऱ्या बदलातून तिने मेसोनिचीडचे खूर आणि बारके नाक यांना निरोप दिला आणि कानांमध्ये वक्राकृती हाडे स्वीकारली. तिचा मागोवा घेणाऱ्यांना हे बदल - 'ही व्हेल - ही समुद्राच्या तालावर खाते, पिते, श्वास घेते, जगते,' असे एखाद्या चित्रलिपीसारखे वाचता येण्याजोगे ठळकपणे कळून येतात.

तो पेटारा पडल्यावर त्याचे तुकडेतुकडे झाले. त्यातलाच एक तुकडा उडून मला लागला आणि माझ्या कपाळावर खोक पडली. टाके घालावे लागले. डोक्याला मार लागला होता आणि कोपराला फ्रॅक्चर झाले होते. काही कायमस्वरूपी नुकसान तर झाले नाही ना, हे पाहण्यासाठी ढाक्याला गेल्यावर आणखी टेस्ट कराव्या लागणार होत्या. पियानोचा पेटारा रँम्पवरून घसरल्यावर सगळे जण सुरक्षित अंतरावर पळाले होते. एकटी मीच वेड्यासारखी पुलाकडे धावले होते. त्यामुळे सगळ्याचा मथितार्थ एकच निघाला होता- माझे नशीब बलवत्तर होते म्हणून मी बचावले होते.

हॉस्पिटलमध्ये माझ्याशेजारी बसून होता, तो तू नव्हतास. माझ्या कानात घुमत असलला आक्रोश- 'माझी बछडी, माझी बछडी' - तुझा नव्हता, ते माझे वडील होते. माझ्या हातात गुंफलेला हात तुझा नव्हता. माझ्या अम्मूचा होता. आणि माझ्या कपाळाच्या जखमेवर ओठ टेकवताना, माझ्या चेहऱ्यावर रेंगाळणारा श्वासही तुझा नव्हता. तो रशीद होता.

मी शुद्धीवर आले आणि मोठ्या कष्टांनी डोळे उघडले आणि पहिल्यांदा काय केले असेल तर मोला साद घातली. सगळ्यांनी मला समजावले की मी जराशी बरी झाले की मगच त्याला भेटता येईल. हे सगळे जे चालले होते ते स्वप्न होते आणि प्रत्यक्षात तू माझ्याजवळ होतास, अशी कल्पना करत मी लगेच डोळे मिटून घेतले. पण मी पुन्हा डोळे उघडले तेव्हा माझी वृथा काळजी करणारे ते सारे तिथेच होते. सामान्यपणे विचार केला तर मी फारशी जखमी झाले नव्हते. तेच माझ्यावरच्या प्रेमामुळे जरा जास्त काळजी करत होते.

मी सरकारी हॉस्पिटलमध्ये होते. तिथल्या सर्वोत्तम खोलीत मला ठेवले होते. पण तिथे एक कॉट आणि माझ्या नातेवाइकांसाठी बसायला तीन खुर्च्या याव्यतिरिक्त काहीच नव्हते. खोलीत लघवीचा आणि अँटीसेप्टीक औषधांचा वास भरून राहिला होता. खोलीला एकही खिडकी नव्हती, छतावरती एक ट्यूब लाइट फकफकत होती.

मला पुन्हा जाग आली तेव्हा अंधार झाला होता. मी जोराजोरात किंचाळू लागले. डॉक्टर इंजेक्शन घेऊन धावत पळत आले. मी आयव्हीची सुईच उपसून काढली तेव्हा माझे वडील म्हणाले,

"आपण तिला घेऊन जाऊ या. कधीतरी तिला हे कळणारच आहे."

नंतरचे सगळे मला याक्षणीही स्पष्टपणे आठवते आहे. त्या हॉस्पिटलच्या दुसऱ्या भागात दोन बेड असलेल्या एका खोलीत मोला ठेवले होते. दुसऱ्या बेडवर डोक्याचे सगळे केस काढून टाकलेली एक मुलगी होती. दोघांनाही झोप लागलेली होती. माझ्या आईने माझ्यासाठी घरून कपडे आणले होते. पण ते दोघेही हॉस्पिटलच्या भल्यामोठ्या गाउनमध्ये होते. चेरीच्या देठांसारखे त्यांचे हडकुळे हात त्या गाउनमधून बाहेर आलेले दिसत होते. तिथे असलेला मॉनिटरचा बीप अधूनमधून वाजत होता. मोची छाती धपापत होती. त्यांचे चेहरे शाबूत होते, अपघातामुळे चेहऱ्यावर जखमा झालेल्या नव्हत्या.

"बाहेरून दिसत नसल्या तरी अंतर्गत जखमा बऱ्याच आहेत," डॉक्टर म्हणाले.

"ऑपरेशन करावे लागेल?"

"जखमांनी झालेले नुकसान फार गंभीर आहे."

मी मोच्या अंगावरचे पांघरूण सरकवले. त्याच्या पायांना मांड्यांपर्यंत बँडेज बांधलेले होते. त्याच्या पोटावरच्या बँडेजवर श्वासपटलापाशी रक्ताचा मोठा डाग पडला होता.

"त्याचं बँडेज बदलायला हवंय."

"फार गंभीर जखमा झाल्यात त्याला." डॉक्टर पुन्हा म्हणाले. अब्बूंनी हलकेच माझ्याभोवती हात वेढला. माझ्या खांद्याला जखम नसूनही मी कळवळले. मोने त्या पेटाऱ्यामध्ये लपून बसून अमेरिकेला जायचा धोकादायक बेत रचला होता- अमेरिकेला म्हणजे- तुझ्याकडे, एलिजा, तुझ्याकडे! त्याला कळले होते की हा पियानो अमेरिकेला पाठवला जाणार आहे. त्याला अमेरिकेला जायचे होते. आणि त्या पेटाऱ्यात तो एकटाच नव्हता, त्याने एका मुलीला बरोबर घेतले होते. ती मुलगी कोण, तिचे कुणी नातेवाईक आहेत का याचा शोध घेतला जात होता. पण तिला कुणीही ओळखत नव्हते. ती त्या बीचवर राहत नव्हती किंवा चित्तगाँगमध्येही राहत नव्हती. ज्या मुलीशी मो मोठा झाल्यावर लग्न करणार म्हणाला होता - तीच ही मुलगी असावी. ती शक्यता तर आता संपलीच होती.

दुसऱ्या दिवशी एका माणूस दारात येऊन उभा राहिला. त्याचे नाव अन्वर होते. तो म्हणाला,

"तुम्ही मेघना नाही ना?"

मी स्तब्ध झाले. आता मला कोणत्याच गोष्टीमुळे आश्चर्य वाटेनासे झाले होते. तो मुलगा तुझ्याकडे येण्यासाठी त्या पेटाऱ्यात दडून बसला होता. मी तुझ्यावर प्रेम

करत होते. त्या बदल्यात मलाही तुझ्या प्रेमाचा लाभ झाला होता. पण तरी तुझ्या माझ्यात दुरावा निर्माण झाला होता. आज मी या हॉस्पिटलच्या पांढऱ्या निळ्या खोलीत येऊन पडले होते.

"कोण आहात तुम्ही?" विचारणारा रशीद होता. मी खुणेनेच त्याला बोलू द्यायला सांगितले. माझा हात बँडेजमध्ये होता. तो हलवायला कष्ट पडत होते. अन्वर माझ्याजवळ आला. त्याच्यासारखा माणूस, माझ्यासारख्या बाईच्या इतक्या जवळ एरवी कधीच येऊच शकला नसता. त्याने अविश्वासाने माझ्याकडे निरखून पाहत नकारार्थी हात हलवला. मला त्याच्या कपाळावरच्या रेषा आणि तळहातावरचे घट्टे स्पष्ट दिसले.

"ती माझी बहीण होती," मी कशीबशी बोलले. मग मला रडू अनावर झाले. मी रडता रडता पुन्हा म्हणाले, "ती माझी बहीण होती."

त्यालाही रडू फुटले. त्याने घट्टे पडलेल्या हातांनी त्याचा व्याकूळ चेहरा झाकून घेतला. कुणीतरी त्याला मागे ओढले आणि खोलीबाहेर नेले. पुन्हा माझी शुद्ध हरपली आणि मी पुन्हा त्या दुसऱ्या जगात पोचले- तुझ्या जगात.

मी हॉस्पिटलमध्ये होते तेव्हा अम्मू माझ्या बेडशेजारी बसून होती. मला सतत सांगत होती की मला सगळी वस्तुस्थिती न सांगून, ती लपवून ठेवून त्यांनी खूप मोठी चूक केली होती. आता मी घरी आले की सगळे सुरळीत होणार होते. अनेक गोष्टींवर हेतुपुरस्सर टाकलेला पडदा आता दूर होणार होता. आजपर्यंत कधीच बोलल्या न गेलेल्या गोष्टींची खुली चर्चा होणार होती. आम्ही माझ्या जन्मदात्या आईला शोधून काढणार होतो. संपूर्ण देश पिंजून काढावा लागला तरी आम्ही तिचा मागोवा घेणारच होतो.

तिसऱ्या दिवशी त्यांनी अन्वरला पुन्हा माझ्याकडे येऊ दिले. आम्ही खूप बोललो. तास न् तास आम्ही बोलत होतो. म्हणजे तो बोलत होता आणि मी ऐकत होते. कोमोलाने पाठवलेला केळ्याचा ब्रेड आम्ही दोघांनीही खाल्ला. याच भेटीत त्याने मला माझी आई मरण पावल्याचे सांगितले. तिच्या मरणाचे मला दुःख झालेच; पण हे दुःख मला का होत होते, तेच मला कळत नव्हते. या दुःखाचा अर्थ लावायच्या आतच त्यांनी मला रात्री मो गेल्याचे सांगितले. त्यांनी त्याचा व्हेंटिलेटर बंद केला होता. त्यांनी विचारले की मला त्याचे अंत्यदर्शन हवे आहे का? पण मी नकार दिला. मी परवाच त्याचा निरोप घेतला होता. मी त्याचे पाय कवटाळले होते. त्याची पावले माझ्या गालांवर ठेवली होती आणि त्याच्याजवळ क्षमायाचना केली होती. मी त्याला तुझी ओळख करून देऊन आशेला लावला होता. त्याच्या इच्छांना, अपेक्षांना खतपाणी घातले होते. त्याला सुखद बालपणाची, या बीचच्या

पलीकडे असलेल्या पियानोच्या जगात डोकावण्याची, थंडगार हिवाळा असलेल्या परदेशाची स्वप्ने दाखवली होती.

डॉक्टरांनी मला ढाक्यातल्या खासगी हॉस्पिटलमध्ये हलवण्याची परवानगी दिली. माझ्या फ्रॅक्चर झालेल्या हातावर अस्थिरोग तज्ज्ञांकडून योग्य ते उपचार करण्याची गरज होती. शिवाय मी इथला एक बेड अडवून ठेवला होता. कुणातरी गरजू माणसाला तो त्यांना देता आला असता. पण मला इथून जायचे नव्हते. त्यांनी माझे सलाइन काढून टाकले. मला वेदनाशामक औषधे द्यायला सुरुवात केली. त्यांच्या प्रभावामुळे मी सतत झोपूनच राहू लागले.

सहाव्या दिवशी अन्वर त्या मुलीला माझ्याकडे घेऊन आला. ही मुलगी- शोना - त्याची आणि मेघनाची मुलगी होती. मग त्याने मेघनाची कहाणी सांगितली. त्याने प्रेम केले होते आणि तिला अडचणीत टाकून तो निघून गेला होता. शोना अन्वरच्या मागे लपली होती. त्यामुळे मला तिचा चेहरा दिसत नव्हता. माझ्याशी तिचे काही साम्य आहे का, तेही कळत नव्हते. मी तिला 'इकडे ये.' म्हणाले. माझा आवाज एखाद्या फुटक्या बाटलीसारखा चिरका झाला होता. ती पुढे आली नाही. तिने तिचा हात पुढे केला. मी तिची बोटे धरली. मला रडू फुटले. अम्मू हलक्या आवाजात माझे सांत्वन करत होती.

'माझी जन्मदात्री आई जातपातीचा पत्ता नसलेली गरीब निराधार, उपरी बाई होती. ती आता मरण पावली होती. मला एक जुळी बहीण होती. तीही आता मरून गेली होती. तिला एक मुलगी होती. माझ्या बहिणीची मुलगी- म्हणजे माझीच मुलगी!'

सातव्या दिवशी हे माझे विचार माझ्या ओठांवर आले.

''माझ्या बहिणीची मुलगी आता माझीच मुलगी आहे.''

या जगात जी तीन माणसे माझ्या अत्यंत जवळची होती, सतत माझ्याबरोबर होती, फक्त माझ्याचसाठी जी अल्लाची करुणा भाकत होती, हळुवार शब्दांनी मला दिलासा देत होती- त्या तिघांजवळ मी मन मोकळे केले. अन्वर माझ्या बहिणीला वाऱ्यावर सोडून दुबईत गगनचुंबी इमारती बांधायला निघून गेला होता. दुसरा काहीच पर्याय न उरल्याने माझी बहीण वेश्या झाली होती. ती मरून गेल्यावर तिची मुलगी विकून टाकली गेली होती. मोने तिला या सगळ्यातून बाहेर काढायचा प्रयत्न केला होता. आता तीच मुलगी तिच्या बापाच्या- ज्या बापाने तिच्या आईला, माझ्या बहिणीला टाकून दिले होते त्याच्याच मागे लपू बघत होती. माझाच चेहरा घेऊन जन्माला आलेली माझी बहीण प्रेमभंगाच्या दुःखाने उन्मळून मरून गेली होती.

डॉलीने माझ्या मलिन पार्श्वभूमीचा उल्लेख केला होता. पण माझी पार्श्वभूमी किती गलिच्छ, किती क्षुद्र होती याची तिला खरी कल्पनाच नव्हती.

“माझ्या बहिणीची मुलगी आता माझीच मुलगी आहे,” मी पुन्हा एकदा म्हटले.

“ती कुणाचीही असू शकते,” रशीद म्हणाला.

“नाही, ती माझी आहे. दिसत नाही तुला?”

मी डोळे मिटले आणि कल्पनेतच तिला पाहू लागले. स्वस्त, जुन्या, विटलेल्या निळ्या फ्रॉकमधली ती मुलगी अखेर बापाचा हात सोडून पुढे आली आणि माझ्या पलंगाशेजारी उभी राहिली. माझे डोके ठणकत होते, हात कमालीचा दुखत होता, उठून बसण्याने वेदना होत होत्या आणि तू माझ्याजवळ नसण्याचे अपरिमित दुःख तर होतेच. तिच्या माझ्याजवळ नुसत्या येण्यानेच मला गोड, निखळ सुखाची अनुभूती मिळाली. एलिजा, आता मला माझी ओळख पटली आहे. तिच्या चेहऱ्याकडे टाकलेल्या एका दृष्टिक्षेपात मला जाणवले. मी तिच्यात आहे आणि ती माझीच आहे. माझ्यातली सतत अस्वस्थ असलेली मी त्या क्षणी लोप पावले.

रुमी एका ठिकाणी म्हणाला होता,

‘तुम्हाला ज्याची आस आहे ते सगळे तुमच्यातच आहे. फक्त तुम्ही स्वतःकडे नजर टाकायला लागा.’

“तिला माझ्याकडे माझ्या घरी न्यायचंय मला.” मी माझी इच्छा व्यक्त केल्यावर माझे आई-वडील सुज्ञपणे खोलीबाहेर निघून गेले. पण रशीदला काही शंका होत्या.

“तिचे वडील आहेत. ती त्यांची आहे.”

“नाही, ती माझी आहे,” मी तणतणले.

अन्वर तिला घेऊन माझ्याकडे आला आणि ‘मी तिला घरी घेऊन जाऊ शकते का?’ या प्रश्नाला त्याने मला होकार दिला. त्याने तिला माझ्याकडे सोपवले होते. तो अत्यंत गरीब होता आणि आमच्याकडे ती राहिली तर तिला एक समृद्ध आयुष्य मिळू शकणार होते, हे त्याला मान्य होते. अम्मूने अब्बूंकडे आणि अब्बूंनी अम्मूकडे बघितले. त्यांच्यात न बोलताच विचारांची देवाणघेवाण झाली आणि त्यांनी मूकपणेच संमती दिली. रशीदला मात्र आमचे हे कुटुंब फार चमत्कारिकच वाटत होते.

“पण मी हे असंच ठरवलंय,” मी ठामपणे म्हणाले. मला अपघात झाल्यापासून रशीद माझ्या बेडपासून जराही हलला नव्हता. त्याचा अर्धा अधिक चेहरा दाढीच्या खुंटांनी झाकला गेला होता. त्याने सोसलेला ताण आता दिसू लागला होता.

“तू आधी बरी हो,” माझ्या डोक्याला केलेल्या बँडेजच्या वरच्या बाजूच्या त्वचेवर हलकेच बोट फिरवत तो म्हणाला. टाके घालताना माझ्या डोक्यावरचे तिथले केस डॉक्टरांनी भादरून टाकले होते. सतरा टाके घालावे लागले होते.

“माझ्यासारखी दिसते ती, नाही का?”

“ते माझ्या लक्षात आलं नाही,” त्याचा हात माझ्या खांद्यावर होता आणि माझ्या मानेजवळच्या हाडावरून त्याचा अंगठा हलकेच फिरत होता.

“तुला मूल हवं होतं ना? बाप व्हायचं होतं ना?”

“हो, आपल्या दोघांच्या मुलाचा बाप.”

“हिला आपण आपल्या दोघांचं मूल म्हणू शकतो ना?”

त्याने दोन्ही हात जुळवून मांडीवर ठेवले आणि नजर वर फकफकणाऱ्या फ्लुरोसंट ट्यूबकडे रोखली. नर्स आली आणि तिने मला सलाइन लावले होते त्याची पातळी तपासली आणि आधीची सलाइनची बॅग बदलली. ती जाईपर्यंत आम्ही गप्प होतो. ती गेल्यावर काही वेळानंतर रशीद म्हणाला,

“झी, हे फार अचानक होतंय.”

“हे बघ, आहे हे असं आहे. मी जिथे जाईन तिथे तीही असेलच.” मी कोणतेही स्पष्टीकरण न देता माझा निर्णय देऊन टाकला. मग तो म्हणाला,

“मी तुझ्याच बाजूने आहे. पण मी आपल्या घरात कुणा अनोळखी व्यक्तीला थारा देऊ शकेन असे मला वाटत नाही. माझ्या आई-वडिलांनाही हे चालणार नाही.”

त्याच क्षणी मी मुक्त झाले. यानंतर पुन्हा परतून जाणे शक्य नव्हते. रशीदने तिला अनोळखी ठरवणे म्हणजे माझा काहीही विचार न करता मलाच नाकारण्यासारखे होते. या मुलीला आपली न म्हणणाऱ्या माणसावर मी प्रेम करू शकले नसते, असे मुळीच वाटायचे कारण नव्हते. पण तो त्याला आजपर्यंत माहीत असलेल्या, माझ्यातल्या ‘स्वच्छ झी’वरच प्रेम करणार होता. आणि माझ्या आयुष्यातील ही बाब लाजिरवाणी ठरवून तो ते रहस्य कायम अंधारात ठेवण्यात धन्यता मानणार होता.

कदाचित माझ्यासाठी आणि रशीदसाठी आमच्यामधले नाते आधीच खूप ताणले गेले होते. अगदी तुला भेटले तेव्हाच या नात्याचा अंत झालेला होता. रशीद आणि मी एकमेकांना पूरक नव्हतोच, हे माझ्या लक्षात येण्यासाठी हे सगळे प्रकरण घडावे लागले होते, याचेच मला वैषम्य वाटायला हवे होते. पण हे जर तू वाचत असशील- मी जर माझे लिहिणे पूर्ण केले असेल- तर मी तुझ्यावर प्रेम केले ही गोष्टही पुरेशी नव्हती. माझ्या जगाचे संदर्भ थोडेसे बदललेले होते. पण संपूर्ण जगाची उलथापालथ झाल्यासारखे, आजपर्यंत जे जे स्वीकारार्ह, अपरिहार्य वाटत होते ते सगळे त्याज्य वाटू लागले होते. जखम डोक्याला झाली होती; पण दुखावला गेला होता मेंदू. पेटाऱ्याचा आधार सुटलेली माझी मुलगी माझा, माझ्या दुसऱ्या जगाबरोबरचा दुवा होती. पेटाऱ्यामधून खाली पडताना माझी मुलगी माझ्या भूतकाळाचा, माझ्या लुप्त झालेल्या इतिहासाचा भार वाहत होती.

अॅम्ब्युलोसीटसच्या काळात तिच्या समकालीन टेक्रासीटस, गॅव्हियासीटस, डलानिस्टस या प्रजातीही होत्या. शास्त्रज्ञांच्या म्हणण्याप्रमाणे यांच्यापैकी कुणीही व्हेलचे पूर्वज असण्याची शक्यता होती किंवा व्हेलचा पूर्वज या सगळ्यांव्यतिरिक्त आणखीच कुठल्या तरी सर्वस्वी वेगळ्या, अजून शोध न लागलेल्या पोटजातीचासुद्धा असण्याचा संभव होता. आज या क्षणाला जे लक्षात आले होते ते असे होते- व्हेल ही पूर्वी कोयोटसारखी होती. नंतर तिच्यात पाण्यातही तग धरून राहण्याचे गुणधर्म निर्माण झाले होते आणि सरतेशेवटी ती जलचर झाली होती- एखाद्या समुद्र स्तंभासारखी, समुद्रावर राज्य करणारी, आपल्या कल्पनाविश्वाचा विषय झालेली होती. हे अशा प्राण्यांचे सांगाडे आपल्याला एका गोष्टीची जाणीव करून देतात की प्राचीन काळचे जीव महाकाय असायचे, त्यांचे सांगाडे इतके भव्य असायचे की एखाद्या शहराचा आकारही त्याच्यापुढे लहान वाटेल. व्हेल या भव्यतेचा एक छोटासा अंशमात्र होती. पण तो अंशसुद्धा एवढा अजस्त्र होता की त्यापुढे कल्पनाशक्ती तोकडी पडावी. ही उत्क्रांती घडून येण्यासाठी चाकोरीमध्ये घडत असणाऱ्या गोष्टींचे उल्लंघन होणे अत्यावश्यक होते. नको असलेले अवयव गळून पडणे, जलसंचयावर स्वारी करण्याची जोखीम पत्करणे आणि महत्त्वाचे म्हणजे भूतकाळाला धैर्याने निरोप देणे आणि या अशा चाकोरीबाहेरच्या मार्गक्रमणाची पडेल ती किंमत चुकवण्याची तयारी असावी लागते. मनातील आशा आकांक्षांना धूळ चारावी लागते.

शोनाला घेऊन अम्मू, अब्बू आणि मी एकदमच घरी गेलो. आम्ही ही अशी वेगवेगळी माणसे एकत्र आलो होतो. मी हॉस्पिटलमध्ये रशीदचा निरोप घेतला. हे जे सगळे घडून गेले होते त्यामुळे मी आतून अगदी रिती होऊन गेले होते. अत्यंत कोरड्या आवाजात त्याचे अणि माझे संबंध संपल्याचे मी त्याला सांगून टाकले. त्याचा यावर विश्वासच बसत नव्हता. माझ्या डोक्यावर परिणाम झाल्याने मी अशी वागत होते, अशी समजूत करून घेणे त्याला सोयीचे वाटत असावे. त्यानंतरही तो मला अधूनमधून भेटला; पण आमच्यातील संवादच आटत गेला. सरतेशेवटी ज्या काझीसमोर आमचे लग्न लागले होते त्याच काझीसमोर आम्ही आमची नावे काळ्या रजिस्टरमध्ये नोंदवली आणि आमचा घटस्फोट झाला.

शोनाबरोबरचे पहिले काही दिवस कठीण परीक्षेचे होते. मला वाटले होते की ती रडत राहील. मोचा धोशा लावील. तिचे वडील किंवा तिचे या आधीचे कुणी संबंधित- यांच्याबद्दल काही विचारेल. पण नाही. चित्तगाँगहून ढाक्याला आलो. शहरातले रस्ते ओलांडले. आमच्या सोसायटीत आलो. लिफ्टमधून वर आलो. त्या प्रदीर्घ प्रवासात तिने एक चकार शब्दही उच्चारला नाही. आम्ही घरात शिरलो आणि एक छोटीशी प्रतिक्रिया अभावितपणे तिच्याकडून मिळाली. आमचे हे घर आणि

आजपर्यंत ती ज्या घरांमध्ये राहिली असेल त्या घरांमध्ये असलेला वेगळेपणा तिच्या अंगावर धावून आला असावा. तिने हातांनी चेहरा झाकून घेतला आणि ती तिच्या भुवयांचे केस ओढू लागली. नंतर कधीतरी मला कळले की हीच तिची मनातील दुःखाला वाट करून देण्याची पद्धत होती. मग अम्मूने तिचा ताबा घेतला. आता काय करायला हवे ते तिला सहजपणे कळले होते. तिने शोनाला स्वतःजवळ झोपायला घेतले. इतर सर्वांना, विशेषतः अब्बूंना तिच्यापासून दूरच ठेवले. सकाळी शोना अम्मूच्या कुशीत एखाद्या मांजरासारखी मुटकुळे करून झोपली होती. अम्मूच्या केसांची एक बट शोनाने तिच्या मुठीत घट्ट धरून ठेवली होती. मी तिच्याशी मोबद्दल बोलण्यासाठी उतावीळ झाले होते. तो तिला कुठे आणि कसा भेटला? ते त्या पेटाऱ्यामध्ये कसे जाऊन बसले? पण ती नजर उचलून माझ्याकडे बघायलाच तयार नव्हती. सारखी खालच्या मोझाइक टाइल्सकडे नजर लावून बसली होती.

शेवटी आम्ही तिला डॉक्टरकडे घेऊन गेलो. या अपघातात तिला काही दुखापती झाल्या होत्या. काही जखमा या अपघाताच्या आधीच्याही होत्या. त्या बऱ्या व्हायला वेळ लागणार होता. शोना घरी आल्यापासून आमच्यातल्या प्रत्येकाला अपराधीपणाच्या भावनेने ग्रासलेले होते. त्याबद्दल नीट काही सांगणेही मला शक्य होत नाही. तिच्या पूर्वायुष्याविषयीचा सल आणि तिच्या पुढील आयुष्याची जबाबदारी यांची प्रकर्षाने जाणीव होत होती आणि स्वतःचाच राग येत होता. शोना तिच्या आईबद्दल एक शब्दही बोलत नव्हती. जेवायला बसवले तरी खात नव्हती. सतत अंथरूण ओले करत होती. इतर मुलांच्या संगतीने काही फरक पडतो का, हे बघण्यासाठी आम्ही तिला शाळेत घालायचीही चूक करून बघितली. पण काही दिवसांनंतर तिला शाळेतून घरी पाठवून देण्यात आले. तिने शाळेतल्या बाईंवरच हात उगारला होता आणि एका मुलीला चारले होते.

मला पुन्हा एकदा कळून चुकले होते की मला आता माझ्या आईबद्दल कधीही काहीही कळणार नव्हते. मी आता शोनाच्याच चेहऱ्यात माझ्या खुणा शोधत होते. ती रागावली की तिचे ओठ माझ्यासारखेच मुडपले जायचे. तिचे हसणे अगदीच दुर्मिळ होते. पण हसली तर ते हसू अगदी माझ्या हसण्यासारखे होते. तिचे सुळे तर माझ्या सुळ्यांसारखेच चांगलेच टोकदार, धारदार आणि थोडेसे वाकडेही होते. आणि हो, तीही सगळे मनात ठेवायची, काही बोलायची नाही. ती अगदी अलिप्त असायची.

बेटिना सध्या नेपाळमधल्या तृतीयपंथी पर्यावरणवादी गटाच्या संशोधनात गुंतली होती. तिचे म्हणणे असे की सध्याचे युग हे अँथ्रोपोसीन युग आहे. या युगात या पृथ्वीवर मानवाची सत्ता चालते. मानवाच्या मतांनुसार इथल्या जीवनाच्या शक्यता ठरवल्या जातात. या ग्रहाच्या अस्तित्वाचा कालखंडही मानवाच्या इशाऱ्यावर

ठरणार आहे. खरे तर निसर्गाचा विनाश करणे हे निश्चितपणे उपेक्षावादाचे लक्षण आहे. पण हेच जरा वेगळ्या नजरेने बघितले तर मान्य करावेच लागेल की आज आपण ज्या जगात वावरतो आहोत, त्या जगाची जडणघडण मानवानेच केलेली आहे. ही निर्मिती निसर्गाची नाही, काळाची नाही, इतिहासाची नाही की डायनोसॉरच्या उत्क्रांतीचीही नाही. ही सगळी आपली- मानवाची निर्मिती आहे.

बेटिनामुळे मला हे लिहिण्याची स्फूर्ती मिळाली.

फातिमा अन्सार, माझी आई!

फातिमा अन्सारची स्वप्ने इतकी मोठी होती की तिचा जीवनपटही तिची स्वप्ने रेखाटायला पुरला नव्हता. दुसऱ्या शब्दांत सांगायचे तर तिचे आयुष्य अगदीच छोटी स्वप्ने बघणारे, खरे तर स्वप्ने न बघणारेच होते. काही लोक आपल्या नशिबाचे भोग विनातक्रार मान्य करतात. असे लोक आपल्या दारिद्र्याचेदेखील समर्थन करतात. आपले नशीब आपल्याच पूर्वसंचिताचे फळ म्हणून विनातक्रार स्वीकारतात. त्यामुळे त्याविरुद्ध लढा देणे त्यांना व्यर्थच वाटते. ती अशांपैकी एक असती तर तिचे आयुष्य जरा सुखाचे झाले असते. ते ती चांगले जगली असती. आणि ती जिवंतही राहिली असती. पण ती विचार करणारी होती. स्वतःला विचारांच्या केंद्रस्थानी ठेवणारी होती. आपले आयुष्य आपण काय प्रकाराने जगू शकू या विचारांच्या आवर्तनात रात्रीच्या चंद्रप्रकाशात तिचा रात्र रात्र डोळा लागत नसे. तिला शाळेत जाऊन शिकता आले असते. तिला तिच्या खेड्यातून मोठ्या शहरात- मायमेनसिंघला जाता आले असते. तिला लग्न करता आले असते. तिला मुली झाल्या असत्या. त्या अंकलिपी आणि बाराखड्या शिकल्या असत्या. आणि सरतेशेवटी जन्माला येऊन स्वतःची प्रगती साधण्यासाठी काहीतरी केल्याच्या समाधानाचे हसू ओठांवर खेळवत तिने अखेरचा श्वास घेतला असता. या अगदी साध्यासुध्या अपेक्षा वाटत असल्या तरी फातिमा अन्सारसाठी त्या विषासमानच होत्या. कारण तिचे अवघे जीवनच नशिबाच्या फटकाऱ्यांनी नासून गेले होते. तिच्यासारख्या मुलीच्या आयुष्यात लहानात लहान आशेला, अपेक्षेलाही थारा नव्हता.

सुरुवात मात्र काहीशी आशादायक होती. तिला शाळेत जावे लागले नाही. तिचे आई-वडील इतके दरिद्री होते की शाळेची चैन त्यांना परवडलीच नसती. पण तिचे लग्न झाले. तेही सर्वच दृष्टीने चांगल्या माणसाशी. काझीने काही कलमा पढल्या आणि त्यांचे लग्न झाले. जीवनमान बदलले नाही. पण लग्नानंतर काही महिन्यांनी नवऱ्याचा सर्पदंशाने मृत्यू झाला नसता तर त्याने तिला चांगले

अन्न, वस्त्र, निवारा दिला असता. लग्नाला काही वर्षे उलटल्यानंतर त्याचा स्वभाव निवळला असता आणि कधीतरी तो तिच्याशी हळुवारपणे वागला असता. पहिल्याच रात्रीच्या तुफानी समागमानंतर तिला त्याने छातीशी आवळून 'तुला मुलगाच झाला पाहिजे' असे ठणकावून सांगितले होते. नंतरच्या दुष्काळी परिस्थितीमुळे तो खुलनाला गेला आणि दुसऱ्याच्या शेतात राबू लागला. त्या एवढ्याशा झोपडीत तीन बहिणी आणि आई-वडलांचा राबता असताना, जो काही चुटपुटता एकांत तिच्या नशिबी आला त्यात त्यांनी मूकपणेच एकमेकांचा निरोप घेतला. आषाढ गेला. श्रावण गेला. बघता बघता पौषही गेला. तिचे टपोरलेले पोट दिसू लागले होते. आणि ती भीषण बातमी आली. तिच्या दूरदेशी गेलेल्या पतीचा सर्पदंशाने जागच्या जागी मृत्यू झाला होता. त्याच्या मालकाला शोक तर झाला होता; पण मृतदेह त्याच्या गावी पाठवण्याचा प्रचंड खर्च कोण करणार, म्हणून तो देहही तिकडेच दफन केला गेला होता. म्हातारपणाची काठी, तरणाताठा मुलगा ऐन जवानीत अल्लाला प्यारा झाला, याचा संताप त्याच्या आई-वडिलांनी त्याच्या या पोटुशी बायकोवर काढला.

'आमच्याकडचे तुझे दाणापाणी संपले.' त्यांनी तिला घराबाहेर काढले. दैवाचा फटका बसला होता. पोटातल्या पोराचे ओझे घेऊन फातिमा माहेरी परतली. सासरसारख्याच तिच्या माहेरीही उदंड पोरीच होत्या. त्यांच्यातल्या एकीला तिच्या आई-बापाने मोलकरीण म्हणून ढाक्याला पाठवले होते. तिथल्या एका कुटुंबात मेमसाहेबांना अल्लाने बाळाची देणगी दिली नव्हती. फातिमा तिचे बाळ त्यांना देईल? देऊ शकेल? बहिणीने चाचपणी केली. शेतात दाणा पिकला नव्हता. सगळेच उपाशी होते आणि त्या सगळ्यांच्या अन्नातला वाटा गिळून फातिमाचे बाळ जोमाने पोसले जात होते. बाळे झाली- हो, जुळे होते आणि ती अधिकच दुःखाच्या गर्तेत लोटली गेली. एक तर जुळे झाले होते आणि त्यातही दोन्ही मुलीच. पुन्हा एकदा दुर्दैवाचा फटका.

'दोघींनाही दत्तक घेतील?'

'हो घेतील की, का नाही?'

त्यांच्या आलिशान गाडीतून ते गावी आले. खिसे भरभरून पैसे घेऊन आले. तिने तिच्या एका छकुलीला त्यांच्याकडे सोपवले आणि दुसऱ्या जराशा अशक्त बाळाला घेण्यासाठी ते जेव्हा पुढे सरसावले, तेव्हा तिने हात मागे घेतला.

"हे माझं बाळ मला हवंय."

वादविवाद झाला. तिचे आई-वडील झोपडीतून बाहेर आले. तिची गयावया करू लागले. पण फातिमाला तिच्या स्वतःच्या आयुष्यापेक्षा हातातल्या या

स्वप्नाची जास्त असोशी वाटत होती. ती स्वतःच्या निर्णयावर ठाम राहिली. एक बाळ गमावले तरी दुसरे बाळ कुशीत असण्याचा दिलासा तिला हवा होता. एका पोरीला छातीशी धरून, 'पोटातली भूक भागवण्यासाठी कधी कुणाला पोटचे पोर विकायला लागू नये' अशा आदर्श जगाच्या शोधात ती बाहेर पडली. एका मुलीला विकून मिळालेला पैसा गाठीशी बांधून तिने दुसऱ्या मुलीसकट माहेर सोडले. नवऱ्याच्या कबरीचा थांगपत्ता लागेल याचीही शाश्वती नव्हती. पण केवळ मनःशक्तीच्या जोरावर नवरा ज्या गावी अल्लाला प्यारा झाला होता त्या पूर्वेकडच्या गावी ती येऊन ठेपली. तिच्या नवऱ्याच्या मालकाला तिची दया येऊन त्याने तिला गावच्या मशिदीच्या इमामाकडे नेले. इमामाने त्या मशिदीच्या मागच्या बाजूची एक लहानशी खोली तिला वापरायला दिली. तिथे तिने आपले बस्तान बसवले. एकटी बाई, पदरात लहान मूल, आयुष्याला न पेलवणारी तिची स्वप्ने या सगळ्यासकट तिने पहिले पाऊल उचलले होते. फार मोठा पल्ला अजून गाठायचा होता; पण तिला गवसलेल्या थोड्याशा आनंदाची ती थोड्या काळाची धनीण होती.

माझ्या आईबद्दल मला काहीच माहीत नव्हते. मी माझ्या कल्पनाशक्तीचा आधार घेतला. मी माझ्या स्वप्नांमधून माझ्या आईचा मागोवा घेतला आणि स्वप्नामधून उमललेले विचार शब्दात उतरवले. मी एक चित्र रेखाटले आणि ते खऱ्या आयुष्याचा इतिहास वाटावे म्हणून त्यात माझ्या मनचे रंग भरून ते खुलवले आणि हृदयाशी घट्ट धरून ठेवले. या अँथ्रोपोसीनच्या युगात पृथ्वीवर मानवाची सत्ता चालते. आणि या जगात स्वप्नांइतके मानवी दुसरे काहीच नसते.

माझी बहीण मला माझ्या आईपेक्षा थोडीशीच जास्त कळली होती. अर्थात अन्वरमुळे. आणि माझ्याही संवेदनांमुळे. कारण ती हुबेहूब माझ्यासारखी दिसायची. अन्वर मेघनाला दुबईला नेईल असा विश्वास तिला वाटू लागला तेव्हा तिने त्याच्याकडे समुद्राच्या पाण्यावर विहार करण्याची इच्छा बोलून दाखवली होती. तिला समुद्रातल्या अजस्र 'टिमी'ला स्पर्श करायचा होता. बांगलामध्ये 'टिमी' म्हणजे व्हेल. माझ्या बहिणीनेही ॲम्ब्युलोसीटसवर संशोधन केले असते. आम्ही दोघीही एकत्रच डेरा बुगतीला गेलो असतो. झमझमशी मैत्री केली असती. कदाचित आम्ही दोघीही तुझ्याच प्रेमात पडलो असतो. तू विचार करत बसू नकोस. मी एकटीच दोघींच्या वाटचे प्रेम तुझ्यावर करते. कारण मी दोनदा तुझ्या प्रेमात पडले, दोनदा तुला गमावले. माझी जुळी बहीण आता वारली आहे; पण तिने तिच्या वाटचा - तिच्या पोटचा - आशावादही माझ्या पदरात टाकला आहे त्यामुळे मी दुप्पट

आशावादी झाले आहे.

आम्ही- मी, अम्मू, अब्बा आणि शोना- एकत्र कुटुंब म्हणून राहण्याचा, भूतकाळातल्या चुका सुधारण्याचा खूप प्रयत्न केला. पण सुरुवातीपासूनच जाणवत गेले की फक्त आमची जबरदस्त इच्छा हा एवढा एकच धागा आम्हाला बांधून ठेवणारा होता आणि तो पुरेसा नव्हता. चार महिन्यांनंतर आम्ही अन्वरला बोलावून घेतले आणि 'शोनाची काळजी घेणे त्याला शक्य आहे का' ते विचारले. तिला त्याच्या घरी काही महिने ठेवून बघायलाही आमची हरकत नव्हती. आम्ही सगळेच खुलनामधल्या त्याच्या खेडेगावी गेलो. अन्वरच्या बायकोची काय प्रतिक्रिया होईल याविषयी मी साशंकच होते. आम्ही अन्वरच्या घरी पोचलो आणि शोना थोडीशी मोकळी झाल्यासारखी वाटली. अन्वरच्या आईबरोबर पायरीवर बसून तिने तांदूळही चाळले. मन थोडे शांत झाले. पण आम्ही तिला अन्वरकडे सोडून निघालो तेव्हा तिचा विरह थोडा अवघडच जात होता. विशेषतः माझ्या आईला. इच्छाशक्तीने काहीही साध्य करता येते या तिच्या मताला धक्का बसला होता. मलाही एका वाईट वस्तुस्थितीला सामोरे जावे लागले होते. माझ्या आयुष्यातील एका मोठ्या रहस्याची उकल झाली होती; पण एक मूलभूत एकाकीपणा, जे मला वेढून बसले होते, त्याची माझ्यावरची पकड सुटली नव्हती. आपल्याला एखादी जखम होते, त्या जखमेचा वण कालांतराने पुसट होत जातो; पण तो सर्वस्वी नाहीसा कधीच होत नाही. एकाकीपणाचेही तसेच होते!

आम्ही शोनाला वारंवार भेटायला जायचो. ते तिघेही आमच्याकडे दर वर्षी ईदला यायचे. एखाद्या मोठ्या कुटुंबातील ईदच्या मेजवानीसारखे आम्ही एका टेबलावर बसून शेवया आणि शिरा खायचो. अन्वरची बायको तिला मूल हवे असल्याची आणि अजून ते होत नसल्याची खंत माझ्याजवळ बोलून दाखवायची. आमचे संबंध फार जवळचे होते असे नाही, पण ते जवळचे आहेत असाच विचार मी करायची. ते दोघे कायम अंतर राखूनच असायचे. कदाचित त्यांना हे संबंध जसे अचानक जुळले तसेच ते अचानक तुटण्याची भीती वाटत असावी. पण मला अजूनही आशा वाटायची की वय वाढले, परिस्थिती निवळली की आमच्यात सहज असे नाते फुलायला लागेल. मी अन्वरला त्याची कहाणी सांगायची विनंती केली तेव्हा मला हा आशेचा किरण दिसला. त्या दिवशी नेमका तो त्या बीचवर कसा येऊन पोचला, हे मला जाणून घ्यायचे होते. गंमत म्हणजे त्यालाही ते सांगावेसे वाटत होते. मागच्या हिवाळ्यात त्याने मला त्याची कहाणी सांगितली आणि मी त्याची टिपणे काढली.

बाकीचे जग आता मला परके वाटायला लागले आहे. तू वर्तमानपत्र वाचत

असशील तर तुला कळलेच असेल की गुलाम आझम वारलाय, माझ्या आई-वडिलांच्या या लाडक्या देशातील अस्वस्थता शिगेला पोचली आहे, संकटे येत आहेत, पण कोणत्याही संकटाच्या वेळी कुणीतरी कुशल त्राता काही काळासाठी ऐन वेळी पुढे येतो आणि त्या संकटातून तारून नेतो, तसे काहीतरी होईल असे वाटते आहे.

शोना आता बारा वर्षांची झाली आहे. मोला मी त्याचे वय कधीच विचारले नव्हते, पण तो असता तर आता टीनएजर झाला असता.

आता माझ्या मनात सतत तू नसतोस, एलिजा. पण माझ्या आयुष्यातील प्रत्येक महत्त्वाच्या क्षणी मला तुझे स्मरण होते, मी माझ्या आई-वडिलांचे घर सोडून एकटी राहू लागले तेव्हा (माझा घटस्फोट झाला म्हणून मी त्यांचे घर सोडून गेले, ही एक नवीनच अफवा पसरली.), मोच्या मृत्यूला एक वर्ष झाले. माझी खात्री आहे की मी जेव्हा मृत्युशय्येवर असेन तेव्हा तू मला जवळ हवा असशील. त्या वेळी मला दिलासा देण्यासाठी तू काय म्हणशील, हे मला समजायला हवे आहे. त्या वेळी तुला मी अजूनही आवडत असेन? मी मागे वळून पाहते तेव्हा मला जाणवते की तुझ्याबरोबर असताना सारा वेळ मी कुणाच्या ना कुणाच्या मृत्यूचा विचार करत असायची. तू, मी, माझे आई-वडील, माझ्या शरीरात अवेळी करपून गेलेला तो अंकुर, इतकंच काय पण प्रचंड मोठ्या अनर्थामधून झालेली जीवितहानी- जशा ॲम्बिलोसीटससारख्या प्रजाती नामशेष झाल्या होत्या. सर्वांची हाडे सरतेशेवटी मातीच्या थराखालीच जाणार असतात. पण प्रेमात पडल्यावर बहुधा असेच होत असावे. कारण अचानक तुम्ही तुमच्या आधीच्या आणि नंतरच्या पिढीचा दुवा झालेले असता. आपण एकत्र होतो तेव्हाही माझ्या मनात एक भीती दाटून आलेली असायची. आपली ताटातूट अपरिहार्य होती म्हणून वाटत असलेली ही भीती नव्हती. मला माझेच आयुष्य परिदर्शकामधून दिसले होते, ते व्यापून टाकणारे वैयक्तिक दुःख दिसले होते. आणि म्हणूनच मी तुझ्या प्रेमात पडले. जगाचा वाइटातला वाईट पैलूही मला तुझ्या खांद्याला खांदा भिडवून बघायचा होता; कारण या वाटेवरचा तू माझ्या 'सर्वांत जिव्हाळ्याचा अपरिचित' होतास.

डायनाचा सांगाडा अजून पूर्ण झालेला नाही. तिच्या सांगाड्याचे काही अवशेष आमच्यापर्यंत सहीसलामत पोचले- म्हणजे तिचे घोटे, तिचे कटिबंधाचे हाड, काही मणके, तिच्या छातीच्या पिंजऱ्याचा वरचा भाग- सुझानने आणि मी ते जुळवून ठेवले आहेत. अपूर्ण असला तरी हा अवशेष मोठ्या दिमाखात आमच्यासमोर साकारला आहे. डायनाची लांबी दहा फुटांच्या आसपास असावी. तिचे वजन सुमारे सातआठशे पौंडाच्या आसपास भरले असते. आम्ही अंदाज बांधला होता त्याप्रमाणे

तिचा कणा अर्धलवचीक होता. तिच्या कमरेच्या हाडावरून निष्कर्ष निघत होता की ती फार खोल पाण्यात जाऊ शकत नव्हती. तिच्या त्या हाडांकडे पाहिले की मला एखाद्या मांत्रिकाच्या ताइतांची आठवण येते. त्या हाडांमध्ये मला भूतकाळ आणि भविष्यकाळाचेही प्रतिबिंब दिसते. तिच्या आधी आणि नंतर होऊन गेलेल्या प्राण्यांचे जीवन आढळते. माझ्या गमावलेल्या प्रियजनांचे स्मरण होते. मो, झमझम, माझी बहीण मेघना, माझी जन्मदाती आणि तू अलायजा, सर्वात जास्त स्मरण तुझेच होते. प्रत्येक टिकून राहणारी गोष्ट तिच्या या सांगाड्याच्या पुनर्बांधणीत समोर येते आहे. पन्नास दशलक्ष वर्षांचा इतिहास या कॅल्शियम आणि लोहयुक्त गाळात बद्ध झाला आहे. माझा तो रहस्यमय अज्ञात मित्र मला सांगाड्याचे उरलेले अवशेष पाठवून देईल. काय सांगावे? कदाचित पाठवणारही नाही. मागच्या वेळी आलेल्या पार्सलात त्याने, या सगळ्याची जिथून सुरुवात झाली ते झमझमने स्वत: लिहिलेले पत्र पाठवून दिले होते.

'माझे दफन करू नका, माझ्या मित्रांनो. कोणतीही खूण मागे न ठेवता मला अनंतात विलीन व्हायचे आहे. झाडांची होणारी सळसळ माझ्या मृत्यूची बातमी तुमच्यापर्यंत पोचवेल. माझा मृतदेह तुमच्या नजरेस कधीही पडणार नाही. माझ्या मृत शरीराला तुम्ही स्नान घातले असते, सफेद वस्त्रात गुंडाळले असते, दफनासाठी सज्ज केले असते. पण या सांगाड्याचे मिळलेले हे अवशेष माझेच अवशेष आहेत असे समजून चला. अल्लाचे प्रतिरूप असलेले हे अवशेष माझ्या मैत्रिणीकडे पोचवा. ती या अवशेषांची काळजी घेईल आणि प्राणीसृष्टीच्या इतिवृत्तात त्यांचे योग्य स्थान त्यांना मिळवून देईल.'

आठवतंय अलायजा, आपले पहिले संभाषण? किती अहेतुकपणे बोलून गेलो होतो आपण. तू म्हणाला होतास, 'ॲरिस्टॉटल अनाथ होता.' या ॲरिस्टॉटलनेच एजिअन समुद्रात सफर करताना व्हेल आणि मासे यांच्यातील फरक लक्षात आणून दिला होता. त्यानंतर अरब अभ्यासक जाहिजने प्राण्यांची वर्गवारी करायला सुरुवात केली आणि उत्क्रांतीच्या सिद्धान्ताचे संकेत दिले. जाहिजने केलेले ते काम नजरेखालून घालण्यासाठी मी लंडनला गेले. 'किताब अल् हयवान' हा प्राणीजगतावरचा त्याचा प्रबंध. प्राणी आणि त्यांच्या निरनिराळ्या अवयवांचे वैद्यकीय गुणधर्म यांचे विश्लेषण या प्रबंधात आढळते. जाहिजने लिहिलेला हा ग्रंथ ॲरिस्टॉटल आणि इब्न बख्तिशू यांनी केलेल्या संशोधनावर आधारित होता. त्या ग्रंथाच्या श्रेयनामावलीत हा उल्लेख सापडतो. पाण्यात विहार करणाऱ्या चार पायी प्राण्यांची रेखाचित्रे या ग्रंथात आढळतात. ही चित्रे सरडे किंवा सुसरींची असावीत पण मला त्यांच्यात पेकीसीटसच्या

छटा दिसत होत्या. हे पेकीसीटस म्हणजे उभयचर डायनाचे जमिनीवरचे पूर्वज. ते हस्तलिखित मी वाचले आणि माझ्या लक्षात आले की आपल्यातले बंध योगायोगाने जुळून आलेले नव्हते, बेगडीही नव्हते. ते खोलवर रुजलेले होते आणि- माझ्यातली परखड शास्त्रज्ञही हे कबूल करेल की- ते अत्यंत पवित्र होते.

मी आता जाहिरातींच्या मागे लागले आहे. बार्ट, जिमी आणि मी आमची ही 'ॲम्ब्युलोसीटस नेटन्स' नॅचरल हिस्ट्री म्युझियममध्ये प्रदर्शनासाठी ठेवणार आहोत. प्रसिद्धिमाध्यमांसाठी एक स्वागत समारंभ आयोजित करणार आहोत, आमचे संशोधन मानववंशशास्त्राच्या माझ्या छोट्याशा जगाचा अभिमानाचा विषय ठरेल. डायनाचा पूर्ण सांगाडा आमच्या हातात आलेला नाही. पण आम्ही जे तिचे रूप जगापुढे उभे करतो आहोत, ते शानदार आहे. तिच्याकडून आम्हाला अजून खूप शिकायचे आहे.

मला राहून राहून वाटतंय की हे डायनाचे जीवाश्म केंब्रिजला पाठवणे, मी तिचा सांगाडा उभा करणे, त्या दिवशी त्या चौकात मी तुला पाहणे आणि त्यामुळेच मी हा लेखनाचा प्रपंच मांडणे, ही एक दैवी योजना होती. या सगळ्या घटना नशिबाच्या हातातील कठपुतळ्या होत्या. एलिजा, यातून नियतीला तुझ्यासाठीच संदेश पाठवायचा असावा. आपल्या महाविद्यालयाच्या बोर्डावर लागलेली जाहिरात तुझ्या नजरेला पडावी. मग या उद्‌घाटनाला तू यावेस, हे माझे लिखाण तू वाचावेस आणि माझ्याशी हातमिळवणी करून याच्या शेवटाचा आपण विचार करावा, असे काहीसे घडून येणे हीच नियतीची योजना असावी. माझ्या मनात पालवलेल्या आशा आकाशात सोडलेल्या कागदी दिव्यांसारख्या हेलकावत आहेत. मी हे पहिल्यांदा लिहायला घेतले तेव्हा मला वाटत होते की तू हे सगळे वाचलेस तर माझे प्रेम हा निव्वळ भ्रम होता असे तुला वाटणार नाही. मी तुझा हात अर्ध्यावरच सोडला असला तरी आपल्यात जे घडून गेले तो आभास नव्हता आणि त्याचीच कबुली मी या लिखाणात निर्विवादपणे देण्याचे ठरवले. मी इथे आले, डायनाचा सांगाडा उभारणे सुरू केले, तुला एके दिवशी रस्त्यात पाहिले आणि माझ्या मनातील आशा विझू लागली. मी चौकातून जाते आहे, तू माझ्यामागे धावून मला माफ केल्याचे सांगतो आहेस, असे चित्र रंगवणे मी आता सोडून दिले आहे.

मी जसजसे लिहीत गेले तसतसे माझ्या लक्षात आले की काहीही बदल घडणे अशक्य आहे. तुला टाकून बोललेल्या शब्दांची धार मी कमी करू शकत नव्हते की मधाच्या बाटलीभोवती बोटे घट्ट आवळून तू उभा होतास तेव्हा वळून तुझ्याकडे बघू शकत नव्हते. कारण हे असेच घडून गेले होते आणि भूतकाळात ढवळाढवळ करण्याचे बळ कुणातच नसते. माझे स्वतःचे चित्र जरा बरे रंगवण्यासाठी मी सत्याला बगल देऊ शकले असते; पण तुला सर्वांत जास्त राग कशाचा येत असेल

तर तो सत्याला बगल दिल्याचा. म्हणूनच मी मन घट्ट करून, कठोरपणे सत्याची कास धरली आहे. मी माझ्या कपटी हृदयातील क्लिष्ट भावना या लिखाणातून तुझ्यापुढे मांडल्या आहेत. माझ्या मनातील खंत अजूनही ओसरलेली नाही. निदान मी या दुःखाला सामोरी तरी गेले, एवढाच काय तो मला दिलासा आहे. मी माझ्याच डोळ्यांना डोळा भिडवून कबुली देऊ शकते की हो, ती भ्याड बाई मीच होते आणि मीच आहे. पण ही सत्याची कबुली माझ्यासाठी नसून तुझ्यासाठी आहे. कारण मला तू पुन्हा परत यायला हवा आहेस. मी तुझ्यावर दगडांसारखा दुःखाचा वर्षाव केला होता. त्या दुःखाची भरपाई करण्यासाठी मी हे सगळे करते आहे.

मी डायनाच्या अवशेषांमधून तिचा सांगाडा जुळवला आहे आणि माझेही मन सावरले आहे. पण एलिजा, हा कायद्याच्या चौकटीमधला तर्कनिष्ठ विचार आता माझे समाधान करू शकत नाही. खऱ्याच्या शोधात निघालेल्या मला हे मानवत नाही. या जगात मला माझे पायंडे पाडायचे आहेत आणि माझे गूढ विचार सोडून मला इतिहासात जायचे आहे. डायनाच्या सांगाड्याची योग्य ती हाडे योग्य जागी लावून मी माझ्या कामावर शेवटचा हात फिरवत आहे. माझे हे आपल्याबद्दलचे लिखाणही पूर्ण झाले आहे. आता माझ्या मनात एकच विचार येतो आहे- आता मी सत्याकडे पाठ फिरवली तर? कल्पनेच्या, स्वप्नांच्या जगात प्रवेश करून माझ्या या गोष्टीचा शेवट मला हवा तसा जुळवून आणला तर? पण आपल्या बाबतीत मी हे असे करू शकत नाही. जसे आणि जे घडले तसेच मी सांगितले आहे. हो, पण इतरांच्या बाबतीत मी हे असे वागू शकते. नाझ्या आजीने मला एकदा सांगितले होते की युद्धाच्या काळात तिच्या मुलाने एक ट्रंक भरून बंदुका मागच्या अंगणात लपवल्या होत्या. माझ्या डोक्यातही एक कल्पना मूळ धरू लागली.

मला या बदलाच्या कल्पनेने स्फुरण चढले आहे. माझ्या गोष्टीतील 'तिच्या गोष्टी'मध्ये मी बदल करणार आहे. तिच्या प्रदीर्घ, एकाकी आयुष्याला मी आनंदाचा छेद देणार आहे. सुरुवात खऱ्याखुऱ्या गोष्टीने करून त्यातील बोचऱ्या दुःखांची तीव्रता कमी करणार आहे. किंवा त्या सगळ्या दुःखांना फाटाच देता येतो का, ते बघणार आहे. या वेळी मी जास्त स्पष्टपणे मांडणी करू शकणार आहे. कारण या वेळी मीच कर्तीकरवती असणार आहे- प्रत्येक बाब - इतिहास, माझ्या पात्रांचे विचार आणि भविष्यात होणाऱ्या परिणामांचा आधीच केलेला विचार- हे सगळेच माझ्याच अखत्यारीत असेल. आणि हे सगळे तुझ्यामुळे असेल, एलिजा. आता मी 'कुणी सांगावे आणि मी मुकाट्याने ऐकावे' अशी राहिलेली नाही. आता मी म्हणेन तेच घडणार आहे, मी छेडेन तीच सुरावट पियानोतून निघणार आहे. तू माझ्यावर पुन्हा कधीच प्रेम करणार नाहीस कदाचित, पण मला घडवणारा तूच असशील.

हे लिखाण आता मी तुझ्याकडे पाठवीन. आपल्या त्या बीचवरच्या सुंदर केशरी

प्रकाशाने, आपल्या दोघांच्या निखळ अंगगंधाने मोहरलेल्या दिवसांमध्ये मी बुडून गेले आहे. केंब्रिजमध्ये वसंतऋतूचे आगमन झाले आहे. रस्त्याच्या कडेचा बर्फ वितळून अध्येमध्ये हिरवळ दिसायला लागली आहे. माझ्या लाडक्या जीवाश्मासोबत मी तुझी वाट पाहत थांबलेली असेन. थोड्याच दिवसात तिथे येऊन तू मला भेटशील. तू मला वाट पाहायला लावशील, ओळखते मी तुला! तुझी वाट पाहून मी पार निराश झालेली असेन तेव्हाच तू मला दिसशील. तू वाकून तुझ्या शू-लेसेस बांधत असशील किंवा खिशातून काहीतरी काढत असशील. तुला पाहिल्याक्षणी मी तिथेच विरघळून जाते की काय, असे मला वाटेल. पण नेहमीसारखेच तू तुझ्या नजरेने मला जखडून ठेवशील. या लिखाणात मी असंख्य ठिकाणी तुला 'सॉरी' म्हटले आहे. मला पुन्हा पुन्हा तुला 'सॉरी' म्हणायचे आहे- पण ते नंतर. आता फक्त तुझी आणि माझी नजरभेट. पूर्णपणे अबोल, आणि निःशब्द.

माझी नजर विचारेल,
'आलास तू?'
तुझी नजर म्हणेल,
'हो.'

मग आपण हातात हात घालून त्या दालनातून बाहेर पडू. डायना, काचपुष्पे, झमझम, मेघना, माझ्या आई-वडिलांनी लढलेले युद्ध यासकट सगळे भयानक जग आणि भूतकाळातील भुते बाजूला सारून आपण एकमेकांचे होऊ.

- तू फक्त माझा आणि मी फक्त तुझी!

■